Н. Островский

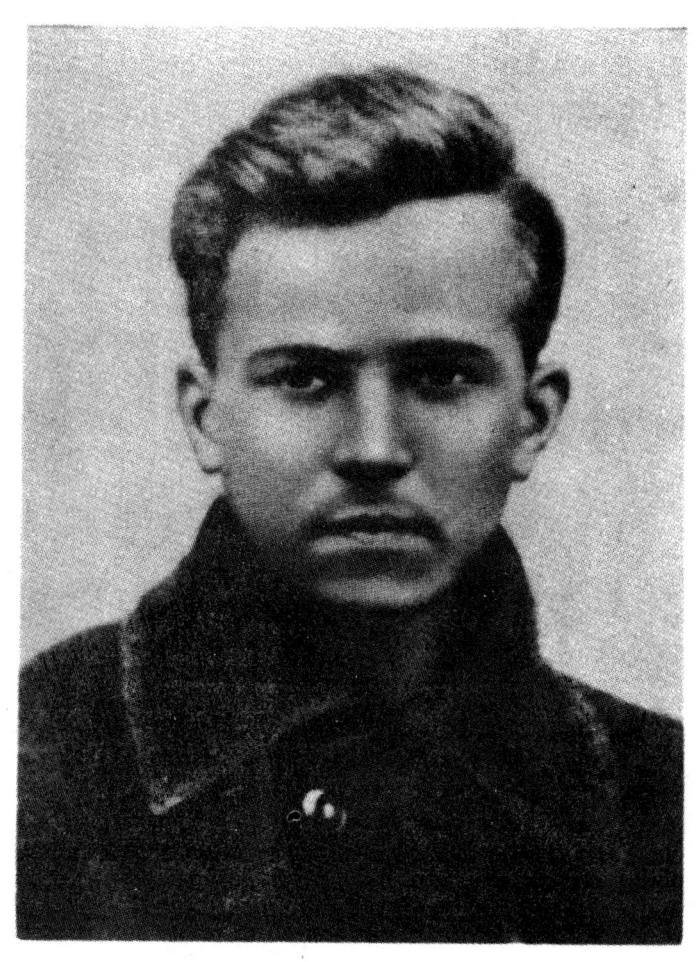

நிக்கொலாய்

ஓஸ்திரோவ்ஸ்க்கிய்

வீரம் விளைந்தது

மொழிபெயர்ப்பாளர்:

எஸ். ராமகிருஷ்ணன்

நியூ செஞ்சுரி புக் ஹவுஸ் (பி) லிட்.,

41-பி, சிட்கோ இண்டஸ்டிரியல் எஸ்டேட்,

அம்பத்தூர், சென்னை- 600 050.

☎: 044 - 26251968, 26258410, 48601884

Language : Tamil

"How the steel was Tempered"

"Veeram Vilaindhadhu"

Author: **Nicholai Ostrovsky**

Tamil Translator: **S. Ramakrishnan**

NCBH First Edition: December, 2008

Third Edition : September, 2019

Fourth Edition : November, 2022

Copyright: Publisher

No. of pages: vi + 582 = 588

Publisher :

New Century Book House Pvt. Ltd.,

41-B, SIDCO Industrial Estate,

Ambattur, Chennai - 600 050.

Tamilnadu State, India.

email : info@ncbh.in

Online:www.ncbhpublisher.in

ISBN: 978 - 81 - 2341 - 456 - 0

Code No. A 1854

₹ 650/-

Branches

Ambattur (H.O.) 044 - 26359906 **Spenzer Plaza (Chennai)** 044-28490027 **Trichy** 0431-2700885 **Pudukkottai** 04322- 227773 **Thanjavur** 04362-231371 **Tirunelveli** 0462-4210990, 2323990 **Madurai** 0452 2344106, 4374106 **Dindigul** 0451-2432172 **Coimbatore** 0422-2380554 **Erode** 0424-2256667 **Salem** 0427-2450817 **Hosur** 04344-245726 **Krishnagiri** 04343-234387 **Ooty** 0423 2441743 **Vellore** 0416-2234495 **Villupuram** 04146-227800 **Pondicherry** 0413-2280101 **Nagercoil** 04652-234990

வீரம் விளைந்தது

ஆசிரியர்: **நிக்கொலாய் ஓஸ்திரோவ்ஸ்க்கிய்**

தமிழாக்கம்: **எஸ். ராமகிருஷ்ணன்**

என்.சி.பி.எச். முதல் பதிப்பு: டிசம்பர், 2008

மூன்றாம் பதிப்பு: செப்டம்பர், 2019

நான்காம் பதிப்பு: நவம்பர், 2022

அச்சிட்டோர்: **பாவை பிரிண்டர்ஸ் (பி) லிட்.,**

16 (142), ஜானி ஜான் கான் சாலை, இராயப்பேட்டை, சென்னை - 14

☎: 044-28482441

All rights reserved. No part of this book may be reprinted or reproduced or utilised in any form or by any electronic, mechanical, or other means, now known or hereafter invented, including photocopying and recording, or in any information storage or retrieval system, without permission in writing from the publishers.

ஆசிரியரைப் பற்றி ஒருசில வார்த்தைகள்

இந்நாவலின் பாத்திரங்கள் யாவும் உண்மையானவை; சிலரின் வாழ்வை அடிப்படையாகக் கொண்டவை; பன்னாட்டு வாசகர்களின் உள்ளத்தைக் கவர்ந்த கதாநாயகனான பாவெல் கர்ச்சாகினின் பாத்திரம் ஆசிரியர் நிக்கொலாய் ஓஸ்திரோவ்ஸ்க்கியின் வாழ்வை அடிப்படையாகக் கொண்டு உருவாக்கப்பட்டது.

நிக்கொலாய் ஓஸ்திரோவ்ஸ்க்கிய் (1904-1936) இளமையிலேயே இறந்துவிட்டார். இறக்கும் காலை அவர் வயது முப்பத்திரண்டு. தம் இறுதி பன்னிரண்டு ஆண்டுகளில் அவர் வெகுவாக நோய்வுற்றிருந்தார். போர்முனையில் பட்ட காயத்திற்குப் பின் அவர் பார்வையிழந்து படுக்கைவாய்ப்பட்டார்.

நடக்க இயலா விந்தையெனத் தோன்றினாலும், அவர் தம் வீரக் கதையை, இளமை, காதல், போராட்டம் பற்றியதும், முதலாவது சோவியத் நாட்டின் இளம் கம்யூனிஸ்ட் சங்க உறுப்பினர்களாகிய தம்மையும் தம் நண்பர்களையும் பற்றியதுமான இக்கதையை நோய்வுற்ற காலையில் தான் எழுதினார். தமது தலைமுறையைச் சார்ந்த சோவியத் இளைஞர்களின் 1915-ம் ஆண்டு தொட்டு 1931-ம் ஆண்டு வரையான வாழ்வை இப்புத்தகத்தில் விவரிக்கின்றார் நிக்கொலாய் ஓஸ்திரோவ்ஸ்க்கிய். நாவலின் முதல் வாசகர் மக்ஸீம் கோர்க்கிய். பாட்டாளி வர்க்கத்தின் மாபெரும் எழுத்தாளர், பெரும் புகழ்பெற்ற 'தாய்' நாவலின் ஆசிரியர், ஓஸ்திரோவ்ஸ்க்கியுக்கு அன்புடன் ஆதரவு காட்டினார்.

'வீரம் விளைந்தது' என்ற இந்தப் புத்தகத்தின் இரண்டு பாகங்களும் 'மொலதாய குவார்தியா' (இளம் காவற்படையினர்) என்ற பதிப்பகத்தினரால் 1934ம் ஆண்டில் வெளியிடப்பட்டன. "இந்நாவலை எழுதி முடித்ததும், என்னைச் சுற்றி வளைந்திருந்த இரும்பு வளையமொன்றிலிருந்து விடுபட்ட உணர்வு பெற்றேன். அசைய முடியாமை என்ற துன்பத்தை வென்றேன். மறுபடியும் போர்வீரர்களில் ஒருவனாக மாறிவிட்டேன்" என்று எழுதினார் ஓஸ்திரோவ்ஸ்க்கிய்.

மாஸ்கோவின் மைய வீதிகளில் ஒன்றாகிய கோர்க்கிய் வீதியில் 14ம் எண் கொண்ட வீட்டில் நிக்கொலாய் ஓஸ்திரோவ்ஸ்க்கியின் மியூஸியம் அமைந்திருக்கின்றது. அது இவ்வெழுத்தாளரின் இல்லமாக இருந்தது. மியூஸியத்தின் அறையொன்றில், பல்வேறு நாடுகளில் வெளியிடப்பட்ட இந்நாவலின் பல பிரதிகள் சேகரிக்கப்பட்டிருக்கின்றன. நாவலின் முதல் பதிப்பின் பிரதி ஒன்று - அது ஓஸ்திரோவ்ஸ்க்கிய் தம் கையில் கொண்டிருந்த புத்தகம் - இங்கு போற்றப்பட்டு வருகின்றது. துப்பாக்கி பாய்னெட் ஒன்றும் அண்மையில்தான் தளிர்விட்ட மரக்கொம்பு ஒன்றும் இப்புத்தகத்தின் வெள்ளி நிற அட்டையில் அருகருகே வரையப்பட்டுள்ளன. இங்குள்ள நூல்களில் பல குண்டுகளால் துளைக்கப்பட்டவை; இரத்தத்தில் ஊறியவை; இவை பாசிஸத்திற்கு எதிராகப் போரிட்டவர்கள் கைகளில் கொண்டவை. இங்குள்ள புத்தகங்கள் ஆயிரம் ஆயிரம் கைகள் மாறியவை; உருக்குலையும் வரை படிக்கப்பட்டவை. இவ்வண்ணம் இன்று, புதுப்புது இளம் வீரர்களிடையே நிக்கொலாய் ஓஸ்திரோவ்ஸ்க்கிய் அவரது மரணமற்ற பாத்திரங்களுடன் தொடர்ந்து வாழ்ந்து கொண்டிருக்கிறார். ஓஸ்திரோவ்ஸ்க்கிய் வாசகர்களிடையே புகழ்பெற்ற 'புயலின் மூலம் தோன்றியவர்கள்' என்ற புத்தகத்தின் ஆசிரியர். ஆனால் அப்புத்தகம் முடியுமுன் ஆசிரியர் காலமாகிவிட்டார்.

முதற்பாகம்

அத்தியாயம் ஒன்று

"திருவிழாவுக்கு முன்னால் என் வீட்டுக்குப் பாடம் ஒப்பிப்பதற்காக வந்தவர்கள் எழுந்து நில்லுங்கள்."

பருத்த உடலும், பாதிரி உடையும், கழுத்திலிருந்து தொங்கும் கனத்த சிலுவையும கொண்ட ஒருவர் நெருப்பு பறக்கும் கண்களுடன் மாணவர்களைப் பார்த்தார். கோபம் கொண்ட இரு சிறு கண்கள் பெஞ்சிலிருந்து எழுந்து நின்ற அறுவரையும்- நான்கு சிறுவர்களையும் இரு சிறுமிகளையும்- ஊடுருவிக் கூர்ந்து நோக்கின. குழந்தைகள் அச்சத்துடன் பாதிரி உடை அணிந்த அந்த மனிதரைப் பார்த்துக் கொண்டிருந்தார்கள்.

"நீங்கள் உட்காருங்கள்" என்று சிறுமிகளை நோக்கிப் பாதிரியார் கூறினார்.

"பிழைத்தோம்" என்ற எண்ணத்துடன் பெருமூச்சு விட்டவர்களாய் சிறுமிகள் உத்திரவுக்கு உடன் பணிந்தார்கள்.

வஸீலிய் பாதிரியாரின் கண்கள் நான்கு உருவங்களையும் ஊடுருவி நோக்கின.

"அருமைச் சிறுவர்களே! அருகில் வாருங்கள்" என்று கூறிக் கொண்டே அவர் எழுந்தாளர்; தம் நாற்காலியைப் பின்புறம் தள்ளிவிட்டு, நடுங்கிக்கொண்டிருந்த சிறுவர்களிடம் தாமே சென்றார்.

"போக்கிரிப் பயல்களாகிய உங்களில் எவன் புகை பிடிப்பவன்?"

நால்வரும் அமைதியாக விடையளித்தார்கள்.

"நாங்கள் புகை பிடிப்பதில்லை, ஐயா"

பாதிரியாரின் முகம் சிவந்தது.

"துஷ்டப் பயல்களா! நீங்கள் புகை பிடிப்பதில்லையா? அப்படியானால் பிசைந்து வைத்திருந்த மாவில் புகையிலைத் தூளைப் போட்டது யார்? புகைபிடிப்பதில்லையா? சரி, பார்ப்போம்.

உங்களுடைய சட்டைப் பைகளைப் புரட்டிக் காட்டுங்கள்! உம்... உடனே செய்யுங்கள்!... நான் சொல்கிறேன், நிற்கிறீர்களா? சட்டைப் பையைப் புரட்டிக் காட்டுங்கள்!"

மூன்று சிறுவர்கள் தங்களது சட்டைப் பைகளில் இருந்த சகல பொருட்களையும் எடுத்து மேஜையின் மீது வைத்தார்கள்.

பாதிரியார் கூர்மையுடன் அவர்களின் பைகளின் தையல்களுக்கிடையே புகைத்தூளுக்காக ஆய்ந்து நோக்கி, யாதும் காணாது, பழுத்த மேல் சட்டையும், முழங்கால் முட்டுகளில் கிழிந்து தைத்திருந்த நீலநிறக் கால்சட்டையும் அணிந்திருந்த கருங்கண்ணனான நான்காவது மாணவனை ஏறிட்டு நோக்கினார்.

"நீ மட்டும் ஏன் பொம்மை மாதிரி நிற்கின்றாய்?"

கருங்கண்ணன் மறைவான வெறுப்புப் பார்வையுடன் விடையளித்தான்.

"என் சட்டைக்குப் பையில்லை."

பையன் கைகளால் காற்சட்டையில் பைகளிருக்க வேண்டிய இடத்தைத் தொட்டுக் காட்டினான்.

"ஊம்! சட்டைக்குப் பை இல்லையா? என் மாவைக் கெடுத்த துஷ்டன் யாரென்று எனக்குத் தெரியாதென நினைத்தாயா? இம்முறையும் பள்ளியில் தங்கிவிட முடியுமென எண்ணமா? நடக்காது, இனி நடக்காது! இச்செயலுக்கான தண்டனை இன்றி எளிதில் நீ தப்பமுடியாது. போன தடவை, உண் தாயார் கெஞ்சினாளே என்று உன்னைப் பள்ளியில் தொடர்ந்து படிப்பதற்கு அனமதித்தேன். இன்றுடன் இதற்கு ஒரு முடிவு - ஓடிப்போ!"

இவ்வாறு மொழிந்த பாதிரியார் அந்தச் சிறுவனது காதை வலிவாகப் பிடித்திழுத்து வெளியே தள்ளி, கதவை மூடினார்.

வகுப்பில் அமைதி நிலவியது. மாணவர்கள் யாவரும் உடலை ஒடுக்கிச் சுருக்கிக் கொண்டு உட்கார்ந்திருந்தார்கள். பாவெல் கர்ச்சாகின் பள்ளியிலிருந்து வெளியேற்றப்பட்ட காரணத்தை ஒருவராலும் புரிந்துகொள்ள முடியவில்லை. பாவெல் கர்ச்சாகினது தோழன் ஸெர்யோஷா புருஸ்ஷாக்குக்கு மட்டுமே அதன் காரணம் தெரிந்திருந்தது. வகுப்பில் பின்தங்கிய ஆறு மாணவர்களும் திருநாளுக்கு முன்பு பாதிரியாரின் வீட்டுக்குச் சென்று கேள்விகளுக்கு விடையளித்த பொழுது பாவெல் பாதிரியாரின் சமையலறையில் விழாப் பணியாரத்துக்காகப் பிசைந்து வைக்கப்பட்டிருந்த மாவில் ஒரு கை புகையிலையைத் தூவினதை அவன் ஒருவன் மட்டுமே கண்டான்.

வெளியேற்றப்பட்ட பாவெல் பள்ளிக்கூடக் கட்டிடத்தின் வாயிற்

படி அடியில் உட்கார்ந்துகொண்டான். "வீட்டிற்கு எம்முகத்துடன் செல்வது? காலை முதல் நடு இரவுவரை வரி இலாகா அதிகாரி வீட்டில் நாள்தோறும் வேலை செய்து வரும் தனது அன்புத் தாயிடம் என்ன சொல்வது?" என்று பலவாறாக அவன் எண்ணினான்.

பாவெலுக்குத் தொண்டையை அடைத்தது.

"நான் இனி என்ன செய்வேன்? எல்லாம் இந்தப் பாழாய்ப் போன பாதிரியால் வந்த வினை! எந்தச் சனி மாவில் என்னை புகையிலையைத் தூவச் செய்தது? அந்த ஸெர்யோஷாவால் வந்த வினை இது. 'இந்த நச்சுப்பாம்புக்கு ஏதாவது தூவுவோம்' என்று கூறினான். அம்மாதிரியே நாங்கள் செய்தோம். இப்பொழுது அவன் தப்பித்துக் கொண்டான். என்னைப் பள்ளிக்கூடத்திலிருந்தே தள்ளி விடுவார்கள் போலிருக்கிறதே!'

இவ்வாறெல்லாம் பாவெல் தனக்குள் பேசிக்கொண்டான்.

அவனுக்கும் வஸீலிய் பாதிரியாருக்கும் பகை ஏற்பட்டு பல நாட்களாகிவிட்டன. என்றோ ஒருநாள் மீஷா லெவ்ச்சுக்கோவுடன் பாவெல் சண்டை போட்டான். சண்டை போட்டதற்குத் தண்டனை யாக வகுப்புப் பாடம் முடிந்த பிறகு பாதிரியின் உத்திரவின்படி பாவெல் நண்பகல் உணவிற்காக வீட்டிற்கு அனுப்பப்படவில்லை. ஒருவருமில்லாத வகுப்பறையில் குறும்பு செய்வானோ என்று எண்ணிய ஆசிரியர் அவனை இரண்டாவது வகுப்பிற்கு அழைத்துச் சென்றார். பாவெல் தன்னை உட்காரச் சொன்ன இடத்தில் உட்கார்ந்தான்.

அப்பொழுது, கறுப்புக் கோட்டு அணிந்தவரும், வாடி உலர்ந்த வருமான ஆசிரியர் பூமியைப் பற்றியும் விண்மீன்களைப் பற்றியும் விளக்கிக் கொண்டிருந்தார். வியப்பால் வாயைப் பெரிதாகத் திறந்த வண்ணம், ஒவ்வொரு நட்சத்திரமும் ஓர் உலகமென்றும் பூமி லட்சக் கணக்கான ஆண்டுகளாக இருந்து வருகிறதென்றும் அவர் கூறுவதைக் கேட்டான். கேட்டதால் ஏற்பட்ட வியப்பில், எழுந்து நின்று "பைபிள் அப்படிச் சொல்லவில்லையே" என்று ஆசிரியரிடம் கேட்க வேண்டு மென்ற வேட்கைகூடக் கொண்டான். ஆனால் புதிய தொல்லையை வாங்கிக் கட்டிக்கொள்ளக் கூடாதென்று தன் வேட்கையை அடக்கிக் கொண்டான்.

பாதிரியார் எப்பொழுதுமே பாவெலுக்குப் பைபிள் பாடத்தில் நல்ல மதிப்பெண்கள் வழங்கி வந்தார். அவனுக்குப் பிரார்த்தனைப் புத்தகம் முழுவதும் மனப்பாடம். அவன் பைபிளின் பகுதிகளான பழைய ஏற்பாடு, புதிய ஏற்பாடு இரண்டையும் நன்கு கற்றிருந்தான்.

வாரத்தின் ஒவ்வொரு நாளிலும் தெய்வக்குமாரன் எவை எவையைப் படைத்தார் என்பதை அவன் திட்டமாகத் தெரிந்திருந்தான். எனவே தான் கேட்ட விஷயத்தைப் பற்றி வஸீலிய் பாதிரியாரிடம் கேட்டு விடுவதென்று முடிவுசெய்தான். உடனடுத்து வந்த சமயப் பாடத்தின் பொழுது, பாதிரியார் நாற்காலியில் அமர்ந்தாரோ இல்லையோ, உடனேயே பாவெல் கையைத் தூக்க, பாதிரியார் அவனுக்கு அனுமதி வழங்க, அவன் எழுந்து கேட்டான்.

"ஐயா! பூமி லட்சக்கணக்கான ஆண்டுகளாக இருந்து வருவ தாக இரண்டாவது வகுப்பு ஆசிரியர் ஏன் கூறுகிறார்? பைபிளில் ஐந்தாயி..."

பாதிரியாருடைய கீச்சுக்குரல் பாவெல் பேச்சுக்குத் தடை போட்டது.

"போக்கிரிப் பயலே! என்ன சொல்கிறாய்? வேதத்தை நீ கற்றுக் கொள்ளும் அழகு இதுதானா?"

பாவெல் மறுபடியும் ஏதோ கூறுவதற்காக வாயைத் திறந்தான். ஆனால், அதற்குள் பாதிரியார் அவனிடம் பாய்ந்து வந்து, அவனது காதுகளைப் பற்றிக்கொண்டு, அவன் தலையைச் சுவரின் மீது இடிக்கத் தொடங்கினார். சில நிமிஷங்களுக்குப் பிறகு செம்மை யாக அடிபட்ட, பெருந்திகிலடைந்த பாவெல், வகுப்பிலிருந்து வெளியேற்றப்பட்டான்.

அந்தச் சந்தர்ப்பத்தில் அவனுடைய தாயாரும் அவனை வெகுவாகக் கடிந்துகொண்டாள்.

அதற்கு அடுத்த நாள் அவளே பள்ளிக்குப் போய், மகனை வகுப்பில் சேர்த்துக்கொள்ள வேண்டுமென்று பாதிரியாரிடம் மன்றாடினாள். அன்று முதல் பாவெல் பாதிரியாரை அடி உள்ளத் திலிருந்து வெறுக்கத் தொடங்கினான். அவரை வெறுத்தான். அவரைக் கண்டு பயந்தான். தனக்குச் சிறு கெடுதல்கள் செய் பவரையும் மன்னிப்பதில்லை பாவெல். அவன் பாதிரியாரையும், அவரால் தனக்கு அநீதியாக வழங்கப்பட்ட அடிகளையும் மறக்க வில்லை. அவரிடம் நிரம்பக் கோபமும் வர்மமும் கொண்டான்.

அதன்பின் வஸீலிய் பாதிரியார் பையனைப் பன்முறை அவமானப் படுத்தினார். பாவெலை வகுப்பறையிலிருந்து அடிக்கடி வெளி யேற்றினார். பல வாரங்களுக்கு அவனைப் பாடத்தின்போது வகுப் பறையின் மூலையில் நிற்கச் செய்தார். அற்பசொற்பப் பிழைகளுக்காக இத்தகைய தண்டனைகள் பாவெலுக்கு விதிக்கப்பட்டன. மேலும், பாடத்தை ஒப்புவிக்கும்படி பாதிரியார் பாவெலை ஒரு பொழுதும்

வேண்டுவதில்லை. எனவே ஈஸ்டர் திருவிழாவுக்கு முன்னால் பாடம் ஒப்பிப்பதற்காக அவன் வகுப்பில் பின்தங்கிய வேறு சில மாணவர்களுடன் பாதிரியார் வீட்டுக்குப் போகும்படியாயிற்று. அப்பொழுதுதான், சமையலறையில் பாவெல் மாவில் புகையிலைத் தூளைத் தூவினான்.

அவன் செயலை ஸெர்யோஷாவைத் தவிர வேறு ஒருவரும் பார்க்கவில்லை. எனினும் குற்றவாளி யாரென்பதைப் பாதிரியார் உடனே ஊகித்துவிட்டார்.

...வகுப்பு முடிந்தவுடன், சிறுவர்கள் வெளியே வந்து பாவெலைச் சூழ்ந்துகொண்டனர். அவனோ சோர்வடைந்தவனாக ஒரு வார்த்தையும் பேசவில்லை. ஸெர்யோஷா வகுப்பறையிலிருந்து வெளிவரவில்லை. அவன்தான் குற்றவாளி என உணர்ந்த போதிலும், நண்பனுக்கு எவ்விதத்திலும் உதவுவதற்கு இயலாதிருந்தான்.

தனது அறையின் திறந்த ஜன்னல் வழியே தலைமை ஆசிரியர் தலையை நீட்டினார்.

"உடனே கர்ச்சாகினை இங்கு அனுப்புங்கள்" என்று உரக்கக் கூவினார்.

அவரது கனத்த குரலின் ஒலியைக் கேட்டுப் பாவெல் நடுங்கினான். விரைவாகத் துடிக்கும் இதயத்துடன் அவன் தலைமை ஆசிரியரிடம் சென்றான்.

புகைவண்டி நிலையத்திலிருந்த சிற்றுண்டிச் சாலையின் சொந்தக்காரன் நடுத்தர வயதினன்; வெளிறிப்போன முகத்தினன்; தனது ஒளியும் நிறமும் இழந்த கண்களால் அருகில் நின்ற பாவெலை ஏறிட்டு நோக்கினான்.

"இவனுக்கு வயது என்ன?"

"பன்னிரண்டு" என்று தாய் விடையளித்தாள்.

"சரி, இங்கு வேலை செய்யட்டும். மாதச் சம்பளம் எட்டு ரூபிள்கள். ஒன்றுவிட்டு ஒருநாள் வேலை. வேலை நாட்களில் இவ்விடம் சாப்பாடு. திருடக்கூடாது."

"நீங்க ஒண்ணு! அவன் ஒரு பொழுதும் திருடமாட்டான். நான் உறுதி கூறுகிறேன்" என்று பயத்துடன் பதிலளித்தாள் தாய்.

"இவன் இன்றே வேலை செய்ய ஆரம்பிக்கட்டும்" என்று எஜமானன் உத்திரவிட்டான். பிறகு கல்லாப்பெட்டிக்குப் பின்னாலிருந்த பெண்ணை நோக்கி, "ஸீனா, பையனைச் சமையலறைக்கு

அழைத்துச் செல். கிரீஷா செய்துவந்த வேலையை இவனுக்குக் கொடுக்கும்படி பிரோஸ்யாவிடம் கூறு" என்று கூறினான்.

ஸீனா என்ற பணிப்பெண், அப்பொழுது உப்பிலிட்ட பன்றித் தொடையைக் கத்தியால் நறுக்கிக் கொண்டிருந்தாள். கத்தியை அப்பால் வைத்துவிட்டு, தலை அசைவால் பாவெலைப் பின் தொடரும் படி பணித்துவிட்டு, ஹாலுக்குக் குறுக்கே முன்சென்றாள். பாத்திரங் களைத் துலக்கும் அறையை நோக்கிச் சென்ற ஸீனாவைப் பின் தொடர்ந்து சென்றான் பாவெல். அவனுடைய தாயார் அவனுக்குப் பின்னால் துரித நடையில் சென்று, அவன் காதில் ரகசியமாகக் கூறினாள்.

"பாவெல், ஆசை மகனே! நன்றாக வேலை செய். அவமானத்தைத் தேடிக்கொள்ளாதே!" என்று உருக்கமாகக் கேட்டுக்கொண்டாள்.

பாவெல் உள்ளே செல்வதைத் துயரக் கண்களுடன் நோக்கிவிட்டு, தாயார் வெளியேறினாள்.

பாத்திரம் தேய்க்கும் அறையில் வேலை மும்முரமாக நடந்து கொண்டிருந்தது. கழுவப்பட்ட தட்டுகள், கத்திகள், முள்கரண்டிகள் ஆகியவை மேஜையின்மீது குவிந்திருந்தன. சில பெண்கள் அவற்றைத் தங்களது தோளிலிருந்து தொங்கிக்கொண்டிருந்த துண்டுகளால் துடைத்துக் கொண்டிருந்தனர்.

கொத்துக் கொத்தாகச் சடைபற்றியிருந்த செம்மயிரை உடைய ஒரு பையன், பாவெலைவிடச் சற்று மூத்தவன், இரண்டு பெரிய சமோவார்களைக் கவனித்துக் கொண்டிருந்தான்.

தட்டுகள் கழுவுவதற்காக நீர்த்தொட்டியில் நிரம்பியிருந்த கொதி நீரிலிருந்து கிளம்பிய ஆவி அறை முழுவதும் பரவி இருந்ததால் அங்கு வேலை செய்துகொண்டிருந்த பெண்களின் முகங்களைப் பாவெலால் முதலில் பார்க்க முடியவில்லை. திகைப்புடன் அவன் என்ன செய்ய வேண்டுமென்பதை எவராவது சொல்லட்டுமென்று காத்திருந்தான்.

ஸீனா தட்டு கழுவும் பெண்களில் ஒருத்தியின் தோளைத் தொட்டுக் கூறினாள்:

"பிரோஸ்யா, கிரீஷாவுக்குப் பதிலாக ஒரு புதிய பையனை அழைத்து வந்திருக்கிறேன். என்ன செய்ய வேண்டுமென்பதை அவனுக்கு எடுத்துக் கூறு."

பிறகு, பிரோஸ்யாவைக் காட்டி, "இவள் தான் இங்குப் பொறுப்பாக இருப்பவள். நீ என்ன செய்யவேண்டும் என்பதைச் சொல்வாள்"

என்று பாவெலிடம் கூறிவிட்டு, ஸீனா சிற்றுண்டிச் சாலைக்குத் திரும்பினாள்.

"சரி" என்று ஸீனாவுக்கு மென்மையான குரலில் பதிலளித்த பாவெல், பிரோஸ்யாவை நோக்கினான். அவளோ, நெற்றியில் பெருகிய வேர்வையைத் துடைத்துக் கொண்டே, பாவெலைக் கணிப்பவளைப் போல, உச்சந்தலை முதல் உள்ளங்கால் வரை தன் பார்வையைச் செலுத்தினாள். தளர்ந்து விழுந்த சட்டைக்கையை மீண்டும் சுருட்டி விட்டுக் கொண்டே அவள் பாவெலிடம் இனிய குரலில் பேசினாள் :

"வேலையில் கடினமில்லை. ஆனால் சுறுசுறுப்பாக இருக்க வேண்டும். அதோ அந்தக் கொதிகலத்தில் காலைதோறும் நீர் கொதிக்க வைக்க வேண்டும். அது எப்பொழுதும் சூடாக இருக்க வேண்டும். எந்த நேரத்திலும் கொதி நீர் கிடைக்க வேண்டும். தவிர, விறகையும் வெட்ட வேண்டும். சமோவார்களைக் கவனித்துக் கொள்ள வேண்டும். சில சமயங்களில், கத்திகளையும் முள்கரண்டி களையும் கழுவ வேண்டும்; கழி நீரைக் கொண்டு போய்க் கொட்ட வேண்டும்; வேலை நிறைய இருக்கும்" என்று அவள் அடுக்கிக் கொண்டே போனாள். அவள் பேசிய முறை பாவெலை மிகவும் கவர்ந்தது. அவளது களைபொருந்திய முகமும் நுனி உயர்ந்த சிறிய நாசியும் அவனுக்குப் பிடித்துவிட்டன.

'நல்லதொரு அத்தை' என்று பாவெல் முடிவு செய்தான். பிறகு கூச்சத்தை அடக்கிக் கொண்டு, "நான் இப்பொழுது என்ன செய்ய வேண்டும், அத்தை?" என்று கேட்டான்.

இந்தச் சொற்களைக் கேட்டவுடன், தட்டுகளைக் கழுவுகிறவர்கள் அனைவரும் கொல்லென்று உரக்கச் சிரித்தனர்.

"ஹா! ஹா!! ஹா!!! பிரோஸ்யாவுக்கு ஒரு மருமகன் கிடைத்து விட்டான்!" என்றனர்.

பிறரைவிடப் பிரோஸ்யாதான் கொல்லென்று உரக்கச் சிரித்தாள்.

பிரோஸ்யா இளம்பெண் என்பதை நீராவிப் படலத்தின் வழியே நோக்கிய பாவெல் புரிந்துகொள்ளவில்லை. அவளுக்குப் பதினெட்டு வயதுதான்!

முற்றும் குழப்பமடைந்த பாவெல் அடுத்திருந்த பையனைப் பார்த்து, "நான் இப்பொழுது என்ன செய்யவேண்டும்?" என்று கேட்டான். ஆனால் அந்தப் பையன் உள்ளூரச் சிரித்துக்கொண்டு, "அத்தையைக் கேள்! அவள் உனக்கு எல்லாவற்றையும் விளக்குவாள். நான் இங்கு தாற்காலிகமாக வேலை செய்கிறேன்" என்று கூறிவிட்டுச் சமையலறைக் கதவை நோக்கிப் பாய்ந்தான்.

"இங்கு வா. முள்கரண்டிகளைத் துடைப்பதில் உதவிசெய்" என்று தட்டு கழுவிக்கொண்டிருந்த நடுத்தர வயதுள்ள ஒரு வேலைக்காரி பாவெலைக் கூப்பிட்டாள். "சிரிப்பதை நிறுத்துங்கள். இப்படிச் சிரிக்கும்படி அவன் என்ன கூறிவிட்டான்?" என்று கூறி மற்ற பெண்களை அடக்கிவிட்டு, பாவெலிடம் தட்டு துடைக்கும் துண்டு ஒன்றைக் கொடுத்தாள். "துண்டின் ஒரு முனையைப் பல்லால் கடித்துக் கொள். இன்னொரு முனையைக் கையால் பிடித்துக்கொண்டு,

முள்கரண்டியைத் துண்டின்மேல் முன்னும் பின்னுமிழுத்து சுத்தம் செய்ய வேண்டும். துளி அழுக்கு இருக்கக்கூடாது. இவ்விஷயத்தில் இங்கு ரொம்பக் கண்டிப்பாயிருக்கிறார்கள். வாடிக்கைக்காரர்கள் எப்பொழுதுமே முள்கரண்டிகளைத் துருவித் துருவிப் பார்ப்பார்கள். துளி அழுக்கு ஒட்டிக்கொண்டிருந்தாலும் ரகளை செய்வார்கள். அந்த மாதிரித் தகராறு வந்தால் அந்த வினாடியிலேயே எஜமானி அம்மாள் உனக்குச் சீட்டுக் கொடுத்து விடுவாள்" என்று அவள் கூறினாள்.

"எஜமானி அம்மாளா? என்னை வேலைக்கு அமர்த்திய எஜமானன் தான் பொறுப்பாளி என்று நினைத்தேன்" என்று பாவெல் பதில் அளித்தான்.

அம்மாது நகைத்தாள்.

"தம்பி, எஜமானும் இங்குள்ள மேஜை நாற்காலியும் ஒன்று தான். எஜமானி அம்மாள்தான் உண்மையான அதிகாரி. அவள் இன்று இங்கு இல்லை. சில நாட்கள் வேலை செய்தால் நீயே எல்லாவற்றையும் தெரிந்துகொள்வாய்" என்று பதில் கூறினாள்.

அச்சமயம், அந்த அறையின் கதவு திறந்தது. ஏராளமான எச்சிற் பாத்திரங்களுடன் மூன்று பணியாட்கள் நுழைந்தனர். அவர்களில் ஒருவன் பருத்த தோள்களையும் பெரிய சதுரமான முகத்தையும் மாறுகண் பார்வையையும் கொண்டவன்.

"கொஞ்சம் சுறுசுறுப்போடு வேலை நடக்கட்டும்! தற்பொழுது பன்னிரண்டு மணி புகைவண்டி வரப்போகிறது. நீங்கள் வீண் பொழுது போக்கிக் கொண்டிருக்கிறீர்களே!" என்று கூறினான். பிறகு பாவெலைப் பார்த்தான். "இவன் யார்?" என்று கேட்டான்.

"இவன்தான் புதியதாக வந்தவன்" என்றாள் பிரோஸ்யா.

"...ம்! புதிய பையனா?" என்று சொல்லிவிட்டு, பாவெல் தோள் மீது கைபோட்டான். அவனை சமோவார்கள் உள்ள இடத்துக்குத் தள்ளிக்கொண்டே, "நான் சொல்வதைக் கேள்! இந்தச் சமோவார் களில் நீர் கொதித்துக்கொண்டே இருக்கவேண்டும். இது உன் பொறுப்பு. ஆனால் தற்பொழுது ஒன்றில் தீ அணைந்துவிட்டது. இன்னொன்றிலும் அணையும் தறுவாயிலிருக்கிறது. இன்று உன்னை மன்னித்து விடுகிறோம். நாளைக்கு மீண்டும் இவ்வாறு நடந்தால், உனக்குக் கன்னத்தில் கிடைக்கும். புரிந்ததா?" என்று எச்சரித்தான்.

ஒரு வார்த்தைகூட பேசாமல் பாவெல் சமோவார்களைக் கவனிக்கலானான்.

இவ்வாறாக பாவெல் ஓர் உழைப்பாளியானான். அந்த முதல் நாள் பட்ட சிரமத்தைப் போன்று அதற்குமுன் அவன் ஒரு பொழுதும் பட்டதில்லை. வீட்டில் தாயாருக்குக் கீழ்ப்படிய மறுக்கலாம். ஆனால் இந்தச் சிற்றுண்டிச் சாலையில் அவ்வாறெல்லாம் செய்ய முடியாதென்பதைத் தேர்ந்து தெளிந்தான். கட்டளைப்படிக் காரியங்கள் செய்யாவிட்டால் கன்னத்தில் கிடைக்குமென்பதை மாறு கண்ணனன் திட்டமாகத் தெரிவித்துவிட்டான்.

பாவெல் ஊதிக்கொண்டே சமோவாரில் தீப்பற்ற வைக்கும் பொழுது தீப்பொறிகள் பருத்த வயிற்றைக் கொண்ட சமோவார்களிலிருந்து பறந்தன. கழுநீரை வாளியில் எடுத்துக்கொண்டு, கழுநீர்க் கிடங்கில் கொண்டு ஊற்றினான். நனைந்துபோன தட்டுத் துடைத்த துண்டுகளைக் கொதிக்கும் சமோவார்களில் வைத்து உலர்த்தினான். தனக்கு இடப்பட்ட வேலைகள் அனைத்தையும் செய்தான். அன்று இரவு நெடுநேரம் கழிந்தபிறகு, களைத்துச் சோர்ந்த பாவெல் சமையலறைக்குச் சென்றான். அவன் அறையை விட்டு அகன்றதும் தட்டு கழுவும் பெண் அனீஸ்யா கூறினாள் :

“அலாதியான பையன்! வெறிபிடித்தவன் மாதிரி அங்கும் இங்கும் ஓடி வேலை செய்கிறான். வீட்டில் வாழக் கடினம் போலும். எனவே தான் இவனை வேலைக்கு அனுப்பியிருக்கிறார்கள்.”

“நல்ல உழைப்பாளி! அவனைத் தூண்டிவிடத் தேவையில்லை!” என்று பிரோஸ்யா கருத்துத் தெரிவித்தாள்.

“சீக்கிரத்தில் இந்த வேகமெல்லாம் போய்விடும்! எல்லோருமே ஆரம்ப சூரர்களாகத்தான் இருப்பார்கள்!” என்றாள் லூஷா....

மறுநாள் காலை ஏழுமணி, இரவு முழுவதும் தூக்கமின்றி கால் ஓயாமல் ஓடியாடி வேலை செய்து களைத்துத் தளர்ந்து போயிருந்த பாவெல், தனக்குப் பதிலாக வேலை செய்யவிருந்த பையனிடம் சமோவார்களை ஒப்படைத்தான். கொழுத்த கன்னமும் குறும்புக் கண்களும் கொண்ட அப்பையன் சமோவார்களை நன்றாகச் சோதனை செய்தான். எல்லாம் ஒழுங்காயிருக்கிறது என்று உணர்ந்தான். பிறகு, காற்சட்டைப் பைகளில் கைகளை விட்டுக் கொண்டு, அலட்சிய பாவத்துடன், இறுக்கிய பற்களின் இடையே உமிழ்ந்த எச்சில் நீருடன், பாவெலைச் சிறிது வெளிர்ந்த கண்களுடன் நோக்கிச் சண்டைக்காரன் தோரணையில் கூறினான் :

“சளிமூக்கு! இதைக் கேள்! நாளை காலை சரியாக ஆறுமணிக்கெல்லாம் நீ இங்கு இருக்கவேண்டும்.”

“ஏன் ஆறுமணிக்கு? ஏழு மணிக்குத்தானே தவணை மாற்ற வேண்டும்” என்றான் பாவெல்.

"தவணை மாறும் நேரத்தைப் பற்றிக் கவலையில்லை! நீ இங்கு ஆறு மணிக்கு வந்துவிட வேண்டும்! அதிகமாக வாயாடாதே! அதிகமாகக் குரைத்தால் பல்லை உடைத்துக் கையில் கொடுப்பேன்! நேற்று வந்த பயல், அதற்குள் வீண் வம்பா செய்கிறாய்?"

பையன்கள் இருவருக்குமிடையே நடந்துகொண்டிருந்த பேச்சு வார்த்தைகளை, தங்களது பொறுப்பை புதிதாகத் தவணை மாற்ற வந்த பெண்களிடம் ஒப்பித்து விட்டு அங்கு நின்று கொண்டிருந்த தட்டு கழுவும் பெண்கள், பெரும் ஆர்வத்துடன் கேட்கத் தொடங்கினர். அந்தப் பையனின் துடுக்குத்தனமும், வீண்வம்புக்கு இழுக்கும் நடத்தையும் பாவெலுக்கு ஆத்திரத்தை ஊட்டின. தன்னைத் தவணை மாற்ற வந்த அந்தப் பையனுக்குத் தக்க தண்டனை கொடுப்பதற்காகப் பாவெல் ஓர் அடி முன்வைத்தான். ஆனால் புதிதாகக் கிடைத்த வேலை முதல் நாளன்றே போய்விடப் போகிறதே என்ற அச்சம் அவன் ஆவேசத்தை அடக்கியது.

"உன் வாயை அடக்கு. என்னிடம் வம்புக்கு வராதே. வீணாக வீம்பு பிடித்தால், நீ எதிர்பாராத அளவுக்கு வாங்கிக் கட்டிக்கொள்வாய். நான் நாளைக்கு ஏழு மணிக்குத்தான் வருவேன். உன்னைப் போலவே நானும் சண்டை போட முடியும். பரீட்சை செய்ய வேண்டுமானாலும், நான் தயார்!" என்று ஆத்திரத்துடன் கூறினான் பாவெல்.

மயிர் சிலிர்க்க நின்ற பாவெலைக் கண்டு எதிராளி வியப்பால் வாயைப் பிளந்தான். அச்சம் நிறைந்தவனாக, கொதிகலத்தை நோக்கி ஓரடி பின்வைத்தான். பாவெலின் உறுதி வாய்ந்த எதிர்ப்பை அவன் எதிர்பார்க்கவில்லை.

"சரி, சரி! பார்ப்போம்!" என்று அவன் முணுமுணுத்தான்.

முதல் நாள் வேலை இடையூறில்லாமல் முடிந்துவிட்டதென்ற மனதிருப்தியுடனும் ஓய்வு எடுக்கும் உரிமையை நேர்மையான முறையில் சம்பாதித்துவிட்டோம் என்ற உணர்வுடனும் பாவெல் வீட்டுக்கு வேகமாகச் சென்றான். இப்பொழுது அவனும் ஒரு தொழிலாளி! வெட்டிச்சோறு தின்னி என்று அவனை இனி எவரும் குற்றஞ்சாட்ட முடியாது.

மரம் அறுக்கும் மில்லின் கட்டிடத்துக்கு மேல், காலைக் கதிரவன் ஏறிச் சென்று கொண்டிருந்தான். சீக்கிரத்தில், லெஷ்சீன்ஸ்கிய் வீட்டுத் தோட்டத்துக்குப் பின்னாலுள்ள அவனது குடிசை பார்வைக்குப் புலப்படும்.

"அம்மா படுக்கையைவிட்டு இப்பொழுதுதான் எழுந்திருப்பாள்.

நானோ வேலையிலிருந்து வீட்டுக்குப் போகிறேன்!" என்று நினைத்தவனாகப் பாவெல் தன்னுடைய நடையின் வேகத்தை அதிகரித்தான். சீட்டி அடித்துக்கொண்டு நடந்தான். 'பள்ளியிலிருந்து தள்ளப்பட்டதால் ஒன்றும் மோசம் போய்விடவில்லை. எப்படியும் அந்தப் பாழாய்ப்போன பாதிரி நான் அமைதியாயிருக்க அனுமதித்திருக்க மாட்டான். இனி அவனால் எனக்கு எந்தக் கெடுதலும் செய்ய முடியாது' என்று எண்ணிக்கொண்டே பாவெல் தன் வீட்டையடைந்தான். 'சணல் நிற முடிகொண்ட அந்தப் பையனை ஒருநாள் நிச்சயமாகப் பதம் பார்த்துத் தானாக வேண்டும்' என்று எண்ணிக்கொண்டே திட்டிவாசற் கதவைத் திறந்தான்.

அவனது தாயார் முற்றத்தில் சமோவாரில் நீர் கொதிக்க வைத்துக்கொண்டிருந்தாள். மகனைக் கண்டதும், "வேலை எப்படியிருந்தது?" என்று கவலையுடன் கேட்டாள்.

"நன்றாயிருந்தது" என்று பதில் கூறினான் பாவெல்.

தாயார் ஏதோ சொல்வதற்காக வாய் திறந்தாள். அதற்குள் திறந்த ஜன்னல் வழியாக உள்ளே நோக்கிய பாவெல், தன்னுடைய அண்ணன் ஆர்த்தியோமின் அகன்ற முதுகைக் கண்டான்.

"ஆர்த்தியோம் வந்திருக்கிறானா?" என்று கலக்கத்துடன் கேட்டான்.

"ஆம், நேற்று இரவு வந்தான். அவன் இங்கேயே இருக்கப் போகிறான். இங்கு ரயில்வே டெப்போவில் வேலை செய்யப் போகிறான்."

பாவெல் தயங்கித் தயங்கி முன்கதவைத் திறந்தான்.

மேஜைக்கு முன்னால் பாவெலுக்குத் தன் முதுகைக் காட்டிக் கொண்டு அமர்ந்திருந்த மனிதன் தன் பருத்த உடலைத் திருப்பிக் கொண்டு பாவெலைப் பார்த்தான். அடர்ந்த கரிய புருவங்களுடன் கூடிய அவனது கடுமையான கண்கள் பாவெலை நோக்கின.

"ஓ! புகையிலைப் பையன் வருகிறானா? வணக்கம், வணக்கம்."

பாவெல் புதிதாக வந்த தன் அண்ணனுடன் இனிமையாக உரையாடப் போகின்றோம் என்று சிறிதும் எண்ணவில்லை.

"எல்லாச் செய்திகளும் ஆர்த்தியோமுக்குத் தெரிந்துவிட்டன. நன்றாக ஏசப் போகிறான். செம்மையாக அடிக்கப் போகின்றான்" என்று எண்ணியது அவன் உள்ளம். இந்த எண்ணம் அவனுக்கு ஓரளவுக்கு அச்சத்தை ஊட்டியது.

ஆனால் பாவெலைத் தண்டிக்கும் எண்ணம் ஆர்த்தியோமுக்கு எழவில்லை. அவன் நாற்காலி மீது அமர்ந்தபடியே பாவெலை

உற்று நோக்கினான். அந்தப் பார்வையில், குத்தலும் கேலியும் கலந்திருந்தன.

"சர்வகலாசாலைப் பட்டதாரியாகி விட்டாயா? படிக்க வேண்டிய தெல்லாம் படித்துவிட்டு, அழுக்கு நீர் சுமக்கிறாயா? அப்படித் தானே?" என்று கேட்டான் ஆர்த்தியோம்.

பாவெல் குனிந்த தலை நிமிராமல், தளத்திலுள்ள வெடிப்பை வெறித்துப் பார்த்தான். அங்கிருந்த ஓர் ஆணியின் தலையை உன்னிப்பாகப் பார்த்தான். உடன் ஆர்த்தியோம் எழுந்திருந்து சமையலறைக்குச் சென்றான்.

"அடி எதுவுமில்லாமல் தப்பிவிட்டோம் போலிருக்கிறது" என்று எண்ணிப் பெருமூச்சு விட்டான் பாவெல்.

பிறகு, தேநீர் குடிக்கும்பொழுது ஆர்த்தியோம் பள்ளிச் சம்பவத்தைப் பற்றி பாவெலைக் கேட்டான். பாவெலும் விபரமாக எடுத்து உரைத்தான்.

"இத்தகைய போக்கிரியாக வளர்ந்தால், நீ என்ன ஆவாய்?" என்று அவனது அன்னை துக்கத்துடன் கேட்டாள். "இவனை என்ன செய்வது? இவன் யாரைக் கொண்டு பிறந்திருக்கிறான் என்று தெரியவில்லையே! இவனால் நான் அடைந்த துன்பத்துக்கும் துயரத்துக்கும் எல்லையும் உண்டா? ஆண்டவனே!" என்று அவள் அங்கலாய்த்தாள்.

காலிக் கோப்பையைத் தள்ளி வைத்துவிட்டு ஆர்த்தியோம் பாவெலிடம் கூறினான் :

"இதை நினைவில் கொள். நீ எங்கு சென்றாலும் தொல்லை களையும், வீண் மனஸ்தாபங்களையும் உடன் கொண்டு வருகிறாய். இனிமேலாவது ஜாக்கிரதையாக இரு. உன் வேலையை ஒழுங்காகச் செய்துவா. வேலையில் தில்லுமுல்லு எதுவும் வேண்டாம். இந்த வேலையிலிருந்து நீ தள்ளப்பட்டால், உனக்கு நான் நன்றாகக் கொடுப்பேன். அம்மாவுக்கு உன்னால் ஏற்பட்ட தொல்லைகள் போதும். நீ எப்பொழுதும் ஏதாவது தகராறில் சிக்கிக்கொள்கிறாய்! இனி அப்படி நடக்கக்கூடாது. சுமார் ஓர் ஆண்டு நீ வேலை செய்த பிறகு, ரயில்வே டெப்போவில் உன்னைப் பயிற்சித் தொழிலாளியாகச் சேர்ப் பதற்கு முயற்சிக்கிறேன். இந்தக் கழிநீர் சுமக்கும் வேலையைச் செய்துகொண்டேயிருந்தால், நீ உருப்பட முடியாது. ஏதாவது ஒரு தொழிலைக் கற்றுக்கொள்ள வேண்டும். தற்சமயம் உனக்கு வயது ஆகவில்லை. ஓர் ஆண்டுக்குப் பின் என்ன செய்யலாமென்று பார்க்கிறேன். அவர்கள் உன்னை எடுத்துக் கொள்ளலாம். இனி நான்

இங்குதான் வேலை செய்யப் போகிறேன். அம்மா இனி வேலைக்குப் போக வேண்டாம். கண்ட நாய்களுக்கெல்லாம் அவள் ஊழியம் செய்தது போதும். நீ ஆளாக வேண்டுமென்பதுதான் எங்கள் ஆசை!"

இவ்வாறு கூறிவிட்டு ஆர்த்தியோம் தன் கனத்த உடலைத் தூக்கிக் கொண்டு எழுந்து நின்றான். நாற்காலி மீது தொங்கிய சொக்காயை எடுத்து மாட்டிக் கொண்டான்.

"டெப்போ வரையில் போய்விட்டு ஒரு மணி நேரத்தில் வந்து விடுகிறேன்" என்று அன்னையிடம் கூறிவிட்டு ஆர்த்தியோம் கிளம்பினான். கதவு நிலையைத் தாண்டும்பொழுது குனிந்து சென்றான்.

வெளி வாசலுக்குச் செல்லும் வழியில், ஜன்னல் வழியாக உள்ளே நோக்கி, "ஒரு ஜதை பூட்ஸூம் கத்தியும் உனக்காக வாங்கி வந்திருக்கிறேன். அவற்றை அம்மா உனக்குக் கொடுப்பாள்" என்று பாவெலிடம் கூறிவிட்டுச் சென்றான்.

ரயில்வே நிலையச் சிற்றுண்டிச் சாலையில் பகலும் இரவும் வியாபாரம் நடந்துகொண்டிருக்கும்.

அது பெரிய சந்திப்பு. அங்கு ஐந்து இருப்புப் பாதைகள் ஒன்று கூடின. நிலையத்தில் பொதுவாக எப்பொழுதும் பெருங்கூட்டமிருந்து கொண்டேயிருக்கும். இரவுதோறும் இரண்டு அல்லது மூன்று மணி நேரம், அடுத்து அடுத்த இரண்டு புகைவண்டிகளின் வருகைகளுக்கிடையேயுள்ள இடை நேரங்களில் மட்டுமே அங்கு அமைதி நிலவியிருக்கும். ஒவ்வொரு நாளும் பல்வேறு பாதைகளில் செல்லும் நூற்றுக்கணக்கான புகைவண்டிகள் இங்கு ஒன்றுகூடிப் பிரிந்தன. போர்முனையிலிருந்து-போர்முனைக்கு. அங்கிருந்து போரில் உடல் உறுப்புகளை இழந்தவர்கள் இங்கும் - இங்கிருந்து பழுப்பு நிற மேலாடை அணிந்த புத்தம் புதிய வீரர்கள் அங்கும் - இடைவிடாத மாற்றம்.

நிலையத்தின் சிற்றுண்டிச் சாலையில் பாவெல் இரண்டு ஆண்டுகள் உழைத்தான். அப்பொழுதெல்லாம் அவன் சமையலறையையும் பாத்திரம் கழுவும் இடத்தையும் தவிர வேறொன்றையும் பார்க்கவில்லை. அடித்தளச் சமையலறையில் இருபதுக்கு மேற்பட்ட நபர்கள் அசுர வேகத்தில் வேலை செய்து கொண்டேயிருந்தனர். பத்து பணியாட்கள் சிற்றுண்டிச் சாலைக்கும் சமையலறைக்கும் மாறிமாறி இடைவிடாமல் ஓடிக்கொண்டிருந்தனர்.

இப்பொழுது பாவெலின் மாதச் சம்பளம் எட்டு ரூபிள்களிலிருந்து பத்து ரூபிள்களாக உயர்ந்துவிட்டது. இந்த இரண்டு வருடங்களில்

அவன் பெரிதாக வளர்ந்துவிட்டான். அவனது உடலில் பலம் கூடியது. இந்த இரண்டு ஆண்டுகளில் அவனுக்கு ஏற்பட்ட சோதனைகள் பல. ஆறு மாதத்துக்குச் சமையலறைப் பையனாக வேலை பார்த்தான். ஆனால் மீண்டும் பாத்திரம் கழுவும் இடத்துக்கு அனுப்பப்பட்டான். ஏன் தெரியுமா? சர்வாதிகாரியான தலைமைச் சமையற்காரனுக்குப் பாவெலைக் கண்டால் பிடிக்கவில்லை. தான் நாள்தோறும் பாவெலுக்குக் கொடுத்துவரும் உதைகளுக்கு ஈடாக அவன் ஒருநாள் கத்தியை எடுத்து தன்னைக் குத்திவிடுவானோ என்று அஞ்சினான். அதனால் அவன் வேலையையே இழந்திருப்பான். அவனது கடின உழைப்புத் திறனே வேலைக்குப் பாதுகாப்பாய் இருந்தது. அவனைப் போலக் களைப்பின்றிக் கடுமையாக உழைக்க வேறு எவராலும் முடியவில்லை.

வியாபாரம் அதிகமாக நடக்கும் நேரத்தில் பாவெல் தட்டுகளை நிரப்பிக்கொண்டு, சமையலறைப் படிக்கட்டில் தாவித்தாவி வேகமாக ஏறி இறங்குவான். நான்கு ஐந்து படிகளை ஒரே பாய்ச்சலில் தாண்டுவான். சூறாவளி வேகம்தான்!

இரவில், சிற்றுண்டிச் சாலையின் இரு கூடங்களிலும் ஒலி அடங்கிய பிறகு பணியாட்கள் அடித்தளத்திலுள்ள சமையல் சாமான் அறைகளில் கூடுவார்கள். அசுர வெறியுடன் சீட்டாட்டம் ஒன்று நடைபெறும். அந்த ஆட்டங்களில் பெரிய தொகை குறித்த நோட்டுகள் கைமாறுவதை பாவெல் பன்முறை கண்டிருக்கிறான். அவ்வளவு பணம் அவர்களிடம் இருப்பதைக் கண்டு அவன் ஆச்சரியப்படவில்லை. ஏனென்றால், ஒவ்வொரு பணியாளுக்கும் வேலை நேரத்தில் அரை ரூபிளாகவும் ரூபிளாகவும் மொத்தம் முப்பதிலிருந்து நாற்பது ரூபிள்கள் வரை இனாம் கிடைப்பதை பாவெல் அறிவான். அந்தப் பணத்தை அவர்கள் குடியிலும் சூதிலும் விரயம் செய்தனர். பாவெல் அவர்களை வெறுத்தான்.

'உதவாக்கரைக் கழுதைகள்! முதல் வகுப்பு மெக்கானிக்கான ஆர்த்தியோமுக்கு மாதம் நாற்பத்து எட்டு ரூபிள்கள் தான் கிடைக் கிறது. எனக்குப் பத்து ரூபிள்கள்! ஆனால் அதே அளவு பணத்தை இவர்கள் ஒரே நாளில் சம்பாதித்து விடுகிறார்கள்! வந்தவர்களுக்குச் சிற்றுண்டிகளைக் கொண்டு வழங்குவதால் இவர்களுக்கு இவ்வளவு பணம்! அந்தப் பணத்தைக் குடியிலும் சூதிலும் வீண் விரயம் செய்கிறார்கள்' என்று பாவெல் எண்ணினான்.

பாவெல் தன் எஜமானர்களைப் போலவே இந்தப் பணியாட் களை அந்நியர்களாகவும் விரோதிகளாகவும் கருதினான். 'இவர்கள் இங்கு வெறும் வேலைக்காரர்கள். ஆனால் இந்தப் பன்றிகளின்

மனைவிகளும் பிள்ளைகளும் பெருஞ்செல்வம் படைத்தவர்கள் மாதிரி, நகர வீதிகளில் மினுக்கிக் குலுக்கி நடைபோடுகிறார்கள்!' என்று எண்ணி அவர்களை வெறுத்தான்.

சில சமயங்களில் இந்தப் பணியாட்கள் பள்ளி உடை அணிந்த தம் மக்கட்செல்வங்களை இட்டுக்கொண்டு வருவார்கள். வேறு சில சமயங்களில், சுகவாழ்வு வாழ்ந்து பருத்துக் கொழுத்துப்போன தம் இல்லாளை அழைத்து வருவார்கள். 'இந்தப் பணியாட்களிடம் சிற்றுண்டி பெற்றுப் புசிக்கும் கனவான்களைவிட இவர்களிடம் அதிகப் பணம் இருக்கும் என்பது திண்ணம்' என்று பாவெல் எண்ணினான். இரவு நேரத்தில், சமையலறையின் இருண்ட மூலைகளிலும் சாமான் அறைகளிலும் நடப்பதைக் கண்டும் பாவெல் அதிர்ச்சியடையவில்லை. அச்சிற்றுண்டிச் சாலையில் பதவியும், வலுவும் படைத்த எந்தவொரு மனிதனுக்கும் தன் உடலை ஒரு சில ரூபிள்களுக்காக விற்க மறுத்த எந்தப் பணிப்பெண்ணும் அதிக நாட்கள் வேலை செய்ய முடியாதென்பதை அவன் தன் அனுபவத்தில் அறிந்து உணர்ந்திருந்தான்.

வாழ்வில் புதுமைகளுக்காகவும் கண்டறியாத உண்மைகளுக் காகவும் காத்திருந்த பாவெல், வாழ்வின் உண்மையான உருவத்தைக் கண்டான். அவன் அதன் அடிக்கிடங்கை உற்று நோக்கினான். அதிலிருந்து வந்த பூசணம் பிடித்த துர்க்கந்தம், அழுகிப்போன சகதியின் நாற்றம் அவன் நாசியைத் துளைத்தது.

டெப்போவில் தனது தம்பியைப் பயிற்சிக்கு அமர்த்தும் முயற்சி யில் ஆர்த்தியோமுக்கு வெற்றி கிடைக்கவில்லை. பதினைந்து வயதுக்குக் குறைந்தவர்களை டெப்போவில் வேலைக்கு எடுத்துக் கொள்வதில்லை. ஆனால் பாவெலோ ரயில்வே தொழிற்சாலையின் புகைக்கரி படர்ந்த கட்டிடத்தால் கவர்ச்சிப்பட்டான். சிற்றுண்டிச் சாலையை விட்டு வெளியேறும் நாளை அவன் ஆவலுடன் எதிர் பார்த்துக் கொண்டிருந்தான்.

அவன் அடிக்கடி ரயில்வே டெப்போவுக்குச் சென்று ஆர்த்தி யோமைச் சந்திப்பான். அவனுடன் சென்று ரயில் வண்டிகளைப் பரிசோதிப்பான். தனக்குத் தெரிந்த அளவுக்கு உதவியும் செய்து வந்தான்.

பிரோஸ்யா வேலையைவிட்டு நீங்கிய பிறகு, அவனது தனிமை உணர்ச்சி இன்னும் பன்மடங்காகியது. சிரிப்பு தவழும் முகத்தைக் கொண்ட பிரோஸ்யா போனபின், அவளுடன் அவனுக்கு ஏற்பட் டிருந்த நட்பின் வலுவை மேலும் கூர்மையாக உணர்ந்தான். இப்பொழுதெல்லாம் காலையில் பாத்திரங்கள் கழுவுமிடத்திற்கு

வரும்பொழுதெல்லாம், நிலையத்தின் வழியாகச் செல்லும் போரி லிருந்து தப்பி ஓடிய பெண்கள் கீச்சுத் தொண்டையில் போடும் கூச்சலைக் கேட்கும்பொழுதெல்லாம், அவன் உலகமெல்லாம் வெறுமையாகி விட்டது போன்றும், தான் தன்னந்தனிமையாகி விட்டது போன்றும் உணரத் தொடங்கினான்.

ஓர் இரவு. பாவெல் கொதிகலத்துக்கு முன் உட்கார்ந்து கொண்டு தீயை வளர்த்துக் கொண்டிருந்தான். கொழுந்துவிட்டு எரியும் தீயைச் சுருக்கிய கண்களால் பார்த்துக்கொண்டிருந்தான். தீயின் வெப்பம் இதமாக இருந்தது. அப்பொழுது அவ்விடத்தில் வேறு ஒருவருமில்லை.

தன்னையும் அறியாமல். அவன் பிரோஸ்யாவைப் பற்றிய சிந்தனை யில் ஆழ்ந்தான். அதற்குமுன் ஒருநாள் அவன் கண்ட காட்சி மனத் திரையில் தோன்றியது.

சனிக்கிழமையன்று இரவில், இடைவேளையில், பாவெல் அடித் தளத்துச் சமையலறைக்குப் போய்க் கொண்டிருந்தான். அப்பொழுது விறகு அடுக்கின் மீது ஏறி, சாமான் அறைக்குள் பார்க்க விரும்பினான். அந்த அறையில்தான் சூதாடிகள் மாமூலாகக் கூடுவார்கள்.

அப்பொழுது சூதாட்டம் முழு வேகத்தில் நடந்துகொண்டி ருந்தது. ஸலிவானவ் என்பவன் உணர்ச்சிப் பெருக்கால் சிவந்த முகத்துடன் உட்கார்ந்திருந்தான். அவன்தான் பாங்கிக்குப் பொறுப் பாயிருந்தான்.

அந்தச் சமயம் படிக்கட்டில் நடை ஒலி கேட்டது. பாவெல் திரும்பிப் பார்த்தான். பணியாளான புரோகர் இறங்கி வருவதைக் கண்டான். அவன் சமையலறைக்குப் போகட்டும் என்று எண்ணிய வனாகப் பாவெல் படிக்கட்டின் அடியில் ஒளிந்துகொண்டான். அங்கு ஒரே இருட்டாயிருந்ததால் புரோகரால் பாவெலைப் பார்க்க முடியவில்லை.

புரோகர் படிக்கட்டுத் திருப்பத்தை அடைந்தபொழுது அவனது பரந்த முதுகையும் பெரிய தலையையும் பாவெலால் பார்க்க முடிந்தது. அந்தச் சமயம், வேறு ஒருவர் பணியாளுக்குப் பின்னால் அவசரமாக இறங்கி வந்த சப்தம் கேட்டது.

"புரோகர், சற்று நில்!" தனக்குப் பழகிய குரல் ஒன்றை பாவெல் கேட்டான்.

புரோகர் நின்றான், திரும்பினான்.

"என்ன வேண்டும்?" என்று உறுமினான்.

படபடவென்ற நடை ஒலியைத் தொடர்ந்து பிரோஸ்யா வருவதை பாவெல் கண்டான்.

அவள் பணியாளின் கையைப் பிடித்துக் கொண்டு, திக்கித் திக்கிப் பேசத் தொடங்கினாள்: "ராணுவ அதிகாரி உன்னிடம் கொடுத்த பணத்தை என்ன செய்தாய், புரோகர்?"

அவன் தன் கையை அவளது பிடியிலிருந்து சட்டென்று விடுவித்துக் கொண்டான்.

"எந்தப் பணம்? நான்தான் உனக்குக் கொடுத்துவிட்டேனே. கொடுக்கவில்லையா?"

அவன் கசப்படைந்த குரலில் பேசினான்.

"ஆனால் அந்த அதிகாரி உனனிடம் முன்னூறு ரூபிள்கள் கொடுத்தாரே" என்று கூறிக்கொண்டே பிரோஸ்யா விம்மினாள்.

"அவன் கொடுத்தானா? முன்னூறு ரூபிள்களா?" என்று இகழ்ச்சியாகப் பேசினான் அந்தப் பணியாள்.

"முன்னூறும் உனக்கு வேண்டுமா? தட்டுக் கழுவும் பெண் இறக்கை கட்டிப் பறக்கிறாளோ? உனக்குக் கொடுத்த ஐம்பது ரூபிள்களே அதிகம். உன்னைவிட அழகான பெண்கள், படித்த பெண்கள், இவ்வளவு கேட்பதில்லை. உனக்குக் கிடைத்த தொகைக்கு நீ நன்றி செலுத்த வேண்டும். ஓர் இரவுக்கு ஐம்பது ரூபிள்கள்! உனக்கு நல்ல பேரம்! சரி, இன்னும் பத்து அல்லது இருபது ரூபிள்கள் தருகிறேன். அவ்வளவுதான். நீ புத்திசாலியாகவிருந்தால் இன்னும் அதிகமாகச் சம்பாதிக்கலாம். நான் உதவி செய்வேன்" என்று கூறிவிட்டு, புரோகர் சமையலறைக்கு விரைந்து சென்றான்.

"கயவன்! வஞ்சகன்!" என்றெல்லாம் பிரோஸ்யா அவனை ஏசினாள். பிறகு அடுக்கின் மேல் சாய்ந்துகொண்டு, தேம்பித்தேம்பி அழுதாள்.

படிக்கட்டின் அடியில், அந்தகாரத்தில் நின்று கொண்டிருந்தான் பாவெல்; வலிப்பு வந்தவனைப் போல மரக்கட்டையின் மீது தலையை மோதிக்கொண்டு அழுத பிரோஸ்யாவைப் பார்த்தபொழுது, அவனுக்கு ஏற்பட்ட உள்ளக்கிளர்ச்சியைச் சொற்களால் விவரிக்க முடியாது. பாவெல் சத்தம் போடாது நின்றான். வலிப்புடன் படிகளின் இரும்புக் கால்களைக் கெட்டியாகப் பிடித்துக்கொண்டான். ஆனால் அவன் மூளையில் கருத்துகள் தெளிவாகப் பரந்து விரைந்தன.

"இவளையும் விற்றுவிட்டார்கள் நாசமாய்ப் போனவர்கள்! ஓ! பிரோஸ்யா, பிரோஸ்யா!..."

புரோகரிடம் பாவெலுக்கு ஏற்பட்டிருந்த வெறுப்பு ஆழப் பதிந்தது. சுற்றியுள்ளதனைத்தையும் அவன் வெறுத்தான். "இந்தக்

கயவனை உதைத்துக் கொல்வதற்கு எனக்குப் பலமில்லையே! நான் ஏன் ஆர்த்தியோம் மாதிரி வாட்டசாட்டமாகவும் பலசாலியாகவும் இல்லை?" என்று தன்னையே நொந்துகொண்டான்.

அடுப்பில் தீ கொழுந்துவிட்டு எரிந்து அணைந்தது. அதன் செந் நாக்குகள் ஆடி, ஆடி, பெரிய நீலநிற மாலைகளைப் பின்னிப் பிணைந்தன. பாவெலுக்கு யாரோ ஒருவன் தன் நாக்கை நீட்டித் தன்னை ஏளனம் செய்து பரிகாசிப்பதுபோலத் தோன்றியது.

அறையில் அமைதி நிலவியது. படபடவென்று எரியும் விறகின் சத்தமும் குழாயிலிருந்து முறைப்படி விழும் நீர்த்துளிகளின் ஓசையும் மட்டுமே கேட்டன.

கிலீம் கடைசி அடுக்கைப் பளபளக்கத் தேய்த்து மாடத்தில் கவிழ்த்துவிட்டு, தன் கையைத் துடைத்துக்கொண்டான். சமையலறையில் வேறு ஒருவரும் இல்லை. அச்சமயம் வேலை செய்யவேண்டிய சமையற்காரனும் அவனுடைய உதவியாளும் அடுத்த அறையில் உறங்கிக் கொண்டிருந்தனர். இன்றுபோல் என்றும் இரவு மூன்று மணிக்குச் சமையலறையில் அமைதி நிலவியிருக்கும். அந்நேரத்தை எப்பொழுதும் கிலீம் பாவெலுடன்தான் கழிப்பது வழக்கம். சமையலறைப் பையனான அவன், கொதிகலத்தை இயக்குபவனான கருங்கண் பாவெலுடன் நல்லதொரு நட்புறவு கொண்டிருந்தான்.

உயரே ஏறியதும் கொதிகலத்திற்கு முன் பாவெல் குத்திட்டு உட்கார்ந்திருப்பதை கிலீம் கண்டான். பரட்டைத் தலையனுடைய பழக்கமான நிழலைச் சுவரில் கண்ட பாவெல், திரும்பிப் பார்க்காமலேயே, "கிலீம், உட்கார்" என்று கூறினான்.

விறகு அடுக்கில் மேலேறி, அங்கு ஓரிடத்தில் வசதியாகப் படுத்துக் கொண்டு கிலீம், மௌனமாக இருந்த பாவெலை உற்று நோக்கிப் புன்முறுவலுடன், "நீ என்ன நெருப்பிடம் வருங்காலத்தைப் பற்றிக் கேட்டுக் கொண்டிருக்கிறாயா?" என்று கேட்டான்.

பாவெல் மிகக் கடினத்துடன் தீயிலிருந்து கண்களைத் திருப்பினான். கிலீமை இரு பெரிய ஒளிவீசும் கண்கள் நோக்கின. அக்கண்களில் சொல்லவொண்ணாத் துயரத்தை கிலீம் கண்டான். தன் நண்பனின் கண்களில் கிலீம் இத்துணை துயரத்தைக் கண்டது இது தான் முதல்முறை. சற்று நேர அமைதிக்குப் பின், "பாவெல், என்ன சேதி? உனக்கு என்ன நேர்ந்தது? ஒரு மாதிரியாக இன்று இருக்கிறாயே!" என்று கிலீம் கேட்டான்.

பாவெல் எழுந்து வந்து கிலீமின் அருகில் அமர்ந்தான்.

"ஒன்றும் நிகழவில்லை, கிலீம். இங்கு எனக்கு மிகவும் வருத்தமாக யிருக்கிறது" என்று தாழ்ந்த சுருதியில் பதிலளித்தான். முழங்கால்களிலிருந்த அவனது கைகள் கட்டிக்கொண்டன.

"உனக்கு இன்று என்ன நேர்ந்தது?" என்று கிலீம், முழங்கைகளைக் கீழே ஊன்றிக்கொண்டு மீண்டும் வற்புறுத்திக் கேட்டான்.

"இன்று என்ன நடந்தது என்றா கேட்கிறாய்? இங்கு வேலைக்கு வந்த நாள் முதற்கொண்டு துன்பம்தான். மாடாக உழைக்கிறோம் - பலனாகக் கிடைப்பது அடியும் உதையும். ஆசைப்பட்ட யாரும் உன்னை அடிக்கலாம்-எவரிடமிருந்தும் உனக்குப் பாதுகாப்பில்லை. உன்னையும் என்னையும் இவர்களுக்கு உதவி செய்வதற்காகச் சொந்தக்காரி அமர்த்தினாள். ஆனால் பலம் கொண்ட எவனும் நம்மை அடிப்பதற்கு உரிமை கொண்டுள்ளான். என்ன முயற்சி செய்தாலும் எல்லோரையும் ஒன்றுபோல் திருப்தி செய்ய முடியாது. எவரைத் திருப்தி செய்யவில்லையோ அவரிடமிருந்து வாங்கிக் கட்டிக்கொள்ள வேண்டும். ஒழுங்குப்படி நடக்க வேண்டுமென்று வேண்டிய அளவு முயற்சி செய்கிறோம்-யாருடனும் சண்டை வந்து விடக் கூடாதே என்ற பயத்துடன் ஓடாத ஓட்டமில்லை; போகாத மூலையில்லை- ஆனால் பயனோ பூஜ்யம்."

"இம்மாதிரி சத்தம் போடாதே!" என்று பயந்து போன கிலீம் இடைமறித்துக் கூறினான். "யாராவது உள்ளே வந்து உன் பேச்சைக் கேட்டுவிடப் போகிறார்கள்" என்று அவன் எச்சரித்தான்.

பாவெல் எழுந்து நின்றான்.

"நன்றாகக் கேட்கட்டும்! நான் எப்படியும் இந்த இடத்துக்கு முழுக்குப் போடப் போகிறேன். இங்கு வேலை செய்வதைக் காட்டிலும், இருப்புப் பாதைகளிலிருந்து வெண்பனி அகற்றிப் பிழைக்கலாம். இது வஞ்சகர்களின் குகை! அவர்களிடமுள்ள பணத்தைப் பார்! அவர்கள் நம்மைப் புழுவாக நடத்துகிறார்கள். பெண்களிடம் அவர்கள் வைத்தது சட்டமாயிருக்கிறது! அவர்களுடைய விருப்பத்தைப் பூர்த்தி செய்யக் கண்ணியமான பெண்கள் மறுத்தால், அவர்களை வீட்டுக்கு அனுப்பிவிடுகிறார்கள். அவர்களுக்குப் பதிலாக உணவின்றி வாடுபவர்களையும், உறவினர் யாவருமில்லாத அகதிகளையும் வேலைக்கு எடுக்கிறார்கள். அனாதைகளுக்கு வேறு போக்கிடம் இல்லை; இங்காவது ரொட்டித் துண்டு கிடைக்கிறது. எனவே இங்கு தங்குகிறார்கள்."

இவ்வாறு பாவெல் ஆவேசத்துடன் பேசினான். எவராவது ஒளிந்து நின்று கேட்கப் போகிறார்களோ என்று கிலீம் பயந்தான்.

எழுந்து சென்று, சமையலறைக்குச் செல்லும் கதவை மூடினான். பாவெலுடைய மனதில் நிறைந்து பெருகிய மனக்கசப்பு, உணர்ச்சி மிகுந்த சொற் பிரவாகமாக வழிந்தோடியது.

"கிலீம், இந்த அடி உதைக்கெல்லாம் ஏன் பணிந்து போகிறாய்? ஏன் இந்த அமைதி?" என்று பாவெல் கேட்டான்.

அதன்பின் அவன் ஒரு நாற்காலியின் மீது உட்கார்ந்துகொண்டான். களைப்பு மிகுந்தவனாகத் தலையை உள்ளங்கையில் தாங்கிக் கொண்டான். கிலீம் நெருப்பில் விறகை வைத்துவிட்டு, மேஜை முன்னால் உட்கார்ந்தான்.

"நாம் இன்று படிக்க வேண்டாமா?" என்று கிலீம் கேட்டான்.

"படிப்பதற்கு ஒன்றுமில்லை. புத்தகக்கடை மூடியிருக்கிறது" என்று பாவெல் பதில் அளித்தான்.

"கடையடைப்புக்குக் காரணம் என்ன?" என்று கிலீம் வியப்புடன் வினவினான்.

"போலீஸார் புத்தகக் கடைக்காரனைப் பிடித்துக்கொண்டு போய் விட்டனர். அவனிடம் ஏதோ இருந்ததாம்" என்று பாவெல் விடை தந்தான்.

"பிடித்துக்கொண்டு போனார்களா? எதற்காக?"

"அரசியல் காரணம் என்கிறார்கள்."

கிலீமுக்கு பாவெலின் பதில் புதிராக இருந்தது. பாவெலைக் குழப்பத்துடன் நோக்கினான்.

"அரசியலா? அது என்ன?"

பாவெல் தன் தோள்களைக் குலுக்கிக்கொண்டே, "யாரய்யா கண்டது? யாராவது ஜார் அரசனை எதிர்த்தால் அது 'அரசியல்' என்று சொல்கிறார்கள்!" எனப் பதில் அளித்தான்.

"அப்படி எதிர்ப்பவர்களும் உண்டா?"

"எனக்குத் தெரியாது" என்றான் பாவெல்.

கதவு திறந்தது. தூக்கக் கலக்கத்தால் வீங்கிப் போன கண்களுடன், கிலாஷா உள்ளே வந்தாள்.

"நீங்கள் இருவரும் ஏன் உறங்கவில்லை? ரயில் வருவதற்கு முன் ஒரு மணி நேரம் தூங்கலாம். ஓய்வு எடுங்கள். பாவெல், உனக்காக நான் கொதிகலத்தைக் கவனித்துக்கொள்கிறேன்" என்றாள் கிலாஷா.

பாவெல் எதிர்பார்த்ததற்கும் முன்பாகவே, அவன் சிறிதும் எதிர் பாராத முறையில், அந்த வேலையிலிருந்து நீக்கப்பட்டான்.

குளிர் மிகுந்த ஜனவரி மாதத்தில் ஒருநாள், பாவெல் தன் அன்றைய வேலையை முடித்துவிட்டான். ஆனால் தவணை மாற்ற வேண்டிய பையன் வரவில்லை. பாவெல் எஜமானியிடம் சென்று, தான் எப்படியும் வீட்டுக்குப் போக வேண்டும் என்று வற்புறுத்தினான். ஆனால், அவள் அவனுடைய வேண்டுகோளை நிராகரித்தாள். பகலும், இரவும் தொடர்ந்து வேலை செய்து சோர்ந்திருந்தாலும், அவனே மீண்டும் வேலை செய்ய வேண்டியதாயிற்று. மாலையில் களைப்பால் மூர்ச்சித்து விழுந்துவிடுவது போலிருந்தான் பாவெல். இரவு ஓய்வு நேரத்தில், அவன் கொதிகலங்களில் நீர் நிரப்பி மூன்று மணி வண்டி வருவதற்குமுன் கொதிக்க வைக்க வேண்டும்.

பாவெல் குழாயைத் திறந்தான். ஆனால் தண்ணீர் வரவில்லை. பம்பு வேலை செய்யவில்லை. குழாயைத் திறந்துவைத்து விட்டு, பாவெல் விறகுக் குவியலின் மீது படுத்தான். களைப்பு அவனை அசத்தியது. அப்படியே உறங்கிவிட்டான்.

சில நிமிடங்களில் குழாயில் சலசலவென்ற ஒலியைக் கிளப்பிக் கொண்டு நீர் வரத்தொடங்கியது. தண்ணீர் கொதிகலத்தில் நிறைந்து வழிந்தோடியது. பாத்திரம் துலக்கும் அந்த அறையின் தளம் முழுவதும் தண்ணீர் ஓடியது. ஓய்வு நேரமாதலால் அறையில் ஒருவருமில்லை. தளத்திலிருந்து நீர் கதவு வழியாகச் சிற்றுண்டிச் சாலையின் அறைக்குள் பாய்ந்தோடியது.

உறங்கிக் கொண்டிருந்த பிரயாணிகளின் சாமான்களின் கீழ் தண்ணீர் தேங்கி நின்றது. ஆனால் தரையில் படுத்திருந்த ஒரு பிரயாணியின் மேல் தண்ணீர் படும்வரை, அதை எவரும் கவனிக்க வில்லை. அந்தப் பிரயாணி அதிர்ச்சியடைந்து எழுந்து கூச்சலிட்டான். எல்லோரும் சாமான்களை நோக்கி ஓடினர். சிறிது நேரத்துக்கு ஒரே பரபரப்பாக இருந்தது.

தண்ணீர் தொடர்ந்து வந்துகொண்டிருந்தது.

புரோகர் இரண்டாவது ஹாலில் மேஜைகளைச் சுத்தம் செய்து கொண்டிருந்தான். இரைச்சலைக் கேட்டவுடன் அவன் உள்ளே ஓடினான். தேங்கிய நீர்க்குட்டைகளைத் தாண்டிச்சென்று, வேகமாகக் கதவைத் தள்ளினான். கதவு திறந்தது. கதவால் இதுவரை தடுக்கப் பட்டிருந்த தண்ணீர் முழுவதும் அறைக்குள்ளே பாய்ந்தோடியது.

இரைச்சல் அதிகமாயிற்று. வேலை பார்த்த பணியாட்கள் பாத்திரங் கழுவும் அறைக்கு ஓடினார்கள். உறங்கிக் கொண்டிருந்த பாவெலைப் புரோகர் தாக்கினான்.

பாவெல் தலைமீது அடிமேல் அடி விழுந்தது; அவன் பிரமித்துப் போனான்.

அரைத் தூக்க நிலையிலிருந்த பாவெலுக்கு என்ன நடந்ததென்றே தெரியவில்லை. கண்களில் ஒளிப்பொறிகள் பறந்தன. கொடிய வேதனை உடலை ஊடுருவிப் பாய்ந்தது.

பாவெலுக்குப் பலமான அடி. மிகக் கடினத்துடன் வீட்டுக்குப் போய்ச் சேர்ந்தான்.

காலையில் ஆர்த்தியோம் புருவத்தை நெறித்துக் கொண்டு கடுகடுப்பு நிறைந்த முகத்துடன் பாவெலிடம் சென்று, என்ன நிகழ்ந்ததென்று விசாரித்தான்.

பாவெல் எல்லா விவரங்களையும் எடுத்துரைத்தான்.

"உன்னை அடித்தது யார்?" என்று தாழ்ந்த குரலில் ஆர்த்தியோம் வினவினான்.

"புரோகர்"

"சரி, நீ படுத்துக்கொள்" என்று கூறிவிட்டுச் சொக்காயை மாட்டிக் கொண்டு புறப்பட்டான் ஆர்த்தியோம்.

"புரோகர் என்ற பணியாளியை எங்கு காணலாம்?"

முன்பின் தெரியாத ஒரு தொழிலாளி கிலாஷாவைக் கேட்டான்.

"ஒரு வினாடியில் இங்கு வருவான்" என்று அவள் விடை தந்தாள்.

"சரி, நான் காத்திருக்கிறேன்" என்று கூறிவிட்டு, வாட்டசாட்டமான தன் உடலை ஆர்த்தியோம் கதவுநிலையில் சாய்த்தான்.

ஏராளமான தட்டுகளைக் கொண்ட டிரேயுடன் புரோகர், காலால் கதவை உதைத்துத் திறந்துகொண்டு, பாத்திரம் கழுவும் அறைக்குள் பிரவேசித்தான்.

"அவன்தான்!" என்று கிலாஷா தலை அசைவால் பணியாளைக் காட்டினாள்.

ஆர்த்தியோம் ஓர் அடி முன்னால் வந்து, புரோகரின் தோளைக் கையால் பற்றிக்கொண்டு அவனை நோக்கினான்.

"என் தம்பி பாவெலை ஏன் அடித்தாய்?"

புரோகர் தன் தோளை விடுவிக்க முயன்றான். ஆனால் அவன் மீது விழுந்த அடி, அவனைக் கீழே தள்ளியது. எழுந்து நிற்க முயன்றான்; ஆனால் இன்னொரு பயங்கரமான அடி அவனை மீண்டும் கீழே வீழ்த்தியது.

தட்டுக் கழுவும் பெண்கள் பயத்தால் ஓரத்தில் ஒதுங்கினர்.

ஆர்த்தியோம் அந்த இடத்தைவிட்டு வெளியேறினான்.

புரோகர் கைகால்களை நீட்டிக்கொண்டு தரையில் கிடந்தான். அவனது அடிபட்ட முகத்திலிருந்து இரத்தம் கசிந்துகொண்டிருந்தது.

அன்று மாலை ஆர்த்தியோம் ரயில்வே டெப்போவிலிருந்து வீட்டுக்கு வரவில்லை.

அவனைப் போலீஸார் பிடித்து வைத்திருப்பதாகத் தாயாருக்குச் சேதி வந்தது.

ஆறு நாட்கள் கழிந்தன. அன்று இரவு ஆர்த்தியோம் வீட்டுக்கு வந்தபொழுது நேரம் அதிகமாயிருந்தது. தாயார் தூங்கிவிட்டாள். ஆர்த்தியோம் படுக்கையில் உட்கார்ந்திருந்த பாவெலிடம் சென்றான்.

"குணமடைந்துவிட்டாயா?" என்று பாவெலிடம் உருக்கமாகக் கேட்டான். அவன் அருகில் அமர்ந்துகொண்டான். "இதைவிட இன்னும் மோசமாக நடப்பதுண்டு." சில வினாடிகளுக்கு அமைதி. பிறகு தொடர்ந்தான்: "ஒன்றும் குடி முழுகிப் போய்விடவில்லை. மின்சார நிலையத்திற்குச் செல்லலாம். அவர்களிடம் உன்னைப் பற்றிச் சொல்லியிருக்கிறேன். அங்கு வேலை கற்றுக்கொள்ளலாம்."

அண்ணனின் சக்தி வாய்ந்த கரத்தைப் பாவெல் தன் இரு கரங்களாலும் பற்றினான்.

அத்தியாயம் இரண்டு

"ஜார் மன்னன் வீழ்த்தப்பட்டான்!" என்ற அதிர்ச்சியூட்டும் செய்தி அந்தச் சிறிய நகரத்தில் காற்று வேகத்தில் பரவியது.

நகர மக்கள் அதை நம்புவதற்கு மறுத்தார்கள்.

வெண்பனிப் புயலுக்கு இடையே சறுக்கிக்கொண்டு நிலைய மேடையின் அருகே நின்ற புகைவண்டியிலிருந்து, கோட்டின் மேல் மாட்டிய துப்பாக்கிகளுடன் இரு மாணவர்கள், மேற்கோட்டின் மேலணிந்த சிவப்புக் கைப்பட்டைகளுடன் கூடிய போர் வீரர்களின் குழு ஒன்றுடன் இறங்கினர். நிலையத்திலுள்ள போலீஸாரும் பழைய கர்னல் ஒருவரும் ஸ்தலத்தின் படைத்தலைவனும் கைதாக்கப்பட்டார்கள். அதன் பிறகே, ஜாராட்சி ஒழிந்ததென்ற செய்தியை ஊர் மக்கள் நம்பினார்கள். ஆயிரக்கணக்கான மக்கள் வெண்பனி மூடிய நகர வீதிகளின் வழியாக நகரச் சதுக்கத்தை நோக்கிச் சென்றனர்.

விடுதலை, சமத்துவம், சகோதரத்துவம் என்ற சொற்களை-இதற்கு முன் அவர்கள் அறியாத இந்தச் சொற்களை - பேரார்வத்துடன் கேட்டனர்.

கூச்சலும், கொந்தளிப்பும், மகிழ்ச்சியும் நிறைந்த நாட்கள் சில கழிந்தன. பிறகு அமைதி நிலவியது. மென்ஷெவிக்குகளும்*, பூன்ட் வாதிகளும்** தங்களது அரணாகக் கொண்டிருந்த நகர மன்றத்தில் பறந்து கொண்டிருந்த செங்கொடி நிகழ்ந்திருந்த மாறுதலுக்கு ஒரே அடையாளமாக இருந்தது. மற்றவை யாவும் வாடிக்கைப்படி நடந்தன.

குளிர்கால இறுதியில் குதிரைப்படையின் சிறந்த ரெஜிமென்ட் ஒன்று நகரத்தில் தங்கியது. தென்மேற்குப் போர்முனையிலிருந்து தப்பியோடி வந்த படையினர்களைக் கைப்பற்றுவதற்காக, அது நாள்தோறும் காலை நேரங்களில் பிரிவு பிரிவாகப் புகைவண்டி நிலையத்திற்குச் சென்றது.

அந்தக் குதிரைப்படை வீரர்கள் சதைப் பற்றுள்ளவர்களாக இருந்தார்கள்; அவர்களுடைய முகங்களே ஊட்டத்துக்கு எடுத்துக் காட்டாக விளங்கின. அவர்களுடைய அதிகாரிகளில் பலர் பிரபுக் களாகவும் இளவரசர்களாகவும் இருந்தனர். இந்த மேன்மக்கள் ஜாராண்ட காலத்தில் அணிந்ததைப் போலவே, தங்கத்தால் செய்த தோள்பட்டைகளை அணிந்திருந்தனர். அவர்களுடைய காற்சட்டை களில் ஜரிகைக் கரை ஒளிவீசியது. அவர்களைப் பார்த்தால், புரட்சி எதுவும் நடந்ததாகத் தெரியவில்லை.

பாவெல், கிலீம், ஸெர்யோஷா ஆகியோரைப் பொறுத்தமட்டில், எந்த மாறுதலும் ஏற்படவில்லை. முதலாளிகளும் முன்போலவே இருந்தார்கள். நவம்பர் மாதம்வரை அசாதாரணமான சம்பவங்கள் எதுவும் நிகழவில்லை. மழை மிகுந்திருந்த அந்த நவம்பரில் வழக்கத் திற்கு மாறாகச் சில காரியங்கள் நடைபெறத் தொடங்கின. ரயில் நிலையத்தில் புதிய மனிதர்களின் நடமாட்டம் காணப்பட்டது. போர்

** மென்ஷெவிக்குகள்* – ருஷ்யாவின் சோஷல் டெமாக்ராட்டிக் தொழிலாளர் கட்சியில் எதிர்ப் புரட்சிகரமான, சந்தர்ப்பவாதக் குட்டி பூர்ஷ்வா போக்கைப் பின்பற்றுபவர்கள்.

***** பூன்ட்வாதிகள்*** *– 'பூன்ட்' எனப்பட்ட அகில யூதத் தொழிலாளர்கள் சங்கத்தின் உறுப்பினர்கள் . முக்கிய அரசியல் பிரச்சினைகளில் இச்சங்கம் மென்ஷெவிக்குகளை ஆதரித்தது.*

முனையிலிருந்து திரும்பி வந்த படைவீரர்களின் எண்ணிக்கை அவர்களிடையே அதிகரித்துக் கொண்டு சென்றது. அப்படை வீரர்கள், 'போல்ஷெவிக்குகள்' என்ற விந்தையான பெயரால் அழைக்கப்பட்டார்கள்.

வன்மையும் உறுதியும் கொண்ட அந்தப் பெயர் எங்கிருந்து வந்தது என்று எவருக்கும் புரியவில்லை.

யுத்தக் களத்திலிருந்து ஓடி வருபவர்களைத் தடுக்கக் குதிரைப் படையினருக்குக் கடினமாக இருந்தது. புகைவண்டி நிலையத்தில் துப்பாக்கிச் சத்தமும் கண்ணாடிகள் துண்டுதுண்டாய்ச் சிதறும் சத்தமும் மேன்மேலும் அதிகமாயிற்று. போர்முனையிலிருந்து குழுக் குழுவாக ஓடிவந்த அவர்கள் தங்களைத் தடுப்பவர்களை பாய்னெட்டுகளால் தாக்கினார்கள். டிசம்பர் மாதத் தொடக்கத்தில் அவர்களைச் சுமந்துகொண்டு பல ரயில்கள் வரத் தொடங்கின.

ரயில் நிலையத்தைக் குதிரைப்படையினர் முற்றுகை இட்டனர். அவர்களைத் தடுத்து நிறுத்திவிட எண்ணினர். ஆனால் போர்முனையிலிருந்து ஓடிவந்தவர்களின் இயந்திரத் துப்பாக்கிகளால் அவர்கள் பலமாகத் தாக்கப்பட்டார்கள். இறப்பைக் கண்டு அஞ்சாத இதயங் கொண்ட வீரர்கள் வண்டியிலிருந்து இறங்கி ரயில் நிலையத்தைக் கைப்பற்றினர்.

பழுப்புநிற கோட்டணிந்த போர்முனைப் படைவீரர்கள் குதிரைப் படையினரை நகரத்துக்குள் விரட்டினர். அதன்பின் வண்டிவண்டியாக அவர்களது கூட்டம் மேற்கொண்டு நகரத் தொடங்கியது.

1918-ம் ஆண்டு வசந்த காலம். ஒருநாள் மூன்று நண்பர்கள் ஸெர்யோஷா புருஸ்ஷாக் வீட்டில் சீட்டாடிவிட்டுத் திரும்பும் வழியில், பாவெல் வீட்டுத் தோட்டத்திற்குள் நுழைந்தனர். நண்பர்கள் புல்தரை மீது படுத்தனர். பழக்கமான பொழுது போக்குகளெல்லாம் உற்சாகமற்றவையாகப்பட்டன. மனதுக்கு எழுச்சி உண்டாக்கக்கூடிய முறையில் பொழுதைப் போக்கும் வழி துறைகளைப் பற்றி அவர்கள் தீவிரமாக யோசித்துக்கொண்டிருந்தபொழுது, தங்களுக்குப் பின்னிருந்து வந்த குதிரைக் குளம்புகளின் ஓசையைக் கேட்டனர். சாலையில் பாய்ந்தோடிய குதிரையின் மீது ஒரு வீரன் வந்ததை அவர்கள் கண்டனர். சாலைக்கும் தோட்டத்தின் வேலிக்கும் இடையிலிருந்த சாக்கடையைக் குதிரை ஒரே தாவலில் தாண்டியது. குதிரை வீரன் பாவெலையும் கிலீமையும் நோக்கிச் சாட்டையால் சைகை காட்டினான்.

“இளைஞர்களே! இங்கு வாருங்கள்” என்று கூப்பிட்டான்.

பாவெலும், கிலீமும் ஒரே ஓட்டத்தில் வேலியை அடைந்தனர். குதிரை வீரன் மேலெல்லாம் புழுதி படர்ந்திருந்தது. அவன் தலையில் குல்லாவைப் பின்பக்கமாகத் தள்ளி அணிந்திருந்தான். அதன்மீது புழுதிப் படலம் படிந்திருந்தது. காக்கிச் சட்டையிலும் கால்சட்டையிலுங்கூட புழுதி படர்ந்திருந்தது. அவனுடைய சோல்ஜர் பெல்ட்டிலிருந்து ஒரு ரிவால்வரும் இரண்டு ஜெர்மானிய எறி குண்டுகளும் தொங்கின.

“குடிக்கத் தண்ணீர் கொடுப்பீர்களா?” என்று குதிரைவீரன் அவர்களைக் கேட்டான்.

தண்ணீர் கொண்டு வருவதற்காகப் பாவெல் வீட்டுக்குள் ஓடினான்.

"தம்பீ, உங்கள் ஊரில் தற்பொழுது அதிகாரத்தில் இருப்பவர் யார்?" என்று தன்னை வெறித்து நோக்கிக்கொண்டிருந்த ஸெர்யோஷாவைப் பார்த்துக் கேட்டான் குதிரைவீரன்.

ஸெர்யோஷா, மிகுந்த ஆவலுடன், மூச்சைக்கூட அடக்கிக் கொண்டு, உள்ளூர்ச் சேதிகளையெல்லாம் எடுத்துரைத்தான்.

"இரண்டு வாரங்களாக, எந்தவிதமான ஆட்சியுமில்லை. ஊர்க் காவல் ஸ்தாபனந்தான் தற்சமயம் ஆட்சி நடத்துகிறது. குடிமக்கள் தான் முறை போட்டுக் கொண்டு, இரவு வேளைகளில் நகரத்தைப் பாதுகாக்கின்றனர்" என்று கூறிவிட்டு, "நீங்கள் யாரோ?" என்று கேட்டான் ஸெர்யோஷா.

"அதெல்லாம் கேட்காதே. அளவுக்கு மீறி தெரிந்துகொண்டால், அதிசீக்கிரத்தில் கிழவனாகி விடுவாய்!" என்று சொல்லிக் குதிரை வீரன் நகைத்தான்.

பாவெல் குடிதண்ணீர்க் கோப்பையுடன் வீட்டிலிருந்து ஓடி வந்தான்.

குதிரைவீரன் ஆவலுடன் நீரைக் குடித்துவிட்டுக் கோப்பையைப் பாவெலிடம் கொடுத்தான். அதன்பின் கடிவாளத்தைச் சுண்டினான். பைன் மரக்கட்டை நோக்கிக் குதிரை பாய்ந்து ஓடியது.

"அது யார்?" என்று பாவெல், கிலீமைக் கேட்டான்.

"எனக்கு எப்படித் தெரியும்?" என்று கிலீம் தோளைக் குலுக்கினான்.

"மீண்டும் அதிகாரம் கைமாறப் போகிறதென்று நினைக்கிறேன். அதனால்தான், லெஷ்சீன்ஸ்கிய் குடும்பத்தினர் நேற்று ஊரை விட்டுப் போனார்கள். பணக்காரர்கள் ஓடிப்போகிறார்களென்றால், கொரில்லாக்கள் வருகிறார்களென்று பொருள்" என்று ஸெர்யோஷா கூறினான். இறுதியாகவும் உறுதியுடனும் அவன் அந்த அரசியல் புதிருக்கு விளக்கம் கொடுத்தான்.

பாவெலும் கிலீமும் உடனே ஆமோதிக்குமளவுக்கு அவனது வாதம் இணக்கமாக இருந்தது.

இளைஞர்கள் இந்தப் பிரச்சினையை விவாதித்து முடிப்பதற் குள்ளாகச் சாலையில் மீண்டும் குதிரைக் குளம்புகளின் கடகடச் சத்தம் கேட்டது. மூவரும் வேலிக்கு ஓடினார்கள்.

தங்களின் கண்பார்வைக்குச் சிறிதளவுபட்ட, காட்டுக் காவலனது குடிசையின் பின்புறமாக மக்களும் சில வண்டிகளும் காட்டிலிருந்து

வெளிவருவதை இளைஞர்கள் கண்டனர். சாலைக்கு அருகில், சுமார் பதினைந்து வீரர்கள் சேணங்களின் குறுக்கே தொங்கிய துப்பாக்கிகளுடன் கூடிய குதிரைகளின் மீது வருவதை அவர்கள் பார்த்தனர். குதிரைவீரர்களின் தலைமையில் வயதானவன் ஒருவன் வந்துகொண்டிருந்தான். காக்கிச் சொக்காயும் அதிகாரிக்கு உரிய பெல்ட்டும் அணிந்திருந்த அவனுடைய மார்பில் தொலைநோக்கி ஒன்று தொங்கிக் கொண்டிருந்தது. அதற்கு முன், சிறுவர்களுடன் உரையாடிவிட்டுச் சென்றவன் அந்தத் தலைவனுக்குப் பக்கத்தில் வந்து கொண்டிருந்தான். தலைவன் தன் இராணுவ கோட்டில் ஒரு சிவப்பு நாடாவையும் அணிந்திருந்தான்.

"நான் என்ன சொன்னேன்? சிவப்பு நாடாவைப் பார்த்தாயா? கொரில்லாக்கள்தான். அவர்கள் கொரில்லாக்களாயில்லாவிட்டால், என்னை என்ன வேண்டுமானாலும் செய்" என்று பாவெலின் விலாவில் மெல்ல இடித்துக் கொண்டே ஸெர்யோஷா கூறினான். களிவெறியில் கூச்சலிட்டுக் கொண்டே ஒரே பாய்ச்சலில் வேலியைத் தாண்டித் தெருவை அடைந்தான்.

கிலீமும் பாவெலும் ஸெர்யோஷாவைப் பின்பற்றினார்கள். நெருங்கிக் கொண்டிருந்த குதிரை வீரர்களை நோக்கியபடியே மூவரும் வீதியோரத்தில் நின்றனர்.

வீரர்கள் அண்மையில் வந்தவுடன் முன்னால் பையன்களுடன் பேசியவன் லெஷ்சீன்ஸ்கிய் குடும்பத்தின் வீட்டைச் சாட்டையால் சுட்டிக் காட்டினான்.

"அங்கு வசிப்பது யார்?" என்று கேட்டான்.

"லெஷ்சீன்ஸ்கிய் என்ற வக்கீல். நேற்றைய தினம் அவன் ஊரை விட்டு ஓடிப் போய்விட்டான். உங்களைக் காணப் பயம் போலிருக்கிறது" என்று குதிரைக்கு ஒப்ப வேகமாக நடந்துகொண்டே பாவெல் பதில் கூறினான்.

"நாங்கள் யாரென்று உனக்கு எப்படித் தெரியும்?" என்று வயதானவன் சிரித்துக்கொண்டே கேட்டான்.

"அதோ தொங்குகிறதே! அதைப் பார்த்தபின், நீங்கள் யாரென்று எவரும் சொல்ல முடியும்" என்று சிவப்பு நாடாவைச் சுட்டிக்காட்டிக் கூறினான் பாவெல்.

நகரத்துக்குள் நுழைந்திருக்கும் குதிரை வீரர்களைக் காண வேண்டுமென்ற கட்டுக்கடங்காத ஆவலுடன் ஜனங்கள் தெருவில் கூடினார்கள். களைத்துப் போன, புழுதி படிந்த செம்படை வீரர்கள் தெருவில் செல்லும் காட்சியை நமது மூன்று இளம் நண்பர்களும்

பார்த்துக் கொண்டே நின்றார்கள். அந்தப் படைப்பிரிவின் ஒரே ஒரு பீரங்கியும் யந்திரத் துப்பாக்கிகளை ஏற்றிச் செல்லும் வண்டிகளும் சாலைக் கற்கள் மீது தடதடவென்று ஒலி எழுப்பிக்கொண்டு சென்ற பிறகு பையன்களும் கொரில்லாக்களைப் பின்தொடர்ந்தனர். செம்படை நகரத்தின் நடுமையத்தை அடைந்து கொரில்லாக்கள் தங்குமிடம் தேடிச் செல்லும்வரை, அந்தப் பையன்கள் வீட்டுக்குத் திரும்பவில்லை.

அன்று மாலை, வக்கீல் லெஷ்சீன்ஸ்கிய் வீட்டின் வரவேற்பு அறையில், நன்கு செதுக்கப்பட்ட கால்களைக் கொண்ட பெரிய மேஜையைச் சுற்றி நான்கு மனிதர்கள் உட்கார்ந்திருந்தனர். அவர்களில் ஒருவன் படைக்குழுவின் தலைவனான தோழர் புல்காக்கோவ்; வயதில் மூத்தவன்; அவனது தலைமயிர் நரைக்கத் தொடங்கியிருந்தது. அவனுடன் இருந்த மூவரும் படைக்குழுவைச் சார்ந்த இதர அதிகாரிகள்.

புல்காக்கோவ், அந்த மாகாணத்தின் படத்தை மேஜையின் மீது விரித்து, அதன்மீது தன் ஆள்காட்டி விரலை ஓடவிட்டுக் கொண்டிருந்தான்.

"தோழர் எர்மச்சேன்கோ!" என்று எதிரில் அமர்ந்திருந்த, வலிமையான பற்களும் கன்னத்தில் எளிதில் புலப்படும் எலும்புகளும் உடைய எர்மச்சேன்கோவைப் பார்த்துக்கொண்டே கூறினான் : "நாம் இங்கு நிலைகொள்ள வேண்டுமென்பது உன்னுடைய யோசனை. ஆனால் காலையிலேயே இந்த ஊரைவிட்டு வெளியேற வேண்டுமென்று நான் நினைக்கிறேன். இன்று இரவே முடிந்தால் இன்னும் நல்லது. ஆனால் வீரர்களுக்கு ஓய்வு மிக மிகத் தேவையாயிருக்கிறது. ஜெர்மானியர்கள் கஸாத்தீனுக்கு வருவதற்குள் நாம் அந்த இடத்துக்குப் போய்விட வேண்டும். நம்மிடம் உள்ள பலத்தை மட்டும் வைத்துக் கொண்டு எதிர்க்கத் துணிவது கேலிக்கூத்தாகிவிடும். நம்மிடம் இருப்பது என்ன? முப்பது வெடிகுண்டுகளுடன் கூடிய ஒரு பீரங்கி, இருநூறு காலாட்படை வீரர்கள், அறுபது குதிரை வீரர்கள் - இவ்வளவுதான். வெகுவான படை பலத்துடன், எஃகு ஆயுதங்கள் சகிதமாக முன்னேறும் ஜெர்மானியர்களை நம் படைக்குழுவைக் கொண்டு எதிர்க்க முடியுமா? பின்வாங்கிக் கொண்டிருக்கும் இதர செம்படைகளுடன் ஒன்று சேரும் வரை நாம் சண்டை போட முடியாது. இன்னொரு விஷயம், நாம் ஜெர்மானியர்களை எதிர்க்க வேண்டியிருப்பதுடன் வழியில் பல்வகை ஆயுதந்தாங்கிய எதிர்ப் புரட்சிக் கூட்டங்களையும் சமாளிக்க வேண்டியிருக்குமென்பதை மறந்துவிடாதீர்கள்! காலையில் ரயில்வே நிலையத்துக்கு அருகி

லுள்ள ரயில்வே பாலத்துக்கு வெடிவைத்து அதை உடைத்துவிட்டு நாம் இந்நகரை விட்டு வெளியேற வேண்டும். அந்தப் பாலத்தைப் புனரமைக்க ஜெர்மானியர்களுக்கு இரண்டு மூன்று நாட்கள் தேவைப்படும். இருப்புப் பாதை வழியாக அவர்களால் முன்னேற முடியாது. உங்களது கருத்து என்ன, தோழர்களே? நாம் ஒரு முடிவுக்கு வரவேண்டும்" என்று அவன் கூறினான்.

புல்காக்கோவுக்கு நேரெதிராக உட்கார்ந்திருந்த ஸ்திருஷ்கோவ் தன் உதடுகளை உறிஞ்சிவிட்டு, முதலில் படத்தைப் பார்த்தான்; பிறகு தலைவனைப் பார்த்தான்.

"புல்காக்கோவுடன் நான் ஒருமனப்படுகிறேன்" என்று கூறினான்.

நால்வரில் இளையவனும் தொழிலாளர் அங்கி அணிந்தவனுமான ஒருவன் தலைவனின் கருத்துக்கு இணக்கம் தெரிவித்தான்.

"புல்காக்கோவ் கூறுவது சரி" என்றான்.

ஆனால் அன்றைய தினம் பகலில் பையன்களுடன் பேசியவனான எர்மச்சேன்கோ மட்டும் எதிர்மறையாகத் தலையை அசைத்தான்.

"நாம் எதற்காக இந்தப் படைக் குழுவைத் திரட்டினோம்? ஜெர்மானியர்களை எதிர்த்து நிற்காமல் பின்வாங்கிக் கொண்டேயிருப்பதற்காகவா? இந்த இடத்திலேயே அவர்களை ஒரு கை பார்க்க வேண்டுமென்பதுதான் எனது அபிப்ராயம். இவ்வாறு ஓடிக் கொண்டேயிருப்பது எனக்குப் பிடிக்கவில்லை. நான் என் இஷ்டப் படி நடப்பதென்றால், நிச்சயமாக இந்த ஊரில் நின்று அவர்களுடன் போராடுவேன்" என்று கூறி, தன் நாற்காலியைப் பின்னுக்குத் தள்ளி விட்டு எழுந்து நின்று அறையில் நடைபோடத் தொடங்கினான்.

எர்மச்சேன்கோவின் கருத்து புல்காக்கோவுக்குப் பிடிக்கவில்லை.

"எர்மச்சேன்கோ, திட்டமாக தோல்வியும் அழிவும் கொடுக்கக் கூடிய போராட்டத்தில் படைவீரர்களை உந்தித் தள்ளக்கூடாது. அவ்வாறு செய்வது கேலிக்கூத்தாகும். கவச மோட்டார்களும் பெரும் பீரங்கிகளும் கொண்ட பெரிய டிவிஷன் ஒன்று நம்மைப் பின்பற்றி வந்து கொண்டிருக்கிறது... சிறு பிள்ளைத்தனத்திற்கு இது சமயம் அல்ல, தோழர் எர்மச்சேன்கோ" என்று கூறிவிட்டு, பிறரைப் பார்த்துத் தலைவன் தொடர்ந்து பேசினான்: " எனவே, நாம் நாளைக் காலையில் இந்த ஊரைக் காலி செய்கிறோமென்பது முடிவாகி விட்டது. இனி, அடுத்து தொடர்பைப் பற்றி விவாதிப்போம். இந்தப் பகுதியிலிருந்து நாம்தான் கடைசியில் பின்வாங்குகிறோம். எனவே, ஜெர்மானியர் இந்தப் பகுதியை வசப்படுத்திய பிறகு, இங்கு வேலை நடப்பதற்கு நாம்தான் ஏற்பாடு செய்ய வேண்டும். இது ஒரு பெரிய

ரயில்வே ஜங்ஷன். தவிர, நகரத்தில் இரண்டு ரயில்வே நிலையங்கள் உள்ளன. ரயில்வே அரங்கத்தில் ஒரு நம்பகமான தோழர் வேலை செய்வதற்குக் கவனமாக ஏற்பாடு செய்யவேண்டும். யாரை விட்டுச் செல்வது என்பதைக் குறித்து நாம் முடிவு எடுக்க வேண்டும். உங்களுக்கு ஏதாவது யோசனை இருக்கிறதா?"

எர்மச்சேன்கோ மேஜைக்கு அருகில் வந்து நின்று பதில் கூறினான் :

"ஷுஹ்ராய் என்ற மாலுமியை விட்டுச் செல்லலாமென்று நான் நினைக்கிறேன். முதலாவதாக, அவன் இந்த ஊர்வாசி. இரண்டாவதாக, அவன் ஒரு கருமானாகவும் மெக்கானிக்காகவும் இருப்பதால், ரயில் நிலையத்தில் சுலபமாக வேலை கிடைக்கும். ஷுஹ்ராய் இன்று இரவுதான் இந்த ஊருக்கு வருவான். அவனை நம் பிரிவுடன் எவரும் பார்க்கவில்லை. அவன் விவேகம் உள்ளவன். அலுவல்களை முறையாகச் செய்து முடிக்கும் ஆற்றல் உடையவன். அவன்தான் இந்த வேலைக்கு மிகவும் தகுதியானவன் என்று நான் நினைக்கிறேன்."

புல்காக்கோவ் தலையை அசைத்துச் சம்மதம் தெரிவித்தான்.

"சரி, எர்மச்சேன்கோ கூறுவதை நான் ஏற்றுக்கொள்கிறேன். உங்களுக்கு ஏதாவது ஆட்சேபணை உண்டா தோழர்களே?" என்று கேட்டுக்கொண்டு பிறரைப் பார்த்தான். "உங்களுக்கு ஆட்சேபணை இல்லையல்லவா? சரி, விஷயம் முடிந்துவிட்டது. ஷுஹ்ராய் இங்கு இருந்து வேலை செய்வதற்கு உதவியாக, அத்தாட்சி பத்திரங்களும் கொஞ்சம் பணமும் கொடுத்துவிட்டுச் செல்வோம்.... இப்பொழுது, தோழர்களே, மூன்றாவது விஷயத்துக்கு வருவோம். இந்த நகரில் ஆயுதங்களின் கிடங்கு இருக்கிறது. ஏறத்தாழ இருபதாயிரம் துப்பாக்கிகள் உள்ளன. ஜார் அரசாங்கம் ஜெர்மானியருடன் போர் நடத்தியபொழுது இங்கு கொண்டு வந்து வைத்த சேமிப்பு இது. இதைப் பற்றி எல்லோரும் மறந்துவிட்டனர். அவை ஒரு விவசாயியின் கொட்டகையில் உள்ளன. அந்த விவசாயியே சொல்லித்தான் எனக்குத் தகவல் கிடைத்தது. அந்தச் சேமிப்பு தன்னை விட்டுப் போனால் நலமென்று அவன் துடிக்கிறான்... அவை ஜெர்மானியருக்குக் கிடைக்கக்கூடாது. எனவே, அவற்றை எரித்துவிட வேண்டுமென்பது என் கருத்து. உடனடியாகத் தீ வைத்தால்தான் காலைக்குள் காரியம் முடியும். ஆனால் அதிகம் அபாயம் உண்டு. கிடங்கில் வைக்கும் தீ சுற்றுப்புறக் குடிசைகளுக்கும் பரவலாம். இந்தக் கிடங்கு, ஏழை விவசாயிகளின் குடியிருப்புப் பகுதியான நகர எல்லையில் உள்ளது" என்று தலைவன் கூறினான்.

ஸ்திருஷ்கோவுக்கு இருப்புக் கொள்ளவில்லை. அவன் வாட்ட சாட்டமாக வளர்ந்தவன்; வெகு நாட்களாகத் திருத்தாத அவனது முகத்தாடியில் மயிர்கள் கட்டை குட்டையாக இருந்தன.

"துப்பாக்கிகளை ஏன் தீயிலிட்டு எரிக்க வேண்டும்? நானா யிருந்தால், அவற்றை ஜனங்களுக்கு விநியோகம் செய்வேன்" என்றான் அவன்.

புல்காக்கோவ் தன் முகத்தைத் திருப்பி அவனை நோக்கினான்.

"விநியோகம் செய்யலாமென்றா சொல்கிறாய்?" என்று கேட்டான்.

"அருமையான யோசனை!" என்று எர்மச்சேன்கோ உற்சாகத் துடன் கூறினான்." தொழிலாளருக்கும், வேண்டுமென்று கேட்பவர் அனைவருக்கும் துப்பாக்கிகளைக் கொடுக்கலாம். ஜெர்மானியர் ஆட்சியில் வாழ்க்கை நடத்தவே முடியாதபொழுது திருப்பித் தாக்கு வதற்குக் கருவியாக இருக்கும். ஜெர்மானியர்கள் அக்கிரமம் செய் வார்கள் என்பது உறுதி. நிலைமை நெருக்கடியாகும்பொழுது ஜனங்கள் ஆயுதமேந்திப் போராட முடியும். ஸ்திருஷ்கோவ் கூறுவது நல்ல யோசனை. துப்பாக்கிகளை எல்லோருக்கும் வழங்க வேண்டும். சில துப்பாக்கிகளைக் கிராமங்களுக்கும் கொண்டு போகலாம். விவசாயிகள் அவற்றை ஒளித்து வைப்பார்கள். ஜெர்மானியர்கள் விவசாயிகளிடம் உள்ளதையெல்லாம் கைப்பற்ற வரும்பொழுது துப்பாக்கி மிகமிக உதவும்."

இதைக்கேட்ட தலைவன் சிரித்துக்கொண்டான்.

"நீ சொல்வதெல்லாம் சரி. ஆனால், எல்லாவித ஆயுதங்களையும் மக்கள் தங்களிடம் ஒப்படைக்க வேண்டுமென்று ஜெர்மானியர்கள் கட்டளையிட மாட்டார்களா? ஒவ்வொருவரும் அந்த உத்திரவுக்குக் கீழ்ப்படிய மாட்டார்களா?" என்று அவன் கேட்டான்.

"ஒவ்வொருவரும் அல்ல. சிலர் கீழ்ப்படிவார்கள். சிலர் அவ்வாறு செய்ய மாட்டார்கள்" என்று எர்மச்சேன்கோ மறுத்துக் கூறினான்.

மற்றவர்கள் கருத்தை அறிவதற்காகத் தலைவன் அவர்களைப் பார்த்தான்.

"துப்பாக்கிகளை வழங்குவதே சரி" என்று கூறி தொழிலாளி வாலிபன் எர்மச்சேன்கோவையும் ஸ்திருஷ்கோவையும் ஆதரித்தான்.

"அப்படியானால் சரி, அவ்வாறே முடிவு செய்வோம். இன்று விவாதிக்க வேண்டியது இவ்வளவுதான்" என்று கூறிவிட்டு தலைவன் இருக்கையிலிருந்து எழுந்தான். "நாம் காலைக் கதிரவன் தோன்றும்

வரை ஓய்வெடுக்கலாம். ஷுஹ்ராய் வந்தவுடன் என்னிடம் அனுப்புங் கள். அவனிடம் நான் பேச வேண்டும். எர்மச்சேன்கோ, பாராக்காரர் களைக் கண்காணித்து விடுங்கள்" என்று அவன் மேலும் கூறினான்.

மற்றவர்கள் அந்த இடத்தைவிட்டுச் சென்றவுடன், புல்காக்கோவ் அந்த அறைக்குப் பக்கத்திலுள்ள படுக்கை அறைக்குச் சென்று, மெத்தை யின்மீது தன் மேல்கோட்டை விரித்துக்கொண்டு படுத்தான்.

அடுத்தநாள் காலை, பாவெல் மின்சார நிலையத்திலிருந்து வீட்டுக்குத் திரும்பி வந்து கொண்டிருந்தான். ஒரு வருட காலமாக, அந்த நிலையத்தில் ஸ்டோக்கரின் கையாளாக அவன் வேலை பார்த்துக்கொண்டிருந்தான்.

நகரத்தில் என்றுமில்லாத கலகலப்பு ஏற்பட்டிருந்தது. பல மனிதர்கள் ஆளுக்கு ஒன்று அல்லது இரண்டு துப்பாக்கிகளை எடுத்துச் செல்வதை அவன் கண்டான். சிலர் மூன்று துப்பாக்கி களைக் கொண்டு சென்றனர். என்ன நடக்கிறதென்று பாவெலுக்குப் புரியவில்லை. அவனால் முடிந்த அளவுக்கு வேகமாக வீட்டுக்கு விரைந்தான். லெஷ்சீன்ஸ்கிய் தோட்டத்துக்கு முன்னால் முதல் நாள் அவனுக்குப் பரிச்சயமானவர்கள் குதிரை மீது ஏறிக்கொண் டிருப்பதைப் பார்த்தான்.

பாவெல் ஒரே ஓட்டமாக வீட்டுக்குள் சென்று, துரிதமாக முகத்தைக் கழுவிக்கொண்டான். ஆர்த்தியோம் அதுவரை வீட்டுக்கு வரவில்லை என்பதை அன்னையிடமிருந்து அறிந்துகொண்டு, வேகமாக வெளியேறினான். நகரத்தின் இன்னொரு பகுதியில் வசித்த ஸெர்யோஷாவைக் காண்பதற்கே அவன் விரைந்தான்.

ஸெர்யோஷாவின் தந்தை, ஒரு எஞ்சின் டிரைவருக்கு உதவியாக வேலை செய்தான். அவருக்கென்று ஒரு சிறு வீடும் துண்டு நிலமும் உண்டு.

ஸெர்யோஷா வீட்டில் இல்லை. வெளுத்த முகமும் பருத்த தேகமும் உடைய அவனது தாய் பாவெலை வெடுவெடுப்புடன் பார்த்தாள்.

"அவன் எங்கு தொலைந்தானோ, குட்டிச் சாத்தானுக்குத்தான் தெரியும்! பொழுது விடிந்தவுடன் பைத்தியக்காரன் மாதிரி வீட்டை விட்டு ஓடினான். எங்கேயோ துப்பாக்கிகளை விநியோகம் செய் கிறார்களாம். அங்குதான் போயிருப்பானென்று நினைக்கிறேன். சளிமூக்குச் சிப்பாய்களான உங்களுக்கு நல்ல பூசைபோட வேண்டும்! அடங்காப் பிடாரிகளாகி விட்டீர்கள். பால்மணம் மாறவில்லை.

அதற்குள் துப்பாக்கியைத் தேடி அலைகிறீர்கள்! ஒரு துப்பாக்கி ரவையைக் கொண்டு வந்தால்கூட, தோலை உரித்து விடுவேனென்று அந்தப் போக்கிரிப் பயலிடம் சொல்லு. அவன் என்னத்தைக் கொண்டு வருவானோ, யார் கண்டது? கடைசியில், நான் பதில் சொல்ல வேண்டும். நீயும் அங்கு போகிறாயா?"

ஸெர்யோஷாவின் வாயாடித் தாய் பேசி முடிப்பதற்குள்ளாக, பாவெல் வீதியில் ஓட ஆரம்பித்தான்.

சாலையில் ஒருவர் தோளுக்கு ஒரு துப்பாக்கியுடன் வருவதைப் பாவெல் கண்டான். அவரிடம் சென்று, "மாமா! இவை எங்கு கிடைத்தது?" என்று கேட்டான்.

"வேர்கவீனாவில் விநியோகித்துக் கொண்டிருக்கிறார்கள்" என்று பதில் வந்தது.

பாவெல் நிலைபுரியாமல் ஓடினான். இரண்டு தெருக்கள் தாண்டியவுடன், அவன் ஒரு கடினமான துப்பாக்கியைக் கஷ்டப் பட்டு இழுத்துக் கொண்டு வந்த பையன் மீது முட்டிக்கொண்டான். பாவெல், அவனை நிறுத்தினான்.

"இந்தத் துப்பாக்கி உனக்கு எங்கு கிடைத்தது?"

"பள்ளிக்கூடத்துக்கு எதிரில், படைவீரர்கள் விநியோகம் செய் தார்கள். எல்லாத் துப்பாக்கிகளும் தீர்ந்துவிட்டன. இரவெல்லாம் வழங்கினார்கள். இப்பொழுது காலிப் பெட்டிகள்தான் மிச்சமா யுள்ளன. இது என்னுடைய இரண்டாவது துப்பாக்கி" என்று அவன் பெருமையுடன் பேசினான்.

இந்தச் சேதியைக் கேட்டுப் பாவெல் வருத்தமடைந்தான்.

"கெட்டது காரியம்! நேராக அங்கு சென்றிருக்க வேண்டும்! இப்படித் தவறு செய்துவிட்டோமே!" என்று சிந்தித்தவனாகப் பாவெல் தன்னையே நொந்துகொண்டான்.

திடீரென்று அவனுக்கு ஒரு யோசனை உதித்தது. தன் வழியே சென்று கொண்டிருந்த பையனை இரண்டே பாய்ச்சலில் நெருங் கினான். அவனுடைய கையிலிருந்து துப்பாக்கியைப் பிடுங்கினான்.

"உனக்கு ஒன்று போதும். இது எனக்குத் தேவை" என்று ஆட் சேபணைக்கு இடந்தராத குரலில் கூறினான்.

பட்டப் பகலில் நிகழும் இந்த வழிப்பறியைக் கண்டு வெஞ்சினம் கொண்ட பையன், பாவெல் மீது பாய்ந்தான். ஆனால் பாவெல் பின்பக்கமாகத் தாவி நின்று, பையனைக் குறி வைத்துத் துப்பாக்கியின் பாய்னெட்டை நீட்டினான்.

“ஓடிவிடு. இல்லாவிட்டால் குத்திக் கொள்ளப் போகின்றாய்” என்று கத்தினான் பாவெல்.

வருத்தம் தாங்க முடியாமல் பையன் கண்களில் நீர் மல்கியது. பாவெலை ஒன்றும் செய்யமுடியாத நிலையில், ஆத்திரம் கொண்ட பையன் பாவெலைச் சபித்துவிட்டு அங்கிருந்து பள்ளியை நோக்கி ஓடினான். தன் சாதனையில் திருப்தி கொண்டவனாக பாவெல் வீட்டுக்குத் திரும்பினான். அவன் வேலியைத் தாண்டிக் குதித்து, கொட்டகைக்குள் ஓடினான். கூரையின் கீழ் இருந்த குறுக்குச் சட்டங்கள் மீது துப்பாக்கியை வைத்தான். உல்லாசமாகச் சீட்டி அடித்துக்கொண்டே வீட்டுக்குள் நடந்தான்.

கோடைக்கால மாலை நேரங்கள் உக்ரேய்னாவில் - அதுவும் ஷெப்பெத்தோவ்கா போன்ற சுற்றுப்புறத் தோற்றத்தில் கிராமத்தை யொற்ற சின்னஞ்சிறு நகரங்களில்- உள்ளத்தைக் கொள்ளைக் கொள்பவை.

அமைதியும் இனிமையும் கொண்ட இக்கோடைக்கால மாலை நேரங்களில் எல்லா இளைஞர்களும் தெருவில் சுற்றிவருவர். ஆடவரும் பெண்டிரும் முன் வீட்டு மண்டபங்களிலும், வீட்டுத் தோட்டங்களிலும் தெருக்களில் கட்டிட வேலைக்காக அடுக்கி வைக்கப்பட்ட மரக்கட்டைகளின் மீதும், குழுக்குழுவாகவும், இருவர் இருவராகவும் அமர்ந்து உரையாடுவர். பாட்டு, கும்மாளம், கூத்து. ஒரே சிரிப்பு.

மலர்களது மணம் காற்றில் நிறைந்திருக்கும். அடிவானத்தி லிருந்து வான்மீன்கள் பொட்டுப் பொட்டாகச் சுடர்விடும். பேசும் குரல் வெகுதூரம் வரை கேட்கும்....

பாவெல் தன் அக்கார்டியன் வாத்தியத்தை மிகவும் நேசித்தான். அந்த இன்னிசைக் கருவியை அன்புடன் எடுத்து மடியில் வைத்துக் கொள்வான்; இரண்டு வரிசைகளில் அமைந்திருந்த விசைகள் மீது தன் விரல்களை இசைவாக ஓடவிட்டுச் சுருதி கூட்டுவான். தாழ்ந்த ஸ்தாயியில் ஓர் ஒலி; அதன் பின் மலைவீழ் அருவி போல், உல்லாச மான இன்னிசை அமுதத்தைப் பொழியும்.

அக்கார்டியன் இன்னிசை இசைக்கின்றது. என்னதான் முயன் றாலும் நம்மால் இசைக்கேற்ப நாட்டியமாடாமலிருக்க முடிய வில்லை. என்னதான் கட்டுப்படுத்தினாலும் கால்கள் தாமாகவே அசையத் தொடங்குகின்றன. இசை இருக்கும்வரை வாழ்வு எத்துணை யளவு இனிக்கின்றது!

நி. ஓஸ்திரோவ்ஸ்க்கிய் 39

இன்று மாலை என்றுமில்லாத களியாட்டம். பாவெல் வீட்டுக்கு முன்னாலுள்ள மரக்கட்டை அடுக்கின் மீது உல்லாசமான இளைஞர்கள் கூடியிருக்கிறார்கள். அவர்களில், கால்யாவிடம்தான் பிறரைக் காட்டிலும் அதிகமாகக் களிப்பு துள்ளி விளையாடுகிறது. பாவெல் வீட்டுக்குப் பக்கத்து வீட்டில் வாழும் சிற்பியின் மகள் கால்யாவுக்கு இளைஞர்களுடன் ஆடுவதும் பாடுவதும் ரொம்பப் பிடிக்கும். அவளது சாரீரம் இனிமையானது, மிருதுவானது, அழுத்தமிக்கது.

பாவெலுக்கு அவளிடம் கொஞ்சம் அச்சம்தான். அவள் சிறிது துடுக்காகப் பேசுவாள். கெட்டிக்காரி. அவள் பாவெலின் அருகில் உட்காருகிறாள், தமாஷாகச் சிரித்துக்கொண்டே அவனை அணைத்துக்கொண்டு கூறுகிறாள்:

"நீ அந்த அக்கார்டியனை வாசிப்பதே ஓர் அற்புதம். நீ சிறியவனாக இருக்கிறாயே என்றுதான் நான் வருந்துகிறேன். இல்லாவிட்டால், உன்னை என் கணவனாகத் தேர்ந்தெடுத்திருப்பேன். அக்கார்டியன் வாசிக்கும் ஆடவரை நான் வழிபடுகிறேன். அந்த இசையைக் கேட்கும்பொழுது என் இருதயம் பாகாக உருகிவிடுகிறது."

நாணத்தால் பாவெல் முகம் சிவந்து விடுகிறது. நல்லவேளை, இருட்டாயிருப்பதால், செக்கச்செவேலென்று சிவந்த முகத்தை ஒருவரும் பார்க்கவில்லை. அந்த முரண்டுக்காரப் பெண்ணிடமிருந்து, அவன் விலகுகிறான்; ஆனால் அவளோ அவனை உறுதியாக ஒட்டிக்கொள்கிறாள்.

"அன்பே! என்னை விட்டு ஓடிப்போகாதே! ஓடிப் போவாயா? அருமையான காதலன் நீ!" என்று கூறிக்கொண்டே அவள் நகைக்கிறாள்.

அவளது திண்மையான மார்பு பாவெலுடைய தோளை உராய்கிறது. அவனையும் அறியாமல் அவனிடம் ஓர் அதிர்ச்சியும், கலவரமும் உண்டாகிறது. பிறர் உரக்கச் சிரிப்பதால் உண்டாகும் பேரொலி தெருவின் வாடிக்கையான அமைதியைக் குலைக்கிறது.

அவளுடைய தோளைக் கொஞ்சம் தள்ளிக்கொண்டே பாவெல் கூறுகிறான் :

"எனக்கு இடைஞ்சலாக இருக்கிறது. சிறிது நகர்ந்துகொள்."

இதைக் கேட்டவுடன் அனைவரும் கொல்லெனச் சிரிக்கின்றனர்; கேலி செய்கின்றனர்; கிண்டலாகப் பேசி இன்புறுகின்றனர்.

சரியான நேரத்தில் மரூஸ்யா இடைமறித்து "ஏதாவது சோகச் சுவை நிறைந்ததாக, இதயத்தைப் பிழிந்து எடுப்பதாக வாசி!" என்று கூறுகிறாள்.

மெதுவாகத் துருத்தி விரிகிறது; பாவெலின் விரல்கள் விசை களை அன்புடன் வருடுகின்றன. அவர்களுக்குப் பழக்கமானதும் அவர்களது பாசத்துக்கு உரியதுமான கீதம் காற்றில் பரவுகிறது. முதலில் கால்யா, பிறகு மரூஸ்யா, அதன்பின் மற்றவர்கள், கோஷ்டி கானத்தில் கலந்து கொள்கிறார்கள்.

> விடியலானவேளை – அவர்
> விரைவில் படகோட்டிக்
> குடிலைவந் தடைந்தார் – என்ன
> கும்மாளந்தான் பாராய்!
> இந்தவேளை இங்கே – ஆகா!
> இன்பம் பொங்கும் பாராய்!
> எந்தத் துன்பந்தனையும் – பண்ணில்
> இசைத்து மறந்து விடுவோம்!

பாடகர்களின் உணர்ச்சி மிகுந்த இளங்குரல்களின் ஒலி ஊரில் பரவி, காட்டை அடைந்தது.

"பாவெல்!" அது ஆர்த்தியோமின் குரல்.

பாவெல் அக்கார்டியனின் துருத்தியை மடக்கினான். அது விரிந்து விடாமல் தோல்பட்டையை மாட்டினான்.

"என்னைக் கூப்பிடுகிறார்கள், போக வேண்டும்."

"இன்னும் கொஞ்ச நேரம் வாசி. ஏன் அவசரப்படுகிறாய்?" என்றாள் மரூஸ்யா.

ஆனால் பாவெல் அவசரப்பட்டான்.

"தாமதிக்க முடியாது. மீண்டும் நாளைக்குப் பாடிக் களிப்போம். இப்பொழுது போய்த்தானாக வேண்டும். அண்ணன் கூப்பிடுகிறார்."

இவ்வாறு கூறிவிட்டு, தெருவைத் தாண்டி எதிரிலுள்ள வீட்டுக்குப் பாவெல் ஓட்டம் பிடித்தான்.

அவன் கதவைத் திறந்ததும் மேஜையைச் சுற்றி அண்ணனுக்குப் பக்கத்தில் இருவர் இருப்பதைக் கண்டான். ஒருவன், அண்ணனுடைய சிநேகிதனான ரொமான். இன்னொருவன் பாவெலுக்குப் புதியவன்.

"என்னை அழைத்தாயா?" என்று பாவெல் கேட்டான்.

"ஆம்" என்று பொருள்படும்படி ஆர்த்தியோம் தலையசைத்தான். பிறகு புதியவன் பக்கம் திரும்பினான்.

"நாம் இவனைப் பற்றித்தான் பேசிக்கொண்டிருந்தோம். என் தம்பி" என்று கூறினான்.

புதியவன் தன் கரடுமுரடான கரத்தைப் பாவெலிடம் நீட்டினான்.

ஆர்த்தியோம் தன் தம்பியிடம் கூறினான்:

"பாவெல், இங்கு பார். மின்சார நிலையத்தில் எலெக்டிரிஷியனுக்கு உடல்நலமில்லை என்று கூறினாய். அவனுக்குப் பதிலாக ஒரு திறமையான புதியவனை எடுத்துக் கொள்வார்களா என்பதை நீ நாளைக்குத் தெரிந்துகொண்டு வரவேண்டும். எடுத்துக் கொள்வார் களென்றால் நீ எங்களுக்குத் தெரிவிக்க வேண்டும்."

ஆர்த்தியோமை இடைமறித்துப் புதியவன் கூறினான்.

"அப்படிச் செய்ய வேண்டாம். நான் அவனுடன் சென்று முதலாளி யிடமே நேரடியாகப் பேசுகிறேன்."

பாவெல் நிலைமையை விளக்கினான்:

"அவர்களுக்கு ஒரு எலெக்டிரிஷியன் அவசரமாகத் தேவை. ஸ்தன்கோவிச் உடல்நலமின்றி இருப்பதால், இன்று மின்சார நிலையம் வேலை செய்யவில்லை. முதலாளி இரண்டு தடவை வந்து பார்த்தான். எலெக்டிரிஷியன் வேலை செய்வதற்கு வேறு ஆள் கிடைப்பானா வென்று அவன் சுற்றிச்சுற்றி தேடித் பார்த்தான். பயன் இல்லை. ஸ்டோக்கர் ஒருவனை மட்டும் வைத்துக்கொண்டு நிலையத்தை ஓட்டுவதற்கு அவன் அஞ்சுகிறான். எலெக்டிரிஷியனுக்கு டைபஸ் ஜுரம்."

"விஷயம் தெளிவாகி விட்டது. நாளைக் காலை நான் வந்து உன்னைக் கூப்பிடுகிறேன். இருவரும் சேர்ந்து போவோம" என்று புதியவன் பாவெலிடம் கூறினான்.

"நல்லது."

புதியவனுடைய அமைதி நிறைந்த சாம்பல் நிறக் கண்களை- தன்னைக் கவனமாக ஆராய்ந்து கொண்டிருக்கும் கண்களை - பாவெல் நேருக்கு நேராகப் பார்த்தான். நிதானமாகவும் உறுதியாகவும் புதியவன் தன்னைப் பரிசோதிப்பதைக் கண்டு பாவெல் சிறிதளவு மனங் கலங்கினான். இம்மனிதனின் ஒரு சாம்பல் நிறக் கோட்டு அணிந்தி ருந்தான். மேல் கோடியிலிருந்து கீழ்க் கோடிவரை பித்தான் வைத்த கோட் அது. பித்தான்களைப் போட்டுக் கொண்டிருந்தபொழுது, சொக்காய் அவனது நடுவுடலை இறுகப் பிடிப்பதாக இருந்தது. பரந்த முதுகுப்புறத்தில், தையல்கள் விட்டுவிடும் போலிருந்தன. அவனது

தலைக்கும் தோட்களுக்கும் இணைப்பாயிருந்த கழுத்து தசைப் பற்று மிகுந்ததாயிருந்தது. எருதின் கழுத்து மாதிரியிருந்தது. அவனது உடற்கட்டு ஒரு வயதான மரத்தின் உரத்தையும் வலுவையும் பருமனையும் ஒத்திருந்தது.

வாசற் கதவுவரை புதியவனுடன் சென்ற ஆர்த்தியோம், "ஷுஹ்ராய். சென்று வருக. சகல நலங்களும் உண்டாகட்டும்! நாளைக்கு என் தம்பியுடன் சென்று வேலையில் அமர்ந்துவிடும்" என்று கூறினான்.

செம்படை கிளம்பிச் சென்று மூன்று நாட்கள் கழிந்தபின், ஜெர்மானியர்கள் அந்த நகரத்தில் பிரவேசித்தார்கள். வெறிச்சென்று கிடந்த ரயில் நிலையத்திலிருந்து எஞ்சின் ஊதி உண்டாக்கிய ஒலி அவர்களது வருகையை அறிவித்தது.

"ஜெர்மானியர்கள் வந்து கொண்டிருக்கிறார்கள்" என்ற செய்தி மின்னல் வேகத்தில் நகரமெங்கும் பரவியது.

கலக்கமுற்ற கரையான் புற்றுமாதிரி நகரம் பதறியது. ஜெர்மானியர்கள் வரப்போகிறார்களென்பதைக் கொஞ்ச நாளாக நகர மக்கள் அறிந்திருந்தார்களென்பது மெய். ஆனால் ஏதோ காரணத்தால் அதை அவர்கள் நம்ப மறுத்தனர். இப்பொழுதோ, இந்தப் பயங்கர ஜெர்மானியர்கள் வெகு அருகில்-நகரத்துக்குள்ளேயே-வந்துவிட்டார்கள். அதனால்தான் மக்கள் பதறினார்கள்.

நகரத்து மக்கள் வீட்டு முற்றங்களில் வேலிக்கருகே நின்று கொண்டு தெருவில் நடப்பதைப் பார்த்துக் கொண்டிருந்தனர். ஆனால் தெருவில் வர அஞ்சினர்.

ஜெர்மானியர்கள், சாலையின் இருமருங்கிலும் ஒருவர்பின் ஒருவராக நடை போட்டுக்கொண்டு வந்தார்கள். கரும்பச்சை உடை அணிந்திருந்தனர். துப்பாக்கிகளைத் தாழ்த்திப் பிடித்துக் கொண்டு சென்றனர். அந்தத் துப்பாக்கிகளின் நுனியில் பாய்னெட்டுகள் பொருத்தப்பட்டிருந்தன. அவை அகலமானவை, கத்தி போன்றவை. அந்த சோல்ஜர்கள் கனமான உருக்குத் தலைகாப்பு அணிந்திருந்தனர். முதுகில் பெரிய பைகளைச் சுமந்து சென்றனர். அவர்கள் ஸ்டேஷனிலிருந்து நகருக்குள் வந்துகொண்டேயிருந்தனர். அவர்கள் எச்சரிக்கையாக நடந்தார்கள். அவர்களைத் தாக்க வேண்டுமென்று எவரும் கனவுகூடக் காணவில்லை என்றாலும், எந்த வினாடியிலும் எத்தகைய திடீர்த் தாக்குதலையும் சமாளிப்பதற்குத் தயாராக நடந்தார்கள்.

அவர்களுக்கு முன்னால், இரண்டு அதிகாரிகள் கையில் கைத்

துப்பாக்கி சகிதமாகச் சென்றனர். சாலையின் நடுவில் கேத்மான் காரனாகிய* அதிகாரி ஒருவன் - மொழிபெயர்ப்பாளன் - நடந்து சென்றான். அவன் ஒரு நீலநிற உக்ரேனியக் கோட்டையும், உயரமான ஆட்டுத்தோல் குல்லாவையும் அணிந்திருந்தான்.

நகரத்தின் நடுவில் இருந்த சதுக்கத்தில் ஜெர்மானியர்கள் செவ்வக வடிவத்தில் அணிவகுத்தார்கள். முரசுகள் முழங்கின. துணிவுள்ள நகர மக்களின் சிறுகூட்டம் ஒன்றும் திரண்டது. உக்ரேனியக் கோட்டு அணிந்த மொழிபெயர்ப்பாளன் மருந்து விற்பனைக் கடையின் முகமண்டபத்தின் மீது ஏறி நின்றுகொண்டு, நகரத்தின் ராணுவத் தலைவன் மேஜர் கார்ப் என்பவன் பிறப்பித்திருந்த உத்திரவைப் படித்தான்.

"நான் இதன்மூலம் பிறப்பிக்கும் உத்திரவு என்னவென்றால்:

1) நகரத்திலுள்ள சகல பிரஜைகளும், தம்வசமுள்ள வெடி மருந்து கருவிகளையும் பிராணாபாயம் விளைவிக்கும் இதர கருவி களையும் இருபத்துநான்கு மணி நேரத்துக்குள் ஒப்படைத்துவிட வேண்டும். இந்த உத்திரவை மீறுவோர் சுட்டுக் கொல்லப்படுவார்கள்.

2) நகரத்தில் ராணுவச் சட்டம் பிரகடனமாகியிருக்கிறது. இரவு எட்டு மணிக்குப் பின் எவரும் தெருவில் நிற்கவோ, நடமாடவோ கூடாது.

மேஜர் கார்ப்,
நகரத்தின் ராணுவத் தலைவர்"

ஜெர்மானிய ராணுவத் தலைமை, முன் காலத்தில் நகர நிர்வாக சபையும் புரட்சிக்குப் பின் தொழிலாளர் பிரதிநிதிகளின் சோவியத்தும் செயல்பட்டு வந்த கட்டிடத்தில் தன் அலுவலகத்தை அமைத்துக் கொண்டது. அதன் வாயிலில் ஒரு பாராக்காரன் நிறுத்தப்பட்டான். அவன் அணிந்திருந்த இரும்புத் தொப்பியில் சாம்ராஜ்ய சின்னமான கழுகு பெரிய வடிவத்தில் செதுக்கப்பட்டிருந்தது. அதே கட்டிடத்தின் முன் பக்கத்தில், ஜனங்கள் ஒப்படைக்கும் ஆயுதங்களைச் சேமித்து வைப்பதற்கான வசதி செய்யப்பட்டிருந்தது.

----

*. கேத்மான்காரர்கள் — கேத்மான் ஸ்கொரொப்பாட்ஸ்கியின் எதிர்ப் புரட்சிப் படையில் சேவை செய்து வந்தவர்கள். 1918-ம் ஆண்டில் ஜெர்மானியத் துருப்புகள் உக்ரேனியாவை ஆக்கிரமித்துக் கைப்பற்றிக் கொண்ட பொழுது ஸ்கொரொப்பாட்ஸ்கியை ஜெர்மானியர்கள் தங்களது கையாளாக ஆக்கிக்கொண்டார்கள்.

"சுட்டுக் கொல்வோ"மென்ற அச்சுறுத்தலால் கிலியடைந்த நகர மக்கள், நாள் முழுவதும் ஆயுதங்களைக் கொண்டு வந்தபடி யிருந்தனர். வயதானவர்கள் நேரில் வருவதற்கு அஞ்சினார்கள். இளைஞர்களும் சிறுவர்களுமே ஆயுதங்களைக் கொண்டு வந்தனர் . ஜெர்மானியர் எவரையும் கைது செய்யவில்லை.

நேரடியாக வருவதற்கு விருப்பமில்லாதவர்கள் தம் வசமிருந்த ஆயுதங்களை இராக் காலத்தில் சாலையில் போட்டுவிட்டனர். காலையில், காவலுக்காக உலவிய ஜெர்மானியர் அந்த ஆயுதங்களை எடுத்து, ராணுவ வண்டியில் ஏற்றி, தலைமைக் காரியாலயத்துக்குக் கொண்டு வந்து சேர்த்தனர்.

பகல் ஒரு மணி ஆயிற்று. ஆயுதங்களை ஒப்படைப்பதற்காக அளிக்கப்பட்ட இருபத்துநான்கு மணி நேரத் தவணை முடிந்தது. ஜெர்மானிய சிப்பாய்கள் தமது பறி பொருளைக் கணக்கிடத் தொடங் கினார்கள். பதினான்காயிரம் துப்பாக்கிகள் இருந்தன. இன்னும் ஆறாயிரம் துப்பாக்கிகள் மீதி. ஊரெல்லாம் வலை போட்டுப் பார்த்தார்கள், ஆனால் அந்தச் சோதனைகளில் கிடைத்த பலன் அற்ப சொற்பமாயிருந்தது.

மறுநாள் கிழக்கு வெளுத்த பொழுது, நகரத்துக்கு வெளியேயிருந்த பழைய யூதர் இடுகாட்டில் இரண்டு ரயில்வே தொழிலாளர்கள் சுட்டுக்கொல்லப்பட்டனர். காரணம், அவர்களது வீடுகளில் ஒளித்து வைக்கப்பட்டிருந்த துப்பாக்கிகள் கண்டுபிடிக்கப்பட்டன.

ஜெர்மானிய நகரத் தலைவனின் உத்திரவைப் கேட்டவுடன் ஆர்த்தியோம் தன் வீட்டுக்கு விரைந்தான். முற்றத்தில் பாவெலைச் சந்தித்தவுடன், அவன் தோள்மீது கை போட்டுக்கொண்டு, அமைதி யாகவும், உறுதிப்பாட்டுடனும் கேட்டான்:

"ஏதாவது ஆயுதங்கள் வீட்டுக்குக் கொண்டு வந்தாயா?"

துப்பாக்கியைப் பற்றிச் சொல்ல வேண்டுமென்று பாவெலுக்கு எண்ணமே இல்லை. ஆனால் அண்ணனிடம் பொய் சொல்வதற்கு அவனால் முடியாது. எனவே ஒளிக்காமல் உள்ளதை உள்ளபடி உரைத்துவிட்டான்.

இருவரும் சேர்ந்து கொட்டகைக்குள் சென்றனர். குறுக்குச் சட்டங் கள் மீது மறைத்து வைக்கப்பட்டிருந்த துப்பாக்கியை ஆர்த்தியோம், வெளியே எடுத்தான். துப்பாக்கியின் பூட்டையும் பாய்னெட்டையும் அகற்றினான். துப்பாக்கியின் குழலைப் பிடித்து எடுத்து, தன் சக்தி

முழுவதையும் பிரயோகித்துச் சுழற்றி ஒரு வேலிக் கம்பத்தின் மீது வீசினான். கைப்பிடி சிதறுண்டது. மிச்சத்தைத் தோட்டத்துக்கு அப்பாலிருந்த குப்பைக் குழியில் எறிந்தான். அதன் பின் ஆர்த்தியோம் பாய்னெட்டையும், பூட்டையும் மலக்குழியில் எறிந்தான்.

வேலையை முடித்தபின் அவன் தம்பியிடம் கூறினான்:

"பாவெல் நீ இனியும் பச்சைக் குழந்தையல்ல. துப்பாக்கியோடு விளையாடக்கூடாதென்பதை நீ அறியவேண்டும். இந்த மாதிரிப் பொருளை வீட்டுக்குக் கொண்டு வரக்கூடாது. நான் உனக்கு உண்மையாகக் கூறுகிறேன். இந்தக் காலத்தில் இத்தகைய வேலைக்கு உயிரையே பறிகொடுக்க நேரிடும். உன் தந்திர வேலைகளைக் காட்டாதே. ஏனென்றால், நீ எதையாவது வீட்டில் கொண்டு வந்து வைத்து அதை அவர்கள் கண்டுபிடித்தால், என்னைத்தான் முதலில் சுடுவார்கள். உன்னைப் போன்ற சிறுவனைத் தொடமாட்டார்கள். இது பொல்லாத காலமென்பதைப் புரிந்துகொள்."

அண்ணன் விரும்பியபடி பாவெல் வாக்குறுதி அளித்தான்.

அண்ணனும் தம்பியும் வீட்டுக்குள் செல்வதற்கு முற்றத்தைத் தாண்டியபொழுது, லெஷ்சீன்ஸ்கிய் வீட்டு வாசலில் ஒரு வண்டி வந்து நின்றது. அதிலிருந்து வக்கீல், தனது மனைவியுடனும் நேல்லி, வீக்தர் என்ற இரு குழந்தைகளுடனும் இறங்கினான்.

"இந்த அருமைப் பறவைகள் தம் கூட்டுக்கு மீண்டும் பறந்து வந்து விட்டனவா? ஒழுங்கு சீர்குலைந்து விட்டது. கலகம் பெருகிவிட்டது. அதன் பயனை நன்கு அனுபவிக்கிறார்கள்" என்று ஆத்திரத்துடன் கூறினான் ஆர்த்தியோம். அத்துடன் வீட்டுக்குள் சென்றான்.

பகல் முழுவதும் துப்பாக்கியைப் பற்றி எண்ணி எண்ணிப் பாவெல் மனம் வருந்தினான்.

அதேசமயத்தில் பாவெலின் தோழன் ஸெர்யோஷா ஒரு பழைய கொட்டகையில் அரும்பாடுபட்டு குழி வெட்டிக்கொண்டிருந்தான். கவனிப்பாரற்றுக் கிடந்த அந்தக் கொட்டகையின் சுவர் ஓரத்தில் கீழே குழிவெட்டி முடித்தவுடன், கந்தல் துணிகளுக்கு இடையே பத்திரப்படுத்தப்பட்ட, மக்களுக்கு ஆயுதம் வழங்கிய பொழுது தான் பெற்ற மூன்று புத்தம் புதிய துப்பாக்கிகளை அதில் வைத்து மூடினான். அவற்றை ஜெர்மானியரிடம் ஒப்படைக்கும் எண்ணம் சிறிதளவும் அவனுக்கு எழவில்லை. அவ்வெண்ணம் இருந்திருந்தால், இவ்வண்ணம் அரும்பாடுபட்டிருக்க மாட்டான்.

குழியை மூடிவிட்டு, மிதித்துத் துவைத்து நிலமட்டத்தைச் சரி செய்தான். அதன் மீது குப்பையைக் கொட்டினான். தன் முயற்சியின்

பலனை நன்கு ஆய்ந்துவிட்டு மனநிறைவு அடைந்தவனாய், அவன் தலைக் குல்லாயை எடுத்துவிட்டு, நெற்றியில் அரும்பி நின்ற வேர்வையைத் துடைத்துக்கொண்டான்.

"இனி அவர்கள் சல்லடை போட்டுச் சலித்துப் பாக்கட்டும்! இந்தத் துப்பாக்கிகளைக் கண்டுபிடித்தாலும், இங்கு எவன் வைத்த தென்பதை அவர்கள் அறிய முடியாது. ஏனென்றால் இந்தக் கொட்டகை எவருக்கும் சொந்தமானதல்ல" என்று அவன் தனக்குள் கூறிக்கொண்டான்.

ஒரு மாதமாக மின்சார நிலையத்தில் வேலை செய்து வந்த கடுகடுப்புத் தோற்றமுள்ள எலெக்டிரிஷியனுக்கும் பாவெலுக்கும், இருவருக்கே புலப்படாத வகையில் நட்பு வளர்ந்தது.

டைனமோ எப்படி அமைக்கப்பட்டிருக்கிறதென்பதையும் அது எப்படி வேலை செய்கிறதென்பதையும் ஷுஹ்ராய் பாவெலுக்குக் கண்கூடாகக் காட்டி விளக்கினான்.

அறிவுள்ள இந்தப் பையனிடம் அந்த மாலுமிக்கு ஒரு பாசம் உண்டாகிவிட்டது. அவன் ஓய்வு தினங்களில் ஆர்த்தியோம் வீட்டுக்கு அடிக்கடி சென்றான்; குடும்பத்தின் கவலைகளையும் துயரங்களையும் பற்றி அவனது அன்னை கூறியதையெல்லாம், ஷுஹ்ராய் பொறுமை யாகக் கேட்டான். குறிப்பாக, இளைய மகனுடைய துஷ்ட சேஷ்டை களைப் பற்றி அவள் கூறியதையெல்லாம் அவன் கவனமாகக் கேட் டறிந்து கொண்டான். நிதானம், சிந்தனை, சாந்தம் ஆகியவை குடி கொண்ட ஷுஹ்ராயுடன் உரையாடுவதில் மரீயா யாக்கொவ் லெவ்னாவுக்கு ஒரு மன அமைதி உண்டாயிற்று, புதிய நம்பிக்கை துளிர்த்தது. அவனுடன் பேசிக்கொண்டிருக்கும் பொழுது, அந்தத் தாய் தன் தொல்லைகளை மறந்துவிட்டு, உற்சாகமாகயிருப்பாள்.

ஒருநாள் மின்சார நிலையத்தின் முற்றத்தில் உயரமாக அடுக்கி யிருந்த விறகு வரிசைகளுக்கு இடையே பாவெல் சென்றுகொண் டிருந்த பொழுது ஷுஹ்ராய் அவனை நிறுத்தினான்.

"நீ வம்புச் சண்டைக்காரன் என்று உன் தாயார் சொல்கிறாள். போர்ச் சேவல் என்று அம்மா உன்னை அழைக்கின்றாள்" என்று ஷுஹ்ராய் ஆமோதிக்கும் வண்ணம் சிரித்துக் கொண்டே பேசினான். "உண்மையில், யாருடன் எதற்காகச் சண்டை போடுகிறோமென்ற தெளிவு இருந்தால் சண்டைக்காரனாயிருப்பதில் குற்றம் இல்லை" என்று ஷுஹ்ராய் சொன்னபொழுது, அவன் உண்மையாகப் பேசு

கிறானா, அல்லது கிண்டலாகச் சொல்கிறானா என்பதைப் பாவெலால் புரிந்து கொள்ள முடியவில்லை.

“நான் வீண் சண்டை போடுவதில்லை. நியாயத்துக்காகவும் நேர்மைக்காகவும்தான் எப்பொழுதும் போராடுகிறேன்” என்று பாவெல் சுடச்சுடப் பதில் கொடுத்தான்.

“முறையாகச் சண்டை போடுவதற்கு நான் உனக்குக் கற்றுத்தர வேண்டுமென்று விரும்புகிறாயா?” என்று ஷுஹ்ராய் எதிர்பாராத விதமாய்க் கேட்டான்.

“முறையாக என்றால்?” பாவெல் வியப்புற்றவனாய் ஷுஹ்ராயைப் பார்த்தான்.

“அனுபவத்தில் அறிவாய்” என்று ஷுஹ்ராய் பதிலளித்தான்.

அதன்பின் ஆங்கில முறைக் குத்துச் சண்டையைப் பற்றி முன்னுரை யாக ஒரு விளக்கம் செய்தான்.

பாவெல் ஒன்றும் எளிதில் குத்துச் சண்டைக் கலையில் தேர்ச்சி பெறவில்லை. அடிக்கடி, ஷுஹ்ராயின் கைக்குத்தால் தூக்கி எறியப் பட்டுத் தரை மீது உருண்டான். எனினும் அவன் பொறுமையாகவும் விடாமுயற்சியுடனும் பழகிவந்தான்.

ஒருநாள் கிலீமின் வீட்டிலிருந்து திரும்பி வந்த பாவெலுக்குப் பொழுதுபோகவில்லை. வெளியே வெயில் காய்ந்து கொண்டிருந்தது.

அறைக்குள் என்ன செய்வதென்று தெரியாமல் பாவெல் இங்கு மங்கும் காலாற்றினான். அதன்பின், வீட்டுக்குப் பின்புறத்திலுள்ள தோட்டத்தின் மூலையில் இருந்த தன் அன்புக்குகந்த கொட்டகைக் கூரையில் ஏறி நின்றான். கொட்டகையை முட்டிக்கொண்டிருந்த செர்ரி மரங்களின் அடர்த்தியான கிளைகளைத் தள்ளிக்கொண்டு கூரையின் மையத்தை அடைந்தான். அங்கு படுத்துக்கொண்டு வெயிலில் காய எண்ணினான்.

இந்தக் கொட்டகையின் ஒரு பக்கம் லெஷ்சீன்ஸ்கிய் தோட்டத்தை நோக்கிக் கொண்டிருந்தது. கூரையின் அந்த முனையில் நின்று பார்த்தால் வக்கீல் வீட்டுத் தோட்டமும் வீட்டின் ஒரு பகுதியும் தெளிவாகப் புலப்படும். அந்த முனையிலிருந்து கொண்டு, வெளியில் தலையை நீட்டிப் பார்த்த பாவெல், வெளி முற்றத்தின் ஒரு பகுதி யையும் அங்கு நிற்கும் ஒரு வண்டியையும் கண்ணுற்றான். லெஷ்சீன்ஸ்கிய் வீட்டில் தங்கியிருந்த ஜெர்மானிய லெப்டினன்டின் ஆடைகளைச் சிப்பாய் ஒருவன் சுத்தம் செய்து கொண்டிருந்தான்.

அந்த வீட்டு வாசலில், அந்த லெப்டினன்ட் நிற்பதைப் பாவெல்

அடிக்கடி பார்த்திருக்கிறான். கட்டை குட்டையாயிருப்பான். சிவந்த முகம், நறுக்கிவிடப்பட்ட குட்டி மீசை, மூக்கில் பொதிந்த கண்ணாடி, குல்லாயின் முன் விளிம்பு மெருகெண்ணெய் பூசியதால் பளபள வென்று மின்னும். அவன் பக்கவாட்டத்து அறையில் வசிப்பதையும் பாவெல் அறிவான். அந்த அறையின் ஜன்னல் தோட்ட்மிருந்த பக்கத்தில் இருந்தது. எனவே கூரையிலிருந்த பாவெலுக்கு அந்த ஜன்னல் புலப்பட்டது.

அந்தச் சமயத்தில் லெப்டினன்ட் மேஜை முன்னால் உட்கார்ந்து ஏதோ எழுதிக்கொண்டிருந்தான். எழுதியதை எடுத்துக்கொண்டு அறையை விட்டுச் சென்றான். அந்தக் காகிதத்தை வேலைக்காரனிடம் கொடுத்துவிட்டு, வீட்டு வாசலுக்குச் செல்லும் தோட்டப் பாதை வழியே நடந்தான். வசந்தப் பந்தலின் வாயிலை அடைந்தவுடன் அங்கு நின்று, உள்ளே இருந்த யாருடனோ பேசினான். ஒரு வினாடி யில், வக்கீலின் மகளான நேல்லி வெளியே வந்தாள். அந்த அதிகாரி அவளுடைய கையைப் பற்றிக்கொண்டான். இருவரும் திட்டிவாசலைக் கடந்து வீதிக்குள் சென்றனர்.

பாவெல் இந்த நிகழ்ச்சிகளை எல்லாம் கவனமாகப் பார்த்தான். அப்பொழுது அவனுக்கு லேசாகக் கண்ணை இறுக்கியது. கண்களை மூடவிருந்த சமயத்தில், வேலைக்காரன் அதிகாரியின் அறைக்குள் பிரவேசிப்பதை பாவெல் பார்த்தான். அந்த வேலைக்காரன் அதிகாரி யின் உத்தியோக உடையைத் தொங்கவிட்டான்; தோட்டப்புறத்தில் உள்ள ஜன்னலைத் திறந்தான்; அறையைச் சுத்தம் செய்தான். அதன் பிறகு, அவன் கதவை மூடிக்கொண்டு அறையை விட்டுச் சென்றான். அடுத்த நிமிஷத்தில் அவன் குதிரை லாயத்துக்கு அருகில் இருப்பதைப் பாவெல் கண்டான்.

திறந்த ஜன்னல் வழியாகப் பாவெல் அறை முழுவதையும் நன்கு பார்த்தான். மேஜையின் மீது ஒரு பெல்ட்டும் ஒரு பிரகாசமான பொருளும் இருந்தன.

கட்டுக்கடங்காத ஆவலால் தூண்டப்பட்ட பாவெல் கூரையி லிருந்து செர்ரி மரத்தடியில் சப்தம் செய்யாமல் இறங்கினான். அதிலிருந்து லெஷ்சீன்ஸ்கிய் தோட்டத்துக்குள் அமைதி குலையாத வாறு இறங்கினான். குனிந்து வளைந்தவனாய் தோட்டத்தின் குறுக்கே பாய்ந்து, ஜன்னல் வழியாக அறைக்குள் தன் பார்வையைச் செலுத்தினான். அவனுக்கு முன்னால், மேஜையின் மீது தோள் பெல்ட்டுகளுடன் கூடிய இடுப்பு பெல்ட்டும் ஒரு அருமையான பன்னிரண்டு குண்டுகள் கொள்ளக்கூடிய ரிவால்வரைக் கொண்ட உறையும் கிடந்தன.

நி. ஒஸ்திரோவ்ஸ்க்கிய் 49

பாவெலுக்கு மூச்சு திணறியது. ஒரு சில வினாடிகளுக்கு உள்ளத்தில் போராட்டம். முடிவில் ஒரு துணிவு வந்தது. வருவது வரட்டுமென்ற எண்ணத்துடன் அவன் ஜன்னல் வழியாகக் கையை விட்டான். எடுத்தான் உறையை. அதிலிருந்து எஃகினால் வார்க்கப் பட்ட புத்தப் புதிய ரிவால்வரை வெளியே எடுத்தான். ரிவால்வருடன் பறந்தான் தோட்டத்தை நோக்கி. செர்ரி மரத்தில் ஏறினான்; குரங்கு மாதிரிப் பாய்ந்து, கூரையை அடைந்தான். அங்கிருந்து அவன் திரும்பிப் பார்த்தான். அதிகாரியின் வேலைக்காரன், அப்பொழுதும் குதிரைப் பாகனுடன் இன்பமாகப் பேசிக்கொண்டிருந்தான். அமைதி நிறைந்திருந்தது... பாவெல் கூரையிலிருந்து இறங்கி வீட்டுக்குள் நுழைந்தான்.

அவனுடைய தாயார் அடுக்களையில் சமையல் செய்து கொண்டி ருந்தாள்; மகனைக் கவனிக்கவில்லை.

பெட்டிக்குப் பின்னால் கிடந்த ஒரு துணியை எடுத்துப் பைக்குள் திணித்துக்கொண்டு, பாவெல் தாயின் கண்ணில் படாமல் வெளி யேறினான். வேலியைத் தாண்டிக் காட்டுக்குச் செல்லும் சாலையில் பாய்ந்தோடினான். கால்சட்டைப் பையிலிருந்த கனமான கைத் துப்பாக்கி தொடையில் மோதுவதைக் தடுப்பதற்காக, அதைக் கையால் பிடித்துக்கொண்டே, எவ்வளவு வேகமாக ஓட முடியுமோ, அவ்வளவு வேகமாக ஓடினான்; அழிந்து போய் ஆதரவற்றுக் கிடந்த செங்கற் சூளைகளை அடைந்தான்.

அவனது பாதங்கள் தரையில் ஊன்றவில்லை; காற்று அவனது காதுகளில் ஒலி செய்தது.

அந்தப் பழைய சூளைகளைச் சுற்றி அமைதி நிலவியிருந்தது. இங்கும் அங்கும் மரப்பலகையால் வேய்ந்த கூரை விழுந்து கிடந்தது; செங்கற்கள் உடைந்தும் நொறுங்கியும் மலையாகக் குவிந்திருந்தன. சுடு சூளைகளும் அழிந்து கிடந்தன. எங்கு பார்த்தாலும் புல் பூண்டுகள் மண்டிக் கிடந்தன. மனம் சோர்ந்துவிடும் இந்த இடத்துக்கு எவரும் வருவதில்லை. பாவெலும் அவனது இரு நண்பர்களும்தான் சில சமயங்களில் இங்கு வந்து விளையாடுவார்கள். களவாடப்பட்ட செல்வங்களை ஒளித்து வைப்பதற்கு இங்கு பல மறைவிடங்கள் இருப்பதைப் பாவெல் அறிவான்.

அவன், ஒரு சூளையின் இடைவெளி வழியாக அதன் உள்ளே நுழைந்துகொண்டு எச்சரிக்கையாகப் பின் திரும்பிப் பார்த்தான். ஆனால் கண்கொண்ட மட்டும் ஒருவரும் தென்படவில்லை. பைன் மரங்கள் மட்டுமே மென்மையாக அசைந்தன. இளங்காற்று சாலைப்

புழுதியைக் கிளறிவிட்டது. கிசிலின் வலிய மணம் காற்றில் நிரம்பியிருந்தது.

பாவெல் ரிவால்வரை கந்தல் துணிக்குள் வைத்துக் கட்டினான். அதைச் சூளையின் ஒரு மூலையில் வைத்து, அதன்மீது பழைய செங்கற்களை அடுக்கினான். அதன்பின் அந்தப் பழைய சூளையின் வாசலில் செங்கற்களைத் தாறுமாறாகப் பரப்பினான். மறைவிடத்தை நன்றாகக் குறித்துக்கொண்டு, மெதுவாக வீட்டுக்குத் திரும்பினான்.

அவனது முழங்கால்கள் நடுநடுங்கிக் கொண்டேயிருந்தன.

“இது எப்படி முடியும்?” என்று அவன் எண்ணியபொழுது, சோகம் அவன் இதயத்தை அழுத்தியது.

அங்கிருந்து நேராக வீட்டிற்குச் செல்ல அவனுக்குப் பிடிக்க வில்லை. வழக்க நேரத்துக்கு முன்னால் மின்சார நிலையத்தை அடைந்தான். காவற்காரனிடம் சாவியை வாங்கி மின்னிலையத்தின் அகலக் கதவைத் திறந்தான். அவன் சாம்பல் குழியைச் சுத்தம் செய்துவிட்டு, குழாயைத் திறந்து பாயிலரை நீரால் நிரப்பிவிட்டு, அடுப்பில் தீப்பற்ற வைத்ததும் லெஷ்சீன்ஸ்கிய் வீட்டில் என்ன நடந்து கொண்டிருக்குமென்பதை அறிய ஆவல் கொண்டான்.

ஷுஹ்ராய் வந்து, வெளியில் வரும்படிப் பாவெலைக் கூப்பிட்ட பொழுது, மணி பதினொன்று இருக்கும்.

“உன் வீட்டில் இன்று சோதனை நடந்ததின் காரணம் என்ன?” என்று ஷுஹ்ராய் இரகசியமாகக் கேட்டான்.

பாவெல் அதிர்ச்சியடைந்தான்.

“சோதனையா?”

கொஞ்ச நேரம் சும்மாயிருந்து விட்டு ஷுஹ்ராய்த் தொடர்ந்து பேசினான் :

“எனக்குக் கவலையாயிருக்கிறது. அவர்கள் ஏன் சோதனை நடத்தினார்களென்பதைப் பற்றி உனக்கு ஏதாவது தெரியுமா?”

சோதனைக்குக் காரணம் என்னவென்பது பாவெலுக்குத் தெரியும். ஆனால் அவன் தான் ரிவால்வரைக் களவாடியதைப் பற்றி ஷுஹ்ராயிடம் சொல்ல விரும்பவில்லை. உச்சந்தலை முதல் உள்ளங்கால் வரை கவலையால் நடுங்கியவனாக பாவெல் கேட்டான் :

“அவர்கள் ஆர்த்தியோமைக் கைது செய்திருக்கிறார்களா?”

“ஒருவரும் கைதாகவில்லை. ஆனால் வீட்டில் ஒன்றைவிடாமல் புரட்டிப் போட்டுச் சோதனை நடத்தியிருக்கிறார்கள்.”

இதைக் கேட்டு பாவெலுக்கு ஓரளவுக்கு ஆறுதல் ஏற்பட்டது. ஆனால் அவனது கவலை மறையவில்லை. ஒரு சில நிமிடங்கள் இருவரும் தங்கள் தங்கள் போக்கில் எண்ணமிட்டனர். இருவரில் ஒருவன் சோதனையின் காரணத்தை அறிந்தவனாக அதன் விளைவு களை எண்ணி வருந்தினான். மற்றொருவன் அதன் காரணத்தை அறியாமல் எச்சரிக்கையடைந்தான்.

"இந்தப் பாழாய்ப் போகிற பீடைகள், என்னைப் பற்றி ஏதாவது உளவு தெரிந்துகொண்டிருக்கிறார்களா? ஆர்த்தியோமுக்கு என்னைப் பற்றி ஒன்றும் தெரியாத நிலையில், அவன் வீட்டை எதற்காகச் சோதனை செய்ய வேண்டும்? எதற்கும் இனி சர்வ ஜாக்கிரதையா யிருக்க வேண்டும்."

இவ்வாறு ஷுஹ்ராயின் சிந்தனை ஓடியது.

பிறகு இருவரும் ஒரு வார்த்தைகூட பேசாமல் தத்தம் வேலையைக் கவனிக்கப் பிரிந்து சென்றனர்.

லெஷ்சின்ஸ்கிய் வீட்டில் ஒரே அமளி துமளியாகவிருந்தது.

கைத்துப்பாக்கியைக் காணோம் என்பதை அறிந்த லெப்டினன்ட் தம் வேலைக்காரனைக் கூப்பிட்டு விசாரித்தான். விசாரணையின் முடிவில் அது திருட்டுப் போயிருக்க வேண்டுமென்று உணர்ந்தான். உணர்ந்ததும் வழக்கமாக அமைதியும் நிதானமும் கொண்ட அவன் அந்த வேலைக்காரனது காதில் தன்னிடமுள்ள சக்தியாவற்றையும் ஒன்றுகூட்டி ஓங்கி அடித்தான். அந்த அடியால் வேலைக்காரன் தள்ளாடினான். ஆனால் உடனே நிலைகொண்டு விறைப்பாய் நின்றான். தன் குற்றத்தை உணர்ந்த குற்றவாளியின் பார்வையுடன் மேற்கொண்டு நடக்கப்போவதை எதிர்நோக்கி நின்றான்.

வக்கீலும் விளக்கம் தருவதற்காக அழைக்கப்பட்டான். இந்தத் திருட்டைப் பற்றிக் கேட்டவுடன் அவன் சினம் கொண்டான். இப்படிப்பட்ட களவு தன் வீட்டில் நடப்பதற்கு இடம் அளித்து விட்டதற்காக வருந்துகிறேனென்று கூறித் தன்னை மன்னிக்க வேண்டும் என்று லெப்டினன்டிடம் வேண்டினான்.

அந்த விசாரணையின்பொழுது உடனிருந்த வக்கீலின் மகன் வீக்தர் தன் தந்தையை நோக்கி, " பக்கத்து வீட்டுக்காரர்கள்தான் - அதிலும் குறிப்பாக அந்தப் போக்கிரி பாவெல்தான் - அதைத் திருடி யிருக்க வேண்டும்" என்று சொன்னான். உடனடியாக, மகனது அனுமானத்தைத் தந்தை அதிகாரியிடம் தெரிவித்தான். லெப்டினன்ட் சோதனைக்கு உடனே உத்திரவு பிறப்பித்தான்.

இந்த ரிவால்வர் திருட்டின் மூலமாக, பாவெல் ஒன்றை நன்றாக உணர்ந்தான். எந்தவிதமான அபாயமான செயலும் சில சமயங்களில் வெற்றியாக முடியக்கூடும் என்று துணிவைப் பெற்றான்.

அத்தியாயம் மூன்று

அகலத் திறந்திருந்த ஜன்னலினருகில் தோன்யா நின்றுகொண்டிருந்தாள். நன்கு பழகிய தோட்டம், அதைச் சுற்றி ஓங்கி உயர்ந்து செங்குத்தாக நின்ற பாப்ளர் மரங்கள் இளந்தென்றலில் லேசாக ஆடும் ஆட்டம், இவற்றை நோக்கிக் கொண்டிருந்த அவளால் தான் ஓராண்டு காலமாகத் தன்னருமைத் தோட்டத்தைக் காணவில்லை என்ற உண்மையை நம்பமுடியவில்லை. குழந்தை பருவத்திலிருந்து பழகிய இவ்விடத்தை விட்டு ஏதோ நேற்று பிரிந்துசென்று இன்று காலை ரயிலில் திரும்பியது போல்தான் அவளுக்குப்பட்டது.

தோட்டத்தில் மாறுதலேதுமில்லை. முன்போலவே, ராஸ்ப் பெர்ரி பூண்டுகளின் வரிசைகள் திருத்தமாகக் கத்தரித்துவிடப்பட்டிருந்தன, தோட்டத்தின் பாதைகள் திட்டமாகவும் நுட்பமாகவும் அமைந்திருந்தன, அந்தப் பாதைகளின் இருமருங்கிலும் அவளுடைய தாய்க்குப் பிடித்தமான மலர்ச்செடிகள் வரிசையாகக் காட்சியளித்தன. எங்கும் நன்றாகக் கூட்டப்பட்டு, சுத்தமாகவிருந்தது. எங்கும் தோட்டக்கலை அறிஞன் ஒருவனது தேர்வு பெற்ற கைப்பாடு நன்கு தென்பட்டது. ஆனால் திட்டமாக வகுக்கப்பட்டிருந்த சுத்தமான பாதைகளின் காட்சி, தோன்யாவுக்கு அலுத்துப் போய்விட்டது.

தான் முன்பு படித்துக்கொண்டிருந்த நாவலொன்றை அவள் கையில் எடுத்துக்கொண்டாள். அறைக் கதவைத் திறந்து, வராந்தா வழியாகச் சென்று, படிக்கட்டில் இறங்கித் தோட்டத்தை அடைந்தாள். அதைக் கடந்து வர்ணம் பூசப்பட்ட திட்டிவாசல் அருகில் உள்ள ரயில் நிலையக் குளத்தை நோக்கி மெதுவாக நடந்தாள்.

பாலத்தைக் கடந்து சாலையை அடைந்தாள். சாலை நல்லதொரு தோட்டப்பாதை போன்றிருந்தது. அதன் வலப்புறத்தில் குளம். அதன் கரையோரங்களில் புதர்கள் அடர்ந்து வளர்ந்திருந்தன. சாலைக்கு இடது புறத்தில்தான் காடு தொடங்குகிறது.

பழைய கல்வெட்டுமிடத்திலுள்ள குளத்தை நோக்கிச் சென்று கொண்டிருந்த அவள், கீழே குளத்திலிருந்து திடீரென்று உயரே எழும்பிய தூண்டிலொன்றைக் கண்டு, நின்றாள்.

வளைவான மரமொன்றின் அடிப்பகுதியில் சாய்ந்துகொண்டு, புதர்களைக் கைகளால் விலக்கி விட்டுக்கொண்டு நோக்கிய அவள். வெற்றுக்காலுடன் கால்சட்டைகளை முழங்காலுக்கு மேல் தூக்கி விட்டுக் கொண்டு, மண்டியிட்டு அமர்ந்திருந்த வெயிலில் பழுப் பேறிய பையன் ஒருவனைக் கண்டாள். அவனுக்கு அருகில் ஒரு துருப்பிடித்த தகரக் குவளையில் புழுக்கள் இருந்தன. அந்தப் பையன் தன் வேலையில் கருத்தாயிருந்ததால், பின்னால் வந்து நின்ற தோன்யாவைக் கவனிக்கவில்லை.

"இங்கு மீன் அகப்படுமா என்ன?" என்று கேட்டாள் தோன்யா.

பாவெல் சினங்கொண்டு திரும்பிப் பார்த்தான்.

மரத்தைப் பிடித்துக்கொண்டு, குளத்தின் நீரைக் குனிந்து நோக்கிக் கொண்டிருந்தாள் அறிமுகமற்ற ஒரு பெண். அவள் வரிபோட்ட நீலநிறக் காலருடைய வெண்மையான மாலுமிச் சொக்காயும் குட்டையான சாம்பல்நிற ஸ்கர்ட்டும் அணிந்திருந்தாள். பழுப்புநிறச் செருப்புகளணிந்த அவளது பாங்கான, வெயிலில் பழுப்பேறிய கால் களை வண்ண விளிம்புகளுடன் கூடிய குட்டைக் காலுறைகள் இறுக மூடியிருந்தன. தனது பழுப்பு நிறக் கூந்தலை வாரிச் சேர்த்துக் கொண்டை போட்டிருந்தாள்.

தூண்டில் கம்பைப் பிடித்துக் கொண்டிருந்த பாவெலின் கரம் சற்று நடுங்கியது. வாத்தின் இறகால் செய்யப்பட்ட தூண்டில் தக்கையின் தலை அசைந்ததால், அதைச் சுற்றி நீர்மட்டத்தில் சில வட்டங்கள் ஏற்பட்டன.

"பார்! பார்! மீன் சிக்கிவிட்டது!" என்று தோன்யா உணர்ச்சி வசப்பட்டுக் கூறினாள்.

பாவெல் தன் நிதானம் முழுவதையும் இழந்துவிட்டான். தூண்டிலைக் கடுமையாகச் சுண்டினான். சில நீர்த்திவலைகளுடன், கொக்கியில் மாட்டியிருந்த புழுவும் நீர்மட்டத்துக்கு மேல் வந்தன.

"இனி மீன்பிடித்தால் போல்தான்! எந்தத் தேவதைதான் இவளை இங்கு கொண்டு வந்ததோ!" என்று எரிச்சலுடன் எண்ணினான். தனது அசட்டுத்தனத்தை மறைக்கும் எண்ணத்துடன் தூண்டிலை நீரில் சிறிது எட்டிப் போட்டான். அந்தோ! எங்கு அதைப் போடக் கூடாதோ அங்கு கணக்காகப் போட்டான். தூண்டில் கொக்கி அவ் விடத்திலிருந்த செடியினடியில் சிக்கிக் கொண்டிருக்க வேண்டியது.

என்ன நிகழ்ந்தது என்பதைப் பாவெல் எளிதில் உணர்ந்தான். திரும்பிப் பார்க்காமலேயே, மேலே உட்கார்ந்திருந்த பெண்ணின் திசையை நோக்கி முணுமுணுத்தான் :

"நீங்கள் சிறிது பேசாமலிருக்க முடியுமா? மீன்களெல்லாம் உங்களால் கிலி பிடித்து ஓடி ஒளிகின்றன."

அவள் பரிகாசக் குரலில் பதில் கூறினாள்:

"உங்களைக் கண்ட உடனேயே மீன்கள் ஓடிவிட்டனவே! இருந்தும் இருந்தும் இந்த வெயிலிலா மீன் பிடிப்பார்கள்? ஓ! நீங்கள் ஒரு பரிதாபத்துக்குரிய மீன் பிடிப்பாளர்!"

கண்ணியமாக நடந்துகொள்ள வேண்டுமென எண்ணி அதற்காகக் கடினப்பட்டுக் கொண்டிருந்த பாவெலுக்கு இச்சொற்கள் வரம்புக்கு மேற்பட்டவையாக இருந்தன. அவன் எழுந்து நின்றான். குல்லாயை முன்னே நகர்த்திக் கொண்டான். இது அவனது கோபத்தின் வழக்கமான அறிகுறி. தன்னால் முடிந்த அளவு கண்ணியமான வார்த்தைகளைப் பொறுக்கி எடுத்துக் கேட்டான்:

"கண்ணியம் வாய்ந்த பெண்டிரே! நீங்கள் இவ்விடத்தை விட்டு அகல முடியுமா?"

தோன்யாவின் கண்கள் ஓரளவுக்கு ஒடுங்கின; அவற்றில் சிறியதொரு புன்னகை தோன்றத் தொடங்கியது.

"உண்மையில், நான் உங்களது வேலைக்குக் குறுக்கே நிற்கிறேனா?"

அவளுடைய குரலில் இருந்த பரிகாசத்தொனி மறைந்துவிட்டது. அதில் நேசமும் இணக்கமும் தொனித்தன. எங்கிருந்தோ வந்த இந்தப் பெண்ணிடம் முரட்டுத்தனமாக நடந்துகொள்ள வேண்டுமென்று எண்ணிய பாவெல் இதைக் கண்டு ஆயுதம் இழந்தவனைப் போலத் திகைத்தான்.

"இங்கிருந்து பார்க்க ஆசையானால், இருந்துகொள்ளவும். எனக்கொன்றும் இடத்துக்குப் பஞ்சமில்லை" என்று கூறிவிட்டு, தூண்டிலைக் கவனிப்பதற்கு உட்கார்ந்தான். தூண்டில் கயிறு அந்தச் செடியில் சிக்கிக்கொண்டுவிட்டது. கொக்கி அந்தச் செடியின் வேர்களிடையே அகப்பட்டுக் கொண்டு விட்டதென்பதில் சந்தேகமில்லை. அதை இழுப்பதற்கு அவன் அஞ்சினான். அது வேர்களிடையே சிக்கியிருந்தால், அதை இழுத்துப் பெறமுடியாது. அப்பொழுது, இந்தப் பெண் நிச்சயமாக நகைப்பாள். அவள் இந்த இடத்தை விட்டுத் தொலைய மாட்டாளாவென்று அவன் எண்ணினான்.

ஆனால் தோன்யா, அடிமரத்தில் சௌகரியமாக அமர்ந்துவிட்டாள். முழங்கால் மூட்டுகள் மீது நாவலைப் பிரித்து வைத்துக்கொண்டே, பாவெலைப் பார்த்துக்கொண்டிருந்தாள். வெயிலில் கன்றிப்போன முகமும் கருமையான கண்களும் உடைய இந்த முரட்டுப் பையன் தன்னிடம் அநாகரிகமாக நடந்துகொண்டதையும் இப்பொழுது

நி. ஒஸ்திரோவ்ஸ்க்கிய் 55

தன்னை வேண்டுமென்றே உதாசீனம் செய்வதையும் எண்ணிய வளாய், அவனைப் பார்த்துக்கொண்டிருந்தாள்.

குளத்து நீர் நல்லதொரு கண்ணாடி போன்று, அந்தப் பெண்ணின் உருவத்தைத் தெளிவாகக் காட்டியது. அதை பாவெல் பார்த்தான். அவள் நாவலைப் படிப்பதில் கண்ணும் கருத்துமாக இருந்தாள். அவன் எச்சரிக்கையாகத் தூண்டில் கயிற்றை இழுத்தான். மிதவை நீரின் கீழ் அமுங்கியது; தூண்டில் கயிறு பளுவாயிற்று.

"அட கஷ்டமே! சிக்கிவிட்டதா!" என்று அவன் உள்ளம் எண்ண, ஓரக்கண்ணால் தண்ணீரில் அந்தப் பெண்ணின் சிரித்த முகம் தன்னை நோக்குவதைக் கண்டான்.

பம்பு நிலையத்துக்கருகிலுள்ள பாலத்தில் உயர்நிலைப் பள்ளியின் ஏழாவது வகுப்பு பையன்கள் இருவர் வந்துகொண்டிருந்தனர். அவர்களின் ஒருவன்- டெப்போவின் தலைமை அதிகாரியான பொறி இயலான் ஸுகர்க்கோ என்பவரின் மகன்-சணல் நிறத் தலையன், மச்சங்கள் நிறைந்த முகத்தினன், சோம்பேறி, பதினேழு ஆண்டினன். பள்ளியின் ஏனை மாணவர்கள் அவனை 'வடு மூஞ்சி ஷுரா' என்று அழைத்தனர். கையில் அருமையான தூண்டில் ஒன்றுடனும் வாயில் புகைவிட்டுக் கொண்டிருந்த சிகரெட்டு ஒன்றுடனும் அவன் வந்துகொண்டிருந்தான். அவன் அருகில் வந்து கொண்டிருந்தவனின் பெயர் வீக்தர் லெஷ்சீன்ஸ்கிய்; நல்ல பாங்கான உடலமைப்புக் கொண்டவன், செல்லமாகச் சீராட்டி வளர்க்கப்பட்டவன்.

ஷுரா தன் நண்பனை நோக்கி கண் இமைகளைச் சிமிட்டிக் கொண்டே சொன்னான் :

"இந்தப் பெண் ஓர் அமுதக்கனி. இவளை ஒப்பியவர் எவரும் இவ்வட்டாரத்தில் இல்லை. நான் சொல்வதை நம்பு. இவளிடம் காதல் செய்வது என்பதே ஒரு தனிக்கலைதான். கீவ் நகரத்தில் ஆறாம் வகுப்பில் படித்துக்கொண்டிருக்கிறாள். கோடை லீவுக்கு இங்கு வந்திருக்கிறாள். அவளது தந்தை இங்கு காட்டிலாகாவின் தலைமை அதிகாரியாகவிருக்கிறார். என் சகோதரி லீஸாவுக்கு அவளைத் தெரியும். ஒரு தடவை நான் அவளுக்கு உருக்கமான கடிதமொன்று எழுதினேன். 'உன்னிடம் தீராக் காதல் கொண்டிருக்கிறேன்... காதல் பைத்தியமாக நிற்கிறேன். உன் அருளுக்குக் காத்திருக்கிறேன். உன் பதிலுக்காக ஏக்கம் நிறைந்தவனாகத் தவங்கிடக்கிறேன்' என்றெல்லாம் எழுதினேன். நாட்சன் என்ற கவியின் ஒரு இனிய கவிதையை - தகுதியான காதற் கவிதையை - தேடியெடுத்து உபயோகித்தேன்."

"நன்று. அதன் பயன் என்ன?" என்று ஆவல் மிகுந்தவனாக வீக்தர் வினவினான்.

"ஓ! அதுவா? எதுவும் சரியாகச் சொல்லவில்லை. ரொம்பப் பெரிது பண்ணுகிறாள்" என்று ஷூரா குழப்பத்துடன் முணுமுணுத் தான். "இந்த மாதிரிக் கடிதம் எழுதிக் காகிதத்தை வீணாக்க வேண்டாமென்று என்னிடம் கூறினாள். எப்பொழுதும், ஆரம்பத்தில் இப்படித்தான் இருக்கும். இந்த மாதிரி விஷயத்தில்தான் நான் பழம்பெருச்சாளி ஆயிற்றே! உண்மையில், அந்த அபத்தமான காதற் கூத்தெல்லாம் எனக்குப் பிடிக்காது. அதெல்லாம் வீண் தொல்லை; எப்போது ஒப்புக்கொள்வாளோ என்று தவங்கிடப்பதும் ஏக்கம் பிடித்துத் துன்புறுவதும், பெருமூச்சுவிட்டுப் புலம்புவதும் யாருக்கு வேண்டுமென்று நான் கேட்கிறேன். ஒரு மாலையில் உல்லாசமாக நடந்து ரயில் தொழிலாளர்கள் வசிக்கும் இருப்பிடத்துக்குச் சென்றால், கண்டால் நாக்கில் ஜலம் ஊறச் செய்யும் அழகியை மூன்று ரூபிள்களுக்குப் பொறுக்கிக் கொள்ளலாம். அதுவும் எந்தவிதமான மறுப்பும் இல்லாமல் ஒப்புக்கொள்வாள். நான் அங்கு வால்யா தீகனவுடன் செல்வது உண்டு. ரயில்வே மேஸ்திரி வேலை செய்யும் அவனை உனக்குத் தெரியுமா?"

ஷூராவின் உரையைக் கேட்ட வீக்தர் வெறுப்பில் புருவத்தைச் சுருக்கினான்.

"இத்தகைய கீழ்ச் செயல்களில் நீ ஈடுபடுகிறாயா, ஷூரா?" என்று அவன் கேட்டான்.

ஷூரா, தன் சிகரெட்டை மென்று துப்பிவிட்டு ஏளனமாக விடை தந்தான்.

"ஆ...மா...ம். ரொம்ப யோக்யமானவன். எங்களுக்கும் தெரியும் நீங்கள் எந்த மாதிரி செயல்களில் ஈடுபடுகிறீர்களென்று!"

வீக்தர் அவனை இடைமறித்தான்.

"உன் நேசத்துக்குரிய அந்தப் பெண்ணிடம் என்னை அறிமுகம் செய்வாயா?"

"நிச்சயமாகச் செய்வேன். நாம் விரைந்துசெல்வோம்; இல்லா விட்டால் அவள் சென்றுவிடுவாள். நேற்றுக் காலையில் அவள் தன்னந்தனியாக மீன் பிடிக்கச் சென்றாள்."

இரு நண்பர்களும் தோன்யாவை அடைந்ததும் ஷூரா வாயி லிருந்து சிகரெட்டை எடுத்துவிட்டு நாகரிகமாகத் தலைகுனிந்து அவளை வணங்கினான்.

"மிஸ் தோன்யா! வணக்கம். நீங்களும் மீன் பிடிக்க வந்திருக் கிறீர்களா?"

"இல்லை. மீன்பிடிப்பதைப் பார்த்துக்கொண்டிருக்கிறேன்" என்று விடை பகன்றாள் தோன்யா.

வீக்தரின் கையைப் பிடித்துக்கொண்டு, "உங்களுக்கு இவனைத் தெரியுமா? என் நண்பன் வீக்தர் லெஷ்சீன்ஸ்கிய்" என்று அறிமுகம் செய்து வைத்தான் ஷூரா.

வீக்தர் மனம் குழம்பியவனாகக் கையை நீட்டி, தோன்யா நீட்டிய கரத்தைக் குலுக்கினான்.

உரையாடலை நீடிக்க வேண்டுமென்பதற்காக, “நீங்கள் ஏன் இன்று மீன் பிடிக்கவில்லை?” என்று ஷுரா தோன்யாவைக் கேட்டான்.

“தூண்டில் கொண்டுவர மறந்துவிட்டேன்” என்றாள் அவள்.

“உடனே, நான் ஒன்று கொண்டு வருகிறேன். அதுவரை, என்னுடையதை உபயோகித்துக் கொள்ளவும். ஒரு நிமிஷத்தில் திரும்பி விடுகிறேன்” என்று கூறினான் ஷுரா.

வீக்தரை தோன்யாவுக்கு அறிமுகம் செய்து வைப்பதாகக் கூறிய உறுதிமொழியை நிறைவேற்றினான். இனி மூன்றாவது நபரின் தலையீடு இல்லாமல் இருக்க வேண்டுமென்ற ஆவலில் அவன் அந்த இடத்தை விட்டு செல்ல விரும்பினான்.

“இல்லை, இங்கு ஏற்கனவே அவர் மீன் பிடிக்கிறார். அவருக்கு இடையூறாக இருக்கும்” என்றாள் தோன்யா.

“மீன் பிடிப்பது யார்?” என்று கேட்ட ஷுரா திரும்பினான். புதருக்குக் கீழ் உட்கார்ந்திருந்த பாவெலைக் கண்டான். “அவனையா சொல்கிறீர்கள்? நல்லது மூன்று எண்ணுவதற்குள் நான் அவனை விரட்டிவிடுவேன்” என்றான்.

தோன்யா அவனை நிறுத்துவதற்கு முன்னால் ஷுரா பாவெல் இருந்த இடத்தை அடைந்துவிட்டான்.

“அந்தத் தூண்டிலை எடுத்துக் கொண்டு கிளம்பு!” என்றான் ஷுரா. பாவெல் அமைதியாகத் தொடர்ந்து மீன் பிடிப்பதைக் கண்டு, “கிளம்பு! தாமதிக்காதே!” என்று அவசரப்படுத்தினான்.

பாவெல் ஷுராவைப் பார்த்தான். அந்தப் பார்வையில் கோபம் கொந்தளித்தது.

“சத்தம் போடாதே! வாயை மூடு!” என்றான் பாவெல்.

“என்...ன! நாடோடிப் பயலே! பதில் சொல்லும் அளவுக்குத் துணிந்துவிட்டாயா? உடனே கிளம்பு!” என்று ஷுரா சீறினான். புழுக்களிருந்த குவளையை விசையோடு உதைத்தான். அது காற்றில் சுழன்று குளத்தில் விழுந்த வேகத்தில், நீர் திவலைகள் தோன்யாவின் முகத்தில் தெறித்தது.

“இவ்வண்ணம் நடந்து கொள்ள உங்களுக்கு வெட்கமாக இல்லையா” என்று அவள் கூச்சலிட்டாள்.

பாவெல் குதித்து எழுந்தான். ஷுராவின் தந்தை ரயில்வே டெப் போவின் தலைமை அதிகாரி என்பதையும், அண்ணன் ஆர்த்தியோம் அவனுக்குக் கீழ் வேலை செய்கிறானென்பதையும் பாவெல் நன்கறிவான். ஒரே அடியில் தன்னால் வீழ்த்தக்கூடிய இந்தச் சிவப்பனைத்

தான் தொட்டால் அவன் நிச்சயமாகத் தன் தந்தையிடம் சென்று புகார் செய்வான். ஆர்த்தியோமுக்கு நடந்தன யாவும் தெரிந்துவிடும். பாவெல் உடனடியாக ஷூராவிடம் தன் பலத்தைக் காட்டாததற்கு இதுதான் ஒரே காரணமாகவிருந்தது.

இன்னும் ஒரு வினாடியில் பாவெல் தன்னைத் தாக்குவானென்பதை உணர்ந்த ஷூரா இரு கைகளாலும் பாவெலினது மார்பை அழுத்தி அவனைத் தள்ளினான். பாவெலோ தன் கைகளை அசாத்திய விசையுடன் முன்னும் பின்னும் அசைத்துச் சமநிலை எய்தி, நீரில் விழுவதிலிருந்து தப்பினான்.

ஷூரா பாவெலைவிட இரண்டு வயது மூத்தவன்; வீண்சண்டை போடுவதிலும் துஷ்டத்தனம் செய்வதிலும் பெயர் வாங்கியவன். மார்பில் விழுந்த அடி, பாவெலைத் தன்னிலை மறக்கச் செய்தது.

"இந்தா! பெற்றுக்கொள்!" என்று கூறிக்கொண்டே, கையைச் சுழற்றி ஷூராவின் முகத்தில் வெட்டித் தெறிக்கும் வகையில் அறைந்தான். நிலைகலங்கி நின்ற ஷூராவைப் பாவெல் உறுதியாகப் பிடித்து நீருக்குள் இழுத்துச் சென்றான்.

குளத்தில் நின்று கொண்டிருந்த ஷூராவை மூட்டுவரை நீர் மூடியிருந்தது. அவனது பளபளக்கும் பூட்ஸும், கால்சட்டையும் நீரில் நனைந்து ஊறிவிட்டன. உடும்புப் பிடியிலிருந்து தன்னை விடுவித்துக் கொள்வதற்கு ஷூரா அரும்பாடுபட்டான். அதன்பின் பாவெல் ஷூராவைக் குளத்தில் தள்ளிவிட்டு, தான் குளக்கரைக்குப் பாய்ந்தான். வெஞ்சினங்கொண்ட ஷூரா அவனைக் கிழித்தெறிய வேண்டுமென்ற வெறியில் பின்தொடர்ந்தான்.

பாவெல் திரும்பினான்; எதிரியை நோக்கினான். உடனே ஷுஹ்ராயின் போதனை நினைவுக்கு வந்தது.

"உன் உடலின் பாரத்தை உனது இடது பாதம் தாங்கிக்கொள்ள வேண்டும்; வலதுகால் விறைத்திருக்க வேண்டும்; ஆனால் வலது முழங்கால் சிறிதளவு வளைந்திருக்க வேண்டும். அந்த நிலையில், பலம் முழுவதையும் திரட்டி, எதிரியின் முகவாய்க் கட்டையைக் குறியாக வைத்து, மேல் நோக்கி அடி!"

அம்மாதிரியே பாவெல் செய்தான்.

எதிரியின் பற்கள் நொறுங்கின. ஷூரா முகவாய்க் கட்டையிலும், பற்களுக்கிடையே சிக்கிக் கடிபட்ட நாக்கிலும் ஏற்பட்ட வேதனை தாங்கமுடியாமல் கைகளை அசட்டுத்தனமாக மேலும் கீழுமாக ஆட்டிக்கொண்டு, நிலை தவறிக் குளத்தில் விழுந்தான்; பேரொலியுடன் தண்ணீர் எழும்பிச் சிதறியது.

குளக்கரையிலிருந்த தோன்யாவுக்கு அளவற்ற ஆனந்தம்; ஒலி கேட்குமளவுக்குச் சிரித்தாள்.

“பலே! பலே! அருமையான சாதனை!” என்று அவள் கரங்கொட்டிக் கூவினாள்.

செடிவேரில் சிக்கிய கொக்கியை இழுத்தான் பாவெல். அவன் இழுத்த இழுப்பில் கயிறு அறுபட்டது. பாவெல் கரையைக் கடந்து சாலையை அடைந்தான்.

“அவன்தான் பாவெல் கர்ச்சாகின் என்ற பெரிய போக்கிரி” என்று தோன்யாவிடம் வீக்தர் கூறியது, அவ்விடத்தை விட்டு அகலும் பொழுது பாவெல் செவியில் விழுந்தது.

ரயில்வே நிலையம் அமைதியற்று இருந்தது. இருப்புப்பாதையில் வேலை செய்யும் தொழிலாளர்கள் வேலை நிறுத்தத்தைத் தொடங்கப் போவதாக வதந்தி பரவியது. அடுத்தாற்போலுள்ள பெரிய ரயில்வே ஸ்டேஷனின் உழைக்கும் தொழிலாளர்கள் பெரியதொரு நடவடிக்கையைத் தொடங்கியிருந்தனர். பிரகடனங்களைக் கொண்டு சென்றன ரென்ற சந்தேகத்தில், ஜெர்மானியர் இரண்டு எஞ்சின் டிரைவர்களைக் கைது செய்தனர். கிராமப்புறத்தைச் சார்ந்த தொழிலாளர்களிடையே, விட்டுப் போன நிலப்பிரபுக்களின் வருகையும் விவசாயிகளின் நிலக் கைப்பற்றுதலும் பெருங்குழப்பத்தையும் ஆத்திரத்தையும் ஊட்டின.

கேத்மானின் போலீஸார்கள் சாட்டையாலடித்ததால், விவசாயிகளின் முதுகுகள் பாளம் பாளமாகப் புடைத்துக் கொண்டன. மாகாணத்தில் கொரில்லா வீரர்களின் இயக்கம் பரவியது. போல்ஷெவிக்குகள் பன்னிரண்டு கொரில்லா வீரர்களின் குழுக்களை உருவாக்கிவிட்டார்கள்.

இந்தக் காலத்தில் ஷுஹ்ராயுக்கு ஓய்வே கிடையாது. நகரத்தில் வசித்தபொழுது அவன் நிறையச் சாதித்துவிட்டான். அவன் பல ரயில்வே தொழிலாளர்களுடன் நன்கு பழகத் தொடங்கினான். இளைஞர்களின் பற்பல விதமான மாலை நிகழ்ச்சிகளில் கலந்து கொண்டான்; ரயில்வே மெக்கானிக்குகளும், மரம் அறுக்கும் மில் தொழிலாளர்களும் கொண்ட பலத்தொரு குழுவை அமைத்தான். ஆர்த்தியோமின் எண்ணத்தை அறிய ஆவல் கொண்டு, அவனிடம் பேச்சுக் கொடுத்தான். போல்ஷெவிக் கட்சியைப் பற்றியும் அதன் லட்சியத்தைப் பற்றியும் அவன் கருத்து என்னவென்று ஷுஹ்ராய் வினவினான்.

"எனக்கு அந்தக் கட்சிகளைப் பற்றி அதிகம் தெரியாது. ஆனால் உதவி தேவைப்பட்டால், என்னை நிச்சயமாக நம்பலாம்" என்று அந்தத் திடகாத்திரமான கருமான் விடையளித்தான்.

ஷுஹ்ராய் இதைக் கேட்டுத் திருப்தியடைந்தான். ஆர்த்தியோம் நன்னெறியில் நடப்பவன் என்பதையும் அவன் சொன்ன சொல்லைக் காப்பாற்றுவானென்பதையும் ஷுஹ்ராய் நன்கறிவான். ஆனால் ஆர்த்தியோம் கட்சியில் சேருவதற்குத் தயாராக இல்லை என்பது தெளிவு. "பரவாயில்லை. இப்படிப்பட்ட காலத்தில் அவன் சீக்கிரத்தில் விஷயத்தைச் சுயமாகப் புரிந்துகொள்வான்!" என்று ஷுஹ்ராய் எண்ணினான்.

ஷுஹ்ராய் மின்சார நிலைய வேலையை விட்டுவிட்டு, ரயில்வே டெப்போவில் வேலையை ஏற்றுக்கொண்டான். இவ்வேலை அவனுக்கு மிகவும் உதவியாக இருந்தது. மின்சார நிலையத்தில் இருந்தபொழுது, ரயில்வேயுடன் தொடர்பு இல்லாமலிருந்தது.

ரயில்வே போக்குவரத்து மிகவும் அதிகமாகவிருந்தது. ஜெர்மானியர்கள் உக்ரேய்னாவில் கொள்ளையடித்த பொருட்களாகிய ரை, கோதுமை, கால்நடைகள் முதலியவற்றையெல்லாம் ஆயிரக்கணக்கான ரயில் பெட்டிகளில் ஏற்றி அனுப்பிக் கொண்டிருந்தனர்...

ஒருநாள் கேத்மானின் போலீஸார் ரயில்வே நிலையத் தந்தி இலாகா சிப்பந்தியான பொனமரேன்கோவைக் கைது செய்தனர். இது ஓர் எதிர்பாராத அடி. அவனைத் தம்மிடத்துக்குச் கொண்டு சென்று மிருகத்தனமாகத் தாக்கிச் சித்திரவதை செய்தனர். எனவே ஆர்த்தியோமின் கூட்டாளியான ரொமான் ஸிதரேன்கோவை அவன் காட்டிக் கொடுத்திருக்கலாம்.

இரண்டு ஜெர்மானியரும் ஸ்டேஷனில் ராணுவ உதவித் தலைவனான கேத்மான்காரனும் வேலை நேரத்தில் ரொமானைத் தேடி வந்தனர். அந்த உதவித் தலைவன் ரொமான் வேலை செய்து கொண்டிருந்த விசிப்பலகைக்குச் சென்று ஒரு வார்த்தைகூட பேசாமல் அவனுடைய முகத்தில் தன் சாட்டையால் அடித்தான்.

"வேசி மகனே! வெளியே வா! உன்னோடு ஒரு விஷயம் பேச வேண்டும்" என்று அவன் கூறினான். விகாரமான வெறிப் பார்வையுடன், அவன் அந்தக் கொல்லனின் கையைப் பற்றி விசையுடன் முறுக்கினான். "கிளர்ச்சி செய்வதற்குக் கற்றுத் தருகிறோம்! வா!" என்று இரைந்து கூறினான்.

ரொமானுக்குப் பக்கத்தில் வேலை செய்து கொண்டிருந்த ஆர்த்தியோம், கையிலிருந்த அரத்தைக் கீழே போட்டுவிட்டு, பயங்கரமான தோற்றத்துடன் கேத்மான்காரனை நெருங்கினான்.

"அவனை அடிக்க உனக்கு என்ன உரிமை? முறைகேடாகப் பிறந்தவனே!" என்று தன் உள்ளத்தில் பொங்கி வந்த கோபாவேசத்தை அடக்குவதற்கு முயற்சித்துக் கொண்டே கரகரத்தக் குரலில் கூவினான் ஆர்த்தியோம்.

அந்த ஸ்டேஷன் அதிகாரி, கைத்துப்பாக்கியின் உறையைத் திறந்த படியே பின்வாங்கினான். பருமனாகவும் கட்டை குட்டையாகவும் இருந்த ஒரு ஜெர்மானியன், தனது பளுவான துப்பாக்கியை–அகலமான கத்திபோல் அமைந்த பாய்னெட்டுடன் கூடிய அத்துப்பாக்கியை–தோளிலிருந்து எடுத்துச் சுடுவதற்குத் தயாராக்கிக் கொண்டான்.

"நில்!" என்று அவன் ஊளையிட்டான். இன்னும் ஓர் அசைவில் சுட்டுவிடுவான் போலிருந்தது. நன்கு உயர்ந்து வளர்ந்திருந்த கொல்லன் அந்தக் குட்டை மனிதனுக்கு எதிரில் ஏதும் செய்ய இயலாது நின்றான்.

ரொமான், ஆர்த்தியோம் இருவரும் கைதானார்கள். ஒரு மணி நேரம் கழிந்தபின் ஆர்த்தியோம் விடுதலையானான். ஆனால் ரொமான் நிலவறையிலிருந்த ஒரு சாமான் கிடங்கில் பூட்டி வைக்கப்பட்டான்.

இருவரும் கைதாகி பத்து நிமிடங்கள் ஆவதற்குள் சகலத் தொழிலாளரும் வேலையை நிறுத்தினார்கள். டெப்போ தொழிலாளர்கள் ஸ்டேஷன் பூங்காவில் கூடினார்கள். சுவிச்சுக்காரர்களும் பண்டசாலைத் தொழிலாளர்களும் அங்கு வந்து அவர்களுடன் சேர்ந்து கொண்டனர். கூட்டத்தில் ஆவேசம் பொங்கி எழுந்தது. ரொமான், பொனமரேன்கோ ஆகிய இருவரும் உடனடியாக விடுதலை பெற வேண்டுமென்ற கோரிக்கையை ஒருவர் தீர்மானமாக எழுதினார்.

கேத்மான்காரர்கள் சிலருடன் கைத்துப்பாக்கியைக் காட்டி மிரட்டிக்கொண்டே, உதவித்தலைவன் அங்கு வந்தான்.

"வேலைக்குத் திரும்புங்கள். இல்லாவிட்டால் ஒருவர் விடாமல் உங்களைப் பிடித்துச் சிறையில் தள்ளுவோம்! சிலரைச் சுட்டுத் தள்ளுவோம்!" என்று அவன் சீறியதைக் கேட்டுக் தொழிலாளர் ஆத்திரங்கொண்டனர்.

ஆனால் சினங்கொண்ட தொழிலாளரின் இரைச்சலைக் கேட்ட அதிகாரி, ஸ்டேஷனுக்கு ஓடினான். அதற்குள், ஸ்டேஷனின் ராணுவத் தலைவன் நகரத்திலிருந்த ஜெர்மானியச் சிப்பாய்களை

அனுப்பும்படி சேதி அனுப்பிவிட்டதால் அவர்கள் லாரிகளின் மூலம் கட்டளையிடப்பட்ட நிலையத்தை நோக்கி விரைந்து வந்தனர்.

தொழிலாளர்கள் கலைந்து தத்தம் இல்லத்துக்கு ஓடிவிட்டனர். எவரும் வேலைக்குப் போகவில்லை. உதவி ஸ்டேஷன் மாஸ்டர்கூட வேலைநிறுத்தம் செய்துவிட்டான். ஷுஹ்ராயின் வேலைக்குத் தக்க பயன் ஏற்பட்டது. ஸ்டேஷன் தொழிலாளரின் முதல் வெகுஜன நடவடிக்கை இதுவே.

ரயில்வே பிளாட்பாரத்தில் ஜெர்மானியர்கள், ஒரு பெரிய எந்திரத் துப்பாக்கியை நிறுத்தினார்கள். கால்களை விறைத்துக் கொண்டு பாய்வதற்குத் தயாராக நிற்கும் வேட்டை நாய் போன்று அது நின்று கொண்டிருந்தது. அதன் பக்கத்தில், விசைப் பிடியில் கை வைத்த படியே, ஒரு ஜெர்மானியக் கார்ப்போரல் உட்கார்ந்திருந்தான்.

ரயில்வே நிலையம் வெறுமையாகக் கிடந்தது.

இரவில் ஆர்த்தியோம் உட்படப் பலர் கைதானார்கள். அன்று இரவு ஷுஹ்ராய் தன் வீட்டுக்குப் போகாததால் தப்பினான்.

கைதானவர்கள் அனைவரும் ஒரு பெரிய சரக்குக் கிடங்கில் ஆடுமாடு மாதிரி அடைக்கப்பட்டனர். வேலைக்கு அவர்கள் திரும்பா விட்டால் இராணுவக் கோர்ட்டில் தண்டிக்கப்படுவார்களென்று எச்சரிக்கப்பட்டனர்.

கிட்டத்தட்ட எல்லா ரயில்வே தொழிலாளர்களும், வேலை நிறுத்தம் செய்துவிட்டனர். பகலிலும் இரவிலும் ஒரு ரயில்கூடப் போகவில்லை. அதே சமயத்தில் , சுமார் நூற்று இருபது கிலோ மீட்டர்களுக்கு அப்பால் கொரில்லாக் குழு ஒன்றுக்கும் ஜெர்மானி யருக்கும் இடையே சண்டை நடந்துகொண்டிருந்தது. அந்தக் கொரில்லாக்கள் இருப்புப் பாதையைப் பெயர்த்துக் கொண்டும், பாலங்களைத் தகர்த்துக் கொண்டுமிருந்தனர்.

அன்று இரவு ஒரு ஜெர்மானிய இராணுவ ரயில் ஸ்டேஷனுக்கு வந்தது. ஆனால், எஞ்சின் டிரைவரும் அவருடைய துணையாளும் பயர்மேனும் எஞ்சினைவிட்டு ஓடிவிட்டனர். அதைத் தவிர, வேறு இரண்டு ரயில்கள் கிளம்புவதற்குத் தயாராயிருந்தன.

சரக்குக் கிடங்கின் கனமான கதவுகள் திறந்தன. ஸ்டேஷனின் ராணுவத் தலைவனான ஒரு ஜெர்மானிய லெப்டினன்டும் உதவித் தலைவனும் சில ஜெர்மானியர்களும் உள்ளே நுழைந்தனர்.

“கர்ச்சாகின், பொலென்தோவ்ஸ்க்கிய், புருஸ்ஷாக், நீங்கள் மூவரும் சேர்ந்து ஒரு ரயிலை எடுக்க வேண்டும். இதற்கு இணங்கா

விட்டால் இந்த இடத்திலேயே உங்களைச் சுட்டுக்கொல்வோம். என்ன சொல்கிறீர்கள்?" என்று உதவித் தலைவன் கர்ஜித்தான்.

மூன்று தொழிலாளரும் வேண்டா வெறுப்புடன் தலையசைத்துச் சம்மதம் தெரிவித்தனர். காவலாளிகள் புடைசூழ அவர்களை எஞ்சினுக்குக் கொண்டு போனார்கள். அதேசமயம், அடுத்த ரயிலை எடுக்கவேண்டிய மூன்று தொழிலாளர்களையும் உதவித் தலைவன் அழைத்துக் கொண்டிருந்தான்.

எஞ்சின் கோபத்துடன் புகைபோக்கி வழியாக ஒளி பொருந்திய தீப்பொறிகளைக் கக்கிக்கொண்டும் பெருமூச்சு விட்டுக் கொண்டும் இருளைத் துருவிக் கொண்டும் இருப்புப் பாதைகளின் மேல் அந்த நடு இரவில் வேகமாகச் சென்றுகொண்டிருந்தது. உலையில் கரியைத் தள்ளிவிட்டு, அதன் கதவைக் காலால் உதைத்து மூடிய ஆர்த்தி யோம். கருவிப் பெட்டி மீதிருந்த தட்டைமூக்குக் கெண்டியிலிருந்து தண்ணீரைக் குடித்துவிட்டு, கிழட்டு எஞ்சின் டிரைவரான பொலென் தோவ்ஸ்க்கியை நோக்கிக் கூறினான்.

"என்ன அப்பா! வண்டியைச் செல்ல வேண்டிய இடத்துக்கு ஓட்டத்தான் போகிறோமா?"

அதைக்கேட்ட டிரைவருடைய கண்களில் கோபம் கொந்தளித்தது.

"பாய்னெட்டால் குத்தினால் செய்ய மாட்டோமா?"

புருஸ்ஷாக், கரிப்பெட்டியின் மீது அமர்ந்திருந்த ஜெர்மானிய சிப்பாயை ஓரக்கண்ணால் பார்த்துக் கொண்டே, "எல்லாவற்றையும் தொலைத்து முழுகிவிட்டுத் தப்பியோட வேண்டும்!" என்று யோசனை கூறினான்.

"என் கருத்தும் அதுவே. ஆனால் இந்தக் கழுகு பின்னால் உட்கார்ந் திருக்கிறதே!" என்றான் ஆர்த்தியோம்.

"அது சரி" என்று தெளிவில்லாமல் பதில் அளித்துவிட்டு, புருஸ்ஷாக் ஜன்னல் வழியாகத் தலையை வெளியே நீட்டினான்.

பொலென்தோவ்ஸ்க்கிய் ஆர்த்தியோம் அருகில் வந்து நின்றான்.

"நாம் இந்த வண்டியை ஓட்டிச் செல்ல முடியாது. புரிந்ததா? கொஞ்ச தூரத்துக்கு அப்பால் சண்டை நடக்கிறது. நமது தோழர்கள், பாதையில் வெடிவைத்து விட்டார்கள். அவர்களைச் சுட்டுக் கொல் வதற்கு நாம் இந்தப் பன்றிப் பயல்களை ஏற்றிச் செல்கிறோம். தம்பீ! ஜாராண்ட காலத்தில்கூட, வேலை நிறுத்தம் நடந்தபொழுது நான் வண்டியை ஓட்டியதேயில்லை. இப்பொழுது செய்வேனா? மாட்டேன். நம் சகோதரர்களின் அழிவை நாமே தேடினால், நமக்கு நீங்காத

இழிவைத் தேடிக்கொள்வோம். இந்த எஞ்சினுடைய சிப்பந்திகள் தப்பியோடினார்கள், இல்லையோ? அவர்கள் உயிரையும் திரணமாக மதித்து அந்தக் காரியத்தைச் செய்தார்கள். நாம் மட்டும் வண்டியை ஓட்ட முடியுமா? நீ என்ன நினைக்கிறாய்?'' என்று டிரைவர், ஆர்த்தியோம் காதில் இரகசியமாகப் பேசினான்.

"அப்பா! நீங்கள் சொல்வது சரிதான். ஆனால் அவனை என்ன செய்வது?" என்று கேட்டுக்கொண்டே, ஆர்த்தியோம் ஜெர்மானிய சிப்பாயைத் தன் பார்வையால் காட்டினான்.

எஞ்சின் டிரைவர் புருவத்தைச் சுருக்கினான். கைநிறையக் கந்தலை எடுத்து, நெற்றி வியர்வையைத் துடைத்தான். தன்னை வதைக்கும் வினாவுக்கு விடை தேடுவதைப் போல, இரத்தம் சுரந்து சிவந்த கண்களால் அழுத்தமானியை உற்று நோக்கினான். அதன்பின், நம்பிக்கையில்லாத ஏக்கத்திலும் கோபவெறியிலும் ஆணையிட்டுச் சபித்தான்.

ஆர்த்தியோம் மீண்டும் கெண்டியிலிருந்து தண்ணீர் குடித்தான். இருவரும் ஒரே விஷயத்தைப் பற்றிச் சிந்தித்தனர். ஆனால் இருவரில் எவராலும் திட்டமான ஒரு முடிவுக்கு வர முடியவில்லை. "தோழா! போல்ஷெவிக் கட்சியையும் கம்யூனிஸத்தையும் பற்றி என்ன நினைக் கிறாய்?" என்று ஷுஹ்ராய் கேட்ட கேள்வியும், "நான் எப்பொழுதும் உதவச் சித்தமாயிருக்கிறேன். நீ என்ன்ன நம்பலாம்" என்று அவன் தந்த பதிலும் ஆர்த்தியோம் நினைவுக்கு வந்தன.

''தண்டனைப் படையை ஏற்றிச் செல்வது தான் உதவி செய்யும் அழகா!'' என்று அவனே சிந்தித்தான். இப்பொழுது, டிரைவர் கருவிப் பெட்டிக்கு மேல் வளைந்து, ஆர்த்தியோம் காதில் மிகுந்த கடினத்துடன் கூறினான் :

"அவனைத் தீர்த்துக்கட்ட வேண்டும். புரிந்ததா?"

ஆர்த்தியோம் அதிர்ச்சியடைந்தான். டிரைவர் பற்களைக் கடித்துக் கொண்டே கூறினான் :

''வேறுவழி இல்லை. அவனை மண்டையிலடித்துக் கொல்ல வேண்டும். அதன்பிறகு ஓட்ட வேகத்தைக் கட்டுப்படுத்தும் இயக்குக் கருவியையும், நெம்புகோல்களையும் உலைக்குள் தள்ளிவிட்டு, வண்டி யின் வேகத்தை நன்கு குறைத்துவிட்டு வண்டியிலிருந்து இறங்கி ஓடி விட வேண்டும்."

ஒரு பெரிய பளு தோளிலிருந்து இயங்கிய மாதிரி, ஆர்த்தி யோமுக்குத் தோன்றியது.

"சரி" என்றான் அவன்.

புருஸ்ஷாக் பக்கம் திரும்பி, அவர்களுடைய முடிவை ஆர்த்தி யோம் எடுத்துரைத்தான்.

புருஸ்ஷாக் உடனடியாகப் பதில் கூறவில்லை. அவர்கள் மூவரும் ஓர் உயிருக்கு ஆபத்தான காரியத்தில் ஈடுபட இருக்கிறார்கள். அவர்கள் ஒவ்வொருவரும் தத்தம் குடும்பத்தைப் பற்றி எண்ண வேண்டும். டிரைவர் குடும்பம்தான் மிகப்பெரிது. அவன் ஒன்பது பேருக்குச் சோறு போடவேண்டும். ஆனால் ரயிலைச் சேர வேண்டிய இடத்துக்குக் கொண்டு போக முடியாது என்பதை மூவரும் தெளிவாக உணர்ந்தனர்.

"அப்படியே ஆகட்டும்! நான் உங்களுடன். அவனை யார்...?" என்று புருஸ்ஷாக் முடிவில்லாத வாக்கியத்துடன் தன் பதிலைத் தெரிவித்தான். அந்த அரைகுறை வாக்கியத்தின் அர்த்தம் ஆர்த்தி யோமுக்கு நன்றாகப் புரிந்ததால் அவன் அதை முடிக்கவில்லை.

இயக்குக் கருவியைக் கவனித்துக் கொண்டிருந்த டிரைவர் பக்கம் ஆர்த்தியோம் திரும்பினான். புருஸ்ஷாக்கின் சம்மதத்தைச் சைகை மூலம் தெரிவித்தான். ஆனால் தீராத ஒரு பிரச்சினையால் கலக்க மடைந்து, அவன் கிழவனை நெருங்கினான்.

"எப்படிச் செய்வது?" என்று கேட்டான்.

டிரைவர் ஆர்த்தியோமை நோக்கினான்.

"நீயே தொடங்கு. நீதான் பலசாலி. நாங்கள் அவனுக்குக் கடப் பாரையால் சரியான அடி கொடுப்போம். அத்துடன் காரியம் முடிந்து விடும்" என்று உள்ளக் கிளர்ச்சி மிகுந்தவனாகக் கிழவன் பேசினான்.

ஆர்த்தியோம் புருவத்தைச் சுளித்தான்.

"என் கைகள் எழ மறுக்கிறது. என்னால் முடியாது. சிந்தித்துப் பார்த்தால், அவனைக் குற்றங்கூற முடியாது. அவனும் பலாத்காரத்துக்கு உட்பட்டவன்தானே?"

கிழவனின் கண்களில் செவ்வொளி வீசியது.

"அவனைக் குற்றம் சொல்ல முடியாதென்று கூறுகிறாயா? இந்த வேலையைச் செய்யும்படி நாமும் கட்டாயப்படுத்தப்படுவதால், நம்மை யும் குற்றம் சொல்லமுடியாது. ஆனால் ஒரு தண்டனைப் படை ரயிலை ஓட்டிச் செல்கிறோமென்பதை மறந்துவிடாதே. கொரில்லா வீரர் களைச் சுட்டுக் கொல்வதற்காக இந்த நிரபராதிகள் கிளம்பியிருக் கிறார்கள். அப்படியானால் கொரில்லா வீரர்களையா பழிக்க வேண்டும்? தம்பீ, அதெல்லாம் இல்லை. உனக்கு ஏறுபோல் பலம் இருந்தபொழுதிலும், அதனால் பயன் எதுவுமில்லை" என்றான் டிரைவர்.

"சரி, சரி!" என்று ஆர்த்தியோம் படாரென்று கூறினான். உடனே அவன் கடப்பாரையைக் கரத்தில் எடுத்தான். ஆனால் டிரைவர் அவனது காதுக்குள் பேசத் தொடங்கினான்.

"நான் அதைச் செய்கிறேன். காரியம் கறாராக நடப்பதற்கு அது உத்திரவாதம். நீ அகப்பையை எடுத்துக் கொண்டு கரிப்பெட்டி யிலிருந்து கரியைத் தள்ளுவதற்காக ஓர் அடி கொடு. நான் கரியை உடைப்பது மாதிரிப் பாசாங்கு செய்கிறேன்."

இதை புருஸ்ஷாக்கும் கேட்டுக்கொண்டு தலை அசைத்தான்.

"கிழவனே! நீ சொல்வது சரிதான்" என்று சொல்லிவிட்டு இயக்குக் கருவியின் பக்கத்தில் நின்று கொண்டான்.

சிவப்புப் பட்டையுடன் கூடிய ராணுவக் குல்லாவை அணிந்திருந்த ஜெர்மானிய சிப்பாய் பாதங்களுக்கிடையே நிறுத்திப் பிடித்த துப்பாக்கி யுடன், சுருட்டுப் புகை பிடித்துக்கொண்டு, கரிப்பெட்டியின் ஓரத்தில் உட்கார்ந்திருந்தான். எஞ்சினை ஓட்டிக்கொண்டு சென்ற மூவரையும் எப்பொழுதாவது நோக்கினான்.

ஆர்த்தியோம் கரியைத் தள்ள ஏறியபொழுது; பாராக்காரன் அதைப் பொருட்படுத்தவில்லை. கரிப்பெட்டியின் ஓரத்திலிருந்த பெரிய கரிகளை வேண்டுவதுபோல டிரைவர் பாராக்காரனுக்குச் சைகை காட்டி இடத்தைவிட்டு அகலும்படி வேண்டினான். அவனும் பெட்டியிலிருந்து இறங்கி, எஞ்சினின் கதவை நோக்கி நடந்தான்.

கடப்பாரைத் தாக்குதலால் பாராக்காரனது கபாலம் உடைந்து கிளம்பிய ஒலியைக் கேட்டவுடன் பழுக்கக் காய்ச்சிய இரும்பைத் தொட்டமாதிரி, ஆர்த்தியோமும் புருஸ்ஷாக்கும் அதிர்ச்சியடைந்தனர். சிப்பாயின் உடல் கீழே விழுந்தது. டிரைவரின் சிற்றறைக்குச் செல்லும் வழியை அடைத்தது.

கம்பளிக் குல்லாய் வழியாக இரத்தம் வேகமாக ஒழுகிப் பெருகியது. கரிப்பெட்டியின் இரும்புச் சுவர் மீது மோதிய துப்பாக்கி கடகடவென்ற சப்தத்தை உண்டாக்கியது.

"முடிந்தது!" என்று குசுகுசுவென்று கூறிக்கொண்டே டிரைவர் கடப்பாரையைக் கீழே போட்டான். "இனி நாம் பின்னோக்கிச் செல்ல முடியாது" என்றான். அவனது முகம் வலிப்பு கண்டமாதிரி கோரமாக மாறியது.

அவனது நா தழுதழுத்தது; பிறகு, மூவரையும் சுற்றிச் சூழ்ந்த அமைதியைக் குலைப்பதற்காக அவன் உரக்கக் கூவினான்:

"இயக்குக் கருவியின் திருகை அகற்றுங்கள்! சீக்கிரம்!"

பத்து நிமிடங்களில் காரியம் பூர்த்தியாயிற்று. கட்டுப்பாடில்லாததாகிவிட்ட எஞ்சினுடைய வேகம் கொஞ்சம் கொஞ்சமாகக் குறையத் தொடங்கியது.

வழியில் இருந்த மரங்களின் கரிய, பெரிய வடிவங்கள், எஞ்சின் ஒளி வட்டத்துக்குள் சிக்கின; ஆனால் சடுதியில் அவை ரயிலுக்குப் பின்னால் நிலவிய கும்மிருட்டுக்குள் மறைந்தன. இரயிலின் முன்புற விளக்குகள் இரவின் இருளைத் துளைக்க அரும்பாடுபட்டன. கனமான இருள்திரையைக் குத்திக் கிழித்தன. என்ன பயன்? எங்கும் படர்ந்த அந்த இரவின் இருளில் சுமாராகப் பத்து மீட்டர் தூரத்துக்குத்தான் அவற்றின் வெற்றி. எஞ்சின் தனது கடைசி வலிமையைச் செலவிடுவது போல் தன் சுவாசத்தைப் படிப்படியாகக் குறைத்துக்கொண்டே வந்தது.

“மகனே, குதி!” என்று டிரைவர் பின்னாலிருந்து கூறியதைக் கேட்டான் ஆர்த்தியோம். கைப்பிடியை விட்டான். ரயிலின் வேகத்தால் அவனது வலிய உடல் முன்னோக்கிச் செல்ல, அவனது பாதங்கள் தரையைத் தொட்டுக்கொண்டு நின்றன. ஓரிரண்டு அடிகள் ஓடியவுடன் அவன் சுருண்டு விழுந்தான்.

அதே சமயத்தில், இன்னும் இரண்டு உருவங்கள் எஞ்சினிலிருந்து குதித்தன.

புருஸ்ஷாக் இல்லத்தை இருள் கவ்வியிருந்தது. ஸெர்யோஷாவின் தாயாரான அன்தனீனா வஸீலியெவ்னா கடந்த நான்கு நாட்களாக மெய்வருந்தி மனங்குமைந்து துயருற்றிருந்தாள். அவளது கணவனிடமிருந்து ஒரு தகவலும் இல்லை. அவன் நான்கு நாட்களுக்கு முன் ஆர்த்தியோம், பொலென்தோவ்ஸ்கிய் ஆகியோருடன் ரயிலை ஓட்டிச் செல்ல வேண்டுமென்று ஜெர்மானியரால் கட்டாயப்படுத்தப்பட்டான் என்பது அவளுக்குத் தெரியும். நேற்றைய தினம், கேத்மான் காரர்கள் மூவர் அவளது வீட்டுக்கு வந்து அவளிடம் முரட்டுத்தனமாகக் கேள்வி கேட்டனர், கேவலமாகப் பேசினர்.

அவர்களது கூற்றிலிருந்து ஏதோ தகராறு நடந்திருக்கிறது என்று அவள் பொதுப்படையாகத் தெரிந்துகொண்டாள். மிகுந்த மன வேதனை அடைந்தாள். அந்தக் காவலாளிகள் தொலைந்தவுடன் அவள் தலையில் தலைத் துணியைக் கட்டிக்கொண்டு, கர்ச்சாகினாவைப் பார்க்கச் சென்றாள். அவளிடமிருந்து ஏதாவது சேதி கிடைக்கும் என்பது அன்தனீனா வஸீலியெவ்னாவின் நம்பிக்கை.

அவளது மூத்த பெண் வால்யா சமையலறையைச் சுத்தம் செய்து கொண்டிருந்தாள். தாயார் வெளியே செல்வதைக் கவனித்த அவள் “அம்மா, ரொம்ப தூரமா?” என்று கேட்டாள்.

"கர்ச்சாகின் வீட்டுக்குச் செல்கிறேன்" என்றாள் தாய். அவளது கண்களில் நீர் சுரந்து நிரம்பியது. "ஒருவேளை, அவர்களுக்கு அப்பாவைப் பற்றி ஏதாவது தெரிந்திருக்கலாம். ஸெர்யோஷா வீட்டுக்கு வந்தால், டிரைவர் வீட்டுக்குப் போய் வரச்சொல்."

வால்யா தாயின் கழுத்தைக் கட்டிக்கொண்டாள்.

"அம்மா, அழாதே, வருந்தாதே" என்று கூறி அன்னையை வழியனுப்பினாள்.

எப்பொழுதும் போல, மரீயா யாக்கொவ்லெவ்னா அன்தனீனா வஸீலியெவ்னாவுக்கு உளங்கனிந்த நல்வரவு கூறினாள். ஒருத்தி இன்னொருத்தியிடமிருந்து தகவல் கிடைக்குமென்று நம்பினாள். ஆனால் அவர்கள் ஓரிரு வார்த்தைகள் பேசியதும், இருவருக்கும் அந்த நம்பிக்கை மறைந்தது.

கர்ச்சாகின் வீட்டிலும் இரவில் சோதனை நடந்தது. சிப்பாய்கள் ஆர்த்தியோமைத் தேடிக் கொண்டு அங்கு வந்தனர். மகன் வீட்டுக்கு வந்தால் இராணுவத் தலைமைக் காரியாலயத்துக்குத் தாமதமில்லாமல் தகவல் அனுப்ப வேண்டும் என்று மரீயா யாக்கொவ்லெவ்னாவிடம் கூறிச் சென்றனர்.

அந்த சோல்ஜர்களைக் கண்டதும், மரீயா யாக்கொவ்லெவ்னா பயந்து கதிகலங்கிவிட்டாள். அவள் வீட்டில் தனியாக இருந்தாள். ஏனெனில் பாவெல் வழக்கம் போல் மின்சார நிலையத்தில் இரவு ஷிப்ட் வேலைக்குப் போய்விட்டான்.

பாவெல் வேலையை முடித்துக் கொண்டு வீட்டுக்குத் திரும்பியதும் தாயாரிடமிருந்து சோதனையைப் பற்றி அறிந்துகொண்டான். அண்ணனைப் பற்றிய கவலை அவனை உள்ளூர அரித்துத் தின்றது. அண்ணனுக்கும் தம்பிக்கும் குணத்தில் வேற்றுமைகள் உண்டு என்பது உண்மைதான். ஆர்த்தியோம் பற்றுதல் இல்லாதவன் மாதிரித் தோற்றமளித்ததும் உண்மை. ஆனால் அண்ணனுக்கும் தம்பிக்கும் இடையே ஆழ்ந்த பாசம் இருந்தது. அது புறக்குறிகளில் பிரதிபலிக்காத அன்பு ஆகும். ஆனால் அண்ணனுக்காக எத்தகைய தியாகத்தையும் தன்னால் தயக்கமின்றிச் செய்ய முடியும் என்பதை பாவெல் அறிந்திருந்தான்.

ஓய்வு எடுக்காமல், களைத்துத் திரும்பிய பாவெல் ஷுஹ்ராயைப் பார்ப்பதற்காக ஸ்டேஷனின் டெப்போவுக்கு ஓடினான். அங்கு ஷுஹ்ராயைக் காணவில்லை. அவனுக்கு அறிமுகமான இதர தொழிலாளர்களால், காணாமற்போன மூவரைப் பற்றி ஒன்றும் சொல்ல முடியவில்லை. எஞ்சின் டிரைவர் பொலென்தோவ்ஸ்க்கியின் குடும்பத்துக்கும் ஏதும் தெரியவில்லை. டிரைவரின் கடைசி மகன் பொரீஸ் என்பவனை வாசற்கதவருகில் சந்தித்தபொழுது, அவர்களது வீடும்

இரவில் சோதனைக்குள்ளாயிற்று என்பதைத்தான் பாவெல் தெரிந்து கொண்டான். சோல்ஜர்கள் டிரைவரைத் தேடிக்கொண்டிருந்தனர்.

அன்னையிடம் கூறுவதற்கு எத்தகைய தகவலுமில்லாமல் பாவெல் வீட்டுக்குத் திரும்பினான். ஒரேயடியாகக் களைத்துப் போயிருந்த பாவெல் படுக்கையில் விழுந்தான்; உடனடியாக அமைதியற்ற, கனவுகளுடன் கூடிய உறக்கத்தில் ஆழ்ந்தான்.

கதவைத் தட்டும் சப்தம் கேட்டவுடன் வால்யா திரும்பிப் பார்த்தாள்.

"யார் அங்கே?" என்று கேட்டுக்கொண்டே அவள் தாழ்ப்பாளைத் திறந்தாள்.

கதவு திறக்கப்பட்டது. தலைவிரி கோலமாய், சிவப்புக் கிழங்குத் தலை கிலீம் நின்றுகொண்டிருந்தான். அவன் ஓடோடி வந்திருக் கிறான் என்பது தெளிவாகத் தெரிந்தது. அவன் மேல்மூச்சு கீழ் மூச்சு வாங்கிக் கொண்டிருந்தான். அவனுடைய முகம் சிரமத்தால் சிவந்திருந்தது.

"உன் தாயார் வீட்டில் இருக்கிறாளா?" என்று அவன் வால்யாவை வினவினான்.

"இல்லை. வெளியே போயிருக்கிறாள்."

"எங்கே?"

"பாவெல் வீட்டுக்கு என்று நினைக்கிறேன்."

கிலீம் பாய்ந்தோடப் பார்ப்பதைக் கண்ட வால்யா அவனது சட்டைக் கையைப் பற்றிக் கொண்டாள்.

கிலீம் அவளைத் தயக்கத்துடன் நோக்கினான்.

"உன் தாயாரிடம் ஒரு விஷயம் சொல்ல வேண்டும்."

"என்ன விஷயம்?" என்று கேட்டாள் வால்யா. "என்ன விஷய மென்று உடனே சொல், செந்தலைக் கரடியே! என்னை ஏன் குழப்பமடையச் செய்கிறாய்?" என்று அதிகாரக் குரலில் அவனைத் தூண்டித் தூண்டி கேட்கத் தொடங்கினாள்.

கிலீம் ஷுஹ்ராயின் எச்சரிக்கைகளை மறந்தான். குறிப்பை அன்தனீனா வஸீலியெவ்னாவிடம்தான் கொடுக்க வேண்டும் என்ற கண்டிப்பான கட்டளையை மறந்தான். சட்டைப்பையிலிருந்து அழுக்குப்படிந்த துண்டுக் காகிதம் ஒன்றை எடுத்து, வால்யாவிடம் கொடுத்தான். ஸெர்யோஷாவின் அழகுத் தங்கையிடம் அவன் எந்த விஷயத்திலும் மறுப்புச் சொல்ல முடியாது. உண்மையில், அவனது

இதயத்தில் அவளுக்கு ஒரு தனியான இடம் உண்டு. ஆனால் மிக நாணமுள்ள அவன், தனக்கு வால்யாவைப் பிடித்திருக்கிறது என்ற உண்மையை எந்தக் காரணம் கொண்டும், தன் உள்மனதிற்குக்கூட சொல்லியிருக்க மாட்டான்.

"அன்புள்ள அன்தனீனா! கவலை வேண்டாம்! எல்லாம் நன்றாக நடந்தேறியுள்ளன. நாங்கள் யாவரும் உயிருடன் பாதுகாப்பாக இருக்கிறோம். சீக்கிரத்தில் உங்களுக்கு மேற்கொண்டு செய்தி கிடைக்கும். எல்லாம் நல்லபடியாக உள்ளனவென்றும் அவர்கள் கவலைப்பட வேண்டாமென்றும் மற்றவர்களும் அறிந்து கொள்ளட்டும். இந்தக் கடிதத்தை எரித்துவிடு - ஸஹார்."

வால்யா கிலீமிடம் பாய்ந்து சென்றாள்.

"என் அன்பான செந்தலைக் கரடியே! இந்தக் கடிதம் உனக்கு எங்கு கிடைத்தது? கொடுத்தது யார்?" என்று கேட்டுக்கொண்டே, அவள் கிலீமை குலுக்கினாள். எனவே அவன் தன்னை மறந்து இரண்டாவது தவறையும் செய்தான்.

"ஸ்டேஷனில் ஷுஹ்ராய் கொடுத்தார்" என்று கூறிய பிறகே, தான் செய்த தவறை உணர்ந்தான். "உன் தாயாரைத் தவிர வேறு யாரிடமும் கொடுக்கக் கூடாதென்று அவர் என்னிடம் கூறினார்" என்று அவன் மேலும் குறிப்பிட்டான்.

வால்யா சிரித்தாள். "பரவாயில்லை. நான் எவரிடமும் சொல்ல மாட்டேன். செந்தலையனே! பாவெல் வீட்டுக்கு ஓடு. அங்கு என் தாயாரைப் பார்க்கலாம்" என்று கூறிவிட்டு அவனை மெல்லத் தள்ளினாள்.

ஒரு வினாடிக்குப் பின் கிலீமின் செந்தலை தோட்டக் கதவு வழியாக மறைந்தது.

மூன்று ரயில்வே தொழிலாளர்களில் ஒருவர்கூட வீட்டுக்குத் திரும்பவில்லை. மாலையில் ஷுஹ்ராய் பாவெலின் வீட்டுக்கு வந்து, ரயிலில் நடந்ததைப் பற்றி மரீயா யாக்கொவ்லெவ்னாவிடம் கூறினான். பீதியடைந்த தாய் அச்சம் நீங்கித் தைரியம் பெறச் செய்வதற்கு அவன் முடிந்த அளவுக்கு முயன்றான். புருஸ்ஷாக்கின் மாமன் ஒரு தொலை தூரக் கிராமத்தில் வசிப்பதாகவும் அங்கு மூவரும் பத்திரமாக இருப்பதாகவும் அவன் கூறினான். அவர்கள் உடனே திரும்பி வர முடியாதென்பது உண்மை. ஆனால் ஜெர்மானியர் எக்கச்சக்கமான நிலைமையில் சிக்கிக் கொண்டிருக்கிறார்கள். எந்த நேரத்திலும் நிலைமை மாறுதல் அடையலாம்" என்று ஷுஹ்ராய் விளக்கினான்.

இதுவரை நடந்த பலவிதமான சம்பவங்களாலும், ஓடிப்போன மூவர்களின் குடும்பங்கள் முன்பைவிட நெருங்கிய உறவு கொண்டன. அந்த மூவரிடமிருந்து அருமையாகக் கிடைத்த குறிப்புக்களை மூன்று குடும்பத்தினரும் ஆவலுடன் படித்துப் பூரித்தனர். ஆனால் ஓடியவர்கள் இல்லாததால், அந்த வீடுகள் வெறிச்சென்று இருந்தன; உயிரோ, ஒளியோ இல்லை எனத் தோன்றியது.

ஒருநாள், ஷுஹ்ராய் தற்செயலாகப் போவது மாதிரி, டிரைவர் பொவென்தோவ்ஸ்க்கிய் வீட்டுக்குச் சென்று, டிரைவரின் மனைவி யிடம் கொஞ்சம் பணம் கொடுத்தான்.

"உங்கள் கணவன் அனுப்பிய பணம். இதைப் பற்றி எவரிடமும் பேசாதீர்கள்" என்று ஷுஹ்ராய் எச்சரித்தான்.

நன்றி உணர்வுடன் கிழவி அவனது கரத்தைப் பிடித்துக் கொண்டாள்.

"வந்தனம். எங்களுக்கு இந்தப் பணம் அவசரமாகத் தேவைப் படுகிறது. குழந்தைகள் உண்பதற்கு ஒன்றுமில்லை."

உண்மையில், புல்காக்கோவ் விட்டுச் சென்ற நிதியிலிருந்து ஷுஹ்ராய் அந்தப் பணத்தை உதவினான்.

"சரி, அடுத்தபடி என்ன நடக்கிறதென்று பார்ப்போம்!" என்று ஏகாந்தமாகப் பேசிக்கொண்டே, ஷுஹ்ராய் ஸ்டேஷனுக்கு நடந் தான். "சுட்டுக்கொல்வோம் என்று அச்சுறுத்தி ஜெர்மானியர் வேலை நிறுத்தத்தைச் சீர்குலைத்தாலும், தொழிலாளர்கள் வேலைக்குத் திரும்பி னாலும், அவர்களது உள்ளத்தில் தீயைக் கிளறியாகிவிட்டது. இனி அந்தத் தீயை அணைக்க எவராலும் முடியாது. அந்த மூவரைப் பொறுத்தவரை, அவர்கள் திண்மையான உள்ளம் படைத்த உண்மை யான தொழிலாளர்கள்!"

இவ்வாறு எண்ணியபொழுது, ஷுஹ்ராய் மனம் பூரித்தது.

வரொபியோவா பால்கா என்ற கிராமத்தின் வெளிப்புறத்தில், கரிபடிந்த தனது சுவற்றைப் பாதைக்குக் காட்டிக் கொண்டு அமைந் திருந்தது அந்தக் கொல்லன் பட்டறை. அங்கே பொலென்தோவ் ஸ்க்கிய், ஜுவாலையுடன் எரியும் உலைக்கு முன் நின்றான்; தீயின் வெளிச்சத்தைத் தாங்க முடியாமல், அவனது கண்கள் குறுகின. அவன் இடுக்கியால் பழுக்கக் காய்ச்சிய இரும்புத் துண்டைப் புரட்டிக் கொண்டிருந்தான்.

மேலேயிருந்த குறுக்குச் சட்டத்திலிருந்து தொங்கிய துருத்தியால், ஆர்த்தியோம் காற்று அடித்துக் கொண்டிருந்தான்.

"இந்தக் காலத்தில், திறமையுள்ள தொழிலாளி, கிராமங்களில் கஷ்டப்படத் தேவையில்லை. எவ்வளவு வேலை வேண்டுமானாலும் கிடைக்கும்" என்று எஞ்சின் டிரைவர் தாடியை உருவிக் கொண்டு மகிழ்ச்சி ததும்பக் கூறினான். "இன்னும் ஓரிரண்டு வாரங்கள் இம்மாதிரி வேலை செய்தால், வீட்டு ஜனங்களுக்கு ஏதாவது உணவுப் பொருள் அனுப்ப முடியும். மகனே, விவசாயி எப்பொழுதுமே கொல்லனைக் கொண்டாடுவான். நாம் முதலாளிகள் மாதிரி வயிறார உண்டு வாழலாம்! ஹி! ஹி!! ஹி!!! புருஸ்ஷாக்குக்கும் நமக்கும் கொஞ்சம் வேற்றுமை இருக்கிறது. அவன் விவசாயிகளுடனேயே சுற்றிக் கொண்டிருக்கிறான். அவனுடைய மாமா மூலம் அவன் நிலத்திலேயே வேரூன்றிவிட்டான். நான் அவனைப் பழித்துக் கூற வில்லை. ஆர்த்தியோம், உனக்கும் எனக்கும் கலப்பையும் கிடையாது, நிலமும் கிடையாது. உடல் வலுவும் கைத்திறனும்தான் உள்ளன! நாம் சிறிதளவுகூட சொத்து இல்லாதவர்கள், உழைப்புச் சக்தியை விற்றுப் பிழைப்பவர்கள்! ஆம்! நாம் கலப்பில்லாத தூய பாட்டாளிகள்! புருஸ்ஷாக்கோ கிராமத்தில் ஒரு காலும் எஞ்சினில் ஒரு காலுமாக இருக்கிறான்" என்று கூறிவிட்டுப் பழுக்கக் காய்ச்சிய இரும்பைக் குறடால் பற்றிப் புரட்டினான். பிறகு சிந்தனை நிறைந்த குரலில் கூறினான் : "மகனே, நம்மைப் பொறுத்தவரை, நிலைமை மோசமாயிருப்பதாகத் தோன்றுகிறது. ஜெர்மானியர் சீக்கிரத்தில் தோல்வியடையவில்லையானால், நாம் எக்கத்தெரீனஸ்லாவ் அல்லது ரஸ்தோவுக்குப் போய்விட வேண்டும். இல்லாவிட்டால் நமக்கே தெரியாமல், நாம் பிடிபட்டு, விண்ணுக்கும் மண்ணுக்கும் இடையே மரத்தில் தொங்குவோம்."

"நீங்கள் சொல்வது முற்றிலும் சரி!" என்று ஆர்த்தியோம் தாழ்ந்த குரலில் கூறினான்.

"நம் மக்கள் ஊரில் எப்படி இருக்கிறார்களோ? அவர்களை எதிர்ப் புரட்சி சிப்பாய்கள் சும்மா விடுவார்களா?"

"ஆமாம், அப்பா! மிகவும் குழப்பமான நிலையிலிருக்கிறோம். வீட்டுக்குத் திரும்ப முடியும் என்ற எண்ணத்துக்கே இனி இடமில்லை!" என்றான் ஆர்த்தியோம்.

எஞ்சின் டிரைவர் தகதகவென்று இருந்த நீலம் பாய்ந்த இரும்பை உலையிலிருந்து எடுத்து, சாமர்த்தியமாக அடைகல் மீது வைத்தான்.

"இதை அடி, மகனே!"

ஆர்த்தியோம் ஒரு கனமான சம்மட்டியை எடுத்துத் தலைக்கு மேல் சுற்றி, அடைகல் மீது இருந்த இரும்பைப் பலமாக அடித்தான். பேரொளித் தீப்பொறிகள் நாலாபுறமும் சீறிக்கொண்டு சிதறின. அவை

தொடர்ந்தாற்போல் கிளம்பிச் சிதறி, கம்மாலையின் இருண்ட மூலைகள்கூட கண நேரத்துக்கு வெளிச்சம் பெறச் செய்தன.

ஆர்த்தியோம் சம்மட்டியால் அடிப்பதற்கு இடையே, கிழவன் இரும்பைப் புரட்டிக்கொண்டே இருந்தான். இரும்பு, கனிந்த மெழுகு மாதிரி நினைத்தவண்ணம் படர்ந்து தட்டையாயிற்று.

கம்மாலையின் கதவுகள் வழியாக இருண்ட இரவின் கதகதப்பான காற்று உள்ளே வந்துகொண்டிருந்தது.

கீழே கறுத்துப் பரந்த ஏரி, அதை நாலாப் பக்கங்களிலும் சூழ்ந்திருந்த பைன் மரங்கள் தங்களது உயர்ந்த முடிகளை ஆட்டி அசைத்த வண்ணமாயிருந்தன.

அதைக் கண்ட தோன்யா, "உயிர்ப் பிராணிகள் மாதிரியே நடந்து கொள்கின்றன!" என்று எண்ணினாள். அவள் ஏரியின் கருங்கல் கரையில் உள்ள புல்லால் மூடப்பட்ட திடலில் படுத்திருந்தாள். அவளுக்கு மேலே, அந்தத் திடலுக்கு அப்பால் பைன் மரக் காடு. கீழே, அந்தச் செங்குத்தான கரையின் அடிவாரத்தில் ஏரி இருந்தது. ஏரியை நெருங்கியுள்ள பாறைகளின் நிழல்கள் ஏரியில் விழுந்து அதன் கரிய நீரை மேலும் கருமையாக்கின.

இந்தப் பழைய கற்சுரங்கம் ஸ்டேஷனிலிருந்து ரொம்ப தூரம் அல்ல. இது தோன்யாவுக்குப் பிடித்தமான இடம். அவள் அடிக்கடி இங்கு வந்தாள். கல் வெட்டி எடுத்துப் பள்ளமான இடங்களில், நீர் ஊற்றுகள் சுரந்தன. அந்த மாதிரிப் பள்ளங்களில் மூன்று ஏரிகள் இப்பொழுது அமைந்துவிட்டன. ஏரிக்கரையோரத்திலிருந்து நீர் தெறிக்கும் ஒலி கேட்டவுடன், தோன்யா தலையை உயர்த்தினாள். கிளைகளை விலக்கிவிட்டு, ஒலி வந்த இடத்தை அவள் நோக்கினாள். வெயிலில் பழுப்பேறிய ஒருவன் லாவகமாக வளைந்து நெளிந்து கரையோரத்திலிருந்து வேகமுடன் நீந்திச் செல்வதைக் கண்டாள். நீச்சலடிப்பவனது பழுப்பு முதுகையும் கரிய மயிரையும் அவள் கண்ணுற்றாள். அவன் ஒரு வால்ரஸ் போன்று நீரில் விளையாடினான்; உருண்டான், கரணம் போட்டான்; அடியாழத்துக்கு மூழ்கிச் சென்றான்; பிறகு அவன் வானத்தைப் பார்த்துக்கொண்டே ஏரியில் மிதந்தான். அப்பொழுது அவனது கைகால்கள் நீண்டு கிடந்தன; உடல் சற்று வளைந்திருந்தது; கதிரவன் வெப்பம் தாங்காமல் அவன் கண்கள் கூசின.

தோன்யா தான் விலக்கிய கிளைகளை விட்டுவிட்டுத் தன் இருக்கையில் சாய்ந்தாள். 'நீந்துவதைப் பார்ப்பது நாகரிகம் அல்ல'

என்று எண்ணியவளாக நகைத்துக்கொண்டே, தன் படிப்பை மீண்டும் தொடங்கினாள்.

வீக்தர் கொடுத்த புத்தகம் அது. தோன்யா அந்தப் புத்தகத்தை மெய்மறந்து படித்துக்கொண்டிருந்தாள். எனவே, காட்டிற்கும் அவளிருந்த சிறிய திடலுக்கும் இடையே உள்ள கற்குன்றுகள் மீது ஒருவன் ஏறியதை அவள் கவனிக்கவில்லை. ஏறி வந்தவன் கால்பட்டு அவள் புத்தகத்தின் மீது கூழாங்கல் ஒன்று விழுந்த பொழுதுதான், எதிர்பாராதவண்ணம் நடந்த அந்த நிகழ்ச்சியால் ஏற்பட்ட அதிர்ச்சி யில் தன் தலையைத் தூக்கி எதிரே நின்ற பாவெலைக் கண்டாள். அவனும் தோன்யாவைக் கண்டு திடுக்கிட்டான்; அவனுக்கு ஏற்பட்ட குழப்பத்தில் அந்த இடத்தைவிட்டுப் போகத் திரும்பினான்.

அவனது தலைமயிர் நனைந்திருப்பதைக் கண்ட தோன்யா, "இவனைத்தான் ஏரியில் பார்த்திருக்க வேண்டும்" என்று ஊகித்தாள்.

"நான் உங்களை அச்சுறுத்திவிட்டேனா? நீங்கள் இங்கு இருப்பீர் களென்று நான் எதிர்பார்க்கவில்லை'' என்று பாவெல் தோன்யா விடம் கூறிக்கொண்டே துருத்திக் கொண்டிருந்த பாறை ஓரத்தைப் பிடிப்பதற்காகக் கையை நீட்டினான்.

"உங்களால் தொந்தரவு எதுவும் இல்லை. உங்களுக்கு விருப்பம் இருந்தால், கொஞ்ச நேரம் இங்கு இருந்து என்னுடன் பேசலாம்."

பாவெல் அவளை வியப்புடன் பார்த்தான்.

"நாம் பேசுவதற்கு என்ன இருக்கிறது?"

தோன்யா புன்னகை செய்தாள்.

"நீங்கள் இங்கு உட்காரலாம்!" என்று கூறி அவள் ஒரு கல்லைக் காட்டினாள். " உங்கள் பெயர் என்ன?"

"பாவ்கா கர்ச்சாகின்." *

"என் பெயர் தோன்யா. ஆக, நாம் ஒருவருக்கொருவர் அறிமுகமாகி விட்டோம்."

பாவெல் குல்லாயை முறுக்கியபடியே திகைத்து நின்றான்.

தோன்யா அமைதியைக் குலைத்தாள்.

"உங்களைப் பாவ்கா என்று கூப்பிடுகிறார்கள்? அது நன்றாக வில்லை. பாவெல் என்ற பெயர்தான் எப்பொழுதுமே இனிமையாக

---

* **கர்ச்சாகின்** என்பது குடிப்பெயர். பாவெல் என்பது முதல் பெயர் பாவ்கா என்று அவனை ஏளனமாக அழைப்பார்கள்.

இருக்கும். நான் உங்களை பாவெல் என்றுதான் கூப்பிடுவேன்" என்று கூறினாள். "நீங்கள் நீந்துவதற்கு இங்கு அடிக்கடி வருவீர்களா?" என்று கேட்க அவளுக்கு விருப்பம். ஆனால் அவன் நீச்சலடித்ததைப் பார்த்ததாக ஒப்புக்கொள்ள அவளுக்கு இஷ்டமில்லை. எனவே, "இந்தப் பக்கம் அடிக்கடி உலாவுவதற்கு வருவீர்களா?" என்று அவள் கேட்டாள்.

"இல்லை. அடிக்கடி வருவதில்லை. ஓய்வு இருக்கும்பொழுது வருவேன்" என்று பாவெல் விடை பகர்ந்தான்.

"அப்படியானால், நீங்கள் எங்காவது வேலை செய்கிறீர்களா?" என்று அவள் மேலும் வினவினாள்.

"ஆமாம், மின்சார நிலையத்தில் ஸ்டோக்கராக வேலை பார்க்கிறேன்."

"அவ்வளவு சாமர்த்தியமாகச் சண்டை போடுவதற்கு எங்கு கற்றுக் கொண்டீர்கள்? சொல்லமாட்டீர்களா?" என்று அவள், எதிர்பாராத விதமாய் வினவினாள்.

"ஏன் சண்டை திறனைப் பற்றி உங்களுக்கு ஏன் கவலை" என்று பாவெல் தன்னையும் மீறிப் பொறிந்து தள்ளினான்.

தன் கேள்வி அவன் மனதை நோகச் செய்துவிட்டது என்பதைத் தோன்யா உணர்ந்துகொண்டாள். எனவே, "பாவெல், கோபித்துக் கொள்ளாதீர்கள்! எனக்கு அது மிகவும் பிடித்து இருக்கிறது. அவ்வளவு தான். எத்தகைய குத்துவிட்டீர்கள்! சத்தியமாக, அவ்வளவு ஈவிரக்கமில்லாமல் தாக்கக்கூடாது!" என்று கூறிவிட்டு பலமாகச் சிரித்தாள்.

"அதற்காக உங்களுக்கு என்ன வருத்தமா?" என்று பாவெல் கேட்டான்.

"ஒருக்காலும் இல்லை. மாறாக, ஷூராவுக்குத் தகுதிக்குத் தகுந்த பரிசு கிடைத்தது. அந்தச் சண்டையின் முடிவு எனக்குப் பெருத்த திருப்தியை அளித்தது. நீங்கள் அடிக்கடி சண்டை போடுகிறீர்கள் என்று கேள்விப்படுகிறேன், உண்மைதானா?"

"அப்படிச் சொல்வது யார்?" என்று பாவெல் ஆவலுடன் கேட்டான்.

"சண்டை போடுவதுதான் உங்களது தொழில் என்று வீக்தர் சொல்கிறான்."

பாவெல் முகம் கறுத்தது.

"வீக்தர் ஒரு போக்கிரி, சோம்பேறி. அன்று அவனுக்குத் தக்கத் தண்டனை கிடைக்கவில்லை என்பதற்கு அவன் நன்றி தெரிவிக்க வேண்டும். அவன் என்னைப் பற்றி உங்களிடம் சொன்னது என்

செவியில் விழுந்தது. ஆனால் என் கரங்களை அசுத்தப்படுத்த நான் விரும்பவில்லை."

"பாவெல், இந்த மாதிரி திட்டவேண்டாம். நன்றாயில்லை!" என்று தோன்யா இடைமறித்துக் கூறினாள்.

பாவெலுக்கு மயிர் சிலிர்த்தது.

"நான் ஏன் இந்த அதிசயச் பெண்ணிடம் பேசத் தொடங்கினேன்? இவள் எனக்கு உத்திரவு பிறப்பிக்கிறாள்! முதலில் 'பாவ்கா' வேண்டாம் 'பாவெல்' தான் தனக்குப் பிடிக்கிறது என்றாள். இப்பொழுது, என் பேச்சில் குற்றம் கண்டுபிடிக்கிறாள்!" என்று பாவெல் தனக்குள் எண்ணினான்.

"வீக்தர் மீது உங்களுக்கு ஏன் விரோதம்?" என்று தோன்யா கேட்டாள்.

"அவன் ஒரு பேடிப் பையன்; அம்மா மகன்; முதுகெலும்பு இல்லாதவன்! பிறரை மிதித்துத் துவைப்பதிலேயே எப்பொழுதும் குறியாயிருக்கிறான்; தான் பணக்காரனாயிருப்பதால் எதுவும் செய்யலாமென்று எண்ணுகிறான். இத்தகைய பிறவிகளைப் பார்க்கும் பொழுது என் விரல்கள் அரிக்கின்றன! அவனது செல்வத்தைக் கண்டு அஞ்சுகிறவன் நான் அல்ல! அவன் என்னைத் தொட்டுப் பார்க்கட்டும்! அப்பொழுது, அவனுக்குச் சிறந்த சன்மானம் கொடுப்பேன்! அவனைப் போன்ற ஆட்களை முட்டிக்கொண்டுதான் திருத்த வேண்டும்" இவ்வாறு பாவெல் உணர்ச்சி வசப்பட்டுப் பேசினான்.

வீக்தர் பெயரை ஏன் குறிப்பிட்டோமென்று தோன்யா வருந்தினாள். சீராட்டி வளர்க்கப்பட்ட அந்தப் பையனுக்கும் பாவெலுக்கும் பழைய தகராறுகள் பல இருப்பதை அவள் ஊகித்துக் கொண்டாள். அமைதியாக உரையாடும் நோக்கத்துடன், அவள் அவனுடைய குடும்பத்தைப் பற்றியும் வேலையைப் பற்றியும் விசாரிக்கத் தொடங்கிப் பேச்சைத் திருப்பினாள்.

தான் அறியாமலேயே, அந்த இடத்தைவிட்டு அகல வேண்டுமென்ற எண்ணத்தையும் மறந்து, பாவெல் தோன்யாவின் வினாக்களுக்கு விபரமாகப் பதில் கூறத் தொடங்கினான்.

"நீங்கள் ஏன் தொடர்ந்து படிக்கவில்லை?" என்று தோன்யா கேட்டாள்.

"பள்ளிக்கூடத்திலிருந்து தள்ளிவிட்டார்கள்."

"ஏன்?"

பாவெலின் முகம் சிவந்தது.

"பாதிரி வீட்டில் பிசைந்த மாவில் புகையிலைத் தூளைத் தூவினேன். அதனால் என்னைப் பள்ளிக்கூடத்திலிருந்து வெளியேற்றி விட்டார்கள். அந்தப் பாதிரி ஓர் இழிவான பிறவி. அவன் என்னை வாழவிடவில்லை" என்று சொல்லி பாவெல் கதை முழுவதையும் விவரித்தான்.

தோன்யா. சிரத்தையுடன் செவி கொடுத்தாள். பாவெலுக்குத் துவக்கத்திலிருந்த கூச்சம் மறைந்தது. ரொம்ப நாளாகத் தெரிந்த வளோடு பேசுவது மாதிரி, அவளுடன் பேசினான். அவன் பல விஷயங்களைப் பற்றிக் கூறினான். அண்ணன் மறைந்து இருப்பதைப் பற்றியும் சொன்னான். அந்தச் சிறு திடலில் அமர்ந்து, நேச உணர்ச்சித் ததும்பும் உரையாடலில் மெய் மறந்திருந்த அவர்களுக்கு நேரம் போனதே தெரியவில்லை. சில மணி நேரம் கழிந்த பிறகே, பாவெல் திடீரென்று எழுந்து நின்றான்.

"இதற்குள் நான் வேலைக்குப் போயிருக்க வேண்டும். இந்த நேரத்தில் நான் பாயிலர் அடுப்புகளைப் பற்றவைத்துக் கொண்டிருக்க வேண்டும். இங்கு உட்கார்ந்து கதைத்துக் கொண்டிருக்கிறேன். தனீலோ ரகளை செய்வான் என்பது நிச்சயம்" என்று கூறிவிட்டுக் கிளம்பினான். மீண்டும், சிறிது தயக்கத்துடன், "சென்று வருகிறேன்! நான் நகரத்துக்குப் போகவேண்டும்" என்று கூறினான்.

சொக்காயை இழுத்துவிட்டுக்கொண்டு தோன்யாவும் கிளம்பினாள்.

"நானும் போகவேண்டும். சேர்ந்து போவோம்."

"அதெல்லாம் முடியாது. நான் ஓடவேண்டும்."

"ஓ! சரி, நான் உங்களுடன் போட்டியிடுகிறேன். முதலில் போவது யார் என்று பார்ப்போம்."

பாவெல் அவளை ஏளனத்துடன் பார்த்தான்.

"என்னுடன் போட்டியா? என்னுடனா ஓடமுடியுமென்று எண்ணுகிறீர்கள்?"

"பார்ப்போம்! முதலில் இந்தத் திடலிலிருந்து சாலைக்குப் போவோம்."

பாவெல் ஒரே பாய்ச்சலில் கற்பாறையைத் தாண்டினான்.

தோன்யாவைக் கைகொடுத்து இறக்கினான். இருவரும் சாலையை அடைந்தனர்.

"இனி கிளம்பலாம். ஒன்று, இரண்டு, மூன்று. ஓடு! என்னைப் பிடிக்க முயற்சி செய்யுங்கள்" என்று கூறியபடியே அவள் ஓடினாள். புயல் வேகத்தில் விரைந்தாள். அவளது பூட்ஸின் அடித்தோல்கள்

பளீரென்று மின்னின; அவளது நீல ஜாக்கெட் காற்றில் பறந்து கொண்டிருந்தது.

பாவெல் அவளைப் பின்தொடர்ந்து ஓடினான்.

இரண்டே வினாடியில் அவளைப் பிடித்துவிடுவேன் என்று எண்ணிக்கொண்டே பாவெல் விரைந்தான். ஆனால் ஸ்டேஷனுக்கு அருகில் காட்டுச் சாலை முடியும் இடத்தில்தான் அவனால் அருகில் கடக்க முடிந்தது. அவன் தன் வலிய கைகளால் அவளது தோட்களைப் பிடித்தான்.

"உங்களைத் தொட்டுவிட்டேன்! நான் வென்றுவிட்டேன்!" என்று களைத்துப் போய் நெடுமூச்செறிந்த பாவெல் மகிழ்ச்சியுடன் கூவினான்.

"என்னை விடுங்கள்! எனக்கு வலிக்கிறது!" என்று கூறி தோன்யா பிடியிலிருந்து விடுபட முயற்சித்தாள்.

அவர்கள் அங்கு நின்று மேல்மூச்சுக் கீழ்மூச்சு வாங்கிக் கொண்டிருந்தபொழுது, அவர்களது நாடி வேகமாகத் துடித்துக் கொண்டிருந்த அந்த நேரத்தில், ஓட்டப்பந்தயத்தால் சோர்ந்த தோன்யா, பாவெல் மீது சற்றுச் சாய்ந்தாள், ஒரே ஒரு வினாடிதான்! ஆனால் அந்த வினாடியின் இனிமையான அனுபவத்தை பாவெல் வெகு நாட்களுக்கு மறக்கப் போவதில்லை.

"இதற்குமுன், எவரும் என்னை ஓட்டத்தில் வென்றதில்லை" என்று கூறிக்கொண்டே தோன்யா பாவெலிடமிருந்து நகர்ந்தாள்.

அத்துடன் அவர்கள் பிரிந்தனர். பாவெல் தன் குல்லாவை ஆட்டி விடைபெற்றுக்கொண்டு, நகரை நோக்கி ஓடினான்.

பாவெல் பாயிலர் அறையின் கதவைத் திறந்தபொழுது தனீலோ என்ற ஸ்டோக்கர் அடுப்பில் தீ வளர்த்துக் கொண்டிருந்தான்.

"இன்னும் கொஞ்சம் தாமதமாக வரக்கூடாதா? உன் வேலையையும் நான் செய்வேன் என்று எதிர்பார்க்கிறாயா?" என்று உறுமினான்.

பாவெல் தன் கூட்டாளியின் தோளைத் தட்டி, அவனைத் தாஜா செய்தான்.

"ஒரே வினாடியில் அடுப்பை நன்கு எரியச் செய்வோம், கிழவனே" என்று உற்சாகத்துடன் கூறிவிட்டு, பாவெல் அடுப்பினருகில் அடுக்கி வைக்கப்பட்ட விறகின் பக்கத்தில் ஏதோ செய்யத் தொடங்கினான்.

நள்ளிரவு, தனீலோ மரக்கட்டைக் குவியல் மீது படுத்து, இன்பமாகக் குறட்டைவிட்டுக் கொண்டிருந்தான். பாவெல், எஞ்சினுக்கு எண்ணெய் ஊற்றிவிட்டுக் கந்தல் துணியால் கரங்களைத் துடைத்துக்

கொண்டு கருவிப் பெட்டியில் வைத்திருந்த காரிபால்டி வாழ்க்கை வரலாற்றின் அறுபத்திரண்டாவது பகுதியை எடுத்துப் படிக்கலானான். நேபிள்ஸ் ராஜ்யத்தின் செஞ்சட்டைப் படையினருடைய சிறந்த தலைவனும், அற்புதக் கதைகளின் வீரனுமான அந்த காரிபால்டியின் எண்ணிலடங்காத வீரதீரச் சாதனைகளைக் கவர்ச்சிகரமாக விவரிக்கும் அந்த நாவலில் நெஞ்சைப் பறிகொடுத்துவிட்டான்.

"அவள் தன்னுடைய அழகு நிறைந்த நீலக் கண்களால் பிரபுவை நோக்கினாள்" என்று அந்த நூலில் படித்தான் பாவெல்.

"இவளுடைய கண்களும் நீலம்தான்!" தோன்யாவைப் பற்றிச் சிந்தனை ஓடியது. "அவள் இதர பணக்காரர்களைப் போல இல்லை. தவிர, அவள் பேய் மாதிரி ஓடுகிறாள்!"

பகலில் தோன்யாவுடன் பேசிக்கொண்டிருந்ததைப் பற்றிய நினைவில் பாவெல் ஆழ்ந்தான். எனவே தேவைக்கு மிகுந்த நீராவியின் அழுத்தத்தைத் தாங்கமுடியாமல் எஞ்சின் மேன்மேலும் கூடுதலாகக் கதறுவதை அவனது கேள்விப்புலன் உணரவில்லை. அந்தப் பெரிய சம இயக்கச் சக்கரம், வெறிபிடித்து விட்டதைப் போலச் சுழன்றது; காங்கீரிட்டால் செய்த அடிமேடையே அதிர்ந்தது.

பாவெல் அழுத்தமானியைப் பார்த்தான். எச்சரிக்கைக்காகப் போடப்பட்ட சிவப்புக் கோட்டுக்கும் மேலே பல எண்களைக் கடந்து நின்ற முள்ளைக் கண்டதும் திடுக்கிட்டான்.

"அட கஷ்டமே!" என்று சொல்லிக்கொண்டு குதித்தெழுந்த பாவெல், ஒரு நெம்புகோலைத் துரிதமாக இரண்டு சுற்றுச் சுற்றினான். வெளியேற்றுக் குழாய் வழியாக நீரோட்டத்துக்குள் கடத்தப்பட்ட நீராவி, கொதிகல அறைக்கு வெளியே கரகரத்த குரலில் சீறியது. பாவெல் நெம்புகோலைக் கீழே வர விட்டுவிட்டு பெல்ட்டை பம்பை ஓட்டக்கூடிய சக்கரத்தில் சுற்றினான்.

பாவெல் தனீலோவை நோக்கினான். அவன் ஆழ்ந்த உறக்கத்தின் வசப்பட்டிருந்தான். அவனுடைய வாய் அகலத் திறந்திருந்தது. அவரது நாசி வழியே பயங்கரமான ஒலிகள் வெளியேறிக் கொண்டிருந்தன.

அரை நிமிடம் கடந்தபின், அழுத்தமானியின் முள் வழக்கமான இடத்தை அடைந்தது.

பாவெலிடம் விடைபெற்றுக்கொண்டு பிரிந்த தோன்யா நேராகத் தன் இல்லத்துக்குச் சென்றாள். அவளது சிந்தனையெல்லாம் அந்தக்

கருங்கண் இளைஞனைச் சந்தித்த நிகழ்ச்சியைச் சுற்றியே வட்ட மிட்டுக் கொண்டிருந்தது. அவனைச் சந்தித்ததில், அவள் மட்டற்ற மகிழ்ச்சியடைந்திருந்தாள்.

"என்ன ஆவேசம்! எப்படிப்பட்ட உறுதி! அவன் போக்கிரியாக இருப்பான் என்று நான் கற்பனை செய்தது முற்றிலும் தப்பு. உயர் நிலைப் பள்ளியில் படிக்கும் அந்த முட்டாள்களைவிட இவன் எவ்வளவோ உயர்ந்தவன்!..." இவ்வாறாக அவள் சிந்தித்தாள்.

பாவெல் வேறோர் இனத்தைச் சேர்ந்தவன். அவ்வினத்தைச் சேர்ந்த எந்தவொரு மனிதனுடன் தோன்யா இதுவரை நெருங்கிப் பழகியதில்லை.

"அவனைச் சாதுவாக்க முடியும். அவன் தனக்குப் பிடித்தமான நண்பனாக இருப்பான்!" என்று அவள் எண்ணினாள்.

அவள் தன் வீட்டை நெருங்கியபொழுது, தோட்டத்தில் லீஸாவும், நேல்லியும், வீக்தரும் இருப்பதைக் கண்டாள். வீக்தர் படித்துக் கொண்டிருந்தான். அவர்கள் அவளுக்காகக் காத்துக் கொண்டிருந்தனர் என்பது வெளிப்படையாகத் தெரிந்தது.

அவர்களுடன் தோன்யா வாழ்த்துக்களைப் பரிமாறியு பிறகு ஒரு பெஞ்சு மீது உட்கார்ந்தாள். ஒரு குட்டி உரையாடல் தொடங்கியது. அந்தக் கருத்தில்லாத வெறும் பேச்சுக்கிடையே, வீக்தர் எழுந்து வந்து அவள் அருகில் அமர்ந்தான்.

"நான் கொடுத்த நாவலைப் படித்துவிட்டீர்களா?" என்று அவன் அவளைக் கேட்டான்.

"நாவலா?" தோன்யா சற்றுச் சிந்தனையிலாழ்ந்தாள். "ஓ! நான்..." என்று தொடங்கிய வாக்கியத்தை அப்படியே விழுங்கினாள். ஏரிக் கரையில் புத்தகத்தை மறதியாக வைத்துவிட்டதாகச் சொல்ல வந்து, நிறுத்திக் கொண்டாள்.

"அந்தக் காதல் கதை உங்களுக்குப் பிடித்திருக்கிறதா?" என்று கேட்டுவிட்டு அவளைக் கவனமாகப் பார்த்தான் வீக்தர்.

ஒரு வினாடி தோன்யா தோட்டத்தின் நடைபாதை மணலில், செருப்பின் நுனியால் புரியாத படமொன்று வரைந்துகொண்டே சிந்தித்தாள். அதன்பின் அவள் தன் முகத்தை நிமிர்த்தி, வீக்தரைப் பார்த்தாள்.

"இல்லை. அதைவிடச் சுவையான வேறொரு காதல் கதையை நான் ஆரம்பித்திருக்கிறேன்" என்று கூறினாள்.

"அப்படியா? அந்தக் கதையின் ஆசிரியர் யார்?" மனம் நொந்த வனாக அவன் இழுத்துப் பேசினான்.

ஒளியும் நகையும் தவழும் கண்களால் அவள் அவனைப் பார்த்தாள். "ஆசிரியர் யாருமில்லை..." என்றாள்.

"தோன்யா! உன் விருந்தாளிகளை உள்ளே அழைத்துவா. டீ தயாராகிவிட்டது" என்று தோன்யாவின் தாய் பால்கனியிலிருந்து கூறினாள்.

இரு பெண்களின் கைகளையும் பிடித்துக் கொண்டு, தோன்யா உள்ளே சென்றாள். தோன்யா கூறியதின் பொருள் விளங்காமல், திகைத்தவனாய் வீக்தர் அவர்களைப் பின்தொடர்ந்தான்.

முதல் தடவையாக இன்னும் சரியாகப் புரிந்து கொள்ள முடியாத- அவன் அறியாத வண்ணம் வாழ்வில் புகுந்த அந்த உணர்ச்சி, பாவெலுக்குத் தெரிந்துகொள்ள முடியாத ஒரு குழப்பத்தைக் கொடுக்கக்கூடிய அளவுக்குப் புதிதாக இருந்தது. வம்புக்கும், கலகத் திற்கும் கலங்காத அவனை அது கலக்கியது.

தோன்யாவின் தந்தை, காட்டிலாகாவின் தலைமை அதிகாரி. எனவே, அவனும் வக்கீல் லெஷ்சீன்ஸ்கியும் ஒரே வகையானவர்கள் என்பது பாவெலின் கருத்து.

பாவெல் வறுமையில் வளர்ந்தவன்; இல்லாமை அவனது இணை பிரியாத் தோழன். எனவே அவன் யார் யாரைப் பணக்காரராகக் கருதினானோ அவர்கள் அனைவரையும் தன் பகைவர்களாகக் கருதினான். தன்னிடம் தோன்யாவின் பால் ஏற்பட்ட உணர்ச்சிகளை மிகவும் கவனமாகவும், நுட்பமாகவும் பாவெல் ஆய்ந்து வந்தான். அவனால், சிற்பி மகள் கால்யாவைப் பற்றி எண்ணியது போல், தோன்யாவைப் பற்றி, தன்னுடையவள், எளியவள், புரிந்துகொள்ளக் கூடியவள் என்று எண்ணமுடியவில்லை. அவன் தோன்யாவை வெகுவாக நம்பவில்லை. அந்தப் படித்த அழகிய பெண்ணிடமிருந்து, தன்னைப் போன்ற ஸ்டோக்கரைப் பற்றி எழும் எந்தவித கேலிப் பேச்சுக்கும், அலட்சியத்தக்க செயலுக்கும் தகுந்த எதிர்ப்புக் கொடுக்க எப்பொழுதும் அவன் தயாராக இருந்தான்.

ஒரு வாரம் முழுவதும் அவன் தோன்யாவைச் சந்திக்கவில்லை. இன்று ஏரிக்குச் செல்வதென்று அவன் தீர்மானித்தான். அவளைச் சந்திக்கலாம் என்ற நம்பிக்கையில் அவன் வேண்டுமென்றே அவளுடைய வீட்டு வழியாகச் சென்றான். அவளது வீட்டு வேலிக் கருகில் மெதுவாக நடந்து சென்றபொழுது, தோட்டத்தின் தொலை விளிம்பில் அவனுக்குப் பழக்கமான மாலுமி சொக்காயைச்

கண்டான். சாலையில் கிடந்த பைன் மரக் கொம்பு ஒன்றை எடுத்து அந்த வெள்ளைச் சொக்காய்மீது குறி வைத்து எறிந்தான்.

தோன்யா ஒரு சுழல் சுழன்று, பாவெலை நோக்கி ஓடிவந்தாள். அன்பான புன்முறுவலுடன் வேலிக்கு மேலே கரத்தை நீட்டினாள்.

''கடைசியில் வந்து சேர்ந்தீர்களா? இவ்வளவு காலம் எங்கு சென்றிருந்தீர்கள்? மறதியாக விட்டுவந்த புத்தகத்தை எடுத்துக்கொண்டு வருவதற்கு ஏரிக்குச் சென்றேன். நீங்கள் அங்கு இருப்பீர்களென்று எண்ணினேன்'' என்று மகிழ்ச்சியுடன் கூறிவிட்டு, ''உள்ளே வருவீர்களா?'' என்று வினவினாள்.

பாவெல், தலையை ஆட்டிக் கொண்டே, ''மாட்டேன்'' என்றான்.

''ஏன்?'' அவளது புருவங்கள் வியப்பால் உயர்ந்தன.

''உங்கள் தந்தைக்குப் பிடிக்காது. என்னால் உங்களுக்குத் தொந்தரவு. அற்பன் ஒருவனைத் தோட்டத்துக்குள் ஏன் அனுமதித்தாய் என்று உங்களை வதைப்பார்.''

தோன்யாவுக்கு ஆத்திரம் வந்தது.

''பாவெல், என்ன அபத்தம் பேசுகிறீர்கள்? உடனே உள்ளே வாருங்கள். என் அப்பா அந்த மாதிரி எல்லாம் ஒருபோதும் சொல்ல மாட்டார். நீங்களே தெரிந்துகொள்வீர்கள்'' என்றாள்.

அவள் ஓடிச்சென்று கதவைத் திறந்தாள். பாவெல் சந்தேகத்தோடு அவளைப் பின்தொடர்ந்தான்.

தோட்டத்தில் ஒரு வட்ட மேஜையருகில் அவர்கள் அமர்ந்தவுடன், ''உங்களுக்குப் புத்தகங்கள் பிடிக்குமா?'' என்று அவள் கேட்டாள்.

''ரொம்பப் பிடிக்கும்'' என்று அவன் ஆவலுடன் பதிலளித்தான்.

''உங்களுக்கு அதிகமாகப் பிடித்த புத்தகம் எது?''

சில வினாடிகள் பாவெல் யோசனை செய்தான். அதன்பின், ''காரிபால்டியின் வாழ்க்கை வரலாறு'' என்று விடையளித்தான்.

''அந்தப் புத்தகத்தை நீங்கள் அலாதியாக விரும்புகிறீர்களா?'' என்று அவள் வினவினாள்.

''ஆம். நான் அதன் அறுபத்து எட்டுப் பகுதிகளையும் படித்திருக்கிறேன். ஒவ்வொரு சம்பள நாளிலும் ஐந்து பகுதிகள் வாங்குகிறேன். காரிபால்டி! அவர்தான் லட்சிய புருஷன்! உண்மையான வீரர்! மாசுமறுவில்லாதது என்று இத்தகைய வீரத்தைத்தான் நான் சொல்வேன். எத்தனை போராட்டங்களில் அவர் பங்கெடுக்க நேர்ந்தது! அனைத்திலும் வெற்றி கண்டவரல்லவா? அவர் உலகம்

முழுவதும் சுற்றிப் பார்த்தவர் அல்லவா? இன்று அவர் உயிருடன் இருந்தால், நான் அவருடன் சேர்ந்திருப்பேன். இளம் தொழிலாளர் களை அவர் தம் படையில் சேர்த்துக்கொண்டார். அவர்கள் அனைவரும் ஏழைகளுக்காகப் போராடினார்கள்."

"எங்களுடைய நூல்நிலையத்தை உங்களுக்குக் காட்டுகிறேன், பார்க்கிறீர்களா?" என்று வினவிக்கொண்டே, தோன்யா அவனது கையைப் பற்றினாள்.

"வேண்டாம். நான் வீட்டுக்குள் வரப்போவதில்லை" என்று பாவெல் மறுத்தான்.

"ஏன் இப்படிப் பிடிவாதம் செய்கிறீர்கள்? நீங்கள் அஞ்சும்படி என்ன இருக்கிறது?"

செருப்பணியாத தன் பாதங்களைப் பாவெல் நோக்கினான். அவை சுத்தமாக இல்லை. அவன் பின் தலையைச் சொறிந்துகொண்டான்.

"உங்கள் தாய் அல்லது தந்தை என்னை வெளியே தள்ள மாட்டார்கள் என்று நீங்கள் நிச்சயமாக நம்புகிறீர்களா?"

"நீங்கள் இப்படிப் பேசுவதை நிறுத்தாவிட்டால், நான் உண்மையில் கோபங்கொள்வேன்" என்று தோன்யா வேகத்துடன் பேசினாள்.

"எங்களைப் போன்றவர்களை வக்கீல் லெஷ்சீன்ஸ்கிய் ஒரு பொழுதும் உள்ளே விடுவதில்லை. அவன் எங்களுடன் எப்பொழுதும் சமையலறையிலேதான் உரையாடுவான். அந்த வீட்டுக்கு நான் ஒரு தடவை போக நேர்ந்தது. என்னை அறைக்குள் அனுமதிப்பதற்குக் கூட நேல்லிக்கு விருப்பமில்லை. தரையில் விரித்திருக்கும் கம்பளங் களையோ, வேறு பொருட்களையோ நான் அசுத்தம் செய்து விடுவேன் என்பது அவள் எண்ணம் போலும்!" என்று பாவெல் புன்னகையுடன் கூறினான்.

"வாருங்கள்! வாருங்கள்!" என்று அவள் பாவெலைத் தூண்டினாள். அவன் தோளைப் பற்றிக்கொண்டு, அவனை பால்கனியை நோக்கிச் சற்றுத் தள்ளினாள், அன்போடு!

அவள் அவனை உணவு அறை வழியாக ஓர் அறைக்குக் கூட்டிச் சென்றாள். அந்த அறையில் ஓக் மரத்தால் செய்த ஒரு பெரிய புத்தக அலமாரி இருந்தது. அதன் கதவுகளை அவள் திறந்தபொழுது, நூற்றுக்கணக்கான நூல்கள் நேர்த்தியாக அடுக்கப்பட்டிருப்பதைப் பாவெல் கண்டான். அவன் இவ்வளவு செல்வத்தைத் தன் வாழ் நாளில் ஒருபொழுதும் கண்டதில்லை.

"நான் இப்பொழுது ஒரு விறுவிறுப்பான புத்தகத்தை உங்களுக் காகத் தேர்ந்தெடுப்போம். மேலும், புத்தகங்கள் எடுப்பதற்கு

முறையாக வருவதாக நீங்கள் வாக்களிக்க வேண்டும். அப்படி உறுதி கூறுவீர்களா?"

பாவெல் மகிழ்ச்சியுடன் தலையை அசைத்தான்.

"நான் புத்தகங்களை மிகவும் நேசிக்கிறேன்" என்று அவன் கூறினான்.

அன்று அவர்கள் பல மணிநேரத்தை இன்பமாகக் கழித்தார்கள். அவள் அவனைத் தன் தாய்க்கு அறிமுகம் செய்து வைத்தாள். அது அவன் எண்ணிய மாதிரி பயங்கரச் சோதனையாக அமையவில்லை. உண்மையில் அவனுக்கு தோன்யாவின் தாயைப் பிடித்தது.

தோன்யா பாவெலைத் தன் சொந்த அறைக்குக் கூட்டிச் சென்று, அவளுடைய சொந்தப் புத்தகங்களைக் காட்டினாள்.

ஆடை அணிவதற்குப் பயன்படும் மேஜையில் ஒரு சிறிய கண்ணாடி இருந்தது. தோன்யா பாவெலை அதன் அருகில் அழைத்துச் சென்று இளநகை ததும்பக் கூறினாள் :

"நீங்கள் ஏன் உங்கள் தலைமயிரை இப்படிக் காடாக வளர விடுகிறீர்கள்? நீங்கள் எப்பொழுதாவது மயிரைத் திருத்திக் கொள்வதுண்டா? சீவிக் கொள்வதுண்டா?"

"ரொம்ப நீளமாய் வளர்ந்துவிட்டால் மயிரை திருத்திக் கொள் கிறேன். வேறு என்ன செய்ய வேண்டும்?" என்று பாவெல் சங்கடப் பட்டுக்கொண்டே பேசினான்.

தோன்யா சிரித்தாள். மேஜையிலிருந்து ஒரு சீப்பை எடுத்து, அவனது அடங்காப் பிடாரித் தலையை வாரினாள்.

"இப்பொழுது பாருங்கள். சற்றுத் தேவலை" என்று தன் கை வேலையை மதிப்பிட்டுக்கொண்டே கூறினாள். "தலை மயிரை நேர்த்தியாகக் கத்தரிக்க வேண்டும். கோணயனைப் போல தோற்ற மளித்துக் கொண்டு நடமாடக்கூடாது!"

அவனது பழுப்பேறிய சிவப்பு நிறச் சட்டையையும், அழுக்கான கால்சட்டையையும் விமர்சனக் கண்கொண்டு அவள் பார்த்தாள். ஆனால் அவற்றைப் பற்றி ஒன்றும் சொல்லவில்லை.

அவளுடைய பார்வையைப் பாவெல் கவனித்தான். அவன் தன் உடைகளைப் பற்றி எண்ணி நாணமடைந்தான்.

அவன் விடைபெற்றுக்கொண்டு சென்ற பொழுது, மீண்டும் வரும்படி தோன்யா அவனைக் கேட்டுக் கொண்டாள். இரண்டு நாட்கள் கழித்து, அவளுடன் மீன் பிடிக்க வருவதாக அவனிடம் வாக்குப் பெற்றுக் கொண்டாள்.

ஜன்னல் வழியே குதித்து, பாவெல் வீட்டைவிட்டு வெளியேறினான். இதர அறைகள் வழியே சென்று, தோன்யாவின் தாயை மீண்டும் சந்திக்க அவன் விரும்பவில்லை.

ஆர்த்தியோம் சென்ற பிறகு, குடும்பம் நடப்பது கடினமாயிருந்தது. பாவெலின் சம்பளம் போதவில்லை.

மீண்டும் வேலைக்குச் செல்வதாக மரீயா யாக்கொவ்லெவ்னா கூறினாள். லெஷ்சீன்ஸ்கிய் குடும்பத்துக்கு ஒரு சமையற்காரி தேவை. அந்த வேலைக்கு அவள் முயற்சிக்க விரும்பினாள். ஆனால் பாவெல் அதற்கு இணங்கவில்லை.

"இல்லை, அம்மா. நான் அதிகப்படியான வேலை தேடிச்செய்கிறேன். மரம் அறுக்கும் மில்லில் மரப்பலகைகளை அடுக்குவதற்கு ஆள் வேண்டுமாம். நான் அங்கு தினசரி அரைநாள் வேலை செய்கிறேன். பற்றாக் குறையைச் சரிக்கட்ட அதுபோதும். நீ வேலைக்குப் போகக்கூடாது. போனால், உன் கூலி இல்லாமல் குடும்பம் நடத்த முடியாததற்கு அண்ணன் என்னைக் கோபிப்பார்."

அவனுடைய தாய் வற்புறுத்திப் பார்த்தாள். ஆனால் பாவெல் பிடிவாதமாக இருந்தான்.

அடுத்த நாள், பலகை அறுக்கும் மில்லில் பாவெல் வேலை செய்து கொண்டிருந்தான். புதிதாக அறுக்கப்பட்ட மரப்பலகைகளைக் காய வைப்பதற்காகப் பரப்பினான். அங்கு அவன் முன்பே அறிமுகமாயிருந்த பல இளைஞர்களைச் சந்தித்தான். மீஷா லெவ்ச்சுக்கோவ் அவனது பழைய பள்ளித் தோழன். வான்யா குலெஷோவையும் அங்கு பாவெல் சந்தித்தான். மீஷாவும் அவனுடன் சேர்ந்து வேலை செய்தான். முடித்த வேலையைக் கணக்கிட்டு அவர்களுக்கு ஊதியம் வழங்கப்பட்டது. அவர்களுக்கு நல்ல கூலி கிடைத்தது. பாவெல் பகல் வேளைகளில் பலகை அறுக்கும் மில்லில் பாடுபட்டான். மாலை நேரங்களில் மின்சார நிலைய வேலைக்குச் சென்றான்.

பத்தாவது நாள் மாலையில் பாவெல் தான் சம்பாதித்த பணத்தைத் தாயிடம் கொண்டு வந்து கொடுத்தான். கொடுத்த பொழுது அவன் சஞ்சலமடைந்தான்; பதைபதைத்தான்; நாணத்தால் அவனது முகம் குங்குமமாகியது; இறுதியில் அவன் பேசினான் :

"அம்மா. எனக்கு ஸட்டீன் சட்டையொன்று வாங்கிக் கொடு. நீலமே இருக்கட்டும். போன வருடம் வைத்திருந்தேனே, நினைவில் இருக்கிறதா? அதுமாதிரி வாங்கித்தா. என் செலவுக்கு இந்தப் பணத்தில் பாதியை எடுத்துக் கொள்வேன். ஆனால் அதைப்பற்றிக்

கவலைப்படாதே! நான் மேலும் சம்பாதிக்கிறேன்" என்று கூறிவிட்டு, "நான் அணிந்திருக்கும் சட்டை ரொம்பக் கேவலமாக இருக்கிறது!" என்று தன் வேண்டுகோளுக்குச் சமாதானம் கூறினான்.

"நீ சொல்வது சரி. நான் உனக்கு நிச்சயம் வாங்குகிறேன். இன்று துணி வாங்குகிறேன். நாளைக்கு அதைத் தைத்து விடுகிறேன். உனக்கு உண்மையில் ஒரு புதிய சட்டை தேவைதான்" என்று அவனுடைய அன்னை கூறினாள். அவள் தன் மகனை அன்புடன் வைத்த கண் வாங்காமல் பார்த்தாள்.

முடிதிருத்தத்தின் வாசலில் பாவெல் நின்றுகொண்டு, தன் பையிலுள்ள ரூபிள் நாணயத்தை விரல்களால் தொட்டுப் பார்த்து உறுதிப் படுத்திக் கொண்டு கதவைத் திறந்து உள்ளே சென்றான்.

அங்கிருந்த முடிதிருத்துபவன் சுறுசுறுப்பான வாலிபன். பாவெல் உள்ளே வருவதைக் கவனித்து, அவனுக்குக் காலி நாற்காலி ஒன்றைச் சுட்டிக் காட்டினான்.

பள்ளமான இருக்கையுடன் கூடிய அந்த மிருதுவான நாற்காலியில் அமர்ந்தவுடன் பாவெல் தன் முன்னாலிருந்த கண்ணாடியில் பதற்றமும் குழப்பமும் நிறைந்த தன் முகத்தைப் பார்த்தான்.

"இயந்திரத்தாலா?" என்று முடிதிருத்துபவன் கேட்டான்.

"அப்படித்தான். அதாவது, இல்லை, இல்லை, ஆம், ஆம்... முடிதிருத்த வேண்டும். நீங்கள் அதை எப்படிச் சொல்வீர்கள்?" என்று சொல்லிக்கொண்டு வேறு வழியில்லாததால் கையால் சைகை காட்டினான்.

"எனக்குப் புரிகிறது" என்று புன்னகை செய்துகொண்டே முடிதிருத்துபவன் பதிலளித்தான்.

கால்மணி நேரம் கழிந்தது. இந்தச் சோதனையால் சோர்வுற்ற பாவெல், மெய்யெல்லாம் வியர்க்க வெளியேறினான். ஆனால் அவனது தலைமயிர் நேர்த்தியாகக் கத்தரிக்கப்பட்டு அழகாக வாரி விடப்பட்டிருந்தது. முரண்டு பிடித்த மயிரை அடக்குவதற்கு முடி திருத்துபவன் மிகவும் கஷ்டப்பட்டான். ஆனால் இறுதியில் நீரும் சீப்பும் வெற்றியடைந்தன. விறைத்துநின்ற மயிர் எல்லாம் ஒழுங்குக்கு உட்பட்டன. தலைமயிர் திருத்தமாக வாரிவிடப்பட்டது.

தெருவுக்கு வந்தவுடன், விடுதலை உணர்வுடன் பாவெல் பெருமூச்சுவிட்டான்; தன் குல்லாவை நெற்றிவரை இழுத்துவிட்டுக் கொண்டான்.

"என்னை இப்பொழுது அம்மா பார்த்தால் என்ன சொல்வாளோ?" என்று அவன் எண்ணினான்.

தன்னுடன் மீன் பிடிக்க வருவதாகப் பாவெல் கொடுத்த வாக்குப்படி அவன் நடக்காததைக் கண்டு, தோன்யா வருத்தமுற்றாள்.

"அந்த ஸ்டோக்கர் பையன் பிறர் உணர்ச்சிகளுக்கு மதிப்புக் கொடுக்க மாட்டான் போலும்!" என்று அவள் எரிச்சலுடன் எண்ணினாள். ஆனால் மேலும் பல நாட்கள் கடந்தபிறகும், பாவெல் வராததைக் கண்டு, அவனைக் காண்பதற்காக ஏங்கத் தொடங்கினாள்.

ஒருநாள், அவள் உலாவுவதற்குப் புறப்பட்டுக் கொண்டிருந்தாள். அப்பொழுது அவளுடைய அன்னை அறைக்குள் வந்து, "உன்னைப் பார்க்க ஒருவன் வந்திருக்கிறான். உள்ளே அனுப்பட்டுமா?" என்று கேட்டாள்.

பாவெல் கதவருகில் தோன்றினான். அவன் ஒரேயடியாக மாறி இருந்ததால், தோன்யாவுக்கு முதலில் அவனை அடையாளம் கண்டு கொள்வதே கஷ்டமாயிருந்தது.

அவன் ஒரு புத்தம் புதிய நீலநிற ஸட்டீன் சட்டையும் கறுப்புக் கால்சட்டையும் அணிந்திருந்தான். அவனது பூட்ஸ் நன்கு மெருகிடப் பட்டிருந்ததால், 'பளபள'வென்று இருந்தன. அவனது முரட்டு மயிர் கத்தரிக்கப்பட்டுத் திருத்தமாக வாரி விடப்பட்டிருந்ததை தோன்யா உடனே கவனித்துவிட்டாள். 'உர்'ரென்று இருந்த இளைஞன் எப்படி மாறிவிட்டான்.

தன் வியப்பை வெளியிட எண்ணிய தோன்யா, தான் எதுவும் கூறுவதற்கு முன்பே தன் முன் இக்கட்டான நிலையில் நின்று கொண்டிருந்த அந்தப் பையனை மேலும் குழப்புவதற்கு விருப்ப மில்லாமல், அவனது மாற்றத்தைத் தான் காணாதது போல் பாசாங்கு செய்தாள். எனவே அவன் வாக்குத் தவறியதற்காகக் கடிந்து கொள்ளத் தொடங்கினாள்.

"மீன் பிடிப்பதற்கு ஏன் வரவில்லை? நீங்களே உங்கள் நடத்தையைக் கண்டு நாணமடைய வேண்டும்! இப்படித்தான் நீங்கள் உங்கள் வாக்குகளைக் காப்பாற்றுவீர்கள் போலிருக்கிறது!"

"மரப்பலகை அறுக்கும் மில்லில் வேலை செய்தேன். மீன் பிடிக்க வருவதற்கு நேரமில்லை."

சட்டையும் கால்சட்டையும் வாங்குவதற்குப் பணம் வேண்டுமென் பதற்காகச் சில நாட்களாக ஊன் உருக, உள்ளஞ்சோர உழைத்தேன் என்று அவனால் அவளிடம் கூற முடியவில்லை.

ஆயினும், தோன்யா உண்மையைப் புரிந்துகொண்டு விட்டாள். எனவே, அவனிடம் அவளுக்கிருந்த வருத்தம் அடியோடு மறைந்து விட்டது.

"குளத்துக்கு நடந்து செல்வோம்" என்று அவள் யோசனை கூறினாள். இருவரும் தோட்டத்தின் வழியாகச் சாலைக்குச் சென்றனர்.

ஜெர்மானிய அதிகாரியின் கைத்துப்பாக்கியைத் தான் களவாடிய விஷயத்தைப் பாவெல் தோன்யாவிடம் பேச்சோடு பேச்சாகச் சொல்லி விட்டான். ஒரு பெரிய ரகசியத்தை நண்பனிடம் எடுத்துரைக்கும் முறையில், அவன் அதைக் கூறினான். சீக்கிரத்தில் ஒருநாள் அவளைக் காட்டுக்குள் அழைத்துச் செல்வதாகவும், அங்கு அந்த ரிவால்வரால் சுட்டுப் பார்க்கலாம் என்றும் அவன் அவளிடம் உறுதி கூறினான்.

"ஆனால் நீ என்னைக் காட்டிக் கொடுத்துவிடாதே!" என்று கூறிய அவன் திடீரென்று அவளை ஒருமையில் அழைத்தான்.

"நான் ஒருபோதும் உன்னைக் காட்டிக்கொடுக்க மாட்டேன்" என்று தோன்யா வாக்களித்தாள்.

அத்தியாயம் நான்கு

உக்ரேனியா தேசத்தை ஒரு கடுமையான ஈவிரக்கத்துக்கு இட மில்லாத வர்க்கப் போராட்டம் வசப்படுத்திக் கொண்டது. மென் மேலும் ஆயுதமேந்தும் மக்கள் கூடிக்கொண்டே வந்தார்கள். ஒவ்வொரு சிறு போரிலும் புதுப்புது வீரர்கள் தோன்றினார்கள்.

பொதுவாழ்வில் பங்கு கொள்ளாது, தன் பாட்டைக் கவனித்து வந்தவர்கள் சமாதானச் சூழ்நிலையில் வாழ்ந்த காலம் உருண்டோடி விட்டது.

பனிப்புயல் அடித்தது. பழுதுபட்ட பழைய கட்டிடங்கள் யாவும் பீரங்கிகளின் வெடியினால் நடுநடுங்கின. நகரவாசிகள் தங்கள் வீட்டின் நிலவறைகளிலோ அல்லது தாங்களாகத் தோண்டிய காப்புக் குழிகளிலேயோ அடைக்கலம் புகுந்தனர்.

பலவகை வண்ணங்களையும் சின்னங்களையும் கொண்ட பெத்லியூ ராவின்* பற்பல எதிர்ப்புரட்சிக் கூட்டங்கள் - சிறு தலைவர்கள்,

---

** பெத்லியூரா, ஸி.வ. - 1917-18-ம் ஆண்டுகளில் உக்ரேய்னாவில் ஆட்சியில் இருந்த குட்டி பூர்ஷ்வா-தேசீயவாத எதிர்ப்புரட்சிகரமான அரசாங்கத் தலைவர்களில் ஒருவன்; பெருஞ்சேனாதிபதி. சோவியத் ருஷ்யாவிற்கு எதிராக ஆயதந்தாங்கிய போராட்டத்தை நடத்தினான்.*

பெருந்தலைவர்கள், பலவகையான கோலுப்கள், ஆர்காங்கேல்கள், ஆங்கேல்கள், கோர்தீய்கள், இன்னும் பலவிதமான கொள்ளைக்காரக் கும்பல்கள்-பிரதேசத்தின் எல்லாப் பகுதிகளிலும் பரவத்தொடங்கின.

ஜார் இராணுவ முன்னாள் அதிகாரிகளோ, உக்ரேனிய சோஷலிஸ்ட் புரட்சிவாதக் கட்சியின் வலதுசாரிகளோ, அதன் இடதுசாரிகளோ, யாராக இருந்தாலும் சரி, ஒரு குழுவைத் திரட்டுவதற்குச் சக்தி படைத்த ஒவ்வொருவனும் தன்னைத் தனித் தலைவனாகக் கூறிக் கொண்டான். அவர்களில் சிலர், பெத்லியூராவின் மஞ்சளும் நீலமும் கலந்த கொடியை உயர்த்திப் பிடித்துக்கொண்டு, தமது சக்திக்கும், சந்தர்ப்பத்திற்கும் ஏற்ப ஆட்சியைக் கைப்பற்றினர்.

இந்தப் பல்வகைக் குழுக்களின் தலைவர்களுக்கெல்லாம் பெருந் தலைவனாகத் திகழ்ந்த பெத்லியூரா தனக்கென ஒரு ராணுவத்தை அமைத்துக்கொண்டான். அந்த ராணுவம் மேற்சொன்ன பலவித மான குழுக்களினாலும், பணக்கார விவசாயிகளாலும், தலைவன் கொனவாலேத்ஸ் படைப்பிரிவின் காலீஷிய ரெஜிமெண்டுகளாலும் அமைக்கப்பட்டிருந்தது.

இந்தக் குலாக்குகளின்*, சோஷலிஸ்ட் புரட்சிவாதிகளின்** கழிவுக் கூட்டத்தைச் சிவப்பு கொரில்லா வீரர்களின் பிரிவுகள் தாக்கிய பொழுது, ஆயிரக்கணக்கான குதிரைக் குளம்புகளின் ஒலியாலும், இயந்திரத் துப்பாக்கிகளையும், பீரங்கிகளையும் சுமந்து செல்லும் வண்டிச் சக்கரங்களின் 'கடகட' ஒலியாலும் பூமியே அதிர்ந்தது.

கொந்தளிப்பான அந்த 1919-ம் ஆண்டின் ஏப்ரல் மாதத்தில், நகரவாசிகள் திகைத்துத் திக்குமுக்காடிக் கிலிபிடித்து நின்றனர். சாலையில் ஜன்னல் கதவைத் திறந்து, தூங்கி எழுந்த முகத்துடன் தலையை வெளியே நீட்டி, அண்டை வீட்டுக்காரர்களைக் கவலை யுடன் கேட்பார்கள் :

"அவ்தொனோம் பெத்ரோவிச், இன்று அதிகாரத்தில் இருப்பது யார் தெரியுமா?"

அவ்தொனோம் பெத்ரோவிச் தன் கால்சட்டையைச் சுண்டித் தூக்கிக் கொண்டு, பயந்து பதறியவனாகச் சுற்றுமுற்றும் பார்த்துக் கொண்டான்.

---

* **குலாக்குகள்** - மற்றவர்களது உழைப்பைச் சுரண்டும் பணக்கார விவசாயிகள்.

** **சோஷலிஸ்ட்-புரட்சிவாதிகள்** - மார்க்சீய விரோதமான குட்டி பூர்ஷ்வா கட்சியைச் சேர்ந்தவர்கள்.

“சொல்ல முடியாது, அபனாஸ் கிரீல்லொவிச். நேற்று இரவு, யாரோ டவுனில் பிரவேசித்தனர் என்பதை நிச்சயமாக அறிவேன். அது யார் என்பதை நாம் சீக்கிரத்தில் தெரிந்து கொள்ளலாம். அவர்கள் யூதர்களைக் கொள்ளையடித்தால், பெத்லியூராவின் ஆட்களாக இருக்க வேண்டும். ‘தோழர்களாயிருந்தால்’, அவர்களுடைய பேச்சிலிருந்து அனுமானித்துவிடலாம். நானும் பார்த்துக்கொண்டேயிருக்கிறேன். விஷயம் விளங்கினால் தானே, எந்தப் படத்தைத் தொங்கவிடலாம் என்று முடிவு செய்யலாம். அந்த அடுத்த வீட்டு கெராஸீம் லெயோன்தியெவிச்சைப் பாருங்கள்! அவர் ஊரில் அதிகாரம் செலுத்துவது யாரென்பது உன்னிப்பாகக் கவனிக்காமல், லெனில் படத்தை மாட்டிவிட்டார். மூவர் வீட்டுக்குள் நுழைந்தனர். அவர்களோ பெத்லியூராவின் ஆட்கள். அப்புறம் கேட்க வேண்டுமா? படத்தைப் பார்த்தவுடனேயே, அவர் மீது பாய்ந்தனர். இருபது சாட்டையடி கொடுத்தனர். ‘கம்யூனிஸ்ட் வேசி மகனே, உன் தோலை உரித்து விடுகிறோம்’ என்று கத்தினர். அவரும் தம் நிலையை விளக்குவதற்கு அரும்பாடுபட்டார்; கத்திப் பார்த்தார்; ஊளையிட்டுப் பார்த்தார். ஒன்றும் பயனில்லை” என்றான்.

ஆயுதந்தாங்கிய கோஷ்டிகள் தெருவில் வந்து கொண்டிருப்பதைக் கண்டு, அந்தக் குடிமகன் பலகணிக் கதவை மூடிவிட்டு ஓடி ஒளிந்தான். எதற்கும் எச்சரிக்கையாக இருப்பது தானே சிறந்தது!

தொழிலாளர்களைப் பொறுத்தவரையில், அவர்கள் பெத்லியூராவின் வழிப்பறிக் கூட்டத்தையும் அதன் மஞ்சள் நீல நிறக் கொடியையும் வெறுத்தனர். ஆனால் அவர்களால் அந்த வெறுப்பை வெளிக்காட்ட முடியவில்லை. உக்ரேனிய இனவெறி ஆட்டத்தின் பெருக்கை எதிர்த்து நிற்கும் சக்தி அவர்களிடமில்லை. நான்கு புறங்களிலும் தாக்கிக் கொண்டிருந்த மஞ்சள்நீல நிறக் கொடியினரது படை அணியைத் தகர்த்துக் கொண்டு தங்களது நகரங்களின் வழியாகச் சென்று கொண்டிருந்த செம்படையைக் கண்டதும்தான் தொழிலாளர்கள் விழித்தெழுந்தனர். ஓரிரு நாட்களுக்கு நகர ஆட்சி மன்றத்தில் அவர்களது அருமைக் கொடி பறக்கும். அந்தப் படைப் பிரிவினர் மறுபடியும் அவர்களது நகரத்தைவிட்டு அகன்றதும் அங்கு இருள் சூழும்.

இப்பொழுது நகரம் கர்னல் கோலுப் கையில் இருந்தது. அவன் ஸாத்னிபிரோவ்ஸ்க்காயா டிவிஷனின் ‘ரத்தின மணி’ எனக் கருதப்பட்டன.

முதல் நாள்தான், கோலுப் படையின் இரண்டாயிரம் கொலைப் பாதகர்கள் வெற்றிக் கொண்டாட்டத்துடன் நகரப் பிரவேசம்

செய்தனர். குழுத் தலைவனான கர்னல் கோலுப் படை சூழ, ஒரு அருமையான குதிரைமீது ஏறிவந்தான். ஏப்ரல் மாத வெப்பத்தையும் பொருட்படுத்தாது, காக்கேஷிய மேலாடையுடனும், ஆட்டுத்தோலால் ஆக்கப்பட்டு, கருஞ்சிவப்புக் கொண்டையுடன் கூடிய ஒரு குல்லா வுடனும் அவன் தோன்றினான்; அவனது உடைகளிலெங்கும் போர்க் கருவிகள் தொங்கின. வெள்ளிப்பிடி கொண்ட பட்டாளக் கத்தி, வாள் போன்ற பற்பல கருவிகளை அவன் தரித்திருந்தான்.

கர்னல் கோலுப் பார்ப்பதற்கு அழகானவன் தான். கருமையான புருவங்களை உடையவன். வெளிறிய முகத்தினன். ஆனால் இடை விடாமல் குடித்துக் குடித்து, அவனது முகம் சிறிதளவு மஞ்சள் நிறமாகியிருந்தது. அவனது வாயில் சுங்கான் ஒன்று இருந்தது.

புரட்சிக்கு முன்னால் அவன் சர்க்கரை ஆலைக்குரிய தோட்டங் களில் விவசாய நிபுணனாக இருந்தான். ஆனால் அந்த வாழ்வு அவனுக்குச் சப்பென்று இருந்தது. கொள்ளைப்படைத் தலைவன் வாழ்வுடன் அதை ஒப்பிட முடியுமா? எனவே, பேய்ச் சக்திகள் தலை தூக்கியவுடன் விவசாய நிபுணன் அவற்றுடன் சேர்ந்துகொண்டு, கர்னல் கோலுப்பானான்.

நகரத்திலிருந்த ஒரே நாடகக் கொட்டகையில் வந்த விருந்தாளி களைக் கௌரவிப்பதற்காக ஒரு களியாட்டத்துக்கு ஏற்பாடாகி யிருந்தது. பெத்லியூராவின் அறிவுச் செல்வங்கள் அனைத்தும் அங்கு கூடியிருந்தன. உக்ரேய்னாவின் பள்ளி ஆசிரியர்கள், பாதிரியின் இரு பெண் செல்வங்கள் - மூத்தவள் அழகி ஆன்னா; இளையவள் தீனா - தவிர சில சேடிப் பெண்கள், பத்தோத்ஸ்கிப் பிரபுவின் முன்னாள் வேலையாட்கள், 'சுதந்திர கஸாக்குகள்' என்ற பெயரைச் சூட்டிக் கொண்டிருந்த நடுத்தர வகுப்பைச் சார்ந்த, எதிர்ப்புரட்சி வாதிகளின் கையாட்கள் சிலரும் அங்கு கூடியிருந்தனர்.

நாடகக் கொட்டகை நிரம்பியிருந்தது. ஒளி படைத்த, பல வண்ணங்களுடைய பாசி மணிகளும், நாடாக்களுமணிந்த ஆசிரியை களையும், பாதிரியின் பெண் செல்வங்களையும், நடுத்தர வகுப்பைச் சேர்ந்த சில பெண்களையும், பழைய வண்ணச் சித்திரங்களில் வரையப்பட்டுள்ள ஸப்பரோஷிய கஸாக்கியவர்களைப் போலவே உடை அணிந்து, தங்கள் கால் பூட்ஸ்களின் குதிமுள் ஒலிக்க நடந்து கொண்டிருந்த பெத்லியூரா அதிகாரிகள் சூழ்ந்து கொண்டிருந்தனர்.

பட்டாளத்தின் 'பேண்டு' ஒலித்தது. மாலையில் 'நஸார் ஸ்தொ தோல்யா' என்ற நாடகத்தை நடிப்பதற்கு மேடையில் வேகமாகத் தயாரிப்புகள் நடந்து கொண்டிருந்தன.

ஆனால், கொட்டகையின் மின்சார விளக்குகள் எரியவில்லை. முறைப்படி, கர்னல் கோலுப்புக்கு இந்தச் செய்தி தெரிவிக்கப் பட்டது. கர்னலின் அர்ஜூடன்டு லெப்டினன்ட் பொலியான்த்ஸெவ் என்பவனே இந்தச் செய்தியைத் தெரிவித்தான். பொலியான்த்ஸெவ் தன்னைத் தற்பொழுது கொரூன்ஷிய்* பொலியனீத்ஸா என்ற உக்ரேனிய முறையில் அழைத்துக் கொண்டான். மாலைக் களி யாட்டத்தில் நேரில் கலந்துகொள்வதென்று கோலுப் முடிவு செய்திருந்தான். எனவே, கொரூன்ஷிய் கூறியதைக் கேட்டவுடன், "வெளிச்சம் கிடைக்கும்படி செய்! நீ இறக்க நேரிட்டாலும் தயங்காதே! எலெக்டிரிஷியனைக் கண்டுபிடித்து, மின்னிலையத்தை ஓட்ட வேண்டும்" என்றான் கோலுப்.

கர்னல் கோலுப் தற்செயலாகப் பேசுவது போலப் புலப்பட்டது. ஆயினும், அந்தப் பேச்சில் துடுக்கும் அதிகாரமும் தொனித்தன.

"அவ்வாறே செய்கிறேன்" என்றான் கொரூன்ஷிய்.

அவன் தன் கழுத்தை முறித்துக் கொள்ளாமலே, எலெக்டிரிஷியன் களைக் கண்டுபிடித்தான். ஒரு மணி நேரத்துக்குள், பாவெலும் ஒரு எலெக்டிரிஷியனும், ஒரு மெக்கானிக்கும் ஆயுதப்படையினர்களால் மின்னிலையத்துக்குக் கொண்டு வரப்பட்டனர்.

"ஏழு மணிக்குள் விளக்குகள் எரியாவிட்டால், உங்கள் மூவரையும் கயிற்றைக் கட்டி தொங்கவிடுவேன்" என்று கொரூன்ஷிய் சுருங்கக் கூறி, மேலேயிருந்த இரும்பால் செய்த குறுக்குச் சட்டத்தைக் காட்டினான்.

இந்த அச்சுறுத்தலால் பயன் உண்டாயிற்று. குறித்த நேரத்தில் விளக்குகள் எரிந்தன.

களியாட்டம் உச்சநிலையில் நடந்து கொண்டிருந்தது. கர்னல் கோலுப் தன் காமக்கிழத்தியுடன் தியேட்டருக்கு வந்தான். அவன் ஒரு சிற்றுண்டிச் சாலைக்காரனின் வீட்டில் தங்கியிருந்தான். அப் பெண், மஞ்சள் நிறக் கூந்தலழகி. சரசாங்கி. பணக்காரச் சிற்றுண்டிச் சாலைக்காரன் தன் மகளைச் சிறந்ததொரு பள்ளியொன்றில் படிக்க வைத்திருந்தான்.

முன் வரிசையில், கௌரவ விருந்தினர்கள் என்ற முறையில் அவர் களுக்கு ஒதுக்கப்பட்டிருந்த இருக்கைகளில் இருவரும் அமர்ந்த

கொரூன்ஷிய் – *கஸாக்கியர் படையில் லெப்டினன்ட்.*

பின்னர், கர்னல் சைகை காட்டினான். திரை உயர்ந்தது. மேடையிலிருந்து விரைந்து சென்ற டைரக்டரின் முதுகைக் கூட்டத்திலுள்ளவர்கள் பார்த்தார்கள்.

நாடகம் நடந்துகொண்டிருந்தபொழுது, அதிகாரிகளும் அவர்களது காமினிகளும் சிற்றுண்டிச் சாலையில் எவ்விடத்திலும் காணக்கூடிய கொரூன்ஷிய் வழங்கிய வீட்டில் தயாரித்த மதுபானத்தைக் குடித்தும், கட்டாயக் கொள்முதல் மூலம் கிடைத்த இனிப்புப் பண்டங்களைத் தின்றும் வயிற்றை நிரப்பிக் கொண்டிருந்தனர். நாடகம் முடிவதற்குள்ளாக அவர்கள் மதுவின் போதைக்கு முற்றிலும் இரையாகிவிட்டனர்.

இறுதிக் காட்சி முடிந்தபின், கொரூன்ஷிய் மேடை மீது ஏறினான்.

"சீமாட்டிகளே! கனவான்களே! உடனடியாக நாட்டியம் ஆரம்பமாகும்!" என்று அவன் நாடகப் பாணியில் கையை ஆட்டிக்கொண்டே அறிவித்தான்.

எல்லோரும் ஒன்றாகக் கைகொட்டினர். விருந்தாளிகளுக்குக் காவலாயிருந்த சிப்பாய்கள் நாற்காலிகளை அகற்றிவிட்டு, அறையை நாட்டியத்திற்குத் தயார் செய்யச் சந்தர்ப்பம் அளிக்க வேண்டுமென்பதற்காகக் கூட்டத்தினர் முற்றத்துக்குச் சென்றனர்.

அரைமணி நேரத்துக்குப்பின், களியாட்ட மன்றமாக தியேட்டர் காட்சியளித்தது.

பெத்லியூரா அதிகாரிகள் வெப்பத்தால் சிவந்த சுந்தர மங்கையருடன் 'கொப்பாக்' நடனம் ஆடினார்கள். அவர்களுடைய கனத்த பூட்ஸ்கள் தரையைத் தாக்கிச் செய்த பேரொலி தியேட்டரின் சிதைந்த சுவர்களை ஆடச்செய்தது.

அதே சமயத்தில், ஆயுதம் தரித்த ஒரு குதிரைக் குழு மாவுமில் அருகில் நகரத்தை வந்து சேர்ந்திருந்தது. நகர எல்லையில் காவல் காத்து வந்த பாராக்காரர்கள் அலறிப் புடைத்துக் கொண்டு, யந்திரத் துப்பாக்கிகளை உபயோகம் செய்வதற்குத் தயாரானார்கள். துப்பாக்கிகளைக் குண்டுகளால் நிரப்பும் பொழுது ஏற்பட்ட சப்தம் இரவு நேரத்தில் தெளிவாகக் கேட்டது. அந்த இருட்டிலே, ஒரு கண்டிப்பான அறைகூவல் எழுந்தது :

"நில்! அங்கு போவது யார்?"

இரண்டு கரிய வடிவங்கள் இருட்டிலிருந்து வேறுபட்டுத் தோன்றின. அவர்களில் ஒருவன் முன்வந்து கம்மிப்போன தடித்தக் குரலில் கர்ஜித்தான் :

"தலைவன் பாவ்லியூக்கும் அவனது படையும். நீங்கள் யார்? கோலுபின் ஆட்களா?"

"ஆம்!" என்று முன்னுக்கு வந்துநின்ற ஓர் அதிகாரி விடை தந்தான்.

"என் ஆட்கள் எங்கு தங்க முடியும்?" என்று பாவ்லியூக் கேட்டான்.

"நான் உடனே தலைமைக் காரியாலயத்துக்கு போன் செய்கிறேன்" என்று கூறிவிட்டு, அந்த அதிகாரி சாலையோரத்திலிருந்த சிறு குடிசைக்குள் சென்றான்.

ஒரு நிமிஷம் கழித்து, அவன் வெளியே வந்து கட்டளை பிறப்பித்தான்.

"சாலையிலிருந்து யந்திரத் துப்பாக்கிகளை அகற்றுங்கள்! பாவ்லியூக் அவர்கள் உள்ளே வரட்டும்!"

ஒளிமயமாகவிருந்த தியேட்டருக்கு முன்னால், பாவ்லியூக் குதிரையை நிறுத்தினான். தியேட்டரின் வெளியே பலர் காற்று வாங்கிக் கொண்டு உல்லாசமாக உலவுவதைக் கண்டான். தன் பக்கத்தில் வந்த அதிகாரியை நோக்கி, "ஏதோ தமாஷ் நடக்கிறதென்று தெரிகிறது. நாமும் இறங்கிச் செல்வோம். களியாட்டத்தில் கலந்து கொள்வோம். பெண்களுடன் சிறிது நடை போடுவோம். உள்ளே ஏராளமான பெண்கள் இருக்கிறார்கள்" என்றான். பிறகு, பின்புறம் வந்த ஒருவனைப் பார்த்து, "ஏ, ஸ்தலேஷ்கோ! நகர மக்களின் வீடுகளில் வீரர்கள் தங்குவதற்கு ஏற்பாடு செய்! நாங்கள் இங்கு தங்கிவிட்டு வருகிறோம்" என்று சொல்லிவிட்டு, "காவல்படை என்னுடனிருக்கட்டும்!" என்று கூறினான். திகைத்துத் தடுமாறிய குதிரையிலிருந்து அவன் இறங்கினான்.

தியேட்டர் வாசலில் ஆயுதமேந்திய பெத்லியூரா ஆட்கள் இருவர் பாவ்லியூக்கை நிறுத்தினார்கள்.

"டிக்கட் எங்கே?" என்று அவர்கள் கேட்டார்கள்.

பாவ்லியூக் அவர்களை ஏளனத்துடன் பார்த்தான்; ஒருவனைத் தோளால் தள்ளினான். அவனுடன் வந்த பன்னிருவரும் அவனைப் பின்பற்றினார்கள். அவர்கள் எல்லோரும் தங்கள் குதிரைகளை வெளி வேலியில் கட்டி வைத்திருந்தார்கள்.

தியேட்டரில் புதிதாக வந்தவர்களை அனைவரும் உடனடியாகக் கவனித்துவிட்டனர். குறிப்பாக, பாவ்லியூக்கின் பருத்த சரீரம் எடுப்பா யிருந்தது. அவன், அதிகாரிகள் அணியும் உயர்ந்த துணிக் கோட் அணிந்திருந்தான்; குதிரைப்படையினர் அணியும் நீலநிறக் கால் சட்டையும், ரோமம் மிகுந்த கம்பளிக் குல்லாயும் தரித்திருந்தான். தோளிலிருந்து தொங்கிய தோல்வாரில் ஒரு பிஸ்டல் தொங்கியது. அவனது சட்டைப் பையிலிருந்து ஒரு கைக்குண்டு வெளியில் நீட்டிக் கொண்டிருந்தது.

கோலுபின் உதவியாளன் வெறிபிடித்தது போல் நடனமாடிக் கொண்டிருந்த அந்த இடத்தில் ஒவ்வொருவரும் பாவ்லியூக்கைச் சுட்டிக் காட்டி, "அது யார்? அது யார்?" என்று ஒருவரை ஒருவர் இரகசியமாகக் கேட்டுக் கொண்டிருந்தார்கள்.

அவனுடன் பாதிரியின் மூத்த பெண் ஆன்னா நாட்டியமாடிக் கொண்டிருந்தாள். அவள் உணர்விழந்து செயலற்று சுழன்று கொண்டிருந்தாள். அவளது ஸ்கர்ட் அவள் ஆடும் வேகத்தில் மேலே

தூக்கியதால், வெளியே தெரிந்த பட்டினாலான அவளது உள்ளாடை சுற்றியிருந்த வீரர்களின் மனத்தைக் கவர்ந்தது.

பாவ்லியூக் தன் தோளால் இடித்து கூட்டத்தில் வழிசெய்து கொண்டு, நடன அரங்கின் மையத்திற்கு வந்தான்.

பாவ்லியூக் பளபளவென்று பிரகாசிக்கும் கண்களால் பாதிரி மகளின் கால்களை வெறித்துப் பார்த்து, உலர்ந்த உதடுகளை நாக்கால் தடவிக் கொண்டான். அதன்பின், நாட்டிய அரங்கை நேராகக் கடந்து, வாத்தியங்கள் நாதம் பொழிந்த மேடைக்குச் சென்றான். பின்னிவிடப்பட்ட சவாரிச் சவுக்கைச் சுண்டிவிட்டுக் கொண்டான்.

"ஜல்தி! 'கொப்பாக்' நடனத்துக்கு வாத்தியங்கள் இசை பொழிய வேண்டும்!" என்று உரக்கக் கூவினான்.

இசைக்குழுத் தலைவன் இந்த உத்திரவைப் பொருட்படுத்தவில்லை.

பாவ்லியூக்கின் கை சட்டென்று இயங்கியது. சவுக்கடி இசைக் குழுத் தலைவனது முதுகைக் கீறியது. திடீரென்று ஒரு பாம்பு கடித்தது போல், குழுத்தலைவன் தாவிக் குதித்தான். இசை நின்றது. தியேட்டர் அமைதியில் ஆழ்ந்தது.

"என்ன துடுக்கு!" என்று சிற்றுண்டிக் கடைக்காரனின் மகள் சீறினாள். பக்கத்தில் அமர்ந்திருந்த கோலுபின் கையைப் பற்றிக் கொண்டே, "இதை அனுமதிக்கக்கூடாது" என்று அவள் கூக்குர லிட்டாள்.

கோலுப் மிடுக்குடன் எழுந்தான். ஒரு நாற்காலியை உதைத்து எறிந்தான்; மூன்று அடி முன்சென்று; பாவ்லியூக்கின் வெகு அருகில் சென்று நின்றான். அந்தப் புதியவனை அவன் உடனே அறிந்து கொண்டான். அதிகாரத்துக்காகத் தன்னுடன் போட்டியிடத் துணிந் திருக்கும் பாவ்லியூக்கிடம் அவனுக்குப் பழம் பகைகளைத் தீர்த்துக் கொள்ள வேண்டியதாகவும் இருந்தது. ஒரு வாரத்துக்கு முன்தான், பாவ்லியூக் கர்னல் கோலுபுக்கு எதிராக ஒரு கீழ்த்தரமான சூழ்ச்சி செய்தான். பல தடவைகள் கோலுபின் பட்டாளத்தைச் சிதறடித்த ஒரு செஞ்சேனை ரெஜிமென்டுடன் கோலுபின் ஆட்கள் முழு மூச்சுடன் போரிட்டுக் கொண்டிருந்தபொழுது, பாவ்லியூக் போல்ஷெ விக்குகளைப் பின்புறமிருந்து தாக்குவதற்குப் பதிலாக ஒரு பேட்டைக் குள் புகுந்து அங்கிருந்த ஒரு சிறிய வலிவற்ற எல்லைக் காவல் படையை முறியடித்துவிட்டு, காப்புப் படையை நிறுத்திவிட்டு, அந்தப் பேட்டையைச் சூறையாடலானான். அவன் உண்மையான பெத்லியூராவின் பின்பற்றுவோன் என்ற முறையில் யூதர்களைத் தான் முக்கியமாக இம்சித்து வழிப்பறி செய்தான். அந்தச் சமயத்தில்,

செம்படை வீரர்கள் கோலுப் பட்டாளத்தின் வலது விலாப்புறத்தைத் தாக்கிச் சிதறடித்து விட்டு, முற்றுகையிலிருந்து தப்பிவிட்டனர்.

இப்பொழுது அந்த மண்டைக்கனம் பிடித்த சிறு அதிகாரியாகிய பாவ்லியூக் தானிருக்கும் நாடகக் கொட்டகைக்கே வந்துவிட்டான்; கர்னல் கோலுப் கண்ணெதிரில் அவனுடைய இசைக்குழுத் தலைவனைத் தாக்கும் அளவுக்குத் துணிவு கொண்டுவிட்டான். முடியாது! இதை அனுமதிக்க அவனால் முடியாது. இந்தக் கர்வம் பிடித்த குட்டித் தலைவனைத் தற்பொழுது அடக்காவிட்டால், தன் ஆட்களின் மதிப்பைத் தான் இழக்க நேரிடும் என்பதைக் கர்னல் கோலுப் உணர்ந்தான்.

பல வினாடிகள், ஒருவரை ஒருவர் வெறித்துப் பார்த்துக்கொண்டு மௌனமாயிருந்தனர்.

ஒரு கரத்தால் தன் வாளின் கைப்பிடியைப் பிடித்துக்கொண்டு, மற்றொரு கரத்தால் தன் பையிலிருந்த கைத்துப்பாக்கியின் குதிரையைப் பிடித்துக்கொண்டு, கோலுப் திடீரென்று இரைந்து கூறினான் :

"போக்கிரிப் பயலே! என் ஆட்கள் மீது கைவைக்கும் அளவுக்குத் துணிந்துவிட்டாயா?"

பாவ்லியூக்கின் கரம் அவனது கைத்துப்பாக்கியைப் பிடித்துக் கொள்ள விரைந்தது.

"கோலுப், நாவை அடக்கிப் பேசு! துள்ளாதே! துள்ளினால் இடறி விழுந்து விடுவாய்! என் உணர்ச்சிகளைப் புண்படுத்தாதே! நான் என் அமைதியை இழந்துவிடுவேன்!"

கோலுபுக்கு ஆத்திரம் தலைக்கேறியது.

"அவர்களை வெளியில் தள்ளுங்கள்! ஒவ்வொருவருக்கும் சவுக்கால் இருபத்தைந்து அடி கொடுங்கள்!" என்று அவன் கூவினான்.

கோலுபின் அதிகாரிகள் வேட்டை நாய்க் கூட்டம் மாதிரி பாவ்லியூக் கோஷ்டி மீது பாய்ந்தனர்.

ஒரு மின்சார பல்பைத் தரைமீது வீசி எறிந்தால் உண்டாகும் ஒலியுடன் ஒரு குண்டு வெடித்தது. இரண்டு நாய்க்கூட்டங்களைப் போல, கோலுபின் அதிகாரிகளும், பாவ்லியூக் கோஷ்டியும் தாக்கிக் கொண்டு சுற்றிச் சுழன்றனர். அந்த ரகளையில், ஒருவரை ஒருவர் வாளால் கீறிக் கொண்டார்கள்; ஒருவர் ஒருவருடன் தலைமுடியையும், கழுத்தையும் பிடித்துக் கொண்டு சண்டையிட்டார்கள். பெண்களோ, ஈட்டியால் குத்தப்பட்ட பன்றிகளைப் போலக் கிலிபிடித்துக் கதறினார்கள். சண்டை நடக்குமிடத்தை விட்டுச் சிதறி ஓடினார்கள்.

சில நிமிஷங்களில் கர்னல் கோலுபுடைய ஆட்கள் பாவ்லியூக் கோஷ்டியை முறியடித்து, நிராயுதபாணியாக்கி, தியேட்டரிலிருந்து தள்ளி, வீதிக்கு விரட்டினர்.

இந்தச் சண்டையில் பாவ்லியூக் குல்லாயை இழந்தான். அவனது முகத்தில் இரத்தம் சுண்டியது. அவன் ஆயுதங்களைப் பறிகொடுத்து விட்டான். ஆத்திர வெறியின் வசப்பட்டிருந்தான். அவனும் அவனுடைய ஆட்களும் சேணத்தின்மீது பாய்ந்து, ஏறினர். தெருவில் குதிரைகள் விரைந்தோடின.

மாலை இன்பம் சிதறுண்டு போய்விட்டது. இவ்வளவுக்கும் பிறகு, களியாட்டமாட எவரும் விரும்பவில்லை. பெண்கள் நடனமாட மறுத்தனர்; வீட்டுக்குப் போக வேண்டுமென்று பிடிவாதம் செய்தனர். ஆனால் கோலுப் அதற்கு இணங்க அடியோடு மறுத்துவிட்டான்.

"வாசலில் காவல் போடு! ஒருவரும் தியேட்டரை விட்டுப் போகக் கூடாது!" என்று அவன் உத்திரவிட்டான்.

கொரூன்ஷிய் தலைவனது உத்திரவை நிறைவேற்றுவதற்கு விரைந்தான்.

"சீமாட்டிகளே! கனவான்களே! நாளைச் சூரியோதயம் வரை நாட்டியம் நீடிக்கும்!" என்று அலைஅலையாக எழுந்த ஆட்சேபணை களுக்குப் பிடிவாதமாகப் பதில் கூறி, "முதலில் நானே வால்ட்ஸ் நடனத்தை ஆடுவேன்!" என்றும் கோலுப் கூறினான்.

மீண்டும் வாத்தியங்கள் முழங்கின. ஆனால் அதன்பின் அன்று இரவு பழைய ஓட்டமும் துள்ளலும் களியும் இல்லை.

கர்னல் கோலுபும் பாதிரி மகளும் நாடக அரங்கில் ஒரு தடவை சுழல்வதற்குள், காவற்காரர்கள், "பாவ்லியூக் தியேட்டரை முற்றுகை யிடுகிறான்" என்று கத்திக்கொண்டே ஹாலுக்குள் ஓடி வந்தனர்.

அதே சமயத்தில், தெருப் பக்கமிருந்த ஜன்னலின் கண்ணாடி பேரொலியுடன் உடைந்தது. அதன் சட்டத்தின் வழியே ஒரு தட்டை மூக்கு யந்திரத் துப்பாக்கி உள்ளே நுழைந்தது. அது இங்கும் அங்கும் நகர்ந்து கொண்டேயிருந்தது. அதைக் கண்டவுடன், பேய் பிசாசைக் கண்டவர்கள் மாதிரி, தியேட்டரிலிருந்த ஜனங்கள் அலறிப் புடைத்துக் கொண்டு, ஹாலின் மையத்துக்கு ஓடினார்கள். அங்கும் இங்குமாக ஓடிக்கொண்டிருந்த உருவங்களைத் தேடிப்பிடித்து அவர்களை நோக்கி யந்திரத் துப்பாக்கி நகர்ந்து கொண்டிருந்தது.

கூரையில் இருந்த ஆயிரம் 'காண்டில் பவர்' விளக்கின் மீது கொரூன்ஷிய் சுட்டான். அது ஒரு வெடிகுண்டுபோல வெடித்தது.

ஹாலில் இருந்தவர்களின் தலைகளில் கண்ணாடித் துண்டுகள் மடமடவென்று விழுந்தன.

ஹாலை இருள் கவ்விற்று. வெளியில் தெருவிலிருந்து யாரோ ஒருவன் உரக்கக் கூவினான்:

"எல்லோரும் வெளியே வாருங்கள்!"

அந்தக் கூச்சலைத் தொடர்ந்து நீசத்தனமான வசைமாரியைப் பலர் பொழிந்தனர்.

பெண்கள் வலிப்பு நோய் கண்டவர்களைப் போல வீறிட்டுக் கதற, ஹாலில் இங்குமாக விரைந்து நடந்துகொண்டு, பல்வேறு இடங்களில் நின்று கொண்டிருந்த தனது அதிகாரிகளைத் திரட்டு வதற்காக கோலுப் கோபத்துடன் கட்டளை முழங்க, வெளியில் வெடிகள் வெடிக்க-எங்கும் ஒரே அமளிதுமளியாக இருந்தது. அந்தக் குழப்பத்துக்கிடையே, கொரூன்ஷிப் பின்புறக் கதவு வழியே தப்பி ஓடியதை எவரும் கவனிக்கவில்லை. அவன் தலைதெறிக்க ஓடி, கோலுபின் அலுவலகத்தை அடைந்தான்.

அரைமணி நேரத்திற்குப் பின், நகரத்தில் போராட்டம் முழு மூச்சுடன் நடந்துகொண்டிருந்தது. துப்பாக்கிப் பிரயோகத்தின் 'பட்பட்', 'படபட' ஒலி நிற்கவேயில்லை. அதனோடு யந்திரத் துப்பாக்கிகளின் கடகடச் சத்தமும் சேர்ந்து இரவின் அமைதியைக் குலைத்தது. மதிமயங்கிய நகர மாந்தர் பேரொலியைக் கேட்டுத் திகைத்து, தம் கதகதப்பான படுக்கைகளிலிருந்து எழுந்துவந்து, ஜன்னல் கண்ணாடிகளோடு ஒட்டிக்கொண்டு நின்று தெருச் சண்டையைப் பார்க்கத் தொடங்கினர்.

கடைசியில் துப்பாக்கிப் பிரயோக ஒலி குறைந்தது. ஒரே ஒரு யந்திரத் துப்பாக்கி மட்டும், தன்னந்தனியாக ஒரு நாய் குரைப்பது மாதிரி, விட்டுவிட்டுச் சுட்டுக்கொண்டிருந்தது. அதுவும் நகர் வெளிப்புறத்தில் எங்கோ ஓரிடத்தில்தான்.

காலையில் கதிரவன் உதித்தபொழுது சண்டை முற்றிலும் நின்றுவிட்டது.

ஒரு 'பாக்ரோம்'* நடக்கப் போகிறதென்ற வதந்தி நகரத்தில் பரவியது. அந்த வதந்தி, ஆற்றுக்குச் செல்லும் செங்குத்தான அழுக்

** பாக்ரோம் – 'அழிவு' என்று பொருளுள்ள ருஷ்யச் சொல், ஏதாவது ஓர் இனத்தினருக்கு எதிராகப் பிற்போக்காளர்களாலும் இனவெறியர்களாலும் நடத்தப்படும் கொலை, சூறையாடுதல் போன்ற இதரப் பிற நடவடிக்கைகளுக்கு 'பாக்ரோம்' என்று பெயர்.*

கடைந்த பாதைகளில் தாறுமாறாகக் கட்டப்பட்ட சிறிய, தாழ்ந்த, கோணலான ஜன்னல்களைக் கொண்ட, யூதர்களின் வீடுகள் வரை அடைந்தது. ‘வீடுகள்’ என்று அழைக்கப்பட்ட இம்மாதிரியான டப்பாக்களில் யூதர்கள் கற்பனைக் கெட்டாத முறையில் நெருக்கமாக வாழ்ந்தார்கள்.

ஸெர்யோஷா ஓராண்டு காலமாக வேலை பார்த்து வந்த அந்த அச்சகத்தில் அச்சுக் கோப்பவர்களும், ஏனைய பிற சிப்பந்திகளும் யூதர்கள். ஸெர்யோஷா அவர்களுடன் உறவினர்களிடம் பழகுவது போல் நெருங்கிப் பழகி வந்தான். பாசத்தால் பிணைந்த ஒரு குடும்பத்தினர் போல் அவர்கள் யாவரும், நன்கு உண்டு கொழுத்த, சுய திருப்தி மனப்பான்மை கொண்ட, தங்கள் முதலாளி பிலியூம்ஷ்டைனை எதிர்த்தனர். அச்சகத்தின் முதலாளிக்கும், அதன் வேலையாளர்க்கும் இடையே இடைவிடாத போராட்டம் நடந்துகொண்டிருந்தது. தொழிலாளர்களின் கூலியைக் குறைக்கவும் தன் லாபத்தைப் பெருக்கவும் பிலியூம்ஷ்டைன் தன்னால் இயன்றதனைத்தும் செய்தான். அச்சுத் தொழிலாளர்கள் பல தடவைகள் வேலை நிறுத்தம் செய்தனர். இரண்டு மூன்று வாரங்களுக்குக்கூட, அச்சகம் தொடர்ச்சியாக முடங்கிக் கிடந்ததுண்டு. அந்த அச்சகத்தில் பதினான்கு தொழிலாளர்கள் இருந்தனர். அவர்களில் இளையவன் ஸெர்யோஷா. கையால் ஓட்டும் அச்சகத்தின் சக்கரத்தை தினம் பன்னிரண்டு மணி நேரம் சுற்றிக்கொண்டிருப்பதே ஸெர்யோஷாவின் வேலை.

இன்று, சகோதரத் தொழிலாளர்கள் அமைதியற்று இருப்பதை ஸெர்யோஷா கண்டான். கடந்த பல மாதங்களாகவே இந்தக் கொந்தளிப்புக் காலத்தில், ‘பெருஞ் சேனாதிபதி’ பெத்லியூராவின் பிரகடனங்களை அப்போதைக்கப்போது அச்சடிப்பதைத் தவிர, அச்சகத்தில் வேலை ஒன்றுமில்லை என்றே சொல்லலாம்.

காசநோய்க்கு ஆளாகியிருந்த மேந்தெல் என்ற அச்சுக்கோப்பவன் ஸெர்யோஷாவை ஒரு மூலைக்கு இட்டுச் சென்றான்.

“ ‘பாக்ரோம்’ நடக்கப் போகிறதென்பதை நீ அறிவாயா?” என்று அவன் துயரம் நிறைந்த கண்களால் பையனைப் பார்த்துக் கொண்டே கேட்டான்.

ஸெர்யோஷா வியப்புற்றான்.

“அப்படியா? எனக்குத் தெரியாது” என்றான்.

மேந்தெல், மஞ்சள் படர்ந்திருந்த தன் உலர்ந்த கையை ஸெர்யோஷாவின் தோள்மீது போட்டுக்கொண்டு நம்பிக்கை தொனிக்கும் வகையில் உருக்கமாகப் பேசத் தொடங்கினான்:

“ ‘பாக்ரோம்’ நடக்கப் போவது உறுதி. யூதர்கள் அடி உதை மிதிக்கு ஆளாகப் போகிறார்கள். இந்தக் கொடுமை நிகழும்பொழுது, நீ தோழர்களுக்கு உதவி செய்வாயா என்பதைத் தான் நான் அறிய விரும்புகிறேன்.”

“நிச்சயமாக உதவுவேன். என்னால் எதெல்லாம் முடியுமோ, அதெல்லாம் செய்வேன். மேந்தெல் நான் என்ன செய்யவேண்டும்?”

அச்சமயம் அச்சுக் கோப்பவர்கள் இந்த உரையாடலை உற்றுக் கேட்டுக் கொண்டிருந்தனர்.

“ஸெர்யோஷா, நீ நல்ல பையன். நாங்கள் உன்னை நம்பு கிறோம். பார்க்கப்போனால், உன் தந்தையும் எங்களைப் போல ஒரு தொழிலாளி. சில கிழவர்களும் கிழவிகளும் மறைந்திருப்பதற்கு அவர் தம் வீட்டில் இடம் தருவாரா என்று ஓடிப்போய்க் கேட்டுத் தெரிந்துவா. இதே போன்ற உதவியைச் செய்யக்கூடியவர் வேறு எவராவது இருக்கிறார்களா என்பதையும் உன் குடும்பத்தினரிடம் கேட்டறிந்துவா. தற்சமயம் இந்தக் கொள்ளைக் கூட்டத்தார் ருஷ்யர் களைத் தாக்கமாட்டார்கள். ஸெர்யோஷா, ஓடிப்போய்வா! வீண் பொழுது போக்குவதற்கு நேரமில்லை.”

“மேந்தெல், நீ என் உதவியை நம்பலாம், நான் பாவெலையும் கிலீமையும்கூடப் பார்த்து வருகிறேன். அவர்களது குடும்பத்தினரும் சிலருக்கு மறைவிடம் தந்து உதவுவார்கள்.”

“ஒரு நிமிடம்!” என்று சொல்லிக் கிளம்பிக்கொண்டிருந்த ஸெர் யோஷாவை மேந்தெல் நிறுத்தினான். “பாவெல், கிலீம் என்பவர்கள் யார்? உனக்கு அவர்களை நன்கு தெரியுமா?”

ஸெர்யோஷா நம்பிக்கையுடன் தலையை ஆட்டினான்.

“நன்றாகத் தெரியும். அவர்கள் எனது உயிர்த் தோழர்கள். பாவ்கா கர்ச்சாகினின் தமையன், ஒரு கொல்லன்.”

“ஓ! கர்ச்சாகினா? அவனை நான் நன்கு அறிவேன். ஒரே வீட்டில் அவனும் நானும் குடியிருந்தோம். சரி, நீ கர்ச்சாகின் குடும்பத்தைப் பார்க்கலாம். ஸெர்யோஷா, உடனே கிளம்பிச் சீக்கிரத்தில் திரும்பி வா.”

ஸெர்யோஷா சிட்டாய்ப் பறந்தான்.

பாவ்லியூக் ஆட்களுக்கும் கோலுபின் ஆட்களுக்கும் போர் நடந்து முடிந்த நாளிலிருந்து மூன்றாவது நாள், ‘பாக்ரோம்’ தொடங்கியது.

இரவுப் போராட்டத்தில் இருபது ஆட்களை இழந்த பாவ்லியூக் கும்பல் ஷெப்பெத்தோவ்க்காவிலிருந்து ஓடிவிட்டு அருகே உள்ள

பேட்டையைப் பிடித்துக் கொண்டது. கோலுப் படையினரும் இருபது ஆட்களை இழந்தனர்.

அதே நாளில், கொல்லப்பட்டவர்கள் இடுகாட்டிற்கு எடுத்துச் செல்லப்பட்டனர். ஆர்ப்பாட்டம் எதுவுமில்லாமல் அவர்கள் அடக்கம் செய்யப்பட்டனர். ஏனெனில், இந்த விவகாரத்தில் கர்னல் கோலுப் பெருமை பாராட்டுவதற்கு ஒன்றுமில்லை. பெத்லியூராவின் இரு தலைவர்கள் வீதி நாய்கள் மாதிரி சண்டை போட்டனர். ஒருவன் கழுத்தைத் திருக இன்னொருவன் முயற்சித்தான். எனவே, சவ அடக்கத்தைப் பற்றியப் பெரிய ஆரவாரம் செய்வது நன்றாயிருக்காது. பாவ்லியூக்கை 'சிவப்புக் கொள்ளைக்காரன்' என்று பறைசாற்றி, கொரூன்ஷிய் பொல்யானீத்ஸா அவர்களை மிகவும் ஆடம்பரமாக அடக்கம் செய்ய விரும்பினான். ஆனால் வஸீலிய் பாதிரியார் தலைமையிலிருந்த சோஷலிஸ்ட் புரட்சிவாதிகளின் கமிட்டி அந்த யோசனையை ஆட்சேபித்தது.

சண்டையின் விளைவாக கோலுபின் படையினர் ஏதோ முணு முணுத்துக் கொண்டேயிருந்தனர். கோலுபின் மெய்க்காவலர் குழுவுக்குத் தான் சேதம் அதிகம்; எனவே அவர்களுக்கிடையே முணுமுணுப்பு அதிகமாயிருந்தது. இந்த அதிருப்தியைப் போக்க வேண்டும் படைவீரர்களுக்குத் தெம்பூட்டி உற்சாகம் தரவேண்டும். இந்த நோக்கங்களை நிறைவேற்றிக் கொள்வதற்காக, 'பாக்ரோம்' நடத்த வேண்டும் என்பது கொரூன்ஷியின் யோசனை. இது ஆட்களுக்குக் "கொஞ்சம் பொழுதுபோக்காக" இருக்குமென்று அவர் ஈரமற்ற நெஞ்சோடு கோலுபிடம் எடுத்துரைத்தான். ஆட்களிடையே ஏற்பட்டுள்ள அதிருப்தியை நீக்குவதற்கு இது அவசியம் என்று அவன் வாதாடினான். கர்னல் கோலுபைப் பொறுத்தவரை, சிற்றுண்டிச் சாலைக் கடைக்காரன் மகளைத்தான் திருமணம் செய்து கொள்ள விருக்கும் சமயத்தில் ஊரின் அமைதி கெடுவதை அவன் விரும்ப வில்லை. எனினும் அவன் இறுதியாக விட்டுக்கொடுத்தான்; 'பாக்ரோம்' திட்டத்துக்குப் பச்சை விளக்குக் காட்டினான்.

சமீபத்தில்தான் கர்னல் கோலுப் சோஷலிஸ்ட் புரட்சிவாதக் கட்சியில் சேர்ந்திருந்தான். அதை முன்னிட்டும், அவன் 'பாக்ரோமை' அனுமதிப்பதற்குத் தயங்கினான். அவனுடைய பகைவர்கள் அவன் பெயரைச் சந்திக்கிழுத்து, அவனை அவதூறாகப் பேசலாம். 'பெருஞ் சேனாதிபதி' பெத்லியூராவிடமும் அவன் மீது கண்டிப்பாகப் பழி சாற்றுவார்கள். ஆனால் கோலுப், பெத்லியூராவைப் பெரிதும் சார்ந் திருப்பதாகக் கூற முடியாது. ஏனெனில், அவன் தன் காரியங்களைத் தன் பலத்தைக்கொண்டே நடத்தி வந்தான். மேலும் தனக்குக் கீழ்

தொண்டூழியம் செய்கிறவர்கள் எத்தகைய கழிசடைகள் என்பதை பெத்லியூராவும் நன்கறிவான். அவனே, தன் 'அரசாங்கத்' தேவைக்கென 'கொள்முதல்' எனப்படும் வழிப்பறிப் பொருளிலிருந்து குட்டித் தலைவர்கள் பங்கு கொடுக்க வேண்டும் என்று அடிக்கடி கோரியிருக்கிறான். 'பாக்ரோம் வெறியன்' என்ற பட்டமும் கோலுபுக்குப் புதிதல்ல. இந்தப் பட்டத்திற்குரிய பல காரியங்களை அவன் முன்பே செய்திருக்கிறான். 'பாக்ரோம்' வெறிச் செயல்களில் அவன் செய்யாதது ஒன்றுமில்லை, எனவே புதுமையாக அவனுக்கு அவப்பெயர் எதுவும் ஏற்படப்போவதில்லை!

அதிகாலையில் சூறையாடல் தொடங்கியது.

ஆதவனது உதயத்துக்கு முன்பாகச் சாம்பல் நிற மூடுபனியில் நகரம் மிதந்தது. தாறுமாறாகக் கட்டப்பட்ட யூதர்களின் வீடுகளை, நீரில் நனைந்த நாடாவைப் போன்று சுற்றி வளைத்துக் கொண்டிருந்த காலியான வீதிகள், உயிர் அற்றுக் காணப்பட்டன. ஜன்னல்களின் கதவுகள் அடைப்பட்டிருந்தன, அவற்றில் திரைகளும் தொங்கிக் கொண்டிருந்தன. அந்த ஜன்னல்கள், பார்வை இழந்த கண்களைப் போல வெறித்து நோக்கின.

வீதியிலிருந்து பார்த்தால், ஜனங்கள் அதிகாலை உறக்கத்தில் ஆழ்ந்திருப்பதாகத் தோன்றியது. ஆனால் அந்த வீடுகளில் ஒருவரும் உறங்கவில்லை. ஒவ்வொரு குடும்பத்திலும் அனைவரும் உடை அணிந்துகொண்டு வரவிருக்கும் ஆபத்துக்குத் தம்மை தயார் செய்து கொண்டு, முடங்கிக் கிடந்தனர். என்ன நடக்கிறதென்பதைப் புரிந்து கொள்ள முடியாத இளங்குழந்தைகள் மட்டுமே தத்தம் தாயின் கையில் அமைதியாக உறங்கிக்கொண்டு இருந்தார்கள்.

ஜிப்ஸியின் முகச்சாடை கொண்ட, வாளின் வெட்டால் கன்னத்தின் குறுக்கே ஏற்பட்டிருந்த வடு உடைய ஸ்லொமீகா, கோலுபின் மெய்க்காவலர் குழுவுக்குத் தலைவன். அன்று அதிகாலையில் கொரூன்ஷியைத் துயிலெழுப்புவதற்கு மிகவும் கஷ்டப்பட்டான். கொரூன்ஷியுக்கு அன்று விழுத்தெழுவது மிகவும் வேதனையாக இருந்தது. இரவெல்லாம் அவன் பயங்கரக் கனவு கண்டான். அவனது மார்பை ஏதோ ஒரு பேய் அழுத்திக் கொண்டிருப்பதைப் போலத் தோன்றியது; அசையவோ, பேசவோ முடியாமல் அவ்ன் தூக்கத்தில் தவித்தான். இந்தத் துர்க்கனவிலிருந்து விடுபடுவது, கொரூன்ஷியுக்கு மிகவும் கஷ்டமாயிருந்தது. கோரணி காட்டும் கூனிப் பிசாசு இன்னமும் தன் தொண்டையைப் பிராண்டிக் கொண்டிருப்பதாக அவனுக்குத் தோன்றியது. இறுதியில் அவன் வெடித்துவிடும்போல் இடிபட்டுக் கொண்டிருந்த மண்டையைத் தூக்கி ஸலொமீகாவைப் பார்த்தான்.

"எழுந்திரு! வேலை தொடங்குவதற்கு நேரம் வந்துவிட்டது!" என்று கூறிக்கொண்டே, ஸ்லொமீகா, கொரூன்ஷியின் தோட்களைப் பிடித்து உலுக்கினான்.

கொரூன்ஷியுக்கு நித்திரை நன்றாகக் கலைந்துவிட்டது. அவன் எழுந்து உட்கார்ந்தான். நெஞ்செரிப்பால் அவனது முகம் கோணியிருந்தது. அவன் வாயில் நிறைந்திருந்த கசப்பான எச்சிலை வெளியே துப்பினான்.

"என்ன வேலை?" என்று அவன் ஒன்றும் புரியாதவனாக ஸ்லொமீகாவை வினவினான்.

"யூதர்களைக் கிழித்து எறிவதுதான். வேறு என்ன? உனக்குத் தெரியாதா?"

இதைக் கேட்டவுடன், கொரூன்ஷியுக்கு எல்லாம் நினைவுக்கு வந்தது. உண்மையில் அவன் அதைப்பற்றி மறந்துவிட்டான். கர்னல் கோலுப் தன் காதலியுடனும் ஒரு சில உயிர்த் தோழருடனும் போய்த் தங்கியிருந்த பண்ணையில் அவர்களும் கொரூன்ஷியும் குடித்த மது கொஞ்சமோ? அந்தப் போதையில், கொரூன்ஷிய் 'பாக்ரோமை'ப் பற்றி மறந்ததில் வியப்பில்லை.

'பாக்ரோம்' நடக்கும் காலத்தில் டவுனில் இருக்கக்கூடாதென்பதற்காகக் கோலுப் வெளியேறிவிட்டான். தான் இல்லாதபொழுது பிறர் செய்துவிட்ட தவறான காரியம் என்று பிறகு சமாதானம் சொல்லலாமல்லவா? பிறகு கொரூன்ஷிய் எல்லாவற்றையும் சரிகட்டிவிட்டான். ஆம், இம்மாதிரிப் 'பொழுதுபோக்குகளை' ஏற்பாடு செய்து நடத்துவதில் கொரூன்ஷிய் நிபுணன்தான்!

கொரூன்ஷிய் ஒரு வாளி தண்ணீரை எடுத்துத் தன் தலையில் கொட்டிக்கொண்டான். பிறகு அவன் தன்னிலையை அடைந்தான். சிறிது நேரத்தில், அவன் தலைமை அலுவலகத்தில் சுறுசுறுப்பாக உத்திரவிட்டுக் கொண்டிருந்தான்.

நூறு மெய்க்காவலர்களும் குதிரை மீதேறி விட்டனர். வருமுன் காப்போனான கொரூன்ஷிய் சிக்கல்கள் ஏற்படுவதைத் தவிர்ப்பதற்காகத் தொழிலாளர் குடியிருப்புப் பகுதி, ஸ்டேஷன் ஆகியவற்றுக்கும் நகரத்துக்கும் இடையே காவலர்களை நிறுத்தினான். லெஷ்சீன்ஸ்கியின் தோட்டத்தில் ஒரு யந்திரத் துப்பாக்கி சாலையை நோக்கி அமைக்கப்பட்டது. தொழிலாளர்கள் தலையிடத் துணிந்தால் அவர்களை ஈயக் குண்டுகளுடன் சந்திப்பதற்காகவே இந்த ஏற்பாடு.

எல்லாத் தயாரிப்புகளும் பூர்த்தியான பிறகு, கொரூன்ஷியும் ஸ்லொமீகாவும் குதிரை மீதேறிக் கிளம்பியவுடன், கொரூன்ஷிய் கூறினான் :

“நில், முக்கியமான விஷயத்தை மறப்பதற்கிருந்தேன். கோலுபுக்குத் திருமணப் பரிசு கொண்டு வருவதற்கு இரண்டு வண்டிகள் தேவை. ஹ-ஹ-ஹா! முதலில் கிடைக்கும் பறிபொருள் தலைவருக்கு! முதலில் கிடைக்கும் மங்கை, ஹ-ஹா, அவனுடைய துணைவனுக்கு, அதாவது எனக்கு! மடையா, உனக்குப் புரிந்ததா!”

‘மடையன்’ என்ற சொல் ஸ்லொமீகாவைக் குறித்தது. அவன் தன் மஞ்சள் கண்களால் முறைத்துப் பார்த்தான்.

“ஒவ்வொருவருக்கும் வேண்டியது கிடைக்கும்” என்று அவன் கூறினான்.

அவர்கள் சாலை வழியே குதிரைகளைக் குத்திக்கொண்டே விரைந்தனர். கோலுபின் அட்ஜூடன்டும் ஸ்லொமீகாவும் அந்தக் குதிரை வீரர் கும்பலின் முன்வரிசையில் சென்றனர்.

‘பூக்ஸ், ஜவுளி வியாபாரம்’ என்ற துருப்பிடித்த அறிவிப்புப் பலகையைத் தாங்கிய இரண்டு மாடி வீட்டுக்கு முன்னால் கொரூன்ஷிய் தன் குதிரையை நிறுத்தியபொழுது மூடுபனி விலகியிருந்தது.

மெலிந்த கால்களையும் சாம்பல் நிறத்தையும் உடைய அவனுடைய குதிரை ஒரு கல்லின் மீது தன் குளம்பைக் குழப்பத்துடன் வைத்தது.

“சரி! ஆண்டவன் அருளுடன் இந்த இடத்தில் நம் வேலையைத் தொடங்குவோம்” என்று கூறிக்கொண்டே கொரூன்ஷிய் தரையில் குதித்தான்.

தன்னைச் சூழ்ந்துகொண்ட ஆட்களைப் பார்த்து, “குதிரையிலிருந்து இறங்குங்கள்” என்று ஆணையிட்டான். “நாடகம் தொடங்கவிருக்கிறது. யாரையும் அடிக்க வேண்டாம். அதற்கு வேறொரு வேளை வரும். பெண்களைப் பொறுத்தமட்டில் உங்களால் இச்சையை அடக்க முடியுமானால், மாலைவரை பொறுத்திருங்கள்!” என்று கொரூன்ஷிய் அவர்களிடம் கூறினான்.

அவர்களில் ஒருவன் தன் வலிய பற்களைக் காட்டி விட்டு, “தலைவரே! உள்ளங்கள் இசைந்தால்?” என்று வினவினான்.

இதைக் கேட்டவுடன் அனைவரும் உரக்கச் சிரித்தார்கள். வினா எழுப்பியவனைப் போற்றும் முறையில் கொரூன்ஷிய் நோக்கினான்.

“பெண் சம்மதித்துவிட்டால் அது வேறு விஷயம்! பெண்ணின் இணக்கம் இருந்தால் உடனேயே காரியத்தைத் தொடங்கலாம்! அதை யாரும் தடுக்க முடியாது” என்று அவன் விளக்கம் தந்தான்.

கடையின் கதவு சாத்தியிருந்தது. கொரூன்ஷிய் அதைப் பலமாக உதைத்தான். ஆனால் ஓக் மரத்தாலான கதவு கொஞ்சமும் அசையவில்லை.

இந்த இடத்தில் வேலையை ஆரம்பிப்பது தவறு. கொரூன்ஷிய் வீட்டைச் சுற்றிப் போய் கடைக்காரனின் இல்லத்துக்குச் செல்லும் கதவை அடைந்தான். அவன் தன் வாளைக் கையால் பிடித்துக் கொண்டே சென்றான். ஸ்லொமீகா அவனைப் பின்தொடர்ந்தான்.

வீட்டிலிருந்தவர்கள் தளவரிசையில் குளம்புகளின் சத்தத்தைக் கேட்டார்கள். கடையின் முன்னிலையில் அந்தச் சப்தம் நின்றதாலும், ஆட்களின் குரல்கள் சுவர்கள் வழியே உள்ளே கேட்டதாலும், ஆபத்து வந்துவிட்டது என்ற அச்சத்தால் அவர்களது இருதயம் நின்றுவிடும் போலிருந்தது, உடல் கல்லாகிவிடும் போலிருந்தது. மூன்று பேர் மட்டுமே வீட்டில் இருந்தனர்.

பூக்ஸ் ஒரு செல்வன். அவன் தன் மனைவியுடனும் மகள்களுடனும் முதல் நாளே ஊரைவிட்டுச் சென்றுவிட்டான். தன் சொத்துக்குக் காவலாக ரீவா என்ற பணிப்பெண்ணை விட்டுச் சென்றிருந்தான். ரீவா மென்மையான சாதுப்பெண். அவளுக்கு வயது பத்தொன்பது. ஒருவருமில்லாத வீட்டில் தனியாக இருப்பதற்கு அவள் அஞ்சுவதைக் கண்ட பூக்ஸ், அவர்கள் திரும்பி வரும்வரையில் ரீவா தன் வயதான பெற்றோர்களை அழைத்துக் கொண்டு வந்து வைத்துக் கொள்ளலாமென்று கூறினான்.

ரீவா வினயமாக ஆட்சேபணையைத் தெரிவிக்க முயற்சித்தாள். அப்பொழுது அந்தச் சூழ்ச்சித் திறன் படைத்த வியாபாரி, அநேகமாக 'பாக்ரோம்' எதுவும் நிகழாதென்றும் ஏழைகளிடம் அவர்கள் ஒன்றும் எதிர்பார்க்க முடியாதென்றும் கூறினான். மேலும், திரும்பி வந்தபின், ரீவா உடை தைத்துக் கொள்வதற்குத் துணி தருவதாகவும் வாக்களித்தான்.

தந்தை, தாய், மகள் மூவரும் பயந்து நடுங்கிக்கொண்டே காத்திருந்தனர். அந்த ஆட்கள் இந்த வீட்டை விட்டுப் போய்விட மாட்டார்களா என்று அவர்கள் ஏங்கினார்கள். ஒருவேளை அவர்களது அனுமானமே தவறாயிருக்கலாம். அந்த வீட்டின் முன்னால் குதிரைகள் நின்றதாக அவர்களுக்குத் தோன்றியது உண்மையாகவிருக்காது என்று கூட நினைக்க முயற்சித்தார்கள். ஆனால் கடைக் கதவை இடித்ததால் ஏற்பட்ட ஒலி இந்த அசட்டு நம்பிக்கையைச் சிதறடித்துவிட்டது.

வெள்ளிநிற மயிர் படைத்த கிழவனான தந்தை கதவு வழியில் நின்றுகொண்டான். பயந்து விட்ட குழந்தையின் கண்களைப் போல அவனது நீலவிழிகள் அகன்று திறந்திருந்தன. ஒரு வெறிபிடித்த விசுவாசியின் உணர்ச்சி வேகத்துடன் அவன் எவ்வன்மையும் படைத்த ஜேஹோவாவைப் பிரார்த்தனை செய்தான். "இந்த இல்லத்தைத் துரதிர்ஷ்டத்திலிருந்து காப்பாற்ற வேண்டும்" என்று அவன்

ஆண்டவனைக் கேட்டுக்கொண்டான். அவனுக்குப் பக்கத்தில் நின்ற அவனது மனைவி இவனது குரலின் ஒலியால் நெருங்கி வந்த காலடிச் சத்தத்தைக் கேட்கவில்லை.

ரீவா தொலை தூரத்திலிருந்த அறைக்கு ஓடினாள். அங்கு இருந்த ஒரு பெரிய அலமாரியின் பின்னால் ஒளிந்துகொண்டாள்.

கதவு உடைந்துவிடும் போல ஓர் அடி. அதைக்கேட்ட கிழவியும் கிழவனும் மெய்சிலிர்த்தனர்.

"கதவைத் திற!" இன்னோர் அடி; முதலடியைவிடப் பலமானது. அதைத் தொடர்ந்து வெஞ்சின வசைமாரி.

ஆனால் உள்ளே இருந்தவர்களோ பயத்தால் சில்லிட்டுப் போயிருந் தனர். அவர்களால் கரத்தைத் தூக்கிக் கதவைத் திறக்க முடியவில்லை.

வெளியே, உலக்கையால் இடிப்பதைப் போல, துப்பாக்கிகளின் பிடங்குகளால் கதவைத் தாக்கினர். உடைபட்ட கதவு கீழே விழுந்தது.

ஆயுதபாணிகள் வீட்டில் குவிந்தனர். வீட்டின் ஒவ்வொரு மூலைக் கும் அவர்கள் சென்றனர். துப்பாக்கிப் பிடங்கினால் அடித்து சரக்குகள் உள்ள அறையின் கதவை உடைத்துத் திறந்தனர்.

கொள்ளையடிக்கும் காரியம் தொடங்கியது.

துணி, பூட்ஸ் முதலிய பறிபொருட்கள் வண்டிகளில் குவிந்த பிறகு அவற்றுடன் ஸ்லொமீகா, கோலுபின் இல்லத்துக்குக் கிளம்பி னான். அவன் திரும்பி வந்தபொழுது வீட்டிலிருந்து வீறிட்டு அலறிய சப்தம் கேட்டது.

கொரூன்ஷிய் கொள்ளையடிக்கும் வேலையைத் தன் ஆட்களிடம் விட்டுவிட்டு, கடைக்காரனின் அறைக்குள் சென்றான். அங்குக் கிழவனும் கிழவியும் பெண்ணும் நிற்பதை அவன் கண்டான். அவ னுடைய பசுமையான கண்களின் கூர்த்த பார்வையில் அவர்கள் சிக்கியவுடன், கிழவர்களைப் பார்த்து, "இந்த இடத்தைவிட்டு ஓடுங்கள்!" என்று ஆணையிட்டான்.

தாயோ தந்தையோ நகரவில்லை.

கொரூன்ஷிய் ஓர் அடி முன்னால் வந்தான். தன் வாளை மெல்ல எடுத்தான்.

"அம்மா!" என்று கேட்போர் இதயத்தைப் பிளக்கும் வகையில் ரீவா அலறினாள். இதுதான் ஸ்லோமீகாவின் காதில் விழுந்தது.

அந்த அலறலைக் கேட்டவுடன் கொரூன்ஷியின் ஆட்கள் அங்கு ஓடிவந்தார்கள். அவன் அவர்களைப் பார்த்து, "இந்தக் கிழங்களை வெளியே தள்ளுங்கள்!" என்று குரைத்தான். அந்த உத்திரவை

அவர்கள் நிறைவேற்றியவுடன், அவன் அங்கு வந்த ஸ்லொமீகாவைப் பார்த்து, "நான் இந்த நங்கையிடம் பேசிவிட்டு வரும் வரையில், கதவுக்குப்பின் இரு" என்றான்.

ரீவாவின் கதறுதல் கிழவனின் காதில் விழுந்தபோது அவன் அறையின் கதவை நோக்கிப் பாய்ந்தான். ஆனால் அவனது மார்பின் மீது பலமான அடி ஒன்று விழுந்தது. அவன் தாங்கமுடியாத வேதனை யுடன் தள்ளாடித் தடுமாறி, சுவர்மீது சாய்ந்தான். தன் குட்டிகளுக் காகப் போராடும் பெண் ஓநாயைப் போல தாய் ஸ்லொமீகா மீது பாய்ந்தாள்.

"என்னை உள்ளே விடு! என் பெண்ணை என்ன செய்கிறீர்கள்?" என்று கதறினாள்.

அவள் கதவிடம் செல்லப் போராடிக்கொண்டிருந்தாள். ஸ்லோ மீகா என்னதான் முயற்சித்தாலும் வலிப்பு கண்டவள் போலக் கிழவி அவனது கோட்டைப் பிடித்திருந்த பிடியிலிருந்து அவனால் விடுபட முடியவில்லை.

அதிர்ச்சியாலும் வேதனையாலும் தன்னுணர்வு இழந்திருந்த தந்தை மீண்டும் உணர்வு பெற்றுக் கிழவியின் உதவிக்கு வந்தான்.

"எங்களை விடு, எங்களை விடு! என் பெண்ணே! ஐயோ! என் பெண்ணே!" என்று பதறினான்.

கிழவனும் கிழவியுமாகச் சேர்ந்து, ஸ்லொமீகாவைக் கதவிலிருந்து தள்ளுவதில் வெற்றி பெற்றனர். அவன் ஆத்திரம் கொண்டான். கைத்துப்பாக்கியை எடுத்தான். அதன் எஃகுப் பிடியால் கிழவனது நரைத்த தலையைத் தாக்கினான். தந்தை தரையில் விழுந்தான்.

அறைக்குள் ரீவா கதறிக் கொண்டிருந்தாள்.

பைத்தியம் பிடித்த கிழவி வீட்டிலிருந்து வெளியேற்றப்பட்ட பொழுது, தெருவில் அபயக் குரல்களும், மனித உணர்ச்சியற்ற குரல்களும் ஒலித்துக் கொண்டிருந்தன.

வீட்டில் அமைதி நிலவியது.

கொரூன்ஷிய் அறையை விட்டு வெளியே வந்தான். உள்ளே போவ தற்காகக் கைப்பிடியில் கரத்தை வைத்த ஸ்லொமீகாவை ஏறிட்டு நோக்காமலேயே அவன் உள்ளே போவதைத் தடுத்தான்.

"உள்ளே போய்ப் பயனில்லை. அவள் வாயைத் தலையணை கொண்டு மூட முயற்சித்தேன். மூச்சு அடைத்து இறந்துவிட்டாள்."

கிழவனின் உடலைத் தாண்டிய கொரூன்ஷிய் கொழுகொழுத்த ஏதோ ஒரு திரவத்தில் காலை வைத்தான்.

“அவ்வளவு நல்ல துவக்கம் அல்ல” என்று முணுமுணுத்துக் கொண்டே வெளியேறினான்.

மற்றவர்கள் ஒரு சொல் பேசாமல் அவனைப் பின்தொடர்ந்தனர். பூமியிலும் படிக்கட்டிலும் இரத்த மயமான காலடி முத்திரைகளை விட்டுச் சென்றனர்.

நகரில் கொள்ளை முழு மூச்சுடன் நடந்தது. அவ்வப்பொழுது பொருட்களைப் பங்கு போட்டுக் கொள்வதில் ஒத்துப்போக முடியாமல் கொள்ளைக்காரர் தமக்குள் காட்டுமிராண்டித்தனமாகச் சண்டையிட்டுக் கொண்டார்கள். அங்கும் இங்கும் வாள்கள் மின்னின. அநேகமாக எல்லா இடங்களிலும் குத்துச் சண்டை நடந்தது.

பீர் கடையிலிருந்து இருபத்தைந்து காலன் பிடிக்கும் ஓக் மர பீப்பாய்களை நடைப்பாதையை நோக்கி உருட்டிவிட்டனர்.

அதன் பிறகு கொள்ளைக்காரர்கள் யூதர்களது வீடுகளை ஆக்கிரமித்தார்கள்.

அந்த வீடுகளில் எத்தகைய எதிர்ப்புமில்லை. அறை அறையாகச் சென்று முக்கு மூலைகளில் எல்லாம் தேடி, சூறையாடிய பொருள்களுடன் அவர்கள் திரும்பினார்கள். அவர்கள் சென்ற பின் வீடெங்கும் ஒரே துணிக் குவியல்களும், பறவை இறக்கைகளினாலான தலையணைகளிலிருந்தும், மெத்தைகளிலிருந்தும் பறந்துவந்த பூஞ்சிறகுகளும் பரவியிருந்தன. முதல் நாள் இருவரே உயிர் பலியானார்கள். ரீவாவும் அவளது தந்தையும். ஆனால் அடுத்து வந்த இரவில் தவிர்க்க முடியாத கொலைகள் பல நடைபெற்றன.

மாலையிலேயே இந்தக் கழிசடைக் கூட்டம் கண் மூக்குத் தெரியாமல் குடித்துவிட்டு மதிமயங்கி இருந்தது. வெறியர்கள் இரவின் வருகைக்காகக் காத்திருந்தார்கள்.

இருள் அவர்களை எல்லாவிதமான கட்டுப்பாடுகளிலிருந்தும் விடுவித்தது. மனிதனை அழிப்பதற்குக் கும்மிருட்டு பேருதவி செய்கிறது. குள்ளநரிகள்கூட அந்தகாரத்தைத்தான் அதிகம் விரும்புகின்றன—அவை இரவில்தானே திக்கும் திறனுமற்ற தங்கள் இரைகள் மீது பாய்கின்றன!

இந்த இரண்டு பயங்கர இரவுகளையும் மூன்று பகல்களையும் ஒரு பொழுதும் மறக்க முடியாது. இந்த நாட்களில் எத்தனை ஜனங்களுடைய வாழ்வு நசுங்கியது! இந்த இரத்த வெறிபிடித்த காலத்தில் எத்தனை இளைஞர்களின் மயிர் நரைத்தது! இந்தப் பொல்லாத நேரத்தில் பெருக்கெடுத்தோடிய உவர்ப்புக் கண்ணீர்தான் எவ்வளவு! இறந்தவர்கள்தான் துரதிர்ஷ்டசாலிகள் என்று எப்படிச் சொல்ல

முடியும்? தப்பிப் பிழைத்தவர் நிலைதான் என்ன? உயிர் பிரிந்த உற்றார் உறவினரை எண்ணி எண்ணித் துயருற்று அந்த விவரிக்க முடியாத சோகம் உள்ளத்தை அரித்துச் சிதைக்க, ஏற்பட்ட அவமானத்தையும் இழிவையும் எண்ணி எண்ணி வேதனையடையும் நிலையில்லவா அவர்களுடையது? ஆத்மாவை இழந்துவிட்டு வாழ்வது, மரணத்தைவிட மேம்பட்டது என்று எவன் சொல்ல முடியும்? இந்தத் துன்பத்திற்காளான இளம் பெண்களின் உடல்கள் சந்துகளில் கிடந்தன. அவற்றின் மீதுதான், இரத்தம் பெருகிக் கட்டி தட்டிய கீறல் காயங்கள் எத்தனை! அந்தப் பெண்கள் அனுபவித்த சித்திரவதைக்கு இந்தப் பிரேதங்களே சான்று பகன்றன! இசிவு நோய்க்கு ஆளானவரைப் போல, வேதனையால் கைகளைத் தலைக்கு மேல் நீட்டிக்கொண்டு கிடந்தன.

ஆற்றோரத்தில் முன் வரிசையில், நெளம் என்ற கொல்லன் வீட்டில் தான், 'பாக்ரோம்' வெறியர்களுக்குத் தக்க பாடம் போதிக்கப்பட்டது. அந்த நீசர்கள் நெளமின் இளம் மனைவி சாராவின் மீது பாய்ந்த பொழுது, நெளம் சும்மாயிருக்கவில்லை. கனமான சம்மட்டியால் அடித்து அடித்து உருக்குபோல் உறுதியான தசைகளைப் பெற்றவன் நெளம்; வலுவான உடற்கட்டு. அவனுக்கு வயது இருபத்துநான்கு. அவன் தன் இல்லாளை நிராதரவாக விடுவானோ?

அந்தச் சிறு குடிசையில் ஒரு மூர்க்கத்தனமான சண்டை நடந்தது. சுருங்கிய நேரத்தில் இரண்டு கொலைகாரர்களின் தலைகள் நசுக்கப் பட்ட தர்பூஸ் பழத்தைப் போல துண்டாகப்பட்டன. கடும் கோபம் கொண்ட நெளம் வெகு துணிவுடன் பயங்கரமாக இரண்டு உயிர் களுக்காகப் போராடினான். 'தங்களுக்கு அபாயம்' என்று உணர்ந்த கொலைகாரர்கள் ஆற்றங்கரைக்கு ஓடினர். அப்பொழுதும் கொல்லன் விடவில்லை. நீண்ட நேரத்துக்குத் துப்பாக்கி வேட்டின் ஒலி நதிக் கரையிலிருந்து வந்து கொண்டிருந்தது. இறுதியில், கொல்லனிடம் ஒரு குண்டுதான் மீந்தது. அதனால் அவன் இல்லாள் சாராவைச் சுட்டுக் கொன்றுவிட்டு, கையில் ஏந்திய பாய்னெட்டுடன் சாவை எதிர்த்துச் சென்றான். ஈயக்குண்டுகள் மழைத்துளிகள் போல அவன் உடலைத் தாக்க அவன் கீழே விழுந்தான், அவனுடைய வாட்ட சாட்டமான உடல் நிலத்தை அழுத்தியது.

வயிறார உண்டு கொழுத்த குதிரைகள் பூட்டிய வண்டிகளில் பணக்கார விவசாயிகள் அக்கம்பக்கத்துக் கிராமங்களிலிருந்து வந்தனர். தமக்குப் பிடித்தமான பொருட்களை எல்லாம் வண்டி களில் ஏற்றி நிரப்பிக்கொண்டனர். கோலுப் படைப்பிரிவில் இருந்த தமது மக்களும் உறவினரும் காவல் காத்துவர, அவர்கள் வண்டி

களை விரைவாகத் தங்கள் ஊர்களுக்கு ஓட்டினார்கள். விரைந்து சென்றால்தானே, மேலும் ஓரிரண்டு நடை அடித்து அகப்பட்டதைச் சுருட்டலாம்!

அச்சகத் தொழிலாளர்களில் பாதிப் பேரைத் தன் தந்தையின் உதவியுடன் நிலவறையிலும் மேன்மாடத்திலும் மறைத்து வைத்திருந்த ஸெர்யோஷா வீட்டுக்குத் திரும்பும் போக்கில் காய்கறித் தோட்டத்தைத் தாண்டிக் கொண்டிருந்தான். அப்பொழுது, ஒட்டுப் போட்ட நீளக் கோட்டை அணிந்த ஒரு மனிதன், தன் கைகளைச் சுழற்றியபடி ஓடிக்கொண்டிருந்ததை அவன் பார்த்தான்.

தலையில் தொப்பியில்லாமல் ஓடிய அந்தக் கிழவனாகிய யூதரின் முகத்தில் பயத்தால் சவக்களைத் தட்டியிருந்தது. மேல்மூச்சு கீழ் மூச்சு வாங்கிக்கொண்டு ஓடிய அவனுக்குப் பின்னால் பெத்லியூராக் கொலைகாரன் சாம்பல் குதிரை மீது விரைந்து கொண்டிருந்தான். இருவருக்கும் இடையே இருந்த தூரம் வேகமாகச் சுருங்கிக்கொண்டே யிருந்தது. அந்தக் கிழவனை வெட்டுவதற்காக அந்த நீசன் முன் பக்கம் சாய்ந்தான். குளம்பு ஒலிகள் நெருங்கிவிட்டதை உணர்ந்த கிழவன், தாக்குதலைத் தவிர்க்க முயற்சிப்பதைப் போலத் தன் கரங்களை உயர்த்தினான். ஸெர்யோஷா சாலைக்குப் பாய்ந்து சென்றான். கிழவனைப் பாதுகாப்பதற்காகக் குதிரைக்கு முன் வந்துவிட்டான்.

"அந்த முதியவரை விட்டுவிடு. கொள்ளைக்கூட்ட நாயே!" என்று அவன் கூவினான்.

குதிரை மீது அமர்ந்திருந்த நீசன், ஓங்கிய வாளைப் பின்னுக்கு இழுக்க மனமில்லாமல் அதைத் திருப்பி அதன் கூர்மையற்ற பகுதியால் சிறுவனின் தலையைத் தட்டினான்.

அத்தியாயம் ஐந்து

செம்படைகள் 'பெருஞ்சேனாதிபதி' பெத்லியூராவின் படைகளை நெருக்கிக்கொண்டிருந்தன. முன்னணிக்கு விரைந்து வரும்படி கோலுபின் ரெஜிமெண்டுக்கு உத்திரவு பிறப்பிக்கப்பட்டது. சின்னஞ் சிறு காவல் படையும் கோலுபின் தலைமைக் காரியாலயமும் நகரத்தில் மிஞ்சியிருந்தன.

ஜனங்கள் கிளர்ந்தெழுந்தனர். யூதர்கள் தற்காலிகமான அமைதியைப் பயன்படுத்திக் கொண்டு இறந்தவர்களை அடக்கம் செய்தனர். யூதர் பேட்டையின் சிறு குடிசைகளில் மீண்டும் வாழ்வு தலைகாட்டியது.

அமைதி நிறைந்த மாலை நேரங்களில் எங்கிருந்தோ அதிரொலி கேட்டுக்கொண்டிருந்தது. அருகாமையில் சண்டை நடந்துகொண்டிருக்கிறது என்று இவ்வொலி அறிவித்தது.

ரயில்வே தொழிலாளர்களும் வேலையைவிட்டு, கிராமப்புறங்களில் வேலை தேடி அலைந்து கொண்டிருந்தனர்.

உயர்நிலைப் பள்ளி மூடப்பட்டது.

டவுனில் ராணுவச் சட்டம் பிரகடனம் செய்யப்பட்டது.

அன்றைய இரவு இருள் சூழ்ந்து கோரமாகக் காட்சி அளித்தது. கண்களை எவ்வளவுதான் வேதனைக்குள்ளாக்கினாலும் அந்த மையிருட்டில் எதையும் பார்க்க முடியாது. எந்த நேரத்திலும் குழிகுட்டையில் விழுந்து எலும்பை முறித்துக்கொள்வோமென்று எதிர்பார்த்துக் கொண்டே, குருட்டுத்தனமாகக் கால் போன போக்கில்தான் நடக்க வேண்டும்.

இந்தக் கும்மிருட்டு நேரத்தில் வெளியில் செல்லக்கூடாதென்பதும், வீட்டிலேயே உட்கார்ந்திருப்பது தான் மேலானது என்பதும், நகர வாசிக்கு நன்கு தெரியும். முடிந்தால் விளக்கைக்கூட ஏற்றாமல் இருப்பான். ஏனெனில், விளக்கின் வெளிச்சம் விரும்பத்தகாத விருந்தினர்களை வசீகரித்துவிடலாம். எல்லாவற்றைவிட இருட்டில் எவ்வளவோ நல்லது. அமைதியாக இருக்கும். ஆனால் எப்பொழுதும் அமைதியற்று இருப்பவர்களும் உண்டு. அவர்கள் விரும்பினால் வீதியில் நடந்து செல்லத் துணியட்டும்! அதைப்பற்றி வெளியே செல்லும் அபாயத்துக்கு உட்படமாட்டான்! ஆம்! தலைபோகிற காரியமாயிருந்தாலும் இருட்டில் வெளியே செல்லமாட்டான்!

இத்தகைய இரவு ஒன்றில் ஒருவன் வெளியே நடமாடிக் கொண்டிருந்தான்.

அவன் பாவெல் வீட்டுக்குச் சென்றான். அந்த வீட்டு ஜன்னலை எச்சரிக்கையுடன் தட்டினான். ஒரு பதிலும் இல்லை. எனவே, மேலும் அழுத்தமாகத் தட்டினான்.

ஒரு வினோதமான உருவம்-மனிதப் பிறவியல்ல-தன் மீது குறிவைத்து யந்திரத்துப்பாக்கியைப் பிடித்திருப்பதாகப் பாவெல் கனவு கண்டான். அவன் ஓட விரும்பினான். ஆனால் ஓடுவதற்கு இடம் இல்லை. யந்திரத்துப்பாக்கி கடகடவென்று ஒலித்தது.

பாவெலின் துயில் கலைந்தது. யாரோ ஜன்னலைக் 'கடகட'வென்று தட்டுவதை உணர்ந்தான்.

அவன் படுக்கையிலிருந்து துள்ளிக் குதித்தான். தட்டுவது யார் என்பதை அறிய ஜன்னலுக்குச் சென்றான். ஆனால் தெளிவில்லாத ஒரு கரிய வடிவத்தையே அவன் பார்க்க முடிந்தது.

வீட்டில் அவன் தன்னந்தனியாக இருந்தான். அவனது தாய், அவளது மூத்த மகளின் வீட்டுக்குப் போயிருந்தாள். (அந்தச் சகோதரியின் கணவனுக்குச் சீனி உற்பத்திச் சாலையில் மெக்கானிக் வேலை). ஆர்த்தியோம், பக்கத்துக் கிராமமொன்றில் கொல்லுப் பட்டறையில் சம்மட்டியைச் சுழற்றும் வேலை செய்து பிழைத்துக் கொண்டிருந்தான்.

ஜன்னலைத் தட்டுவது யார்? ஆர்த்தியோம் ஆகத்தான் இருக்க வேண்டும்.

ஜன்னலைத் திறப்பதென்று பாவெல் முடிவு செய்தான்.

"யார் அங்கே?" என்று அவன் இருட்டை நோக்கிக் கேட்டான்.

ஜன்னலின் அப்பால் ஓர் உருவம் அசைந்தது. கனமான , மெதுவான குரல் ஒன்று கூறியது:

"நான்தான், ஷுஹ்ராய்!"

இரண்டு கரங்கள் ஜன்னல் கட்டையைப் பற்றிக்கொண்டன. ஷுஹ்ராயின் தலை எழும்பி, பாவெல் முகத்தை நேருக்கு நேர் நோக்கியது.

"இன்று இரவு உன் வீட்டில் தங்கலாமென்று வந்திருக்கிறேன், தம்பீ! உனக்கு ஏதாவது ஆட்சேபணை உண்டா?" என்று ஷுஹ்ராய் மெல்லிய குரலில் பேசினான்.

"ஒரு ஆட்சேபணையுமில்லை. எந்த நேரத்திலும் உனக்கு நல்ல வரவேற்பு காத்திருக்கிறது. ஏறிக்குதி!" என்று அன்புடன் கூறினான் பாவெல்.

ஷுஹ்ராய் தன் பருத்த சரீரத்தை ஜன்னல் வழியாகக் கஷ்டப்பட்டு உள்ளே நுழைத்தான்.

ஷுஹ்ராய் ஜன்னல் கதவுகளை மூடிவிட்டு அங்கேயே நின்றான். வெளியில் ஏதாவது அரவம் கேட்கிறதா என்று அறிய ஒரு நிலைப் பட்ட சித்தத்துடன் செவிகொடுத்தான். வெண்மதி மேகம் வழியே தவழ்ந்து வெளிப்பட்டவுடன் சாலை காட்சிபுலனுக்குத் தெளிவு படத் தெரிந்தது. அப்பொழுது அவன் சாலையைக் கவனமாக ஆராய்ந்தான். அதன்பின், அவன் பாவெலை நோக்கிக் கேட்டான்:

"உன் தாய் ஒருவேளை தூங்குகிறாளோ? அவளை நாம் எழுப்பி விடமாட்டோமா?"

வீட்டில் தன்னைத் தவிர ஒருவருமில்லை என்று பாவெல் கூறினான். மாலுமியின் நாணம் மறைந்தது. அவன் சற்று உரக்கப் பேசத் தொடங்கினான் :

"தம்பீ! இந்த நீசர்கள் என்னை ஒழிக்கக் கங்கணங்கட்டிக்கொண்டு இருக்கிறார்கள். ஸ்டேஷனில் நடந்த சம்பவத்திற்கு என்னிடம் கணக்குத் தீர்க்க நினைக்கிறார்கள். நமது தொழிலாளர்கள் கொஞ்சம் கூடுதலான உறுதியுடன் நடந்துகொண்டிருந்தால், 'பாக்ரோம்' நடந்தபொழுது அந்தக் கொலைகாரருக்கு தக்க பாடம் போதித்திருக்கலாம். ஆனால் நமது ஜனங்கள் தீயில் இறங்குவதற்கு அஞ்சுவார்கள். எனவே, பலன் ஒன்றுமில்லாமல் போய்விட்டது. இப்பொழுது இந்தக் கயவர்கள் என்னைத் தேடிக்கொண்டிருக்கிறார்கள். இரண்டு தடவைகள் எனக்கு வலை விரித்துவிட்டார்கள். இன்று கூட மயிரிழையில் தப்பினேன். வீடு வரை வந்துவிட்டேன். பின்கட்டு வழியாக நுழைந்து கொட்டகையருகில் நின்று சுற்றுமுற்றும் பார்த்தேன். அப்பொழுது, ஒரு மரத்தின் அடிப்பாகத்துக்குப் பின்னாலிருந்து ஒரு துப்பாக்கி பாய்னெட்டு நீட்டிக் கொண்டிருப்பதைக் கண்டேன். உடனே அந்த இடத்திலிருந்து விரைந்தேன். உன் வீட்டுக்கு வந்தேன். உனக்கு ஆட்சேபணையில்லையானால் இங்குச் சில நாட்கள் தங்குவேன். ஆட்சேபணை இல்லையே? சரி நல்லது."

அப்பொழுதும் ஷுஹ்ராய் கஷ்டப்பட்டே மூச்சுவிட்டுக்கொண்டு சேறாகியிருந்த பூட்ஸைக் கழற்றினான்.

ஷுஹ்ராய் தன் வீடு தேடி வந்ததில் பாவெலுக்கு மகிழ்ச்சி. சமீபகாலத்தில் மின்னிலையத்தில் வேலை நடக்கவில்லை. வீட்டில் தன்னந்தனியாகப் பொழுதுபோக்குவது பாவெலுக்குக் கஷ்டமாக இருந்தது.

அவர்கள் படுத்துக்கொண்டனர். பாவெல் உடனடியாக உறங்கிவிட்டான். ஷுஹ்ராய் நீண்ட நேரம் விழித்துக்கொண்டேயிருந்தான். புகை பிடித்துக்கொண்டேயிருந்தான். அவன் படுக்கையைவிட்டு எழுந்து, சப்தம் செய்யாமல் நடந்து ஜன்னலை அடைந்து நீண்ட நேரம் வீதியைப் பார்த்துக் கொண்டிருந்தான். இறுதியாகக் களைப்பு மிகுந்தவனாக அவன் படுத்துத் தூங்கினான். ஆனால் அவனது கரம் தலையணையின் கீழ் வைத்திருந்த பிஸ்டலைப் பிடித்துக்கொண்டேயிருந்தது.

அன்று இரவு எதிர்பாராமல் வந்த ஷுஹ்ராய் பாவெலுடன் எட்டு நாட்கள் தங்கியதால், பையனின் வாழ்விலேயே ஒரு திருப்பம்

ஏற்பட்டது. பல புதிய விஷயங்களை, முக்கியமான விஷயங்களைப் பாவெல் மாலுமியிடமிருந்து அறிந்துகொண்டான்.

எலிப்பொறியில் அடைப்பட்டது போல், அந்த மறைவிடத்தில் வாழ்ந்து வந்த மாலுமி, தவிர்க்க முடியாத நிலையில் தனக்கு ஏற்பட்ட அந்த ஓய்வு நேரத்தில் உற்சாகத்துடனும், ஆவலுடனும் கேட்டு வந்த பாவெலிடம், அந்த வட்டாரத்தையே ஆட்டிவந்த மஞ்சள் நீலக் கொடிக்காரர்களின் மீது தனக்குள்ள கோபத்தையும் ஆத்திரத்தையும் வெளியிட்டான்.

ஷுஹ்ராயின் பேச்சு எளிமையாகவும் தெளிவாகவும் வசீகரமாகவு மிருந்தது. அவனிடம் விடுவிக்கப்படாத புதிர் எதுவுமில்லை. தன் முன்னாலுள்ள பாதையை ஷுஹ்ராய் தெட்டத் தெளிவாகத் தெரிந் திருந்தான். அது விஷயத்தில் அவனுக்கு ஐயப்பாடே கிடையாது. சோஷிலஸ்ட்-புரட்சிவாதிகள், சோஷல்-டெமாக்ராட்டுகள், போலிஷ் சோஷிலிஸ்டுகள் என்றெல்லாம் படாடோபமாகப் பெயர் சூட்டிக் கொண்டிருந்த அரசியல் கட்சிகள் அனைத்தும் தொழிலாளருக்குத் தீரா விரோதிகளாக இருப்பதைப் பாவெல் உணர்ந்தான். பணக் காரர்களை எதிர்த்து உறுதியாகப் போராடும் ஒரே கட்சி-முன்னேற்ற போக்குக் கொண்ட ஒரு கட்சி-போல்ஷெவிக் கட்சி என்பதையும் அவன் தேர்ந்து தெளிந்தான்.

இதற்கு முன்பு இந்த விஷயங்களைப் பற்றியெல்லாம் பாவெல் முற்றிலும் குழம்பியிருந்தான்.

இந்த வலி பொருந்திய, உறுதிகொண்ட, வாழ்வில் நல்ல அனுபவம் கொண்ட பால்டிக் கடல் மாலுமி, 1915-ம் ஆண்டிலிருந்து ருஷ்யாவின் சோஷல் டெமாக்ராட்டிக் தொழிலாளர் (போல்ஷெவிக்குகளின்) கட்சியின் உறுப்பினன், வாழ்வின் கடுமையான மெய்ப்பொருளைப் பாவெலுக்குப் போதித்தான். ஸ்டோக்கராக வேலை செய்யும் இளைஞனும் மந்திர சக்தியால் கட்டுண்டவனைப் போலச் செவிகொடுத்துக் கேட்டான்.

"தம்பீ! பையனாவிருந்த பொழுது நானும் உன்னைப் போலத்தான் இருந்தேன். என் சக்தியைக் கொண்டு என்ன செய்வதென்றே தெரியாமல் இருந்தேன். எதற்கும் கட்டுப்படாத வண்ணம் எனது உருவம் மாறியது. என் மனம் சோம்பலை வெறுத்தது: ஓய்வை விரும்பவில்லை. நான் வறுமையில் பிறந்து வளர்ந்தவன். அந்தக் காலத்தில் நகரப் பணக்காரர்களின் பிள்ளைகள், செல்வமாகச் சீராட்டப் பெற்றுக் கொழுத்திருக்கும் பிள்ளைகளைக் கண்டாலேயே, என் முகம் சினத்தால் சிவக்கும். அடிக்கடி நான் அவர்களை அடித்துவிடுவேன். அதனால் கிடைத்த பலன் என்ன? என் தந்தை

என்னை அடித்தது ஒன்றுதான். தனித்து நின்று சண்டை போட்டு நிலைமையை மாற்ற முடியாது. பாவெல், தொழிலாளர் லட்சியத் துக்காகச் சிறப்பாகப் போராடுவதற்குத் தேவையான லட்சணங்கள் உன்னிடம் உள்ளன. ஆனால் உனக்கு இன்னும் வயதாகவில்லை, வர்க்கப் போராட்டத்தைப் பற்றி உனக்கு அதிகம் தெரியாது. நான் உனக்குச் சரியான பாதை காட்டி உதவுகிறேன். நீ பயனுள்ள தொண்டு புரியும் வகையில் வளர்ச்சி அடைவாய். உலகம் தெரியாமல், சுயதிருப்தி மனப்பான்மையுடன் சோம்பிக் கிடக்கும் சாதுக்களை எனக்குப் பிடிக்காது. உலகம் முழுவதிலும் இப்பொழுது புரட்சித் தீ எரிந்து கொண்டிருக்கிறது. அடிமைகள் ஆர்த்தெழுந்துவிட்டனர். பழைய வாழ்வு முறை அழிந்தொழிந்து தானாக வேண்டும். ஆனால் இந்தப் புரட்சியைச் சாதிப்பதற்கு , நமக்கு நெஞ்சுரம் படைத்தவர்கள் தேவை. ஆம், பேடிப் பையன்கள் வேண்டாம்! போர் மூண்டவுடன் கரப்பான் பூச்சிகளைப் போல் வளைகளுக்கு ஊர்ந்து சென்று ஒளிந்து கொள்ளும் நெஞ்சுரமில்லாத பையன்கள் நமக்கு வேண்டாம்! ஈவிரக்கமில்லாமல் தாக்கும் தெம்பு, திராணியும் உடையவர்களே நமக்குத் தேவை”

இவ்வாறு கூறிவிட்டு, ஷுஹ்ராய் மேஜையின் மீது ஒரு குத்துக் குத்தினான்.

அவன் கடுகடுத்த முகத்துடன் எழுந்து நின்றான். கால்சட்டைப் பைகளில் கரங்களை விட்டுக் கொண்டே அறையில் குறுக்கும் நெடுக்கும் நடந்தான்.

செயலற்றிருப்பதால் அவனுக்குச் சோர்வு ஏற்பட்டது. செம்படை யுடன் செல்லாமல் இந்த நகரத்தில் தங்கியதற்காக அவன் வருந்தி னான். இனியும் இந்த ஊரில் தங்குவதில் பொருளில்லை என்று கருதி னான். போர்முனையின் வழியாகச் செம்படை இருக்குமிடம் சென்று அதில் சேர்ந்து விடுவதென்று உறுதியாக முடிவு செய்தான்.

ஒன்பது கட்சி அங்கத்தினர்களைக் கொண்ட குழு நகரத்தில் தொடர்ந்து வேலை செய்யும்.

“நான் இல்லாவிட்டாலும் அவர்களால் செயல்பட முடியும். நான் இனி ஒன்றும் செய்யாமல் உட்கார்ந்திருக்க முடியாது. இத்துடன் பத்து மாதங்கள் வீணாகிவிட்டன” என்று ஷுஹ்ராய் எண்ணிய பொழுது, அவனது மனம் கலக்கமுற்றது.

“ஷுஹ்ராய்! நீ யார்?” என்று பாவெல் ஒரு தடவை வினவினான்.

ஷுஹ்ராய் எழுந்து நின்றான். அவனது கரங்கள் காற்சட்டைப் பைகளுக்குள் சென்றன. முதலில் பாவெலின் கேள்வி அவனுக்கு விளங்கவில்லை.

"உனக்குத் தெரியாதா?"

"நீ ஒரு போல்ஷெவிக் அல்லது ஒரு கம்யூனிஸ்ட் என்பது என் ஊகம்."

விரிந்த மார்பை இறுகப் போர்த்தியுள்ள வரிபோட்ட சட்டை மீது தன் கரத்தால் தட்டிக்கொண்டே ஷுஹ்ராய் கொல்லென்று சிரித்தான்.

"சபாஷ், தம்பீ! போல்ஷெவிக்கும் கம்யூனிஸ்டும் ஒரே பொருளைக் கொண்ட இரு சொற்களென்பது எப்படி உண்மையோ அப்படியே நான் கம்யூனிஸ்ட் என்பதும் உண்மை" என்று அவன் கூறினான். திடீரென்று அவன் நகைப்பை நிறுத்திக்கொண்டு, "நீ இந்த அளவுக்குப் புரிந்துகொண்டு விட்டாய். இதைப் பற்றி எங்கும் எவரிடமும் சொல்லக் கூடாது. சொன்னால் என் குடலை வெளியில் எடுத்து விடுவார்கள். புரிந்ததா?" என்றான்.

"எனக்குப் புரிகிறது" என்று அழுத்தமாகப் பாவெல் விடைதந்தான்.

முற்றத்தில் யாரோ பேசுவது காதில் விழுந்தது. வந்தவர்கள் கதவைத் தட்டாமல் திறந்தார்கள். ஷுஹ்ராயின் கரம் காற்சட்டைப் பையிலிருந்த பிஸ்டலை நோக்கி விரைந்தது. ஆனால் மெலிந்து வெளிறிப் போன் ஸெர்யோஷா தலைக்கட்டுடன் உள்ள வருவதையும், அவனைத் தொடர்ந்து வால்யாவும் கிலீமும் வருவதையும் கண்ட ஷுஹ்ராயின் கரம், பையிலிருந்து வெளிப்பட்டது.

ஸெர்யோஷா பாவெலின் கரத்தைக் குலுக்கிக்கொண்டு, "நலமா? கிழவா!" என்று விசாரித்துவிட்டு புன்னகை செய்தான். "நாங்கள் மூவரும் உன்னைப் பார்க்க வருவதென்று முடிவு செய்தோம். நான் தனியாக வருவதை வால்யா அனுமதிக்க மாட்டாள். வால்யா மாத்திரம் என்னுடன் வருவதென்றால் கிலீமுக்குப் பயம். அவன் செந்தலையானாக இருக்கலாம். ஆனால் கருமமே கண்ணாகவுள்ள காரியவாதி அல்லவா?"

வால்யா தமாஷாக ஸெர்யோஷாவின் வாயைப் பொத்தினாள்.

"வாயாடி! சிறிது நேரம்கூட கிலீமைவிட மாட்டாய்!" என்று அவள் நகைத்துக் கொண்டே பேசினாள்.

கிலீம் தன் வெண்மையான பல் வரிசையைக் காட்டி நல்லியல்புடன் இளித்தான்.

"நோயாளிப் பையனிடம் என்ன செய்ய முடியும்? நீங்களே பாருங்கள், மூளைக்கு உறைவிடமான கபாலம் சேதமுற்று விட்டது" என்றான் அவன்.

எல்லோரும் சிரித்தனர்.

வாளால் ஏற்பட்ட காயத்திலிருந்து ஸெர்யோஷா இன்னும் குண மாகவில்லை. அவன் பாவெலின் படுக்கையில் அமர்ந்தான். நண்பர் கள் ருசிகரமாக உரையாடினார்கள். ஸெர்யோஷா எப்பொழுதுமே உல்லாசமாகவும் உற்சாகமாகவும் இருப்பான். ஆனால் இப்பொழுது அவன் அமைதியாக இருந்தான், உற்சாகம் குன்றியிருந்த அவன் பெத்லியூரா ஆள் தன்னை அடித்ததைப் பற்றி ஷுஹ்ராயிடம் கூறி னான். ஷுஹ்ராயுக்கு இந்த மூன்று குழந்தைகளையும் நன்றாகத் தெரியும். அவன் புருஸ்ஷாக்கின் வீட்டுக்குப் பல தடவைகள் சென்றி ருக்கிறான். அவன் அவர்களை நேசித்தான். இம்மூவரும் இன்னும் போராட்டச் சூழலில் தமக்குரித்தான பாத்திரத்தை வகிக்கவில்லை என்பது மெய். ஆனால் அவர்கள் தம் வர்க்கத்தின் தேவைக்கேற்ப இருந்தார்கள். 'பாக்ரோம்' நடந்தபொழுது, யூதர் குடும்பங்களை அவர்கள் தம் இல்லங்களில் பாதுகாத்துப் பேருதவி செய்ததைப் பற்றி அவர்கள் சொல்லக் கேட்டு அவன் மகிழ்ந்தான். அன்று மாலை அவன் அவர்களிடம் போல்ஷெவிக்குகளைப் பற்றியும் லெனினைப் பற்றியும் நிறைய விஷயங்களை எடுத்துரைத்தான். அவர்கள் நாட்டு நடப்பைப் புரிந்துகொள்வதற்கு அது பேருதவியாயிருந்தது.

பாவெல் தன் விருந்தாளிகளை வழியனுப்பிய பொழுது நேரம் அதிகமாகிவிட்டது.

ஒவ்வொரு நாளும், சூரியன் அடையும்பொழுது, ஷுஹ்ராய் வீட்டைவிட்டு வெளியே செல்வான். இரவு நெடுநேரம் கழித்துத் தான் திரும்புவான். அவன் தான் ஊரைவிட்டுச் செல்லுமுன் நகரில் தனக்குப் பின் தங்கவிருந்த தன் தோழர்களுடன் உடன்படிக்கைகள் சில செய்து கொண்டிருந்தான்.

அன்று இரவு ஷுஹ்ராய் திரும்பவில்லை. மறுநாள் காலையில் பாவெல் விழித்தெழுந்தவுடன், மாலுமியின் படுக்கையைப் பார்த்தான். அதில் ஒருவரும் இரவில் படுக்கவில்லை என்பது விளங்கியது.

ஓர் இனம் தெரியாத முன்னெச்சரிக்கை அவனை ஆட்கொண்டது. விரைவில் ஆடை உடுத்திக்கொண்டு, வீட்டைவிட்டுக் கிளம்பினான். கதவைப் பூட்டிவிட்டு, வாடிக்கையான இடத்தில் சாவியை வைத்தான். கிலீமுக்கு ஏதாவது தகவல் கிடைத்திருக்கலாமென்ற நம்பிக்கையில் பாவெல் அவனது வீட்டுக்குச் சென்றான். அம்மை வடுக்களால் குழி விழுந்த அகன்ற முகத்தையும், கட்டுக்குட்டான சரீரத்தையும் உடைய கிலீமின் தாயார் துணிகளைத் துவைத்துக் கொண்டிருந்தாள். "ஷுஹ்ராய் எங்கிருக்கிறானென்று தெரியுமா?" என்று பாவெல் கேட்டவுடன் அவள் வெடுக்கென்று பதில் அளித்தாள் :

"உங்கள் ஷுஹ்ராயைப் பார்த்துக்கொண்டிருப்பதைத் தவிர எனக்கு வேறு வேலை இல்லையா? எல்லாம் அவனால் வந்த வினை! அவனைப் பேய் பிசாசுதான் பிடித்துக்கொள்ள வேண்டும்! அவனால் தான் அந்த டிரைவரின் குடும்பம் தத்தளிக்கிறது. உங்களுக்கும் அவனுக்கும் என்ன சம்பந்தம்? இருந்தும் இருந்தும் நல்ல நண்பர்கள் கிடைத்தார்கள். நீ, கிலீம்....." இவ்வாறு கூறிவிட்டு, வெறியுடன் துணியை அமுக்கினாள்.

கிலீமின் தாய் முன்கோபக்காரி; வாய்த் துடுக்கும் உடையவள்.

பாவெல் கிலீமின் வீட்டிலிருந்து ஸெர்யோஷாவின் வீட்டுக்குச் சென்றான். அங்கும் அவன் தனது கவலையைத் தெரிவித்தான்.

"நீ ஏன் இப்படிக் கவலைப்படுகிறாய்? ஒரு வேளை யாராவது ஒரு நண்பன் வீட்டில் தங்கியிருக்கலாம்" என்று வால்யா கூறினாள். ஆனால் அவளது பேச்சில் நம்பிக்கை தொனிக்கவில்லை.

கலக்கமுற்றிருந்த பாவெல் புருஸ்ஷாக் வீட்டில் நீண்ட நேரம் தங்க விரும்பவில்லை. எனவே, சாப்பிட்டுவிட்டுச் செல்லும்படி அவர்கள் வருந்திக் கூறிய போதிலும், பாவெல் விடைபெற்றுக் கொண்டு கிளம்பினான்.

ஷுஹ்ராய் வீட்டுக்கு வந்திருக்கலாமென்ற நம்பிக்கையில் பாவெல் வீட்டுக்குத் திரும்பினான்.

கதவு பூட்டியபடியே இருந்தது. பாவெல் வெளியில் நின்றான். ஒரு பெரிய சுமை அவனது இதயத்தை அழுத்தியது. அந்தக் காலியான வீட்டில் நுழைவதற்கு அவன் விரும்பவில்லை.

சில நிமிஷங்கள் அவன் முற்றத்தில் நின்று சிந்தித்தான். பிறகு, ஏதோ ஓர் உணர்ச்சியால் உந்தப்பட்டுக் கொட்டகைக்குச் சென்றான். அதன் கூரைக்குக் கீழ் முட்டியிட்டு இரகசிய இடத்திலிருந்த சிலந்திக் கூட்டைத் தள்ளினான். அங்குக் கந்தல் துணியில் மூடி வைத்திருந்த ரிவால்வரை எடுத்துக்கொண்டான்.

அவன் கொட்டகையிலிருந்து ஸ்டேஷனுக்குச் சென்றான். அவனுடைய பையில் அழுத்திக்கொண்டிருந்த ரிவால்வர் அவனைப் பரவசம் கொள்ளச் செய்தது.

ஆனால் ஸ்டேஷனிலும் ஷுஹ்ராயைப் பற்றிச் சேதி ஒன்றுமில்லை. திரும்பி வரும் வழியில் காட்டிலாகா அதிகாரியின் வீட்டுத் தோட்டம் தென்பட்டது. அவனுக்குப் பழகிய அந்தத் தோட்டத்தை நெருங்கியதும், தனது நடையில் வேகத்தைக் குறைத்தான். பாவெல் வீட்டு ஜன்னல்களை உற்றுப் பார்த்தான். எதற்காக அப்படிச் செய்தானென அவனுக்கே தெரியாது. வீட்டுக்குள்ளே பேச்சு மூச்சு இல்லை. அதுவும் தோட்டத்தைப் போல வெறிச்சென்று இருந்தது. அவன் தோட்டத்தைத் தாண்டிய பிறகு திரும்பிப் பார்த்தான். தோட்டப் பாதைகளில் சென்ற வருட இலைகள் காய்ந்து உதிர்ந்து கிடந்தன. தோட்டம் கவனிப்பாரற்று கிடந்தது. சுறுசுறுப்பான கை எதுவும் தோட்டத்தில் செயல்பட்டதாகத் தோன்றவில்லை. அந்தப் பெரிய வீட்டின் முழு அமைதி பாவெலின் துயரத்தை அதிகரித்தது.

கடைசியில் அவன் தோன்யாவுடன் போட்ட சண்டை சாமானியமானதல்ல. பழைய சண்டைகளைவிடத் தீவிரமானதுதான். ஒரு மாதத்துக்கு முன்னால் கொஞ்சமும் எதிர்பாராத வகையில் அது ஏற்பட்டது.

நகரத்தை நோக்கி மெதுவாக நடந்து கொண்டிருந்த பாவெல் கால்சட்டைப் பைகளில் கரங்களை விட்டவனாக அந்தச் சண்டை நடந்த விதத்தை நினைவூட்டிக் கொண்டான்.

இருவரும் அகஸ்மாத்தாகச் சாலையில் சந்தித்தனர். தன் வீட்டிற்கு வரும்படி தோன்யா அழைத்தாள்.

"அப்பாவும் அம்மாவும் போல்ஷான்ஸ்க்கிய் குடும்பத்தினர் நடத்தும் பிறந்தநாள் விருந்துக்குப் போகிறார்கள். நான் தனியாக

இருப்பேன். நீ ஏன் வரக்கூடாது? என்னிடம் ஒரு ருசிகரமான புத்தகம் இருக்கிறது. லியொனீத் அந்திரேயேவ் எழுதியது. 'சாஷ்கா ஷ"குலியோவ்' என்று பெயர். நான் படித்து முடித்துவிட்டேன். ஆனால் உன்னுடன் திரும்பிப் படிக்க விரும்புகிறேன். மாலைப் பொழுது உல்லாசமாகக் கழியும். நீ வருவாயா?"

பழுப்புநிறக் கூந்தலை அணைத்திருந்த வெண்குல்லாவுக்கு நேர் கீழாக இருந்த இரண்டு பெரிய கண்கள் ஆவலுடன் அவனை நோக்கின.

"நான் வருகிறேன்" என்றான் பாவெல்.

அத்துடன் இருவரும் பிரிந்தனர்.

பாவெல் தன் இயந்திரங்களைக் கவனிக்க வேகமாகச் சென்றான். மாலைநேரம் முழுமையும் தோன்யாவுடன் இருக்கப் போகிறோமென்ற எண்ணத்தால் உலைகூட அதிகமான ஒளிவீசுவதாக அவனுக்குத் தோன்றிற்று; விறகுக் கட்டைகள் விசேஷமான உல்லாசத்துடன் 'படபட'வென்று வெடிப்பதாகவும் அவனுக்குப் புலப்பட்டன.

அன்று மாலை, அவன் தோன்யா வீட்டின் அகன்ற கதவைத் தட்டிய பொழுது, ஓரளவு பதற்றத்துடன் தோன்யா அதைத் திறந்தாள்.

"என்னைப் பார்க்க நண்பர்கள் வந்திருக்கின்றனர். அவர்களை நான் எதிர்பார்க்கவில்லை. ஆனால் நீ இங்கிருந்து சென்றுவிடக் கூடாது" என்று அவள் கூறினாள்.

பாவெல் அந்த இடத்தைவிட்டுக் கிளம்புவதற்காகத் திரும்பினான். ஆனால் அவள் அவனைத் தன் கையால் பிடித்துக்கொண்டாள்.

"உள்ளே வரத்தான் வேண்டும். உன்னைத் தெரிந்துகொள்வது அவர்களுக்கு நல்லது" என்றாள். அவனுடைய இடுப்பைத் தன் கையால் அணைத்தபடியே, அவனைச் சாப்பாட்டு அறை வழியே தன் அறைக்கு இட்டுச் சென்றாள்.

அவர்கள் அறையில் நுழைந்தவுடன், அங்கு அமர்ந்திருந்த இளைஞரைப் பார்த்து அவள் புன்முறுவலுடன் சொன்னாள் :

"நீங்கள் அறிமுகமானவர்களா? இது என் நண்பன் பாவெல்."

அறையின் நடுவில் ஒரு மேஜை. அதைச் சுற்றி மூவர் அமர்ந்திருந்தனர். அவர்களில் ஒருத்தி லீஸா. அவள் உயர்பள்ளி மாணவி. அவள் ஓர் அழகி; பழுப்பு நிறங்கொண்டவள்; வசீகரமாகத் திருத்தி, வாரிய கூந்தலுடன், தனது சிறிய வாயின் உதடுகளைப் பிதுக்கிய வண்ணம் அவள் அமர்ந்திருந்தாள். இரண்டாவது நபர் ஒரு நெட்டையான, நோஞ்சலான இளைஞன். அவன் நன்றாகத் தைத்திருந்த

கறுப்புக் கோட்டு அணிந்திருந்தான். அவனது மழமழப்பான கேசம் நறுமணத் தைலத்துடன் பிரகாசித்துக் கொண்டிருந்தது. அவனது கண்கள் சாம்பல் நிறமானவை. அவன் சலித்துப்போன பார்வையுடனிருந்தான். அவனுக்கும் லீஸாவுக்கும் இடையே, ஒயிலான பள்ளிச் சொக்காய் தரித்துக்கொண்டு, லெஷ்சீன்ஸ்கிய் உட்கார்ந்திருந்தான். தோன்யா கதவைத் திறந்ததும் பாவெல் வீக்தரைத்தான் முதலில் பார்த்தான்.

வீக்தரும் பாவெலை உடனடியாக அடையாளம் கண்டுவிட்டான். அவனது நேர்த்தியான விற்புருவங்கள் வியப்பால் உயர்ந்தன.

சில வினாடிகள் பாவெல் ஒளிவுமறைவு இல்லாத பகையுடன் வீக்தரை நோக்கிக்கொண்டே கதவருகில் நின்றான். அவன் ஒரு வார்த்தை பேசவில்லை. இந்த வெறுக்கத்தக்க அமைதிக்கு முடிவு காணத் தோன்யா விரைந்தாள். அறைக்குள் வரும்படி பாவெலிடம் கூறிவிட்டு, லீஸாவை அறிமுகம் செய்து வைப்பதற்காக அவள் பக்கம் திரும்பினாள்.

புதிய இளைஞனைச் சிரத்தையுடன் ஆராய்ந்த லீஸா, தன் நாற்காலியிலிருந்து எழுந்தாள்.

ஆனால், பாவெல் ஒரு சுற்றுச் சுழன்றான், வெளிச்சம் மங்கலாக இருந்த சாப்பாட்டு அறையைத் தாண்டினான்; வீட்டு முன்கதவை அடைந்தான். தோன்யா அவனை அடைந்து, தோள்களைப் பற்றிப் பிடிப்பதற்குள்ளாக அவன் முகப்பு மண்டபத்தை அடைந்துவிட்டான்.

"நீ எங்கே ஓடுகிறாய்? அவர்கள் உன்னுடன் அறிமுகம் செய்து கொள்ள வேண்டுமென்று நான் மிகவும் விரும்பினேன."

பாவெல் தன் தோள்களிலிருந்து அவளுடைய கரங்களை நீக்கினான். வெட்டொன்று துண்டிரண்டாக விடை தந்தான் :

"அந்தப் பொம்மைக்கு முன் என்னைக் காட்சிப் பொருளாக்குவதற்கு நான் இணங்க மாட்டேன். நான் அந்தக் கூட்டத்தைச் சேர்ந்தவன் அல்ல. அவர்களை நீ விரும்பலாம். ஆனால் நான் வெறுக்கிறேன். அவர்கள் உனக்கு நண்பர்களென்பதை நான் அறிந்திருந்தால், ஒரு பொழுதும் உன்னிடம் வந்திருக்க மாட்டேன்."

தோன்யாவுக்குக் கோபம் அதிகரித்துக் கொண்டிருந்தது. அதை அடக்கிக்கொண்டு அவள் அவனை இடைமறித்தாள் :

"இந்த மாதிரி என்னிடம் பேசுவதற்கு உனக்கு என்ன உரிமை இருக்கிறது? உன் நண்பர்கள் யார் யார், உன்னைப் பார்க்க வருகிறவர்கள் யார் யார், என்றெல்லாம் நான் கேட்கிறேனா?"

"நீ யாரைப் பார்த்துப் பழகினால் எனக்கென்ன கவலை? இனி நான் இங்கு வரமாட்டேன்" என்று சுடச்சுடப் பதிலளித்துவிட்டு, பாவெல் படிகளில் இறங்கி, தோட்ட வாசலுக்கு ஓடினான்.

அதன்பிறகு அவன் தோன்யாவைப் பார்க்கவில்லை. 'பாக்ரோம்' நடந்தபொழுது, பாவெல் எலெக்டிரிஷியனின் உதவியுடன் மின்னிலையத்தில் யூதர் குடும்பங்களுக்கு அடைக்கலம் அளித்தான். அப்பொழுதே தோன்யாவுடன் நடந்த சண்டையை அவன் மறந்து விட்டான். இன்று அவன் அவளை மீண்டும் பார்க்க விரும்பினான்.

ஷுஹ்ராய் மறைந்து விட்டதாலும், வீட்டில் ஒருவரும் இல்லை என்பதாலும், பாவெல் சோர்ந்திருந்தான். அவனுக்கு முன்னால், கொஞ்சத் தூரத்தில் சாலை வலது பக்கம் திரும்பியது. வசந்தகாலச் சேறு இன்னும் உலரவில்லை. சாலையில் பல குழிகள் பழுப்புச் சகதியால் நிறைந்திருந்தன. சாலையின் நடையோரப் பாதை விளிம்பு வரை நீட்டிக் கொண்டிருக்கும் விகாரமான முகப்பை உடைய வீட்டுக்கு அப்பால் சாலை இரண்டாகப் பிரிந்தது.

இரண்டு வீதிகள் ஒன்றையொன்று வெட்டும் தெருச் சந்தியில் ஒரு பெட்டிக்கடை. அதன் கதவு வளைந்திருந்தது. 'கனிய நீர்' என்ற அறிவிப்புப் பலகை தலைகீழாகக் கிடந்தது. அந்தக் கடைக்கு எதிரில், தெருச் சந்தியில், லீஸா வீக்தரிடம் விடைபெற்றுக் கொண்டிருந்தாள்.

அவன் அவளுடைய கரத்தைத் தன் கரத்தில் எடுத்துக்கொண்டான்; அவளுடைய கண்களை உருக்கமாக மன்றாடும் தோரணையில் பார்த்தான்.

"வருவீர்களா? என்னை ஏமாற்ற மாட்டீர்களே?" என்று உணர்ச்சி ததும்ப வினவினான்.

"நிச்சயமாக வருவேன். நீங்கள் எனக்காகக் காத்திருங்கள்" என்று அவள் கொஞ்சு மொழியில் கூறினாள்.

அவள் பிரியும் பொழுது, அவனை நோக்கி முறுவலித்தாள். அவளது பனி மூடிய பழுப்பு நிறக் கடைக்கண்கள் "என்னை நம்பு, நிச்சயம் வருவேன்" என்று கூறின.

லீஸா கொஞ்சத் தூரம் தெருவில் நடந்திருப்பாள். அப்பொழுது இரண்டு மனிதர்கள் ஒரு மூலையிலிருந்து சாலைக்கு வருவதை அவள் கண்டாள். ஒருவன், வாட்டசாட்டமாக இருந்தான். விரிந்த மார்பை உடைய அவன் தொழிலாளர் ஆடை தரித்திருந்தான். அவனது சொக்காய்க்குப் பித்தான் போடாமல் இருந்ததால், அதற்குள் இருந்த

வரிபோட்ட மாலுமி பனியன் நன்கு தெரிந்தது. அவனது தலையில் அணிந்திருந்த குல்லாய் நெற்றியின் மீது இழுத்துவிடப்பட்டிருந்தது. அவன் மஞ்சள் நிற பூட்ஸ் அணிந்திருந்தான். அவனது கண்ணுக்குக் கீழ் ஒரு நீலம் பாய்ந்த கரிய நிறக் கீறல் இருந்தது.

அவன் உறுதி கொண்ட மெதுவான நடையுடன் சென்றுகொண்டிருந்தான்.

அவனுக்கு ஆறு, ஏழு அடி பின்னால் பெத்லியூராவின் ஆள் ஒருவன் நடந்து கொண்டிருந்தான். அவனுடைய துப்பாக்கியின் பாய்னெட் முன்னால் சென்றவனின் முதுகைத் தொட்டுக் கொண்டிருந்தது என்றே சொல்லலாம். அந்தக் காவலாள் சாம்பல் நிறக் கோட் அணிந்திருந்தான். அவனது பெல்ட்டிலிருந்து தோட்டாக்கள் நிறைந்த ஒரு சிறு பைகள் தொங்கிக் கொண்டிருந்தன.

ரோமம் அடர்ந்த ஆட்டுத் தோல் குல்லாயின் கீழ் இருந்த இரண்டு எச்சரிக்கையான சிறு கண்கள், கைதி தலையின் பின்புறத்தைக் கண்காணித்துக் கொண்டிருந்தன. அவனது மஞ்சள் நிற மீசையில் புகையிலைக் காவி படிந்திருந்தது.

லீஸா தன் நடையின் வேகத்தைக் குறைத்துக்கொண்டு, சாலையைத் தாண்டி அதன் எதிர்ப்புறத்துக்குச் சென்றாள். அந்தச் சமயத்தில், அவளுக்குப் பின்னால் சாலையில் தோன்றினான் பாவெல்.

அவன் தன் வீட்டுக்குச் செல்ல வலது பக்கம் திரும்பியபொழுது, அவனும் தன்னை நோக்கி வரும் இரண்டு மனிதர்களைப் பார்த்தான்.

பாவெலின் கால்கள் வேரோடி விட்டவை போல தோன்றின. கைதியாக இருந்தவன் ஷுஹ்ராய்.

“அதனால்தான் அவன் வீட்டுக்குத் திரும்பவில்லை!” என்று பாவெல் உணர்ந்தான்.

ஷுஹ்ராய் மேலும் மேலும் நெருங்கிக் கொண்டிருந்தான். பாவெலின் இருதயம் மார்புக் கூட்டைத் தாக்கிய வேகத்தில், அது வெடித்துவிடும் போலிருந்தது. பற்பல விதமான சிந்தனைகள் ஒன்று மாறி ஒன்றாகத் தோன்றின. அவை செயற்படுத்த அவனால் முடியவில்லை, ஆலோசிப்பதற்கு நேரமும் இல்லை. ஒரே ஒரு விஷயம் தெளிவாக விளங்கிற்று. ஷுஹ்ராயை ஒழித்துவிடுவார்கள் என்பதே அது.

மனங்குழம்பிப் பிரமித்த பாவெல் இருவரும் தன்னை நெருங்குவதைக் கவனித்தான். இனி என்ன செய்வது?

கடைசி வினாடியில் அவன் தன் பையில் பிஸ்டல் இருப்பதை உணர்ந்தான். அவர்கள் அவனைக் கடந்தவுடன் பாவெல் அந்தக்

காவலாளைச் சுட்டுவிடுவது, ஷுஹ்ராயை விடுதலை செய்வது-அந்த வினாடியின் சூட்டில் அவன் இந்த முடிவை எடுத்தவுடன் அவனது மனம் தெளிவடைந்தது. பார்க்கப் போனால், "நமக்கு நெஞ்சுரம் படைத்தவர்கள் தேவை" என்று நேற்றுத்தான் ஷுஹ்ராய் சொன்னான்.

பாவெல் அவசரமாகப் பின்பக்கம் திரும்பிப் பார்த்தான். நகரத்தை நோக்கிச் செல்லும் தெருவில் ஒருவர்கூட நடமாடவில்லை; வெறிச் சென்று இருந்தது. முன்னால், ஒரு லேசான மேல்கோட்டை அணிந்த பெண் சாலையின் குறுக்கே விரைந்து கொண்டிருந்தாள். அவள் குறுக்கிட மாட்டாள். இரண்டாவது சந்தியிலிருந்து பிரிந்து சென்ற இரண்டாவது தெருவைப் பாவெலால் பார்க்க முடியவில்லை. ஸ்டேஷனுக்குப் போகும் சாலையில் தூரத்தில் சில ஜனங்கள் புலப்பட்டார்கள்.

பாவெல் சாலையின் ஓரத்துக்கு நகர்ந்தான். ஷுஹ்ராய் சில அடி தூரத்தில் இருந்தபொழுது பாவெலைப் பார்த்தான்.

ஷுஹ்ராய் அவனை ஓரக்கண்ணால் பார்த்தான். அவனுடைய அடர்ந்த புருவங்கள் துடித்தன. இந்த எதிர்பாராத சந்திப்பு அவனுடைய நடை வேகத்தைக் குறைத்தது. எனவே, துப்பாக்கி பாய்னெட்டு அவனது முதுகைக் குத்தியது.

"வேகமாக நட! இல்லாவிட்டால் துப்பாக்கிப் பிடங்கால் உந்தித் தள்ளுவேன்!" என்று கிரீச்சென்று ஒலிக்கும் பேய்க்குரலில் காவலன் கூறினான்.

ஷுஹ்ராய் வேகமாக நடக்கத் தொடங்கினான். அவன் பாவெலுடன் பேச விரும்பினான். ஆனால் அந்த விருப்பத்தை அடக்கிக் கொண்டான். நல்லாசி கூறுவதைப் போலக் கரத்தை அசைப்பதுடன் நிறுத்திக் கொண்டான்.

மஞ்சள் மீசையுடன் கூடிய காவலனின் கவனத்தில் சிக்கக்கூடாதென்று பாவெல் எண்ணினான். எனவே ஷுஹ்ராய் தன்னைக் கடந்தபொழுது அவன் வேறு பக்கம் திரும்பிக்கொண்டான். நடப்பதைப் பற்றிக் கொஞ்சமும் அக்கறையில்லாதவன் மாதிரி நடித்தான். ஆனால் "என் குண்டு குறி தவறி ஷுஹ்ராயைத் தாக்கிவிட்டால் என்ன செய்வது?" என்ற கவலை அவனது மூளையைச் சிதைத்துக் கொண்டிருந்தது.

காவலாள் பாவெலுக்கு அண்மையில் வந்து விட்டதால் சிந்திப்பதற்கு நேரமில்லாமல் போய்விட்டது.

மஞ்சள் மீசைக் காவலன் பாவெலுக்கு நேராக வந்தவுடன்,

பாவெல் அவன் மீது திடீரென்று பாய்ந்தான். துப்பாக்கியைக் கைப்பற்றி அதன் குழலைச் சாலையில் ஓங்கி அடித்தான்.

துப்பாக்கி பாய்னெட்டு ஒரு கருங்கல் மீது பட்டு கிலுங்கியது.

இந்தத் தாக்குதலைக் காவலன் எதிர்பார்க்கவில்லை. ஒரு வினாடி அவன் பிரமித்து நின்றான். அதன்பின் அவன் துப்பாக்கியைத் தன் பக்கம் இழுக்க முரட்டுத்தனமாக முயன்றான். ஆனால் பாவெல் தன் உடலின் முழு எடையையும் துப்பாக்கி மீது பிரயோகித்து, அதன்மீது அவனுக்கிருந்த பிடியைக் காப்பாற்றினான். ஒரு குண்டு பெரும் சப்தத்துடன் வெடித்தது. அது ஒரு கல்லைத் தாக்கிவிட்டுச் சிணுங்கிக் கொண்டே பூமியில் ஊர்ந்து குட்டையில் விழுந்தது.

குண்டு வெடித்த சத்தம் கேட்டவுடன் ஷுஹ்ராய் ஒரு பக்கமாகப் பாய்ந்து திரும்பினான். பாவெலின் கரங்களிலிருந்து துப்பாக்கியைத் திருகிப் பறிப்பதற்காகக் காவலன் தீவிரமாக முயன்று கொண்டிருந்தான். கைகள் முறுக்கேறியதால் பாவெலுக்கு வேதனை அதிகம். எனினும் அவன் தன் பிடியைவிடவில்லை. அப்பொழுது ஆத்திர மடைந்த அந்த பெத்லியூரா ஆள் ஒரு சுற்றுச் சுற்றிப் பாவெலை பூமியில் தள்ளினான். ஆனால் அப்பொழுதும் அவனால் துப்பாக்கி யைத் திருகிப் பிடியைத் தளர்த்த முடியவில்லை. பாவெல் கீழே விழுந்தான், ஆனால் காவலனையும் அவனுடன் கீழே இழுத்துக் கொண்டுவிட்டான். அந்த நெருக்கடியான நேரத்தில் உலகத்தில் எந்தச் சக்தியும் அவனிடமிருந்து துப்பாக்கியைப் பறித்திருக்க முடியாது.

இரண்டு பாய்ச்சல்கள் பாய்ந்த ஷுஹ்ராய் சண்டை போடும் ஜதையுடன் சேர்ந்து கொண்டான். அவனது இரும்புக்கர முஷ்டி காற்றில் வில்லாக வளைந்து காவலனின் தலையைத் தாக்கியது. ஒரு வினாடிக்குப் பிறகு, அந்தக் காவலனின் பிடியிலிருந்து பாவெல் விடுபட்டான். ஈயக்குண்டால் அடிபட்டது மாதிரி, காவலனின் முகத்தில் இரண்டு அடிகள் விழுந்தன. அவன் வெகுவாகத் தள்ளாடி னான். இறுதியில் பக்கத்திலிருந்த குட்டையில் விழுந்தான்.

பெத்லியூராக்காரனை அடித்த வலிய கரங்களே, பாவெலைத் தூக்கி நிறுத்தின.

இதற்குள், வீக்தர் தெருச் சந்தியிலிருந்து சுமார் நூறு அடி போட்டி ருப்பான். அவன் ஒரு பாட்டை ஊதிக்கொண்டே சென்றான். லீஸா வைச் சந்தித்த பிறகு, கவனிப்பாரில்லாமல் கிடக்கும் தொழிற் சாலை ஒன்றில் மறுநாள் அவனைச் சந்திப்பதாக அவள் வாக்களித்த

பிறகு, அவனுடைய மனது உற்சாக வெள்ளத்தில் மிதந்து துள்ளி விளையாடிக் கொண்டிருந்தது.

பள்ளியின் பெண் பிரியர்கள் மத்தியில் ஒரு வதந்தி உலாவியது. லீஸா தன் காதல் விவகாரங்களில் ரொம்பத் துணிச்சலுடையவள் என்பதே அது. வெட்கமற்ற, அசட்டுத் தைரியம் கொண்ட ஸெமியோன்ஸலிவானவ் அவளுடன் ஒருநாள் இன்பமாக இருந்ததாக அவனிடம் ஒரு தடவை கூறினான். வீக்தருக்கு ஸெமியோனிடம் முழு நம்பிக்கை கிடையாது என்றாலும், லீஸாவின் நடத்தை அவனுக்குப் புதிராகவிருந்தது. ஸெமியோன் பேசியது மெய்யா, பொய்யா என்பதை நாளைக்கு வீக்தர் அறிந்துகொள்வான்.

"நாளைக்கு அவள் வந்தால், நான் தயங்க மாட்டேன். அவளை முத்தமிடுவதற்குத்தான் முன்பே அனுமதித்திருக்கிறாள். ஸெமியோன் சொல்வது உண்மையானால்..." இவ்வாறு அவன் சிந்தித்துக் கொண்டிருந்தபொழுது, இரண்டு பெத்லியூராக்காரர்கள் வருவதைக் கண்டான். அவர்கள் செல்வதற்கு வழிவிட்டு அவன் ஓரத்துக்குச் சென்றான். அவர்களில் ஒருவன், கூழைவால் குதிரை மீது உட்கார்ந் திருந்தான். அவன் ஒரு கித்தான் வாளியை ஆட்டிக்கொண்டிருந்தான். குதிரை குடிப்பதற்கு நீர் கொடுப்பதற்காகப் போகிறான் என்பது வெளிப்படையாகத் தெரிந்தது. குட்டைச் சொக்காயும் தளர்ந்த நீலக் கால்சட்டையும் அணிந்திருந்த இன்னொருவன் குதிரைக்குப் பக்கத்தில் சென்று கொண்டிருந்தான். சவாரி செய்கிறவனுடைய முழங்காலில் கரத்தை வைத்துக்கொண்டு விகடக்கதை சொல்லிக் கொண்டு நடந்து சென்றான்.

அவர்கள் செல்வதற்கு வழி தந்துவிட்டு, வீக்தர் தன் பாதையில் செல்லத் தொடங்கினான். அப்பொழுது சாலையிலிருந்து வந்த துப்பாக்கி வேட்டுச் சத்தம் அவனை நிற்கச் செய்தது. அவன் திரும்பி னான். குதிரை மீதிருந்தவன் ஒலி வந்த இடத்தை நோக்கிக் குதிரையை ஓட்டிச் சென்றதைக் கண்டான். மற்றவன் வாளைக் கையால் பற்றிக் கொண்டே பின்னால் ஓடுவதையும் அவன் கவனித்தான்.

வீக்தர் அவர்களைப் பின்தொடர்ந்து ஓடினான். அவன் சாலையை அடையும் சமயம், இன்னொரு வேட்டின் ஒலி கேட்டது. மூலை யிலிருந்த குதிரைவீரன் வெறித்தனமாகக் குதிரையை விரட்டிக் கொண்டு வந்தான். அவன் குதிரையைப் பாதங்களால் உதைத்தும் கித்தான் வாளியால் தாக்கியும் விரட்டினான். விரைவில் அருகாமை யிலுள்ள முற்றத்தை அடைந்தான்; அங்கிருந்த ஆட்களைப் பார்த்து, "ஆயுதம் தரித்துக் கிளம்புங்கள்! நமது ஆட்களில் ஒருவனைக் கொன்றுவிட்டார்கள்!" என்று கத்தினான்.

ஒரு நிமிஷத்துக்குப் பின் பலர் முற்றத்திலிருந்து பாய்ந்தோடினார்கள். ஓடிக்கொண்டிருந்தபொழுதே, தத்தம் துப்பாக்கிகளைத் தயார் செய்து கொண்டனர்.

வீக்தர் கைது செய்யப்பட்டான்.

சிலர் சாலையில் சேகரிக்கப்பட்டார்கள். அவர்களில் வீக்தரும் லீஸாவும் இருந்தனர். சாட்சி கூறுவதற்காக லீஸா தடுத்து நிறுத்தப் பட்டாள்.

பயந்து நடுங்கிய காரணத்தால் லீஸா இடம்பெயராமல் நின்று கொண்டிருந்தாள். ஷுஹ்ராயும் பாவெலும் அவளைக் கடந்து ஓடியபொழுது தோன்யா எந்த இளைஞனைத் தனக்கு அறிமுகப் படுத்த விரும்பினாளோ அதே இளைஞன்தான் பெத்லியூராவின் ஆளைத் தாக்கினான் என்பதைப் புரிந்து கொண்டதால் அவள் ஆச்சரியமடைந்தாள்.

பாவெலும் ஷுஹ்ராயும் ஒரு வேலியைத் தாண்டித் தோட்டத் துக்குள் குதித்தவுடன் குதிரைவீரன் தெருவில் விரைந்து வந்தான். துப்பாக்கியும் கையுமாக ஷுஹ்ராய் ஓடுவதையும், பிரமித்துப்போன காவலன் எழுந்து நிற்பதற்கு முயற்சிப்பதையும் அவன் பார்த்ததால், வேலியை நோக்கிக் குதிரையைக் குத்தி விரட்டினான்.

ஆனால் ஷுஹ்ராய் திரும்பினான். துப்பாக்கியைத் தூக்கி, தன்னைத் தொடர்ந்து வரும் குதிரைக்காரனைச் சுட்டான். இதற்குள், குதிரைக்காரன் விரைவாகப் பின்வாங்கிவிட்டான்.

உதடுகள் காயமாகியிருந்ததால், காவலன் கஷ்டப்பட்டு பேசினான். அவன் நடந்த விஷயங்களை விவரித்தான்.

"கழிசடைப் பிராணியே! உன் கண்ணுக்கு முன்னால் ஒரு கைதி தப்பி ஓடுவதற்கு அனுமதித்தாயா? உன் முதுகில் சவுக்கால் இருபத் தைந்து அடிகள் கொடுப்போம்!"

"நீ பலே கெட்டிக்காரன்! என் கண்ணுக்கெதிரே அனுமதித் தேனாம்! சபாஷ்! இன்னொரு வேசி மகன் வெறியன் மாதிரி என்மீது பாய்வான் என்பதை நான் எப்படி அறிந்திருக்க முடியும்?" என்று அந்தக் காவலன் கோபாவேசத்துடன் பதில் கொடுத்தான்.

லீஸாவும் விசாரிக்கப்பட்டாள். காவலன் சொன்ன கதையைத் தான் அவளும் சொன்னாள். ஆனால் தாக்கியவனைத் தனக்குத் தெரியுமென்பதை மட்டும் அவள் சொல்லாமல் இருந்தாள். எனினும் அவர்கள் அனைவரும் நகரத்தின் ராணுவத் தலைமைக் காரியா லயத்துக்குக் கொண்டு செல்லப்பட்டனர்.

பகற்பொழுது கழியும் வரை அவர்கள் விடுதலை பெறவில்லை.

லீஸாவை வீட்டுக்கு இட்டுச் செல்வதற்குத் தலைவனே முன் வந்தான். ஆனால் லீஸா அவனது உதவியை நிராகரித்துவிட்டாள். அவனது மூச்சில் சாராய நாற்றம் வீசியது. அவன்கூட வருவதால் தொல்லை விளையுமென்று அவள் அஞ்சினாள்.

லீஸாவை அவள் இல்லத்துக்கு வீக்தர் இட்டுச் சென்றான்.

ஸ்டேஷன் கணிசமான தூரத்திலிருந்தது. இருவரும் கையோடு பின்னிக் கொண்டு நடந்தபொழுது, இந்தச் சம்பவம் நடந்தது நன்மைக்குத்தான் என்று நன்றி உணர்வுடன் எண்ணினான் வீக்தர்.

"கைதியை விடுவித்தது யார் என்று உனக்குத் தெரியுமா?" என்று லீஸா கேட்டாள். அப்பொழுது அவர்கள் லீஸாவின் வீட்டை நெருங்கிக் கொண்டிருந்தனர்.

"எனக்குத் தெரியாது. எப்படித் தெரியும்?"

"ஒருநாள் மாலை, தோன்யா ஓர் இளைஞனை நமக்கு அறிமுகப் படுத்த விரும்பினாளே, நினைவு இருக்கிறதா?"

வீக்தர் நின்றான்.

"பாவெல் கர்ச்சாகினா?" என்று அவன் ஆச்சரியத்துடன் வினவினான்.

"ஆம். அவன் பெயர் பாவெல் என்றுதான் நினைக்கிறேன். அவன் விசித்திரமான முறையில் வீட்டைவிட்டு வெளியேறினானே, ஞாபக மிருக்கிறதா? அதே இளைஞன்தான் கைதியை விடுவித்தான்."

வீக்தர் திகைத்து நின்றான்.

"நீங்கள் நிச்சயமாகச் சொல்கிறீர்களா?" என்று அவன் லீஸாவைக் கேட்டான்.

"சர்வ நிச்சயமாக; அவன் முகம் எனக்குத் தெளிவாக ஞாபகம் இருக்கிறது."

"இதை ஏன் ராணுவத் தலைவனிடம் கூறவில்லை?"

லீஸாவுக்குக் கோபம் வந்துவிட்டது.

"அந்த மாதிரி ஈனச்செயலை நான் செய்வேன் என்று நினைக் கிறீர்களா?"

"ஈனச்செயலா? காவலனைத் தாக்கியவன் யாரென்று சொல்வது ஈனச்செயலா?"

"அது கௌரவமான காரியம் என்று நீங்கள் எண்ணுகிறீர்களா? அவர்கள் என்ன செய்தார்களென்பதை நீங்கள் மறந்து விட்டீர்கள்

போலிருக்கிறது. பள்ளிக்கூடத்தில் தாய் தந்தையரை இழந்த அனாதை யூதர்கள் எத்தனை பேர் இருக்கிறார்களென்பதை நீங்கள் அறிவீர்களா? அறிந்திருந்தும், இவர்களிடம் பாவெலைக் காட்டிக் கொடுக்கச் சொல்கிறீர்களா? உங்களிடமிருந்து நான் இதை எதிர் பார்க்கவில்லை, நான் வருத்தப்படுகிறேன்."

லீஸாவின் பதிலைக் கேட்டு வீக்தர் ஆச்சரியமடைந்தான். அவளுடன் சண்டை போட்டால் அவனுடைய திட்டத்துக்குக் குந்தகம் ஏற்படுமென்று அவன் பேச்சை மாற்ற முயற்சித்தான்.

"கோபித்துக் கொள்ளாதீர்கள், லீஸா. நான் விளையாட்டுக்குச் சொன்னேன். நீங்கள் இவ்வளவு தூரம் கோட்பாட்டைக் கடைப் பிடிப்பவர் என்பது எனக்குத் தெரியாது."

"உங்களுடைய வேடிக்கை சரியானதாக அமையவில்லை" என்று லீஸா வறட்சியுடன் பதில் உரைத்தாள்.

ஸுகர்க்கோ வீட்டின் வாசலில் வீக்தர் லீஸாவிடம் விடைபெற்ற பொழுது, "நீங்கள் வருவீர்களா? லீஸா?" என்று கேட்டான்.

"எனக்குத் தெரியாது" என்று அவள் ஈரொட்டாகப் பதிலளித்தாள்.

நகரத்தை நோக்கி நடந்து சென்ற வீக்தர் தீவிரமான யோசனையில் ஆழ்ந்தான். "நன்று, நன்று, மிஸ் லீஸா. பாவெலைக் காட்டிக் கொடுப்பது இழிவான செயல் என்று நீங்கள் கருதலாம். ஆனால் நான் வேறுவிதமாகக் கருத்துக் கொண்டிருக்கிறேன். யார் யாரை விடுதலை செய்தாலும் எனக்கு ஒன்றுதான்" என்று எண்ணமிட்டான்.

புராதனமான போலிஷ் பிரபுக் குடும்பத்தில் உதித்த அவனுக்கு இரு கட்சிகளுமே வெறுக்கத்தக்கவைதான். போலிஷ் பிரபுக்களின் சர்க்காரை மட்டுமே அவன் ஏற்றுக் கொள்வான். அது போலிஷ் படைகளுடன் சீக்கிரத்தில் வரப்போகிறது. ஆனால் தற்பொழுது அந்தப் போக்கிரிப் பயலான பாவெலை ஒழித்துக் கட்டுவதற்கு ஒரு சந்தர்ப்பம் கிடைத்திருக்கிறது. அவர்கள் அவனது கழுத்தைத் திருகுவார்களென்பது உறுதி.

லெஷ்சீன்ஸ்கிய் குடும்பத்தில் வீக்தர் மட்டுமே டவுனில் இருந் தான். சர்க்கரை உற்பத்திச் சாலையின் உதவி டைரக்டரை மணந் துள்ள தன் அத்தையுடன் அவன் தங்கியிருந்தான். அவனது குடும்பம் நெடுநாளாக வார்ஸாவில் இருந்து வருகிறது. அங்கு அவனது தந்தை ஓரளவுக்கு முக்கியமான ஸ்தானத்தை வகித்து வருகிறார்.

வீக்தர், நகரத்தின் ராணுவத் தலைவனின் காரியாலயத்துக்குச் சென்று திறந்திருந்த கதவு வழியாக உள்ளே நுழைந்தான்.

கொஞ்ச நேரத்துக்கெல்லாம் அவன் நான்கு பெத்லியூராக்காரர்களுடன் பாவெல் வீட்டுக்குச் சென்று கொண்டிருந்தான்.

"அதுதான்!" என்று அவன் ஒரு வெளிச்சமுள்ள ஜன்னலைக் காட்டிக்கொண்டே மெதுவாகக் கூறினான். "நான் இப்பொழுது போகலாமா?" என்று பக்கத்தில் நின்ற பெத்லியூராவின் ஆபீசரைக் கேட்டான்.

"தாராளமாகப் போய் வரலாம். இனி நாங்களே பார்த்துக் கொள்வோம். உதவிக்கு நன்றி."

வீக்தர் சாலையோரப் பாதை வழியாக விரைந்தான்.

இருட்டறை அருகில் சென்றவுடன் பாவெல் முதுகில் விழுந்த கடைசி அடி அவன் அந்த அறைக்குள் சுருண்டு சுழலும்படி செய்தது. அவனது நீட்டிய கைகள் எதிரில் இருந்த சுவர்மீது மோதின. அவன் சுற்றுமுற்றும் தடவிப் பார்த்த பொழுது, ஒரு கட்டில் மாதிரி ஏதோ ஒன்று இருப்பதைக் கண்டான். அதில் உட்கார்ந்தான். அவனது உடலும் உள்ளமும் நொறுங்கியிருந்தன.

கைதானபொழுது பாவெல் ஆச்சரியமடைந்தான். பெத்லியூரா கோஷ்டியினர் அவனை எப்படிக் கண்டுபிடித்தார்கள்? அவனை ஒருவரும் பார்க்கவில்லை என்பது அவனுக்குத் திண்ணமாகத் தெரியும். அடுத்து என்ன நடக்கும்? ஷுஹ்ராய் எங்கிருக்கிறார்?

அவன் மாலுமியைக் கிலீம் வீட்டில் விட்டிருந்தான். சூரியன் மறைந்தபின், டவுனைவிட்டுச் செல்ல வேண்டுமென்று ஷுஹ்ராய் காத்திருந்தபொழுது பாவெல் ஸெர்யோஷா வீட்டுக்குப் போனான்.

'நல்ல வேளையாகக் கைத்துப்பாக்கியைக் காகத்தின் கூட்டில் ஒளித்து வைத்தேன். அவர்கள் கைக்கு அது கிடைத்திருந்தால் என் கதி அதோ கதிதான். ஆனால் அவர்கள் என்னை எப்படிக் கண்டு பிடித்தனர்?' என்று பாவெல் தன்னையே கேட்டுக் கொண்டான். அவனை வதைத்த கேள்விக்கு விடை தெரியவில்லை.

பெத்லியூராக் கொள்ளைக்காரர்கள் பாவெல் வீட்டைத் துருவித் துருவிச் சோதனையிட்டார்கள். ஆர்த்தியோம் தன்னுடைய நல்ல உடுப்பையும் அக்கார்டியன் வாத்தியத்தையும் கிராமத்துக்குக் கொண்டு போய்விட்டான். பாவெலின் தாய் தன்னுடன் ஒரு பெட்டியைக் கொண்டு போய்விட்டாள். எனவே, பெத்லியூராக் காரர்கள் கொள்ளையடிப்பதற்கு ஒன்றும் கிடைக்கவில்லை.

எனினும், வீட்டிலிருந்து அவன் தலைமைக் காரியாலயத்துக்கு வந்த வழியை என்றும் மறக்கப் போவதில்லை. இரவில், இருள் செறிந் திருந்தது. வானத்தில் கருமேகங்கள் குவிந்திருந்தன. காவலர்கள்

அவனை நாலாப்புறமும் மிருகத்தனமாக உதைத்துக்கொண்டே வந்தனர். கண்தெரியாத பாதையில் பிரமிப்புடன் பாவெல் தடுக்கித் தடுமாறிக்கொண்டே வந்து சேர்ந்தான். பெத்லியூராக்காரர்களின் அடியும் உதையுமே அவனை இயக்கின.

அடுத்த அறையில் காவலர்கள் இருந்தனர். அங்கே யாரோ பேசுவதை பாவெலால் கேட்க முடிந்தது. அவனுடைய அறைக் கதவின் கீழாக ஒரு பிரகாசமான ஒளி உள்ளே பாய்ந்தது. பாவெல் எழுந்திருந்தான்; சுவரைத் தொட்டுக் கொண்டே அறையை ஒரு சுற்றுச் சுற்றினான். கட்டிலுக்கு எதிராக ஒரு ஜன்னல் இருப்பதைத் தட்டித் தடவிக் கண்டுபிடித்தான். அதன் கம்பிகள் திடமாகவும், கூர்மையான நுனியை உடையனவாகவும் இருந்தன. அவற்றை அவன் அசைக்க முயன்றான். ஆனால் அவை உறுதியாகப் பொருத்தப்பட்டிருந்தன. அந்த அறை ஒரு சாமான் சேமிப்பு அறையாக இருந்திருக்க வேண்டும்.

அவன் கஷ்டப்பட்டுக் கதவுக்கு அருகில் சென்றான். ஒரு வினாடி அங்கு நின்று அரவம் கேட்கிறதாவென்று கவனித்தான். பிறகு அவன் கைப்பிடியை இலேசாக அமுக்கினான். கதவு அருவருக்கத்தக்க ஒலியை, 'கிறீச்'சென்ற ஒலியை உண்டாக்கியது. பாவெல் தனக்குள் ஆத்திரத்தோடு ஆணையிட்டான்.

அவனுக்கு முன்னால் ஒரு குறுகிய துவாரம் தென்பட்டது. அதன் வழியே அவன் நோக்கினான். தோல் தடித்த இரண்டு பாதங்கள், வளைந்த விரல்களை உடைய பாதங்கள், கட்டிலின் விளிம்பிலிருந்து நீட்டிக் கொண்டிருப்பதை அவன் பார்த்தான். இன்னொரு தடவை கதவுப் பிடியை இலேசாகத் தள்ளிய பொழுது, கதவு கூடுதலான ஒலியுடன் தன் கண்டனத்தைத் தெரிவித்தது. தலைவிரி கோலமான உருவம் ஒன்று கட்டிலை விட்டு எழுந்தது. அதன் முகம் தூக்கத்தால் உப்பியிருந்தது. பேன் அடைந்திருந்த தலையை ஐந்து விரல்களாலும் தீவிரமாகச் சொறிந்துகொண்டே அது நீண்ட வசைப் புராணத்தைப் படித்தது. அந்த இழிவான வசைமாரி ஓய்ந்தபின், அந்த ஐந்து கட்டிலின் தலைமாட்டில் நின்று கொண்டிருந்த துப்பாக்கியை எடுத்துக்கொண்டு, உணர்ச்சியில்லாமல் கூறியது :

"கதவைச் சாத்து. நீ மீண்டும் இந்தப் பக்கம் பார்த்தாயானால் உன்னை..."

பாவெல் கதவைச் சாத்தினான். அடுத்த அறையில் பலர் வெடிபடச் சிரித்தனர்.

அன்று இரவு பாவெல் தீர்க்கமாக யோசனை செய்தான். போராட்டத்தில் கைகொடுக்க வேண்டுமென்று அவன் எடுத்த முதல்

முயற்சியே அவனுக்கு ஆபத்தாகிவிட்டது. முதல் நடவடிக்கையே அவனைப் பிடிபடச் செய்துவிட்டது. இப்பொழுது அவன் பொறியில் சிக்கிய எலியாகத் தன்னைக் கருதினான்.

அவன் உட்கார்ந்துகொண்டே இருந்தபொழுது, நிம்மதியில்லாத அரைத்தூக்கத்தில் ஆழ்ந்தான். அப்பொழுது, அவனது தாயாரின் உருவம் அவன் கண்முன் தோன்றியது. அவளது வாடி வதங்கிச் சுருக்கம் விழுந்த முகமும், அவன் அன்பாக நேசித்த கண்களும் அவன் எதிரில் தெளிவுறத் தோன்றின. "அம்மா ஊரில் இல்லாததும் நல்லதுதான். அது இந்த நிகழ்ச்சியின் வேதனையை ஓரளவுக்குக் குறைத்திருக்கிறது" என்று அவன் எண்ணினான்.

ஜன்னல் வழியாகச் சாம்பல் நிற வெளிச்சத்தின் சதுரம் அறைத் தளத்தில் தோன்றியது.

இருள் படிப்படியாகப் பின்வாங்கியது. சூரியன் உதிக்கப் போகிறான்.

அத்தியாயம் ஆறு

அந்தப் பழம்பெரும் வீட்டின் ஒரே ஒரு ஜன்னல் வழியாகத் தான் வெளிச்சம் வந்து கொண்டிருந்தது. வெளியே கட்டிப் போடப் பட்டிருந்த திரிஸோர் திடீரென்று தடித்தக் குரலில் குரைத்தது.

"இல்லை, அவள் இன்னும் தூங்கவில்லை லீஸா, உள்ளே வா" என்று தன் தாயார் தாழ்ந்த குரலில் பேசுவது உறக்க மயக்கத்திலிருந்த தோன்யாவின் செவியில் விழுந்தது.

லீஸாவின் மென் நடையொலியும், அன்பும் பதற்றமும் கலந்த தழுவலும் அவளது தூக்கத்தை நன்கு கலைத்துவிட்டன.

வேண்டாவெறுப்பாக தோன்யா சிரித்தாள்.

"உன் வருகையால் நான் மிகவும் மகிழ்ச்சி அடைகிறேன், லீஸா! அப்பா நேற்றைய தினம் அபாயக் கட்டத்தைத் தாண்டிவிட்டார். இன்று அவர் நன்றாகத் தூங்கிக் கொண்டிருக்கிறார். அம்மாவும் நானும் பல நாட்களாக இமைமூடவில்லை, இன்றுதான் கொஞ்சம் ஓய்வு எடுத்துக்கொண்டோம். சரி, எனக்கு எல்லாச் சேதிகளையும் கூறு" என்றாள் தோன்யா. அவள் தன் தோழியை இழுத்துத் தன்னருகில் சோபாவில் உட்காரச் செய்தாள்.

"ஓ! சேதி நிறைய இருக்கிறது. உனக்கு மட்டும் சொல்ல வேண்டிய

இரகசியங்களும் சில இருக்கின்றன" என்று கூறிவிட்டு, லீஸா தோன்யாவின் தாயைக் குறிப்பாக நோக்கி புன்முறுவல் பூத்தாள்.

தோன்யாவின் தாயாரும் முறுவலித்தாள். அவள் தோற்றப் பொலிவு கொண்ட ஒரு பெண்மணி. அவளுக்கு முப்பத்தாறு வயதாகி விட்டது, என்றாலும், இளம் பெண்ணுக்குரிய சுறுசுறுப்பும் செய் நேர்த்தியும் உடையவள். அவளது சாம்பல் நிறக் கண்களில் அறிவுக் கூர்மை ஒளி வீசியது. அவளது முகம் அழகாயில்லாவிட்டாலும் பார்ப்பதற்கு இனிமையாகவும் தெம்பாகவும் இருந்தது.

"சில நிமிஷங்களில் நான் சென்று விடுகிறேன். ஆனால் அதற்குமுன், எல்லோருக்கும் பொதுவான செய்திகளைச் சொல்லிவிடு!" என்று விகடமாகக் கூறிக்கொண்டே, அவள் ஒரு நாற்காலியை சோபா அருகில் இழுத்துப் போட்டுக்கொண்டாள்.

"நல்லது, முதலாவதாக எங்களுடைய பள்ளிப் படிப்பு முடிந்து விட்டது. ஏழாவது வகுப்பில் படித்தவர்களுக்குத் தேர்ச்சி அடைந்ததற்கு அடையாளமாக அத்தாட்சிப் பத்திரங்களை வழங்குவதென்று போர்டு தீர்மானித்துவிட்டது. இந்த அல்ஜீப்ராவும் ஜியாமிட்ரியும் எனக்கு அலுத்துப் போய்விட்டன! அவற்றைப் படிப்பதால் நமக்கு என்ன நன்மை? பையன்களாவது மேல்படிப்புக்குச் செல்லலாம். அதுவும், இந்தச் சண்டையெல்லாம் நடக்கும்பொழுது, எங்கு போய் படிப்பதென்று அவர்களுக்கே தெரியவில்லை. பயங்கரமான நிலைமை.... நம்மைப் பொறுத்தமட்டில், நமக்குக் கல்யாணம் செய்து விடுவார்கள். மனைவிகளுக்கு அல்ஜீப்ரா தேவையில்லை" என்று கூறிவிட்டு லீஸா சிரித்தாள்.

அந்தப் பெண்களுடன் கொஞ்சநேரம் உட்கார்ந்திருந்துவிட்டு, தோன்யாவின் தாய் தன் அறைக்குச் சென்றுவிட்டாள்.

இப்பொழுது லீஸா தோன்யாவுக்கு அருகே நகர்ந்து கொண்டு, தன் கைகளால் அவளை அணைத்துக் கொண்டாள். தெருச்சந்தி அருகே நடந்த சம்பவத்தைப் பற்றிக் காதும் காதும் வைத்தாற்போல விவரித்துக் கூறினாள்.

"தோன்யா! ஓடிய இளைஞன் அவன்தான் என்பதை உணர்ந்தவுடன் நான் அடைந்த வியப்பை நீ சிறிது கற்பனை செய்து பார். அந்த இளைஞன் யாரென்று புரிகிறதா?"

ஆவலுடன் கேட்டுக் கொண்டிருந்த தோன்யா தன் தோள்களைக் குலுக்கினாள்

"கர்ச்சாகின்!" என்று மிகுந்த ஆவலுடன் திடீரென்று வெளியிட்டாள் லீஸா.

தோன்யா அதிர்ச்சியுற்றாள், பதைபதைத்தாள்.

"பாவெலா?"

தன் சேதி தோன்யாவிடம் ஏற்படுத்திய சலனத்தில் திருப்தி யடைந்தவளாக, லீஸா வீக்தருடன் சண்டை போட்டதை விவரிக்கத் தொடங்கினாள்.

தன் கதையிலேயே லீஸா மெய் மறந்திருந்தாள். எனவே, தோன் யாவின் வதனம் வெளிறிப் போவதையோ, அவள் தன் நீல பிளவுஸை உள்ளக் கிளர்ச்சியுடன் விரல்களால் இழுத்துக் கொண்டிருப் பதையோ, லீஸா கவனிக்கவில்லை. தோன்யாவின் இருதயம் கவலையால் சுருங்கியதை லீஸா அறியவில்லை. அவளது அழகிய கண்களின் நீண்ட இமைகள் ஏன் அப்படி நடுக்கமுற்றன என்பதையும் அவள் உணரவில்லை.

குடிவெறிபிடித்த பெத்லியூரா அதிகாரியைப் பற்றி லீஸா சொன்ன கதை தோன்யாவின் காதில் விழவில்லை. ஒரே ஒரு சிந்தனை அவளது மூளையைத் துளைத்தது : "அப்படியானால், காவலனைத் தாக்கியது யார் என்பது வீக்தருக்குத் தெரியும். லீஸா ஏன் அவனிடம் கூறினாள்?" அவளையும் மீறி, அந்தக் கடைசி வாக்கியம் அவளுடைய இதழ்கள் வழியே வெளிப்பட்டது.

உடனடியாக, லீஸாவுக்கு அந்த வினா விளங்கவில்லை.

"நீ ஏன் வீக்தரிடம் பாவெலைப் பற்றி கூறினாய்? அவன் நிச்சயம் காட்டிக் கொடுத்து விடுவான்..."

"இல்லை. அப்படிச் செய்வான் என நான் எண்ணவில்லை. வீக்தர் அவனை எதற்காகக் காட்டிக் கொடுக்கவேண்டும்?"

திடீரென்று தோன்யா நிமிர்ந்து உட்கார்ந்தாள். தனது முழங் கால்களைக் குத்திட்டு நிறுத்தி அணைத்துக்கொண்டாள். அந்த அணைப்பின் அழுத்தத்தால் அவை வலித்தன.

"லீஸா! உனக்கு விளங்கவில்லை! அவனும் பாவெலும் விரோதிகள். தவிர, வேறு ஒரு விஷயமும் இருக்கிறது.... நீ பாவெலைப் பற்றி வீக்தரிடம் கூறியது பெரிய தப்பு."

இப்பொழுதுதான் தோன்யாவின் கிளர்ச்சியை லீஸா கவனித்தாள். அவளுடைய விளக்கம் பெறாத ஊகம், தோன்யா பாவெலைக் குறிப் பிடும் தோரணையிலிருந்து வலுப்பெற்றது.

தன்னை அறியாமலேயே தான் குற்றவாளி என உணர்ந்த லீஸா, குழப்பத்துடன் மௌனமாய் இருந்தாள்.

'அப்பொழுது, தோன்யா ஒரு சாமானிய தொழிலாளியிடம்

போக! பிடித்து வைத்திருக்கிற கைதிகளைப் பார்!" இவ்வாறு சொல்லி விட்டு, கதவை நோக்கித் திரும்பியவனாய் கர்னல் இரைந்து கூறினான்: "நீ வீட்டுக்குப் போகலாம். உன் தகப்பனிடம் உனக்குக் கொடுக்க வேண்டிய தண்டனையைக் கொடுக்கச் சொல். ஒழிந்து போ."

பாவெலுக்குத் தன் காதுகளையே நம்பமுடியவில்லை. அவனது இதயம் வெடித்துவிடும் போலத் துடித்தது. தாலீன்னிக்கின் கோட்டைக் கையில் எடுத்துக்கொண்டு, அவன் கதவை நோக்கிப் பாய்ந்தான். காவலரின் அறை வழியாக ஓடி, கர்னல் வெளியேறியவுடன் பாவெலும் அவனுடன் திறந்தவெளியை அடைந்து அங்கிருந்து ஓட்டம் பிடித்தான். ஒரு வினாடியில் அவன் திட்டிவாசலைத் தாண்டித் தெருவை அடைந்துவிட்டான்.

துர்ப்பாக்கியவனான ஷிலியோமோ மட்டும் சாமான் சேமிப்பு அறையில் இருந்தான். அவன் தனது துன்பமுற்ற கண்களால் சுற்று முற்றும் பார்த்தான்; உள்ளுணர்வால் உந்தப்பட்டுக் கதவை நோக்கி நடந்தான். ஆனால் அதற்குள் ஒரு பாராக்காரன் வந்து, கதவை மூடி பூட்டைப் பூட்டிவிட்டு, கதவுக்கருகில் இருந்த நாற்காலியில் அமர்ந்தான்.

வெளியே, செர்னியாக் தன் சாதனையில் திருப்தி அடைந்தவனாகக் காப்டனிடம் கூறினான்:

"நல்லவேளையாக நாம் உள்ளே சென்று பார்த்தோம். அங்கு நாம் கண்ட கேவலமான நிலைமையை எண்ணிப்பார். அந்தத் தலைவனை இரண்டு வாரத்துக்குக் காவலில் வைக்கவேண்டும். நல்லது நேரமாகி விட்டது. நாம் உடனே கிளம்ப வேண்டும்."

சார்ஜென்ட் தன் ஆட்களைத் திரட்டி, முற்றத்தில் நிறுத்தி விட்டான். அவன் கர்னலைப் பார்த்தவுடன் ஓடிவந்து, "கர்னல் அவர்களே! எல்லாம் முறையாக உள்ளன!" என்றான்.

செர்னியாக் ஒரு பாதத்தைச் சேணத்தின் மிதியடியில் வைத்துக் கொண்டு, இலேசாகத் தாவிச் சேணத்தில் அமர்ந்தான். காப்ட னுடைய குதிரை பணிவானதல்ல; எனவே, காப்டன் தன் குதிரை மீது ஏறுவதற்குக் கொஞ்சம் சிரமப்பட்டான். கடிவாளத்தின் வாரை இழுத்துக்கொண்டு, கர்னல் சார்ஜென்டிடம் உரைத்தான்:

"அந்த அறையில் அவன் அடைத்து வைத்திருந்த உதவாக்கரை களையெல்லாம் நான் விடுவித்துக் விட்டேன் என்று தலைவனிடம் கூறு. அவன் இங்கு செய்த காரியங்களுக்கு அவனை இரண்டு வாரம் காவலில் வைப்பேன் என்று சொல்லு. அந்த அறையில் இருக்கிற

நபரை உடனே தலைமைக் காரியாலயத்துக்கு அனுப்பு. காவலர்கள் தயாராக இருக்க வேண்டும்.”

“நல்லது, கர்னல் அவர்களே” என்று கூறி, சார்ஜென்டு சல்யூட் செய்தான்.

கர்னலும் காப்டனும் தமது குதிரைகளைக் குத்தி விரட்டிக் கொண்டே, சதுக்கத்தை நோக்கிப் பாய்ந்தனர். அவர்கள் சதுக்கத்தை அடைந்தபொழுது, அணிவகுப்பு முடிந்துகொண்டிருந்தது.

பாவெல் ஏழாவது வேலியைத் தாண்டிக் குதித்தான். அவன் சக்தியற்றவனாகச் சோர்ந்து நின்றான். சுவாசிப்பதற்கு நல்ல காற்று இல்லாத அறையில் உணவில்லாமல் அடைக்கப்பட்டிருந்ததால், அவனது பலமெல்லாம் வற்றிவிட்டது.

அவன் எங்கே போவது? சொந்த வீட்டுக்குப் போவதென்பது சிந்திக்கமுடியாத விஷயம். புருஸ்ஷாக் வீட்டுக்குப் போகலாம்; ஆனால் அங்கு அவனை யாராவது கண்டுபிடித்துவிட்டால், அந்தக் குடும்பம் முழுவதும் அழிந்துவிடும்.

என்ன செய்வதென்று அவனுக்குத் தெரியவில்லை. அவன் மீண்டும் நகரத்தின் விளிம்பிலுள்ள புழக்கடைத் தோட்டங்கள் வழியாகவும், காய்கறிப் பாத்திகள் வழியாகவும் கண்மூடித்தனமாக ஓடினான். யாரோ ஒருவன் வீட்டு வேலி மீது நெஞ்சை மோதிக் கொண்டபொழுதுதான் சுயநிதானத்துக்கு வந்தான். சுற்றுமுற்றும் வியந்து நோக்கினான். அந்த உயரமான வேலிக்குப் பின்னால் இருப்பது, காட்டிலாகா அதிகாரியின் தோட்டமாகும். அவனது களைத்துப்போன கால்கள் அவனை இங்குதான் கொண்டு வந்திருக் கின்றன! இந்தப் பக்கம் வருவதென்ற எண்ணம் அவனுக்கு இருந்ததே யில்லை என்று அவன் ஆணையிட்டுக் கூறியிருப்பான். பின்னர் எப்படி இங்கு வந்து சேர்ந்தான்? இந்தக் கேள்விக்கு அவனால் பதிலுரைக்க முடியவில்லை.

எனினும், அவன் ஓய்வு எடுக்க வேண்டும், நிலைமையைக் கணித்து அடுத்த நடவடிக்கையைப் பற்றி முடிவு செய்ய வேண்டும். இந்தத் தோட்டத்தின் கோடியில் ஒரு கொடி வீடு இருப்பது அவன் ஞாபகத்துக்கு வந்தது. அங்கு அவனை யாரும் பார்க்க முடியாது.

வேலியின் உச்சியைப் பற்றிக்கொண்டு, அவன் கஷ்டப்பட்டுத் தவழ்ந்து ஏறினான்; உச்சியை அடைந்தவுடன் தோட்டத்திற்குள் குதித்தான். மரங்களால் சூழப்பட்ட அந்த வீட்டை அவனால்

நன்றாகப் பார்க்க முடியவில்லை. அந்த இடத்தை நோக்கி ஒரு பார்வையைச் செலுத்தியபின், பாவெல் கோடி வீட்டை நோக்கிச் சென்றான். அது நாற்புறங்களிலும் திறந்திருந்தது. கோடையில், இயல்பாக வளர்ந்த திராட்சைக் கொடிகள் நான்கு பக்கங்களிலும் சுவர்களாக அமைந்திருந்தன. இப்பொழுது அந்தக் கொடிகள் காய்ந்து விட்டன. எனவே, எல்லாம் வெறுமையாகவிருந்தது.

அவன் அந்த இடத்தைவிட்டுப் போவதற்குத் திரும்பினான். ஆனால் நேரமோ அதிகமாகிவிட்டது. அவனுக்குப் பின்னால் வெறி பிடித்துக் குரைக்கும் சப்தம் கேட்டது. பாவெல் சுழன்று நின்று நோக்கினான். வீட்டிலிருந்து வந்த பாவெல் இலைகள் தூவிய பாதை வழியே ஒரு பெரிய நாய் அவனைக் குறிவைத்து வந்துகொண்டிருந்தது. அதன் மூர்க்கத்தனம் மிகுந்த உறுமல்கள் தோட்டத்தின் அமைதியைக் குலைத்தன.

பாவெல் தற்காப்புக்குத் தயாரானான். முதல் தாக்குதலைப் பலமான உதை மூலம் தடுத்து விட்டான். ஆனால் இரண்டாவது தடவை பாய்வதற்காக நாய் தாழக் குனிந்து தயாராயிற்று. அந்த நேரத்தில், “இங்கே வா திரிஸோர்! இங்கே வா!” என்று ஒரு பழகிய குரல் கூவிக்கொண்டு வந்திருக்காவிட்டால், நாயின் இரண்டாவது தாக்குதல் எப்படி முடிந்திருக்குமோ, யார் கண்டது?

தோன்யா, பாதை வழியே ஓடிவந்தாள். அவள் திரிஸோரின் கழுத்துச் சங்கிலியைப் பிடித்து, அதைப் பின்னுக்கு இழுத்துக்கொண்டாள். வேலிக்கு அருகில் நின்று கொண்டிருந்த இளைஞனைப் பார்த்துப் பேசத் தொடங்கினாள்.

“நீங்கள் இங்கு என்ன செய்கிறீர்கள்? இந்த நாய் உங்களைக் கடித்திருக்குமே! நல்ல வேளை, நான்...”

அவள் திடீரென்று பேச்சை நிறுத்தினாள். அவளது கண்கள் ஆச்சரியத்தால் விரிந்தன. தோட்டத்துக்குள் வந்திருக்கும் இந்த இளைஞன் பாவெலைப் பூர்ணமாக ஒத்திருக்கிறானே!

வேலிக்கருகில் இருந்த வடிவம் அசைந்தது. “தோன்யா! என்னை அடையாளம் தெரியவில்லையா?” என்று அந்த இளைஞன் மிருதுவாகக் கேட்டான்.

“பாவெல், நீயா?” என்று தோன்யா உரக்கக் கூவிக்கொண்டே, உணர்ச்சி வசப்பட்டவளாக அவனை நோக்கி விரைந்தாள்.

தோன்யா உரக்கக் கூவியதைத் தாக்குதலுக்குச் சைகையாகப் பொருள் கொண்டு, திரிஸோர் பாய்ந்து முன்னேறியது.

" நில், திரிஸோர், நில்!" என்று தோன்யா கூவிக்கொண்டே அதை மொத்தினாள். திரிஸோர், தன் மனம் புண்பட்டு விட்டதாகக் காட்டி விட்டு வாலைக் கால்களுக்கிடையே மடக்கிக்கொண்டு, அந்த இடத்தை விட்டு, நழுவி, வீட்டுக்குச் சென்றது.

"நீ விடுதலை பெற்றுவிட்டாயா?" என்று பாவெலின் கரங்களைப் பிடித்துக்கொண்டே தோன்யா கேட்டாள்.

"உனக்கு விவரம் தெரியுமா?"

"எனக்கு எல்லாம் தெரியும். லீஸா கூறினாள். ஆனால் நீ எப்படி இங்கு வந்தாய்? அவர்கள் உன்னை விட்டுவிட்டார்களா?" என்று மூச்சு விடாமல் கேள்வி கேட்டாள் தோன்யா.

"விட்டுவிட்டார்கள். விவரம் புரியாமல் விடுதலை செய்தனர். நான் ஓடிவந்து விட்டேன். இப்பொழுது என்னைத் தேடிக் கொண்டிருப்பார்களென்று நினைக்கிறேன். இங்கு எப்படி வந்தேன் என்று எனக்கே தெரியாது. உன் பந்தலில் கொஞ்சம் ஓய்வு எடுக்கலாமென்று எண்ணினேன். நான் மிகவும் களைத்திருக்கிறேன்" என்று விளக்கமாகப் பேசினான் பாவெல். அந்தப் பேச்சிலேயே அவனது களைப்பு தொனித்தது. மன்னிப்புக் கேட்கும் தோரணையில், அவன் தோட்டத்துக்குள் பிரவேசித்ததின் காரணத்தை விளக்கினான்.

அவள் அவனை ஓரிரண்டு வினாடிகள் உற்றுப் பார்த்தாள். அவளிடம் அவன்பால் இரக்கமும் அன்பும் சுரந்தன. அதேபொழுதில் அவள் அவனைக் கண்டதால் இன்பம் அடைந்தாள். அவனைப் பற்றி கவலையும் கொண்டாள்.

அவனது கரங்களைத் தன் கரங்களில் உறுதியாகப் பிடித்துக் கொண்டு, அவள் மெலிந்த குரலில் பேசினாள்:

"பாவெல்! என் காதலா! என் அன்பே! என் ஆருயிரே! நான் சொல்வதைக் கேட்கமாட்டாயா? பிடிவாதம் பிடிக்கும் பையா! அன்று ஏன் என்னை விட்டுப் போனாய்? இப்பொழுது நீ எங்களிடம், என்னிடம் வந்துவிட்டாய். இனி எதற்காகவும் உன்னைப் போகவிட மாட்டேன்! என் வீடு நேர்த்தியாகவும் நிம்மதியாகவும் இருக்கிறது. நீ எவ்வளவு காலம் தங்கவேண்டுமென்று விரும்பினாலும், தங்கலாம்."

"முடியாது" என்று பொருள்படப் பாவெல் தலையை ஆட்டினான்.

"அவர்கள் என்னை இங்கு கண்டுபிடித்துவிட்டால்? முடியாது. உன் வீட்டில் நான் தங்கக் கூடாது."

அவளது கரங்கள் அவனுடைய விரல்களை இறுகப் பிடித்து

நசுக்கின. அவளது கண்ணிமைகள் துடித்தன. கண்கள் பளீரென்று பிரகாசித்தன. அவள் பேசினாள் :

"நீ மறுத்தால், நான் இனி உன்னோடு ஒரு பொழுதும் பேச மாட்டேன். ஆர்த்தியோம் இங்கு இல்லை. தக்கக் காவலுடன் எஞ்சினுக்குக் கொண்டு போய்விட்டார்கள். சகல ரயில்வே தொழிலாளரும் திரட்டப்படுகிறார்கள். நீ எங்கு போவாய்?"

பாவெலுக்கும் அதே கவலைதான். தன் அன்புக்கு உரியவளாகி விட்ட இந்தப் பெண்ணுக்கு அபாயம் ஏற்படுமென்ற அச்சமே அவனைப் பின்வாங்கச் செய்தது. ஆனால் இறுதியில், வேதனை மிகுந்த அனுபவங்களால் களைத்துப் போய், பசிக்கும் சோர்வுக்கும் இலக்காகி யிருந்த பாவெல், தோன்யாவின் கோரிக்கைக்கு இணங்கினான்.

அவன் தோன்யாவின் அறையில் சோபாவின் மீது உட்கார்ந் திருந்தபொழுது, சமையலறையில் தாய்க்கும் மகளுக்கும் கீழ்க்கண்ட சம்பாஷணை நடைபெற்றது :

"அம்மா, இதைக் கேள். பாவெல் என் அறையில் இருக்கிறான். அவன் என்னிடம் சில சமயங்கள் பாடம் படிக்க வருவதுண்டு. உனக்கு நினைவில் இருக்கிறதா? உன்னிடமிருந்து நான் எதையும் மறைப்பதற்கு விரும்பவில்லை. ஒரு போல்ஷெவிக்கு மாலுமி தப்பி ஓடுவதற்கு உதவி செய்ததற்காக பாவெல் கைது செய்யப்பட்டான். இப்பொழுது அவன் சிறையிலிருந்து ஓடிவந்து விட்டான் அவனுக்கு வேறு இடம் இல்லை." அவளது குரல் நடுங்கியது. "அன்புள்ள அம்மா! அவன் இங்கேயே கொஞ்சக்காலம் இருப்பதற்கு அனுமதி கொடு. தயவுசெய், அம்மா."

உருக்கமாகத் தாழ்வுடன் வேண்டிக்கொண்ட மகளின் கண்களில் எதையோ தேடும் தோரணையில், தாய் அவளை உற்று நோக்கினாள்.

"நல்லது. எனக்கொன்றும் ஆட்சேபணை இல்லை. ஆனால் அவன் எந்த இடத்தில் தங்குவான்?"

தோன்யாவின் முகம் குங்குமமாகியது.

குழப்பத்துடனும், சிறிது பதற்றத்துடனும், "அவன் என் அறையில் சோபாவில் தூங்கட்டும். தற்சமயம், நாம் அப்பாவிடம் ஒன்றும் சொல்ல வேண்டாம்" என்று தோன்யா கூறினாள்.

தாயார் மகளின் கண்களை நேராக நோக்கினாள்.

"உன் கண்ணீருக்குக் காரணமாக இருந்தது இதுதானா?" என்று அவள் வினவினாள்.

"ஆம்!"

"ஆனால் அவன் பருவம் அடையாத பையன்."

"அது உண்மை. ஆனால் அவன் தப்பி வந்திருக்காவிட்டால், பையனாயிருந்தபோதிலும் சுட்டுக்கொன்றிருப்பார்கள்" என்று தன் பிளவுஸின் கீழ்க்கையை விரல்களால் கூச்சத்துடன் வருடிக் கொண்டே, தோன்யா விடை தந்தாள்.

தன் வீட்டில் பாவெல் இருப்பதைப் பற்றித் தாயார் திகில் அடைந்தாள். அவன் சிறையிலிருந்து தப்பி வந்த கைதி என்பது ஒன்று; அவளுக்கு முன்பின் தெரியாத அந்தப் பையனிடம் அவளது மகள் மோகம் கொண்டிருக்கிறாள் என்பது இன்னொன்று; இரண்டு விஷயங்களுமே , அன்னையின் மனதைக் கலங்கச் செய்தன.

தோன்யாவோ பிரச்சினை பைசலாகிவிட்டதென்று முடிவு செய்த வளாய், விருந்தாளிக்குச் செய்யவேண்டிய வசதிகளைப் பற்றிச் சிந்தித்துக் கொண்டிருந்தாள்.

"அம்மா! முதலில் அவன் குளிக்க வேண்டும். உடலெல்லாம் ஒரே அழுக்குடன் காட்சியளிக்கிறான். புகைப்போக்கியைத் துடைப்பவன் மாதிரி கறுத்துக் கிடக்கிறான். அவன் குளித்துப் பல யுகங்கள் ஆகியிருக்கவேண்டும்..."

பாவெல் குளிப்பதற்குத் தண்ணீரைக் கொதிக்க வைக்கவும் உடுத்திக் கொள்வதற்குத் தூய ஆடையைத் தேடி எடுக்கவும் அவள் பரபரப்புடன் ஓடினாள். சகலமும் ஆயத்தமானவுடன் அவள் தன் அறைக்கு ஓடினாள். அனாவசியமான விளக்கங்களைத் தவிர்ப் பதற்காக, அவள் பாவெலின் கையைப் பிடித்து இழுத்துக்கொண்டு, குளியலறைக்குச் சென்றாள்.

"நீ உன் ஆடைகள் அனைத்தையும் மாற்றிக்கொள்ள வேண்டும். இங்கு நீ அணிவதற்கு மாற்றுடை வைத்திருக்கிறேன். உன் துணிகளை வெளுக்க வேண்டும். அதுவரை இந்த உடுப்புகளை அணிந்து கொள்ள லாம்" என்று கூறிக்கொண்டே அவள் நாற்காலி மீதிருந்த ஆடை களைக் காட்டினாள். அங்கு வரிபோட்ட வெள்ளைக் காலருடன் கூடிய நீலநிற மாலுமிச் சொக்காயும், கணுக்கால் பகுதியில் அகன்றுள்ள கால்சட்டையும் நேர்த்தியாகப் பரப்பி வைக்கப்பட்டிருந்தன.

பாவெல் ஆச்சரியமடைந்தான். தோன்யா புன்முறுவல் பூத்தாள்.

"ஒரு சமயம் ஒரு வேஷக்கூத்தில் நடனமாடியபொழுது, இதைத் தரித்தேன்" என்று அவள் விளக்கினாள். "இவை உனக்கு அழகாக இருக்கும். சரி, நேரமாகிவிட்டது. துரிதமாகக் காரியத்தை முடி. நீ குளிப்பதற்குள், உன் உணவுக்கு ஏதாவது வழி செய்கிறேன்" என்று சொல்லிவிட்டு, வெளியில் சென்று கதவை மூடினாள்.

பாவெலுக்கு ஆடைகளை நீக்கிவிட்டு, தொட்டிக்குள் இறங்கு வதைத் தவிர வேறு வழியில்லாமல் போயிற்று.

ஒரு மணி நேரத்துக்குப் பின் பாவெல், தாயார், மகள் ஆகிய மூவரும் சமையலைறையில் சாப்பிட்டுக் கொண்டிருந்தனர்.

பாவெலுக்கு அகோரப் பசி. அவனுக்கே தெரியாமல், மூன்று தடவை பரிமாறப்பட்டதையெல்லாம் உண்டு விட்டான். முதலில், அவன் அந்தத் தாயாருக்கு முன் உண்பதற்கு நாணமடைந்தான். ஆனால் அவளது நேச இயல்பை உணர்ந்த பாவெலின் கூச்சம் சீக்கிரத்தில் மறைந்தது.

சாப்பாடு முடிந்த பிறகு, அவர்கள் தோன்யாவின் அறைக்குச் சென்றனர். தாயாரின் வேண்டுகோளுக்கு இணங்க, பாவெல் தன் அனுபவங்களை எடுத்துரைத்தான்.

அவன் தன் கதையை முடித்த பிறகு, “இப்பொழுது என்ன செய்வதாக உத்தேசம்?” என்று தாயார் அவனைக் கேட்டாள்.

ஒரு வினாடி பாவெல் யோசித்தான்.

“நான் முதலில் ஆர்த்தியோமைப் பார்க்க வேண்டும். அதன்பின் இந்த ஊரைவிட்டு வெளியேற வேண்டும்.”

“ஆனால் நீங்கள் எங்கு போவீர்கள்?”

“ஊமான் அல்லது கீவ் நகரத்துக்குச் செல்லலாம் என்று நினைக்கிறேன். நானே ஒரு முடிவுக்கு வரவில்லை. ஆனால் இந்த ஊரை விட்டுச் சீக்கிரத்தில் போய்விட வேண்டும்.”

தன் நிலைமை இவ்வளவு துரிதமாக மாறிவிட்டது என்பதைப் பாவெலால் நம்பமுடியவில்லை. அன்று காலைதான் அவன் ஓர் அழுக்கடைந்த கூட்டில் அடைபட்டிருந்தான். இப்பொழுது, அவன் தூய ஆடைகளை உடுத்திக்கொண்டு, தோன்யாவின் பக்கத்தில் அமர்ந்திருக்கிறான். மிகவும் முக்கியமான விஷயம் என்னவெனில், அவன் சுதந்திரம் பெற்றுவிட்டான்

வாழ்வில் எத்தகைய வினோதமான திருப்பங்கள் ஏற்படுகின்றன என்று அவன் எண்ணமிட்டான். ஒரு வினாடி, வானம் அமாவாசை நாள் இரவைப் போல் இருளடைந்து விடுகிறது. அடுத்த வினாடி, சூரியன் கருமேகங்களைக் கலைத்துக் கொண்டு வெளி வந்து பேரொளி வீசுகிறான். மீண்டும் கைது ஆகக்கூடிய ஆபத்து இல்லாவிட்டால், இந்த நேரத்தில் பாவெல் பேரானந்தம் அடைந்திருப்பான். ஆம். எவரும் அடைந்திராத மகிழ்ச்சியை அனுபவித்திருப்பான்.

ஆனால் அமைதி நிறைந்த பெரிய வீட்டில் உட்கார்ந்திருக்கும் பொழுதும், அவன் பிடிபடலாமென்பதைப் பாவெல் நன்கறிந்திருந்தான். இங்கிருந்து போய்விட வேண்டும். எங்கு போனாலும் சரி, இங்கு இருக்கக்கூடாது. ஆனாலும், அவன் ஓடிப்போவதை ஏன் விரும்ப வேண்டும்? துணிவு மிகுந்த தீரன் காரிபால்டியைப் பற்றிப் படிப்பதால் எத்தகைய மன எழுச்சி ஏற்பட்டது! அவரிடம் பாவெ லுக்கு எவ்வளவு பொறாமை ஏற்பட்டது! ஆனால் சிந்தித்துப் பார்த்தால், சத்துருக்களால் வேட்டையாடப்பட்ட காரிபால்டி இடம்விட்டு இடம் பெயர்ந்து, எவ்வளவு கடினமான வாழ்க்கையை நடத்தியிருக்க வேண்டும். அவன், அதாவது பாவெல், ஏழு நாட்களே சித்திரவதைக்கு உட்பட்டுத் துன்புற்றான். ஆனால் அந்த ஏழு நாட்களே ஒரு முழு வருடமாகவல்லவா தோன்றுகின்றன?

அவனால் முடியாது. அவன் வீரனுக்கு உரிய வார்ப்பில் எடுக்கப் பட்டவன் அல்லன்.

"நீ என்ன எண்ணிக் கொண்டிருக்கிறாய்?" என்று அவன் பக்கம் சாய்ந்தபடியே தோன்யா வினவினாள். அவனது கண்களின் நீலத்தை ஆழங்காண முடியாததுபோல் இருந்தது!"

"தோன்யா, உனக்கு கிரிஸ்தீனாவைப் பற்றிச் சொல்லட்டுமா?"

"சரி, சொல்லு" என்று தோன்யா அவனைத் தூண்டினாள்.

பாவெல் அவளிடம் தன் சிறைத் தோழியின் சோகக்கதையை எடுத்துரைக்கலானான்.

"... அதன்பின் அவள் திரும்பி வரவில்லை" என்று அவன் மிக வருத்தத்துடன் கூறினான். அறையில் அமைதி நிலைத்தது. 'டிக்டிக் என்று ஒலித்தது கடிகாரம். தோன்யா தலைகுனிந்து கொண்டாள். அவள் தன்னை விக்கச் செய்த துக்கத்தை அடக்குவதற்காக உதடு களைக் கடித்துக் கொண்டாள்.

பாவெல் அவளைப் பார்த்தான்.

"நான் இன்று இரவே போகவேண்டும்" என்று அவன் உறுதியான குரலில் உரைத்தான்.

"முடியாது. ஒருக்காலும் முடியாது. இன்று இரவு நீ எங்கும் போக முடியாது. நான் உன்னை விடமாட்டேன்."

அவள் தன்னுடைய மெலிந்த கதகதப்பான விரல்களால் அவனது விறைப்பான குட்டை மயிரைத் தட்டிக் கொடுத்தாள்...

"தோன்யா, நீ எனக்கு உதவ வேண்டும். யாராவது ஸ்டேஷ னுக்குப் போய், ஆர்த்தியோமின் நிலைமையை அறிந்து வரவேண்டும்.

ஸெர்யோஷாவுக்கு ஒரு குறிப்பைக் கொண்டு செல்ல வேண்டும். காகத்தின் கூடு ஒன்றில் நான் ஒரு கைத்துப்பாக்கியை ஒளித்து வைத்திருக்கிறேன். அதைக்கொண்டு வருவதற்கு நான் போகக்கூடாது. எனக்காக, ஸெர்யோஷா அதை எடுத்து வருவான். நீ இந்தக் காரியங்களை எனக்காகச் செய்ய முடியுமா?"

தோன்யா எழுந்து நின்றாள்.

"நான் உடனே லீஸா வீட்டுக்குச் செல்வேன். அவளும் நானும் சேர்ந்து ஸ்டேஷனுக்குப் போவோம். நீ கடிதத்தை எழுது; அதை நான் ஸெர்யோஷாவிடம் சேர்ப்பிக்கிறேன். அவன் எங்கு இருக்கிறான்? அவன் உன்னைப் பார்க்க விரும்பினால், நீ இங்கு இருக்கிறாய் என்று சொல்லலாமா?"

பாவெல் ஒரு கணம் யோசித்துவிட்டு விடையளித்தான்

"இன்று மாலை கைத்துப்பாக்கியை எடுத்துக் கொண்டு, உன் தோட்டத்துக்கு வரச் சொல்."

தோன்யா திரும்பி வந்தபொழுது, ரொம்ப நேரமாகிவிட்டது. பாவெல் ஆழ்ந்து உறங்கிக்கொண்டிருந்தான். அவளுடைய கரம் பட்டவுடன் அவன் விழித்துக் கொண்டான். அவனுக்கு முன்னால் தோன்யா ஆனந்தமாக முறுவலித்துக் கொண்டு நிற்பதை அவன் கண்டான்.

"ஆர்த்தியோம் இங்கு சீக்கிரத்தில் வந்துவிடுவார். அவர் இப்பொழுதுதான் திரும்பி வந்திருக்கிறார். லீஸாவின் தந்தை அவருக்காக உத்திரவாதம் கொடுத்தார்; எனவே, அவர்கள் அவரை ஒரு மணி நேரம் விடுவதற்கு ஒப்புக்கொண்டார்கள். எஞ்சின் ஸ்டேஷனில் நின்றுகொண்டிருக்கிறது. நீ இங்கிருக்கிறாயென்று அவரிடம் சொல்வதற்கு முடியவில்லை. அவரிடம் ஒரு மிக முக்கியமான விஷயத்தைப் பற்றி நான் பேச வேண்டியிருக்கிறது என்றுதான் கூறினேன். இதோ அவரே வந்துவிட்டார்!"

கதவைத் திறப்பதற்கு தோன்யா ஓடினாள். ஆர்த்தியோம் கதவு வழியில் மலைத்து நின்றான். அவனது கண்களையே அவனால் நம்ப முடியவில்லை. பேசுவதற்கு நா எழுவில்லை. ஆர்த்தியோம் உள்ளே வந்ததும், தோன்யா கதவை மூடினாள். டைபஸ் ஜுரத்தால் பீடிக்கப்பட்டுள்ள தந்தை படிப்பறையில் படுத்துக்கொண்டிருந்தார். அவர் காதில் அண்ணன் தம்பி பேச்சு விழக்கூடாதென்று, அவள் கதவைச் சாத்தினாள்.

ஒரு வினாடியில், ஆர்த்தியோம் பாவெலை அடைந்தான். "பாவெல்! அருமைத் தம்பீ!" என்று கூவிக்கொண்டு, கரடியைப்

போல அவனை இறுகக் கட்டித் தழுவினான். பாவெலின் எலும்புகள் நறநறவென்று ஒலி செய்தன.

ஆகக்கூடி, மறுநாள் பாவெல் கிளம்பிவிட வேண்டுமென்று முடிவு செய்யப்பட்டது. கஸாத்தீன் செல்லும் ரயில் வண்டியில் புருஸ்ஷாக் பாவெலை இட்டுச் செல்வதற்கு ஆர்த்தியோம் ஏற்பாடு செய்வான்.

சாதாரணமாகத் தன் உணர்ச்சிகளை வெளிக்குக் காட்டாதவன் ஆர்த்தியோம். ஆனால் இப்பொழுது, அவன் ஆனந்தக் கடலில் ஆழ்ந்தான். தம்பி என்ன கதியடைந்தானோ என்று பல நாட்கள் கவலைப்பட்டுத் துன்புற்றபின், அவனை நேரில் பார்த்தால், ஆனந்தம் பொங்குவதில் ஆச்சரியம் என்ன?

"அப்படியானால், இது தான் முடிவு. நீ நாளைக் காலை ஐந்து மணிக்கு டெப்போவுக்கு வந்துவிடு. அவர்கள் எஞ்சினில் விறகுகளை ஏற்றும்பொழுது, நீ சப்தம் செய்யாமல் உள்ளே போய் விடலாம். இங்கு இருந்து உன்னுடன் பேசிக்கொண்டிருக்கவேண்டுமென்பதே என் ஆவல். ஆனால், நான் திரும்பிச் சென்றாக வேண்டும். நாளைக் காலை உன்னை வழியனுப்புகிறேன். அவர்கள் ரயில்வே தொழிலாளரை ராணுவ முறையில் திரட்டி அழைக்கிறார்கள். ஜெர்மானியர் இங்கு இருந்தபொழுது நடந்ததைப் போல, இப்பொழுதும் ராணுவப் பாதுகாவலில் எங்களை நிர்ப்பந்தித்து வேலை வாங்குகிறார்கள்."

ஆர்த்தியோம் தம்பியிடம் விடைபெற்றுக்கொண்டு சென்றான்.

சூரியன் அஸ்தமித்துக் கொண்டிருந்தான். வெளிச்சம் விரைவாக மங்கிக் கொண்டிருந்தது. சீக்கிரத்தில் ஸெர்யோஷா பிஸ்டலுடன் வந்து விடுவான். ஸெர்யோஷாவுக்காகக் காத்திருந்த பொழுது, பாவெல் அந்த இருண்ட அறையில் குறுக்கும் நெடுக்குமாக உணர்ச்சி வசப்பட்டு உலவிக் கொண்டிருந்தான். தோன்யாவும் அவளுடைய தாயும், தோன்யாவின் தந்தையைப் பார்க்க அவரது அறைக்குச் சென்றிருந்தனர்.

பாவெல் ஸெர்யோஷாவை வேலிக்கு அருகில் சந்தித்தபொழுது, இருள் பரவிப் படர்ந்துவிட்டது. இரு நண்பர்களும் ஆர்வத்துடன் கைகுலுக்கிக் கொண்டனர். ஸெர்யோஷா, வால்யாவையும் உடன் அழைத்து வந்திருந்தான். அவர்கள் தாழ்ந்த சுருதியில் பேசிக் கொண்டிருந்தனர்.

"நான் அந்தக் கைத்துப்பாக்கியைக் கொண்டு வரவில்லை. உன்

வீட்டுக் புழக்கடையில் பெத்லியூரா ஆட்கள் ஏராளமாக இருக் கிறார்கள். அங்கு நிறைய வண்டிகள் நின்று கொண்டிருக்கின்றன. அவர்கள் தீ வளர்த்திருந்தார்கள். எனவே, துப்பாக்கியை எடுப்பதற்கு மரத்தில் ஏற முடியவில்லை. யோகமில்லை. என்ன செய்வது?" என்று ஸெர்யோஷா கூறினான்.

"பரவாயில்லை. கவலைப்படாதே. ஒரு வேளை, அதுவும் நன்மைக் காகவே இருக்கலாம். வழியில் என்னைத் துப்பாக்கியுடன் பிடித்தார் களானால், ஆபத்து பேராபத்தாக முடியும்" என்று பாவெல் ஸெர்யோஷாவுக்கு ஆறுதல் கூறினான். "ஆனால் அந்தக் கைத் துப்பாக்கியை நீ நிச்சயமாக எடுத்துக் கொண்டு விடவேண்டும்" என்றும் அவன் வற்புறுத்தினான்.

வால்யா பாவெலை நெருங்கினாள்.

"நீ எப்பொழுது புறப்படுகிறாய்?" என்றாள்.

"அதிகாலையில் சிறிதளவு வெளிச்சம் தோன்றியவுடன்."

"நீ எப்படிச் சிறையிலிருந்து தப்பி வந்தாய்? எங்களுக்குச் சொல்."

பாவெல் அவர்களுக்குத் தன் கதையை மெல்லிய குரலில் வேகமாக விவரித்தான். அதன்பின், தன் தோழர்களிடம் விடை பெற்றுக் கொண்டான். எப்பொழுதும் உல்லாசமாகவே இருக்கும் ஸெர்யோஷாவின் முகத்தில் கவலை படர்ந்தது. அதுவே அவனுடைய உள்ளக் கிளர்ச்சியைப் பளிங்குபோல் எடுத்துக் காட்டியது.

"பாவெல்! நீ நலத்துடன் போய்ச் சேர வேண்டும். எங்களை மறந்து விடாதே" என்று வால்யா, தழுதழுத்த குரலில் குறிப்பிட்டாள்.

அத்துடன் அவர்கள் அவனை விட்டுப் பிரிந்தார்கள். ஒரு வினாடியில் அந்தகாரம் அவர்களை விழுங்கிவிட்டது.

வீட்டுக்குள் அமைதி நிலவியது. கடிகாரத்தின் ஓசை மட்டுமே அந்த அமைதிக்கு ஊறு செய்தது.

அந்த வீட்டிலிருந்தவர்களில் இருவருக்கு அன்று இரவு உறங்க வேண்டுமென்ற எண்ணமே தோன்றவில்லை. ஆறு மணி நேரத்தில் அவர்கள் பிரியப் போகிறார்கள். என்றாவது ஒரு நாள் அவர்கள் மீண்டும் கூடுவார்கள் என்பதற்கு உறுதியும் இல்லை. இந்நிலையில் அவர்கள் துஞ்ச முடியுமா? அந்த ஆறு மணி நேரத்தில் அவர்கள் தத்தம் உள்ளத்தில் புழுங்கிக் கொண்டிருக்கும் எண்ணற்ற சிந்தனை களையும் கருத்துக்களையும் ஒருவருக்கொருவர் சொல்லிக் கொள்வது தான் சாத்தியமா?

இளமை இனிமை வாய்ந்தது. மோகம் என்பது என்னவென்று

இன்னும் புரியாத பருவம், ஆனால் இருதயத்தின் வேகமான துடிப்பு இதை இனம் புரியாத வண்ணம் உணர்த்தும் பருவம்; உன் கரம், உன் காதலியின் மார்பைத் தற்செயலாகத் தொட்டுவிட்டால், அது திகிலுற்றதைப்போல நடுங்கித் தானாகவே வேறொரு பக்கம் செல்லும். இளமையின் புனிதமான நேசம் உன்னை இறுதிச் செயலிலிருந்து தடுத்து, நிறை காக்கும் பருவம் அது! அவளுடைய கை உன் கழுத்தைக் கட்டிக் கொள்வதையும் அவளுடைய சூடேறிய முத்தம் உன் இதழ்களில் பதிவதையும் உணர்வதைவிட இனிமையானது உலகத்தில் என்ன இருக்கிறது?

அவர்கள் நண்பரான பிறகு, இரண்டாவது தடவையாக ஒருவரை யொருவர் முத்தமிட்டுக் கொண்டனர். பாவெல் எண்ணற்ற அடி வாங்கியிருக்கிறான்; ஆனால் அவனது அன்னையைத் தவிர, எவரும் அவனைத் தழுவிச் சீராட்டியதில்லை. தோன்யா அவனைத் தழுவி முத்தமிட்டபொழுது, அவனது உடலும் உள்ளும் தீர்க்கமான எழுச்சி உற்றன. இதுவரை, அவன் வாழ்வின் கொடுமையைத்தான் அறிந் திருந்தான். வாழ்வில் இத்தகைய இன்பம் இருப்பதை அவன் அறிந்திருக்கவில்லை. இப்பொழுது, இந்தப் பெண் வாழ்க்கைப் பாதையில் அவனுக்குக் கிடைத்த ஒரு பெரும் இன்பம்.

அவளது கூந்தலின் நறுமணத்தை அவன் நுகர்ந்தான். அந்த இருளிலும் அவளுடைய கண்களைப் பார்ப்பதாக அவனுக்கு ஒரு பிரமை ஏற்பட்டது.

“தோன்யா! நான் உன்னைக் காதலிக்கிறேன். எந்த அளவுக்கு நேசிக்கிறேன் என்பதை என்னால் சொல்லமுடியாது; எனக்கு சொல்லத் தெரியாது.”

அவனுடைய எண்ணங்கள் தடைபட்டன. அவளுடைய லாவகமான தேகம்.... ஆனால் இளமை நட்பு எதையும்விட மேலானது.

“தோன்யா! இந்தத் தொல்லையெல்லாம் முடிந்தபிறகு, எனக்கு எலெக்டிரிஷியன் வேலை கிடைக்குமென்பது உறுதி. நீ உண்மையில் என்னை விரும்பினால், என்னுடன் விளையாடும் எண்ணம் இல்லாமல் உண்மையாகவே என்னை நாடினால், நான் உனக்கு நல்ல கணவனாக அமைவேன். நான் உன்னை ஒரு பொழுதும் அடிக்கமாட்டேன்; உன் உணர்ச்சிகளை ஒரு பொழுதும் புண்படுத்தமாட்டேன். இது சத்தியம்.”

கட்டித் தழுவிய படியே தங்களையும் அறியாமல் உறங்கிவிட்டால், தோன்யாவின் தாய் அதைப் பார்த்து, தங்களைப் பற்றி தவறாக நினைக்கக்கூடும் என்ற அச்சத்தால் இருவரும் பிரிந்தனர்.

ஒருவரையொருவர் மறப்பதில்லை என்று புனிதமான ஒப்பந்தம்

செய்துகொண்ட பின், அவர்கள் துயில் கொண்ட தருணத்தில், பொழுது புலர்ந்துகொண்டிருந்தது.

தோன்யாவின் தாய் முதலில் பாவெலை எழுப்பிவிட்டாள். அவன் உடனே படுக்கையிலிருந்து துள்ளிக்குதித்தான். குளிக்கும் அறையில் அவன் தன்னுடைய பூட்ஸையும் ஆடைகளையும் அணிந்துகொண்டு, தாலீன்னிக்கின் கோட்டையும் தரித்துக் கொண்ட பொழுது, தோன் யாவை அவளுடைய அன்னை எழுப்பினாள்.

சாம்பல் நிறத்தை உடைய காலைப் பனியின் வழியே, அவர்கள் இருவரும் ஸ்டேஷனுக்கு விரைந்து சென்றனர். அவர்கள் புழக்கடை வழியே சென்று, விறகுகள் அடுக்கியிருந்த இடத்தை அடைந்தபொழுது, அங்கு விறகுகள் ஏற்றப்பட்ட புகைவண்டிக்கு அருகில், ஆர்த்தியோம் பொறுமை இழந்தவனாகக் காத்துக் கொண்டிருந்தான்.

ஒரு திறன் மிகுந்த எஞ்சின், சீறிப் பாய்ந்த நீராவிப் படலங்களால் மூடப்பட்டு, மெல்ல மெல்ல நகர்ந்தது. அதன் உள்ளிருந்து புருஸ்ஷாக் வெளியே நோக்கினான்.

அவசர அவசரமாக பாவெல் தோன்யாவிடமும் ஆர்த்தியோ மிடமும் விடை பெற்றுக்கொண்டான். இரும்புக் கைப்பிடியைப் பிடித்துக் கொண்டு, எஞ்சினுக்குள் ஏறினான். அவன் திரும்பிப் பார்த்தபொழுது, அவனுக்குப் பழக்கமான இரண்டு வடிவங்களைக் கண்டான்: ஒன்று, ஆர்த்தியோமின் நெட்டை வடிவம்; அவனுக்கு அருகில் தோன்யாவின் லலிதமான சிறிய வடிவம். காற்று அவளுடைய பிளவுஸ் காலரைக் கோபமாகத் தாக்கியது. அவளது பழுப்பு நிறக் கேசத்தைத் தூக்கி எறிந்தது. அவள் அவனுக்குக் கரத்தை அசைத்து வாழ்த்துக் கூறினாள்.

ஆர்த்தியோம் தோன்யாவை ஓரக்கண்ணால் பார்த்தான். அவள் கண்களில் நீர் மல்குவதைக் கண்டு நெடுமூச்செறிந்தான்.

'அவர்கள் இருவருக்கிடையே ஏதோ பிணைப்பு உண்டாகி விட்டதென்பது உண்மை. நானோ, பாவெல் இன்னும் சிறு பையனாக இருப்பதாக நினைத்துக் கொண்டிருக்கிறேன்!' என்று ஆர்த்தியோம் தனக்குள் சொல்லிக்கொண்டான்.

ரயில்வண்டித் தொடர் வளைவைக் கடந்து மறைந்தது. அப் பொழுது, ஆர்த்தியோம் தோன்யாவைப் பார்த்து, "நல்லது, நாம் இனி நண்பர்களாய் இருப்போமா?" என்று கூறினான். தோன்யாவின் சிறு கரம் அவனது பெருங்கரத்தில் மறைந்தது.

வேகம் அதிகரித்துக் கொண்டிருந்த ரயிலின் உருளொலி தூரத்தி லிருந்து கேட்டது.

அத்தியாயம் ஏழு

ஒருவார காலமாக, காப்பகழிகளாலும் முள் வேலிகளாலும் நாற் புறங்களில் சூழப்பட்டிருந்த நகரம், பீரங்கி வேட்டுகளின் 'கடகட' வென்ற ஒலிக்கும் துப்பாக்கிகளின் 'டூமீல்டூமீல்' என்ற சப்தத்துக்கு மிடையே இரவில் படுக்கச் சென்று காலையில் விழித்தெழுந்தது. நடு இரவில் மட்டுமே நகரம் அமைதியில் ஆழ்ந்திருந்தது. சில வேளைகளில் புறக்காவல் குழுக்கள் ஒன்றையொன்று நோட்டம் பார்ப் பதற்காகத் துப்பாக்கிப் பிரயோகம் செய்யும் சப்தம் அமைதியைக் குலைத்துவிடும். பொழுது புலரும் சமயத்திலேயே, சிப்பாய்கள் ரயில்வே நிலையத்தில் இருந்த பீரங்கிகளைச் சுற்றிச் சுறுசுறுப்பாகச் செயல்படுவர். ஒரு பீரங்கியின் கரிய நீண்டு மூக்கு வெறித்தனமாகக் கக்கியவுடன், சிப்பாய்கள் அதில் வெடிகுண்டுகளை மீண்டும் திணிப் பார்கள். பீரங்கியின் பொறி கக்கும் விசையைச் சிப்பாய் அமுக்கிய பொழுதெல்லாம் , பூமி அதிரும். டவுனிலிருந்து மூன்று கிலோ மீட்டர் தூரத்திலுள்ள கிராமம் ஒன்று செம்படை வசம் இருந்தது. அந்தக் கிராமத்தின் மேலாக, ஊளையுடனும், சீழ்க்கையுடனும் பறந்து வந்த குண்டுகள் செய்த சப்தம் இதர ஒலிகளையெல்லாம் அமுக்கியது. இவ்வெடிகுண்டுகள் கீழே விழுந்து வெடித்ததும், தரையிலிருந்து மண்பாளங்கள் மேலே பந்து சென்றன.

அந்தக் கிராமத்தின் மையத்தில் ஒரு குன்று; அதன் மீது ஒரு போலிஷ் மடம்; அந்த மடத்தின் திறவெளியில்தான் செவ்வீரர்களின் பீரங்கிப் பிரிவு முகாமிட்டிருந்தது.

அந்தப் பீரங்கிப் படைப்பிரிவின் ராணுவக் கமிஸாரான* தோழர் ஸமோஸ்தின் பீரங்கியின் ஏர்க்காலில் தலையை வைத்து உறங்கிக் கொண்டிருந்தான். அவள் துள்ளி எழுந்து நின்று, எடை மிகுந்த 'மௌஸர்' கைத்துப்பாக்கியுடன் கூடிய பெல்ட்டை இறுக்கிக் கொண்டான். வெடிகுண்டு பாய்ந்து செல்லும் ஒலியைக் கேட்ட ஸ்மோஸ்தின், அது வெடிக்கும் வரை காத்திருந்தான். அதன்பின்,

---

** இராணுவக் கமிஸார் – 1918ம் ஆண்டு தொட்டு 1942ம் ஆண்டு வரை (சிறு இடைவேளையுடன்) கம்யூனிஸ்ட் கட்சி, சோவியத் அரசாங்கம் ஆகியவற்றின் பிரதிநிதிகளாக சோவியத் ராணுவத்தில் செயல்பட்டு வந்தவர்கள் ராணுவக் கமிஸார்கள். ராணுவ யூனிட்டு களின் தலைவர்களுடன் சேர்ந்து ராணுவக் காரியங்கள் யாவுக்கும் பொறுப்பு வகித்து வந்தார்கள்.*

நி. ஒஸ்திரோவ்ஸ்க்கிய் 183

கணீரென்று ஒலித்த அவனது குரல் அந்தத் திறந்தவெளி முழுவதும் பரவியது.

"இனி நாளைக்குத் தூங்கலாம், தோழர்களே! எழுந்திருங்கள்!"

செஞ்சேனை வீரர்கள் தத்தம் பீரங்கிகளுக்கு அருகிலேயே தூங்கிக் கொண்டிருந்தார்கள். அவர்களும் கமிஸாரைப் போலவே விரைவாக எழுந்து நின்றார்கள். ஸிதொர்ச்சூக் என்பவன் மட்டும், வேண்டா வெறுப்புடன் தன் தலையை உயர்த்தினான். தூக்கக் கலக்கம் நிறைந்த கண்களுடன் சுற்றுமுற்றும் பார்த்தான்.

"பன்றிகள்! சிறிது வெளிச்சம் கிடைத்ததும் சுடுவதற்குக் கிளம்பி விட்டார்கள்! எவ்வகையான இழிமக்கள் இவர்கள்!"

ஸ்மோஸ்தின் சிரித்தான்.

"ஸிதொர்ச்சூக்! அவர்கள் சமூக விரோதிகள். அந்தப் புல்லுருவி களிடம் நீ வேறு என்ன எதிர்பார்க்கிறாய்? நீ தூங்குகிறாயா, இல்லையா என்பதைப் பற்றி அவர்களுக்குக் கவலை இல்லை."

பீரங்கிப் படையினன் முணுமுணுத்துக் கொண்டே, தன்னைத் தானே தட்டி எழுப்பிக்கொண்டான்.

சில நிமிஷங்கள் கழித்து, மடத்து முற்றத்திலிருந்த பீரங்கிகள் செயல்பட்டன; வெடிகுண்டுகள் டவுனில் வெடித்தன.

சீனி உற்பத்திச் சாலையின் உயரமான புகைபோக்கி உச்சியில், மரப்பலகைகளைக் கொண்டு ஒரு மேடை தயார் செய்யப்பட்டிருந்தது. அதன்மீது ஒரு பெத்லியூரா ஆபிசரும் ஒரு டெலிபோனிஸ்டும் இருந்தனர். அவர்கள் புகைபோக்கிக்குள்ளிருந்த இரும்பு ஏணி வழியே ஏறி, மேடையை அடைந்திருந்தனர்.

நகரம் முழுவதையும் நன்றாகப் பார்ப்பதற்கு வசதியாகவிருந்த அந்த அனுகூல இடத்திலிருந்து கொண்டு, அவர்கள் தமது பீரங்கிப் பிரிவு எவ்வாறு செயல்படவேண்டுமென்பதற்கு வழிகாட்டினார்கள். நகரத்தை முற்றுகையிட்டுக் கொண்டிருந்த செஞ்சேனையின் அசைவுகள் அனைத்தையும் அவர்கள் தொலைநோக்கி மூலம் பார்த்தனர். இன்று போல்ஷெவிக்குகள் விசேஷமான சுறுசுறுப்புடன் செயல்பட்டனர். ஒரு கவசமணிந்த ரயில் இடைவிடாத தன் பீரங்கிகளால் வெடித்துக் கொண்டே, பையப் பைய முன்னேறி, பொதோல்ஸ்க் ஸ்டேஷனை அடைந்துகொண்டிருந்தது. அதற்கும் அப்பால், செஞ்சேனைக் காலாட்படை வரிசைகள் இருப்பதும் தென்பட்டது. புயல் வேகத் தாக்குதல் மூலம் டவுனைக் கைப்பற்றுவதற்குச் செஞ்சேனை வீரர்கள் பன்முறை முயன்றனர்; ஆனால் நகரத்தின் புகுவாயில்களில் எல்லாம் பெத்லியூரா படைகள் அகழிகளை வெட்டிக்கொண்டு

உறுதியாக நிலைகொண்டு நின்றன. அகழிகள் எரிமலைகளைப் போலத் தீ கக்கின; அப்பொழுது, புத்தி கலங்கச் செய்யும் வலிய ஓசை உண்டாயிற்று; அந்தப் பேரொலி இடைவிடாத பெரு முழக்கமாகப் பெருகியது. செஞ்சேனை வீரர்கள் தாக்கியபொழுது, இந்த முழக்கம் அதன் உச்சநிலையை அடைந்தது. இந்த ஈயக் குண்டுமாரி, செஞ் சேனை வீரர்களைத் தாக்கியபொழுது, அந்தக் கொடுமையான சிரமத்தை அவர்களால் தாங்க முடியவில்லை. அசையாத உடல் களைக் களத்தில் விட்டுவிட்டு, அவர்கள் பின்வாங்கினர்.

இன்று டவுன் மீது நடந்த தாக்குதல் என்றும் காணாத அளவுக்கு உக்கிரமானதாக இருந்தது. செஞ்சேனை வீரர்கள் விடாப்பிடியாகத் தாக்கினர்; பகைவர் அணியைத் திரும்பத் திரும்பப் புடைப்பதில் வெற்றி கண்டனர். பீரங்கிப் பிரயோகத்தின் முழக்கத்தினால் காற்று நடுங்கியது. புகைபோக்கியின் உச்சியிலிருந்து பார்த்தபொழுது, செஞ் சேனை வீரர்கள் நன்கு குனிந்து கொண்டும், தடுமாறிக் கொண்டும், தடுத்து நிறுத்த முடியாத முறையில் முன்னேறிச் செல்வது நன்கு தெரிந்தது. இப்பொழுது, அவர்கள் ஸ்டேஷனைக் கைப்பற்றும் நிலைக்கு வந்துவிட்டனர். பெத்லியூராவின் டிவிஷனில் மிஞ்சியிருந்த துருப்புகளெல்லாம் களத்துக்கு அனுப்பப்பட்டன. ஆனால் ரயில் நிலையத்துக்கு அருகில், அணியில் ஏற்பட்டுக் கொண்டிருந்த உடைப்பை அவர்களால் அடைக்க முடியவில்லை. எப்படியாகிலும் டவுனைப் பிடித்துவிட வேண்டுமென்ற துணிவும் தீர்மானமும் உடைய செஞ்சேனை வீரர்கள் ஸ்டேஷனுக்குப் பக்கத்திலுள்ள தெருக்களில் பிரவேசித்தனர். அந்தத் தெருக்களைப் பாதுகாப் பதற்காக நின்று கொண்டிருந்த பெத்லியூராவின் மூன்றாவது ரெஜிமென்ட், நகர விளிம்பில் இருந்த தோட்டங்களைத் தனது கடைசி தளமாகக் கொண்டது. ஆனால், ஒரு சிறிய பயங்கரமான தாக்குதலால் முறியடிக்கப்பட்ட அவர்கள் நகரத்துக்குள் சிதறி ஓடத் தொடங்கினர். அவர்கள் மீண்டும் தங்களைத் திரட்டிக்கொண்டு, ஒரு புதிய நிலையை மேற்கொள்வதற்கு முன்னால், செஞ்சேனை வீரர்கள் தெருக்களில் குழுமி விட்டார்கள், அவர்கள் ஒவ்வொரு தெருவிலும் நின்று கொண்டிருந்த காவற்படையாளர்களைத் துப்பாக்கிகளின் பாய்னெட்டால் தாக்கிச் சிதறி ஓடச் செய்தனர்.

புருஸ்ஷாக் வீட்டின் நிலவறையில் அவனுடைய குடும்பமும் அண்டை வீட்டினரும் தஞ்சம் புகுந்திருந்தனர். ஆனால் அங்கு இருப்பது ஸெர்யோஷாவுக்கு வெறுப்பாயிருந்தது. எவர் என்ன சொன்ன போதிலும், அவன் செவிகொடுக்க மறுத்தான். அவனது

அன்னை உருக்கமாக வேண்டிக்கொண்டதையும் பொருட்படுத்தாமல் அந்தக் குளிர்ச்சியான நிலவறையிலிருந்து ஏறி வெளியே வந்தான். அந்தச் சமயத்தில் 'சகாய் தாச்சினீய்' என்ற கவச மோட்டார் அந்த வீட்டுக்கு முன்னால் கடகடவென்று ஒலித்துக்கொண்டும், நான்கு பக்கங்களிலும் சுட்டுக்கொண்டும் சென்றது. அதன் பின்னே, பீதிக்கும் இரையான பட்டாளத்தினர் ஒழுங்குமுறை எதுவும் இல்லாமல் ஓடிக்கொண்டிருந்தனர். அந்தப் பெத்லியூரா படைவீரர்களில் ஒருவன் ஸெர்யோஷா வீட்டின் வெளிமுற்றத்தில் நுழைந்தான். அவன் தோட்டாக்களுடன் கூடிய பெல்ட்டையும் தலைக் கவசத்தையும் துப்பாக்கியையும் விரைவாக எடுத்து எறிந்தான். வேலியைத் தாண்டிக் காய்கறித் தோட்டத்தில் மறைந்தான். ஸெர்யோஷா வெளியே எட்டிப் பார்க்க எண்ணினான். பெத்லியூரா சிப்பாய்கள், கவச மோட்டாரின் பாதுகாப்பில், தென்மேற்கு ரயில் நிலையத்தை நோக்கிச் செல்லும் சாலையில் ஓடிக்கொண்டிருந்தனர். டவுனை நோக்கிச் செல்லும் சாலை வெறிச்சென்று இருந்தது. அப்பொழுது ஒரு செஞ்சேனை வீரன் ஸெர்யோஷாவின் பார்வையில் பட்டான். அவன் தரையின் மேல் படுத்துக்கொண்டு, சாலையில் நீட்டுப் போக்காகச் சுட்டான். அவனுக்குப் பின்னால் இன்னொரு செஞ்சேனை வீரன் வந்தான்; மற்றும் ஒரு செம்படை வீரன் வந்தான்... அவர்கள் அங்கு வந்து, தாழக் குனிந்து துப்பாக்கிப் பிரயோகம் செய்துகொண்டே, ஓடிவருவதை ஸெர்யோஷா பார்த்தான். வெயிலில் காய்ந்து கறுத்த சீனன் ஒருவன் ஓடிவந்தான். அவனது கண்கள் வீங்கியிருந்தன. உள்சட்டையும் யந்திரத் துப்பாக்கியின் பெல்ட்டுகளும் அணிந்திருந்த அந்தச் சீனன், கரம் ஒன்றுக்கு ஒரு எறிகுண்டு விதம், தன்னைச் சிறிதளவும் மறைத்துக்கொள்ள முயலாமல் ஓடிக்கொண்டிருந்தான். அவர்களுக்கெல்லாம் முன்னால், ஒரு செம்படை வீரன் ஓர் இலேசான யந்திரத் துப்பாக்கியுடன் ஓடிக்கொண்டிருந்தான். இவனை ஒரு பையன் என்றே சொல்லலாம். நகரத்துக்குள் பிரவேசித்த முன்னணிச் செம்படைகளின் தோற்றம் ஸெர்யோஷாவை இன்ப வெறி கொள்ளச் செய்தது.

"தோழர்கள் நீடூழி வாழ்க!" என்று உரக்கக் கோஷித்துக்கொண்டு, ஸெர்யோஷா சாலைக்குப் பாய்ந்து ஓடினான்.

எதிர்பாராத வகையில், ஓடிவந்த, ஸெர்யோஷா மீது பாய்ந்து, அவனைத் தூக்கி எறிவதற்குத் துணிந்தான் அந்தச் சீனன். ஆனால் பையனது முகத்தில் துள்ளிய களிப்பைக் கண்ட பிறகு சீனன் கட்டுப்படுத்திக் கொண்டான்.

"பெத்லியூரா ஆட்கள் எங்கிருக்கிறார்கள்?" என்று நெடுமூச்செறிந்து கொண்டு சீனன் பையனைப் பார்த்துக் கத்தினான்.

ஆனால் அவனது கேள்வி ஸெர்யோஷாவின் காதில் விழவில்லை. அவன் திரும்பவும் வெளிமுற்றத்துக்கு ஓடி, பெத்லியூரா ஆள் எறிந்திருந்த துப்பாக்கியையும் தோட்டாக்களுடைய பெல்ட்டையும் எடுத்துக்கொண்டு, செஞ்சேனை வீரர்களுக்குப் பின்னால் ஓடினான். தென்மேற்கு ஸ்டேஷனைத் தாக்கிக் கைப்பற்றும் வரை, செஞ்சேனை வீரர்கள் ஸெர்யோஷாவைக் கவனிக்கவில்லை. ராணுவ தளவாடங்களும் உபயோகப் பண்டங்களும் ஏராளமாக ஏற்றப்பட்டிருந்த பல ராணுவ ரயில்களைப் பகைவர் கொண்டு செல்லமுடியாது செஞ்சேனை வீரர்கள் தடுத்தனர். பகைவர்கள் காட்டுக்குள் சென்று ஒளியும்வரை, அவர்களைச் செம்படையினர்கள் விரட்டினார்கள். அதன்பின் அவர்கள் ஓய்வு எடுத்துக்கொண்டு, தமது அணியைச் சீரமைத்துக் கொள்வதென்று முடிவு செய்தனர். அப்பொழுதே, அந்த இளம் யந்திரத் துப்பாக்கிக்காரன் ஸெர்யோஷாவை அணுகி, ஆச்சரியத்துடன் வினவினான் :

"தோழா, உன் ஊர் எது?"

"நான் இவ்விடத்தான்; நகரத்தில் வசிக்கிறேன்; உங்கள் வருகைக்காகக் காத்துக்கொண்டிருந்தேன்."

செஞ்சேனை வீரர்கள் ஸெர்யோஷாவைச் சூழ்ந்தனர்.

அரைகுறையாகத் தெரிந்த ருஷ்ய மொழியில், சீனன் பேசலானான்:

"எனக்கு அவனைத் தெரியும். 'தோழர்கள் நீடு வாழ்க!' என்று கோஷம் கொடுத்தான். அவன் ஒரு போல்ஷெவிக், நல்ல பையன், நம்முடைய ஆள்."

இவ்வாறு மகிழ்ச்சி ததும்பப் பேசிய சீனன், ஸெர்யோஷாவின் தோளைத் தட்டிக் கொடுத்தான்.

ஸெர்யோஷாவின் இருதயம் ஆனந்தத்தால் துள்ளியது. அவர்கள் அவனைத் தம்மில் ஒருவராக உடனடியாக ஏற்றுக்கொண்டுவிட்டனர். அவர்களுடன் சேர்ந்து நின்று, துப்பாக்கிப் பாய்னெட்டுத் தாக்குதல் மூலம் ஸ்டேஷனைக் கைப்பற்றுவதில் அவனும் பங்கெடுத்துவிட்டான்.

டவுனில் ஒரு கலகலப்பு உண்டாயிற்று. சோர்ந்திருந்த நகர மக்கள் நிலவறைகளிலிருந்து அடித்தளங்களிலிருந்தும் வெளியே வந்தார்கள்; முன் வாசல் கேட்டுகளின் அருகில் நின்று, டவுனுக்குள் பிரவேசித்த செஞ்சேனைப் படைகளின் பவனியைப் பார்த்தார்கள். அப்பொழுது தான், ஸெர்யோஷாவின் தாயார் அன்தனீனா வஸீலியெவ்னாவும் அவனது சகோதரி வால்யாவும் அவன் செஞ்சேனையின் இதர வீரர்களுடன் செல்வதைக் கண்டனர். அவன் தலைக்குத் தொப்பி இல்லை;

ஆனால் அவன் தோட்டாக்களை உடைய பெல்ட்டைத் தரித்திருந்தான்; அவனது தோளில் ஒரு துப்பாக்கி மாட்டப்பட்டிருந்தது.

அன்தனீனா வஸீலியெவ்னா ஆத்திரத்தில் தன் கரங்களை உயர்த்தினாள்.

அப்படியானால், அவளுடைய ஸெர்யோஷா இந்தப் போராட்டத்தில் சிக்கிவிட்டான். அவனுக்குத் தக்க தண்டனை கொடுக்க வேண்டும்! துப்பாக்கியும் கையுமாக நகரம் முழுவதும் பவனி செல்லும் துணிச்சலைப் பார்! இதன் விளைவாகப் பின்னால் தொல்லை உண்டாகும். அதற்கு மேல் அன்தனீனா வஸீலியெவ்னாவால் தன்னைக் கட்டுப்படுத்திக்கொள்ள முடியவில்லை.

"ஸெர்யோஷா! இந்தக் கணமே வீட்டுக்கு வா" என்று அவள் இரைந்து கூவினாள். "போக்கிரிப் பையா! நீ எப்படி நடந்துகொள்ள வேண்டும் என்று போதிக்கிறேன் வா. சண்டை போடுவதற்குக் கற்றுத் தருகிறேன் வா" என்று கூறிக்கொண்டே, மகனைப் பிடித்து இழுத்து வர வேண்டுமென்ற உறுதியுடன் அவள் சாலைக்குச் சென்றாள்.

ஆனால் ஸெர்யோஷா, அவளது அன்புக்குரிய மகன், அடிக்கடி அம்மாவிடம் அறை வாங்கிய மகன், இன்று அன்னையைக் கண்டிப்புடன் பார்த்தான். அவமானம் அடைந்தவனாய், மனது புண்பட்டவனாய், அவன் தாயாரைப் பார்த்து வெடுவெடுப்புடன் கூறினான்.

"சத்தம்போடாதே! இவர்களைவிட்டு நான் எங்கும் செல்லப் போவதில்லை."

அவன் ஒரு கணம்கூட நிற்காமல், தொடர்ந்து நடந்தான்.

அன்தனீனா வஸீலியெவ்னாவின் கோபம் அத்துமீறியது.

"உன் தாயாரை இப்படித்தான் நடத்துவாயா? இதற்குபின், வீட்டுக்கு வரத் துணியாதே!"

"நான் வரவில்லை!" என்று ஸெர்யோஷா திரும்பிப் பார்க்காமல் கத்தினான்.

அன்தனீனா வஸீயெவ்னா மனம் குழம்பியவளாய்ச் சாலையில் நின்றுகொண்டிருந்தாள்.

மழையில் காற்றில் வெயிலில் அடிபட்ட வீரர்கள் புழுதி படிந்தவர்களாக நடந்து சென்றனர்.

"அம்மா! பதறாதீர்கள்! உங்கள் மகனைக் கமிஸாராக்கிவிடுகிறோம்" என்று ஒருவன் பலமான குரலில் வேடிக்கையாகப் பேசினான். அவனுடன் சென்ற பட்டாளத்தினர் அனைவரும் கொல்லென்று வெடிபடச் சிரித்தனர். அப்பொழுது, படையின் முன்வரிசை வீரர்களின் கூட்டு கானம் காற்றில் மிதந்து வந்தது:

“போர்முழக்கம் கேட்டீரோ? புறப்படுங்கள் தோழர்களே
நேராகத் தோளுயர்த்தி நில்லுங்கள் போராட!
வீரமிகு விடுதலையை வெற்றியொடு பெற்றிடுவோம்!
தூரத்தில் முரசொலிக்கும்; தோழர்களே! கேட்டீரோ!”

சகல வீரர்களும் அந்தக் கூட்டு இசையில் பங்கு கொண்டனர். ஸெர்யோஷாவின் கணீரென்ற குரலும் அந்த இன்னிசைப் பெருக்கில் கலந்தது. ஆம், அவன் ஒரு புதிய குடும்பத்தைக் கண்டுவிட்டான். அதில் ஒரு துப்பாக்கி அவனுடையது.

வக்கீல் லெஷ்சீன்ஸ்கிய் வீட்டு வாசலில் ஒரு வெண்மையான அட்டை தொங்கியது. அதில் ‘புரட்சிக் கமிட்டி’ என்ற சொற்றொடர் பொறிக்கப்பட்டிருந்தது. அதன் அருகில் ஒரு கவர்ச்சிகரமான போஸ்டர். அதில் பார்ப்பவர் கண்களை நேராக நோக்கிக்கொண்டு ஒரு செஞ்சேனை வீரன் நின்றான். “நீ செஞ்சேனையில் சேர்ந்து விட்டாயா?” என்ற வாசகத்தை அவனது விரல் சுட்டிக் காட்டிக் கொண்டிருந்தது.

டிவிஷனின் அரசியல் இலாகா ஊழியர்கள் இரவு முழுவதும் வேலை செய்து, இந்தப் போஸ்டர்களை நகரமெங்கும் ஒட்டியிருந் தார்கள். அவற்றுக்குப் பக்கத்தில் ஓர் அறிக்கை தொங்கிக் கொண் டிருந்தது. ஷெப்பெத்தோவ்க்காவின் உழைப்பாளி மக்களுக்குப் புரட்சிக் கமிட்டி விடுத்த அறிக்கை அது. அதன் வாசகம் :

“தோழர்களே! பாட்டாளி வர்க்கத் துருப்புகள் இந்த நகரத்தைப் பிடித்துவிட்டன. மீண்டும், சோவியத் அதிகாரம் நிலைகொண்டு விட்டது. ஒழுங்கைப் பராமரிக்க வேண்டுமென்று நாங்கள் உங்களைக் கேட்டுக்கொள்கிறோம். இரத்தவெறிபிடித்த கயவர்கள் தோற்றோடி விட்டனர். அவர்கள் ஒருபொழுதும் திரும்பக்கூடாதென்பது உங்கள் விருப்பமானால், அவர்களை இறுதியாக அழித்துவிட வேண்டு மென்பது உங்கள் ஆசையானால், செஞ்சேனையில் சேருங்கள். உழைப்பாளி மக்களின் ஆட்சிக்கு உங்களது முழு ஆதரவையும் அளியுங்கள். இந்த நகரத்தின் ராணுவ நிர்வாக அதிகாரம் நகரிலுள்ள படையின் தலைவனிடம் உள்ளது. இதர ஆட்சிப் பொறுப்பு களைப் புரட்சிக் கமிட்டி நிர்வகிக்கும்.

கையொப்பம் : தாலீன்னிக்,
புரட்சிக் கமிட்டியின் தலைவர்”

லெஷ்சீன்ஸ்கியின் வீட்டில் புதுமாதிரியான மனிதர்கள் நடமாடினார்கள். நேற்றைய தினம் வரை, 'தோழர்' என்ற சொல்லை உச்சரித்தவரெல்லாம் தத்தம் உயிரையே விலையாகக் கொடுத்தனர். இன்று, எந்தப் பக்கம் திரும்பினாலும் 'தோழர்' என்ற சொல் இன்பத் தேனாகக் காதில் பாய்ந்தது. தோழர்! உள்ளத்தைப் பிணிக்கும் சொல்! இதயத்தின் அடிவாரத்தில் விவரிக்க முடியாத எழுச்சியை உண்டாக்கும் சொல்!

இந்த நாட்களில் தாலீன்னிக்கு ஓய்வும் இல்லை, உறக்கமும் இல்லை. புரட்சி அதிகாரத்தை நிறுவனம் செய்யும் திருப்பணியில் அந்தத் தச்சன் கண்ணுங்கருத்துமாய் ஈடுபட்டிருந்தான்.

ஒரு சிறிய அறை; அதன் கதவில் தொங்கிக்கொண்டிருந்த துண்டுக் காகிதத்தில் 'கட்சிக் கமிட்டி' என்ற வாசகம் பென்சிலால் எழுதியிருந்தது. அந்த அறையில்தான், எந்தச் சந்தர்ப்பத்திலும் நிலை குலையாத சித்தத்துக்கு உரியவளும் அமைதிக்கு நிலைக்களனுமான தோழர் இக்னாத்தியவோ அமர்ந்திருந்தாள். சோவியத் அரசாங்க ஸ்தாபனங்களை அமைக்கும் பொறுப்பை டிவிஷனின் அரசியல் இலாகா அவளிடமும் தாலீன்னிக்கிடமும் ஒப்படைத்திருந்தது.

ஒருநாள் கழிந்தது. இப்பொழுது, அலுவலக ஊழியர்கள் தத்தம் மேஜைகள் முன் அமர்ந்து பணிபுரிந்து கொண்டிருந்தார்கள். 'டைப்' அடிக்கும் மெஷின் ஒன்று இடைவிடாது இயங்கிக் கொண்டிருந்தது. தேவைப் பொருட்கள் ஜனங்களுக்குக் கிடைக்கச் செய்வதற்காக உணவுப் பொருள் கமிஸார் அலுவலகம் ஒன்று அமைக்கப்பட்டது. சுறுசுறுப்பாகச் செயல்படும் ஆற்றலை உடைய ரோஷக்காரன் திஷீத்ஸ்கி உணவுப் பொருள் அலுவலகத்தின் கமிஸாராக நியமிக்கப் பட்டான். உள்ளூரில் உள்ள சர்க்கரை உற்பத்திச் சாலையில் அவன் மெக்கானிக்கின் உதவியாளாக இதற்குமுன் வேலை பார்த்து வந்தான். அந்த ஆலையின் நிர்வாகிகள்மீது போர் தொடுப்பதென்ற உறுதி யான முடிவுடன் அவன் செயல்பட்டான். அந்த நிர்வாகிகளுக்கு போல்ஷெவிக்குகளிடம் அளவிட முடியாத வெறுப்பு உண்டு. எனினும் கையாலாகாதவர்களாய், காலம் மாறலாமென்ற கருத்தில் அவர்கள் அடங்கிக் கிடந்தனர்.

சீனி உற்பத்தி சாலைத் தொழிலாளர் கூட்டத்தில் திஷீத்ஸ்கி பேசினான். கடுமை நிறைந்த குரலில், தயவு காட்டாத தோரணையில், அவன் நிலைமையை விளக்கினான்.

"கடந்த காலம் இறந்துவிட்டது; அது இனி மீளப்போவ தில்லை" என்று போலிஷ் மொழியில் பேசிய திஷீத்ஸ்கி பிரகடனம் செய்தான்; தன் கருத்தை வலியுறுத்துவதற்காக, மேடையில் ஒரு குத்துக் குத்தினான்.

"இந்த பத்தோத்ஸ்கி பிரபுவின் குலத்துக்காக நமது முன்னோர் களும் நாமும் வாழ்நாளெல்லாம் அடிமை வேலை செய்தது போதும், போதும்! நாம் அவர்களுக்கு மாளிகைகளைக் கட்டிக் கொடுத்தோம். மேன்மை தங்கிய பிரபுவோ, நாம் பட்டினி கிடந்து சாகாமல் இருப் பதற்கு மட்டும், அரைப் பட்டினி ஊதியம் அளித்தான்.

இந்தப் பத்தோத்ஸ்கி பிரபுக்களும் ஸங்கூஷ்கோ இளவரசர்களும் எத்தனை ஆண்டுகளாக நம்மீது குதிரை சவாரி செய்து வந்திருக் கின்றனர்! பத்தோத்ஸ்கி, உக்ரேனியர்களையும் ருஷ்யர்களையும் மிதித்துத் துவைத்ததைப் போலவே, போலிஷ் தொழிலாளரையும்

ஒடுக்கிச் சுரண்டவில்லையா? எனினும், சோவியத் ஆட்சி போலிஷ் தொழிலாளரை நசுக்கி விடுமென்ற புரளியை இந்தப் பத்தோத்ஸ்கி பிரபுவின் கைக்கூலிகள் பரப்பிக் கொண்டிருக்கிறார்கள்!

தோழர்களே! இது பொய்! சுத்த அபத்தம்! வெவ்வேறு தேசீய இனங்களைச் சேர்ந்த தொழிலாளர்கள், இன்று அனுபவிக்கும் சுதந்திரத்தை என்றுமே கண்டதில்லை. தொழிலாளர் அனைவரும் தோழர்கள், உடன்பிறந்த சோதரர்கள்! ஆனால் பிரபுக்களை நாம் சும்மாவிட மாட்டோம்! அவர்களது கொட்டத்தை ஒடுக்கப் போகிறோமென்பது திண்ணம்."

மீண்டும் அவனது கரம் மேடையைக் குத்தியது.

"சகோதரர்களுக்கு இடையே சிண்டு முடித்துவிட்டுச் சண்டையைத் தூண்டி மண்டைகள் உடையச் செய்தது யார்? பன்னூறு ஆண்டுகளாக போலிஷ் விவசாயிகளைத் துருக்கியருக்கு எதிராகப் போர்க் களத்துக்குப் படை திரட்டி அனுப்பியவர்கள் அரசர்களும் பிரபுக் களும் அல்லவா? அவர்கள் எப்பொழுதுமே, தேசங்களுக்கு இடையே பகையைத் தூண்டிவிட்டனர்; விரோதத்தை வளர்த்து வந்தனர். அவர்களால் ஏற்பட்ட துன்ப துயரத்தையெல்லாம் எண்ணிப் பாருங்கள்! அவர்களது தீவினைகளால் பெருக்கெடுத்தோடிய இரத்த ஆறுகளையெல்லாம் கற்பனை செய்து பாருங்கள்! இவற்றால் எல்லாம் ஆதாயமடைந்தவர் யார்? ஆனால் சடுதியில் இந்தத் தீமைகளுக்கு ஒரு முடிவு உண்டாகிவிடும். இனி இந்த விஷப்பூச்சிகள் பிழைக்க முடியாது. முதலாளிகள் திகிலடையும் வண்ணம், போல்ஷெவிக்குகள் ஒரு கோஷத்தை முழக்கியிருக்கிறார்கள். 'உலகத் தொழிலாளர்களே, ஒன்று சேருங்கள்!' என்பதே அந்தக் கோஷம். அதில் தான் நமது விமோசனம் அடங்கியிருக்கிறது. நல்லதொரு எதிர்காலம் - எல்லாத் தொழிலாளரும் சோதரராக வாழும் பொற்காலம் - உதயமாகும் என்ற நம்பிக்கையைத் துளிர்க்கச் செய்யும் தாரக மந்திரம் இதுவே. தோழர்களே, கம்யூனிஸ்ட் கட்சியில் சேருங்கள்.

ஒருநாள் போலந்தில் குடியாட்சி மலரும் என்பது திண்ணம். ஆனால் அது சோவியத் குடியரசாகத்தான் திகழும். அதில் பத்தோத்ஸ்கிக்கள் இருக்க மாட்டார்கள்; ஏனெனில் அவர்கள் வேரொடு கிள்ளி எறியப்படுவார்கள். நாமே சோவியத் போலந்தின் எஜமானர்களாக இருப்போம். பிரோனிக் ப்தஷீன்ஸ்கியை நீங்கள் அறிவீர்கள். புரட்சிக் கமிட்டி அவரையே பாக்டரியின் கமிஸாராக நியமித்திருக்கிறது. 'நாம் ஒன்றுமில்லாதவராயிருந்தோம்; பலவும் உடையவர் ஆவோம்' ஆனந்தப் பள்ளுப் பாடுவோம், தோழர்களே! ஆனால் ஒளிந்து கொண்டிருக்கும் பாம்புகளின் சீறலுக்குச் செவி

கொடுத்து விடாதீர்கள். தொழிலாளி வர்க்கத்தின் லட்சியத்தில் நாம் நம்பிக்கைக் கொள்வோமாக! உலகம் முழுவதையும் சர்வதேச மக்களின் சகோதரத்துவத்தை ஸ்தாபிப்போம்!"

அவன் அந்தரங்க சுத்தியுடன் பேசினான்; ஆர்வப் பெருக்குடன் உரை நிகழ்த்தினான். அந்த எளிய தொழிலாளியுடைய இதயத்தின் அடிவாரத்திலிருந்து அந்தச் சொற்கள் பீறிட்டுக் கொண்டு வந்தன.

அவன் மேடையிலிருந்து இறங்கியபொழுது, கூட்டத்திலிருந்த இளைஞர்களும் வாலிபர்களும் உற்சாகத்துடன் கோஷித்தனர்; ஆரவாரம் செய்தனர். எனினும், வயதில் மூத்த தொழிலாளர்கள் தம் கருத்தைத் தெரிவிப்பதற்குத் தயங்கினர்; நாளைக்கே போல் ஷெவிக்குகள் இந்த நகரத்தைக் கைவிட நேர்ந்தால், டவுனில் தங்க வேண்டிய மக்கள் தாம் பேசிய ஒவ்வொரு துடுக்கான வார்த்தைக்கும் கொடுமையான தண்டனை அனுபவிக்க வேண்டும். அப்படி நடக்கா தென்று யார்தான் சொல்ல முடியும்? தூக்கு மேடையிலிருந்து தப்பி னாலும், வேலை இழந்து தவிக்கும் நிலைமை நிச்சயமாக ஏற்படும்.

கல்வி இலாகா கமிஸார் செர்னொப் பீஷ்ஸ்கி திறமான உடற் கட்டை உடைய ஒல்லியான தோழர். இந்த ஊரில் இதுவரையில் போல்ஷெவிக்குகளுடன் சேர்ந்த ஒரே பள்ளி ஆசிரியர் அவரே.

புரட்சிக் கமிட்டியின் கட்டிடத்துக்கு எதிரில், விசேஷக் கம்பெனி தங்கியிருந்தது. அந்தக் கம்பெனியைச் சேர்ந்த சிப்பாய்கள், புரட்சிக் கமிட்டியை முறைப்படி காவல்புரிந்தனர். இரவு நேரத்தில், புரட்சிக் கமிட்டிக் காரியாலயத்தின் வாசல் அருகில், தோட்டத்தில், ஒரு 'மாக்ஸீம்' யந்திரத் துப்பாக்கி தயாராய் நிறுத்தப்பட்டிருந்தது. அதன் வெடிக் குழாயிலிருந்து ஒரு வெடிமருந்து பெல்ட் தொங்கிக் கொண் டிருந்தது. அதன் அருகில், இரண்டு காவற்காரர்கள் துப்பாக்கி சகிதமாக நின்றனர்.

புரட்சிக் கமிட்டியின் அலுவலகத்துக்கு வந்து கொண்டிருந்த தோழர் இக்னாத்தியேவா, காவல் காத்து நின்ற இரு சிப்பாய்களில் ஒருவனிடம் சென்று, "தோழரே! உங்கள் வயது என்ன?" என்று கேட்டாள்.

"பதினேழு நடக்கிறது."

"நீங்கள் இவ்வூர்வாசியா?"

செஞ்சேனை வீரன் புன்னகை செய்தான்.

"ஆமாம். நேற்றைக்கு முன்தினம், போராட்டம் நடந்துகொண் டிருந்த பொழுதுதான், நான் செஞ்சேனையில் சேர்ந்தேன்."

இக்னாத்தியேவா அவனது முகத்தை ஆராய்ந்தாள்.

"உங்கள் தந்தை என்ன செய்கிறார்?"

"அவர் எஞ்சின் டிரைவருக்கு உதவியாக வேலை செய்கிறார்."

அந்தச் சமயத்தில், ராணுவக் கோட்டு அணிந்த ஒருவனுடன், தாலீன்னிக் அங்கு வந்தான்.

இக்னாத்தியேவா அவனைப் பார்த்துக் கூறினாள் :

"இதோ பார்! கம்யூனிஸ்ட் இளைஞர் சங்கத்தின் வட்டாரக் கமிட்டிப் பொறுப்பை நிர்வகிப்பதற்குத் தகுதியான இளைஞனைக் கண்டுபிடித்துவிட்டேன். இவன் உள்ளூர்வாசி."

தாலீன்னிக் ஸெர்யோஷாவை விரைவாக நோக்கினான். ஆம், அது ஸெர்யோஷாதான்.

"ஓ! ஆமாம்! இவன் புருஸ்ஷாக்கின் மகன் அல்லவா? நல்லது. பொறுப்பை ஏற்றுக் கொண்டு, இளைஞர்களைத் திரட்டு."

ஸெர்யோஷா அவர்களை வியப்புடன் நோக்கினான்.

"நான் இந்தப் படையில் சேர்ந்திருக்கிறேனே?

"பரவாயில்லை. நாங்கள் அதைப் பற்றி கவனித்துக் கொள்கிறோம்" என்று படிக்கட்டில் ஏறிக் கொண்டிருந்த தாலீன்னிக் திரும்பிப் பார்த்துக் கூறினான்.

இரண்டாவது நாள் மாலையில், உக்ரேனிய கம்யூனிஸ்ட் இளைஞர் சங்கத்தின் ஸ்தலக் கிளை அமைக்கப்பட்டது.

நகரத்தில் திடீரென்று தோன்றி, வேகமாகப் பரவிய புதுவாழ்வின் சுழலில் ஸெர்யோஷா மூழ்கினான். அவனது நேரம், சக்தி, கருத்து முதலிய அனைத்தையும் அந்தப் புதிய வாழ்வு பூர்ணமாகத் தன் வசப்படுத்திக் கொண்டது. எனவே, அவனது குடும்பம் கூப்பிடு தூரத்தில் வசித்த பொழுதிலும், தனக்குக் குடும்பம் இருக்கிறது என்பதையே அவன் மறந்துவிட்டான்.

இப்பொழுது ஸெர்யோஷா, ஒரு போல்ஷெவிக். கம்ஸமோல் எனப்படும் கம்யூனிஸ்ட் இளைஞர் சங்கத்தில் அங்கத்தினராகவும் அதன் ஸ்தலக் கமிட்டிக் காரியதரிசியாகவும் அவன் விளங்குவதற்கு அத்தாட்சியாக, உக்ரேனிய கம்யூனிஸ்ட் கட்சியின் கமிட்டி அவனுக்கு ஒரு பத்திரத்தை வழங்கியிருந்தது. அவன் பத்தாவது தடவையாக அந்தப் பத்திரத்தைப் பையிலிருந்து எடுத்துப் பார்த்தான். இதைப் பற்றி எவருக்காவது சந்தேகம் இருந்தால், அவனுடைய பெல்ட்டி லிருந்து தொங்கும் கைத்துப்பாக்கி இருக்கவே இருக்கிறது. ஆம். அந்தக் கவர்ச்சியான கைத்துப்பாக்கி, அன்பு நிறைந்த பாவெல்

அளித்த அரிய பரிசுதான். அதற்கு ஓர் உறை வேண்டுமல்லவா? ஏதோ ஒரு வகையாகக் கித்தானில் உறை செய்து அதில் அந்த ஆயுதத்தை வைத்திருந்தான்.

புரட்சிக் கமிட்டி அளித்த வேலைகளைச் செய்தே, ஸெர்யோஷா வின் நேரம் கழிந்தது. இன்றும், இக்னாத்தியேவா அவனுக்காகக் காத்திருந்தாள். அவர்கள் ஸ்டேஷனில் உள்ள டிவிஷனின் அரசியல் இலாகா அலுவலகத்துக்குச் சென்று, புரட்சிக் கமிட்டிக்காகப் பத்திரிகைகளும் புத்தகங்களும் கொண்டுவர வேண்டும். ஸெர்யோஷா கட்டிடத்திலிருந்து தெருவுக்கு விரைந்து சென்றான். அங்கு, அரசியல் இலாகாவின் ஆள் ஒருவன், மோட்டார் காரோடு காத்திருந்தான்.

முதலாவது சோவியத் உக்ரேனிய டிவிஷனின் தலைமைக் காரியா லயமும் அரசியல் இலாகாவும், ரயில் பெட்டிகளில் இருந்து செயல் பட்டன. எனவே, இருவரும் ஸ்டேஷனுக்குக் காரில் சென்றனர். அந்தப் பிரயாணத்தின் பொழுது, இக்னாத்தியேவா ஸெர்யோஷாவைக் கேள்வி மேல் கேள்வி கேட்டுக் கொண்டிருந்தாள்.

“உன் வேலை எப்படி நடக்கிறது? இளம் கம்யூனிஸ்ட் ஸ்தாப னத்தை அமைத்து விட்டாயா? நீ உன் நண்பர்களாக உள்ள தொழி லாளர் குடும்பத்து இளைஞர்களைக் கம்ஸமோலில் சேரும்படி செய்ய வேண்டும். நமக்குச் சீக்கிரத்தில் ஒரு கம்யூனிஸ்ட் இளைஞர் கோஷ்டி தேவைப்படும். நாளைக்கு நாம் கம்ஸமோல் அறிக்கை ஒன்றைத் தயாரித்து அச்சடிப்போம். அதன்பின், தியேட்டரில் ஒரு பெரிய இளைஞர் கூட்டத்தை நடத்துவோம். நாம் அரசியல் இலாகா ஆபிஸை அடைந்தவுடன், நான் உன்னை ரீத்தா உஸ்தினோவிச்சுக்கு அறிமுகம் செய்து வைக்கிறேன். அவள் இளைஞருடன் வேலை செய்வதாக என் ஞாபகம்.”

ரீத்தாவுக்குப் பதினெட்டு வயது. அவளுடைய கருங்கூந்தல் திருத்தமாகக் கத்தரித்துச் சீவிவிடப்பட்டிருந்தது. அவள் ஒரு புதிய ராணுவச் சொக்காயை அணிந்திருந்தாள். அதில் ஒரு குறுகலான தோல் பெல்ட் பொருந்தியிருந்தது. அவள் ஸெர்யோஷாவக்குப் பல யோசனைகளைக் கூறினாள்; அவனுக்கு உதவி செய்வதாகவும் அவள் உறுதி கூறினாள். அவனிடம் ஏராளமான புத்தகங்களையும் செய்திப் பத்திரிகைகளையும் கொடுத்தாள். அவற்றில், ஒரு புத்தகம் மிகவும் முக்கியமானதாயிருந்தது. அதுவே கம்ஸமோலின் திட்டத் தையும் விதிகளையும் எடுத்துரைக்கும் பிரசுரம்.

இரவில், ஸெர்யோஷா புரட்சிக் கமிட்டிக் காரியாலயத்துக்குத் திரும்பிய பொழுது, நேரம் அதிகமாகிவிட்டது. அங்கு, வாசலில், அவனுக்காக வால்யா காத்து இருப்பதைக் கண்டான்.

"நீயே உன்னைப் பற்றி வெட்கப்பட வேண்டும்! இந்த மாதிரி, வீட்டுக்கு வராமல் இருப்பதின் பொருள் என்ன? அம்மா அழுது அழுது, அவளுடைய விழிகள் பிதுங்கிவிடும் போலிருக்கின்றன. அப்பாவுக்கு உன்னிடம் ரொம்பக் கோபம். ஒரு பயங்ரகமான தகராறு நடப்பது நிச்சயம்."

"அதெல்லாம் நடக்காது, வால்யா. எனக்கு வீட்டுக்கு வர நேர மில்லை; உண்மையாகச் சொல்கிறேன், அவகாசமே கிடைக்க வில்லை. இன்று இரவும் நான் வரமாட்டேன். ஆனால் நீ வந்ததில் எனக்கு மகிழ்ச்சி; ஏனென்றால் உன்னோடு பேச வேண்டும். வா, உள்ளே போவோம்."

"அண்ணன்தான் பேசுகிறானா?" என்று அவள் அதிசயித்தாள். அவன் முற்றிலும் மாறிவிட்டான். அவனிடம் ஊக்கமும் உத்வேகமும் குமிழிவிட்டுக் கொண்டிருந்தன.

அவள் இருக்கையில் அமர்ந்தவுடனேயே, ஸெர்யோஷா விஷயத் துக்கு வந்துவிட்டான்.

"வால்யா, நிலைமை இதுதான். நீ கம்ஸமோலில் சேர வேண்டும். அது என்னவென்று உனக்குத் தெரியாதா? அதுதான் கம்யூனிஸ்ட் இளைஞர் சங்கம். நான்தான் இங்கு அந்தச் சங்கத்தை நடத்துகிறேன். நீ என்னை நம்பவில்லை? சரி! இதைப்பார்!"

வால்யா அந்தக் காகிதத்தைப் படித்துவிட்டு, குழப்பத்துடன் அண்ணனை நோக்கினாள்.

"கம்ஸமோலில் நான் என்ன செய்ய முடியும்?"

ஸெர்யோஷா தன் முன் கைகளை விரித்தான்.

"அன்புள்ள பெண்ணே! மலை மலையாய் வேலை இருக்கிறது! என்னைப் பார். வேலை மிகுதியாக இருப்பதால் இரவில் தூங்குவதே யில்லை. நாம் பிரச்சாரம் செய்ய வேண்டும். சீக்கிரத்தில் தியேட்டரில் கூட்டம் நடத்த வேண்டுமென்றும், அதில் சோவியத் ஆட்சியைப் பற்றிப் பேச வேண்டுமென்றும் இக்னாத்தியேவா சொல்கிறாள். நான் அந்தக் கூட்டத்தில் பேச வேண்டுமென்றும் அவள் கூறுகிறாள். ஆனால் நான் பேசக் கூடாதென்பது என் கருத்து. எனக்கு 'மேடைப் பேச்சு' வராது. நான் பேசினால், அது ஒரே அவியலாகத்தான் இருக்கும்; எந்தக் கருத்தும் எவருக்கும் விளங்காது. அது கிடக்கட்டும். நீ கம்ஸமோலில் சேர்வதைப் பற்றி என்ன சொல்கிறாய்?"

"என்ன சொல்வதென்றே எனக்குத் தெரியவில்லை. நான் சேர்ந்தால், அம்மா என்னுடன் சண்டைக்கு வருவாள்."

“இம்மாதிரிக் காரியங்களில் அம்மாவைப் போல நடந்து கொள்ளாதே, வால்யா!” என்று ஸெர்யோஷா அவளை வற்புறுத்தினான். “அம்மாவுக்கு விஷயம் புரியவில்லை. தன்னுடைய குழந்தைகள் தன் பக்கத்தில் இருக்க வேண்டுமென்பதில்தான் அவளுக்கு அக்கறை. ஆனால் அவள் சோவியத் ஆட்சியை எந்த வகையிலும் எதிர்க்க வில்லை. அதற்கு மாறாக, அவள் அதை முழுமனதுடன் ஆதரிக்கிறாள். ஆனால் ஏனையோர் வீட்டுப் பிள்ளைகள் சண்டையில் சேர்ந்தால் நல்லது என்று அவள் நினைக்கிறாள். இது நியாயமா? ஷுல்ஹ்ராய் நம்மிடம் என்ன சொன்னார் என்பதை மறந்துவிட்டாயா? பாவெலைப் பார். அவன் அம்மா என்ன சொல்வாள் என்று சிந்தித்துக் கொண்டிருந்தானா? நம் வாழ்வைச் செம்மையாக அமைத்துக் கொள்ளும் உரிமை இளைஞராகிய நமக்கு உண்டு. அந்த உரிமைக்காக நாம் போராட வேண்டிய நேரம் இது. வால்யா, என் கண்ணே! நீ மறுக்கக் கூடாது. நீ சேர்ந்தால் அது எவ்வளவு நேர்த்தியாயிருக்குமென்பதை எண்ணிப்பார். நீ பெண்கள் மத்தியில் வேலை செய்யலாம்; நான் ஆடவர் மத்தியில் வேலை செய்கிறேன். ஆமாம்! அந்தச் செந்தலைச் சாத்தானை, கிலீமை நான் இன்றே இதில் இழுத்துப் போட வேண்டும். சரி, வால்யா, நீ என்ன சொல்கிறாய்? நீ எங்களோடு சேர்வாயா, மாட்டாயா? என்னிடம் ஒரு சிறு பிரசுரம் இருக்கிறது. அதிலிருந்து கம்ஸமோல் பற்றிய சகல விஷயங்களையும் நீ விளக்கமாகப் புரிந்து கொள்ளலாம்.”

அவன் கம்ஸமோல் விதிகள் பற்றிய சிறு பிரசுரத்தைத் தன் சட்டைப் பையிலிருந்து எடுத்து அவளிடம் கொடுத்தான்.

ஆனால், “பெத்லியூரா திரும்பி வந்தால், என்ன ஆவது?” என்று தாழ்ந்த சுருதியில் வால்யா கேட்டாள். அப்பொழுது, அவள் கண்கள் அண்ணனின் முகத்தையே நோக்கிக் கொண்டிருந்தன.

ஸெர்யோஷாவுக்கு இந்த எண்ணம் இதுவரை தோன்றவில்லை. எனவே, அவன் ஒரு வினாடி யோசனை செய்தான்.

“பெத்லியூரா வந்தால், நான் பிறருடன் போய்விடுவேன். ஆனால் உன் கதி என்ன? ஆம். அம்மாவுக்கு மனக்கவலை ஏற்படும்” என்று கூறிவிட்டு, அவன் மௌனமாயிருந்தான்.

“ஸெர்யோஷா, அம்மாவுக்கோ பிறருக்கோ தெரியாமல் என்னைச் சேர்த்துக் கொள்வாயா? ஆம். உனக்கும் எனக்கும்தான் தெரிய வேண்டும். உனக்கு உதவிதானே தேவை. பிறருக்குத் தெரியாத வகையில் நான் செய்கிறேன். இதுதான் சிறந்த வழி.”

“உன் யோசனைதான் சிறந்ததென்று நானும் நினைக்கிறேன், வால்யா.”

அந்த நேரத்தில், இக்னாத்தியேவா அறைக்குள் பிரவேசித்தாள்.

“இது என் தங்கை வால்யா. தோழர் இக்னாத்தியேவா, கம்ஸமோலில் சேர்வதைப் பற்றி அவளுடன் பேசினேன். அவள் அங்கத்தினராவதற்குத் தகுதியானவள். ஆனால் எங்கள் தாயார், இடையூறு செய்வாள். நாம், ஒருவருக்கும் தெரியாமல், வால்யாவை அங்கத்தினராகச் சேர்த்துக் கொள்ளலாமா? நான் ஒருவேளை இந்த டவுனைக் கைவிட நேரிடலாம். நான் செஞ்சேனை வீரர்களுடன் போய் விடுவேன். ஆனால் அம்மாவுக்குக் கஷ்டமாயிருக்குமென்று வால்யா அஞ்சுகிறாள்.”

ஒரு நாற்காலியின் ஓரத்தில் உட்கார்ந்து கொண்டு, ஸெர்யோஷா கூறியதைக் கவனமாகக் கேட்டுக் கொண்டிருந்த இக்னாத்தியேவா, “ஆம்; உங்களுடைய யோசனையே சிறந்தது” என்று சொல்லித் தன் உடன்பாட்டைத் தெரிவித்தாள்.

தியேட்டர் நிறையக்கூட்டம்; எங்கும் இளைஞருக்கே உரிய ஆவேசப் பேச்சின் ஆரவாரம். நகரெங்கும் ஒட்டியிருந்த சுவரொட்டிகளின் வேண்டுகோளுக்கு இணங்க, இளம்பருவத்து ஆண்களும் பெண்களும் தியேட்டரில் குழுமியிருந்தனர். சீனி உற்பத்திச் சாலையின் துளைக் கருவி இசைக்குழு வாசித்துக் கொண்டிருந்தது. கூட்டத்தில், உள்ளூர் உயர்நிலைப் பள்ளி மாணவர்களும், மாணவிகளும், ஆரம்பப் பள்ளியில் கற்றுவரும் சிறுவர்களுமே அதிகமாயிருந்தனர். அந்த மாணவர்களுக்குக் கூட்டத்தில் நிகழவிருக்கும் பேச்சுக்களைவிட, அவற்றைத் தொடர்ந்து நடக்கவிருக்கும் நாடகத்தில்தான் அதிக சிரத்தை இருந்தது.

கடைசியில் திரை உயர்ந்தது. ஜில்லாக் கமிட்டியின் செயலாளனாகிய தோழர் ராஸின் மேடையில் தோன்றினான். அவன் அப்பொழுதுதான் அந்த ஊருக்கு வந்தவன்.

ஒல்லியாகவும் குள்ளமாகவும் கூரிய மூக்குடனும் இருந்த அந்த மனிதனை எல்லோரும் கவனமாக நோக்கினார்கள். அவனது பேச்சையும் கூட்டத்தினர் உன்னிப்பாகக் கேட்டார்கள். தேசம் முழுவதும் வியாபித்துள்ள போராட்டத்தைப் பற்றி அவன் எடுத்துரைத்தான். கம்யூனிஸ்ட் கட்சிக்கு ஆதரவாகத் திரண்டெழும்படி அவன் இளைஞர்களை அறைகூவி அழைத்தான். அனுபவம் வாய்ந்த பேச்சாளனைப் போல அவன் உரை நிகழத்தினான். ‘வைதீக மார்க்ஸியவாதிகள்,’ ‘சோஷல்-ஷோவினிஸ்டுகள்’ போன்ற சொற்றொடர்களை அவன் அளவுக்கு மீறி உபயோகித்தான். அந்த

வாசகங்களை கூட்டத்தினரால் புரிந்து கொள்ள முடியவில்லை. எனினும், அவன் பேச்சை முடித்தபொழுது, அவர்கள் ஆர்வத்துடன் ஆரவாரம் செய்தார்கள். முடிவில் ஸெர்யோஷாவுக்குத் தன்னை அடுத்துப் பேசும் உரிமையை அளித்துவிட்டு அவன் அவ்விடத்தி லிருந்து கிளம்பிப் போனான்.

ஸெர்யோஷா அஞ்சிய மாதிரியே நிகழ்ந்தது. கூட்டத்துக்கு முன்னால் மேடையில் நின்ற பொழுது, என்ன சொல்வதென்றே அவனுக்குத் தெரியவில்லை. அவன் கொஞ்ச நேரத்துக்கு மனவேதனை யுடன் தடுமாறிக் கொண்டிருந்தான். அப்பொழுது, கூட்டத்துக்குத் தலைமை தாங்கிய குழுவினரில் ஒருத்தியான இக்னாத்தியேவா, "கம்ஸமோல் ஸ்தாபனம் அமைப்பதைப் பற்றி விளக்கு" என்று மெல்லிய குரலில் கூறி உதவினாள்.

உடனே, ஸெர்யோஷா அந்த விஷயத்தைப் பற்றிப் பேசத் தொடங்கினான்.

"தோழர்களே! நீங்கள் எல்லாவற்றையும் கேட்டுவிட்டீர்கள். நாம் இப்பொழுது ஸ்தாபனம் ஒன்றை அமைக்க வேண்டும். இதை ஆதரிப்பவர் யார் யார்?"

கூட்டத்தில் அமைதி நிலவியது. இந்த இக்கட்டான நிலைமையை உணர்ந்த ரீத்தா உஸ்தினோவிச் உரை நிகழ்த்த முன்வந்தாள். மாஸ்கோவில் இளைஞர்கள் எப்படி ஸ்தாபன ரீதியாகத் திரட்டப் படுகிறார்களென்பதை அவள் விவரித்தாள். அந்தச் சமயத்தில், என்ன செய்வதென்று தெரியாமல், மனம் குழம்பிய ஸெர்யோஷா ஒரு பக்கமாக நின்றுகொண்டிருந்தான்.

ஸ்தாபன அமைப்புக் கூட்டம் ஆதரவு தரவில்லையே என்று அவன் ஆத்திரப்பட்டான், எரித்துவிடுவான் போலக் கூட்டத்தை நோக்கினான். இளைஞர்கள் ரீத்தாவின் பேச்சுக்குச் செவி கொடுக்க வில்லை. மேடைப் பேச்சாளரை இழிவாக நோக்கிக் கொண்டே, ஸலிவானவ் லீஸாவிடம் குசுகுசுவென்று பேசியதை ஸெர்யோஷா கண்டான். முன்வரிசையில, மேல்வகுப்பு மாணவிகள், பவுடர் அப்பிய முகங்களுடன், சுற்றுமுற்றும் பசப்பு நிறைந்த பார்வைகளை வீசிக் கொண்டே, ஒருவருக்கொருவர் மெல்லிய குரலில் உரையாடிக் கொண்டிருந்தனர். மூலையில், பின்மேடைக்குச் செல்லும் படிக் கட்டின் அருகில், செஞ்சேனை இளைஞர் சிலர் அமர்ந்திருந்தனர். அவர்களிடையே, தனக்கு அறிமுகமான இளம் யந்திரத் துப்பாக்கிக் காரனை ஸெர்யோஷா கண்டான். மேடையின் விளிம்பில் அமர்ந் திருந்த இளைஞனுக்கு இருப்புக் கொள்ளவில்லை; நிம்மதியில்லாத

வனாக அசைந்தாடிக் கொண்டிருந்தான்; பளபளவென்று மின்னும் உடையில் காட்சியளித்த லீஸாவையும் ஆன்யா ஆத்மோவ்ஸ்க் காயாவையும் வெளிப்படையான வெறுப்புடன் பார்த்துக் கொண்டி ருந்தான். லீஸாவும் ஆன்யாவும் கொஞ்சமும் கூச்சநாச்சமில்லாமல், தம்முடன் வந்தவர்களுடன் சுவையான சம்பாஷணை நடத்திக் கொண்டிருந்தனர்.

ரீத்தா, தன் பேச்சுக்கு எவரும் செவி கொடுக்கவில்லை என்பதை உணர்ந்து, அதை விரைவில் முடித்துக்கொண்டு அமர்ந்துவிட்டாள். அடுத்து இக்னாத்தியேவா பேசினாள். அவளது நிதானமான பேச்சு கூட்டத்தினர் இடையே அமைதியை ஏற்படுத்தியது.

“தோழர்களே! இங்கு இன்று இரவு நாங்கள் பேசுவதைப் பற்றி நீங்கள் ஒவ்வொருவரும் சிந்தித்துப் பார்க்க வேண்டுமென்று நான் யோசனை கூறுகிறேன். உங்களில் சிலர், புரட்சியின் பார்வை யாளராக மட்டும் இல்லாமல், அதன் தீவிரப் பங்காளராக மாறுவீர் களென்று நான் உறுதியாக நம்புகிறேன். உங்களை வரவேற்றுச் சேர்த்துக் கொள்வதற்கு, நாங்கள் தயார்; கதவுகளைத் திறந்தே வைத்திருக்கிறோம். மற்றபடி முடிவு செய்ய வேண்டியது நீங்கள் தான். நாங்கள் உங்களது கருத்தை அறிய ஆவலாயிருக்கிறோம். ஏதாவது கூற விரும்பும் எவரும் மேடைக்கு வரலாமென்பதை நாங்கள் தெரிவித்துக் கொள்கிறோம். மேடைக்கு வந்து, உங்கள் கருத்தை அறிவிக்கவும்.”

மீண்டும், ஹாலில் அமைதி நிலவியது. அதன்பிறகு பின்பக்கத்தி லிருந்து ஒரு குரல் வந்தது :

“நான் பேச விரும்புகிறேன்!”

கொஞ்சம் மாறுகண் பார்வை கொண்ட இளைஞன், இளங் கரடியின் பருத்த வடிவத்தைக் கொண்ட மீஷா லெவ்ச்சுக்கோவ் மேடைக்கு வந்தான்.

“இன்றுள்ள நிலைமையில், நாம் போல்ஷெவிக்குகளுக்கு உதவித் தானாக வேண்டும். நான் தயார். ஸெர்யோஷாவுக்கு என்னைத் தெரியும். நான் கம்ஸமோலில் சேர்கிறேன்.”

ஸெர்யோஷாவின் முகம் பிரகாசித்தது. அவன் மேடையின் மையத்துக்குப் பாய்ந்தான்.

“பாருங்கள், தோழர்களே! மீஷாவிடம் முழு நம்பிக்கை கொள்ள லாம் என்று நான் பலமுறை கூறிவந்திருக்கிறேன். அவனுடைய தந்தை, ரயில்வேயில் ஒரு சுவிச்சுக்காரர். அவரை ஒரு ரயில் பெட்டி அரைத்துக் கொன்றது. அதனால்தான், மீஷாவுக்குப் படிக்க முடியவில்லை.

அவன் உயர்நிலைப் பள்ளிப் படிப்பை முடிக்காவிட்டாலும், நமது காரியத்தைப் பொறுத்தமட்டில் என்ன செய்ய வேண்டுமென்பதை உடனே புரிந்து கொண்டுவிட்டான்."

ஹாலில் ஒரே அமளி. கவனமாக வாரிவிடப் பெற்ற கூந்தலை உடைய ஓர் இளைஞன் பேச விரும்பினான். அவன்தான் உள்ளூர் மருந்துக் கடைக்காரனின் மகன், உயர்நிலைப் பள்ளியில் படிக்கும் மாணவன், ஓக்குஷெவ். அவன் தன் சட்டையைப் பிடித்திழுத்துக் கொண்டே பேசினான் :

"தோழர்களே! நான் பேசத் துணிந்து இங்கு வந்ததற்கு மன்னிக்க வேண்டும். நாம் என்ன செய்ய வேண்டுமென்று எதிர்பார்க்கிறார்கள் என்பது எனக்குப் புரியவில்லை. நாம் அரசியலில் நுழைய வேண்டுமா? அப்படியானால், நாம் படிப்பது எப்பொழுது? நாம் பள்ளிப் படிப்பை முடிக்க வேண்டாமா? விளையாட்டுக் கழகமாயிருந்தால், நாம் கூடிப் படிப்பதற்கு ஏற்ற சங்கமாயிருந்தால், அது வேறு விஷயம். ஆனால் அரசியலில் நுழைவதென்றால், பிற்பாடு தூக்குமேடை ஏறவேண்டிய ஆபத்தை வருவித்துக் கொள்வதாகும். நம்மில் எவரும் இதற்கு ஒத்துக் கொள்ள மாட்டோமென்பதை வருத்தத்துடன் கூற விரும்புகிறேன்."

அவன் மேடையிலிருந்து இறங்கித் தன் இருக்கையில் அமர்ந்த பொழுது, ஹாலில் பலர் சிரித்தனர். இளம் யந்திரத் துப்பாக்கி வீரன் அடுத்தாற்போலப் பேசினான். ஆத்திரத்தின் குறிகளுடன், குல்லாயை நெற்றிமீது இழுத்துவிட்டுக் கொண்டு, கூட்டத்தின் மீது ஒரு பொல்லாத பார்வையை அந்த இளைஞன், "விஷப்பூச்சிகளே! எதைப் பார்த்துச் சிரிக்கிறீர்கள்?" என்று கத்தினான்.

அவனது இரு கண்களும் எரிதழல்களாகக் காட்சியளித்தன. கோபத்தால் அவனது மெய்யெல்லாம் பதறியது. ஓர் ஆழ்ந்த சுவாசத்தை உட்கொண்டு, அவன் தொடங்கினான் :

"என் பெயர் இவான் ஷார்க்கீய். நான் ஒரு அகதி. தாயையும் தந்தையையும் அறியாதவன். எனக்கு ஒருபொழுதும் சொந்த வீடு ஒன்று இருந்ததில்லை. வீதியில் வளர்ந்தவன் நான். பிச்சை எடுத்துப் பிழைத்தேன்; அடிக்கடி பட்டினி கிடந்தேன். நான் உங்களுக்குச் சொல்கிறேன், அது நாய் நடத்தும் வாழ்க்கை. அதைப் பற்றி செல்லப் பிள்ளைகளாகிய உங்களுக்கு ஒன்றும் தெரியாது. அதன்பின் சோவியத் ஆட்சி நிலவியது. செஞ்சேனை வீரர்கள் என்னைக் கண்டெடுத்துக் காப்பாற்றினார்கள். ஒரு படைப்பகுதி முழுமையும் என்னைச் சுவீகாரம் எடுத்துக்கொண்டது. அவர்கள் எனக்கு ஆடைகள் கொடுத்தனர்; எழுதப் படிக்கக் கற்றுக் கொடுத்தனர்.

அவை எல்லாவற்றையும்விட முக்கியமானது என்னவென்றால், ஒரு மனிதனாய் வாழ்வதென்றால் என்னவென்று அவர்கள் எனக்குப் போதித்தார்கள். அவர்களால், நான் ஒரு போல்ஷெவிக்கானேன்; சாகும்வரையில் நான் போல்ஷெவிக்காகவே இருப்பேன். நாங்கள் எதற்காகப் போராடுகிறோம் என்பதை நான் நன்கறிவேன். எங்களைப் போன்ற ஏழைகளுக்காக, தொழிலாளர் ஆட்சிக்காக நாங்கள் போராடுகிறோம். நீங்கள் இங்கு உட்கார்ந்து கிளுகிளுத்துக் கொண்டிருக்கிறீர்கள். ஆனால் இந்த டவுனுக்காக நடந்த போராட்டத்தில் இருநூறு தோழர்கள் கொல்லப்பட்டனர் என்பது உங்களுக்குத் தெரியாது. ஆம் அவர்கள் உயிரையே தியாகம் செய்தனர்..." ஷார்க்கீயின் குரல் ஒரு பிகுவான கம்பியைப் போல அதிர்ந்தது. "அவர்கள் நமது ஆனந்தத்துக்காக, நமது லட்சியத்துக்காகத் தமது உயிர்களைச் சிறிதும் தயங்காமல் தத்தம் செய்தார்கள்... தேசம் முழுவதிலும் பல போர் முனைகளிலும் ஜனங்கள் இறந்துகொண்டிருக்கிறார்கள். நீங்கள் இங்கு ரங்க ராட்டினம் சுற்றுகிறீர்கள்." தலைமைக்குழு அமர்ந்திருந்த பக்கம் திரும்பி, அவன் தொடர்ந்து பேசினான் : "தோழர்களே! அங்கு உட்கார்ந்திருப்பவரிடம் பேசி உங்கள் நேரத்தை விரயம் செய்கிறீர்கள்." அவனது விரல் கூட்டத்தைச் சுட்டிக்காட்டியது; முகம் தலைமைக் குழுவை நோக்கியது. "அவர்கள் உங்களைப் புரிந்துகொள்வார்களென்று எண்ணுகிறீர்களா? வீண்கனவு. வாடிய வயிற்றுக்குத் தோழனாகப் புடைத்த வயிறு இருக்க முடியாது. இந்தக் கூட்டத்திலிருந்து ஒருவன்தான் நமக்கு உதவ முன்வந்தான். அவன் ஏழை, பெற்றோரை இழந்து நிற்கும் அனாதை. எனவே அவன் முன்வந்தான்." மீண்டும் கூட்டத்தை நோக்கி, அவன் கோபத்துடன் கர்ஜித்தான் : "கவலையில்லை; நீங்கள் இல்லாமல் நாங்கள் முன்னேற முடியும். எங்களுடன் சேரும்படி உங்களைக் கெஞ்சப் போவதில்லை. எங்களுக்கென்று வந்து வாய்த்தீர்களே! உங்களைப் போன்றவர்களுக்குப் புரியக்கூடிய பாஷை ஒன்று தான் உள்ளது. அதுவே யந்திரத் துப்பாக்கி." இந்த முத்தாய்ப்புக் குத்துடன் அவன் மேடையை விட்டு இறங்கினான். வலதுபுறமோ இடதுபுறமோ நோக்காமல் அவன் தியேட்டரிலிருந்து வெளியேறினான்.

கூட்டத்துக்குத் தலைமை வகித்த குழுவினரில் எவரும் நாடகத்துக்குத் தங்கவில்லை.

"ஒரே குழப்பம்! ஷார்க்கீய் கூறியது முற்றிலும் உண்மை. இந்த மாணவர்களிடம் நம்மால் ஒன்றும் செய்ய முடியாது. அவர்களைக் கண்டாலே ஆத்திரம் வருகிறது" என்று புரட்சிக் கமிட்டி அலுவலகத்திற்குச் சென்றபொழுது, ஸெர்யோஷா மனம் நொந்து கூறினான்.

இக்னாத்தியேவா அவனை இடைமறித்துப் பேசினாள் :

"இன்றைய நிகழ்ச்சியில் வியப்புக்கு எதுவுமில்லை. அங்குத் தொழிலாளி வர்க்க இளைஞர்கள் எவரும் இல்லையென்று சொல்லலாம். வந்திருந்தவர்களில் அநேகர் சிறு முதலாளிகள் அல்லது அறிவு ஜீவிகளின் குடும்பங்களைச் சேர்ந்தவர்கள்; அரசியலில் பற்று அற்றவர்கள். பலகை அறுக்கும் மில்லிலும் சீனி உற்பத்திச் சாலையிலும் உள்ள தொழிலாளர் மத்தியில் நீ பாடுபட வேண்டும். ஆனால் என்ன இருந்தாலும் இந்தக் கூட்டத்தால் பயன் ஏற்படும். மாணவர்கள் மத்தியிலும் சில சிறந்த தோழர்கள் உருப்பெறுவதை நீயே காண்பாய்."

இக்னாத்தியேவாவை ஆமோதித்து, ரீத்தா குறிப்பிட்டாள் :

"நமது கருத்துக்களையும் நமது கோஷங்களையும் ஒவ்வொரு வருக்கும் எடுத்துரைப்பது நமது கடமை. ஒவ்வொரு புதிய சம்பவத்திலும் சகல உழைப்பாளி மக்களின் கவனத்தையும் ஒரு சேரக் குவிப்பதற்குக் கட்சி பாடுபடும். நாம் பல கூட்டங்களையும் மாநாடுகளையும் காங்கிரஸ்களையும் நடத்துவோம். அரசியல் இலாகா, ஸ்டேஷனில் ஒரு கோடைக்கால நாடக அரங்கை ஆரம்பிக்கப் போகிறது. சில நாட்களில் ஒரு பிரசார ரயில் வரவிருக்கிறது. அதன்பின் நாம் முழுமூச்சுடன் வேலை செய்வோம். லெனின் சொன்னதை ஒருபொழுதும் மறவாதே : சாதாரண ஜனங்களை, லட்சோப லட்சம் உழைப்பாளி மக்களைப் போராட்டத்தில் ஆகர்ஷிக்காமல் நாம் வெற்றி அடைய முடியாது."

அன்று மாலை, ஸெர்யோஷா ரீத்தாவுக்குத் துணையாக ஸ்டேஷனுக்குச் சென்றான். அவர்கள் பிரிந்தபொழுது, அவன் அவளது கரத்தை உறுதியாகப் பிடித்துக் கொண்டான். சில வினாடிகள் கூடுதலாகவே, அவளது கரத்தைத் தன் கரத்தில் வைத்திருந்தான். ஓர் இலேசான இளநகை அவளது முகத்தில் சிறகடித்துப் பறந்து மறைந்தது.

திரும்பும் வழியில் ஸெர்யோஷா தன் வீட்டுக்குச் சென்றான். தாயார் ஏசியதையெல்லாம் அவன் மௌனமாகக் கேட்டுக் கொண்டிருந்தான். ஆனால் தகப்பனரும் சதிசுதியொத்து இசைத்த பொழுது, அவன் தாக்குதலைத் தொடுத்துத் தகப்பனாருக்குப் பிரதிகூலமாக நிலைமையை உண்டாக்கிவிட்டான். ஸெர்யோஷா கூறினான்:

"அப்பா, இதைக் கேள். ஜெர்மானியர் ஆண்ட பொழுது, நீ வேலை நிறுத்தம் செய்தாய். எஞ்சினில் இருந்த காவற்காரனைக் கொன்றாய். அப்பொழுது, நீ உன் குடும்பத்தைப் பற்றிச் சிந்திக்க வில்லையா? சிந்தித்தாய். எனினும் நீ அந்தச் சோதனைக்கு ஈடு

கொடுத்தாய் ஏன்? உனது தொழிலாளி வர்க்க மனசாட்சி அம்மாதிரி செய்யும்படி ஆணையிட்டது. நானும் குடும்பத்தைப் பற்றிச் சிந்தித்தேன். நாங்கள் இந்த டவுனிலிருந்து வெளியேறினால், நீங்களெல்லாம் என் பொருட்டு இம்சிக்கப்படுவீர்கள் என்பதை நான் அறிவேன். எப்படியானாலும், என்னால் வீட்டில் உட்கார்ந்திருக்க முடியவில்லை. அப்பா, உனக்கே அது நன்றாகத் தெரியும். பிறகு ஏன் இந்த அமளி? நான் நல்லதொரு லட்சியத்துக்காக உழைக்கிறேன். இதற்காக என்னுடன் சண்டை போட வேண்டாம். எனக்கு ஆதரவு அளிப்பது உன் கடமை, அப்பா! நமக்குள் தகராறு இல்லையென்றால், அம்மாவும் என்னைக் கடிந்து கொள்வதை நிறுத்திக் கொள்வாள்." அவன் தன் ஸ்படிகம் போல் தெளிவான நீலநிறக் கண்களால் தகப்பனை நோக்கினான்; அவனைப் பார்த்து அன்பாகப் புன்னகை புரிந்தான்; தனது செயலில் பிழையில்லை என்பதில் அவனுக்கு அவ்வளவு நம்பிக்கை.

அடர்ந்து நிமிர்ந்த மீசையையும் விகாரமான சிறு தாடியையும் உடைய தந்தை நிம்மதியில்லாதவனாய் இருக்கையில் மாறி மாறி உட்கார்ந்தான். இறுதியில் தன் மஞ்சள் படர்ந்த பற்களைக் காட்டிக் கொண்டு புன்னகை செய்தான்.

"போக்கிரிப் பையா! வர்க்க உணர்வைத் தூண்டவா செய்கிறாய்? ஆடிக்கொண்டிருக்கும், உன் கைத்துப்பாக்கியைக் கண்டு, நான் உன்னை அடிக்க மாட்டேன் என்று எண்ணுகிறாயா?"

அவனது குரலில் ஆத்திரத்தின் சாயல்கூட இல்லை. மனக் குழப்பத்தால் சிறிது தடுமாற்றத்துடன் அவன் காய்ப்பேறிய உறுதியான தன் கரத்தை ஸெர்யோஷாவிடம் நீட்டினான் :

"ஸெர்யோஷா! முன்னேறு. ஏறத் தொடங்கியபிறகு, நடுவழியில் நான் 'பிரேக்' போடமாட்டேன். ஆனால் எங்களை ஒரே அடியாக மறந்துவிடாதே. அடிக்கடி வந்து கொண்டிரு."

இரவு நேரம். சிறிது திறந்திருந்த கதவு வழியாக அம்பு போன்ற ஓர் ஒளிக்கற்றை படிக்கட்டுகளில் விழுந்தது. 'பிளஷ்' துணியால் சிங்காரமாக அலங்கரிக்கப்பட்டிருந்த சோபாக்களைக் கொண்ட ஒரு பெரிய அறையில், வக்கீலின் பெரிய மேஜைக்கு முன்னால், ஐவர் அமர்ந்திருந்தனர். தாலீன்னிக், இக்னாத்தியேவா, கஸாக்கியவன் குல்லாய் அணிந்து, கிர்கீஷியன் மாதிரி தோற்றம் அளித்த செக்கா* தலைவன் திமாஷேன்கோ, ஷூதிக் என்ற வாட்டசாட்டமான ரயில்வே

** செக்கா - புரட்சி எதிர்ப்பு, மறைமுக நாச வேலை, கள்ள வியாபாரம் ஆகியவற்றை ஒடுக்குவதற்காக அமைக்கப்பட்ட விசேஷக் கமிஷன்.*

தொழிலாளி, ரயில்வே டெப்போவில் வேலை செய்த லேசாக நிமிர்ந்த மூக்குடைய தோழனான ஒஸ்தப்ச்சூக். புரட்சிக் கமிட்டியின் கூட்டம் நடைபெற்றுக் கொண்டிருந்தது.

தாலீன்னிக் மேஜையின் மீது சாய்ந்துகொண்டு, இக்னாத்தியேவாவைக் கடுமையாக நோக்கினான்; தனது கரகரத்த குரலில், தன் ஊகத்தை வெளியிட்டான் :

"போர்முனைக்குப் பொருட்கள் தேவை. தொழிலாளர்கள் சாப்பிட வேண்டும். நாம் இங்கு வந்தவுடன், கடைக்காரர்களும், கள்ள வியாபாரிகளும் விலைவாசிகளை உயர்த்தினார்கள். அவர்கள் சோவியத் பணத்தை ஏற்க மறுக்கிறார்கள். பழைய ஜாராட்சிக் காலத்துப் பணமும், கேரென்ஸ்கிய் காலத்து நோட்டுகளும்தான் இங்குப் புழக்கத்தில் உள்ளன. இன்று நாம் கூடிப் பேசி, நிலையான விலைகளைத் தீர்மானிக்க வேண்டும். கள்ள வியாபாரிகளில் எவனும், நிர்ணய விலைக்குத் தன் பொருட்களை விற்க மாட்டான் என்பதை நாம் நன்கறிவோம். அவர்கள், உள்ள சாமான்களை ஒளித்துவிடுவார்கள். அப்பொழுது, நாம் சோதனைகள் நடத்தி, தன் நலத்தையே போற்றுபவர்களின் சரக்குகளைப் பறிமுதல் செய்வோம். இது நயத்தால் பெறக்கூடிய காலம் அல்ல, தொழிலாளர் பட்டினி கிடப்பதை நாம் இனியும் பார்த்துக் கொண்டிருக்க முடியாது. மிதமிஞ்சிப் போய்விடக் கூடாதென்று தோழர் இக்னாத்தியேவா எச்சரிக்கிறார். என்னைக் கேட்டால், இது முதுகெலும்பில்லாத அறிவு ஜீவிகளின் கருத்து என்பேன். ஸோயா! கோபித்துக் கொள்ளாதே. உள்ளத்தை உள்ளபடி கூறுகிறேன். எப்படியிருந்தாலும், சில்லரை வியாபாரிகளின் விஷயம் அவ்வளவு பெரிதல்ல. போதைக் கடை வைத்திருக்கும் பொரீஸ் ஸோன் வீட்டில் ஓர் இரகசியமான நிலவறை இருப்பதாக எனக்கு இன்று தகவல் கிடைத்தது. அங்கே பெத்லியூரா கூட்டத்தினர் வருவதற்கும் முன்னால் பெரிய கடைக்காரர்கள் ஏராளமான சரக்குகளை ஒளித்துவிட்டனர்." திமாஷேன்கோவைக் கபடமாகவும் கேலியாகவும் பார்ப்பதற்கு, தாலீன்னிக் தன் பேச்சைச் சற்று நிறுத்தினான்.

"நீ அதை எப்படிக் கண்டுபிடித்தாய்?" என்று அதிர்ச்சியடைந்த செக்காத் தலைவன் கேட்டான். பலவிதமான தகவல்களைச் சேகரிப்பது அவனுடைய வேலை. ஆனால் அவனுக்கும் முன்பாக தாலீன்னிக் தகவல் சேர்த்திருப்பதைக் கண்டு, திமாஷேன்கோவுக்குக் கொஞ்சம் வருத்தமும் ஆத்திரமும் ஏற்பட்டன.

தாலீன்னிக் கிளுகிளுத்தான் :

"தோழா! நான் அனைத்தையும் அறிவேன். நிலவறையைப் பற்றித்

தெரிந்து கொண்டதுடன், நீயும் டிவிஷன் தளபதியின் கார் டிரைவரும் நேற்று அரைபாட்டில் சாராயத்தைக் காலி செய்தீர்களென்பதையும் அறிவேன்."

திமாஷேன்கோ தன் நாற்காலியில் இருப்புக் கொள்ளாமல் தவித்தான்; அவனது சோகை முகம் சிவந்தது.

"நல்ல காரியம் செய்தாய்!" என்று அவன் வியப்புடன் பேசத் தொடங்கினான். ஆனால் இக்னாத்தியேவாவுக்கு அவனது பேச்சு பிடிக்கவில்லை என்பதை அவளது முகச் சுருக்கத்திலிருந்து அறிந்து கொண்டு, உடனே அதை நிறுத்திக் கொண்டான். "இந்தப் பாழாய்ப் போன தச்சன் தனக்கென்று ஒரு செக்கா வைத்திருக்கிறான்!" என்று சிந்தித்தவனாக, அவன் புரட்சிக் கமிட்டித் தலைவனை நோக்கினான்.

தாலீன்னிக் தன் பேச்சைத் தொடர்ந்தான் :

"அந்தப் போதைக் கடையில் வேலை செய்யும் ஒருவனைத் தனக்குத் தெரியும் என்று ஸெர்யோஷா புருஸ்ஷாக் சொன்னான். தங்களுக்குத் தேவையான சாமான்கள் எவ்வளவு வேண்டுமானாலும், ஸோன் கொடுப்பதாகச் சமையல்காரர்கள் அந்தப் பையனிடம் கூறியிருக்கிறார்கள். நேற்றைய தினம், ஸெர்யோஷா அந்த நிலவறையைப் பற்றி உறுதியாக விவரங்களை அறிந்துவிட்டான். இனி அதன் இருப்பிடத்தைக் கண்டுபிடிப்பதுதான் பாக்கியுள்ள வேலை. திமாஷேன்கோ, உடனடியாகப் பையன்களை இந்த வேலையில் ஈடுபடுத்து, ஸெர்யோஷாவையும்கூட இட்டுச்செல். அதிர்ஷ்டவசமாக, நாம் அந்த இடத்தைக் கண்டுபிடித்துவிட்டால், டிவிஷனுக்கும் தொழிலாளர்களுக்கும் உணவுப் பொருட்களைக் கொடுக்கலாம்."

அரைமணிநேரம் சென்றபின், எட்டு ஆயுதபாணிகள் போதைக் கடைக்காரனின் வீட்டில் பிரவேசித்தனர். வீட்டு வாசலைக் காப்பதற்காக, இருவர் வெளியில் நின்றனர்.

அந்தக் கடைக்காரன் கட்டை குட்டையானவன்; மரத்தால் செய்த காலை உடையவன்; பீப்பாய் மாதிரி வட்ட வடிவமாகத் தோற்றமளித்தான்; அவனது முகமெல்லாம் செம்மயிர், கட்டை கட்டையாக வளர்ந்திருந்தது. அவன் முடிதாழ அடிபணியும் கண்ணியத்துடன் ஆயுதபாணிகளை வரவேற்றான். "என்ன விஷயம், தோழர்களே? ஏன் இந்த அகால வேளையில் வந்திருக்கிறீர்கள்?" என்று அவன் வறட்சியான கனத்த குரலில் விசாரித்தான்.

ஸோனுக்குப் பின்னால், அவசரமாக அணியப் பெற்ற கவுன்களுடன், அவனுடைய பெண்கள் நின்றனர். விளக்கு ஒளியைத் தாங்க முடியாமல், அவர்களுடைய கண்கள் கூசின. அடுத்த அறையில்

ஸோனின் கொழுத்த மனைவி, பெருமூச்சுவிட்டுப் புலம்பிக்கொண்டே ஆடை உடுத்திக் கொண்டிருந்தாள்.

"வீட்டைச் சோதனை செய்யவேண்டும்" என்று திமாஷேன்கோ ரத்தினச் சுருக்கமாக விளக்கினான்.

அவர்கள் தளத்தின் ஒவ்வோர் அங்குலத்தையும் துருவித்துருவி ஆராய்ந்தார்கள். வெட்டப்பட்ட விறகுகள் உயரமாக அடுக்கி வைக்கப்பட்டிருந்த விசாலமான கொட்டகை, பல உக்கிராண அறைகள், சமையலறை, ஒரு விசாலமான கீழறை ஆகியவை மிகுந்த கவனத்துடன் பரிசோதிக்கப்பட்டன. ஆனால் இரகசிய நிலவறையின் சாயல்கூட புலப்படவில்லை.

சமையலறைக்கு அருகே உள்ள ஒரு சிறு அறையில் பணிப்பெண் படுத்துத் தூங்கிக் கொண்டிருந்தாள். அவள் அயர்ந்து தூங்கியதால், அவர்கள் உள்ளே வந்ததைக் கவனிக்கவில்லை. ஸெர்யோஷா அவளை ஜாக்கிரதையாக எழுப்பினான்.

"நீ இங்கு வேலை செய்கிறாயா?" என்று அவன் வினவினான்.

அவள் போர்வையைத் தோள்களுக்குமேல் இழுத்துக் கொண்டாள். ஒளியில் கூசிய கண்களை மூடிக்கொண்டு எதுவும் புரியாதவளாகக் கூறினாள் :

"ஆம். நான் இங்கு வேலை செய்கிறேன். நீங்கள் யார்?"

ஸெர்யோஷா தங்களைப் பற்றி அவளிடம் கூறினான். ஆடை உடுத்திக் கொள்ளும்படி சொல்லிவிட்டு, அறையிலிருந்து வெளியேறினான்.

விசாலமான சாப்பாட்டறையில் திமாஷேன்கோ போதைக் கடைக்காரனைக் கேள்வி கேட்டுக் கொண்டு இருந்தான். போதைக் கடைக்காரன் ஆத்திரப்பட்டுப் பொங்கினான். ஆவேச மிகுதியில் தெத்தித் தெத்திப் பேசினான் :

"என்னிடம் உங்களுக்கு என்ன வேண்டும்? என் வீட்டில் வேறு நிலவறை எதுவும் இல்லை. உறுதியாகச் சொல்கிறேன்: நீங்கள் உங்களுடைய நேரத்தை விரயம் செய்கிறீர்கள். ஆம். ஒரு காலத்தில் நான் போதைக் கடையின் சொந்தக்காரனாக இருந்தேன். இப்பொழுது நான் ஓர் ஏழை. பெத்லியூராவின் ஆட்கள் என்னை நன்றாகச் சூறையாடிவிட்டார்கள். என்னைக் கொல்வதற்கும் இருந்தார்கள். சோவியத் ஆட்சி அமைந்துவிட்டது கண்டு, நான் அகமகிழ்கிறேன். ஆனால் என் உடமையெல்லாம் இவைதான்" என்று சொல்லி அவன் தன்னுடைய கட்டைக் குட்டையான கரங்களை விரித்தான். அதே

சமயம், அவனது சிவந்த கண்கள் செக்காத் தலைவன் முகத்திலிருந்து ஸெர்யோஷாவின் முகத்துக்கும் ஸெர்யோஷாவிடமிருந்து மூலைக்கும், மூலையிலிருந்து கூரைக்கும் தம் பார்வையை ஏவிக்கொண்டிருந்தன.

திமாஷேன்கோ தனது உதடுகளைக் கடித்தான்.

"நீங்கள் உண்மையைச் சொல்லப் போவதில்லையா? கடைசித் தடவையாக அந்த நிலவறை இருக்குமிடத்தைக் காட்டும்படி கேட்டுக் கொள்கிறேன்."

"தோழர் அதிகாரி அவர்களே! நாங்கள் சாப்பிடுவதற்கே பொருள் இல்லை. எங்களிடம் இருந்ததையெல்லாம் அவர்கள் அரித்துக் கொண்டு போய்விட்டார்கள்" என்று ஸோனின் மனைவி புலம்பினாள். அவள் கண்ணீரை வரவழைப்பதற்கு முயற்சித்தாள். ஆனால் முடியவில்லை.

"பட்டினி கிடப்பதாகச் சொல்கிறீர்கள். ஆனால் வேலைக்கு ஆள் வைத்திருக்கிறீர்களே!" என்றான் ஸெர்யோஷா.

"அவள் வேலைக்காரியல்ல, அவள் ஓர் ஏழைப்பெண். அவளுக்குப் போக்கிடம் இல்லாததால், எங்களுடன் வசிக்கிறாள். கிரிஸ்தீனாவையே கேட்டுத் தெரிந்து கொள்ளுங்கள்."

திமாஷேன்கோ பொறுமையை இழந்தான். "சரி சரி! நாம் கவனமாகச் சோதனை போடுவோம்" என்று அவன் இரைந்தான்.

பொழுது புலர்ந்தது. ஆனால் சோதனை இன்னும் நடந்து கொண்டிருந்தது. பதின்மூன்று மணிநேரம் நடத்திய சோதனை பயனில்லாமல் போனதால் எரிச்சல்கொண்ட திமாஷேன்கோ தன் சோதனையைக் கைவிட முடிவு செய்துவிட்டான். அந்தச் சமயத்தில், ஸெர்யோஷா வேலைக்காரியின் அறையைச் சோதித்துவிட்டுத் திரும்பிய தருவாயில், "சமையலறையின் அடுப்புக்குள்ளே பார்" என்று கிரிஸ்தீனா அவனிடம் மெல்லிய குரலில் கூறினாள்.

பத்து நிமிஷங்களில், அந்த ருஷ்ய அடுப்பு உடைத்து எரியப் பட்டது. அந்த இடத்தில் இரும்பால் செய்த கள்ளக்கதவு ஒன்று கண்டுபிடிக்கப்பட்டது. ஒரு மணிநேரத்துக்குள், பீப்பாய்களும் மூட்டைகளும் நிறைந்த இரண்டு டன் வண்டி ஒன்று, வாயைப் பிளந்து கொண்டு பார்த்துக் கொண்டிருந்த கூட்டத்தாரால் சூழப்பட்ட வீட்டிலிருந்து புறப்பட்டுச் சென்றது.

ஒரு வெப்பமான நாளில், பாவெலின் தாயார் சிறிய மூட்டையுடன் தன் வீட்டுக்கு வந்து சேர்ந்தாள். பாவெலுக்கு நேரிட்டதைப்

பற்றி ஆர்த்தியோம் விவரித்துக் கூறக் கேட்டு, அவள் மனம் வெந்து கண்ணீர் விட்டுக் கதறினாள். தனது வாழ்க்கையே வறண்டு விட்ட தாகவும் இருண்டு விட்டதாகவும் அவளுக்குத் தோன்றியது. அவள் வேலை தேட வேண்டியதாயிற்று. சில நாட்களுக்குப்பின், அவள் செஞ்சேனை வீரர்களின் ஆடைகளைச் சலவை செய்யத் தொடங்கி னாள். அதற்குக் கூலியாக, அவளுக்கு ராணுவத்தினரின் ரேஷன் கூப்பன்கள் கொடுக்கப்பட்டன.

ஒருநாள், ஜன்னலுக்கு வெளியே, என்றுமில்லாத வேகத்தில் ஆர்த்தியோம் நடந்துவந்த ஒலி அவள் காதில் விழுந்தது. கதவு நிலை யிலேயே நின்றுகொண்டு, "பாவெலிடமிருந்து கடிதம் வந்திருக்கிறது" என்று அவன் அறிவித்தான்.

பாவெல் எழுதியது :

"அன்புள்ள அண்ணன் ஆர்த்தியோமுக்கு, உடல்நலம் குன்றி யுள்ள போதிலும் நான் உயிரோடு இருக்கிறேன் என்பதைத் தெரி விக்கவே இந்தக் கடிதம் எழுதுகிறேன். என் தொடையில் ஒரு குண்டு பாய்ந்தது. ஆனால் இப்பொழுது, சுகமடைந்து வருகிறேன். எலும்பு சேதமடையவில்லை என்று டாக்டர் கூறுகிறார். என்னைப் பற்றிக் கவலைப்பட வேண்டாம். நான் நலம் பெற்றுவிடுவேன். ஆஸ்பத்திரி யிலிருந்து வெளிவந்த பின், எனக்கு விடுமுறை கிடைக்கலாம். அப்பொழுது நான் வீட்டுக்கு வருவேன். நான் அம்மாவிடம் போக வில்லை. என்ன நடந்தது என்றால், நான் செஞ்சேனை வீரர் குதிரைப் பிரிகேடு ஒன்றில் சேர்ந்துவிட்டேன். என் பிரிகேடுத் தலைவர், தோழர் காத்தோவ்ஸ்க்கிய் ஆவார். அவரது வீரம் பற்றி புகழ் எங்கும் பரவி யிருப்பதால், நீ அவரைப் பற்றிக் கேள்விப்பட்டிருப்பாய். அவரைப் போல ஒரு நபரை நான் இதற்குமுன் கண்டதில்லை. எங்கள் தலைவரிடம் நான் மிகுந்த நன்மதிப்பு உடையவனாய் இருக்கிறேன். அம்மா வீட்டுக்குத் திரும்பி வந்துவிட்டாளா? வந்துவிட்டால், என் நிறை அன்பை அவளுக்குத் தெரிவிக்க வேண்டுகிறேன். நான் உனக்கு உண்டாக்கிய தொல்லைக்கெல்லாம், என்னை மன்னித்துவிடு.

உன் சகோதரன்
பாவெல்."

"ஆர்த்தியோம், காட்டு இலாகா அதிகாரி வீட்டுக்குப் போய், இந்தக் கடிதத்தைப் பற்றி அவர்களிடம் சொல்லு."

பாவெல் கடிதத்தின் மீது அவனது தாயார் கண்ணீர்த் துளி

களை உகுத்தாள். விளையாட்டுப் பையன், தன் ஆஸ்பத்திரியின் முகவரியைக் கூடக் கொடுக்கவில்லை.

ஸெர்யோஷா ஸ்டேஷனுக்கு அடிக்கடி சென்றான். அங்கே 'டிவிஷன் அரசியல் இலாகாவின் கிளர்ச்சி-பிரசாரப் பிரிவு' என்ற குறிப்பலகை கொண்ட பச்சை ரயில் பெட்டியின் உட்பிரிவு ஒன்றில், ரீத்தாவும் இக்னாத்தியேவாவும் தமது அலுவலகத்தை அமைத்துக் கொண்டிருந்தனர். எப்பொழுதும் சிகரெட் குடித்துக் கொண்டிருந்த இக்னாத்தியேவா, ஸெர்யோஷா அடிக்கடி அங்கு வருவதின் காரணத்தை நன்கு அறிந்து கொண்டு, அவனைக் காணும் பொழு தெல்லாம் அர்த்த புஷ்டியுடன் கூடிய ஒரு புன்னகை புரிவாள்.

வட்டாரக் கம்ஸமோல் கமிட்டியின் காரியதரிசியான அவன் தன்னையுமறியாமல் ரீத்தாவுக்கு நெருங்கிய நண்பனாகிவிட்டான். அவளிடமிருந்து புத்தகங்களையும் செய்திப் பத்திரிகைக் கட்டு களையும் பெற்றுக்கொண்ட ஒவ்வொரு முறையும் அந்தச் சிறுநேர சந்திப்பினால் ஓர் இனம் தெரியாத மகிழ்ச்சியைப் பெற்றான்.

ஒவ்வொரு நாளும், டிவிஷன் அரசியல் இலாகாவின் திறந்தவெளி அரங்குக்கு ஏராளமான தொழிலாளரும் செஞ்சேனை வீரரும் திரண்டனர். இருப்புப் பாதையில், பன்னிரண்டாவது இராணு வத்தின் பிரசார ரயில் நின்றது; பிரகாசமான பல வண்ண போஸ்டர் கள் அதைச் சுற்றித் தொங்கிக் கொண்டிருந்தன. தினம் இருபத்து நான்கு மணிநேரமும் அது தேன் அடை மாதிரி சுறுசுறுப்பாயிருந்தது. அந்த ரயிலில் ஓர் அச்சகம் அமைக்கப்பட்டிருந்தது. அது செய்திப் பத்திரிகைகளையும் அறிக்கைகளையும் பிரகடனங்களையும் தொடர்ந் தாற்போல் அச்சிட்டு வெளியிட்டுக் கொண்டிருந்தது. போர்முனை அருகில் இருந்தது.

ஒருநாள் மாலை, ஸெர்யோஷா தற்செயலாகத் தியேட்டருக்கு வந்தான். அங்கு செஞ்சேனை வீரர்களுக்கிடையே ரீத்தா இருப்பதைக் கண்டான்.

அந்த இரவு, வெகு நேரத்திற்குப் பின் ரீத்தாவை ரயில் நிலையம் வரை (அங்குதான் டிவிஷன் அரசியல் இலாகாவின் ஊழியர்கள் வசித்து வந்தார்கள்) வழி அனுப்புவதற்காக அவளுடன் சென்று கொண்டிருந்த ஸெர்யோஷா தானும் அறியா வண்ணம் அவளைக் கேட்டான் :

"நான் எப்பொழுதும் உன்னைப் பார்த்துக் கொண்டேயிருக்க வேண்டுமென்று விரும்புகிறேன். தோழர் ரீத்தா, இதற்குக் காரணம்

என்ன? உன்னுடன் இருந்தால் எவ்வளவு நேர்த்தியாக இருக்கிறது! உன்னைப் பார்த்தபிறகு, இடைவிடாமல் வேலை செய்யலாமென்ற உணர்ச்சி எனக்கு ஒவ்வொரு தடவையும் ஏற்படுகிறது."

ரீத்தா அவனை இடைமறித்தாள்.

"தோழர் புருஸ்ஷாக்! இதைக் கேள். இனிமேல், நீ ஒரு பொழுதும் இம்மாதிரி இன்னிசைக் கவிதை பாடமாட்டாய் என்று நாம் இப்பொழுதே முடிவு செய்து விடுவோம். எனக்கு அது பிடிக்காது" என்றாள் ரீத்தா.

ஸெர்யோஷா, கண்டிக்கப்பட்ட பள்ளிப் பையனைப் போல நாணமடைந்தான். அவனது முகம் சிவந்தது.

"நான் பேசியதில் உள்ளர்த்தம் ஒன்றும் இல்லை. நாம் நண்பர்கள் என்றுதான் நான் எண்ணினேன்..... நான் ஒன்றும் புரட்சிக்கு விரோத மாகப் பேசவில்லை. ஏதாவது எதிர்ப்புரட்சிப் பேச்சுப் பேசினேனா? சரி. இனி இதுமாதிரி ஒருபொழுதும் பேசப் போவதில்லை."

அவளுடன் அவசரமாகக் கைகுலுக்கிவிட்டு அவன் டவுனுக்கு ஓடினான்.

பல நாட்களுக்கு ஸெர்யோஷா ஸ்டேஷன் பக்கம் தலைகாட்ட வில்லை. இக்னாத்தியேவா அவனைக் கூப்பிட்ட பொழுது, தனக்கு வேலையிருப்பதாகக் கூறிக்கொண்டு, அவன் செல்லாது இருந்தான். உண்மையாகவே, அவனுக்கு வேலை அதிகம்தான்.

ஓர் இரவு, சீனித் தொழிற்சாலையின் போலிஷ் நிர்வாகிகள் பெரும் பான்மையாக வசித்து வந்த தெரு வழியே, ஷூதிக் தன் வீட்டுக்குச் சென்று கொண்டிருந்தபொழுது. அவனை யாரோ ஒருவன் துப்பாக்கி யால் சுட்டான். இதைத் தொடர்ந்து சோதனைகள் நடந்தபொழுது, 'ஸ்த்ரெலேத்ஸ்' என்ற பில்ஸூத்ஸ்கியை* பின்பற்றியவர்களின் சங்கத்தின் தஸ்தாவேஜுகளும் ஆயுதங்களும் பிடிபட்டன.

புரட்சிக் கமிட்டியின் அலுவலகத்தில் ஒரு கூட்டம் கூடியது. ரீத்தாவும் வந்திருந்தாள். அவள் ஸெர்யோஷாவைத் தனியாகக் கூப்பிட்டு, அமைதியான குரலில் பேசினாள் :

** **பில்ஸூத்ஸ்கி, ஜூஸப்** (1867-1935) - 1918ம் ஆண்டில், போலந்து பூர்ஷ்வா - நிலப்பிரபு அரசின் 'தலைவராகப்' பிரகடனம் செய்யப் பட்டவன். புரட்சி இயக்கத்தை இரக்கமின்றி அடக்குதல் செய்தவன். 1920ல் சோவியத் ருஷ்யாவிற்கு எதிராக நடத்தப்பட்ட போரில் தலைமை தாங்கினான். 1926ல் நாட்டில் சர்க்கார் மாற்றத்தை நடத்திக் கொண்டு பாசிஸ சர்வாதிகாரத்தை நிறுவினான்.*

"நீ என்ன குறுகிய மனப்பான்மையுடன் கூடிய சுயநலக்காரனாகி விட்டாயா? சொந்த விவகாரங்கள், பொது வேலைக்கூலி ஊறு விளைவிக்கும்படி நீ செய்கிறாய். இது தவறு. தோழா."

அதன்பின் ஸெர்யோஷா பச்சை ரயில் பெட்டிக்கு மீண்டும் செல்லத் தொடங்கினான்.

அவன் ஒரு ஜில்லாப் புரட்சிக் கமிட்டியின் மகாநாட்டில் பங்கெடுத்தான். அங்கு இரண்டு நாட்களுக்கு நடைபெற்ற காரசாரமான விவாதங்களில் கலந்துகொண்டான். மூன்றாவது நாள், அவன் மகா நாட்டுக்கு வந்திருந்த ஏனையப் பிரதிநிதிகளுடன், பெத்லியூராவின் அதிகாரிகளில் பிடிபடாமலிருந்தவர்களில் ஒருவனான ஸரூத்னிய் என்பவன் தலைமையில் செயல்பட்ட கொள்ளைக் கூட்டத்தைப் பிடிப்பதற்காக, ஆற்றுக்கு அப்பாலுள்ள காட்டுப் பிரதேசத்துக்குச் சென்றான். அவர்கள் நாள் முழுவதும் ஈடுபட்டனர்.

அங்கிருந்து திரும்பியபின், ஸெர்யோஷா இக்னாத்தியேவாவைப் பார்க்கச் சென்றான். அங்கு ரீத்தாவைச் சந்தித்தான். அதன்பின் அவளை ஸ்டேஷனுக்கு வழியனுப்பச் சென்றான். அவளுக்கு விடை கொடுத்த சமயத்தில் அவளது கரத்தை இறுகப் பிடித்துக்கொண்டான். அவளோ ஆத்திரத்துடன் திமிறிக் கரத்தை இழுத்துக் கொண்டாள். மீண்டும் பல தினங்களுக்கு ஸெர்யோஷா பச்சை ரயில் பெட்டிக்குச் செல்லாமல் இருந்தான். வேலை விஷயமாகக் கூட, ரீத்தாவைச் சந்திக்காமல் தட்டிக் கழித்தான். அவனுடைய நடத்தைக்கு அவள் விளக்கம் கேட்டபொழுதெல்லாம் அவன் வெடுக்கென்று விடை தந்தான் :

"உன்னுடன் பேசிப் பயன் என்ன? நான் குறுகிய மனப்பான்மை உடையவன் என்றோ, தொழிலாளர் வர்க்கத்துக்குத் துரோகம் செய்கிறேன் என்றோ குற்றம்சாட்டுவதை தவிர, நீ வேறு என்ன பேசுவாய்?"

காக்கேஷியன் செம்பதாகை டிவிஷன் துருப்புகளை ஏற்றி வந்த வண்டிகள் ஸ்டேஷனை அடைந்தன. பழுப்பு நிறம் கொண்ட மூன்று படைத் தலைவர்கள் புரட்சிக் கமிட்டியின் அலுவலகத்துக்கு வந்தனர். அவர்களில் ஒருவன், நெட்டையாகவும் ஒல்லியாகவும் இருந்தவன், சித்திரம் செதுக்கிய வெள்ளி பெல்ட் அணிந்தவன்; நேரே தாலீன்னிக்கிடம் சென்று, மறுப்புக்கு இடம் தராத குரலில், "இப்பொழுது வாதம் வேண்டாம். நூறு வண்டி உலர்ந்த புல் கொடு. என் குதிரைகள் பட்டினியால் இறக்கும் தருவாயில் இருக்கின்றன" என்று கோரினான்.

எனவே, குதிரைக்குத் தீனி தேடிக்கொண்டு வருவதற்காக ஸெர்யோஷா இரண்டு செஞ்சேனை வீரர்களுடன் கிளம்பினான். ஒரு கிராமத்தில் குலாக்குக் கும்பல் ஒன்று அவர்களைத் தாக்கியது. செஞ்சேனை வீரர்களை நிராயுதபாணியாக்கியதுடன் நில்லாமல் அவர்களைக் குற்றுயிராகவும் ஆக்கியது. ஸெர்யோஷா இளைஞனா யிருந்ததால், அவனுக்கு ஏனையோரைவிட குறைவாகக் கொடுக்கப் பட்டது. ஏழை விவசாயிகள் கமிட்டியைச் சேர்ந்த ஜனங்கள் மூவரையும் வண்டியில் ஏற்றி டவுனுக்கு அனுப்பினர்.

ஆயுதமேந்திய படைக்குழு ஒன்று அந்தக் கிராமத்துக்கு அனுப்பப் பட்டது. அடுத்த தினத்திலேயே குதிரைகளுக்குத் தீனி கிடைத்தது.

ஸெர்யோஷா, தன் குடும்பத்தினரை அச்சுறுத்தக்கூடாதென்று எண்ணியவனாய், தனது விபத்துக் காயங்கள் ஆறும்வரை இக்னாத்தி யேவாவின் ஜாகையில் தங்கினான். அங்கு அவனைப் பார்ப்பதற்கு ரீத்தா வந்தாள். முதன்முதலாக அவள் ஸெர்யோஷாவின் கரத்தை அன்பாகவும் கதகதப்புடனும் அமுத்தினாள்; ஸெர்யோஷாவோ, அவளது கரத்தை அம்மாதிரி அமுத்துவதற்கு ஒருபொழுதும் துணிந்திருக்க மாட்டான்.

ஒருநாள் பிற்பகல்; வெப்பம் அதிகம். அந்தச் சமயத்தில் ஸெர் யோஷா பிரசார ரயில் பெட்டிக்குச் சென்று ரீத்தாவைச் சந்தித்தான். அவளுக்குப் பாவெலின் கடிதத்தைப் படித்துக் காட்டிவிட்டு, அந்த நண்பனைப் பற்றிக் கூறினான். அவளது அலுவலகத்தை விட்டுக் கிளம்பும் பொழுது, “நான் காட்டுக்குச் சென்று ஏரியில் குளிக்க எண்ணுகிறேன்” என்றான்.

வேலை செய்துகொண்டிருந்த ரீத்தா, நிமிர்ந்து பார்த்தாள்.

“கொஞ்சம் காத்திரு. நானும் வருகிறேன்” என்று அவள் சொன்னாள்.

அமைதியான, கண்ணாடியைப் போன்றிருந்த ஏரியை அவர்கள் அடைந்தனர். கதகதப்பான, தெளிவான நீர் வருவோர் போவோரைக் கவர்ச்சித்தது.

“எனக்காகச் சாலை அருகில் காத்திரு. நான் ஏரிக்குச் செல்கிறேன்” என்று ரீத்தா, உத்திரவிடும் தோரணையில் கூறினாள்.

ஸெர்யோஷா பாலத்துக்கு அருகில் இருந்த பெரிய கல்மீது உட்கார்ந்து கொண்டு, கதிரவனுக்கு முகத்தைக் காட்டிக் கொண்டி ருந்தான். பின்புறத்தில், நீர் சலசலத்துக் கொண்டிருந்தது.

சிறிது நேரத்தில், பிரசார ரயில் ராணுவ கமிஸாரான சுஷானின்

தோன்யாவுடன் கைகோர்த்து நடந்து வருவதை, மரங்களினூடே தன் கண்களைச் செலுத்திய ஸெர்யோஷா பார்த்தான். சுஷானின் திருத்தமாகத் தயாரிக்கப்பட்ட ஆபீசர் கோட் அணிந்திருந்தான். நாகரிகப் பாங்கான தோல் பெல்ட்டையும் ஏராளமான தோல்பட்டை களையும் தரித்திருந்தான். அவனது பாதங்களில் அணியப் பெற்றிருந்த க்ரோம் தோல் நெடுஞ் ஜோடு நடக்கும் பொழுது கிரீச்சென்று ஒலித்தது. ஆகக் கூடி, அவன் பகட்டாகவும், படாடோபமாகவும் காட்சியளித்தான். அவன் தோன்யாவுடன் ஆவலாக உரையாடிக் கொண்டே வந்தான்.

பாவெலிடமிருந்து கடிதம் கொண்டு வந்த பெண் என்ற முறையில், ஸெர்யோஷா தோன்யாவை அடையாளம் கண்டு கொண்டான். அவர்கள் ஸெர்யோஷாவை நெருங்கியவுடன். அவளும் அவனை உற்றுப் பார்த்தாள். அவன் யாரென்று தீர்மானிப்பதற்காக அவள் முயன்றதாகத் தோன்றியது. அவர்கள் அவனுக்குப் பக்கத்தில் வந்தவுடன், ஸெர்யோஷா தன் சட்டைப் பையில் இருந்த பாவெலின் கடிதத்தைக் கையில் எடுத்துக்கொண்டு, அவளிடம் சென்றான்.

"தோழரே, ஒரு நிமிஷம். என்னிடம் ஒரு கடிதம் இருக்கின்றது. அதில் ஒரு பகுதி உங்களுக்கு எழுதப்பட்டுள்ளது."

தோன்யா தன் கையை சுஷானின் கையிலிருந்து விடுவித்துக் கொண்டு, கடிதத்தைப் பெற்றுக் கொண்டாள். அவள் அந்தத் தாளைப் படித்த பொழுது, அது அவள் கையில் சற்று நடுங்கியது.

கடிதத்தை ஸெர்யோஷாவிடம் திருப்பிக் கொடுத்துக் கொண்டே, "பாவெலிடமிருந்து வேறு தகவல் உண்டா?" என்று அவள் கேட்டாள்.

"இல்லை" என்று அவன் விடை தந்தான்.

அந்தச் சமயத்தில், ரீத்தாவின் பாதங்களால் மிதிபட்ட கற்கள் பொடியாகும் ஒலி அவர்கள் செவியில் விழுந்தது. அதுவரை ரீத்தா அங்கு இருந்ததை அறியாத சுஷானின், தோன்யாவின் பக்கம் சாய்ந்து, "நாம் போகலாம்" என்று மெல்லிய குரலில் கூறினான்.

ஆனால் கேலியும் நிந்தையும் தொனித்த ரீத்தாவின் குரல் அவனை நிறுத்தியது.

"தோழர் சுஷானின்! ரயிலில், நாள்முழுவதும் உங்களைத் தேடிக் கொண்டிருந்தார்கள்."

சுஷானின் அவளை வெறுப்போடு பார்த்தான்.

"பரவாயில்லை. நான் இல்லாமலேயே, அவர்களால் வேலை செய்ய முடியும்" என்று அவன் துடுக்காகப் பதில் அளித்தான்.

தோன்யாவும் ராணுவ கமிஸாரும் தம் வழியே சென்றனர். அதைப் பார்த்துக் கொண்டிருந்த ரீத்தா, "இந்த உதவாக்கரை நபரை உடனடியாகத் தொலைத்து முழுக வேண்டும்" என்று வெறுப்புடன் கூறினாள்.

ஓக் மரங்களின் வலுப்பெற்ற முடிகளை அசைத்துக் கொண்டு, காடு சலசலத்தது. ஏரி தனது குளிர்ச்சியால் வழிப்போக்கர்களைக் கவர்ந்தது. ஏரியில் குளிக்கச்செல்வதென்று, ஸெர்யோஷா முடிவு செய்தான்.

ஸெர்யோஷா நீச்சலடித்துவிட்டுத் திரும்பியபொழுது, சாலைக்கு அருகில் ஓர் அடிமரத்தின் மீது ரீத்தா உட்கார்ந்திருந்ததை அவன் கண்டான். இருவரும் உரையாடிக் கொண்டே காட்டுக்குள் அலைந்து திரிந்தனர். அடர்த்தியாகவும் உயரமாகவும் புல் வளர்ந்திருந்த ஒரு சிறிய திறந்த வெளியில் அவர்கள் ஓய்வு எடுப்பதற்காக நின்றனர். காட்டில் அமைதி நிலவியது. ஓக் மரங்கள் ஒன்றோடொன்று இரகசியம் பேசிக்கொண்டிருந்தன. ரீத்தா மென்மையான புல் படுக்கையின் மீது படுத்தாள். அவள் தன் இரு கரங்களையும் கோர்த்துக் கொண்டு, தலைக்குக் கீழ் வைத்துக் கொண்டாள். ஒட்டுப்போட்டுத் தைத்துப் பழசான பூட்ஸை அணிந்திருந்த ரீத்தா கடைந்தெடுத்த கால்கள், வளர்த்தியான புல்லுக்கிடையே மறைந்திருந்தன.

அகஸ்மாத்தாக, ஸெர்யோஷாவின் பார்வை ரீத்தாவின் பாதங்கள் மீது பதிந்தது. அவளது பூட்ஸ் நேர்த்தியாகப் பழுது பார்க்கப் பட்டிருப்பதைக் கவனித்தான். அதன்பின், ஓட்டை வழியே விரல் வெளியே நீட்டிக் கொண்டிருக்கும் நிலையில் இருந்த தன் பூட்ஸையும் பார்த்தான்; பார்த்துவிட்டுச் சிரித்தான்.

"எதனைப் பார்த்து நகைக்கிறாய்?" என்று அவள் கேட்டாள்.

ஸெர்யோஷா தன் பூட்ஸைக் காட்டினான்.

"இத்தகைய பூட்ஸுடன் நாம் எப்படிச் சண்டை போடப் போகிறோம்?" என்று அவன் கேட்டான்.

ரீத்தா பதில் சொல்லவில்லை. அவள் ஒரு புல்லை மென்று கொண்டிருந்தாள். அவளுடைய சிந்தனைகள் வேறு எங்கோ ஓடிக் கொண்டிருந்தன என்பது வெளிப்படையாகப் புலப்பட்டது.

கடைசியில் அவள் பேசினாள் :

"சுஷானின், ஒரு கம்யூனிஸ்ட் கட்சி அங்கத்தினன். ஆனால் கெட்டுப் போய்விட்டான். நமது அரசியல் இலாகா ஊழியர்களெல்லாம் கந்தல்களை அணிந்து கஷ்டப்படுகிறார்கள். ஆனால் அவன் தன்னைத் தவிர எவரையும் பற்றி எண்ணுவதில்லை. அவனுக்குக் கட்சியின் இயல்பே

கிடையாது... போர்முனையிலோ நிலைமை கவலைக்கு இடம் தருவதாக உள்ளது. நீண்டகாலத்துக்குக் கடுமையான போராட்டம் நடத்த வேண்டிய கடமை நம் தேசத்துக்கு முன்னால் உள்ளது." அவள் சற்று நிறுத்திவிட்டு மீண்டும் பேசினாள். "ஸெர்யோஷா, நாம் வார்த்தைகளாலும் துப்பாக்கிகளாலும் சண்டை போட்டுத் தீரவேண்டும். கம்ஸமோல் உறுப்பினரில் நான்கில் ஒரு பகுதியினரைப் படைக்காகத் திரட்டுவதென்று மத்தியக் கமிட்டி முடிவு செய்து விட்டது. உனக்குத் தெரியுமா? என்னைக் கேட்டால், நாம் நீண்ட நாட்கள் இங்கு இருக்க மாட்டோம்."

அவளது பேச்சின் புதிய தொனியை உணர்ந்து, ஸெர்யோஷா வியந்தான். அவளது நிர்மலமான கரிய விழிகள் அவனையே நோக்கிக் கொண்டிருந்த அந்தச் சமயத்தில், விவேகத்தைத் துறந்துவிட்டு, அவளது கண்கள் முகக் கண்ணாடிகளைப் போலிருப்பதாகக் கூறு வதற்கு அவன் சித்தமானான். ஆனால் உடனேயே அவன் தன்னைக் கட்டுப்படுத்திக் கொண்டான்.

ரீத்தா தன் முழங்கையை ஊன்றிக் கொண்டு, தன் தலையை உயர்த்திக் கொண்டாள்.

"உனது ரிவால்வர் எங்கே?" என்று வினவினாள்.

ஸெர்யோஷா மன வருத்தத்துடன் தன் பெல்ட்டைத் தடவிக் கொண்டான்.

"அந்தக் குலாக்குகளின் கோஷ்டி என்னிடமிருந்து அதைப் பிடுங்கிக் கொண்டுவிட்டது" என்றான்.

ரீத்தா தன் சட்டைப் பையில் கையைவிட்டுப் பளபளவென்று மின்னும் ஒரு தற்சலன பிஸ்டலை எடுத்தாள்.

அவர்கள் இருந்த இடத்திலிருந்து சுமார் இருபத்தைந்து மீட்டர் தூரத்தில், சுருக்கம் விழுந்த அடிமரத்தை உடைய ஓர் ஓக் மரம் இருந்தது. கைத்துப்பாக்கியின் முனையால் அதைச் சுட்டிக் காட்டிக் கொண்டே, "ஸெர்யோஷா, அந்த மரத்தைப் பார்த்தாயா?" என்று ரீத்தா கேட்டாள். அவன் அதைப் பார்த்தான். ரீத்தா தன் கண்களின் மட்டத்துக்குக் கைத்துப்பாக்கியை உயர்த்திக் கொண்டு சுட்டாள். அவள் குறிபார்த்துச் சுட்டதாகத் தோன்றவில்லை. ஆனால் மரப் பட்டை பெயர்ந்து துண்டு துண்டாகச் சிதறி விழுந்தது.

"பார்த்தாயா?" என்று தன் திறமையில் திருப்தி அடைந்தவளாகக் கேட்டுக்கொண்டே, ரீத்தா மீண்டும் சுட்டாள். மீண்டும் மரப்பட்டை பெயர்ந்து சிதறிப் புல்லின் மீது விழுந்தது.

"இந்தா! சுடு. பார்க்கலாம்" என்று கேலிச் சிரிப்புடன் சொல்லிக் கொண்டே, கைத்துப்பாக்கியை ஸெர்யோஷாவிடம் கொடுத்தாள்.

அவன் மூன்று தடவை சுட்டான். ஒரு தடவை குறி தவறியது. ரீத்தா, புன்னகை ஒன்றுடன், "இன்னும் மோசமாகச் சுடுவாய் என்று எண்ணினேன்" என்றாள்.

அவள் பிஸ்டலைக் கீழே வைத்துவிட்டு, புல் மீது உடலை நீட்டிப் படுத்தாள். அவளது சட்டை அவளுடைய உறுதியான மார்பின் மீது இறுக்கிக் கொண்டிருந்தது.

"ஸெர்யோஷா, இங்கே வா" என்று அவள் கனிவான குரலில் கூப்பிட்டாள்.

அவன் அவள் அருகில் சென்றான். "வானத்தைப் பார். அது எவ்வளவு நீலமாயிருக்கிறது, உன் கண்களும் அதே நிறம்தான். ஆனால் அது நல்லதல்ல. உன் கண்கள் சாம்பல் நிறமாயிருக்க வேண்டும், உருக்கு மாதிரி. நீலம் என்பது மிகவும் மிருதுவான நிறம்!"

திடீரென்று, அவள் அவனது பொன்னிறத் தலையைப் பற்றிக் கொண்டு, உதடுகளில் முத்தமிட்டாள்.

இரண்டு மாதங்கள் கழிந்தன. இலையுதிர் காலம் வந்தது.

இரவு கள்ளத்தனமாகத் தவழ்ந்து முன்னேறி, எங்கும் பரவிப் படர்ந்தது. அதன் கரிய முக்காடு மரங்களை மூடி மறைத்தது. டிவிஷன் காரியாலயத் தந்தி ஊழியன் மார்ஸ் குறிகளைப் பதிவு செய்து கொண்டிருந்த தன் கருவியின் மீது சாய்ந்தபடியே, தன் விரல்களுக்கு அடியில் பாம்பு சுருள்வதுபோலச் சுருண்டு கிடந்த நீண்ட குறுகிய நாடாவைக் கையில் எடுத்து, புள்ளிகளையும் கோடுகளையும் வார்த்தைகளாகவும் வாசகங்களாகவும் வேகமாகச் செய்துகொண்டிருந்தான். அவ்வாறு செய்த அவனுக்குக் கிடைத்த செய்தி :

"முதல் டிவிஷன் படைக்காரியாலயத் தலைவனுக்கு,

பிரதி : ஷெப்பெத்தோவ்க்கா நகரப் புரட்சிக் கமிட்டித் தலைவனுக்கு,

"நகரத்தின் சகல அதிகார ஸ்தாபனங்களையும், இந்தத் தந்தி கிடைத்த பத்து மணி நேரத்துக்குள் காலி செய்துவிடுக. ஒரே ஒரு பட்டாலியனை, போர்முனைப் பகுதி ஒன்றின் தளபதியான 'N' ரெஜிமென்டின் தலைவனின் கீழ் செயல்படும் வண்ணம் நகரத்தில் விட்டுச் செல்லவும். டிவிஷனின் தலைமை அலுவலகமும், அரசியல் இலாகாவும், சகல ராணுவ ஸ்தாபனங்களும் பரன்ச்செவ்

ஸ்டேஷனுக்குப் போய்விட வேண்டும். உத்திரவு நிறைவேறிய தகவலை டிவிஷன் தலைவனுக்குத் தெரிவிக்கவும்.

(கையொப்பம்)"

பத்து நிமிஷங்கள் சென்றபின், உறக்கத்தில் ஆழ்ந்திருந்த நகர வீதிகள் வழியே, முகப்பு விளக்கின் பேரொளியால் இருளைக் கிழித்துக்கொண்டு, ஒரு மோட்டார் சைக்கிள் விரைந்து சென்றது. அது புரட்சிக் கமிட்டியின் வாசலுக்கு வெளியே, இரைச்சலிட்டுக் கொண்டு நின்றது. அதில் வந்தவன் அவசரமாக உள்ளே சென்று, தலைவர் தாலீன்னிக்கிடம் தந்தியைக் கொடுத்தான். உடனடியாக அங்கு முழுவேகத்துடன் செயல்கள் நடைபெறத் தொடங்கின. விசேஷக் கம்பெனி அணிவகுத்தது. ஒரு மணிநேரம் சென்றபின், புரட்சிக் கமிட்டியின் உடைமைகள் ஏற்றப்பட்ட வண்டிகள் நகரத்தில் வழியே பாதோல்ஸ்க் ஸ்டேஷனை நோக்கி 'கடகட'வென்ற ஒலியுடன் சென்று கொண்டிருந்தன. அங்கு அந்த வண்டிகளிலிருந்த சாமான்கள் ரயில் பெட்டிகளில் ஏற்றப்பட்டன.

தந்தியின் உட்பொருளை அறிந்துகொண்ட ஸெர்யோஷா மோட்டார் சைக்கிள் தூதனைப் பின்தொடர்ந்து ஓடினான்.

"தோழரே, மோட்டார் சைக்கிளில் என்னை ஸ்டேஷனுக்கு அழைத்துச் செல்வீர்களா?" என்று அவன் அத்தூதனைக் கேட்டான்.

"பின்னால் ஏறிக்கொள். கெட்டியாகப் பிடித்துக்கொள். உஷார்" என்று தூதன் கூறினான்.

ரயிலுடன் சேர்க்கப்பட்டிருந்த பிரசாரப் பெட்டிக்குப் பத்து மீட்டர் தூரத்தில், ஸெர்யோஷா ரீத்தாவைக் கண்டான். அவனது அன்புக்கு உரியவள் ரீத்தா. அவள் அவனுக்கு மதிப்பிடற்கரிய பொக்கிஷம். அத்தகைய ரீத்தாவை இழக்கப் போகிறேனே என்ற திகிலுடன் ஸெர்யோஷா அவளை அணுகினான்; அவளது தோள் களைப் பற்றிக் கொண்டான்; "ரீத்தா, அன்புள்ள தோழி, போய்வா. நாம் மீண்டும் எப்பொழுதாவது சந்திப்போம். என்னை மறந்து விடாதே" என்று அவள் காதில் இரகசியமாகக் கூறினான்.

துக்கத்தால் கண்களில் நீர் மல்குவதையும் குரல் விக்குவதையும் கண்டு ஸெர்யோஷா அஞ்சினான். அவன் உடனே போக வேண்டும். பேசுவதற்குத் தேவையான தன்னம்பிக்கை அவனிடம் இல்லை; எனவே, அவளது கரம் நோகும் வகையில், அதைப்பற்றி முறுக்கினான்.

பொழுது விடிந்தது. டவுனும் ஸ்டேஷனும் வெறிச்சென்று

கிடந்தது. கடைசி ரயிலும், பிரியா விடை பெறுவதைப் போல, 'விசில்' ஊதிச்சென்று விட்டது. நகரத்தில் விட்டுச் செல்லப்பட்டிருந்த பட்டாளத்தினர் ரயில் நிலையத்திற்குப் பின்புறத்தில் இருப்புப் பாதையின் இருபுறங்களில் மறைந்து கொண்டனர்.

மரங்களிலிருந்து பழுத்துக் காய்ந்த இலைகள் உதிர்ந்தன; கிளைகள் வெறுமையாகக் காட்சி அளித்தன. காற்று விழுந்த இலைகளைப் பற்றிக்கொண்டு, பாதையில் மெதுவாக அவற்றைச் சுழற்றிக் கொண்டிருந்தது.

செஞ்சேனை வீரர்களுக்கான மேல்கோட்டை அணிந்துகொண்டு, தோள்களிலிருந்து கித்தான் தோட்டாப் பைகளைத் தொங்கவிட்டுக் கொண்டு, ஸெர்யோஷா ஒரு டஜன் செஞ்சேனை வீரர்களுடன், சீன உற்பத்திச் சாலைக்கு எதிரில் இருந்த சாலைச் சந்திப்பில் நின்று கொண்டிருந்தான். போலிஷ் படைக்காக அவர்கள் காத்திருந்தனர்.

அவ்தொனோம் பெத்ரோவிச், அண்டைவீட்டுக் கதவைத் தட்டினான். அந்த வீட்டில் வசித்த கெராஸிம் லெயோன்தியெவிச், அப்பொழுதுதான் படுக்கையிலிருந்து எழுந்திருந்ததால், தகுந்த வண்ணம் உடை அணிந்திருக்கவில்லை. எனவே கதவுக்கு வெளியே தன் தலையை மட்டும் நீட்டிக் கொண்டு வினவினான் :

"என்ன நடக்கிறது?"

தெருவில் சென்றுகொண்டிருந்த செம்படை வீரர்களைச் சுட்டிக் காட்டிவிட்டு, அவ்தொனோம் பெத்ரோவிச் கண்களைச் சிமிட்டிக் கொண்டே கூறினான் :

"அவர்கள் வெளியேறுகிறார்கள்."

கெராஸிம் லெயோன்தியெவிச், மற்றவனைக் கவலையுடன் பார்த்துவிட்டுக் கேட்டான் :

"போலிஷ் சின்னம் என்னவென்று உங்களுக்குத் தெரியுமா?"

"ஒற்றைத் தலைக் கழுகு என்று நினைக்கிறேன்."

"அந்தச் சின்னம் எங்கே கிடைக்கும்?" என்று கேட்டுக்கொண்டே, அவ்தொனோம் பெத்ரோவிச் ஆத்திரத்துடன் தன் தலையைச் சொறிந்து கொண்டான். ஓரிரண்டு வினாடி யோசனை செய்தான்.

"அவர்களுக்கு ஒரு தகராறும் இல்லை. நகரத்தைப் பிடிக்கிறார்கள். பிறகு விட்டுப் போய்விடுகிறார்கள். ஆனால் புதிய அதிகாரிகளிடம் நல்ல பெயர் வாங்கவேண்டுமென்று நாம் கவலைப்பட்டாக வேண்டியிருக்கிறது" என்று கூறினான்.

ஒரு யந்திரத் துப்பாக்கியின் கடகடச் சத்தம் அமைதியைக் குலைத்தது. எதிர்பாராத வகையில் ஸ்டேஷனிலிருந்து ஒரு எஞ்சின் விசில் ஊதிய சத்தம் கேட்டது. அதைத் தொடர்ந்து ஸ்டேஷனி லிருந்தே ஒரு பீரங்கி வெடிக்கும் சத்தம் காதில் விழுந்தது. ஒரு கனமாக வெடிகுண்டு காற்றைத் துளைத்துக்கொண்டு, சிணுங்கிய படியே உயரச் சென்றது. அது சீனி உற்பத்திச் சாலைக்கு; அப்பால் இருந்த சாலை மீது விழுந்தது; சாலையோரத்துப் புல்பூண்டுகளை நீலப்புகையின் மேகம் மூடியது. பின்வாங்கிய செஞ்சேனை வீரர்கள் அமைதியாக, வரிசை வரிசையாக, அடிக்கடி திரும்பிப் பார்த்துக் கொண்டே வீதிகளின் வழியே சென்றனர்.

ஸெர்யோஷாவின் கன்னத்தின் ஒரு கண்ணீர்த்துளிச் சொட்டு குளிர்ச்சியான வழியை வகுத்துக் கொண்டது. தன் தோழர்கள் தன்னைக் கவனிக்கிறார்களா என்று கள்ளத்தனமாக நோக்கிவிட்டு, ஸெர்யோஷா கன்னத்தைத் துடைத்துக் கொண்டான்.

ஸெர்யோஷாவுக்குப் பக்கத்தில் ஆன்தெக்கிலொப் பொதோவ்ஸ்கிய் நடந்தான். மெலிந்து போன உடலமைப்பை உடைய அவன், மரப் பலகை அறுக்கும் மில்லில் வேலை செய்தான். அவனது விரல் துப்பாக்கிக் குதிரைமீது அமர்ந்திருந்தது. ஆன்தெக் கவலையும் வருத்தமும் நிறைந்தவனாய் இருந்தான். அவனது கண்கள் ஸெர்யோ ஷாவின் கண்களைச் சந்தித்தபொழுது தன்னை வதைத்துக் கொண்டிருந்த விஷயங்களை ஸெர்யோஷாவிடம் கூறினான்.

"நமது உற்றார் உறவினர்களை அவர்கள் இம்சித்து வதைப்பார் கள். குறிப்பாக என் குடும்பத்தினரைப் படாதபாடுபடுத்துவார்கள். ஏனென்றால் நாங்கள் போலிஷ்காரர்கள். 'போலிஷ்காரனாயிருந்தும் போலிஷ் படையை எதிர்த்தாயா?" என்று அவர்கள் கேட்பார்கள். மரப்பலகை அறுக்கும் மில்லிலிருந்து அவர்கள் என் தகப்பனை உறுதியாக வெளியேற்றுவார்கள். சவுக்கால் அடிப்பார்கள். நம்முடன் வரும்படி அவரைக் கேட்டுக்கொண்டேன். ஆனால் அவருக்குக் குடும் பத்தைவிட்டுப் பிரிய மனமில்லை. அந்தப் பாபிகளை இப்பொழுதே ஒழிக்க முடிந்தால் எவ்வளவு நன்றாக இருக்கும்!" முன்னுக்கு வந்து கண்களை மறைத்த தொப்பியை ஆன்தெக் ஆத்திரத்துடன் பின்னுக்குத் தள்ளினான்.

...அன்புக்குரிய பழைய டவுனே! விகாரமாகவும் அழுக்கு அடைந்த தாயும் இருந்த போதிலும், அவலட்சணமான குடிசைகளையும் கோணல் மாணலான சாலைகளையும் உடையதாக இருந்தபோதிலும், அன்புக்குப் பாத்திரமாகியுள்ள உனக்கு, வணக்கம்! விடை கொடு அன்புக்குரியவர்களே, போய் வருகிறேன். வால்யா! தலைமறைவா

யிருந்து பணியாற்ற இருக்கும் பிற தோழர்களே! பிரியா விடை கொடுங்கள். போலிஷ் வெள்ளைப் படைகள், ஈவிரக்கமில்லாதவர் கள், கொடுமையை அறமாகக் கொண்டவர்கள், அந்நியர்கள், வந்து கொண்டிருக்கிறார்கள்!

செஞ்சேனை வீரர்கள் நடைபோட்டுச் செல்வதை, எண்ணெய்க் கறைச் சட்டைகளை அணிந்த ரயிலவே தொழிலாளர்கள் துக்கத்துடன் நோக்கினார்கள்.

"தோழர்களே! நாங்கள் திரும்பி வருவோம்!" என்று வேதனை வருத்தும் இதயத்துடன் ஸெர்யோஷா கூவினான்.

அத்தியாயம் எட்டு

காலை நேர மூடுபனியில் ஆற்று நீர் மங்கலாப் பிரகாசித்தது. கரைகளின் மிருதுவான கூழாங்கற்கள்மீது உராய்ந்து செல்லும் நீரோட்டம் சலசலவென்று சப்திக்கிறது. கரையிலிருந்து நடு ஆறு வரை நீர் அமைதியாக இருக்கிறது; அதன் பரப்பு தெளிவாகவும் வெண்மையாகவும் காட்சியளிக்கிறது. ஆனால் நட்டாற்றில், நீர் கறுத்து, ஓய்வை வெறுத்து, துரிதமாக ஓடிக்கொண்டிருக்கிறது. கோகலின்* எழுத்தால், இலக்கியத்தில் அமர வாழ்வைப் பெற்றுள்ள இந்த நதி, மாட்சிமை மிகுந்த வனப்புடன் மாந்தர் உள்ளத்தைக் கவர் கிறது. அதன் வலது கரை ஓங்கி வளர்ந்திருக்கிறது. அது செங்குத்தாக இறங்கி, நீர் விளிம்புடன் சேர்கிறது. அகன்ற ஆற்றினால் இடை மறிக்கப்பட்ட மலையொன்றைப் போன்று அது த்நேப்பரை நோக்கி நின்று கொண்டிருந்தது. இடது கரை தாழ்வானது. இளவேனிற் காலத்து வெள்ளம் அந்தக் கரையை மூழ்கடித்துப் பாய்வது சகஜம். அந்தக் கரைமீதுள்ள ஆற்று மணல் திட்டுகள், வெள்ளம் வடியுங்கால் விட்டுச் சென்றனவாகும்.

ஆற்றுக்கருகே, ஒரு சிறு அகழியில் ஒரு சப்பை மூக்கு 'மாக்ஸீம்' யந்திரத் துப்பாக்கிக்கு அருகில் ஐவர் படுத்திருந்தனர். இது ஏழாவது துப்பாக்கி டிவிஷனின் முன்னணியில் இருந்த புறக்காவலாகும். அந்த யந்திரத் துப்பாக்கியை ஒட்டினாற்போல, நதியை நோக்கிப் படுத்திருந் தவனே, ஸெர்யோஷா புருஸ்ஷாக்.

----

*கோகல் நி.வ. (1809-1852) - பெயர் பெற்ற ருஷ்யா எழுத்தாளர்.

முடிவு காண முடியாத சண்டைகளில் சோர்ந்து, போலிஷ் பீரங்கிகளுக்குமுன் தாக்குப் பிடிக்கமுடியாத அவர்கள், முதல்நாள்தான் கீவ் நகரைப் பகைவர்களிடம் விட்டுவிட்டு, நதியின் இடது கரைக்குப் பின்வாங்கினர்; அங்கு தங்களை நிலைப்படுத்திக் கொண்டனர்.

பின்வாங்கியதாலும் ஏராளமான நஷ்டத்தை அடைந்திருந்ததாலும் கீவ் நகரத்தையே பறிகொடுத்து விட்டதாலும், செம்படை வீரர்கள் மனம் வருந்தினர். ஏழாவது டிவிஷன், வீரஞ்செறிந்த போரை நடத்திப் பகைவனது முற்றுகையைத் தகர்த்துவிட்டுக் காடுகள் வழியே, மாலின் ஸ்டேஷனுக்கு அருகில் இருப்புப்பாதை வரை முன்னேறியது. முழு வேகத்துடன் ஒரு தாக்குதலைத் தொடுத்து, போலிஷ் படைகளை விரட்டியது; இவ்வாறாக, கீவுக்குச் செல்லும் பாதையைத் தன் வசப்படுத்தியது.

ஆனால் அந்த அழகிய நகரத்தைக் கைவிட நேர்ந்தது. செம்படை வீரர்கள் இந்த நஷ்டத்தை எண்ணி மிகவும் துயருற்றார்கள்.

போலிஷ் படையினர்கள் தார்னித்ஸா என்னும் இடத்திலிருந்து செஞ்சேனை யூனிட்டுகளைத் துரத்திவிட்டு, ஆற்றின் இடது கரையில், ரயில்வே பாலத்துக்கு அருகில் ஒரு சிறிய தளத்தைப் பிடித்துக் கொண்டுவிட்டனர். ஆனால் செம்படைகளின் மூர்த்தண்யமான எதிர்த்தாக்குதல்கள் அதற்கு மேலும் முன்னேற முடியாமல் போலிஷ் படைகளைத் தடுத்தன.

ஆற்று நீரோட்டத்தைப் பார்த்துக் கொண்டிருந்த ஸெர்யோஷா, முதல்நாள் நிகழ்ச்சிகளைப் பற்றியே சிந்தித்துக் கொண்டிருந்தான்.

நேற்று நண்பகல், அவனது யூனிட் போலிஷ் சிப்பாய்களை வெஞ்சினத்துடன் எதிர்த்துத் தாக்கியது. நேற்றுத்தான், முதன் முதலாக அவன் விரோதியுடன் நேருக்கு நேர் சண்டை போட்டான். மீசை அரும்பாத போலிஷ் சிப்பாய் ஒருவன், அவன்மீது பாய்ந்து வந்தான். ஒரு பெரிய, வாள் போன்ற பாய்னெட்டால் குத்த முயன்றான். அவன் புரியாத வாசகத்தைக் கத்திக்கொண்டு முயல் போல் பாய்ந்தான். நொடிப்பொழுது, ஸெர்யோஷா எதிரியின் வெறி பிடித்துப் பருத்த கண்களைப் பார்த்தான். அடுத்த வினாடி, ஸெர்யோஷாவின் பாய்னெட்டும் போலிஷ் சிப்பாயின் பாய்னெட்டும் ஒன்றையொன்று தாக்கிக்கொண்டன. போலிஷ்காரனின் பிரெஞ்சு பாய்னெட் ஒரு பக்கமாக விலகியது. அந்தச் சிப்பாயும் விழுந்தான்....

ஸெர்யோஷாவின் கரம் தடுமாறவில்லை. பலரைக் கொன்றாக வேண்டுமென்பதை ஸெர்யோஷா அறிவான். அவன் மென்மையான அன்பைச் செலுத்திப் பிறரை நேசிக்கும் பண்பை மிகுதியாகப்

பெற்றவன்தான். இன்பத்திலும் துன்பத்திலும் இணைபிரியா நண்ப னாகச் சிறக்கும் சிநேகித தர்மத்தை உடையவன்தான். அவன் இயல்பாகக் கொடியவன் அல்ல; வர்மம் கொண்டவன் அல்ல. எனினும், சர்வதேசப் புல்லுருவிக் கூட்டம் மிருகத்தனமான வெறுப்பின் வெறியை இந்தச் சிப்பாய்களுக்கு ஏற்றி, அவனுடைய தாயகத்தின் மீது ஏவிவிட்டி ருக்கிறது. எனவே, வெறியில் பார்வை இழந்து நின்ற இந்தச் சிப்பாய்களை எதிர்த்துப் போராட வேண்டியதாய் உள்ளது. மனிதர் ஒருவரையொருவர் ஒருபொழுதும் கொல்லாது வாழும் நாளின் வருகையைத் துரிதப்படுத்துவதற்காகவே ஸெர்யோஷா சண்டை போட்டுச் சத்துருக்களை வதம் செய்தான்.

பரமோனவ் அவனது தோளைத் தட்டினான்.

"ஸெர்யோஷா, நாம் நகரலாம். இல்லாவிட்டால் அவர்கள் நம்மைக் கண்டுபிடித்துவிடுவார்கள்" என்றான்.

ஓராண்டு காலமாகப் பாவெல் கர்ச்சாகின் இயந்திரத் துப்பாக்கி வண்டியிலும், பீரங்கி வண்டியிலும், வெட்டுபட்ட காதைக் கொண்ட சிறிய குதிரை மீதும் தன் தாய்நாடு முழுவதும் சுற்றி வந்தான். பக்குவம் கொண்டான்; உறுதி பெற்றான்; இன்னல்களுக்கும், இடையூறு களுக்கும் இடையே வளர்ந்து மனிதனாக மாறினான். ஆரம்பத்தில், கனத்த தோட்டாக்களின் பைகள் வருத்தியதால் அவனது தோல் அழற்சி கண்டது. ஆனால் அதெல்லாம் மறைந்து இப்பொழுது பல நாட்களாகிவிட்டன. துப்பாக்கியின் வார்ப்பட்டை உராய்ந்த அவனது தோள்பட்டையில், இப்பொழுது தோல் கெட்டி தட்டி, காய்ப்பேறி விட்டது.

அந்த ஓராண்டில் பாவெல் பல பயங்கரமான அனுபவங்களைப் பெற்றான். அவனைப் போலவே, அரைகுறையாகக் கந்தல் உடுப்பு களை அணிந்த ஆயிரக்கணக்கான செஞ்சேனை வீரர்களுடன் சேர்ந்து நின்று, தொழிலாளி வர்க்க ஆட்சிக்காக்க விடாப்பிடியாக வெஞ்சமர் செய்யும் வைராக்கியத்துடன், நாடெங்கும் சென்று, புரட்சிப் போரில் பங்கு கொண்டான். இரண்டு சந்தர்ப்பங்களில் தான் அவன் புரட்சிப் புயலிலிருந்து ஒதுங்கி நிற்க வேண்டிய தாயிற்று : அவன் தொடையில் காயம்பட்ட சந்தர்ப்பம் ஒன்று; 1920ம் வருஷத்தின் கடுங்குளிரில், டைபஸ் ஜுரத்தின் தொட்டால் ஒட்டிக் கொள்ளும் வெப்பத்தால் அவன் வியர்த்துப் புழுங்கிக் கஷ்டப்பட்ட சமயம் இன்னொன்று.

பன்னிரண்டாவது ராணுவத்தில் போலிஷ் யந்திரத் துப்பாக்கிகளை

விட அதிகமான வீரர்களை டைபஸ் பழிவாங்கியது. அப்பொழுது அவர்களது ராணுவம், பரந்து கிடக்கும் வடக்கு உக்ரேய்னா முழுவதிலும் வியாபித்து நின்று, போலிஷ் படைகளின் முன்னேற்றத்தைத் தடுத்து இருந்தது. பாவெல், ஜுரம் நீங்கியவுடனேயே, பட்டாளத்துக்குத் திரும்பிவிட்டான்.

இப்பொழுது அவனது ரெஜிமென்டு, கஸாத்தீன்-ஊமான் இருப்புப் பாதையில், காட்டின் நடுவில் இருந்த பிரன்தோவ்காவிலிருந்தது. அங்கே, ஆள் இல்லாத சில குடிசைகள் பிரிந்து கிடக்க, அவற்றுக்கு இடையே சிறிய ஸ்டேஷன் கட்டிடம் காட்சியளித்தது. மூன்று வருடங்களாகப் போர் விட்டுவிட்டு நடந்து கொண்டிருந்த காரணத்தால், இந்தப் பகுதியில் ஜனங்கள் வாழ்க்கை நடத்துவது என்பது அசாத்தியமாகிவிட்டது. பிரன்தோவ்கா கைமாறிய தடவைகளைக் கணக்கிட முடியாது.

மீண்டும், பெருஞ் சம்பவங்கள் உருவாகிக் கொண்டிருந்தன. பன்னிரண்டாவது ராணுவம் பயங்கரமான அளவுக்குச் சுருங்கிவிட்டதென்பது உண்மை; அதன் ஸ்தாபனம் ஓரளவுக்குச் சீர்குலைந்திருந்ததும் மெய்; போலிஷ் படைகளின் நிர்ப்பந்தத்தைச் சமாளிக்க முடியாமல், அது கீவுக்குப் பின்வாங்கியதும் மெய்; ஆனால் அதே சமயத்தில், வெற்றி போதை தலைக்கேறியனவாக நின்ற போலிஷ் வெள்ளைப் படைகளை அழிக்கும் வகையில் தாக்குவதற்குத் தொழிலாளி வர்க்கக் குடியரசு அதன் சக்திகளைத் திரட்டிக்கொண்டிருந்தது.

சண்டைகளில் உறுதிபெற்ற முதலாவது குதிரைப் படையின் டிவிஷன்கள் வட காக்கஸஸிலிருந்து உக்ரேய்னாவுக்குக் கொண்டு வரப்பட்டன. இந்த நெடுந்தூர யாத்திரை, அதற்கு முந்தைய ராணுவ வரலாற்றில் இணை காணமுடியாத சம்பவமாகும். நான்காவது, ஆறாவது, பதினொன்றாவது, பதினான்காவது குதிரைப்படை டிவிஷன்கள், ஒன்றன்பின் ஒன்றாக ஊமான் பிரதேசத்தை அடைந்தன. அவை, போர்முனைக்குப் பின்னாலுள்ள பிரதேசத்தில் குழுமின; தீர்மானமான சண்டைகள் நிகழவிருந்த களத்துக்குப் போன பொழுதே, வழியில் இருந்த மாஹ்னோ தலைமையில் இயங்கிய கொள்ளைக் கூட்டங்களை அழித்தன.

பதினாறாயிரத்து ஐநூறு வாட்கள்; பரந்து விரிந்த ஸ்டெப்பி வெளியில், தகிக்கும் வெயிலில் அடிபட்டுக் கன்றி உறுதிபெற்ற பதினாறாயிரத்து ஐநூறு போர் வீரர்கள்.

தாக்குதலுக்குத் தயாரிப்பு நடப்பதைப் பற்றித் தகவல் அறிந்து, முன்கூட்டியே அதைக் குலைக்கும் நடவடிக்கையில் பகைவன் இறங்கக்

கூடாது என்பதே, இந்தச் சமயத்தில், செஞ்சேனைத் தலைமைக்கும் தென்மேற்கு போர்முனைத் தலைமைக்கும் பெருங்கவலையாக விருந்தது. இந்தப் பெரிய குதிரைப்படைகளை ஒருசேர இணைப்பதில் வெற்றி காண்பதற்காகச் சகல முன்னேற்பாடுகளும் செய்யப்பட்டன.

ஊமான் பிரதேசத்தில் தீவிர ராணுவ நடவடிக்கைகள் நிறுத்தி வைக்கப்பட்டன. மாஸ்கோவிலிருந்து, கார்க்கவிலிருந்த போர் முனைத் தலைமைக் காரியாலயத்துக்கும் அங்கிருந்து பன்னிரண்டாவது, பதினான்காவது ராணுவங்களின் தலைமைக் காரியாலயங்களுக்கும், நேரடித் தொடர்பாகவிருந்த தந்திக் கருவிகள், இடைவிடாமல் ஒலித்துக் கொண்டிருந்தன. 'குதிரைப் படைத் திரட்டுதல் பற்றி போலிஷ் தலைமைக் காரியாலயம் அறியாமலிருக்க வேண்டும்' என்று உத்தரவு, தந்திக் கம்பிகள் வழியே வந்துகொண்டேயிருந்தது. போலிஷ் படைகள், புத்யோன்னியின் குதிரைப்படைகளை நெருங்கிவிடக் கூடிய நிலைமை ஏற்பட்ட பொழுதே, செம்படைகள் போலிஷ் படைகளைத் தீவிரமாக எதிர்த்தன. .

படை முகாமில் தீ வளர்க்கப்பட்டிருந்தது. சுவாலைகள் செந் நாக்குகளைப் போலக் காட்சியளித்தன. நெருப்பிலிருந்து கிளம்பி, மேல்நோக்கி வளைந்து சென்ற கரும்புகைச்சுருள்கள். சிற்றுயிர் களுக்குப் புகையிடம் வெறுப்பு; அமைதியற்ற அவை கூட்டம் கூட்டமாக, சுறுசுறுப்பாக தீயைச் சுற்றி வட்டமிட்டன. விசிறி வடிவத்தில் வீரர்கள் தீயைச் சுற்றி அமர்ந்திருந்தனர். அந்த நெருப்பு பிரதிபலித்த காரணத்தால், அந்தச் சிப்பாய்களின் முகங்கள் தாமிரத்தின் நிறத்துடன் ஒளிர்ந்தன.

தீக்கணப்பு அருகில் நீலநிறத் தணலில், வீரர்களின் கிண்ணங்கள் சூடாகிக் கொண்டிருந்தன. அவற்றில் நீர் கொதித்துக் கொண்டிருந்தது.

திடீரென்று, ஒரு கொள்ளிக்கட்டையின் அடியிலிருந்து கிளம்பிய சுவாலை தவறிப்போய் ஒரு சிப்பாயின் பரட்டைத் தலையை நக்கியது. அவன் தன் தலையைச் சுண்டிப் பின்வாங்கினான். "சீ! பாழாய்ப்போன தீ!" என்று முணுமுணுத்தான். நெருப்பைச் சுற்றிக் கூடியிருந்தவர் அனைவரும் சிரித்தனர்.

ராணுவக் கம்பளிச் சட்டை அணிந்த, கத்தரித்துவிட்ட மீசை உடைய நடுத்தர வயதுள்ள செஞ்சேனை வீரன் ஒருவன் நெருப்பை நோக்கி துப்பாக்கியை நீட்டிக்கொண்டு அதன் குழாயைச் சோதித்து விட்டு மந்தமான குரலில் கூறினான் :

"அந்த இளைஞன், புத்தகப் படிப்பில் மெய்மறந்து விட்டான்! நெருப்பின் சூட்டைக்கூட உணரவில்லை!"

"கர்ச்சாகின், என்ன படிக்கிறாய்? எங்களுக்கும் சொல்லக் கூடாதா?" என்று ஒருவன் வினவினான்.

செஞ்சேனை இளைஞன், தீயில் பொசுங்கிய தன் கேசத்தை விரல்களால் தடவிக்கொண்டே, புன்னகை செய்தான்.

"உண்மையிலேயே நல்ல புத்தகம், தோழர் அன்திரொஷ்சூக்! எடுத்த நூலைக் கீழே வைக்க முடியவில்லை."

பாவெலுக்கு அருகில் அமர்ந்திருந்தான் துருத்திய மூக்குடன் கூடிய ஒரு இளைஞன். அவன் தனது தோட்டாப் பையின் தோல் வாரைக் கஷ்டப்பட்டுப் பழுதுபார்த்துக் கொண்டிருந்தான். அவன் ஒரு முரட்டு நூலைக் கடித்துத் துண்டித்துக் கொண்டே ஆவலுடன் கேட்டான் :

"அதில் எதைப் பற்றி எழுதுகிறார்கள்?"

ஊசியைத் தொப்பியில் குத்திவிட்டு அதன்மேல் மீதி நூலைச் சுற்றிக் கொண்டே மேலும் கூறினான் :

"இது காதற் கதையானால் நானும் உன்னுடன் சேர்ந்து படிக்க விரும்புகிறேன்."

இதைக் கேட்டவுடன் அனைவரும் உரக்கக் கலகலவென்று சிரித்தனர். மாத்வெய்ச்சூக் குட்டையாக வெட்டப்பட்ட மயிர்கள் கொண்ட தன் தலையைத் தூக்கிக் கொண்டு, குறும்புப் பார்வையுடன், விஷமமாகக் கண்களைச் சிமிட்டிக் கொண்டே அந்த இளைஞனை நோக்கி சொன்னான் :

"ஸெரெதா, அன்பு என்பது நேர்த்தியானது. நீயோ கவர்ச்சியான இளைஞன்; நிறை அழகுக்குரிய ஓவியம்! நாம் எங்கு சென்றாலும், பெண்கள் உன்னைத் துரத்திக்கொண்டு வருகிறார்கள்! ஓடுகிற ஓட்டத்தில் அவர்களது பாதரட்சைகள் பிய்ந்துவிடுகின்றன! உன்னைப் போன்ற சுந்தர இளைஞனின் வசீகரமான வதனத்தில் ஒரு களங்கம் இருப்பது விசனிக்கத்தக்கது. உனக்கு மூக்கு இருக்க வேண்டிய இடத்தில் வட்டமான ஒரு காசு இருக்கிறது. ஆனாலும் என்ன? அதை எளிதில் சரிசெய்து விடலாம். இரவில் படுக்கச் செல்லும் பொழுது, ஒரு நான்கு கிலோகிராம் எடையுள்ள எறிகுண்டை மூக்கில் கட்டிக் கொள்! காலையில் மூக்கு சரியாகிவிடும்!"

இந்த நையாண்டிப் பேச்சைத் தொடர்ந்து எழுந்த சிரிப்பின் பேரொலியைக் கேட்டு, யந்திரத் துப்பாக்கி வண்டிகளில் கட்டப் பட்டிருந்த குதிரைகள் நடுங்கிக் கனைத்தன.

ஸெரெதா தன் முகத்தை அலட்சியமாகத் திருப்பினான்.

''முக்கியமான விஷயம், முக அழகு அல்ல; மூளையின் தன்மை'' என்று சொல்லிவிட்டுத் தன் கருத்தைப் புலப்படுத்தும் வகையில் நெற்றியைத் தட்டினான். "உன்னையே நோக்குவோம். குத்தி வருத்தும் காஞ்சொறி மாதிரி நாக்கு உனக்கு இருக்கிறது. ஆனால் உனக்கும் கழுதைக்கும் ஒரு வித்தியாசமும் இல்லை. சொரணையில்லாத மிருகம் நீ."

வாய்ச்சண்டை முற்றிக் கைச்சண்டையாக ஆகிவிடும் போலி ருந்தது. அப்பொழுது, செக்ஷன் தலைவன் இருவரையும் நோக்கி, "என்ன மதியீனம் இது! ஏன் கோபம் கொள்கிறீர்கள்?" என்று கடிந்து கொண்டான். "கேட்பதற்குத் தகுதியான புத்தகமானால், கர்ச்சாகின் அதைப் படிக்கட்டும்" என்று அவன் யோசனை கூறினான்.

''அதுதான் சரி, பாவெல், படி'' என்று அனைவரும் அவனை வலியுறுத்தினர்.

பாவெல் ஒரு சேணத்தைக் கொண்டுவந்து, நெருப்புக்கு அருகில் போட்டுக்கொண்டு, அதில் அமர்ந்தான். மடியின் மீது ஒரு பருமனான சிறிய புத்தகத்தை வைத்துக்கொண்டு பிரித்தான்.

"தோழர்களே, இது ஆர்தர் பர்ட்டன்* கதை, பட்டாலியன் கமிஸார் எனக்குக் கொடுத்தார். இப்புத்தகம் என்னை ஆட்கொண்டு விட்டது. அமைதியாக இருந்தீர்களானால் நான் படிக்கிறேன்'' என்றான்.

"உடனே தொடங்கு. எவரும் தலையிட்டுத் தொல்லை செய்யாமல் பார்த்துக் கொள்வோம், கவலைப்படாதே."

சிறிதுநேரம் சென்றபின், ரெஜிமென்டு தலைவனாகிய தோழர் புஸிரேவ்ஸ்க்கிய், தன் கமிஸாருடன் அந்த இடத்தை நோக்கிக் குதிரை மீது வந்த பொழுது, பதினொரு ஜதைக் கண்கள் புத்தகம் படிக்கும் ஒருவனை உற்றுநோக்கிக் கொண்டிருப்பதைக் கண்டான். அவன் கமிஸாரின் பக்கம் திரும்பினான்.

"ரெஜிமென்டின் வேவுகாரர்களில் பாதிப் பேர் இங்கு இருக்கிறார் கள்'' என்று கூறிக்கொண்டே, உட்கார்ந்திருந்தவர்களைக் காட்டி னான். "இவர்களில் நால்வர், இளங் கம்ஸமோல்காரர்கள். ஆனால் எல்லோருமே நல்ல சிப்பாய்கள். படித்துக் கொண்டிருப்பவன்

இங்கே குறிப்பிடப்பட்டுள்ளது ஆங்கிலப்பெண் எழுத்தாள ராகிய ஏ.லி. வோய்னிசின் ''குருட்டு ஈ'' (Voynich, Gadfly) என்ற புத்தகம்.

தான் கர்ச்சாகின். அதோ, ஓநாய்க்குட்டியின் கண்களைப் போன்ற விழிகளை உடையவன்தான் ஷார்க்கீய். அவர்கள் இருவரும் உற்ற நண்பர்கள். ஆனாலும் வாய் பேசாமலேயே எப்பொழுதும் போட்டி யிட்ட வண்ணமாய் இருக்கிறார்கள். என் வேவுகாரர்களில், கர்ச்சாகின் தலைசிறந்தவனாயிருந்தான். இப்பொழுது, அவனுடன் தீவிரமாகப் போட்டியிடுவதற்கு ஒருவன் இருக்கிறான். இவர்கள் இப்பொழுது தங்களையும் அறியாமல் அரசியல் வேலையில் ஈடுபட்டிருக்கிறார் கள். அதுவும் மிகவும் பயனுள்ளதாக நடைபெறுகிறது. இந்த இளைஞர் கள், 'இளங்காவற் படையினர்கள்' என்று அழைக்கப்படுகின்றன ரென்று அறிகிறேன். என் கருத்தில், அது தகுதியான பெயர்தான்."

"படிப்பவன்தான் அரசியல் தலைவனா?" என்று கமிஸார் வினவினார்.

"அல்ல, அல்ல. கிராமர்தான் அரசியல் தலைவர்" என்று கூறி விட்டுத் தலைவன் தன் குதிரையை விரட்டினான்.

"தோழர்களே, வணக்கம்" என்று அவன் கூவினான்.

அவன் இலேசாகச் சேணத்திலிருந்து இறங்கி, அவர்களிடம் சென்ற பொழுது, சகலரும் அவன் பக்கம் திரும்பினார்கள்.

"நண்பர்களே, குளிர்காய்கிறீர்களா?" என்று புன்னகையால் மலர்ந்த வதனத்துடன் கேட்டான். அப்பொழுது, மங்கோலிய விழிகளைச் சிறிதளவுக்கு ஒத்துள்ள குறுகலான கண்களை உடைய அவனது முகத்தின் கடுமை மறைந்தது.

சிப்பாய்கள் ஒரு நல்ல தோழனையும் நண்பனையும் எப்படி வரவேற்பார்களோ, அதேபோல, தலைவனையும் வரவேற்றனர். கமிஸார் குதிரையிலிருந்து இறங்கவில்லை.

உறையில் இருந்த பிஸ்டலை ஒரு பக்கம் தள்ளிவிட்டு தலைவன் பாவெலுக்கு அருகில் அமர்ந்தான்.

"புகை பிடிப்போமா? உயர்தரமான புகையிலை கொண்டு வந்திருக்கிறேன்" அவன் கூறினான்.

தலைவன் ஒரு சிகரெட்டைச் சுற்றிப் பற்ற வைத்துக்கொண்டு, கமிஸாரை நோக்கினான் :

"தாரோனின்! நீ முன்னால் செல். நான் கொஞ்ச நேரம் இங்குத் தங்குகிறேன். தலைமைக் காரியாலயத்தில், என் உதவி தேவைப் பட்டால், எனக்குத் தகவல் அனுப்பு."

தாரோனின் சென்றபின், தலைவன் பாவெலிடம் கூறினான் :

"தொடர்ந்து படி, நானும் கேட்கிறேன்."

பாவெல் முடிவுவரை படித்தான்; புத்தகத்தை மடியின் மீது வைத்து விட்டு, சிந்தனை நிறைந்தவனாய்ச் செந்தீயை உற்றுப் பார்த்துக் கொண்டிருந்தான். ஒரு சில வினாடிகள் எவரும் பேசவில்லை. ஆர்தரின் சோக முடிவைப் பற்றி எண்ணியவராய் அனைவரும் மனமிடிந்து உட்கார்ந்திருந்தனர். விவாதத் துவக்கத்துக்காகக் காத்திருந்த தலைவன் சிகரெட் புகையைப் பிடித்துக் கொண்டிருந்தான்.

ஸெரெதா முதலில் பேசி அமைதியைக் கலைத்தான்.

"வருத்தமான கதை! இந்த மாதிரி ஜனங்களும் உலகத்தில் இருக் கிறார்கள். இந்த ஆர்தரை வருத்திய இடுக்கண்களையும் இடையூறு களையும் எதிர்த்து நிற்க, பொதுவாக மனிதர்களால் முடியாது. ஆனால் போராடுவதற்கு ஒரு லட்சியத்தை ஒரு மனிதன் பெற்றுவிட்டால், அவன் எதையும் சமாளிக்கும் ஆற்றலைப் பெற்றுவிடுகிறான்."

ஸெரெதா உணர்ச்சி வசப்பட்டிருந்ததை அவனது முகமே எடுத்துக் காட்டியது. அந்தப் புத்தகம் அவனது உள்ளத்தில் ஆழப் பதிந்து விட்டது.

"சிலுவையைக் காட்டி ஆர்தரின் வாயைத் திறந்த அந்தப் பாதிரி மட்டும் என் கையில் சிக்கினால், அந்தப் பன்றியைப் பிடிபட்ட இடத்திலேயே தீர்த்துக் கட்டிவிடுவேன்" என்று செஞ்சேனையில் சேர்வதற்கு முன்னால் ஒரு பூட்ஸ் தைப்பவனிடம் பயிற்சித் தொழி லாளியாக இருந்த அந்த்ரேய் பொமீச்சேவ் ஆத்திரத்துடன் கூறினான்.

பாத்திரங்களில் ஒன்றைக் கம்பால் நெருப்புக்கு அருகில் நகர்த்திக் கொண்டே, அன்திரொஷ்சூக் கறாராகப் பேசத் தொடங்கினான் :

"லட்சியத்துடன் கூடிய உயிர்த் தியாகம் ஒரு உன்னதமான செயல். லட்சியம்தான் மனிதனுக்கு வலுவைத் தருகிறது. நியாயத்துக்காகப் போராடுகிறோமென்ற தெளிவு இருந்தால், வருத்தமில்லாமல் சாக முடியும். அவ்வாறுதான், வீரர்கள் உண்டாகிறார்கள். எனக்கு ஒரு இளைஞனைப் பற்றித் தெரியும். போராய்க்கா என்பது அவன் பெயர். ஒதேஸ்ஸாவில் வெள்ளைத் துருப்புக்கள் அவனைச் சூழ்ந்துவிட்டன. அப்பொழுது அவன் தன்னந்தனியாக நின்று, ஒரு பிளாட்டூனையே சமாளித்தான். அவர்கள் தம் பாய்னெட்டுகளால் அவனைக் குத்திக் கொல்லுவதற்கு முன்னால், அவன் ஒரு எறிகுண்டை வெடிக்கச் செய்து, தன்னோடு அவர்களையும் சாகச் செய்தான். அவனது தோற்றத்தில் ஒரு பொலிவு இல்லை. புத்தகங்களில் நாம் மகா புருஷர்களைப் பற்றிப் படிக்கிறோமே, அந்த மாதிரியான நபராக அவன் புலப்படவில்லை. ஆனால் அவனைப் பற்றிப் புத்தகம்

எழுதுவது பயன்தரும் செய்கையாகும். அவனைப் போன்ற நேர்த்தி யான வாலிபர் பலர் நம்மிடையே இருக்கின்றனர்."

அவன் பாத்திரத்திலிருந்த தேநீரைக் கரண்டியால் கலக்கிவிட்டு, அதை எடுத்துச் சுவைத்துப் பார்த்துக் கொண்டே, மேலும் பேசினான் :

"சிலர் இழிவான, ஈனமான சாவை அடைகிறார்கள். நாய்ச் சாவு என்று சொல்லாம். இஸியாஸ்லாவல் என்ற ஊருக்கருகில் நடந்த சண்டையைப் பற்றி உங்களுக்கு ஒரு விஷயம் உதாரணமாகக் கூறு கிறேன். அது கோரின் நதிக்கரையில் கட்டப்பட்ட ஊர்; பழங்கால அரசர்கள் காலத்தில் உண்டான நகரம். அங்கு ஒரு போலிஷ் மாதா கோயில் இருந்தது. அந்த ஆலயம் ஒரு கோட்டையைப் போல அமைந் திருந்தது. நாங்கள் அந்த டவுனுக்குள் பிரவேசித்தோம். நாங்கள் வளைந்து செல்லும் சந்துகள் வழியாக, ஒருவர் பின் ஒருவராகச் சென்றோம். எங்களுக்கு வலது புறத்தில், லாத்வியர்களின் கம்பெனி ஒன்று முன்னேறியது. நாங்கள் சாலையை அடைந்தோம். அங்கு ஒரு வீட்டுக்கு முன்னால் சேணமிட்ட மூன்று குதிரைகள் வேலியில் கட்டப்பட்டிருந்ததைக் கண்டோம். சில போலிஷ் சிப்பாய்களை இங்கு பிடிக்கப் போகிறோமென்று எண்ணினோம். சுமார் பத்து பேர் வெளிமுற்றத்துக்குள் ஓடினோம். எங்களுக்கு முன்னால், லாத்வியர் கம்பெனியின் தலைவன் கைத்துப்பாக்கியைக் காட்டிக்கொண்டே ஓடினான்.

முன்கதவு திறந்திருந்தது. நாங்கள் உள்ளே விரைந்து சென்றோம். ஆனால் அங்கு போலிஷ் ஆட்கள் இல்லை; நமது ஆட்களே இருந் தனர். அவர்கள் காவலர் படைப்பிரிவைச் சேர்ந்த குதிரைவீரர்கள். எங்களையும் முந்தி அங்கு போய்விட்டனர். அங்கு நாங்கள் கண்ட காட்சி வெறுப்பானதாய் இருந்தது. அந்த வீட்டில் வசித்த போலிஷ் அதிகாரியின் மனைவியைப் பலாத்காரம் செய்வதற்கு அவர்கள் முயன்று கொண்டிருந்தனர். லாத்வியர் கம்பெனியின் தலைவன் இதைக் கண்டவுடன், தன் சொந்த மொழியில் ஏதோ இரைந்து கூறினான். அவருடைய ஆட்கள் அந்த மூன்று சிப்பாய்களையும் கைப்பற்றி வெளியே இழுத்துக்கொண்டு வந்தனர். எங்களில் இருவரே ருஷ்யர் கள்; மீதிப்பேர் லாத்வியர்கள். அவர்களுடைய தலைவனது பெயர் பிரேதிஸ். அவர்களுடைய பாஷை எனக்குத் தெரியாது. ஆனால் அந்த மூவரையும் தீர்த்துக்கட்டும்படி அவன் உத்திரவிட்டிருக் கிறானென்பதை நான் புரிந்துகொண்டேன். லாத்வியர்கள் உறுதி யானவர்கள்; ஊசலாடமாட்டார்கள். அவர்கள் அந்த மூவரையும் குதிரை லாயத்துக்குக் கொண்டு சென்றனர். அவர்களது கணக்கு

வழக்குத் தீரப்போவதை நான் தெளிவாக உணர்ந்தேன். அந்த மூவரில் ஒருவன் பலங்கொண்ட ஒரு ஆரோக்கியமான மனிதன்; அவன் கை கால்களை உதைத்துக்கொண்டு, தன்னால் முடிந்த அளவுக்குப் போராடினான்; ஆனால் அவனால் திமிற முடியவில்லை. ஒரு பெண்ணுக்காக அவனைச் சுட்டுக் கொல்வதா? அவன் ஒரு நாயைப் போலக் குரைத்தான். மற்ற இருவரும்கூட, இரங்க வேண்டுமென்று கோரிக் கெஞ்சினார்கள்.

என் உடலெல்லாம் வேர்த்தது; சில்லிட்டுப் போயிற்று. நான் பிரேதிஸிடம் சென்றேன். 'கம்பெனித் தலைவனே! அவர்களை ராணுவ நீதிமன்றம் விசாரணை செய்யட்டும். உனது கரத்தை அவர்களது உதிரத்தால் மாசுபடுத்த வேண்டாம். நகரத்தில் போராட்டம் முடியவில்லை. நாம் இங்கு இந்தக் கழிசடைகளிடம் காலத்தை விரயம் செய்துகொண்டிருக்கிறோம்' என்று கூறினேன். அவன் புலியின் செந்தழல் விழிகளுடன் என்னை நோக்கினான். நாம் ஏன் இதில் தலையிட்டோம் என்று நான் வருந்தினேன். அவன் தனது கைத்துப்பாக்கியை எனக்கு நேராக நீட்டினான். நான் ஏழு வருடங்களாகப் போர் செய்து வருகிறேன். ஆனால் அச்சமயம், எனக்குப் பீதி உண்டாயிற்று என்பதை ஒப்புக்கொள்கிறேன். முதலில் சுடுவதும் பிறகு விசாரிப்பதுமே அவனது திட்டம் என்பதை நான் உணர்ந்தேன். அவன் அரைகுறை ருஷ்ய மொழியில் என்னைப் பார்த்து ஊளையிட்டான் : 'நமது பதாகை, நமது இரத்தத்தில் தோய்ந்து சிவப்பேறியிருக்கிறது. இந்த நபர்கள், நமது ராணுவத்துக்கே அவமானம் தேடித் தருகிறார்கள். கொள்ளையடிப்பவருக்குத் தண்டனை சாவுதான்' என்று அவன் கூறியதை நான் கஷ்டப்பட்டுப் புரிந்து கொண்டேன்.

அதற்குமேல், அங்கு நிற்பதற்கு என்னால் முடியவில்லை. அந்த இடத்திலிருந்து வீதிக்கு வேகமாக ஓடினேன். பின்பக்கத்தில் அவர்கள் துப்பாக்கிப் பிரயோகம் செய்த ஒலி என் செவியில் விழுந்தது. அந்த மூவரையும் அவர்கள் கொன்று விட்டனர். நாங்கள் பிற படைவீரர்களைச் சேர்வதற்குள் நகரம் நம் வசமாகிவிட்டது.

இந்த மூன்று ஆட்களுக்குக் கிடைத்த சாவு நாயின் சாவு என்று நான் சொல்கிறேன். அவர்கள் மெலித்தோப்போல் என்ற நகரில் நம்முடன் சேர்ந்தனர். அதற்குமுன் அவர்கள் மாஹ்னோவின் கொள்ளைக் கூட்டத்தில் இருந்தனர். அவர்கள் குப்பைக் கூளங்கள்! இழிமக்கள்!"

அன்திரொஷ்கூக் பாத்திரத்தை எடுத்துத் தன்னருகில் வைத்துக் கொண்டு, தனது ரொட்டிப் பையை அவிழ்க்கத் தொடங்கினான்.

"சில சமயங்களில், நம் சேனையில் கூட இத்தகைய கழிசடைகள் தட்டுப்படுகின்றனர். ஒவ்வொருவனும் தூயவனாக இருப்பதாக நாம் சத்தியம் செய்ய முடியாது. வெளிப்பார்வைக்குப் புரட்சி ஆதரவாளராகத் தோன்றுகிறார்கள். அவர்களால் அனைவருக்கும் கெட்ட பெயர். ஆனால் அன்று நான் பார்த்த காட்சி ஆபாசமானது. அதை நான் சடுதியில் மறக்க முடியாது" என்று கூறிவிட்டு தேநீரைக் குடிக்கத் தொடங்கினான்.

அவர்கள் தூங்குவதற்கு முன், இராத்திரிப் பொழுதில் நெடுநேரம் கழிந்துவிட்டது. விசில் அடிப்பது மாதிரி, ஸெரெதா குறட்டை விட்ட சத்தத்தை, அந்த அமைதியில் நன்றாகக் கேட்க முடிந்தது. புஸிரேவ்ஸ்க்கிய், சேணத்தில் தலையை வைத்துக்கொண்டு உறங்கினான். அரசியல் தலைவன் கிராமர் உட்கார்ந்து குறிப்பெடுத்துக் கொண்டிருந்தான்.

மறுநாள், பாவெல் வேவு வேலை பார்த்துவிட்டுத் திரும்பினான்; தனது குதிரையை ஒரு மரத்தில் கட்டினான்; அப்பொழுது தேநீர் குடித்து முடித்த கிராமரிடம் சென்று கூறினான் :

"இதோ பார், கிராமர். நான் முதலாவது குதிரைப்படைக்குச் சென்றால் என்ன? பார்த்தால், பெரிய சம்பவங்கள் நடக்கும்போல் தோன்றுகிறது. அவர்கள் அத்தனை பேர் இங்கு வேடிக்கைக்காகத் திரட்டப்படவில்லை. அவர்களுக்கு உடனடியான வேலை இருக்கிறது. நம்மால் அவை எல்லாவற்றிலும் பங்கு கொள்ள முடியாது."

கிராமர் பாவெலை ஆச்சரியத்துடன் நோக்கினான்.

"அது எப்படி மாற முடியும்?" சினிமாக் கொட்டகையில் இடம் மாறுவதைப் போல, செஞ்சேனையில் ஒரு யூனிட்டிலிருந்து இன்னொன்றுக்குத் தாவலாம் என்று நினைக்கிறாயா?"

இதைக் கேட்ட பாவெல் இடைமறித்தான் :

"ஒருவன் எந்த இடத்திலிருந்து போராடினால் என்ன? நான் ராணுவத்தைவிட்டு ஓடிப்போகிறேனா, குற்றம் சொல்வதற்கு?"

ஆனால் கிராமர் அந்த யோசனையை வன்மையாக எதிர்த்தான்.

"கட்டுப்பாடு என்ன ஆவது? பாவெல், முழுமையாகப் பார்த்தால், நீ கெட்டுப்போன இளைஞன் அல்ல; ஆனால் சில விஷயங்களில் கொஞ்சம் அராஜகவாதியாக இருக்கிறாய். நீ உன் இஷ்டப்படி செய்யலாமென்று நினைக்கிறாயா? கட்சியும் கம்ஸமோலும் இரும்புக் கட்டுப்பாட்டை உடையவை என்பதை மறந்துவிடுகிறாய். கட்சிதான் முதன்மையானது. நாம் ஒவ்வொருவரும் தேவைப்பட்ட இடத்தில் தான் இருக்க வேண்டும்; நாம் விரும்பும் இடத்தில் இருக்க முடியாது. நீ வேறு யூனிட்டுக்குப் போக வேண்டுமென்று கோரியதை, புஸிரேவ்ஸ்க்கிய் நிராகரித்துவிட்டார் அல்லவா? அதுதான் இப்பொழுதும் உனக்குக் கிடைக்கும் பதில்."

நெடிசலாகவும், உயரமாகவுமிருந்த கிராமர் ஆவேசத்துடன் பேசியதால் இருமத் தொடங்கினான். அச்சு எழுத்துக்களைக் கோக்கும் தொழில் செய்தவன்; ஈயத் தூசி அவனது நுரையீரல்களில் நிலையான

இடம் பெற்றுவிட்டது. அடிக்கடி, அவனது உப்பிய கன்னங்களில், க்ஷயத்தின் செந்தளிப்பு தோன்றியது.

கிராமர் நிதானமடைந்தவுடன், பாவெல் தாழ்ந்த குரலில் பேசினான்.

"நீ சொல்வதெல்லாம் உண்மைதான். எனினும் நான் புத்யோன்னிய் குதிரைப்படைக்குச் செல்கிறேன்."

அவனது குரலில் ஒரு அழுத்தம் இருந்தது.

அடுத்த நாள் மாலை, குளிர்காயும் தீயைச் சுற்றி அந்தப் படை வீரர்கள் கூடியபொழுது, அங்கு பாவெலைக் காணவில்லை.

பக்கத்துக் கிராமத்தில், குன்றின் மீதுள்ளது ஒரு பள்ளிக்கூடம். அதன் அருகே சில குதிரைப் படைவீரர்கள் கூடினர். அவர்கள் புத்யோன்னியின் ராணுவத்தைச் சேர்ந்தவர்கள். அவர்களில் ஒருவன் ஆஜானுபாகுவாக வளர்ந்தவன், யந்திரத் துப்பாக்கி வண்டியின் முதுகு மீது உட்கார்ந்திருந்தான். அவனது குல்லாய் பின்னுக்குத் தள்ளியிருந்தது. அவன் அக்கார்டியனை வாசித்துக் கொண்டிருந்தான். அது அவனிடம் தாளம் தவறி உரக்கக் கத்திக் கொண்டிருந்தது. சிவந்ததாகவும் அகன்று விரிந்ததாகவும் சவாரிக்கு ஏற்றதாகவும் உள்ள கால்சட்டையை அணிந்தவன் ஒருவன் நடனமாடினான்; வெறி பிடித்தவன் போல 'கொப்பாக்' நடனமாடிய அந்தத் துடுக்கான குதிரைவீரன், இசைக் குழப்பத்தால் திகைப்படைந்தான்.

ஆவல் மிகுந்த கிராமத்து இளைஞர்களும் இளம் பெண்களும், வேலிமீதும் யந்திரத் துப்பாக்கி வண்டியின் மீதும் ஏறி நின்று, கிராமத்துக்குப் புதிதாக வந்திருந்த வீரர்களின் வினோதக் கூத்தைக் கண்டு ரசித்தார்கள்.

"வேகமாக ஆடு தொப்தாலோ! பூமியை உதைத்துக் கிளறு! அப்படித் தான், தம்பீ! ஏ! அக்கார்டியன்! இசையில் சூடுபிடிக்கட்டும்!"

அக்கார்டியன் வாசித்தவனுடைய பெரிய விரல்கள் இரும்பால் செய்த குதிரை லாடத்தை எளிதில் வளைத்துவிடும். ஆனால் அவை வாத்தியத்தின் விசைகளை லாவகமில்லாமலும் விறுவிறுப்பு இல்லாமலும் தாறுமாறாகவும் அமுக்கின.

வெயிலில் கன்றிப்போன ஒரு குதிரை வீரன் வருத்தத்துடன் கூறினான் :

"குல்யாப்காவை மாஹ்னோ கூட்டம் கொன்றதால் வந்த வினை இது. அவன் அருமையாக அக்கார்டியன் வாசித்தான். நமது

ஸ்க்வாட்ரனின் வலது கோடியில் வந்து கொண்டிருந்தான். பாவம்! கொல்லப்பட்டான். நல்ல வீரன்; அவனைப் போன்ற வாத்தியக் கலைஞன் நம்மிடையே ஒருபொழுதும் இருந்ததில்லை."

வட்டத்தில் நின்று கொண்டிருந்த பாவெல் இந்தப் பேச்சை ஒட்டுக்கேட்டான். வழியில் இருப்பவரைத் தள்ளிக்கொண்டு, யந்திரத் துப்பாக்கி வண்டியை நோக்கிச் சென்றான். அங்குப் போனவுடன் அவன் வாத்தியத்தின் துருத்தியைக் கையால் பிடித்துக்கொண்டான். இசை அடங்கியது.

"உனக்கு என்ன வேண்டும்?" என்று அக்கார்டியன் வாசிப்பவனது கண்கள் கேட்டன.

தொப்தாலோவும் திடீரென்று நின்றான். கூட்டத்தினர், "அங்கு என்ன தகராறு?" என்று ஆத்திரத்துடன் முணுமுணுத்தனர்.

பாவெல் கருவியைக் கைகளால் பற்றிக் கொண்டான். "நான் வாசிக்கிறேன்" என்று கூறினான்.

வாத்தியக்காரன் பாவெலை ஓரளவுக்கு அவநம்பிக்கையுடன் நோக்கினான். வேண்டாவெறுப்புடன், பெட்டியின் தோல்வாரைத் தோளிலிருந்து கழற்றிக் கொடுத்தான்.

பாவெல் தனக்கு வாடிக்கையானதாகிவிட்ட முகபாவத்துடன் அக்கார்டியனை மடிமீது வைத்துக் கொண்டான். மடிப்புகளைக் கொண்ட துருத்தியை விசிறிபோன்று விரித்தான். அக்கார்டியனின் திறன் முழுவதையும் பயன்படுத்தி, ஆனந்தமயமான இன்னிசையைப் பொழிந்தான்!

இக்கி, சின்ன ஆப்பிள்!
எங்கே போவாயே?
செக்காவிலே சிக்கிவிட்டாய்!
சிக்கி நிற்பாய் இங்கேயே!

தொப்தாலோ இந்தப் பிரசித்தி பெற்ற இசையைக் கேட்டு இன்புற்று, ஒரு பெரிய பறவையைப் போல கைகளைக் கழற்றிக் கொண்டு, வட்டத்தைச் சுற்றி ஆடினான். இசையின் தாளத்துக்குத் தக்கபடி, தொடைகளிலும் முழங்கால்களிலும் தலையிலும் நெற்றி யிலும் பூட்ஸ் அடிகளிலும் வாயிலும் சுறுசுறுப்பாக அடித்துக் கொண்டே, அவன் அதிசயிக்கத் தக்கவகையில் உடலை வளைத்தான், நெளித்தான், திருப்பினான்.

மென்மேலும், அதிகமாகக் கிறுகிறுக்கச் செய்யும் லயத்துடன் வாத்தியம் சங்கீதத்தைப் பொழிந்தது. தொப்தாலோ, தன் கால்

களை தட்டிவிட்டுக்கொண்டு, பம்பரம்போல் வட்டத்தைச் சுற்றிச் சுழன்றான். மேல்மூச்சு வாங்கிக் களைத்துப் போகும்வரை, அவன் சுழன்றான்.

1920ம் ஆண்டு ஜுன் மாதம் 5ம் தேதி, சில சிறிய உக்கிரமான போராட்டங்களுக்குப் பின் புத்யோன்னியின் முதலாவது குதிரைப் படை மூன்றாவது, நான்காவது போலிஷ் ராணுவங்களுக்கு இடையே உடைப்பை உண்டாக்கியது; பாதையில் ஸவீத்ஸ்கிய் என்ற ஜெனரலின் தலைமையில் இருந்த குதிரை பிரிகேடை அழித்துவிட்டு, ரூஷின் என்ற இடத்தை நோக்கி விரைந்து முன்னேறியது.

போலிஷ் ராணுவத் தலைமை, அவசர அவசரமாக ஒரு தாக்குப் படையைத் திரட்டி, உடைப்புக்கு அணைபோட முயன்றது. கவச மிட்ட, பட்டைச் சக்கரங்கள் கொண்ட, அப்பொழுதுதான் பக்ரி பீஷ்சே என்ற ரயில் நிலையத்தில் வந்திறங்கிய ஐந்து டாங்கிகள் வெகு அவசரமாகப் போர்க்களத்தை நோக்கி விரைந்தன.

ஸரூத்னித்ஸி என்ற இடத்திலிருந்து தாக்குவதற்கும் போலிஷ் தலைமை திட்டமிட்டது. ஆனால் புத்யோன்னியின் ராணுவம், அந்த இடத்தைப் பக்கவாட்டமாகக் கடந்து முன்னேறி, போலிஷ் இராணுவத்தின் பின்புறத்துக்குச் சென்றது.

போலிஷ் ஜெனரல் கொர்னீத்ஸ்கியின் குதிரை டிவிஷன் புத்யோன்னியின் முதலாவது குதிரைப்படையைப் பின்தொடர்ந்து துரத்தியது. புத்யோன்னிய் இராணுவத்தைப் பின்புறமிருந்து தாக்க வேண்டுமென்ற உத்திரவுடன், கொர்னீத்ஸ்கியின் டிவிஷன் முன்னேறியது. போலிஷ் ராணுவத்துக்குப் பின்னால் இருந்த கஸாத்தீன் ராணுவ முக்கியத்துவம் வாய்ந்தது. அதை புத்யோன்னிய் படை அடையாமல் தடுக்க வேண்டுமென்று போலிஷ் தலைமை விரும்பியது. ஆனால் அந்த நடவடிக்கைகள் போலிஷ் துருப்புக்களின் நிலைமையைச் சீர்திருத்தவில்லை. போர்முனையிலிருந்த உடைப்பு அடைபட்டதென்பது மெய். துருப்புக்களின் பின்புறத்தில் புத்யோன்னி யின் பலம் வாய்ந்த குதிரைப்படை இருந்தது. அது போலிஷ் படைத்தளங்களை அழித்துவிட்டு, கீவ் நகரத்திலிருந்த படைமீது பாயக்கூடிய பேரபாயம் உண்டாகிவிட்டது. தவிர செஞ்சேனைக் குதிரைப் படைகள் முன்னேறுங்கால், சிறிய ரயில்வே பாலங்களை உடைத்துக்கொண்டே சென்றன; இருப்புப் பாதையையும் பல இடங்களில் பெயர்த்து விட்டன. இவ்வாறாக, போலிஷ் படைகள் பின்வாங்க முடியாமல் செய்தன.

ஷித்தோமிர் என்ற நகரில் போலிஷ் ராணுவத்துக்கு ஒரு தலைமைக் காரியாலயம் இருப்பதாகச் செம்படை பிடிபட்ட கைதி களிடமிருந்து தெரிந்து கொண்டது. (உண்மையில், போர்முனையின் முழுத் தலைமையும், ஷித்தோமிரில்தான் இருந்தது.) எனவே, முதலாவது குதிரைப்படைத் தளபதி ஷித்தோமிரையும் பெர்தீச்செவ் என்ற நகரத்தையும் கைப்பற்ற வேண்டுமென்று முடிவு செய்தான். இரண்டுமே முக்கியமான ரயில்வே ஜங்ஷன்களாகவும் நிர்வாக கேந்திரங்களாகவும் இருந்தன. ஜூன் மாதம் ஏழாம் தேதி, நான்காவது குதிரை டிவிஷன், ஷித்தோமிரை நோக்கி விரைந்து கொண்டிருந்தது.

இப்பொழுது, குதிரைப்படை ஸ்க்வாட்ரன் ஒன்றின் வலது புறத்தில், காலம் சென்ற வாத்தியக்காரனான குல்யாப்கோவின் இடத்தில், கர்ச்சாகின் சென்று கொண்டிருந்தான். அவன் அருமையாக அக்கார்டியனை வாசித்த காரணத்தால், அவனைப் பிரிய மனமில்லாத வீரர்கள் கூட்டாக முயற்சி எடுத்து, அவனைக் குதிரைப்படையில் சேர்த்துக் கொள்ளும்படி செய்தனர்.

அவர்கள் வாய்நுரைக்க விரையும் குதிரைகளின் வேகத்தைக் கட்டுப்படுத்தாமல், ஷித்தோமிர் அருகில் விசிறிபோல் விரிந்த வியூகம் அமைத்து முன்னேறிச் சூரிய வெளிச்சத்தில் பளபளவென்று மின்னும் போர்வாட்களுடன் நகரத்தைத் தாக்கினார்கள்.

பூமி புலம்பியது; குதிரைகள் இணக்கமின்றிச் சுவாசித்தன; வீரர்கள் சேணத்தின் மிதியடிகளில் நின்று கொண்டனர்.

குதிரைகள் சிட்டாய்ப் பறந்தன. தோட்டங்களை உடைய பெரிய நகரம், அவற்றைச் சந்திக்க விரைந்தது, புயல் வேகத்தில் நகரத்துக்குள் நுழைந்த குதிரைப்படைகள், தோட்டங்களில் மின்னல் போலத் தோன்றி மறைந்தன; நகரத்தின் மையத்தை அடைந்தன, அச்சுறுத்தும் போர் முழக்கம் காற்றைப் பிளந்து கொண்டு பரவியது. அது, சாவே முழங்குவது போல் இருந்தது.

போலிஷ் சிப்பாய்கள் மலைத்து நின்றார்கள். அவர்கள் அதிகமாக எதிர்க்கவில்லை. நகரத்திலிருந்த படைகளெல்லாம் நாசம் செய்யப் பட்டன.

குதிரையின் கழுத்தைத் தன் முகம் தொடும் அளவுக்கு முதுகை வளைத்துக் கொண்டு விரைந்தான் பாவெல். அவனுடன் ஒட்டினாற் போல மெலிந்த கால்களை உடைய மற்றொரு கருங்குதிரையின்மீது தொப்தாலோ சென்று கொண்டிருந்தான். வழியில், ஒரு போலிஷ் சிப்பாய் தன் துப்பாக்கியைத் தோள்மீது தூக்கி வைத்துக்கொள்ள முயன்றான். அதற்குள், இமைக்கும் நேரத்தில், பிழைபடாத ஒரே

வெட்டின் மூலம் அந்தச் சிப்பாயைத் துடுக்கான தொப்தாலோ கொன்று வீழ்த்தியதைப் பாவெல் பார்த்தான்.

குதிரைகள் வீதி வழியே சென்றபொழுது, இரும்பு லாடங்கள் கருங்கல் தளத்தின்மீது உராய்ந்து, 'டொக் டொக்' என்று ஒலி எழுப்பின. திடீரென, ஒரு நாற்சந்தியில், சாலையின் நடுவில் ஒரு யந்திரத் துப்பாக்கி தம்மை நேருக்கு நேர் நோக்குவதை அவர்கள் கண்டனர். நீல உடுப்பும் சதுரக் குல்லாயும் அணிந்த மூன்று போலிஷ் சிப்பாய்கள் அதன்மீது சாய்ந்து கொண்டிருந்தனர். அவர்களுடன், பொன் கம்பிகளால் பின்னப்பட்ட சுருள்களைக் காலர்மீது அணிந்திருந்த நான்காவது போலிஷ்காரனும் நின்றான்; அந்தப் போலிஷ் ஆபீசர் பிஸ்டலை நீட்டிக் குதிரை வீரர்களைக் குறிபார்த்தான்.

பாவெலும் தொப்தாலோவும் தமது குதிரைகளைக் கட்டுப்படுத்த முடியாதவர்களாய், யந்திரத் துப்பாக்கியை நோக்கி மரணத்தின் நுழைவாயிலுக்குள்ளேயே சென்றனர். ஆபீசர் பாவெலை நோக்கிச் சுட்டான்; ஆனால் குண்டு குறி தவறியது. அது பாவெலின் கன்னத்தை ஒட்டினாற் போல ஒலித்துக்கொண்டு சென்றது. அடுத்த வினாடியில், வேகமாகப் பாய்ந்த குதிரைக்கு முன்னால் போலிஷ் ஆபீசர் இடறிவிழுந்தான்; அவனது மண்டை, தளத்தின் கற்களால் தாக்குண்டது; எதற்கும் சக்தியற்றவனாகத் தரையில் கிடந்தான்.

அதே நொடி நேரத்தில், யந்திரத் துப்பாக்கி வெறி மிகுந்த வேகத்தில் குண்டுகளைக் கக்கத் தொடங்கியது. ஒரு டஜன் ஈயக் குளவிகள் தொப்தாலோவையும் அவனது குதிரையையும் கொட்டிக் கொன்றன. தொப்தாலோவின் பிணமும் கருங்குதிரையின் பிரேதமும் தரையில் கிடந்தன.

பாவெலின் குதிரை தனது பின் கால்களை மட்டும் ஊன்றிக் கொண்டு எழும்பியது, பயத்தால் கனைத்தது; பாவெலும் தானுமாக, யந்திரத் துப்பாக்கிமீது குனிந்திருந்த போலிஷ் சிப்பாய்கள் மீது பாய்ந்தது. பாவெலின் வாள், வில் வடிவத்தில் மின்னிச் சுழன்று, ஒருவனது நீலமான சதுரக் குல்லாய்க்குள் நுழைந்தது.

இன்னொரு தலைக்குள் நுழைந்து செல்வதற்காக வாள் மீண்டும் மின்னிக்கொண்டே உயர்ந்தது. ஆனால் வெறிபிடித்த குதிரை ஒரு பக்கமாகப் பாய்ந்துவிட்டது.

கொந்தளித்துச் செல்லும் மலை அருவியைப் போல, குதிரைப் படை ஸ்க்வாட்ரன் நாற்சந்திக்குள் திரண்டது. பல வாட்கள் பளபளவென்ற பிரகாசத்துடன் காற்றில் சுழன்றன.

சிறைச்சாலையின் குறுகலான, நீண்ட இடைவழிகள் பல்வகை இரைச்சல்களை எதிரொலித்தன.

சிறையின் சிற்றறைகளில் ஏராளமான ஆண்களும் பெண்களும் அடைத்து வைக்கப்பட்டிருந்தனர். அந்தக் கைதிகள் நலிந்த முகங்களுடன் சோர்ந்து போய் இருந்தனர். அவர்கள் கவலையுடனிருந்தனர். நகரத்தில் சண்டை நடப்பதைப் பற்றி அவர்கள் அறிந்துகொண்டிருந்தனர். ஆனால் அதன்மூலம் தங்களுக்குச் சுதந்திரம் கிடைக்க விருக்கிறதென்று அவர்கள் நம்பவில்லை. நகரத்தைத் திடீரென்று தாக்கியுள்ள வீரர்கள் செஞ்சேனையைச் சேர்ந்தவர்களென்று அவர்கள் எண்ணவேயில்லை.

சிறைவாயில் முற்றத்தில் துப்பாக்கிப் பிரயோகம். இடைவழிகளில் ஆட்களின் ஓட்டம். திடீரென, "உங்களுக்கு விடுதலை, தோழர்களே!" என்ற புத்துயிர் அளிக்கும் சொற்கள்!

ஒரு அறையை நோக்கிப் பாவெல் ஓடினான். அதன் கதவு பூட்டப்பட்டிருந்தது. கதவின் சிறிய ஜன்னலில் பல ஜதை கண்கள் காட்சியளித்தன. பாவெல் துப்பாக்கிப் பிடங்கினால் பூட்டை மீண்டும் மீண்டும் தாக்கினான்; விசையுடன் தாக்கினான்; ஆனால் அது உடையவில்லை.

"அதை ஒரு வெடிகுண்டால் உடைப்போம்" என்று சொல்லிக் கொண்டு, மிரோனவ் பாவெலைத் தள்ளிவிட்டு, சட்டைப் பையிலிருந்து ஒரு எறிகுண்டை எடுத்தான்.

அதற்குள் பிளாட்டூன் தலைவன் த்ஸிகார்ச் சென்கோ அந்தக் குண்டை அவனிடமிருந்து பிடுங்கிக்கொண்டான்.

"நிறுத்து, முட்டாள்! உனக்குப் பைத்தியமா? அவர்கள் நொடிப் பொழுதில் சாவிகளைக் கொண்டு வருவார்கள். உடைக்க முடியாத பூட்டுகளைச் சாவிகளால் திறப்போம்."

அதே சமயத்தில், சிறைக் காவலர்களை ரிவால்வர் குழாய்களினால் தள்ளிக்கொண்டு வந்தனர். சிறை இடைவெளியில் வெகுநாட்களாகக் குளிக்காத, வர்ணிக்க முடியாத இன்ப வெள்ளப் பெருக்கில் இப்பொழுது குளித்துத் திளைத்த பெருங்கூட்டமொன்று திரண்டது.

சிற்றறையின் கதவை அகலத் திறந்து கொண்டு பாவெல் உள்ளே ஓடினான்.

"தோழர்களே, நீங்கள் சுதந்திர புருஷர்கள்! நாங்கள் புத்யோன்னியின் வீரர்கள்! எங்களது டிவிஷன் டவுனைப் பிடித்துவிட்டது!"

நீர் நிறைந்த கண்களுடன், ஒரு மாது பாவெலிடம் ஓடினாள்; தன் குடும்பத்தைச் சேர்ந்தவனைக் கண்டது மாதிரி, அவள் பாவெலைக் கட்டித் தழுவி, கண்ணீர் பெருக்கிக் கதறி அழுதாள்.

அந்தக் கருங்கல் சிறைக்குள் ஐயாயிரத்து எழுபத்து ஒன்று போல்ஷெவிக்குகள் அடைபட்டிருந்தனர். அவர்களைச் சுட்டுக்கொல்வதற்கு அல்லது தூக்குமேடையில் ஏற்றுவதற்கு நேரம் நிச்சயிப்பதற்கு முன்னால், இடைக்காலத்தில், அங்கு அடைத்து வைத்திருந்தனர். அவர்களுடன், செஞ்சேனையைச் சேர்ந்த இரண்டாயிரம் அரசியல் ஊழியர்களையும் போலிஷ் வெள்ளைப் படையினர் அங்குப் பூட்டி வைத்திருந்தனர். புத்யோன்னியின் குதிரைப் படையினர் தமக்குக் கிடைத்த வெற்றிப் பொருட்கள் அனைத்தையும் விட உயர்ந்ததாக, இந்த வீரர்களின் விடுதலையைக் கருதிப் போற்றினர். நகரத்தைக் கைப்பற்றிய சாதனையையும்விட, இந்த வீரர்களின் விடுதலையே, தங்களுக்குக் கிடைத்த சிறப்பான பரிசு என்று அவர்கள் கருதி உவகை கொண்டனர். ஏழாயிரத்துச் சொச்சம் புரட்சிக்காரர்களுக்கு, ஊடுருவ முடியாத காரிருள் நீங்கியது; வெப்பம் மிகுந்த ஜூன் மாதத்துப் பகலவனின் பேரொளி அவர்களது வாழ்வை ஆட்கொண்டது.

கனிந்த எலுமிச்சையைப் போல் மஞ்சள் நிற முகமுடைய ஒரு கைதி பாவெலிடம் ஆனந்த மிகுதியால் ஓடினான். அவன்தான் சாமுயில் லேஹெர், ஷெப்பெத்தோவ்க்காவில் அச்சகத்தில் வேலை செய்த தொழிலாளி.

அவர்களுடைய சொந்த நகரத்தில் நிகழ்ந்த சோகமிக்க சம்பவங்களைச் சாமுயில் கூறக் கேட்டு, பாவெல் மனம் வெதும்பினான், அவன் காதில் ஈயத்தைக் காய்ச்சி ஊற்றியது போலிருந்தது.

"ஓரிரவு ஏககாலத்தில் எங்கள் எல்லோரையும் அவர்கள் பிடித்துவிட்டனர். யாரோ கொடியவன் எங்களை ராணுவ அரசியல் போலீஸுக்குக் காட்டிக் கொடுத்துவிட்டான். அவர்களது பிடியில் நாங்கள் சிக்கியபின், அவர்கள் ஈவிரக்கமில்லாமல் நடந்துகொண்டனர். பாவெல்! அவர்கள் எங்களை அடித்து உதைத்த பயங்கரத்தைச் சொல்லி முடியாது. நான் சில அடிகளால் தாக்குண்டவுடன் உணர்விழந்து விட்டதால், இதரரைவிடக் குறைவான வதைக்கு உட்பட்டேன். ஆனால் மற்றவர்கள் என்னைவிட உரம் மிகுந்தவர்களாயிருந்தனர்; சுலபத்தில் உணர்விழக்கவில்லை.

நாங்கள் ஒளித்து மறைப்பதற்குரிய விஷயம் எதுவும் இல்லை. ஒவ்வொரு விஷயத்தைப் பற்றியும் எங்களைவிடப் போலீஸார் அதிகமாகத் தெரிந்திருந்தனர். நாங்கள் எடுத்த ஒவ்வொரு நடவடிக்கையையும் அவர்கள் அறிந்திருந்தனர். அதில் அதிசயம் எதுவும் இல்லை. ஏனென்றால், எங்கள் மத்தியிலேயே ஒரு துரோகி இருந்தான்! பாவெல், அந்த நாட்களைப் பற்றி என்னால் பேச முடியாது.

அப்பொழுது பிடிபட்டவர்களில் பலரை நீ அறிவாய். வால்யா புருஸ்ஷாக்கை நீ அறிவாய். ரோஸா கிரித்ஸ்மான் நேர்த்தியான பெண்! கபடம் அறியாத கண்கள்! அப்பொழுதே பதினேழு நிரம்பி யிருந்தது. சாஷா புன்ஷாப்த் பிடிபட்டான். உனக்கு அவனைத் தெரியும்; என்னுடன் அச்சகத்தில் வேலை செய்தான்; எப்பொழுது பார்த்தாலும், முதலாளியைக் கேலி செய்து, கேலிச் சித்திரங்கள் வரைந்து கொண்டிருப்பான். உல்லாசமான இதயத்தை உடையவன். அவனுடன், இரண்டு உயர்நிலைப் பள்ளி மாணவர்களையும் பிடித் தார்கள். நொவசேல்ஸ்க்கியும் தூஷித்ஸுும். உனக்குத் தான் அவர் களைத் தெரியுமே? மற்றவர்கள் நம் ஊரைச் சேர்ந்தவர்கள் அல்லது பேட்டையில் வாழ்பவர்கள். ஆகக்கூடி, இருபத்தொன்பது பேர் கைதானோம். அவர்களில் பெண்கள் அறுவர். எல்லோரும் மிருகத் தனமான சித்திரவதைக்கு உள்ளானார்கள். முதல் நாளன்றே, வால்யா வையும் ரோஸாவையும் பலாத்காரம் செய்து கற்பழித்துவிட்டார்கள். அந்த நாய்கள், இந்த இரு பெண்களையும் தோன்றியபடியெல்லாம் கேலி செய்தார்கள். அதன்பின், அவர்கள் குற்றுயிரும் குலை உயிரு மாகச் சிறை அறைக்குக் கொண்டு வரப்பட்டனர். சீக்கிரத்தில் ரோஸா பிதற்றத் தொடங்கினாள். சில நாட்களில் அவள் பூர்ணமாகப் புத்தி சுவாதீனத்தை இழந்துவிட்டாள்.

அவளுக்குப் பைத்தியம் பிடித்துவிட்டது என்பதை அவர்கள் நம்பவில்லை. அவள் பாசாங்கு செய்வதாகக் கூறி, அவளைக் கேள்வி கேட்ட பொழுதெல்லாம் ஈவிரக்கமில்லாமல் அடித்தனர். அவளை அவர்கள் இறுதியில் சுட்டுக்கொன்ற பொழுது, அவளைப் பார்க்க சகிக்கவில்லை. முகமெல்லாம் புண்ணாகிக் கருத்திருந்தது; கண்கள் வெறியுடன் விழித்தன; அவள் கிழவி மாதிரி தோற்றமளித்தாள்.

வால்யா இறுதிவரை உறுதியாக இருந்தாள். அவர்கள் அனை வருமே உண்மையான வீரர்களாக இறந்தார்கள். அந்தச் சித்திரவதை கள் எல்லாவற்றையும் சகித்துக்கொள்ளும் பலம் அவர்களுக்கு எப்படி ஏற்பட்டதென்பது எனக்குப் புரியவில்லை. பாவெல்! அவர்களது சாவை நான் எப்படிச் சித்தரிப்பேன்! அது பயங்கரமான காட்சி...

வால்யாதான் மிகவும் அபாயகரமான வேலை செய்து வந்தவள். போலிஷ் ராணுவக் காரியாலயத்தின் கம்பியில்லாச் செய்திப் போக்கு வரத்து சிப்பந்திகளுடனும், ஜில்லாத் தலைமைக் குழுவினருடனும் தொடர்பு கொண்டிருந்தாள். தவிர, அவளது வீட்டை அவர்கள் சோதனையிட்டபொழுது, ஒரு பிஸ்டலும், இரண்டு எறிகுண்டு களும் அகப்பட்டன. நமது ஆள்மாதிரி நடித்த துரோகிதான், அந்த எறிகுண்டுகளை அவளிடம் கொடுத்திருந்தான். போலிஷ் ராணுவக்

காரியாலயத்துக்கு வெடி வைக்கத் திட்டமிட்டுக் காரியம் செய்தாள் என்று குற்றம் சாட்டுவதற்கு, விரோதிகள் முறையாக ஜோடித் திருந்தனர்.

ஆ, பாவெல், அந்தக் கடைசி நாட்களைப் பற்றிப் பேசுவதே எனக்கு வேதனையாகவிருக்கிறது. எனினும் நீ வற்புறுத்துவதால் சொல்கிறேன். வால்யாவும் மேலும் இருவரும் தூக்கிலிடப்பட வேண்டுமென்றும் மற்றவர்கள் சுட்டுக் கொல்லப்பட வேண்டுமென்றும் ராணுவக் கோர்ட் தீர்ப்பு அளித்தது. எங்களுடன் ஒத்துழைத்த போலிஷ் சோல்ஜர் கள், அதற்கு இரண்டு நாட்கள் முன்னதாக விசாரிக்கப்பட்டனர். அவர்களில் ஒருவன், கார்ப்பொரல் ஸ்னெகுர்க்கோ. அவன் இளைஞன்; கம்பியில்லாச் செய்திப் போக்குவரத்து வேலையைச் செய்தவன்; யுத்தத்துக்கு முன்னால் லோத்ஸ் என்ற நகரில் எலெக்டிரிஷயனாக வேலை செய்தவன். சோல்ஜர்களிடையே கம்யூனிஸ்ட் பிரசாரம் செய்தான் என்றும் தாய்நாட்டுக்குத் துரோகம் செய்தான் என்றும் அவன்மீது குற்றம் சாட்டினார்கள். அவனைச் சுட்டுக்கொல்ல வேண்டுமென்று தீர்ப்பு அளிக்கப்பட்டது. அவன் மன்னிப்புக்கோரி மனு செய்யவில்லை. தீர்ப்பு வந்த இருபத்து நான்கு மணி நேரத் துக்குள், அவனைச் சுட்டுக் கொன்றனர்.

அவனது விசாரணையின்பொழுது, வால்யா ஒரு சாட்சியாக அழைக்கப்பட்டிருந்தாள். அதன்பின் வால்யா விசாரணையைப் பற்றி எங்களிடம் கூறினாள். கம்யூனிஸ்ட் பிரசாரம் செய்ததாக ஸ்னெ குர்க்கோ ஒப்புக்கொண்டான் என்றும் தேசத் துரோகக் குற்றச் சாட்டை அவன் ஆவேசத்துடன் மறுத்தான் என்றும் அவள் கூறினாள். அவன் கோர்ட்டில் சொன்னதாவது : 'போலிஷ் சோவியத் சோஷலிஸ்ட் குடியரசுதான் என் தாயகம். ஆம், நான் போலந்து கம்யூனிஸ்ட் கட்சியின் உறுப்பினன். என் கருத்துக்கு விரோதமாக, ராணுவத்தில் பலவந்தமாகச் சேர்க்கப்பட்டேன். அங்கு வந்தவுடன், என்னைப் போலப் போர்முனைக்குப் பலாத்காரமாகத் தள்ளப் பட்டிருந்த இதர ஆட்களின் கண்களைத் திறக்க என்னால் இயன் றதைச் செய்தேன். அதற்காக நீங்கள் என்னைத் தூக்கிலேற்றலாம். ஆனால் தாய்நாட்டுக்குத் துரோகம் செய்ததாகக் கூறி, என்னைத் தண்டிக்க முடியாது. ஏனெனில் நான் ஒருநாளும் தேசத் துரோகியாக இருந்ததில்லை; இனியும் எந்நாளும் தேசத் துரோகியாக மாட்டேன். உங்கள் தாயகம் வேறு; என் தாயகம் வேறு. பிரபுக்களின் நாடு உங்களுக்குத் தாய்நாடு. தொழிலாளர் விவசாயிகளின் நாடு என் தாய்நாடு. என் தாய்நாடு சீக்கிரத்தில் வெற்றியடையும்; அதில் ஒருவரும் என்னைத் துரோகி என்று தூற்றமாட்டார்கள். இதை நான் உறுதியாக அறிவேன்!'

விசாரணைக்குப் பின், நாங்கள் எல்லோரும் சேர்த்து வைக்கப் பட்டிருந்தோம். தண்டனையை நிறைவேற்றுவதற்குமுன், எங்களைச் சிறைக்கு அனுப்பினார்கள். இரவில், சிறைக்கு எதிராக, ஆஸ்பத் திரிக்குப் பக்கத்தில், தூக்குமேடை அமைத்தார்கள். காட்டுக்கருகிலே, சாலையிலிருந்து கொஞ்ச தூரத்தில் இருந்த பெரிய குட்டைக்குப் பக்கத்தில் சுடுவதற்கான இடத்தைத் தேர்ந்தெடுத்தார்கள். எங்கள் எல்லோருக்கும் பொதுவாக, ஒரு சவக்குழியையும் வெட்டினார்கள்.

எங்களுக்கு விதிக்கப்பட்ட தண்டனையைச் சகலரும் அறிய வேண்டுமென்பதற்காக நகரமெங்கும் ஒட்டப்பட்ட போஸ்டர்கள் மூலம் தீர்ப்பு விவரத்தைத் தெரிவித்தார்கள். ஜனங்களை அச்சுறுத்த வேண்டுமென்பதற்காக மக்கள் முன்னிலையில் தண்டனையை நிறை வேற்றுவதென்று போலிஷ் அதிகாரிகள் முடிவு செய்தனர். அதிகாலை யிலிருந்தே அவர்கள் நகர மக்களைப் பலாத்காரமாக தூக்குமேடை ஸ்தலத்துக்குத் தள்ளிக்கொண்டு வந்தனர். பயங்கரமான நிகழ்ச்சி யென்றாலும், பார்க்க வேண்டுமென்ற ஆவலுடன் சிலர் வந்தனர். தூக்கு மரத்தின் அருகில் வெகு பெரிய கூட்டம். எங்கு நோக்கினாலும் ஒரே மனிதத் தலைகள். சிறையின் வேலிகள் மரக்கட்டைகளால் ஆக்கப் பட்டவை. சிறையின் அருகிலேயே தூக்குமேடை அமைந்திருந்ததால் கூட்டத்தினரின் பேச்சும் சந்தடியும் உண்டாக்கிய ஒலி சிறையி லிருந்த எங்கள் அறைக்கும் எட்டியது. கூட்டத்துக்குப் பின்னால், அவர்கள் யந்திரத் துப்பாக்கிகளை நிறுத்தியிருந்தார்கள். அந்தப் பிரதேசத்திலிருந்த அரசியல் இரகசிய போலீஸைச் சேர்ந்த காலாட் படையினரும் குதிரைப்படையினரும் அங்குக் குவிக்கப்பட்டிருந் தனர். போலிஷ் பட்டாலியன் ஒன்று வீதிகளையும் அவற்றுக்கும் அப்பால் உள்ள காய்கறித் தோட்டங்களையும சூழ்ந்துகொண்டது. தூக்குமேடைக்குப் பக்கத்தில், தூக்கிலேற்றப்பட வேண்டியவர் களுக்காக ஒரு குழி வெட்டப்பட்டிருந்தது.

நாங்கள் முடிவுக்காக மௌனமாகக் காத்திருந்தோம்; அப்போ தைக்கப்போது, ஒருசில வார்த்தைகள் பேசினோம். இரவிலேயே, சம்பாஷிக்க வேண்டியதை எல்லாம் பேசி, விடைபெற்றுக் கொண்டு விட்டோம். ரோஸா மட்டும் அறையின் ஒரு மூலையில் மெல்லிய குரலில் ஏதோ பிதற்றிக்கொண்டிருந்தாள். வால்யா மிகுந்த சித்திர வதைக்கு உட்படுத்தப்பட்டதால், அவள் நடக்கக்கூட முடியாமல் படுத்துக்கிடந்தாள். பேட்டையைச் சேர்ந்த இரண்டு இளம் பெண்கள், சகோதரிகள், கம்யூனிஸ்டுகள், ஒருவரையொருவர் தழுவிக்கொண்டு இறுதி விடைபெற்ற பொழுது, அவர்களது கண்களிலிருந்து நீர் பெருக்கெடுத்தது. கிராமப்புறத்தைச் சேர்ந்த விறுவிறுப்பான

இளைஞனும், தன்னைக் கைது செய்ய வந்த இரண்டு போலிஷ் அரசியல் போலீஸாரைத் தாக்கி வீழ்த்தியவனுமான ஸ்தெப்பானவ், அந்தப் பெண்களைப் பார்த்து அழாதிருக்கும்படிக் கூறினான். 'தோழர்களே! ஒரு சொட்டுக் கண்ணீர் சிந்தக்கூடாது. இங்கு நீங்கள் அழலாம்; ஆனால் அறைக்கு வெளியே போனவுடன், முகத்தில் துக்கத்தின் சாயல்கூட இருக்கக்கூடாது. அந்த இரத்த வெறிபிடித்த ஓநாய்கள் நம்மைப் பார்த்துவிட்டு தற்பெருமை அடிப்பதற்கு இடம் கொடுக்கக்கூடாது. எப்படியிருந்தாலும், நம்மிடம் அவர்கள் இரக்கம் காட்டப் போவதில்லை. நாம் இறப்பதைத் தவிர்க்க முடியாதபொழுது, கண்ணியமான முறையில் சாவதே சிறப்பு. நாம் ஊர்ந்து செல்லப் போவதில்லை; தோழர்களே! முகமலர்ச்சியுடன் மரணத்தைத் தழுவச் செல்கிறோம்.'

அப்புறம் எங்களை அழைத்துச் செல்வதற்கு அவர்கள் வந்தார்கள். எதிர் உளவு இலாகாத் தலைவன் ஷ்வார்க்கோவ்ஸ்கிய் முன்னால் வந்தான். அவனைவிடக் கொடுமையான காமாந்தகாரப் பிண்டத்தைக் காண முடியாது. அந்த வெறிநாய், தானே பெண்களைக் கற்பழிக்காத காலத்திலும், தன் ஆட்கள் பலவந்தமாகப் பெண்களை மானபங்கம் செய்வதைக் கண்டு இன்புற்றான். இரு பக்கத்திலும் உருவிய பட்டாக் கத்திகளுடன் போலீஸார் நிற்க, அவர்களுக்கு இடையே எங்களை அழைத்துச் சென்றனர்.

சிறை முற்றத்தில், துப்பாக்கிப் பிடங்குகளால் குத்தி எங்களைத் துரிதப்படுத்தினார்கள். வரிசைக்கு நால்வர் வீதம் நிற்கும்படி எங்களை நிர்ப்பந்தித்தார்கள். அதன்பின் சிறையின் கேட்டுகளைத் திறந்து, எங்களைத் தெருவுக்கு இட்டுச்சென்று, தூக்குமேடைக்கு முன்னால் நிறுத்தினார்கள். எங்களைச் சுடுவதற்கு முன்னால், நாங்கள் தூக்கு மேடையில் தோழர்கள் சாவதைப் பார்க்க வேண்டுமென்பதற்காக எங்களை அங்கு நிறுத்தினார்கள். தூக்கு மரங்கள் உயரமாயிருந்தன; பருமனாகவிருந்தன. அவற்றை இணைத்த குறுக்குச் சட்டத்திலிருந்து மூன்று சுருக்குக் கயிறுகள் தொங்கின. ஒவ்வோர் இழுவடத்துக்கும் கீழே, படிகளுடன் கூடிய மேடை ஒன்று இருந்தது. ஒவ்வொரு மேடைக்கும் ஒரு மரக்கட்டை ஆதாரம். அந்தக் கட்டையை எளிதில் உதைத்துத் தள்ளிவிடலாம். அசைந்தாடிக் கொண்டிருந்த ஜனக் கூட்டத்திலிருந்து ஓர் இலேசான முணுமுணுப்புக் கேட்டது. அனைவரும் வைத்த விழி வாங்காமல் எங்களைப் பார்த்துக் கொண்டிருந்தனர். அந்தக் கூட்டத்தில் எங்களது உற்றார் உறவினரில் சிலரை நாங்கள் அடையாளம் தெரிந்துகொண்டோம்.

"கொஞ்ச தூரத்தில், ஒரு முகப்பு மண்டபத்தின்மீது, சில போலிஷ்

பிரபுக்களும் அதிகாரிகளும் தொலைநோக்கிகளுடன் நின்று கொண்டிருந்தனர். போல்ஷெவிக்குகள் தூக்கிலேற்றப்படுவதைக் கண்டுகளிக்க அவர்கள் அங்கு கூடியிருந்தனர்.

மிருதுவான வெண்பனி பூமியை மூடியிருந்தது. காடெல்லாம் பனி பெய்து வெண்மையாகக் காட்சியளித்தது. மரங்களின் மீது பஞ்சு தூவியிருந்தது போல தோன்றியது. வெண்பனிக் கட்டிகள் சுழன்றுச் சுழன்று சூடேறிய எங்களது முகங்கள்மீது மெதுவாக விழுந்து வேகமாக உருகின. தூக்குமேடைப் படிகள் வெண்பனியால் போர்த்தப் பட்டிருந்தன. நாங்கள் மிகவும் குறைவான ஆடைகளையே உடுத்தி யிருந்தோம்; என்றாலும் நாங்கள் குளிரை உணரவில்லை. காலணி யைக்கூட அணியாமல், காலுறையுடனேயே தான் நடப்பதைக்கூட, ஸ்தெப்பானவ் உணரவில்லை.

தூக்குமேடைக்கு அருகில் ராணுவ பிராஸிக்யூட்டரும் உயர்தர அதிகாரிகளும் நின்றனர். கடைசியில், வால்யாவும் தூக்கிலேற வேண்டிய வேறு இருவரும் சிறையிலிருந்து அழைத்து வரப்பட்டனர். அவர்கள் மூவரும் கைகோர்த்துக் கொண்டு நடந்தனர். இடையில் வால்யா நடந்தாள். அவளால் தனியாக நடக்க முடியாத காரணத்தால், ஏனைய இருவரும் அவளைத் தாங்கிக்கொண்டு வந்தனர். ஆனால், முகமலர்ச்சியுடன் மரணத்தைத் தழுவ வேண்டுமென்று ஸ்தெப் பானவ் சொன்னதை மறக்காத வால்யா, நிமிர்ந்து நடப்பதற்கே அருமுயற்சி செய்தாள். அவள் மேல் கோட்டு அணியவில்லை; கம்பளி ஜாக்கெட்டு மட்டும் தரித்திருந்தாள்.

"அவர்கள் கைகோர்த்து நடந்ததைக் காண, ஷ்வார்க்கோவ் ஸ்கிய்க்குச் சகிக்கவில்லை. எனவே, அவர்களைத் தள்ளினான். வால்யா ஏதோ சொன்னாள். உடனே, குதிரை மீதிருந்த போலீஸ்காரன், தன் சாட்டையால் அவளது முகத்தில் முழு வேகத்துடன் அடித்தான். கூட்டத்திலிருந்த ஒரு மாது பயங்கரமாக அலறினாள். போலீஸ் வளையத்தை உடைத்துக் கொண்டு, கைதிகளை அடைவதற்கு, அவள் வெறிகொண்டவள்போல் போராடினாள். ஆனால் அவர்கள் அவளைக் கைப்பற்றி இழுத்துக் கொண்டு போய்விட்டனர். அவள் வால்யாவின் தாயாகத்தான் இருந்திருக்கவேண்டும். மூவரும் தூக்குமேடையை நெருங்கியவுடன், வால்யா, புரட்சிப் பாட்டொன்றைப் பாடத் தொடங் கினாள். அந்த மாதிரியான குரலை நான் ஒரு பொழுதும் கேட்ட தில்லை; சாவைத் தழுவச் செல்லும் ஒருவர்தான் அவ்வளவு உணர்ச்சிப் பெருக்குடன் பாட முடியும். அவளுடன் மற்ற இருவரும் சேர்ந்து பாடினர். குதிரைகள் மீது இருந்த காவலர் சவுக்கால் விசையுடன் அடித்தனர். ஆனால் அந்த மூவரும் அந்தச் சவுக்கடிகளை உணர்ந்த

தாகவே தெரியவில்லை. அவர்களைக் கீழே தள்ளினார்கள்; சாக்கு மூட்டைகளை இழுத்துக்கொண்டு போவது மாதிரி, தூக்குமேடைக்கு இழுத்துச் சென்றார்கள். தண்டனை விவரம் துரிதமாகப் படிக்கப் பட்டது. அவர்களது கழுத்துகளில் சுருக்குக் கயிறுகள் மாட்டப் பட்டன. அந்த வினாடியில்தான், நாங்கள் பாடத் தொடங்கினோம் :

"பட்டினிக் கொடுஞ்சிறைக்குள் பதறுகின்ற மனிதர்காள்!
பாரில் கடையரே, எழுங்கள்....."

காவற்படையினர் பாய்ந்துவந்து எங்களைச் சூழ்ந்துகொண்டனர். மேடைகளின் அடிக்கட்டைகளைக் காவலர்கள் துப்பாக்கிப் பிடங்கு களால் தள்ள, மூன்று உடல்களும் சுருக்குக் கயிறுகளால் இழுக்கப் படுவதை மட்டும் காண்பதற்கே எனக்கு அவகாசம் இருந்தது...

எங்களில் ஒரு பகுதியினரைச் சுவருக்கு முன்னால் நிறுத்திவிட்டார் கள். அப்பொழுதுதான் எனக்கும் வேறு ஒன்பது பேருக்கும் மரண தண்டனையை இருபது ஆண்டு சிறைத்தண்டனையாகக் குறைக்கப் பட்டிருக்கிறதென்று அறிவித்தார்கள். மீது பதினாறு தோழர்களும் சுட்டுக் கொல்லப்பட்டனர்."

சாமுயில், நடுநடுங்கும் கரங்களால் சட்டைக்காலர் தன்னைத் திக்குமுக்காட செய்வது போல அதைக் கிழித்தான்.

"மூன்று நாட்களுக்குப் பிணங்கள் கயிறுகளில் தொங்கின. தூக்கு மேடை இரவும் பகலும் பாதுகாக்கப்பட்டது. அதன்பின், கைதான ஒரு புதிய கோஷ்டி சிறைக்கு வந்தது. நான்காவது நாளில், மூவரில் பலசாலியான தோழர் தொபோல்தின் என்பவரின் பிரேதத்தை இழுத்து நின்ற கயிறு அறுந்துவிட்டதென்றும், அதன்பின் மற்ற இரு பிணங்களையும் நீக்கி, மூன்றையும் அடக்கம் செய்தனர் என்றும் புதிதாக வந்த கைதிகள் மூலம் அறிந்துகொண்டோம்.

ஆனால் அவர்கள் தூக்குமரத்தை அகற்றவில்லை. நாங்கள் இங்கு வந்தபொழுதுகூட அவை அங்கு இருந்தன. புதிய பலிகளை எதிர் பார்த்துக் கொண்டு, சுருக்குக் கயிறுகளுடன் காட்சியளிக்கின்றன."

சாமுயில் மௌனமாகிவிட்டான். அவனது கண்கள் வெறித்து வெகு தூரத்தில் எதையோ நோக்கிக் கொண்டிருந்தன; ஆனால் பார்வைப் புலன் எந்தக் காட்சியையும் பதிவு செய்யவில்லை. பாவெலும் கதை முடிந்துவிட்டதை உணரவில்லை. ஒரு பக்கமாக வளைந்த தலை களுடன் கூடிய பிரேதங்கள் ஆடி அசையும் கோரக்காட்சி அவனது மனக்கண்ணைவிட்டு நீங்கவில்லை.

எல்லோரும் கூட வேண்டுமென்பதை அறிவிக்கும் வகையில் சங்கு ஊதியது. பாவெல் அதிர்ச்சி அடைந்தவனாகத் தன் உணர்வைத் திரும்பப் பெற்றான்.

"சாமுயில், போகலாம்" என்ற வார்த்தைகளை அவன் பெரும் பாடுபட்டு உச்சரித்தான்.

போலிஷ் கைதிகள் வரிசையாக நிறுத்தப்பட்டு குதிரைப்படையின் பாதுகாப்பில் வீதி வழியே அழைத்துச் செல்லப்பட்டனர். சிறைச் சாலை கேட்டுகளின் அருகில் நின்ற ரெஜிமென்டுக் கமிஸார், தன் குறிப்புப் புத்தகத்தில் ஓர் உத்திரவை எழுதிக் கொண்டிருந்தான்.

அந்தத் தாளை ஸ்க்வாட்ரன் தலைவனான ஒரு கட்டுக்குட்டான வரிடம் கொடுத்துவிட்டு, கூறினான் :

"தோழர் அன்தீப்பவ், இதை எடுத்துக்கொண்டு செல்லுங்கள். இந்தக் கைதிகள் அனைவரையும் குதிரைப்படையின் பாதுகாப்பில் நோவ்கரத்-வாலீன்ஸ்க்கிய் டவுனுக்கு அழைத்துச் செல்லுங்கள். காய மடைந்துள்ள கைதிகளுக்கு வைத்திய உதவி அளியுங்கள். அதன்பின், அவர்களை வண்டியில் ஏற்றி, டவுனிலிருந்து இருபது கிலோமீட்டர் தூரம் தாண்டியபின், அவர்களை விட்டுவிடுங்கள். அவர்களோடு சிரமப்படுவதற்கு நமக்கு நேரம் இல்லை. கைதிகளை எவரும் தகாத முறையில் நடத்தக்கூடாது; இது விஷயத்தில் உஷாராயிருங்கள்."

பாவெல் தன் குதிரையின் மீது ஏறிக்கொண்டே சாமுயிலிடம் சொன்னான் :

"அதைக் கேட்டாயா? அவர்கள் நமது தோழர்களைத் தூக்கி லிடுகிறார்கள். நாமோ அவர்களைப் பத்திரமாக அழைத்துக்கொண்டு போய், அவர்களது ஆட்கள் உள்ள பக்கத்துக்குக் கொண்டுவிட வேண்டும். தவிர, அவர்களை நேர்த்தியாக நடத்தவும் வேண்டும். இது எப்படிச் சாத்தியம்?"

இந்த வார்த்தைகள் ரெஜிமென்டு தலைவன் காதில் விழுந்தது. அவன் திரும்பி, பாவெலைக் கண்டிப்பான தோரணையில் நோக்கினான்.

"நிராயுதபாணிகளாகவுள்ள கைதிகளைக் கொடுமை செய் வோருக்கு மரணதண்டனை அளிக்கப்படும். நாம் வெள்ளைப்படை யினர் அல்ல" என்று அவன் தனிமொழியாகப் பேசுவது போலக் குறிப்பிட்டான். அந்த வார்த்தைகள் பாவெலின் கேள்விப் புலனில் பதிந்தன.

பாவெல் சிறையின் வாசலைக் கடக்கும்பொழுது, புரட்சிகர ராணுவக் கவுன்சிலின் கட்டளையை நினைவூட்டிக் கொண்டான். அதன் இறுதி வாசகம் அவன் மனதில் ஆழப் பதிந்திருந்தது :

நி. ஓஸ்திரோவ்ஸ்க்கிய் 247

“தொழிலாளர் விவசாயிகளின் நாடாகிய இந்நாட்டில் செஞ் சேனை மக்களின் நேசத்துக்கும் பாசத்துக்கும் உரியதாகத் திகழ்கிறது. அதன் பதாகைகளில் ஒரு கறைகூடப் படியக் கூடாது.”

“ஆம், ஒரு கறைகூட ஏற்படக்கூடாது” என்று பாவெலின் உதடுகள் உச்சரித்தன.

நான்காவது குதிரைப்படை டிவிஷன் ஷித்தோமிர் என்ற நகரத்தைக் கைப்பற்றிய அந்நேரத்தில், கோலிக்கவின் தாக்குப்படையைச் சார்ந்த ஏழாவது துப்பாக்கி டிவிஷனின் 20வது பிரிகேடு ஒக்குனீனவோ என்ற கிராமத்துக்கு அருகே த்நேப்பர் நதியைக் கடந்துகொண்டிருந்தது.

25வது காலாட்படை டிவிஷனும், பஷ்கீரிய குதிரை பிரிகேடும் கொண்ட குழுவுக்கு, த்நேப்பர் நதியைத் தாண்டிச் சென்று, இர்ஷா ரயில் நிலையத்துக்கு அருகே கீவ்-கோராஸ்தேன் இருப்புப்பாதையில் உடைப்பை ஏற்படுத்த வேண்டுமெனக் கட்டளையிடப்பட்டிருந்தது. இம்முயற்சி வெற்றியடைந்தால், கீவிலிருந்த போலிஷ் படைகள் பின்வாங்குவதற்கு இருந்த ஒரே வழியும் அடைபட்டுவிடும்.

த்நேப்பர் நதியைத் தாண்டியபொழுதே, ஷெப்பெத்தோவ்க்கா கம்ஸமோல் கிளையைச் சேர்ந்த மீஷா லெவ்ச்சுக்கோவ் இறந்தான். சட்டிப்படகுகளால் அமைந்து,நிலைகொள்ளாது ஆடிக்கொண்டிருந்த பாலத்தின்மீது அவர்கள் ஓடிக்கொண்டிருந்தனர். அப்பொழுது, எதிரில் இருந்த செங்குத்தான கரைக்கு அப்பால் எங்கோ உள்ள ஓரிடத்திலிருந்து ஏவப்பட்ட குண்டு ஒன்று சிணுங்கிக்கொண்டே வந்தது; பாலத்துக்கு மேலாகச் சென்று, பக்கத்தில் ஆற்றில் விழுந்து, தண்ணீரைச் சிதறடித்தது. அதே வினாடியில், படகுகளில் ஒன்றின் மீது ஓடிவந்த மீஷாவும் மறைந்தான்., ஆறு அவனை விழுங்கிக் கொண்டுவிட்டது; அவனைத் திருப்பிக் கொடுக்கவில்லை. கிழிந்த குல்லாயை அணிந்திருந்த யக்கிமேன்கோ என்ற செஞ்சேனை வீரன், “மீஷா! அட கஷ்டமே! அது மீஷாதான்! நல்ல பையன்! ஆற்றின் ஆழத்துக்குள் மூழ்கிவிட்டானே” என்று கதறினான். ஒரு வினாடி நேரம், அவன் பயத்துக்கு இரையானவனாய் இருண்ட நீரோட்டத்தை வெறித்து நோக்கினான். ஆனால், அவனுக்குப் பின்னால் ஓடி வந்தவர்கள், “முட்டாள்! வாயைப் பிளந்துகொண்டு நிற்காதே. எதைப் பார்க்கிறாய்? ஓடு! ஓடு!” என்று கூறிக்கொண்டே அவனைத் தள்ளினார்கள். யாரைப் பற்றிக் கவலைப்படுவதற்கும் அதுநேரம் அல்ல. இதர படைகள் ஆற்றின் வலது கரையை முன்பே வசப்படுத்திக் கொண்டுவிட்டன. இந்தப் படைப் பகுதியே சற்றுப் பின்தங்கிவிட்டது.

நான்கு நாட்கள் கழிந்த பிறகே, மீஷா இறந்துவிட்டான் என்பதை ஸெர்யோஷா அறிந்து கொண்டான். அதற்குள் அவர்களுடைய பிரிகேடு போர்முனையை கீவை நோக்கி அமைத்துக் கொண்டது. செம்படையின் அணியைப் பிளந்துகொண்டு சென்று கோராஸ்தேனை அடைவதற்காக, போலிஷ் சிப்பாய்கள் தொடுத்த மூர்க்கமான தாக்குதல்களை முறியடித்துக் கொண்டிருந்தது.

யக்கிமேன்கோ ஸெர்யோஷாவுக்குப் பக்கத்தில் குப்புறப்படுத்துக் கொண்டிருந்தான். இருவரும் சிறிது நேரமாகத் தொடர்ந்தாற்போலச் சுட்டுக் கொண்டிருந்தனர். உக்கிரமான துப்பாக்கிப் பிரயோகத்தை நிறுத்திவிட்டு, யக்கிமேன்கோ கடினத்துடன் செக்கச் சிவந்திருந்த துப்பாக்கியின் பூட்டைத் திறந்தான். தலையை உயர்த்தி விடாமல், ஜாக்கிரதையாக அவன் ஸெர்யோஷாவின் பக்கம் திரும்பினான். “துப்பாக்கிக்கு ஓய்வு கொடுக்கவேண்டும். பழுக்கக் காய்ச்சியதைப் போலச் சூடேறியிருக்கிறது” என்று கூறினான்.

துப்பாக்கிப் பிரயோக முழக்கங்களுக்கிடையே, அவன் கூறியது ஸெர்யோஷாவின் காதில் சரியாக விழவில்லை.

அந்த இரைச்சல் ஓரளவு அடங்கிய பிறகு, யக்கிமேன்கோ தற்செயலாகக் கூறுவதைப் போலச் சொன்னான் :

“உன் தோழன் த்நேப்பர் நதியில் மூழ்கிவிட்டான். என்னால் உதவ முடியவில்லை. கண நேரத்தில் காரியம் முடிந்துவிட்டது.”

அதன்பின் அவன் துப்பாக்கியைச் சரிப்படுத்திவிட்டுக் குண்டுகளை அடைப்பதில் முனைந்தான்.

பெர்தீச்சேவ் என்ற நகரத்தைப் பிடிப்பதற்குச் சென்ற பதினொன்றாவது டிவிஷன் போலிஷ் சிப்பாய்களது தீவிர எதிர்ப்பைச் சமாளிக்க வேண்டியிருந்தது. நகரத்தின் வீதிகளில் இரத்தம் பெருக்கெடுத்து ஓடும்வகையில் போராட்டம் நடந்தது. யந்திரத் துப்பாக்கிகளது தீக்காற்றுக்கு இடையே குதிரைப்படை வீரர்கள் முன்னேறினர். நகரம் பிடிபட்டது. முறியடிக்கப்பட்ட போலிஷ் படையினரில் மீதமிச்சமிருந்தவர்கள் ஓடினார்கள். ரயில்வே ஸ்டேஷனில் ரயில்கள் அனைத்தும் பிடிபட்டன. ஆனால் போலிஷ் சிப்பாய்களுக்கு ஒரு பயங்கரமான அதிர்ச்சி ஏற்பட்டது; வெடிமருந்துக் கிடங்கு வெடியால் அழிந்த விபத்தால் ஏற்பட்ட அதிர்ச்சி அது. போர்முனை முழுமைக்கும் இங்குதான் வெடிமருந்து சேமித்து வைக்கப்பட்டிருந்தது. அதுவே வெடிக்கு இரையாகிவிட்டது. பத்து லட்சம் குண்டுகள் வெடித்தன.

அந்த வெடி விபத்தில், ஜன்னல் கண்ணாடிகள் தூள்தூளாகச் சிதறின. வீடுகளோ, அட்டை வீடுகள் போல நடுங்கின.

ஷித்தோமிர், பெர்தீச்சேவ் நகரங்களின் மீது நடத்தப்பட்ட தாக்குதல்கள் போலிஷ் படைகளுக்குப் பின்பக்கத் தாக்குதல்களாக அமைந்தன. அவை கீவ் நகரிலிருந்து இரண்டு கிளைகளாகப் பிரிந்து, வெறித்தனமாகப் போராடிப் பின்வாங்கத் தொடங்கின. எப்படியாவது தம்மைச் சுற்றி அமைந்துகொண்டிருந்த எஃகு வளையத்தைத் தகர்க்க அவை முயன்றன.

இந்த நாட்களில், இந்தப் போராட்டச் சூறாவளியில அலைக் கழிக்கப்பட்ட பாவெல், தன்னையே மறந்தான். அவனது தனித்தன்மை, படையின் பொதுத் தன்மையில் சங்கமமாகிவிட்டது. அவனும் சரி, இதர போர் வீரர்களும் சரி, 'நான்' என்ற சொல்லையே மறந்து விட்டனர். 'நாம்' என்ற சொல் மட்டுமே அவர்களது உணர்வில் தைத்திருந்தது. 'நமது ரெஜிமென்ட்', 'நமது ஸ்க்வாட்ரன்', 'நமது பிரிகேடு' என்றே அவர்கள் பேசினார்கள்.

சம்பவங்கள் சூறாவளியின் வேகத்தில் நடந்தேறின. ஒவ்வொரு தினமும் ஏதாவது புதுமை நிகழ்ந்தது.

பாறைகள் மலைச்சரிவில் உருண்டோடி வருவதைப் போல, புத்யோன்னியின் குதிரைப்படை முன்னேறியது. அடிமேல் அடி கொடுத்து, போலிஷ் பின்னணியை உருக்குலையச் செய்தது. பெற்ற வெற்றிகளால் ஆவேசம் அடைந்த குதிரைப்படையினர், கோபக் கிளர்ச்சி மிகுந்தவராய், போலிஷ் ராணுவத்தின் பின்புறத்தில் எதிரி களுக்கு உயிர்நிலையாக இருந்த நோவ்கரத்-வாலீன்ஸ்கியைத் தாக்கி னார்கள். மலைப்பாங்கான கடற்கரை மீது சமுத்திரத்தின் அலைகள் மோதிப் பின்வாங்கி மீண்டும் மோதுவதைப் போல, புத்யோன்னியின் படைகள் அந்த நகரைத் தாக்கிவிட்டுப் பின்வாங்கிய பொழுதும், 'முன்னேறு! முன்னேறு' என்ற கோஷத்தைப் பயங்கரமாக உச்சரித்துக் கொண்டு மீண்டும் தாக்கின.

போலிஷ் படைகளை எந்தச் சக்தியாலும் எந்தச் சாதனத்தாலும் காப்பாற்ற முடியவில்லை. முள்கம்பிகளால் அமைந்த வலைகளோ, நகரத்திலுள்ள படை எல்லாம் பிடிவாதமாகவும் வெறியோடும் போட்ட சண்டையோ எதுவும் அவர்களை ரட்சிக்க முடியவில்லை. ஜீன் மாதம் 27ம் தேதி காலையில், புத்யோன்னியின் குதிரைப்படை, கீழே இறங்காமலேயே, ஸ்லூச் நதியைக் கடந்து நோவ்கரத்-வாலீன்ஸ்கியில் பிரவேசித்தது. நகரத்திலிருந்த போலிஷ் சிப்பாய் களை கொரேத்ஸ் இருந்த திசையை நோக்கி விரட்டியது. அதே சமயத்தில், 45வது டிவிஷன், நோவிய் மிரொப் போல் என்ற இடத்தில்

ஸ்லூச் நதியைக் கடந்தது. காத்தோவ்ஸ்க்கியின் குதிரைப் பிரிகேடு லியூபார் என்ற இடத்தை நோக்கி விரைந்தது.

ரோவ்னோ என்ற நகரத்தைப் பிடிப்பதற்குக் குதிரைப்படை முழுவதையும் பயன்படுத்த வேண்டுமென்று, முதலாவது குதிரைப் படைக்குப் போர்முனை சேனாதிபதியிடமிருந்து உத்திரவு கிடைத்தது. செஞ்சேனை நடத்திய தீவிரத் தாக்குதலால் போலிஷ் அணி குலைந்தது; சோர்வுற்றுப் பீதியடைந்த கோஷ்டிகளாகச் சிதறுண்டு ஓடியது.

இந்த மகத்தான நாட்களில் ஒருநாள், கவசமணிந்த ரயில் ஒன்று நின்று கொண்டிருந்த ஸ்டேஷனுக்குச் சென்று வரும்படி, பிரிகேட் தலைவன் பாவெலை அனுப்பினான். செங்குத்தான ரயில்வே மேட்டின் மீது துரிதமாகக் குதிரையைச் செலுத்திய பாவெல் ரயிலின் முன் வண்டிக்கு அருகில் கடிவாளத்தை இழுத்துப் பிடித்தான். கருத்துத் துருத்திக் கொண்டிருந்த பீரங்கி வாய்களுடன் கவசரயில் பார்ப்பதற்குப் பயங்கரமாயிருந்தது. எண்ணெய் கறைபடிந்த சிலர் டிரெயினின் சக்கரங்களுக்கு அருகில் கனமான இரும்புத்தகடுகளை நகர்த்திக் கொண்டிருந்தனர்.

தோல் சட்டை அணிந்த செஞ்சேனை வீரன் ஒருவன் வாளியில் தண்ணீர் எடுத்துக்கொண்டு சென்றான்.

“தலைவரை எங்கே பார்க்கலாம்?” என்று அவனைப் பாவெல் கேட்டான்.

“அங்கே!” என்று அவன் எஞ்சினைக் காட்டி விடையளித்தான்.

பாவெல் எஞ்சின் இருந்த இடத்தை நொடிப்பொழுதில் அடைந்தான்.

“நான் தலைவரைப் பார்க்கவேண்டும்” என்றான் பாவெல்.

தலை முதல் பாதம் வரை தோல் ஆடைகளை உடுத்தியிருந்த ஒருவன், அம்மை வடு முகத்தை உடையவன், திரும்பினான்.

“நான்தான் தலைவன்” என்றான்.

பாவெல் தன் சட்டைப் பையிலிருந்து ஒரு கவரை எடுத்து அவனிடம் கொடுத்தான்.

“பிரிகேட் தலைவரின் உத்திரவு இது. கவரில் கையெழுத்திடுங்கள்.”

கவச ரயிலின் தலைவன் தன் முழங்கால் மூட்டு மீது கவரை வைத்துக் கொண்டு, அதன்மீது கையெழுத்திட்டான். எஞ்சினின் நடுச்சக்கரத்தில், எண்ணெய்க் குவளையும் கையுமாக ஒருவன் ஏதோ வேலை செய்து கொண்டிருந்தான். அவனது அகன்ற முதுகையும்

நி. ஒஸ்திரோவஸ்க்கிய்

அவனுடைய தோல் கால் சட்டைப் பையிலிருந்து நீட்டிக் கொண்டிருந்த ரிவால்வர் கைப்பிடியையும் பாவெலால் பார்க்க முடிந்தது.

தலைவன் பாவெலிடம் கவரைத் திருப்பிக் கொடுத்தான். பாவெல் கடிவாளத்தின் வடத்தைக் கையில் எடுத்துக் கொண்டு கிளம்பிக் கொண்டிருந்த தருணத்தில், எண்ணெய்க் குவளை வைத்திருந்த மனிதன் திரும்பினான். அடுத்த வினாடி ஏதோ பலமான காற்று அடித்துக் கீழே தள்ளியதைப் போல பாவெல் குதிரையிலிருந்து குதித்தான்.

"ஆர்த்தியோம்!"

ஆர்த்தியோம் தன் எண்ணெய்க் குவளையைக் கீழே எறிந்தான்; செஞ்சேனை இளைஞனைக் கரடியைப் போலத் தழுவினான்.

"பாவெல்! போக்கிரிப் பையா! நீயா?" என்று கூறினான். அவனது கண்களையே அவனால் நம்ப முடியவில்லை.

கவச ரயிலின் தலைவன் காட்சி முழுவதையும் ஆச்சரியத்துடன் பார்த்துக் கொண்டிருந்தான். செஞ்சேனை வீரர்கள் அகமகிழ்ந்தனர்.

"அண்ணனும் தம்பியும் எப்படிச் சந்தித்தார்கள் பாருங்கள்!" என்று அவர்கள் கூறினர்.

ஆகஸ்ட் மாதம் 19ம் தேதி, லிவோவ் பிரதேசத்தில் போர் நடந்த பொழுது, அந்தச் சம்பவம் நிகழ்ந்தது. போராட்டத்தில் பாவெல் தன் குல்லாயை இழந்துவிட்டான். அவன் தன் குதிரையை இழுத்துப் பிடித்துக் கொண்டான். முன்னால் இருந்த படைக் குழுக்கள் போலிஷ் அணியைக் குலைத்துவிட்டன. அந்த நேரத்தில், தெமீதாவ் புதர்களின் வழியே குதிரைமீது பறந்து வந்தான். ஆற்றுக்கு விரைந்து வந்த அவன், பாவெலைத் தாண்டியபொழுது, "டிவிஷன் தலைவர் கொலை செய்யப்பட்டுவிட்டார்" என்று கத்தினான்.

பாவெல் அதிர்ச்சியடைந்தான். அவனது வீரஞ்செறிந்த தலைவன், மாசில்லாத தைரியத்துக்கு உரிய தீரன், லெத்துனோவ் இறந்து விட்டான்! பாவெல் கோபவெறிக்கு இரையானான்.

சோர்வுற்று, இரத்த நுரை தள்ளிக்கொண்டிருந்த குதிரையை அவன் தனது வாளால் மழுங்கல் முனையால் தூண்டிவிட்டு, போராட்டம் உச்சநிலையில் நடைபெற்ற இடத்துக்கு விரைந் தோடினான்.

"நச்சுப் பூச்சிகளை நாசம் செய்யுங்கள்! கொல்லுங்கள்! கொல் லுங்கள்! அவர்கள் லெத்துனோவைக் கொலை செய்துவிட்டார்கள்!" என்று இரைந்து கூவிக்கொண்டே, பாவெல் போராடினான். பச்சை

உடுப்பு அணிந்தவன் எவனாயிருந்தாலும், அவனை பாவெல் அங்கேயே வெட்டிப் போட்டான்! டிவிஷன் தலைவனின் கொலை யால் வெஞ்சினம் கொண்ட செஞ்சேனை வீரர்கள் ஒரு போலிஷ் பிளாட்டூனையே அழித்துவிட்டனர்.

செம்படை வீரர்கள் பகைவரைத் துரத்திக் கொண்டே சுற்றுமுற்றும் பாராமல் களத்துக்குள் ஓடினார்கள். திடீரென்று, ஒரு போலிஷ் பீரங்கிப் பிரிவு செயல்படத் தொடங்கியது. வெடிகுண்டுகள் நாலாபுறங்களிலும் வெடித்துப் பலரைப் பலிவாங்கின.

திடீரென்று பாவெலது கண்களுக்கு முன்னால், பார்வையை அழிக்கும் திறனுள்ள பசுமையான காந்தி தோன்றியது; அவனது காதுகள் இடியால் தாக்குண்டன; பழுக்கக் காய்ச்சிய இரும்பு அவனது கபாலத்தைச் சுட்டது. பூமி விசித்திரமாகவும் பயங்கரமாகவும் சுழலத் தொடங்குவதைப் போல ஓர் உணர்ச்சி அவனுக்கு ஏற்பட்டது.

பாவெல் சேணத்திலிருந்து தூக்கி எறியப்பட்டான். அவன் குதிரை யின் தலைக்கு மேலாகப் பறந்து வேகமாகத் தரையில் விழுந்தான்.

உடனே, தொட்டுணரும் அளவுக்குக் கெட்டித் தட்டிப் போன காரிருள் சூழ்ந்தது.

அத்தியாயம் ஒன்பது

அந்தப் பேய்க் கணவாயின் கண்கள் பூனைத் தலையின் அளவுக்கு வீங்கியிருந்தன; செக்கச் சிவந்திருந்தன; பசுமை படர்ந்திருந்த அக்கண் களின் மையம் பலவித வண்ணங்களுடன் ஒளிர்ந்தது; அது எண்ணி லடங்கா கால்களினால் ஊர்ந்து கொண்டிருந்தது; அந்த வெறுக்கத் தக்க ஜந்துவின் கொம்புகள், பின்னிப் பிணைந்த பாம்புகளின் முடிச்சைப் போல, வளைந்து நெளிகின்றன. அவை அசையும்பொழுது, அவற்றின் கரடுமுரடான வளர்ந்த தோல் சரசரவென்று ஒலித்து, அச்சத்தையும் அருவருப்பையும் உண்டாக்குகிறது. இப்பொழுது, அந்த ஜந்து நகர்கிறது. தன் கண்களை ஒட்டினாற்போல அந்தப் பேய் கணவாய் இருப்பதை அவன் காண்கிறான். இப்பொழுது, அதன் கொம்புகள் அவனது உடலில் ஊர்கின்றன; அவை குளிர்ச்சியாக இருக்கின்றன; காஞ்சொறி மாதிரி அவை குத்தித் துன்புறுத்தின. அந்த ஜந்து தன் கொடுக்கை நீட்டுகிறது; அந்தக் கொடுக்கு ஓர் அட்டையைப் போல அவனது முகத்தில் ஆழக்கடிக்கிறது. வலிப்பு கண்டதை போல அசைந்தாடிக் கொண்டு, அது அவனுடைய உதிரத்தைக் குடிக்கிறது. அவனது உடலின் உதிரம், உப்பிக் கொண்டிருந்த ஜந்துவின்

உடலுக்குள் பாய்கிறதென்ற உணர்ச்சி அவனுக்கு உண்டாகிறது. கொடுக்கு உறிஞ்சிக் கொண்டே இருக்கிறது; அதனால் ஏற்படும் வேதனையை அவனால் சகிக்க முடியவில்லை.

ரொம்ப ரொம்பத் தூரத்தில், எங்கோ ஓர் இடத்தில், மனிதக் குரல்கள் கேட்கின்றன.

"அவனுடைய நாடி எப்படி இருக்கிறது?"

இன்னொரு குரல், ஒரு பெண்ணின் குரல், மென்மையாகப் பதில் தருகிறது :

"அவனுடைய நாடித் துடிப்பு-138; உஷ்ணநிலை-103.1. உணர்வில்லாமல் எப்பொழுதும் பிதற்றிக் கொண்டிருக்கிறான்."

பேய்க் கணவாய் மறைந்துவிட்டது. ஆனால் வேதனை நீங்கிய பாடில்லை. யாரோ தன்னுடைய மணிக்கட்டைத் தொடுவது மாதிரி, பாவெலுக்கு உணர்ச்சி ஏற்பட்டது. அவன் கண்களைத் திறப்பதற்கு முயன்றான். ஆனால் இமைகள் பாரமாக அழுத்தியதால், அவற்றைத் திறக்கும் சக்தி பாவெலுக்கு இல்லை. ஏன் இவ்வளவு வெப்பமாயிருக்கிறது! அம்மா, அடுப்பைப் பற்றவைத்து விட்டாளா? மீண்டும், அவனது காதில் அந்தக் குரல் விழுந்தது.

"இப்பொழுது, அவனது நாடித் துடிப்பு 122 ஆகக்குறைந்து விட்டது.

அவன் தன் இமைகளைத் திறக்க முயல்கிறான். அதன் உள்ளே ஒரு தீ எரிந்து கொண்டிருக்கிறது; மூச்சுவிட முடியாமல் திணறுகிறான்.

தாகம்! ஒரே தாகம்! அவன் எழுகிறான்; தாகந்தீருமட்டும் நன்றாகக் குடிக்கிறான். ஆனால் அவன் ஏன் எழவில்லை? அவன் உடலை அசைக்க எண்ணினான், ஆனால் உடல் அவனதல்ல. அவன் சொற்படி நடக்க மறுக்கின்றது. அம்மா உடனே தண்ணீர் கொண்டு வருவாள். "எனக்குக் குடிதண்ணீர் வேண்டும்" என்று அவன் அவளிடம் கூறுவான். அவனுக்குப் பக்கத்தில் எதோ ஒன்று அசைகிறது. பேய்க் கணவாயே மீண்டும் அவனது உடல் மீது தவழப் போகிறதா? அதோ வருகிறது, சிவந்த கண்களுடன்....

தூரத்திலிருந்து அந்த மென்மையான குரல் :

"பிரோஸ்யா, கொஞ்சம் தண்ணீர் கொண்டு வாருங்கள்."

"அது யாருடைய பெயர்?" ஆனால் நினைவுபடுத்திக் கொள்ளும் முயற்சியை அவனால் தாங்க முடியவில்லை. மீண்டும் அவனைக் காரிருள் சூழ்ந்து கொள்கிறது. சடுதியில், அந்த இருள் நீங்குகிறது; "தாகமாயிருக்கிறது" என்பதை அவன் ஞாபகப்படுத்திக் கொள்கிறான்.

"அவன் உணர்வு பெற்றுக் கொண்டிருப்பதாகத் தோன்றுகிறது" என்று பல குரல்கள் சொல்வதை அவன் கேட்கிறான்.

அந்த மென்மையான குரல் இப்பொழுது அண்மையில் ஒலிக்கிறது. தெளிவாகப் பேசுகிறது.

"தண்ணீர் அருந்த விரும்புகிறீரா?"

"அவர்கள் என்னைத்தான் கேட்கிறார்களா? நான் காய்ச்சலுடன் படுத்திருக்கிறேனா? ஆம், ஆம். எனக்கு டைபஸ் ஜுரம். விஷயம் அதுதான்." அவன் மூன்றாவது தடவையாகக் கண்களைத் திறக்க முயற்சிக்கிறான். இறுதியில் வெற்றியும் அடைகிறான். ஓரளவுக்கு விலகிய இமைகள் மூலம் அவனது பார்வைப் புலன் முதலில் பதிவு செய்யும் விஷயம் என்ன? அவனது தலைக்கு மேல் ஒரு சிவப்புப் பந்து தொங்கிக் கொண்டிருக்கிறது என்பதுதான். ஆனால் அவன்மீது ஏதோ ஒரு கரிய வடிவம் சாய்வதால், அந்தச் சிவப்புப் பந்து மறைகிறது. அவனது இதழ்கள், ஒரு கண்ணாடியின் முனையையும் ஈரத்தையும் உணர்கின்றன. ஆம், அது உயிரூட்டும் ஈரம். அவனது உடலை எரித்துக் கொண்டிருந்த தீ அடங்குகிறது. அவன் திருப்தி அடைந்தவனாக, "இனி நன்று" என்று தாழ்ந்த சுருதியில் சொன்னான்.

"என்னைப் பார்க்க முடிகிறதா?"

அவனுக்குமேல் குனிந்து கொண்டிருந்த கரியவடிவம் கேட்ட கேள்வி இது.

"பார்க்க முடியவில்லை, கேட்க முடிகிறது" என்று கூறிய பாவெல், மறுபடியும் தூக்கத்தில் ஆழ்ந்துவிட்டான்.

"இவன் பிழைப்பான் என்று எவரும் கனவு காணவில்லை. எத்தனை கஷ்டங்களைத் தாங்கிக் கொண்டான்! இறுதியில், வாழும் உரிமையை ஸ்தாபித்துக் கொண்டு விட்டான்! வலுவான உடலமைப்பு! நீநா விளாதீமிரவ்னா, நீங்கள்தான் அவனுக்கு உயிர் கொடுத்து உதவியவர். எனவே, நியாயமாகப் பெருமை கொள்ளலாம்."

"என் ஆனந்தத்தைச் சொல்ல முடியாது" என்று நீநா விளாதீமிரவ்னா உணர்ச்சி வசப்பட்டுக் கூறினாள்.

பதின்மூன்று நாட்கள் உணர்விழந்து கிடந்த பாவெல் மீண்டும் உணர்வு பெற்றான். அவனது இளமையான உடல் சாவதற்கு விரும்பவில்லை. அவன் பையப் பையத் தன் பலத்தை மீண்டும் பெறத் தொடங்கினான். அது மறுபிறப்பு எடுப்பது மாதிரியே அவனுக்கு இருந்தது. ஒவ்வொன்றும் புதுமையாகவும் அற்புதமாகவும் காட்சி தந்தது. அவனது தலை மட்டும் நகரவேயில்லை. மண்டையில் போடப் பட்டிருந்த கட்டு பாரமாக இருந்ததால் அவனால் தலையை நகர்த்த

முடியவில்லை. ஆனால் மிச்சமுள்ள உடலில் உணர்ச்சி உண்டாகி விட்டது. சீக்கிரத்தில், விரல்களை வளைப்பதும் சாத்தியமாயிற்று.

ராணுவ ஆஸ்பத்திரியில், ஜூனியர் டாக்டராக வேலை செய்த நீனா விளாதீமிரவ்னா தன் அறையில் ஒரு சிறிய மேஜைக்கு முன்னால் அமர்ந்துகொண்டு, செந்நீல நிறமான அட்டையை உடைய நோட்டு புத்தகத்தின் ஏடுகளைப் புரட்டிக் கொண்டிருந்தாள். அவற்றில் சுருக்க மான குறிப்புகள் நேர்த்தியான கையெழுத்தில் எழுதப்பட்டிருந்தன.

1920, ஆகஸ்ட் 26

இன்று, நோயாளிகளை ஏற்றி வந்த ஆம்புலன்ஸ் வண்டியில், அபாயகரமான நிலையிலிருந்த சில போரில் காயமுற்றவர்கள் வந்தனர். ஒருவனுக்கு மிகவும் மோசமான காயம் மண்டையில் ஏற்பட்டிருக்கிறது. அவனுக்குப் பதினேழு வயதுதான். அவனை ஜன்னலுக்கு அருகில் உள்ள மூலையில் படுக்க வைத்தோம். அவனது சட்டைப் பைகளில் இருந்த காகிதங்களையும் அவனுக்கு வைத்தியம் செய்த விவரங்களைக் கொண்ட குறிப்பையும் ஒரு கவரில் வைத்து என்னிடம் கொடுத்தார்கள். அவனுடைய பெயர், பாவெல் அந்திரே யெவிச் கர்ச்சாகின். அவனுடைய காகிதங்களில் ஒன்று, நைந்து போன உக்ரேனிய கம்யூனிஸ்ட் இளைஞர் சங்கத்தின் அங்கத்தினர் சீட்டு (நீஉ.967) மற்றொன்று துண்டுதுண்டாகக் கிழிந்துபோன செஞ்சேனை வீரன் என்பதற்கான அத்தாட்சிப் பத்திரம். கர்ச்சாகின் வேவு பார்த்து வரும் வேலை ஒன்றைத் திறம்பட நிறைவேற்றி யதற்காக அவனைப் பாராட்டி, அவனது பட்டாளத் தலைமை விடுத் திருந்த ஆர்டரின் பிரதியும், அந்தக் காகிதங்களிடையே இருந்தது. தவிர, ஒரு குறிப்பும் இருந்தது. "நான் இறந்துவிட்டால், என் உறவினருக்கு எழுதுங்கள். விலாசம் : ஆர்த்தியோம் கர்ச்சாகின், மெக்கானிக், ரயில்வே டெப்போ, ஷெப்பெத்தோவ்க்கா." இந்தக் குறிப்பை அவனே எழுதி வைத்திருக்கிறான் என்பது வெளிப்படை.

ஆகஸ்ட் 19ல் அவனை ஒரு வெடிகுண்டின் சிம்பு தாக்கியது. அதிலிருந்து அவன் உணர்வில்லாமல் கிடக்கிறான். நாளைக்கு அவனை அனத்தோலிய் ஸ்தெப்பானவிச் பரிசோதனை செய்வார்.

ஆகஸ்ட் 27

இன்று நாங்கள் கர்ச்சாகினின் காயத்தைப் பரிசோதித்தோம். அது மிகவும் ஆழமாக இருக்கிறது. அவனது கபாலத்தில் முறிவு

ஏற்பட்டிருக்கிறது. தலையின் வலது பக்கம் முழுவதும் சுரணை யற்றுக் கிடக்கிறது. வலது கண்ணில் இரத்தப் பெருக்கு. அந்தக் கண் வீங்கியிருக்கிறது.

கண் அழற்சியைத் தவிர்ப்பதற்காக, அந்த விழியை அகற்றிவிடலா மென்று அனத்தோலிய் ஸ்தெப்பானவிச் கூறினார். ஆனால் வீக்கம் வடியலாமென்ற நம்பிக்கை இருப்பதாகக் கூறி, அவரது மனதை மாற்றினேன். உண்மையில், விழியைப் பிடுங்குவது விரசமான செய்கை என்பதால்தான், அவரது அபிப்பிராயத்தை மாற்றினேன். ஒருவேளை, இளைஞன் பிழைத்துவிடலாம். அப்பொழுது, அவனது முகம் ஊனமாயிருந்தால், அது பரிதாபகரமானதாக இருக்கும்.

கர்ச்சாகின் எப்பொழுதுமே வலிப்பு கண்டவன் போல் இருக் கிறான். நிம்மதியே கிடையாது. எங்களில் ஒருவர் எப்பொழுதும் அவனுடைய படுக்கையண்டை அமர்ந்து கவனித்து வருகிறோம். நான் என்னுடைய நேரத்தில் பெரும் பகுதியை அவனுடன் கழிக் கிறேன். அந்த இளைஞன் சாகக்கூடாது. அவனது இளம் ஜீவனை மரணத்தின் பிடிப்பிலிருந்து மீட்டுவிடுவதென்று நான் உறுதி கொண்டிருக்கிறேன். நான் வெற்றி அடைய வேண்டும்.

நேற்று, என் வேலை முடிந்த பிறகு, அவனது வார்டுக்குச் சென்று பல மணிநேரம் அங்கு இருந்தேன். அங்குள்ள காயமுற்ற நோயாளி களில் மிகவும் ஆபத்தான நிலையில் இருப்பவன் கர்ச்சாகின்தான். அவன் அருகில் உட்கார்ந்து, அவனது பிதற்றல்களைக் கேட்டுக் கொண்டிருந்தேன். சில சமயங்களில் அந்தப் பிதற்றல்கள் ஒரு கதையாக அமைகின்றன. நான் அவனது வாழ்க்கையைப் பற்றி நிறைய தெரிந்து கொண்டிருக்கிறேன். ஆனால் அவன் அடிக்கடி விகாரமான ஏச்சுப் பேச்சுகளில் இறங்கிவிடுகிறான். அவனது பாஷை பயங்கரமாயிருக் கிறது. அவன் இம்மாதிரி ஏசுவதைக் கேட்கும்பொழுது, ஏனோ என் மனம் புண்படுகிறது. அவன் பிழைத்து விடுவானென்று அனத்தோலிய் ஸ்தெப்பானவிச் நம்பவில்லை. "இத்தகைய குழந்தைகளை எப்படிச் சேனையில் எடுத்துக் கொள்கிறார்களென்று எனக்குப் புரிய வில்லை. இது ஒரு மானக்கேடான விஷயம்" என்று அந்தக் கிழவர் உறுமுகிறார்.

ஆகஸ்ட் 30

கர்ச்சாகினுக்கு இன்னும் உணர்வு உண்டாகவில்லை. பிழைக்க மாட்டார்களென்று கைவிடப்பட்ட நோயாளிகளின் வார்டுக்கு அவனை அகற்றிவிட்டோம். நர்ஸ் பிரோஸ்யா எப்பொழுதும்

அவனுடன் இருக்கிறாள். அவனை அவளுக்கு முன்பே தெரியுமாம். அவர்கள் இருவரும் ஒரு காலத்தில் ஓரிடத்தில் சேர்ந்து வேலை செய்தார்களாம். அவள் அவனிடம் எவ்வளவு மென்மையாக நடந்து கொள்கிறாள்! அவன் இனிப் பிழைக்க மாட்டானென்ற எண்ணம் இப்பொழுது எனக்கும் ஏற்பட்டுவிட்டது.

செப்டம்பர் 2

இரவு மணி 11. இந்த நாள் எனக்கு ஓர் அற்புதமான திருநாளாகும். என்னிடம் வைத்தியம் செய்து கொண்டு வரும் கர்ச்சாகின் உணர்வு அடைந்து விட்டான். நெருக்கடியைக் கடந்துவிட்டான். கடந்த இரண்டு நாட்களும் நான் வீட்டுக்குப் போகவில்லை; அவனுடனேயே இருந்தேன்.

இன்னோர் உயிர் காப்பாற்றப்பட்டுவிட்டதில் எனக்கு ஏற்பட்டிருக்கும் ஆனந்தத்தை வர்ணிக்க முடியாது. நமது வார்டில் ஒரு சாவு குறைவு. என் சக்தி முழுவதையும் சப்பிவிடும் இந்த வேலைக்கு இடையில் எனக்கு அற்புதமான வகையில் உயிர்த் தளிர்ப்பு அளிப்பது எது? ஒரு நோயாளியின் மீட்சிதான். இந்த நோயாளிகள் குழந்தைகளாக ஆகிவிடுகிறார்கள். அவர்களது அன்பு எளிமையானது; அந்தரங்க சுத்தியானது. நானும் அவர்களை மென்மேலும் அதிகமாக நேசிக்கிறேன். எனவே, அவர்கள் ஆஸ்பத்திரியிலிருந்து செல்லும் பொழுது, நான் அந்தப் பிரிவைப் பொறுக்க முடியாமல் புலம்புகிறேன். அது மதியீனமான செய்கை என்பதை அறிவேன்; எனினும் அழாமல் இருக்க முடியவில்லை.

செப்டம்பர் 10

இன்று, கர்ச்சாகின் அவனது குடும்பத்தினருக்கு எழுத விரும்பிய முதலாவது கடிதத்தை நானே எழுதிக் கொடுத்தேன். அவனது காயம் ஆபத்தானது இல்லையென்றும், சீக்கிரத்தில் உடல்நலத்தைப் பெற்றுக்கொண்டு, வீட்டுக்கு வருவதாகவும் அவன் எழுதுகிறான். அவன் நிறைய இரத்தம் இழந்துவிட்டான்; எனவே சவம்போல வெளிறிப் போயிருக்கிறான். இன்னமும் மிகவும் பலவீனமாக உள்ளான்.

செப்டம்பர் 14

இன்றுதான், கர்ச்சாகின் முதன் முதலில் புன்னகை புரிந்தான்.

அந்தப் புன்னகை மிகவும் நேர்த்தியாகவிருந்தது. அவனிடம் தன் வயதுக்கு ஒத்த விளையாட்டு தன்மை இல்லை. அவன் மிகவும் வேகமாக நலம்பெற்று வருகிறான். அவனும் பிரோஸ்யாவும் உயிர்த் தோழர்களாயிருக்கிறார்கள். நான் அடிக்கடி அவளை அவனது படுக்கை அருகில் காண்கிறேன். அவள் அவனிடம் என்னைப் பற்றி விரிவாகப் பேசிப் புகழ் பாடியிருக்க வேண்டும். ஏனென்றால், இப் பொழுது அவன் என்னை இளநகையுடன் வரவேற்கிறான். நேற்று அவன் என்னை வினவினான் :

"டாக்டர், உங்களது கைகளில் கரும்புள்ளிகள் இருப்பதற்கு என்ன காரணம்?"

வலிப்பு கண்டிருந்தபொழுது, அவன் என் கைகளை இறுகப் பிடித்து அழுத்தியதால் ஏற்பட்ட அவன் விரல்களின் தடங்கள் அவை என்று நான் அவனிடம் சொல்லவில்லை.

செப்டம்பர் 17

கர்ச்சாகின் நெற்றிக் காயம் நல்ல முறையில் ஆறிக்கொண்டி ருக்கிறது. அவனது காயத்துக்குக் கட்டுக் கட்டும்பொழுது, அவனுக்கு மிகவும் வேதனையாக இருந்திருக்க வேண்டும். ஆனால், இளைஞன் அந்த வேதனையைப் பொறுத்துக் கொண்டுவிடுகிறான். அவனது மனத்திண்மை, டாக்டர்களாகிய எங்களையே வியக்கச்செய்துவிட்டது.

பொதுவாக, இத்தகைய புண்களை உடைய நோயாளிகள் வீறிட்டுக் கதறுவார்கள், நிறையத் தொல்லை கொடுப்பார்கள். ஆனால் இவன் அமைதியாக இருக்கிறான். அந்தக் காயத்தின் திறப்பில் அயடின் போடும்பொழுது, அவன் பிடிலின் தந்திக் கம்பி மாதிரி தன் உடலை விரைப்பாக நீட்டிக் கொண்டு கிடக்கிறான். அவன் அடிக்கடி உணர்வு இழக்கிறான். ஆனால் அவன் ஒரு தடவைகூடப் புலம்பிய தில்லை. சிணுங்கியதில்லை.

எனவே, கர்ச்சாகின் புலம்பினான் என்றால் அவன் உணர்வு இழந்து விட்டான் என்றே முடிவு செய்து விடலாம்! இந்த மகத்தான சகிப்புத் திறனை அவன் எங்கிருந்து பெற்றான்? அதிசயமான விஷயம்.

செப்டம்பர் 21

இன்று முதன் முதலாக, கர்ச்சாகினை ஒரு தள்ளு வண்டியில் வைத்து, முன்பக்கத்திலுள்ள பெரிய தாழ்வாரத்துக்கு அழைத்துச்

சென்றோம். அந்தத் தோட்டத்தைப் பார்த்தவுடன், அவனது முகம் எப்படி மலர்ந்து ஒளிர்ந்தது! அவன் எவ்வளவு ஆவலுடன் அந்தப் புதிய காற்றை உட்கொண்டான்? அவனது தலையில் எங்கும் ஒரே கட்டுகள். ஒரே ஒரு கண்மட்டும் திறந்திருக்கிறது. ஜீவகளையுடன் பிரகாசித்த அந்தக் கண், முதன்முதலாக உலகத்தை நோக்குவதைப் போலச் சுற்றுமுற்றும் பார்த்தது.

செப்டம்பர் 26

இன்று இரண்டு இளம் பெண்கள் கர்ச்சாகினைப் பார்க்க வேண்டு

மென்று சொல்லிக் கொண்டு ஆஸ்பத்திரிக்கு வந்தனர். நான் மாடியி லிருந்து இறங்கிச் சென்று, அவர்களைப் பார்வையாளர் அறையில் சந்தித்தேன். அந்த இரு மங்கைகளில் ஒருத்தி மிகவும் அழகா யிருந்தாள். அவர்கள் தோன்யா துமானவா என்றும் தத்யானா புரனோவ் ஸ்க்காயா என்றும் தமது பெயர்களைச் சொல்லி அறிமுகப் படுத்திக் கொண்டார்கள். நான் தோன்யாவைப் பற்றிக் கேள்விப் பட்டிருக்கிறேன். கர்ச்சாகின் ஜுர வேகத்தில் பிதற்றிக் கொண்டிருந்த பொழுது, தோன்யா என்ற பெயரைக் குறிப்பிட்டிருந்தான். அவர்கள் அவனைப் பார்ப்பதற்கு நான் அனுமதி அளித்தேன்.

அக்டோபர் 8

கர்ச்சாகின் இப்பொழுது பிறர் உதவியில்லாமல் தோட்டத்தில் உலாவுகிறான். ஆஸ்பத்திரியிலிருந்து எப்பொழுது வெளியேறலாம் என்று கேட்ட வண்ணம் இருக்கிறான். சீக்கிரத்தில் போகலாமென்று நான் பதில் கூறினேன். பார்வையாளரை அனுமதிக்கும் ஒவ்வொரு நாளிலும், இரண்டு பெண்களும் அவனைச் சந்திக்கிறார்கள். அவன் ஒருபொழுதும் புலம்பாமல் இருப்பது எப்படி என்பதை நான் அறிந்துகொண்டு விட்டேன். நானே அவனைக் கேட்டேன்.

“ஆர்தர் பர்ட்டன் கதையைப் படியுங்கள். நீங்களே புரிந்துகொள் வீர்கள்” என்று அவன் பதிலளித்தான்.

அக்டோபர் 14

கர்ச்சாகினை ஆஸ்பத்திரியிலிருந்து அனுப்பி விட்டோம். அவன் மிகுந்த அன்புடன் என்னிடம் விடைபெற்றுக் கொண்டான். அவனது கண்ணிலிருந்து பாண்டேஜை எடுத்துவிட்டோம். மண்டையில் மட்டும் கட்டு இருக்கிறது. ஒரு கண் தன் பார்வையை இழந்துவிட்டது. ஆனால் வெளிப்பார்வைக்கு ஊனம் தெரியவில்லை. இந்த அருமையான இளந்தோழனை விட்டுப் பிரிய மனம் வரவில்லை; மிகவும் துயர மடைந்தேன். ஆனால் நிலவரம் அப்படித்தானே உள்ளது : நோயாளி கள் குணமானவுடன் நம்மை விட்டுப் பிரிகிறார்கள். அதற்குப் பின் அவர்களைத் திரும்பப் பார்ப்பது அருமையாகவே உள்ளது.

கர்ச்சாகின் என்னை விட்டுப் பிரிந்தபொழுது கூறினான் : “இடது கண் அவிந்திருக்கக் கூடாதா? வலது கண் இல்லாமல் நான் எப்படிச் சுடுவேன்?”

அவன் இப்பொழுதும் போர்முனையைப் பற்றியே எண்ணு கிறான்!

ஆஸ்பத்திரியிலிருந்து வெளியேறிய பாவெல், ஆரம்பத்தில் தோன்யா தங்கியிருந்த தத்யானா வீட்டில் தங்கினான்.

உடனடியாகவே, தோன்யாவைக் கம்ஸமோல் இயக்கத்தில் ஈடு படுத்துவதற்குப் பாவெல் முயன்றான். முதலில், நகரத்தின் கம்ஸமோல் கூட்டத்துக்கு வரும்படி அவளை அழைத்தான். அவளும் வருவதற்கு இணங்கினாள். ஆனால் அவள் கூட்டத்துக்காக ஆடை அணிந்து கொண்டு அறையிலிருந்து வெளிவந்தவுடன், பாவெல் தன் உதடுகளைக் கடித்துக்கொண்டான். அவள் வெகு இனிமையாகவும், ஒயிலாகவும், நாகரிகமாகவும் உடுத்திக் கொண்டிருந்தாள். அந்த செய் நேர்த்தி, கம்ஸமோல் கூட்டத்துக்குக் கொஞ்சமும் ஒவ்வாது என்பதை பாவெல் அறிந்திருந்தான்.

இதுதான் அவர்களுடைய முதல் சண்டைக்குக் காரணம். அவள் ஏன் அவ்வாறு ஆடை அணிந்தாளென்று அவன் கேட்டான். தோன்யா வின் மனம் புண்பட்டது.

"நான் ஏன் பிறரைப் போலிருக்க வேண்டுமென்று எனக்குப் புரிய வில்லை. என் உடை உனக்குப் பிடிக்காவிட்டால், நான் வீட்டிலேயே தங்கிவிடுகிறேன்" என்றாள்.

இளைஞர் சங்கக் கூட்டத்தில் வெளுத்துப் போன ஆண் சட்டை களுக்கும் பெண் சொக்காய்களுக்கும் இடையே, தோன்யாவின் நேர்த்தியான உடை எடுப்பாயிருந்தது. பாவெல் மிகவும் சங்கடப் பட்டான். இளைஞர்கள் தோன்யாவை ஓர் அந்நிய நபராகவே நடத்தினார்கள். அவர்களுக்குத் தன்னைப் பிடிக்கவில்லை என்பதை உணர்ந்த தோன்யாவும், அவர்களைப் பொருட்படுத்தாமல் ஏளனம் செய்யும் தோரணையில் நடந்து கொண்டாள்.

கப்பல் துறையின் கம்ஸமோல் காரியதரிசியும் பரந்த தோட்களை உடைய தொழிலாளியுமான பன்கிராத்தவ் பாவெலைத் தனியாகக் கூப்பிட்டான். முரட்டு நூல் சட்டையை அணிந்திருந்த அவன், கண்களால் தோன்யாவைக் காட்டி, முகத்தைச் சுளித்துக் கொண்டு கேட்டான் :

"நீதான் அந்தப் பொம்மையை அழைத்து வந்தாயா?"

"ஆம்" என்று பாவெல் வெடுக்கென்று பதில் அளித்தான்.

"ஊம்! அவளைப் பார்த்தால், இந்த இடத்துக்கு உரியவளாகத்

தோன்றவில்லை. முதலாளி வீட்டுச் சீமாட்டி மாதிரி ஜொலிக்கிறாள். இங்கு எப்படி வந்தாள்?"

"அவள் என் தோழி. நான்தான் இங்கு அழைத்து வந்தேன். விளங்கிற்றா? அவள் ஆடை விஷயங்களில் பைத்தியமாயிருப்பது உண்மை. ஆனால் அவள் எவ்வகையிலும் நமக்கு விரோதி அல்ல. இங்கு யார் யாரை அழைத்து வரலாம் என்பது பற்றி எனக்கும் தெரியும். எனவே தோழா, என்னைக் கண்டிக்கத் தேவையில்லை."

மேலும் தீவிரமாகப் பேசி, பன்கிராத்தவை அவமானப்படுத்த வேண்டுமென்று பாவெல் விரும்பினான். ஆனால் பொதுவாக நிலவும் கருத்தையே அவன் எடுத்துரைத்தான் என்பதை உணர்ந்து பாவெல் தன்னைக் கட்டுப்படுத்திக் கொண்டான். அவனது கோபமெல்லாம் தோன்யாவின் மீது பாய்ந்தது.

"என்ன நடக்குமென்பதை நான் அவளிடம் சொன்னேன். சொன்ன படி நடக்கிறது. அவள் ஏன் இப்படி வெளிச்சம் போட வேண்டும்?" என்று அவள் தனக்குள் சொல்லிக் கொண்டான்.

அன்று மாலையே, பாவெலுக்கும் தோன்யாவுக்குமிடையே உள்ள நட்பு முறியத் தொடங்கியது. அது நிரந்தரமானதாக இருக்குமென்று அவன் முன்னர் எண்ணினான்; இப்பொழுது அந்த உறவு உருக்குலைந்து வருவதைக் கண்டு அவன் மனம் வருந்தினான், சோர்வுற்றான்.

மேலும் சில நாட்கள் கடந்தன. ஒவ்வொரு சந்திப்புக்கும் சம்பாஷணைக்கும் பிறகு, அவர்களைப் பிரித்த அகழி அகன்று கொண்டே இருந்தது. தோன்யாவின் அற்பத்தனமான தன்னிச்சைப் போக்கை பாவெலால் சகித்துக் கொள்ள முடியவில்லை.

முறிவைத் தவிர்க்க முடியாது என்பதை இருவரும் உணர்ந்தனர்.

இன்று அவர்கள் ஒருவரிடம் ஒருவர் விடைபெறுவதற்காக, 'குப்பேச்சிஸ்க்கிய்' பூங்காவில் சந்தித்தனர். நடைபாதைகளில் அழுகிய இலைகள் சிதறிக் கிடந்தன. அவர்கள் நின்று கொண்டிருந்த உயரமான, செங்குத்தான கரைக்குக் கீழ் த்நேப்பர் நதி சாம்பல் நிறமாக, மங்கலாகப் பிரகாசித்துக் கொண்டிருந்தது. பெரிய பாலத்துக்குப் பின்னாலிருந்து, இரண்டு எடை மிகுந்த தோணிகளைக் கஷ்டத்துடன் இழுத்துக் கொண்டு தன் சக்கரங்களால் நீரில் அடித்துக் கொண்டே, ஓர் இழுவைப் படகு ஊர்ந்து வந்தது. ஆற்றின் நடுவே இருந்த துருகானவ் தீவுக்கு மாலைக் கதிரவன் பொன் வர்ணம் பூசியிருந்தான். அந்தக் கதிரவனது லீலைகளால் வீடுகளின் பல கணிகள் எரிந்து கொண்டிருப்பதாகத் தோன்றின.

தோன்யா பொன்னால் செய்த அம்பு போன்ற கதிர்களை நோக்கிக் கொண்டே, ஆழ்ந்த துயரத்துடன் கூறினாள் :

"அஸ்தமிக்கும் சூரியனைப் போல நமது நட்பும் மறைய வேண்டுமா?"

பாவெலின் கண்கள் தோன்யாவின் எழில் முகத்தை விடாமல் நோக்கிக் கொண்டிருந்தன. தோன்யா இதுமாதிரி கேட்டவுடன், பாவெல் தன் புருவங்களைக் கடுமையாக நெறித்துக் கொண்டு, மெல்லிய குரலில் விடைதந்தான் :

"தோன்யா, நாம் இதைப்பற்றி முன்பே விவாதித்து விட்டோம். நான் உன்னைக் காதலித்தேன் என்பதை நீ அறிவாய். இப்பொழுதும் என்னுடைய காதல் புத்துயிர் பெற்றுத் துளிர்க்க முடியும். ஆனால் நீ எங்களுடன் சேர வேண்டும். நான் பழைய பாவெல் அல்ல. கட்சியை விட நீயே மேல் என்று நான் கருத வேண்டும் என்று நீ எதிர்பார்த்தால், நான் உனக்குத் தகுதியான கணவனாக இருக்க முடியாது. ஏனென்றால், நான் எப்பொழுதும் கட்சியைத்தான் முதன்மைப்படுத்துவேன். உன்னையும் என் பாசத்துக்குப் பாத்திரமாக விளங்கும் பிறரையும் இரண்டாம் பட்சமாகத்தான் கருதுவேன்."

தோன்யா துன்பம் நிறைந்தவளாய் ஆற்றின் கருநீலத் தண்ணீரைப் பார்த்தாள். அவளது நேத்திரங்களில் கண்ணீர் நிறைந்தது.

பாவெல் தனக்குப் பழக்கமான அவளது முகத்தைப் பார்த்தான்; அவளது பழுப்புநிறக் கூந்தலை நோக்கினான்; என்றோ ஒருபொழுதும் தனக்கு உயிருக்கு உயிராக இருந்த அவள்மீது அவனிடம் இரக்கம் ஊற்றுப் பெருக்காய்ச் சுரந்தது. அவன் தோன்யாவின் தோளில் தன் கரத்தை மென்மையாக வைத்தான்.

"தோன்யா! பழைய பந்தங்களை வெட்டிவிட்டு எங்களுடன் வந்துவிடு. நாம் எல்லோரும் சேர்ந்து பணியாற்றி, எஜமானர் ஏற்பாட்டுக்கு முடிவு கட்டலாம். இந்தக் கடுமையான போராட்டத்தின் சுமையைப் பகிர்ந்துகொண்டு, அதனால் ஏற்படும் இன்மையையும் இடுக்கண்களையும் சகித்துக் கொண்டு, எங்களோடு பல அருமையான பெண்கள் வேலை செய்கிறார்கள். அவர்கள் உன்னைப் போல் படிப்பாளிகளாய் இல்லாவிட்டால் என்ன? நீ ஏன் எங்களுடன் சேர மறுக்கிறாய்? அதைச் சொல். சுஷானின் உன்னைக் கெடுக்க முயன்றானென்று சொல்கிறாய். ஆனால் அவன் செஞ்சேனை வீரன் அல்ல, சீரழிந்தவன், கழிசடை. தோழர்கள் உன்னிடம் நேசப்பாங்குடன் நடக்கவில்லை என்று சொல்கிறாய். ஆனால், நீ எதற்காக முதலாளிகளது நடனத்துக்குப் போவது மாதிரி ஆடை அணிந்துகொண்டாய்?

எல்லாம் உனது மதியீனமான செருக்கால் வந்த வினை. அழுக்கேறி நைந்த பழைய கோட்டைப் பிறர் அணிந்தால், நானும் ஏன் அதை அணிய வேண்டுமென்று நீ கேட்கிறாய். ஒரு தொழிலாளியைக் காதலிக்கும் தைரியம் உனக்கு இருந்தது. ஆனால், ஒரு கருத்தை உன்னால் நேசிக்க முடியவில்லை. உன்னைவிட்டுப் பிரிவது எனக்குத் துயரத்தை அளிக்கிறது. நான் உன் நினைவை அன்பாகப் பராமரிக்கவே விரும்புகிறேன்."

அதற்குமேல் அவன் ஒன்றும் சொல்லவில்லை.

அடுத்த நாள், அவன் வீதியில் ஒரு போஸ்டரைப் பார்த்தான். அதில், "மாகாணச் செக்காவின் தலைவர், ஷுஹ்ராய்" என்று கையெழுத் திட்டிருந்ததைக் கண்டான். அவனது இதயம் துள்ளியது. அவன் மிகவும் கஷ்டப்பட்டு, ஷுஹ்ராயின் அலுவலகத்துக்குள் பிரவேசிப் பதற்கு அனுமதி பெற்றான். காவற்காரர்கள் அவனை உள்ளே விடுவதற்கு மறுத்தனர். அவன் சந்தடி செய்ததால், அவர்கள் அவனைக் கைது செய்வதற்குத் தயாரானார்கள். ஆனால் இறுதியில் அவன் வென்றான். உள்ளே செல்வதை அவர்கள் அனுமதித்தனர்.

ஷுஹ்ராய் அவனை மிகுந்த அன்புடன் வரவேற்றான். மாலுமி ஒரு கையை இழந்துவிட்டான். ஒரு வெடிகுண்டு அதைப் பிய்த்து எறிந்து விட்டது.

உடனடியாக, அவர்கள் ஓர் உடன்பாட்டுக்கு வந்தனர்.

"போர்முனைக்குப் போவதற்கு தேவையான தகுதியைப் பெறும் வரை, நீ எனக்கு உதவி செய். இங்கு எதிர்ப்புரட்சியை நசுக்குவதில் கைகொடு. நாளைக்கே வேலை தொடங்கு" என்றான் ஷுஹ்ராய்.

போலிஷ் வெள்ளைப் படைகளுடன் நடந்த வெஞ்சமர் முடிவடைந்தது. செம்படைகள், வார்ஸாவின் எல்லை வரை விரோதியைத் துரத்திச் சென்றன. அனால் செம்படைகள் தம் கைவச மிருந்த பொருள்கள் யாவையும் உபயோகப்படுத்தி விட்டதாலும், உடல் வலுவை வெகுவாக இழந்திருந்ததாலும், படைகளுக்கும் சப்ளை தளங்களுக்குமிடையே நெடுந்தூரம் இருந்ததாலும், வார்ஸா வரை சென்ற அவை அதைப் பிடிக்காமல் பின்வாங்கின. இவ்வாறு செஞ்சேனை பின்வாங்கியதைத்தான், 'விஸ்லா நதிக்கரையின் அதிசயம்' என்று போலந்து குறிப்பிட்டது. இப்படியாக போலந்தில் பிரபுக்கள் ஆட்சி நிலைத்தது. போலந்தில் சோவியத் சோஷலிஸ்ட் குடியரசு மலர வேண்டுமென்ற கனவு அப்பொழுது கைகூடவில்லை.

இரத்தத்தில் நனைந்த நாடு அமைதியை நாடியது.

பாவெலுக்குத் தன் உறவினர்களைக் காண செல்ல முடியவில்லை. ஏனெனில் ஷெப்பெத் தோவ்க்கா போலிஷ் படை வசம் இருந்தது. அது ஒரு தற்காலிகமான எல்லைத் தளமாகச் செயல்பட்டது. சோவியத் அரசுக்கும் போலந்துக்கும் இடையே சமாதானப் பேச்சுவார்த்தைகள் நடந்து கொண்டிருந்தன.

பாவெல் செக்காவின் பல்வேறு வேலைகளைச் செய்வதில் பகலும் இரவும் ஈடுபட்டான். அவன் ஷுஹ்ராயின் அறையில் தங்கியிருந்தான். அவனுடைய டவுன் போலிஷ் படை வசத்தில் இருந்த சேதியைக் கேட்டு, அவன் மிகவும் வருந்தினான்.

"இப்பொழுது போர் நிறுத்த ஒப்பந்தம் கையெழுத்தானால், என் தாயார் நம் நாட்டு எல்லைக்கு அப்பால் இருப்பாளா?" என்று அவன் ஷுஹ்ராயை வினவினான்.

ஷுஹ்ராய் அவனுக்கு ஆறுதல் கூறினான் :

"அநேகமாக, எல்லைக்கோடு கோரீன் வழியே, நதியை ஒட்டிச் செல்லும் என்று நினைக்கிறேன். அப்படியானால், உனது டவுன் நம்நாட்டு எல்லைக்குள் வந்துவிடும். எதற்கும், கொஞ்சம் பொறு. சீக்கிரத்தில் விஷயம் விளங்கும்."

செம்படைகள் போலிஷ் போர்முனையிலிருந்து தெற்கு போர் முனைக்குச் சென்றன. சோவியத் குடியரசு போலிஷ் போர்முனையில் சகல சக்திகளையும் ஈடுபடுத்திப் பாடுபட்ட பொழுது, அதையே தனக்குத் தகுந்த சந்தர்ப்பமாகக் கருதிய வ்ரான்கெல்* கிரீமியாவிலிருந்து கிளம்பி, த்நேப்பர் நதியையொட்டி எக்கத்தெரீனஸ்லாவ் மாகாணத்தை அடைய வடக்கு நோக்கி முன்னேறினான்.

இப்பொழுது சோவித்-போலிஷ் போர் முடிந்துவிட்டதால், சோவியத் குடியரசு தன் படைகளைக் கிரீமியாவுக்கு அனுப்பியது. எதிர்ப்புரட்சியின் கடைசி நம்பிக்கையாக இருந்த வ்ரான்கெல் படைகளை ஒழிப்பதென்று முடிவு செய்தது.

துருப்புகள், வண்டிகள், போர்க்களச் சமையலறைகள், பீரங்கிகள் ஆகியவற்றை ஏற்றிக்கொண்டு, பல டிரெயின்கள் கீவ் வழியாகத் தெற்கு நோக்கி விரைந்தன. ரயில்வே பிரிவின் செக்கா அசுர வேகத்தில் செயல்பட்டது. இந்தப் போக்குவரத்துப் பெருக்கத்தால் தடைகள்

** **வ்ரான்கெல் பி.நி.** - ஜாரிஸ்டு ஜெனரல். உள்நாட்டுப் போரின் போது, தெற்கு ருஷ்யாவிலிருந்த எதிர்ப்புரட்சித் தலைவர்களில் ஒருவன்.*

ஏற்பட்டன. ஸ்டேஷன்களில் இரயில் வண்டிகள் குவிந்தன. இருப்புப் பாதைகளில் வண்டிகள் ஓடிக் கொண்டிருந்ததால், உபரி டிரெயின்கள் போக முடியாமல் முடங்கிக் கிடந்தன. “இந்த டிவிஷனை ஏற்றிவரும் டிரெயினுக்குப் பாதை தரவேண்டும்.”

“அந்த டிவிஷன் துரிதமாகச் செல்வதற்கு வழி செய்ய வேண்டும்” என்றெல்லாம் தந்திச் சேதிகள் வந்து கொண்டேயிருந்தன. “எல்லா வற்றுக்கும் முன்னால் இதற்கு முதலிடம் கொடுங்கள்” “இது இராணுவ உத்திரவு” “தடையில்லாத போக்குக்கு உடனே வழிசெய்” என்றெல்லாம் ஆணைகள் தந்திக்கம்பி வழியே வந்தன. உத்திரவை நிறைவேற்றத் தவறினால, புரட்சிகரமான ராணுவ நீதிமன்றம் மூலம் தண்டனை கிடைக்குமென்ற எச்சரிக்கையும் ஒவ்வொரு சேதியிலும் இடம்பெற்றிருந்தது.

ரயில்வேப் பிரிவு செக்காவிடம்தான், போக்குவரத்து தங்குதடை யில்லாமல் நடப்பதற்கான பொறுப்பு கொடுக்கப்பட்டது.

செக்காவின் அலுவலகத்திற்குள் படைத்தலைவர்கள் வந்து குவிந்தார்கள். சேனைத் தலைவன் கையெழுத்திட்டு அனுப்பின இன்ன நம்பர் தந்தியின் பிரகாரம், டிரெயின்களை உடனே அனுப்ப வேண்டுமென்று ஆர்ப்பாட்டம் செய்தார்கள் : கைத்துப்பாக்கிகளைக் காட்டியும் மிரட்டினார்கள். அவர்களது கோரிக்கையை நிறைவேற்ற முடியாது, சாத்தியக் கூறுகள் இல்லை என்று விளக்கினால், அவர்கள் அனைவரும் அதைக் கேட்க மறுத்தனர். “நீங்கள் செத்தாலும் சரி, டிரெயினை அனுப்ப வேண்டும்!” என்றுதான் ஒவ்வொருவரும் உத்திரவிட்டார்கள். அத்துடன் அவர்கள் வசைமாரியும் பொழிந் தனர். நிலைமை மிகவும் மோசமானபொழுது, ஷுஹ்ராயை அழைத் தார்கள். அங்கேயே ஒருவரை ஒருவர் சுட்டுக் கொல்வதற்குச் சித்தமா யிருந்த அந்த ஆவேசம் கொண்ட ஆட்களெல்லாம் ஷுஹ்ராயைக் கண்டவுடன் பெட்டிப்பாம்பாக அடங்கினார்கள். இரும்பு மனிதனான ஷுஹ்ராய் அமைதியாகவும் கறாராகவும எதிர்வாதத்துக்கு இடம் தராத தோரணையிலும் பேசினான். எனவே, உருவப்பட்ட கைத் துப்பாக்கிகள் உறைகளில் தஞ்சம் புகுந்தன.

பலமுறைகள் பாவெல் தள்ளாடித் தள்ளாடி நடந்து ஸ்டேஷன் பிளாட்பாரத்தை அடைந்தான். அவனது தலையில் கத்தியால் குத்துவது போன்ற வேதனை அவனை வருத்திக் கொண்டே இருந்தது. செக்காவில் செய்த வேலை, அவனது நரம்புகளை மிகவும் பாதித்தது.

ஒருநாள், வெடிகுண்டு வண்டிகள் நிரம்பியிருந்த திறந்த வண்டி யில் பாவெல் ஸெர்யோஷாவைப் பார்த்தான். ஸெர்யோஷா ரயில்

மேடையிலிருந்து அவன்மீது பாய்ந்து குதித்தான். அப்பொழுது, பாவெலைத் தள்ளிவிடுவான் போல இருந்தது. தன் நண்பனைக் கட்டித் தழுவிக்கொண்டு, "பாவெல்! உன்மீது கண்பட்டவுடன் நீதான் என்று தெரிந்து கொண்டேன்!" என்றான் ஸெர்யோஷா.

இருவரும் எங்கிருந்து பேச்சைத் தொடங்குவது என்று மயங்கினர். ஒருவருக்கொருவர் சொல்வதற்குச் சேதிகள் அதிகமாக இருந்தன. இதற்குமுன் அவர்கள் சந்தித்த பின், இரு இளைஞர்களுக்குமே பல அனுபவங்கள் ஏற்பட்டன. அவர்கள் ஒருவரையொருவர் பல கேள்விகளைக் கேட்டுக் கொண்டார்கள்; விடைகளுக்காகக் காத்திராமல் கேள்வி கேட்டபிறகு பேசிக்கொண்டே போனார்கள். அவர்கள் தமது பேச்சிலேயே மெய்மறந்து இருந்ததால், எஞ்சின் விசில் செய்ததுகூட அவர்கள் காதில் விழவில்லை. டிரெயின் நகரத் தொடங்கிய பிறகே அவர்கள் பிரிந்தனர்.

அவர்கள் மேலும் பேசிக் கொள்வதற்குப் பல விஷயங்கள் இருந்தன. ஆனால் டிரெயின் வேகமாகச் செல்லத் தொடங்கியது. எனவே, ஸெர்யோஷா தன் நண்பனிடம் ஏதோ உரக்கக் கூறிக்கொண்டே, பிளாட்பாரத்தில் ஓடினான்; சாமான்களை ஏற்றியிருந்த ஒரு பெட்டியின் கதவு திறந்திருந்தது; அதைப் பிடித்துக்கொண்டு ஏற முயன்றான். பெட்டிக்குள்ளிருந்தவர்கள் அவனைப் பிடித்து, உள்ளே இழுத்துக் கொண்டார்கள். ஸெர்யோஷா வண்டிக்குள் செல்வதைப் பார்த்துக் கொண்டிருந்த பாவெல், வால்யாவின் மரணத்தைக் குறித்து ஸெர்யோஷாவுக்கு ஒன்றும் தெரியாதென்பதைத் திடீரென்று ஞாபகப் படுத்திக் கொண்டான். எப்படியென்றால், ஸெர்யோஷா ஷெப்பெத்தோவ்க்காவுக்குத் திரும்பவேயில்லை. இப்பொழுதும், வால்யாவைப் பற்றிச் சொல்வதற்கு, பாவெல் மறந்து விட்டான்.

"அவனுக்குத் தெரியாமல் இருப்பதும் நல்லதுதான். அவனது மனம் அமைதியாக இருக்கட்டும்" என்று பாவெல் எண்ணினான். அவன் அதற்குப்பின் தன் நண்பனைப் பார்க்கப் போவதில்லை என்பதை அப்பொழுது உணரவில்லை. பெட்டியின் கூரைமீது நின்றுகொண்டு இலையுதிர் காலத்துக் காற்றை வாங்கிக் கொண்டு சென்ற ஸெர்யோஷாவும் தான் சாவை நோக்கிச் செல்வதை அறிந்திருக்கவில்லை.

"உட்கார்ந்துகொள், ஸெர்யோஷா" என்று தீப்பட்டு எரிந்து ஓட்டை கொண்ட மேற்கோட்டு அணிந்த செஞ்சேனை வீரன் தொராஷேன்கோ கூறினான்.

"பரவாயில்லை. நானும் காற்றும் நல்ல நண்பர்கள்" என்று ஸெர்யோஷா நகைத்துக் கொண்டே விடை தந்தான்.

ஒருவாரம் கழித்து, ஸெர்யோஷா உக்ரேய்னாவின் ஸ்தெப்பியில் நடந்த முதற்போரில் உயிரை இழந்தான்.

முதல் கட்டத்திலேயே, தவறி வந்த ஒரு குண்டு அவனைத் தாக்கியது.

அவன் நடுங்கினான், கூரிய வேதனையால் மார்பு பிளப்பதாகத் தோன்றியது; காற்றைப் பற்றிக் கொண்டு நிலைகொள்ள முயன்றான்; பிறகு, கைகளால் மார்பை இறுக அமுக்கிக் கொண்டே, குதிப்பதற்குத் தன்னை தயார் செய்து கொள்வது போல் குனிந்தான். அவனுடைய உயிரற்ற உடல் நிலத்தின் மீது 'தொப்'பென்று விழுந்தது. பார்வையை இழந்த அவனது நீலக்கண்கள், எல்லை காணமுடியாத உக்ரேனிய ஸ்தெப்பியை வெறித்து நோக்கின.

பாவெல் மிகவும் பலவீனமாக இருந்தான். நரம்புத் தளர்ச்சியை உண்டாக்கிய செக்கா வேலை, அவனது நிலைமையை மேலும் மோசமாக்கியது. மண்டையிடி அதிகமாயிற்று. ஆனால், இரண்டு இரவுகள் தூங்காமல் உழைத்துவிட்டு, மூன்றாவது நாள் மூர்ச்சையாகி விழுந்த பிறகே, அவன் தன் உடல்நிலையைப் பற்றி ஷுஹ்ராயிடம் பேசுவதென்று முடிவு செய்தான்.

"ஷுஹ்ராய், நான் வேலை செய்வது நல்லதல்லவா? என்னைப் பொறுத்தமட்டில், மெஷின் ஷாப்பில் என் தொழிலைச் செய்வதே சிறந்ததென்று நினைக்கிறேன். என் மண்டையில் ஏதோ கோளாறு இருப்பதாகத் தோன்றுகிறது. நான் ராணுவச் சேவைக்கு லாயக்கு இல்லை என்று வைத்தியக் குழுவினர் கூறினார்கள். ஆனால் இந்த வேலை இராணுவ வேலையைவிட மோசமாயிருக்கிறது. அந்தக் கொள்ளைக்காரனாகிய சூத்தீரினது கூட்டத்தை வேட்டையாடிப் பிடிப்பதில் இரண்டு நாட்கள் ஈடுபட்டோமல்லவா? அந்த வேலை என்னை முழுமையாகக் கீழே தள்ளிவிட்டது. இந்தச் சண்டை சச்சரவுகளிலிருந்து விடுபட்டு ஓய்வு பெற வேண்டும். என்னால் நிற்கக் கூட முடியவில்லை. இந்நிலையில் உங்களுக்கு என்ன உதவி செய்யப் போகிறேன்?"

ஷுஹ்ராய் பாவெலின் முகத்தைக் கவலையுடன் ஆராய்ந்தான்.

"ஆம். உன் முகம் நன்றாயில்லை. இதற்கெல்லாம் நான்தான் பொறுப்பு. ரொம்ப நாட்களுக்கு முன்பே உனக்கு விடுதலை அளித்திருக்க வேண்டும். வேலை மிகுதியால் உன்னைக் கவனிக்கவில்லை."

இந்தச் சம்பாஷணை நடந்த சிறிது நேரத்தில், பாவெல் கம்ஸமோலின் மாகாணக் கமிட்டி அலுவலகத்தை அடைந்துவிட்டான். அவனை அந்தக் கமிட்டி பயன்படுத்திக் கொள்ளலாமென்ற அத்தாட்சிப் பத்திரத்துடன் அவன் சென்றான். அங்கு ஓயிலாகக் குல்லாய் அணிந்த ஓர் இளைஞன் உட்கார்ந்திருந்தான். அந்த

சுறுசுறுப்பான பையன், அத்தாட்சிப் பத்திரத்தை வேகமாகப் படித்து விட்டு, பாவெலை நோக்கிக் கண்களைச் சிமிட்டினான்.

"செக்காவிலிருந்து வருகிறாயா? சபாஷ்! அது ஒரு மனதுக்கு உகந்த அலுவலகம். உனக்கு ஒரு வினாடியில் வேலை தருகிறோம். எங்களுக்கு எத்தனை பேர் கிடைத்தாலும், வேலை கொடுப்போம்! நீ எங்கு வேலை செய்ய விரும்புகிறாய்? மாகாண உணவுப்பொருள் கமிட்டிக்குப் போகிறாயா? வேண்டாமா? சரி. துறைமுகத்தில் கிளர்ச்சி நடத்தும் வேலைக்குப் பொறுப்பு எடுத்துக்கொள்கிறாயா? வேண்டாமா? வினோதமான ஆளப்பா நீ! அது நல்ல வேலை; பிரத்தியேகமான ரேஷன்களும் கிடைக்கும் வேண்டாம் என்கிறாயே!"

பாவெல் அவனை இடைமறித்தான்.

"நான் இரயில்வே தலைமைப் பட்டறையில் வேலை செய்ய விரும்புகிறேன்."

இதைக் கேட்டு, அந்த இளைஞன் வாயைப் பிளந்தான்.

"இரயில்வே பட்டறையா? ம்ம்... அங்கு எவரும் தேவையில்லையென்று நினைக்கிறேன். எதற்கும் ரீத்தா உஸ்தினோவிச்சைப் பார். அவள் ஏதாவது ஒரு வேலை உனக்கு நிச்சயிப்பாள்."

பழுப்பு நிறங்கொண்ட ரீத்தாவைப் பாவெல் சிறிது நேரம் பேட்டி கண்டான். பாவெல் ரயில்வே டெப்போவில் வேலை செய்வதென்றும் அங்குக் கம்ஸமோல் ஸ்தாபனத்தின் செயலாளனாகப் பொறுப்பு வகிப்பதென்றும் முடிவாயிற்று.

இதற்குள், கிரீமியாவின் நுழைவ்ாசலுக்கு அருகில், கிரீமியா தீபகற்பத்தைக் கண்டத்துடன் இணைக்கும் குறுகிய பெரெக்கோப் பூசந்தியில், முன்னொரு காலத்தில் கஸாக்குகளின் தாக்குதல்களிலிருந்து தப்புவதற்காக கிரீமியா தார்த்தாரியர்களால் அமைக்கப்பட்ட பழங்கால அரண்களுக்கு அருகில் வெண்படையின் அரண் இருந்தது. இப்போது அது பன்மடங்கு பலமாகவும் பயங்கரமாகவும் திகழ்ந்தது.

ருஷ்யா நாட்டின் எல்லாப் பாகங்களிலிருந்து ஓடிவந்த பழைய உலகத்தினர் பெரெக்கோப் பூசந்திக்குப் பின்னாலிருந்த கிரீமியாவில் தஞ்சம் புகுந்தனர். அவர்கள் குடித்துக் கூத்தாடிப் பொழுதைக் கழித்தனர். தாங்கள் பத்திரமாயிருப்பதாக அவர்கள் தப்புக் கணக்கு போட்டிருந்தனர். எனவே, அழிவு நாள் அணுகிக் கொண்டிருப்பதை அவர்கள் உணரவில்லை.

இலையுதிர் காலத்து இரவு குளிர்ச்சியானது. நடுநடுங்கச் செய்த அந்த இரவில், பாட்டாளி வர்க்கத்தைச் சேர்ந்த பத்தாயிரக்கணக்கான வீரர்கள் சிவாஷ் வளைகுடாவின் கடுங்களிர் நீருக்குள் இறங்கினர். இருளின் பாதுகாப்பில் அந்த வளைகுடாவைக் கடந்து, அரணுக்குள் பாதுகாப்பாக இருந்த பகைவனைப் பின்புறமிருந்து தாக்குவதே செஞ்சேனையின் திட்டம். அவ்வாறு வளைகுடாவைக் கடந்த ஆயிரக் கணக்கான செஞ்சேனை வீரர்களில் இவான் ஷார்க்கீய் ஒருவன். அவன், யந்திரத் துப்பாக்கி நனைந்துவிடக் கூடாதென் பதற்காக, அதைத் தலைமீது வைத்துக்கொண்டு நடந்தான்.

மறுநாள் பொழுது புலர்ந்ததும், பெரெக்கோப்பில் உக்கிரமான சண்டை நடந்துகொண்டிருந்தது. ஆயிரக்கணக்கான செஞ்சேனை வீரர்கள் வெண்படையினர்களின் அரணை முன்புறத்தில் நேரடியாகத் தாக்கினார்கள். அதே சமயத்தில் அரணைப் பின்புறமிருந்து தாக்கு வதற்காக, சிவாஷைக் கடந்தவர்கள், துவேனிய தீபகற்பத்தில் கரை யேறினார்கள். மலைப்பாங்கான கடற்கரைமீது முதலில் ஏறியவர்களில் ஒருவன், இவான் ஷார்க்கீயாவான்.

அதற்குமுன் கண்டிராத அளவுக்கு மூர்க்கம் நிறைந்த போராட்டம் தொடங்கியது.

கடற்கரையில் ஏறியபொழுதே, அந்தச் செம்படை வீரர்களை நீரில் தள்ளுவதற்கு வெள்ளைக் குதிரைப்படைகள் பயன்படுத்தப் பட்டன. ஷார்க்கீயின் யந்திரத் துப்பாக்கி சாவைக் கக்கிக்கொண்டே யிருந்தது. உயிருக்கு ஆபத்து விளைவித்த அதன் பிரயோக ஒலி நிற்கவேயில்லை. அதிலிருந்து கிளம்பிய ஈயக்குண்டுகளால் தாக் குண்டு, மனிதரும் குதிரைகளும் மடிந்து, பிணங்கள் குவிந்தன. ஷார்க்கீய், வெகு வேகமாகத் தன் யந்திரத் துப்பாக்கியில் புதிய குண்டுகளையும் வெடிமருந்தையும் திணித்தான்.

நூற்றுக்கணக்கான பீரங்கிகளின் மூலம் பெரெக்கோப், இடி முழக்கம் போன்ற தன் பதிலை அளித்தது. பூமியே ஆழம் காண முடியாத அதலபாதாளத்தில் விழுந்து விட்டதாகத் தோன்றியது. ஆயிரக்கணக்கான குண்டுகள் செய்த மரண முழக்கம் வானத்தையே துளைப்பதாகத் தோன்றியது. அந்தக் குண்டுகள் வெடித்து, லட்சக் கணக்கான சிம்புகள், அண்மையிலும் தொலைதூரத்திலும் சிந்திச் சிதறின. பூமியில் ஏற்பட்ட கீறல்களிலிருந்தும், பிளவுகளிலிருந்தும் கிளம்பிய மண் பாளங்கள் சூரியனை இல்லாதொழித்து விட்டதாகத் தோன்றியது.

அரக்கனது தலை அழிந்தது. முதலாவது குதிரைப்படை கிரீமியா வுக்குள் வெள்ளம் போல் பாய்ந்தது. அழிவு உறுதி என்பதை உணர்ந்த

வெள்ளைப் படையினர் பீதியடைந்து அலறிப் புடைத்துக் கொண்டு, துறைமுகங்களில் புறப்படுவதற்கு இருந்த கப்பல்களில் ஏறினர்.

கந்தல் சொக்காய்களில் வைரம் பாய்ந்த இதயம் துடிக்கும் இடத்துக்கு மேலே, 'செங்கொடி' விருதின் பொற் பதக்கம் குத்தப்பட்டது. யந்திரத் துப்பாக்கி வீரனும் கம்ஸமோல் அங்கத்தினருமான இவான் ஷார்க்கீய்க்கும், சோவியத் குடியரசு இந்தப் பதக்கத்தை அளித்தது.

சோவியத்-போலிஷ் சமாதான ஒப்பந்தம் கையெழுத்தாயிற்று. ஷுஹ்ராய் அனுமானித்த மாதிரி, ஷெப்பெத்தோவ்க்கா சோவியத் உக்ரேய்னாவுக்குள் இருந்தது. அந்த நகரத்துக்கு அப்பால், முப்பத்தைந்து கிலோமீட்டர் தூரத்திலிருந்த ஆறு இப்பொழுது எல்லைக் கோடாக அமைந்தது.

1920 டிசம்பர், ஞாபகம் வைத்துக் கொள்ளத்தக்க ஒருநாள் காலையில் பாவெல் தன் ஊருக்கு வந்தான். அவன் வெண்பனி மூடிய பிளாட்பாரத்தில் இறங்கினான்; 'ஷெப்பெத்தோவ்க்கா' என்று பலகையில் எழுதியிருப்பதை நோக்கிவிட்டு, இடது பக்கம் திரும்பி டெப்போவுக்குச் சென்றான். அங்கு அவன் ஆர்த்தியோமைப் பற்றி விசாரித்தான். ஆனால் ஆர்த்தியோம் அங்கு இல்லை. தனது ராணுவ மேல்கோட்டை மேலும் இறுக்கிக் கொண்டு, பாவெல் காடு வழியே டவுனுக்கு விரைந்தான்.

கதவைத் தட்டும் சப்தம் கேட்டவுடன், மரீயா யாக்கொவ்லெவ்னா திரும்பினாள் : "உள்ளே வா" என்று கூறினாள். ஒரு வெண்பனி மூடிய வடிவம் வீட்டுக்குள் நுழைந்தது. அவள் அவளுடைய அன்புக்குரிய மகனின் முகத்தைக் கண்டாள். கரத்தால் நெஞ்சை அழுத்திப் பிடித்துக் கொண்டாள். ஆனந்த வெள்ளத்தில் மூழ்கிய அன்னையால் ஒரு வார்த்தை பேச முடியவில்லை.

அவள் தன் மகனின் மார்பு மீது விழுந்தாள்; மகனது முகத்தில் முத்தங்களைச் சொரிந்து, அவனைத் திக்குமுக்காட வைத்தாள். ஆனந்தக் கண்ணீர் அவளது கன்னங்களில் அருவிபோல் ஓடியது.

பாவெல் தாயின் சிறிய மெலிந்த உடலை இறுகத் தழுவிக் கொண்டான். கவலையால் வற்றலாகிவிட்ட தாயின் முகத்தைக் குனிந்து நோக்கினான். வேதனையாலும் கவலையாலும் மாதாவின் முகத்தில் விழுந்திருந்த சுருக்கங்களை உற்றுப் பார்த்தான். அவள் மனது அமைதி அடையும் வரை காத்திருந்தான்.

கணக்கிட முடியாத துன்ப துயரங்களை அனுபவித்த அன்னையின் கண்களில் மீண்டும் ஆனந்தம் ஒளிவீசியது. பாவெலை இனிக் காண முடியாதென்று எண்ணியிருந்த தாய்க்கு, அவனைக் கண்டவுடன்,

அவனைப் பார்த்துக் கொண்டே இருக்க வேண்டுமென்று தோன்றியது. மூன்று நாட்கள் கழிந்தபின், இரவில் நெடுநேரம் கழித்து, ஆர்த்தியோமும் தன் மூட்டைமுடிச்சுகளுடன் வந்தபொழுது, அவளது ஆனந்தம் எல்லைக் கடந்ததாயிற்று.

இப்பொழுது, அந்தக் குடும்பம் மீண்டும் ஒன்றுபட்டுவிட்டது. அண்ணனும் தம்பியும் மரணத்தின் நுழைவாயிலிலிருந்து மீண்டும் வந்துவிட்டனர். எத்தனையோ சோதனைகளுக்குப் பிறகு அவர்கள் மீண்டும் சந்தித்தனர்.

"நீங்கள் இப்பொழுது என்ன செய்யப் போகிறீர்கள்?" என்று அன்னை மக்களைக் கேட்டாள்.

"நான் ரயில்வே வார்க் ஷாப்புக்குப்போய் வேலை செய்யப் போகிறேன்" என்று ஆர்த்தியோம் உல்லாசமாகப் பதில் அளித்தான்.

பாவெல், இரண்டு வாரம் கழித்துக் கீவுக்குப் போக வேண்டும். அங்கு அவனுக்கு வேலை காத்திருந்தது.

முதற்பாகம் முற்றிற்று

இரண்டாம் பாகம்

அத்தியாயம் ஒன்று

நள்ளிரவு. வெகு நேரத்துக்கு முன்பே கடைசி டிராம் தன் உடைந்த உடலை இழுத்துக்கொண்டு டெப்போவை அடைந்துவிட்டது. வெண்மதியின் தண்ணொளி ஜன்னல் கட்டையில் பாய்ந்து படுக்கையில் வியாபித்திருக்கிறது. மெத்தைக்கு நிலவால் உறை போட்டதைப் போலத் தோன்றுகிறது. அறையின் இதரப் பாகங்களில் ஓரளவுக்கு இருட்டாயிருக்கிறது. மூலையிலுள்ள மேஜையின் மேல் விளக்கு மூடியின் அடியில் ஒரு ஒளிவட்டம். ரீத்தா தாழ்வாகக் குனிந்து கொண்டு பரு மனான நோட் ஒன்றில் எழுதிக்கொண்டிருக்கிறாள். அது அவளது நாட்குறிப்பு.

மே. 24

"என் நினைவுகளைக் குறித்து வைப்பதற்கு மீண்டும் முயற்சி செய்கிறேன். எத்தனை நாட்கள் எழுதாமல் இருந்துவிட்டேன்! கடைசியாக குறிப்பு எழுதியபின் ஆறு வாரங்கள் உருண்டோடி விட்டன. ஆனால் இந்தக் குறையைத் தவிர்த்திருக்க முடியாது.

நாட்குறிப்பு எழுதுவதற்கு நேரம் ஏது? இப்பொழுது, இரவு மணி பன்னிரண்டுக்கு மேல் ஆகிவிட்டது. இந்த நேரத்திலும் நான் எழுதிக் கொண்டிருக்கிறேன். நித்திரை என்னை ஏமாற்றிவிட்டுத் தப்பி ஓடுகிறது. தோழர் ஸெகால் எங்களைப் பிரிந்து செல்கிறார். அவர் மத்தியக் கமிட்டியில் வேலை செய்யப் போகிறார். இந்தச் சேதியைக் கேட்டு நாங்கள் நிலைகுலைந்துவிட்டோம். நமது ஸெகால், அற்புதமான மனிதர். இதுவரை, அவரது நட்பின் மேன்மையை நான் உணரவில்லை. அவர் இங்கு விட்டுச் சென்றபின், மார்க்ஸீய இயக்க இயல் பொருள்முதல்வாதம் பற்றி வகுப்பு எடுப்பதற்கு எவரால் முடியும்? நேற்று இரவு, நீண்ட நேரம் நாங்கள் அவருடைய இல்லத்தில் கூடி, 'மாணவர்களது' முன்னேற்றத்தைச் சோதித்துக் கொண்டிருந்தோம். கம்ஸமோல் மாகாணக் கமிட்டியின் செயலாளனான அக்கீம் வந்திருந்தான். அந்த வெறுக்கத்தக்க துப்தாவும் வந்திருந்தான். தனக்குச் சகலவும் தெரியுமென்ற

இறுமாப்பு பிடித்த இந்த துப்தாவைக் காணச் சகிக்கவில்லை. கம்யூனிஸ்ட் கட்சியின் வரலாறு பற்றிய வாக்குவாதத்தில், தனது மாணவன் கர்ச்சாகின் துப்தாவை வெட்டி பேசியபொழுது, ஸெகால் அடைந்த ஆனந்தத்தைச் சொல்லிமுடியாது. ஆம், இந்த இரண்டு மாத காலம் வீண் போகவில்லை. முயற்சி திருவினையாகும்பொழுது, எப்படி மகிழ்ச்சி கொள்ளாமல் இருக்க முடியும்? ராணுவ பிரதேசத்தின் விசேஷ இலாகாவுக்கு ஷுஹ்ராயை மாற்றப் போவதாக வதந்தி உலாவுகிறது. இது ஏன் என்று விளங்கவில்லை.

ஸெகால் தம்முடைய மாணவனை என்னிடம் ஒப்படைத்திருக்கிறார். 'ரீத்தா, நான் தொடங்கியதை நீங்கள்தான் பூர்த்தி செய்ய வேண்டும். பாதியில் நிறுத்திவிடாதீர்களே. நீங்களும் பாவெலும் ஒருவருக்கொருவர் நிறையக் கற்றுக்கொடுக்கலாம். அவன் இன்னமும் ஒரு கட்டுத் திட்டத்துக்கு உட்படாதவனாகவே இருக்கிறான்; தன்னிடையே தோன்று ஆவேச உணர்ச்சிகளுக்குக் கட்டுப்பட்டவனாக வாழ்கிறான். அவ்வுணர்ச்சிகள் வரம்பு மீறும்பொழுது அவனை அடித்து வீழ்த்துகின்றன. ரீத்தா, நீங்கள் அவனுக்கு முற்றிலும் தகுதியான வழிகாட்டியாக விளங்குவீர்கள் என்பது என் கருத்து, உங்களுக்கு வெற்றி கிட்டட்டும்! மாஸ்கோ விலாசத்துக்கு எனக்குக் கடிதம் எழுத மறந்துவிட - மாட்டீர்களே' என்று அவர் கூறினார்.

இன்று, ஷார்க்கீய் வந்திருக்கிறான். ராணுவத்திலிருந்த பொழுதே அவனை எனக்குத் தெரியும். ஸாலோமென்கா வட்டாரக் கமிட்டிக்குப் புதிய காரியதரிசியாக அவனை மத்தியக் கமிட்டி அனுப்பியிருக்கிறது.

நாளைக்கு துபாவா பாவெலை அழைத்து வருவான். துபாவாவை வர்ணிக்கிறேன். நடுத்தரமான உயரம், பலசாலி, தசைப்பற்று உள்ளவன். 1918ல் கம்ஸமோலில் சேர்ந்தான்; 1920லிருந்து கட்சி அங்கத்தினனாயிருக்கிறான்.

'தொழிலாளர் எதிர்த்தரபு'* என்ற கோஷ்டியில் சேர்ந்திருந்தார்களென்பதற்காக கம்ஸமேல் மாகாணக் கமிட்டியிலிருந்து

---

* *தொழிலாளர் எதிர்த்தரப்பு - 1920ம் ஆண்டில் ருஷ்யாவின் கம்யூனிஸ்ட் (போல்ஷெவிக்குகளின்) கட்சியில் தோன்றிய எதிர்க் குழு. அக்குழுவில் சேர்ந்தவர்கள், பொருளாதாரக் கட்டுமானத்தின் பொழுது தொழிலாளி வர்க்கச் சர்வாதிகாரம் முக்கியமற்றது என்றும், இக்கட்டுமானத்தில் கம்யூனிஸ்ட் கட்சி வழிகாட்டும் பாத்திரம் வகிப்பது தேவையில்லை என்றும், ஒருபுறம் தொழிற்சங்கங்களும் மறுபுறம் கம்யூனிஸ்ட் கட்சியும் சோவியத் அரசாங்கமும் எதிரெதிரானவை என்றும் கருதினார்கள்.*

வெளியேற்றப்பட்ட மூவரில் இவனும் ஒருவன். அவனுக்குப் பாடம் போதிப்பது எளிதான விஷயம் அல்ல. எண்ணற்ற கேள்விகளைக் கேட்டுக்கொண்டேயிருக்கிறான்; குறித்த பாடத்திலிருந்து எங்கெங்கோ வழுவிச் செல்லும் நிலையை உண்டாக்கி விடுகிறான்; எனவே, தினந் தோறும் பாடத்திட்டப்படி பயிற்சி நடப்பதில்லை. ஓல்கா யூரேனெவா என்ற என்னுடைய மாணவிக்கும் துபாவாவுக்கும் இடையே எப்பொழு தும் ஒரே சச்சரவுதான். அவர்கள் முதன்முதலில் சந்தித்தபொழுதே, அவன் அவளை ஏற இறங்கப் பார்த்துவிட்டு, 'உன் அலங்காரம் எல்லாம் சுத்த மோசம். நீ குதிமுட்களை உடைய பூட்ஸை அணிய வேண்டும்; உட்காரும் இடத்துக்கு மட்டும் தோலைக் கொடுத்துத் தைத்த கால் சட்டையை அணிய வேண்டும். ராணுவத் தொப்பி, வாள் ஆகியவற்றுடன் காட்சி அளிக்க வேண்டும். அதுதான் உனக் கேற்ற ஆடை அலங்காரம். இப்பொழுது உன்னைப் பார்த்தால், ஆணும் இல்லை, பெண்ணும் இல்லை என்ற நிலையில் காட்சி யளிக்கிறாய்' என்றான்.

அந்தச் சுடுசொற்களைக் கேட்டுவிட்டு, ஓல்கா சும்மா இருப்பாளா? இறுதியில் நான் தலையிட வேண்டியதாயிற்று. துபாவா, பாவெலின் நண்பன் என்று நினைக்கிறேன். சரி, இன்று இரவுக்கு இது போதும். படுத்துக் கொள்வதற்கு நேரமாகிவிட்டது."

சூரிய வெப்பம் பூமியைக் கருக்கிக்கொண்டிருந்தது. ரயில்வே பிளாட்பாரங்களுக்கு மேலே இருந்த நடை பாலத்தின் இரும்புக் கிராதியைத் தொட்டால், தீயைத் தொடுவது மாதிரி இருந்தது. வெப்பத்தால் சோர்ந்து சக்தியற்றுப் போன ஜனங்கள் கஷ்டப்பட்டுக் கொண்டே நடை பாலத்தின்மீது ஏறினார்கள். அவர்களில் அநேகர் பிரயாணிகள் அல்ல; ரயில்வே ஸ்டேஷனின் சுற்றுபுறத்தில் வசித்தவர்கள் டவுனுக்குச் செல்வதற்கு இந்தப் பாலத்தைப் பயன் படுத்தினார்கள்.

பாலத்தின் படிகளில் இறங்கி வந்தபொழுதே, பாவெல் ரீத்தா வைப் பார்த்துவிட்டான். அவள் அவனுக்கு முன்னால் ஸ்டேஷனை அடைந்துவிட்டாள். பாலம் வழியே வந்து கொண்டிருந்த ஜனங் களைப் பார்த்துக்கொண்டிருந்தாள்.

ரீத்தா நின்ற இடத்துக்குப் பத்து அடி தூரத்திலேயே, பாவெல் நின்று கொண்டான். அவள் அவனைக் கவனிக்கவில்லை. அவன் ஒரு புதிய சிரத்தையுடன் அவளை ஆராய்ந்தான். ஒரு வரிபோட்ட பிளவுஸும் குட்டையான நீலப் பாவாடையும் உடுத்திக் கொண்டிருந்தாள். இரண்டுமே சாதாரணமான துணியில் தைத்தவை. அவளது தோளி

லிருந்து ஒரு மென்மையான தோல் சொக்காய் தொங்கிக்கொண்டிருந்தது. வெயிலில் காய்ந்த முகம்; சீப்புக்கு அடங்காத கேசம். தலையைக் கொஞ்சம் பின்பக்கம் சாய்த்துக்கொண்டு, கதிரொளியால் கூசிய கண்களுடன் நின்ற அந்த ரீத்தாவைப் பார்த்தபொழுது, பாவெலுக்கு ஒரு புதிய சிந்தனை உண்டாயிற்று. ரீத்தா அவனுக்குச் சினேகிதியாகவும் ஆசிரியையாகவும் இருப்பதுடன், மாகாணக் கம்ஸமோல் கமிட்டியின் தலைமைக் குழுவில் அங்கம் வகிப்பவளாயிருப்பதுடன்... இத்தகைய "பாப" சிந்தனைகளுக்கு இடம் கொடுத்ததற்காகத் தன்னை நொந்துகொண்டு, அவன் ரீத்தாவை விளித்தான்.

"ஒருமணி நேரமாக உன்னை வெறித்துப் பார்த்துக்கொண்டிருக்கிறேன். நீயோ கவனிக்கவில்லை" என்றான். "சரி, வா. நமது டிரெயின் ஏற்கனவே வந்துவிட்டது" என்று சொல்லிவிட்டு அவளுடன் பிளாட்பாரத்தை நோக்கிச் சென்றான்.

முதல் நாள் கூடிய கம்ஸமோல் மாகாணக் கமிட்டி ரீத்தாவைத் தன் பிரதிநிதியாகவும் பாவெலைத் துணைப் பிரதிநிதியாகவும் ஒரு ஜில்லா மகாநாட்டுக்கு அனுப்ப முடிவு செய்தது. டிரெயினில் ஏறுவது எப்படி என்பதுதான் அவர்களை அச்சுறுத்திய பிரச்சினை. அது ஒரு எளிதான விஷயமல்ல. டிரெயின் போவதே அருமையிலும் அருமை. டிரெயின் போன சமயத்தில், சகல அதிகாரங்களும் உடைய ஒரு ஐவர் கமிட்டியிடம் ஸ்டேஷன் ஒப்படைக்கப்பட்டது. அந்தக் கமிட்டியின் அனுமதிச் சீட்டைப் பெறாமல் எவரும் பிளாட்பாரத்துக்கு வரமுடியாது. ஸ்டேஷனைச் சுற்றிலும் பிளாட்பாரத்துக்குச் செல்லும் வழிகள் எல்லாவற்றையும் அந்தக் கமிட்டியின் ஆட்கள் காவல் காத்தனர். பிரயாணம் செய்ய விரும்பிய கூட்டத்தின் ஒரு சிறு பகுதியையே டிரெயினால் எடுத்துச் செல்ல முடியும். ஆனால் அந்த டிரெயினை விட்டால், அடுத்த டிரெயின் எப்பொழுது வருமென்று சொல்ல முடியாது; பல நாட்கள் காத்திருக்க வேண்டும். இந்த நிலையில் எல்லோருமே டிரெயினில் ஏறிக்கொள்வதற்கு ஆவலாயிருந்தனர். ஆயிரக்கணக்கானவர்கள் நுழைவாயில்களைத் தாக்கிப் பிடித்துக்கொண்டு, அடைவதற்கு எட்டாத பச்சைப் பெட்டிகளை நோக்கி முன்னேற முயன்றனர். இந்நாட்களில் ரயில் நிலையத்தில் முற்றுகை இடப்பட்டது போன்ற நிலைமை. சில சமயங்களிலும் நிலைமை கைகலப்புவரை முற்றுவதும் உண்டு.

பிளாட்பாரத்தின் கதவண்டை கூடியிருந்த கும்பல் வழியாக நெருக்கியடித்துக் கொண்டு செல்ல பாவெலும், ரீத்தாவும் முயற்சித்தனர். அது பலன் தரவில்லை. ஆனால் பாவெல் அந்த ஸ்டேஷனை நன்கு அறிந்தவன். எனவே, ரீத்தாவை அழைத்துக்கொண்டு, சாமான்

களின் அறை வழியே சென்றான். மிகுந்த கஷ்டத்துடன் இருவரும் டிரெயினின் நான்காவது பெட்டியை அடைந்தனர். அந்தப் பெட்டியின் கதவு அருகில் ஒரு செக்கா ஊழியன் வெப்பத்தால் உண்டான வேர்வையில் நனைந்தவனாய் நின்றான். பெட்டிக்குள் ஏறுவதற்கு முயன்ற கூட்டத்தைப் பின்னுக்குத் தள்ளுவதற்கு அவன் முயன்று கொண்டிருந்தான்.

"பெட்டி நிறைந்துவிட்டது. கூரைமீது ஏறக்கூடாது என்பது விதி" என்று அவன் திரும்பத் திரும்பக் கத்திக்கொண்டிருந்தான்.

வெஞ்சினம் கொண்ட ஜனங்கள் அவனை நெருக்கினார்கள், கமிட்டி வழங்கிய டிக்கட்டுகளை அவனுடைய கண்ணெதிரே நீட்டினார்கள். ஒவ்வொரு வண்டிக்கு முன்னாலும், ஜனங்கள் ஆத்திரப்பட்டுச் சபித்தார்கள், இரைந்து கூச்சல் போட்டார்கள், ஒருவரையொருவர் தள்ளிக்கொண்டு முன்னேற முயன்றார்கள். முறைப்படி பெட்டிக்குள் ஏறமுடியாதென்பதைப் பாவெல் கண்டுகொண்டான். எனினும் அவர்கள் இருவரும் போயாக வேண்டும். இல்லாவிட்டால் மாநாட்டை ரத்து செய்ய நேரிடும்.

பாவெல் ரீத்தாவைத் தனியே அழைத்துச் சென்று, அவளிடம் தன் செயல்திட்டத்தை விவரித்தான்: அவன் வழியிலிருப்பவரைத் தள்ளிவிட்டுப் பெட்டியை அடைவான்; பெட்டிக்குள் சென்றவுடன் ஒரு ஜன்னலைத் திறந்துவிடுவான்; அவள் அதன்வழியே உள்ளே நுழைவதற்கு உதவி செய்வான். இதைத் தவிர, வேறு மார்க்கம் இல்லை.

"அந்தத் தோல் சொக்காயை என்னிடம் கொடு. சகல அத்தாட்சிப் பத்திரங்களையும்விட அது உயர்ந்தது."

ரீத்தா கொடுத்த சொக்காயைப் பாவெல் தரித்துக் கொண்டான். தன்னுடைய கைத்துப்பாக்கியை, அதன் பிடியும் வடமும் மட்டும் வெளியே நீட்டிக்கொண்டிருக்கும் வகையில், சொக்காய்ப் பையில் வைத்துக்கொண்டான். தின்பண்டங்களடங்கிய கைப்பையை ரீத்தாவின் கால் அடியில் வைத்தான். பெட்டியின் முன்னால் ஆவேச வசப்பட்டிருந்த கும்பலை முழங்கையால் இருபுறமும் தள்ளிவிட்டுக் கதவை அடைந்து, பாவெல் பிடியைப் பற்றிக்கொண்டான்.

"தோழா, எங்குப் போகிறாய்?" என்று கட்டுக்குட்டான செக்கா ஊழியன் வினவினான்.

பாவெல் தன் முகத்தைத் திருப்பி, அவனை நோக்கினான்.

"நான் ராணுவப் பிரதேசத்தின் விசேஷ இலாகாவிலிருந்து வருகிறேன். இந்தப் பெட்டியில் உள்ள பிரயாணிகள் அனைவரிடமும்

கமிட்டி கொடுத்த டிக்கட்டுகள் உள்ளனவா என்பதைப் பார்க்க விரும்புகிறேன்” என்று ஐயத்துக்கு இடமில்லாத அதிகாரத் தோரணை யில் பாவெல் விடை தந்தான்.

செக்கா ஊழியன் பாவெலின் சொக்காய்ப் பையிலிருந்த ரிவால்வரைப் பார்த்தான். தன் சட்டையின் முன்கையால் நெற்றியில் துளிர்த்த வேர்வையைத் துடைத்துக்கொண்டே, “உன்னால் முடிந்தால் உள்ளே போ” என்று உற்சாகமில்லாமல் விளம்பினான்.

பாவெலின் கரமும் தோளும் தீவிரமாகச் செயல்பட்டன. இடை யிடையே , அவனது முட்டிக்கும் வேலை ஏற்பட்டது. மற்றவர்களின் தோள்களின் மேல் தொத்தி ஏறிக்கொண்டும், கைகளால் எட்டிப் பிடித்துக்கொண்டும், மேல்தட்டுகளைப் பிடித்துக்கொண்டும், நாலா புறத்திலிருந்தும் வந்த வசைமாரியைப் பொருட்படுத்தாமல், அவன் ஒருவாறாகப் பெட்டியின் மையத்துக்குச் சென்றான்.

மேல்தட்டுகளைப் பிடித்துக்கொண்டு தொங்கிய பாவெல் கீழே இறங்கியபொழுது, தற்செயலாக அவனது பாதம் பருத்துப் படர்ந்த மாதின் முழங்கால் மீது பட்டுவிட்டது. “கட்டையில் போகிறவனே, உனக்குக் கண் அவிந்துவிட்டதா?” என்று அவள் வீறிட்டுக் கத்தினாள். அவள் 250 பவுண்ட் எடையுள்ள தன் உடலை ஒரு இருக்கையின் ஓரத்தில் கஷ்டப்பட்டுத் திணித்திருந்தாள். அவளது முழங்கால்களுக் கிடையே ஒரு பெரிய எண்ணெய் டின்னையும் வைத்துக் கொண் டிருந்தாள். வண்டியிலிருந்த தட்டுகள் அனைத்திலும் அதே போன்ற டின்களும் சாக்கு மூட்டைகளும் கூடைகளும் நெரிசலாக நிறைந் திருந்தன. வண்டியில் மூச்சுவிடக்கூட இடமில்லை.

அந்த அம்மையாரின் வசவை உதாசீனம் செய்துவிட்டு, “உங்கள் டிக்கட் எங்கே?” என்று பாவெல் உசாவினான்.

“என்ன கேட்கிறாய்?” என்று அவள் அவனைப் பார்த்துப் பொறிந்தாள்.

உச்சாணித் தட்டிலிருந்து ஒரு முகம் தோன்றியது. அது விகாரமான குரலில் பெருமுழக்கம் செய்தது: “வாஸ்கா, அங்கே எந்தக் கழுதை வந்திருக்கிறது? அந்தப் பயலுக்கு மேல் உலக டிக்கட் ஒன்று கொடு.”

அதைக் கேட்டவுடன், ரோமம் அடர்ந்த மார்பை உடைய வாட்ட சாட்டமான உருவம் ஒன்று பாவெலின் தலைக்கு மேல் தோன்றியது. அதுதான் வாஸ்காவாக இருக்க வேண்டும். அவன் இரத்தம் சுரந்து சிவந்த கண்களால் பாவெலை வெறித்துப் பார்த்தான்.

“அந்த அம்மா வம்புக்குப் போகாதே. தெரிகிறதா? உனக்கு டிக்கட் எதற்காக வேண்டும்?” என்று வாஸ்கா எரிந்து விழுந்தான்.

அங்கிருந்த தட்டுகளில் ஒன்றிலிருந்து நான்கு ஜதைக் கால்கள் கீழே தொங்கின. பாவெல் அந்தக் கால்களுக்கு உரிய மனிதர்களை விரைவாகப் பார்த்தான். அவர்கள் ஒருவரையொருவர் அணைத்துக் கொண்டு அமர்ந்திருந்தனர்; சூர்யகாந்தி விதைகளை நொறுக்கிக் கொண்டிருந்தனர். ஒரே பார்வையில், அவர்கள் இன்னார் என்பதைப் பாவெல் அனுமானித்து விட்டான். அவர்கள் கள்ள வியாபாரிகள். இரக்கம் என்பதை அறியாத அரக்கர்கள். நாடெங்கும் சென்று உணவுப் பொருட்களை வாங்கித் திருட்டுத்தனமாகச் சேமித்து, யானை விலை குதிரை விலை விற்றுக் கொள்ளையடித்து வந்த காதகர்கள். அவர்களுடன் சண்டை போடுவதற்கு அந்தச் சமயம் பாவெலுக்கு நேரம் இல்லை. அவன் எப்படியாவது ரீத்தாவை வண்டிக்குள் சேர்த்துவிட வேண்டும்.

ஜன்னலுக்கு அருகில் ஒரு மரப்பெட்டி இருந்தது. ரயில்வே உடுப்பு அணிந்த ஒரு மூத்த மனிதனிடம் அந்தப் பெட்டியைச் சுட்டிக் காட்டி, "இது யாருடைய பெட்டி?" என்று பாவெல் விசாரித்தான்.

"அவளுடையது" என்று சொல்லி, அவன் பழுப்புக் காலுறை அணிந்த பருத்த கால்களைக் காட்டினான்.

ஜன்னலைத் திறந்தாக வேண்டும், பெட்டி அதற்குத் தடையாக இருந்தது. அதை நகர்த்தி வைப்பதற்கும் இடம் இல்லை. எனவே, பாவெல் அந்தப் பெட்டியை எடுத்து, மேல் தட்டில் குந்திக்கொண்டிருந்த அம்மாளின் முழங்கால்கள் மீது வைத்தான்.

"தயவுசெய்து, ஒரு நிமிஷம் உங்கள் பெட்டியை வைத்துக்கொள்ளுங்கள். நான் ஜன்னலைத் திறக்கப் போகிறேன்" என்று பாவெல் சொன்னான்.

"பிறர் சாமான்களைத் தொடாதே!" என்று அந்தத் தட்டைமூக்குச் சிறுக்கி சீறினாள். பக்கத்தில் உட்கார்ந்திருந்தவனைப் பார்த்து, "மோத்கா! இவன் என்ன இங்கே கலவரம் செய்கிறான்?" என்றாள். உடனே மோத்கா, "ஓடு! இந்த இடத்தைவிட்டு ஓடு! இல்லாவிட்டால், உன் தோலை உரித்துவிடுவேன்!" என்று கூறிக்கொண்டே, செருப்பு அணிந்த பாதத்தால் பாவெலின் முதுகில் ஒரு உதை கொடுத்தான்.

பாவெல் அந்த உதையைச் சகித்துக்கொண்டு மௌனமாயிருந்தான். ஜன்னலைத் திறக்கும் வேலையில் அவ்வளவு தூரம் ஈடுபட்டிருந்ததே காரணம்.

"தயவுசெய்து கொஞ்சம் நகர்ந்து கொள்ளுங்கள்" என்று அவன் ரயில்வே சிப்பந்தியிடம் கூறினான்.

வழியில் இருந்த இன்னொரு டின்னையும் நகர்த்திவிட்டு, அவன் ஜன்னலுக்கு முன்னால் இடம் செய்துகொண்டான். திறந்த ஜன்னலுக்குக் கீழே, பிளாட்பாரத்தில் ரீத்தா நின்றுகொண்டிருந்தாள். அவள் உடனடியாகப் பையைப் பாவெலிடம் கொடுத்தாள். எண்ணெய் டின்னை வைத்துக் கொண்டிருந்த பருத்த மாதின் மடியில் பையை எறிந்துவிட்டு, பாவெல் ஜன்னல் வழியாக வளைந்து, ரீத்தாவின் கரங்களைப் பற்றிக்கொண்டான். அவளை உள்ளே இழுத்துவிட்டான். ரயில் பெட்டிக்குக் காவலாயிருந்த செக்கா ஊழியன் விதிக்கு விரோதமான இச்செயலைக் கவனிப்பதற்குள் ரீத்தா வண்டிக்குள் வந்து விட்டாள். அந்தச் சிப்பந்திக்கு வசைபாடுவதைத் தவிர வேறு வழியில்லாமல் இருந்தது. ரீத்தாவைக் கண்டவுடன், பெட்டியிருந்த வர்த்தகச் சூதாடிகள் ஏசிய ஏச்சையும் இரைந்த இரைச்சலையும் கண்டு, ரீத்தா மலைத்துப் போய்விட்டாள். அவள் தரையில் நிற்பதற்குக்கூட இடமில்லை. எனவே, கீழ்த்தட்டின் ஓரத்தில் பாதங்களை வைத்துக் கொண்டு , மேல்தட்டை ஆதரவுக்குப் பிடித்துக்கொண்டாள். நாலா புறத்திலிருந்தும் ஆபாசமான வசைமாரி அவளது செவிகளைச் சுட்டது. எல்லாவற்றுக்கும் மேலாக, ஒரு விகாரமான கனத்த சரீரம் மேலிருந்து கத்தியது.

"அந்தப் பன்றிப் பயலைப் பார்! முதலில் அவன் நுழைகிறான். பிறகு தன் வைப்பாட்டியையும் இழுத்துக்கொள்கிறான்."

உச்சாணித் தட்டிலிருந்து ஒரு குரல் கிரீச்சென்று கதறியது : "மோத்கா! அவனுடைய கண்களுக்கிடையே ஒரு குத்து விடு!"

தட்டை மூக்கு மாது தன் மரப்பெட்டியைப் பாவெல் தலையில் நிறுத்திவைப்பதற்கு முயன்று கொண்டிருந்தாள். எந்தப் பக்கம் பார்த்தாலும், கேடு சூழும் மிருகங்களே, பாவெலையும் ரீத்தாவையும் நோக்கின. ரீத்தாவை இந்த அவமானத்துக்கு உட்படுத்தியதைக் குறித்து பாவெல் மிகவும் வருந்தினான். ஆனால் உள்ள நிலைமையைத் தகுந்த முறையில் சமாளிப்பதைத் தவிர வேறு வழியில்லை.

மோத்கா என்று விளிக்கப்பட்டவனை நோக்கி, "உனது மூட்டைகளை வழியைவிட்டு நகர்த்து. தோழர் நிற்பதற்கு இடம்கொடு" என்று பாவெல் கூறினான். ஆனால் அதைக் கேட்ட மோத்கா ஆபாசமாக ஏசினான். பாவெலது இரத்தம் கொதித்தது. வலது புருவத்தில் நாடி வேகமாகத் துடித்து வேதனை உண்டாக்கியது. "போக்கிரிப் பயலே! பொறு, பொறு. இதற்குத் தகுந்த தண்டனை கொடுக்கிறேன்" என்று அந்தக் குண்டனிடம் பாவெல் கூறினான். அப்பொழுது, மேல் தட்டிலிருந்தவன் பாவெலது தலைமீது உதைத்தான்.

"நல்ல காரியம், வாஸ்கா? இன்னொரு உதை கொடு!" என்று எல்லோரும் கூச்சலிட்டனர்.

இதுவரை சகித்துக் கொண்டிருந்த பாவெல் தன் பொறுமையை இழந்தான். அந்த மாதிரியான சந்தர்ப்பங்களில், துரிதமாகவும் உறுதியாகவும் செயல்படுவது அவன் சுபாவம். இன்றும் அப்படித்தான் நடந்துகொண்டான்.

"திருட்டு வியாபாரிகளா! வேசி மக்களா! இவ்வளவு தூரம் துணிந்து விட்டீர்களா?" என்று அவன் கத்தினான். லாவகமாக மேல்தட்டில் ஏறி, மோத்காவின் காமவெறி மிகுந்த மூஞ்சியில் ஒரு குத்து விட்டான். அந்தக் குத்தின் விசையால் மோத்கா உருண்டு, நடை பாதையில் இருந்த பிரயாணிகளின் தலைகள் மீது விழுந்தான்.

"பன்றிகளா! மேல் தட்டிலிருந்து இறங்குங்கள். இல்லாவிட்டால் உங்கள் அனைவரையும் நாய்களைச் சுடுவதுபோல் சுட்டுக் கொல்வேன்" என்று ஆத்திர மிகுதியுடன் பாவெல் கூச்சல் போட்டான். அவனது துப்பாக்கி, நான்கு கள்ள வியாபாரிகளின் முகங்களுக்கு நேரே அசைந்தது.

ஒரு வினாடியில் நிலைமை மாறிவிட்டது. ரீத்தா கவனத்துடன் பார்த்துக் கொண்டிருந்தாள்; யாராவது பாவெலைத் தாக்கினால், அவனைச் சுட்டு விடுவதென்ற தீர்மானத்துடன் அவள் நின்றாள். மேல்தட்டுக் காலியாயிற்று. அந்தத் திருட்டுக்கூட்டம் அவசரம் அவசரமாக, அந்தப் பெட்டியின் அடுத்த உட்பிரிவுக்குள் சென்றது.

காலியான தட்டில் ரீத்தா ஏறிக்கொள்வதற்கு பாவெல் உதவினான்.

"நீ இங்கே இரு. நான் போய், அந்த நபர்களைக் கவனித்துவிட்டு வருகிறேன்" என்று அவன் அவளிடம் இரகசியமாகக் கூறினான்.

"அவர்களுடன் சண்டையிடப் போகிறாயா? கூடாது" என்று சொல்லி, அவள் பாவெலைத் தடுத்து நிறுத்த முயன்றாள்.

"சண்டை போடமாட்டேன். சீக்கிரத்தில் வருவேன்" என்று அவன் உறுதி கூறினான்.

அவன் மீண்டும் ஜன்னலைத் திறந்து, பிளாட்பாரத்தில் குதித்தான். சில நிமிஷங்கள் கழித்து, அவன் போக்குவரத்துச் செக்காவின் அதிகாரியான புர்மேய்ஸ்தர் என்பவனுடன் பேசிக்கொண்டிருந்தான். அவனது தலைமையில் பாவெல் முன்னால் வேலை செய்திருக்கிறான். அந்த லாத்வியன் பாவெல் சொன்னதைக் கேட்டுக் கொண்டான். அந்தப் பெட்டி முழுவதையும் காலி செய்து, சகல பிரயாணிகளுடைய தஸ்தாவேஜுகளையும் சோதிக்கும்படி உத்திரவிட்டான்.

“நான் சொன்ன மாதிரிதான் நடக்கிறது. ரயில் ஸ்டேஷனுக்கு வருவதற்குள்ளாகவே, அதில் கள்ள வியாபாரிகள் குவிந்துவிடுகிறார்கள்” என்று அவன் உறுமினான்.

பத்து செக்கா ஊழியர்கள் பெட்டியைக் காலி செய்துகொண்டிருந்தனர். பாவெல் தனது பழைய வழக்கத்திற்கு ஏற்ப பிரயாணிகளது தஸ்தாவேஜுகளைச் சோதிப்பதில் உதவி செய்தான். அவன் தன்னுடைய பழைய செக்காத் தோழர்களிடமிருந்த தொடர்புகளைப் பூர்த்தியாகக் கத்தரித்துவிடவில்லை. கம்ஸமோல் காரியதரிசி என்ற முறையில், அவன் கம்ஸமோலின் சிறந்த உறுப்பினரில் சிலரைச் செக்காவுக்கு அனுப்பியுள்ளான். சோதனை முடிந்தபின், பாவெல் ரீத்தா இருந்த இடத்துக்குத் திரும்பினான். இப்பொழுது, முற்றிலும் வேறுவகைப்பட்ட பிரயாணிகள் பெட்டியில் இடம் பெற்றனர். செஞ்சேனை வீரர்களும் அலுவல் பயணம் செய்பவர்களும் பெட்டியில் ஏறிக்கொண்டார்கள்.

மூன்றாவது தட்டின் மூலையில் ரீத்தாவுக்கு மட்டுமே இடமிருந்தது. மற்ற இடமெங்கும் செய்தித்தாள்களின் மூட்டைகளை வைத்திருந்தார்கள்.

“பரவாயில்லை. நாம் எப்படியாவது சமாளித்துக் கொள்வோம்” என்று அவள் சொன்னாள்.

கடைசியாக, ரயில் நகரத் தொடங்கியது. அது ஸ்டேஷன் வழியாக மெதுவாக ஊர்ந்து சென்றபொழுது, அவர்கள் பிளாட்பாரத்தில் சாக்குமூட்டைகளின் குவியல் மீது உட்கார்ந்திருந்த பருத்த மாதைப் பார்த்தார்கள். “ஏ, மான்கா! என்னுடைய எண்ணெய் டின் எங்கே?” என்று அவள் ஊளையிட்டதும் அவர்களது காதில் விழுந்தது.

செய்தித்தாள் மூட்டைகளால் அமைந்த மறைப்புக்குப் பின்னால் உட்கார்ந்து கொண்டு, பாவெலும் ரீத்தாவும் ரொட்டியையும் ஆப்பிள் பழங்களையும் தின்றனர்; ஸ்டேஷனில் நிகழ்ந்த சம்பவத்தைப் பற்றி உரையாடினர்.

ரெயில் ஊர்ந்து சென்றது. வண்டிகள் சிதிலமடைந்தவை; கூட்டமோ தாங்க முடியவில்லை. இருப்புப் பாதையின் ஒவ்வொரு இணைப்பைக் கடந்த பொழுதும், அந்த வண்டிகள் நடுநடுங்கின; கிரீச்சென்று ஒலித்தன; வேதனையால் புலம்புவதுபோல் சப்தம் செய்தன. சந்தியா காலத்தின் நீலம் பாய்ந்த மங்கல் ஒளி ஜன்னல் வழியே வண்டிக்குள் பரவியது. அதன்பின் இரவு வந்தது; பெட்டியில் இருள் சூழ்ந்தது.

ரீத்தா களைந்திருந்தாள். அவள் பை மீது தலையை வைத்துக் கொண்டு, கண்களை மூடினாள். அரைத் தூக்கம். பாவெல் அந்தத் தட்டின் ஓரத்தில் உட்கார்ந்து புகைபிடித்தான். அவனும் களைத்

திருந்தான். ஆனால் படுப்பதற்கு இடமில்லை. இரவு நேரத்தின் இளங் காற்று திறந்த ஜன்னல் வழியே வண்டிக்குள் வீசியது. திடீரென்று வண்டி குலுங்கியது. ரீத்தா விழித்துக் கொண்டாள். இருளுக்கு இடையே பாவெலில் சிகரெட் ஒளியை நோக்கினாள். அவனது இயல்பு இது: இரவு முழுவதும் உட்கார்ந்து கொண்டே இருப்பானே யல்லாது, அவளுக்கு வசதிக் குறைவு உண்டாக்க மாட்டான்.

"தோழர் கர்ச்சாகின்! இந்த முதலாளித்துவ சம்பிரதாயங்களை விட்டுவிடு. படுத்துக் கொள்" என்று அவள் வேடிக்கையான குரலில் கூறினாள்.

பாவெல் அவளுக்குக் கீழ்ப்படிந்தான். ரீத்தாவுக்குப் பக்கத்தில் அவன் படுத்துக் கொண்டான். அவன் தன்னுடைய விறைப்பான கால்களை நீட்டிக் கொண்டபொழுது, அவனுக்குப் பெரிய சுகத்தை அனுபவிப்பதாகத் தோன்றியது.

"போக்கிரி! நாளைக்கு வேலை நிறைய இருக்கிறது. எனவே, கொஞ்சம் தூங்குவதற்கு முயற்சி செய்" என்று ரீத்தா கூறினாள். அவள் நம்பிக்கையோடு தனது நண்பனைக் கட்டிக் கொண்டாள். அவளது கேசம் அவனுடைய கன்னத்தைத் தொடுவதை அவன் உணர்ந்தான்.

ரீத்தாவைப் புனிதமானவளாகப் பாவெல் கருதினான். அவள் அவனுக்குச் சிநேகிதி, தோழி, அரசியல் வழிகாட்டி. எனினும், அவள் ஒரு பெண். ஸ்டெஷனில் நடைபாலத்துக்கு அருகில்தான், அவன் முதன் முதலாக அவளது பெண்மைக் கவர்ச்சியை உணர்ந்தான். எனவே, இப்பொழுது, அவளுடைய அணைப்பு அவனைக் கிளர்ந் தெழச் செய்தது. அவள் ஆழமாகச் சுவாசித்துக் கொண்டிருந்தாள். ஏற்றத்தாழ்வு இல்லாமல், ஒரு சீராகச் சுவாசித்துக் கொண்டிருந்தாள். அதை அவன் உணர்ந்தான். எங்கோ, அவனுக்கு வெகு அருகில், அவளுடைய இதழ்கள் இருந்தன. அவை இருக்குமிடத்தைத் தேட வேண்டுமென்ற ஆர்வத்தை அந்த அண்மை நிலை அவனிடம் உண்டாக்கியது. ஆனால் மிகுந்த முயற்சியுடன் அவன் கொந்தளித் தெழுந்த அந்த ஆசையை அடக்கினான்.

அவனது உணர்ச்சிகளைக் கண்டு கொண்டவள்போல ரீத்தா இருட்டில் புன்னகை செய்தாள். அவள் முன்பே காதலின் இன்பத்தை யும் காதலனின் சாதல் தரும் துன்பத்தையும் அனுபவித்திருந்தாள். ஒருவர் பின் ஒருவராக, இரண்டு போல்ஷெவிக்குகளுக்கு அவள் தன் இதயத்தை ஒப்படைத்திருந்தாள். ஆனால் வெண் படையின் வெடிகுண்டுகள் இருவரையும் அவளிடமிருந்து களவாடின. அவர் களில் ஒருவன், ஆஜானுபாகுவாகவிருந்த பிரிகேட் தலைவன். இன்னொருவன் நிர்மலமான நீலக் கண்களை உடைய வாலிபன்.

சீக்கிரத்தில், வண்டிச்சக்கரங்களின் முறையான ஒத்திசை பாவெலைத் தாலாட்டித் தூங்கச் செய்தது. மறுநாள் காலை, எஞ்சின் விசிலை ஊதியவரை, அவன் எழுந்திருக்கவேயில்லை.

இப்பொழுதெல்லாம் வெகுநேரத்துக்குப் பின் ரீத்தா தன்னறைக்குத் திரும்பி வரலானாள். அபூர்வமாகத் திறக்கப்படும் அந்த நாட்குறிப்பில் இன்னும் சில வரிகள் எழுதப்பட்டன.

ஆகஸ்ட் 11

"மாகாண மகாநாடு முடிந்துவிட்டது. அக்கீம், மிகாய்லோ ஆகியோரும் வேறு பலரும் அகில உக்ரேனிய மாநாட்டில் பங்கெடுத்துக் கொள்வதற்காகக் கார்க்கவுக்குப் போயிருக்கிறார்கள். எழுத்து வேலைக்கெல்லாம் என்னைப் பொறுப்பாக்கிவிட்டுப் போயிருக்கிறார்கள். மாகாணக் கமிட்டியின் அங்கத்தினர்களாக துபாவாவும் பாவெலும் தேர்ந்தெடுக்கப்பட்டனர். துபாவா பெச்சோர்ஸ்க் வட்டாரக் கமிட்டிக்குக் காரியதரிசியாக நியமிக்கப்பட்டதிலிருந்து அவன் வகுப்புகளுக்கு வராமல் இருக்கிறான். வேலை அதிகம். பாவெல் ஓரளவுக்குப் பயிற்சி பெறுவதற்கு முயற்சி எடுக்கிறான். ஆனால் நாங்கள் ரொம்ப தூரம் முன்னேறவில்லை. எனக்கு வேலை அதிகமாக இருப்பதாலோ, அவனுக்கு ஏதாவது வேலை வந்துவிடுவதாலோ, படிப்புக்குக் குந்தகம் உண்டாகிக் கொண்டேயிருக்கிறது. ரயில்வேயில் கெடுபிடியான நிலைமை. எனவே, கம்ஸமோல் ஊழியர்கள் இடைவிடாமல் வேலைக்குத் திரட்டப்படுகிறார்கள். நேற்று, ஷார்க்கீய் வந்து என்னைச் சந்தித்தான். இளைஞர்களையெல்லாம் அவனிடமிருந்து அழைத்துக்கொண்டு போகிறார்களென்று புகார் செய்தான். அவன் முன்னாலுள்ள வேலைக்கு அவர்கள் அவசரமாகத் தேவைப்படுவதாகவும் கூறினான்."

ஆகஸ்ட் 23

"நான் இன்று நடைக்கூடத்தின் வழியே சென்று கொண்டிருந்த பொழுது, மானேஜரின் அலுவலகத்துக்கு வெளியில், பாவெலும் பன்கிராத்தவும் இன்னொருவனும் நின்றுகொண்டிருப்பதைக் கண்டேன். நான் அவர்களை நெருங்கிய பொழுது, பாவெல் பேசியது என் காதில் விழுந்தது.

'அங்கு உட்கார்ந்திருப்பவர்களைச் சுட்டுத்தள்ள வேண்டும். அவர்களுடைய உத்திரவுகளை மாற்றுவதற்கு நாம் யாரென்று அங்கு

உள்ளவன் கேட்கிறான். ரயில்வே விறகுக் கமிட்டிதான் இங்கு அதிகாரம் செலுத்துகிறதாம்! கம்ஸமோல்களாகிய நாம் தலையிடக் கூடாதாம்! இம்மாதிரி வீம்பு செய்கிறான்! அவனது வயிற்றைப் பார்க்க வேண்டும். பானை மாதிரி!... இந்த மாதிரியான அட்டைகள் இங்கு வந்து குவிந்திருக்கின்றன' என்று பாவெல் சொன்னான். இதற்கும்மேல் அவன், அதிர்ச்சி உண்டாக்கும் வகையில், கேவலமான சொற்களைப் பிரயோகித்தான். பன்கிராத்தவ் என்னைப் பார்த்து விட்டுப் பாவெலை மெல்ல இடித்துச் சைகை செய்தான். அவன் சுழன்று திரும்பி, என்னைப் பார்த்தான்.

அவனது முகம் வெளுத்துவிட்டது. என்னை ஏறிட்டு நோக்காது உடனேயே வெளியேறிவிட்டான். இனி பல நாட்களுக்கு என்னைச் சந்திக்க மாட்டான். நான் ஆபாசப் பேச்சுக்களை அனுமதிக்க மாட்டேன் என்பது அவனுக்குத் தெரியும்.

நாங்கள் தலைமைக் குழுவின் பிரத்தியேகக் கூட்டத்தை நடத்தினோம். நிலைமை மோசமாகிக் கொண்டிருக்கிறது. அதைப்பற்றி விரிவாக எழுத, இப்பொழுது முடியாது. அக்கீம், ஜில்லா மாநாட்டிலிருந்து திரும்பி வந்திருக்கிறான். மிகுந்த கவலையுடன் இருக்கிறான். நேற்று இன்னொரு சப்ளை டிரெயின் கவிழ்ந்தது. இனி நாட்குறிப்பு எழுத முடியுமென்ற நம்பிக்கை எனக்கு இல்லை. இப்பொழுதே, இதை நான் முறையாக எழுதுவதில்லை. நான் பாவெலை எதிர்பார்த்துக் கொண்டிருக்கிறேன். அன்று அவனைக் கண்டு பேசினேன். அவனும் ஷார்க்கீயும் ஐவரைக் கொண்ட ஒரு கம்யூனை ஏற்பாடு செய்து கொண்டிருப்பதாகச் சொன்னான்."

ஒருநாள், பாவெல் ரயில்வே ஷாப்பில் வேலை செய்து கொண்டிருந்தபொழுது, டெலிபோனில் அவனை யாரோ கூப்பிடுவதாகத் தகவல் வந்தது. அவனைக் கூப்பிட்டவள் ரீத்தா. அன்று மாலை அவளுக்கு வேலையில்லை. எனவே, பாரிஸ் கம்யூன்* வீழ்ச்சிக்கான காரணங்களைப் பற்றிய அத்தியாயத்தை-முன்பே அவர்கள் படித்துக்

** **பாரீஸ் கம்யூன்** - 1871ல் பாரீஸ் நகரத்தில் தொழிலாளி வர்க்கம் புரட்சி செய்து அதிகாரத்தைக் கைப்பற்றியது. அப்பொழுது அமைந்த ஆட்சியே, பாரீஸ் கம்யூன் எனப்படும். அது மார்ச் 18லிருந்து மே 28 வரை நிலைத்திருந்தது. பிரெஞ்சு பிற்போக்காளர்கள் அதை அழித்து விட்டனர். தொழிலாளி வர்க்க ஆட்சிக்கு முன்னோடியாகப் பாரீஸ் கம்யூன் சரித்திரம் போற்றுகிறது.*

கொண்டிருந்த அத்தியாயத்தை - முடித்துவிடலாமென்று அவள் கூறினாள்.

அன்று மாலை, பாவெல் சர்வகலாசாலைத் தெருவில் இருந்த ரீத்தாவின் வீட்டை அணுகிய பொழுது, அவன் மேலே நோக்கினான். அவளது அறையின் ஜன்னல் வழியே வெளிச்சம் தெரிந்தது. அவன் மாடிக்கு ஓடினான். கதவைத் தட்டிவிட்டு, அறைக்குள் பிரவேசித்தான்.

அங்கே, படுக்கையில் ஒருவன் படுத்திருந்தான். சாதாரணமாக இந்தப் படுக்கையில் ஒரு வினாடி உட்கார்வதற்குக்கூட எந்த இளந்தோழனும் அனுமதிக்கப்பட்டதில்லை. ஆனால் இப்பொழுது, ராணுவ உடுப்பு அணிந்த ஒரு மனிதன் படுத்திருந்தான். ஒரு கைத் துப்பாக்கியும் சிப்பாயின் சாமான் பையும் செந்நட்சத்திரத்துடன் கூடிய குல்லாயும் மேஜை மீது கிடந்தன. அந்தப் புதியவனுக்குப் பக்கத்தில், ரீத்தா உட்கார்ந்து கொண்டிருந்தாள். அவள் தனது கைகளால் அவனை இறுகத் தழுவிக்கொண்டு, ஆவலுடன் பேசிக் கொண்டிருந்தாள். பாவெல் அறைக்குள் நுழைந்ததும், அவள் மலர்ந்த முகத்துடன் அவனை நோக்கினாள்.

படுத்திருந்த புதியவன் அவளது அணைப்பிலிருந்து தன்னை விடுவித்துக் கொண்டு எழுந்தான்.

ரீத்தா, பாவெலின் கரத்தைக் குலுக்கிக்கொண்டே, "பாவெல், இது..." என்றாள். அவள் கூறி முடிப்பதற்குள் "தாவீத் உஸ்தினோவிச்" என்று அந்தப் புதியவனே கூறினான். அவன் பாவெலின் கரத்தை அன்புடன் குலுக்கினான்.

"அவன் எதிர்பாராதவிதமாக வந்தான்" என்று ரீத்தா, இன்பச் சிரிப்புடன் விளக்கினாள்.

பாவெல் உணர்ச்சியில்லாமல் புதியவனது கையைக் குலுக்கினான். கூற முடியா வருத்தங் கொண்டிருந்த அவனது கண்களிலிருந்து தீப்பொறி பறந்தது. அந்தப் புதியவனது உடுப்பின் முன்கையில் கம்பெனி தலைவனுக்கு உரிய நான்கு சதுரங்கள் இருந்ததையும் கவனித்தான்.

ரீத்தா ஏதோ சொல்வதற்கு வாயெடுத்தாள். அதற்குள் பாவெல் முந்திக்கொண்டு பேசினான்:

"துறையில், மரக்கட்டைகளை ஏற்றும் வேலை இருப்பதாகச் சொல்லிவிட்டுப் போகத்தான் வந்தேன். உனக்கும் விருந்தாளி வந்திருக்கிறார். நல்லது, நான் போக வேண்டும். கீழே, பையன்கள் காத்திருக்கிறார்கள்."

அவன் திடீரென்று தோன்றியதைப் போலவே திடீரென்று மறைந்தான். அவன் படிக்கட்டில் இறங்கிச் சென்ற சத்தம் அவர்களுடைய காதில் விழுந்தது. பிறகு, வெளிப்புறக் கதவைச் சாத்திய சத்தம் கேட்டது. அதன்பின் அமைதி நிலவியது.

"இது என்ன புதிரான நடத்தை?" என்ற பாவனையில் தாவீத் ரீத்தாவை நோக்கினான். "அவனுக்கு ஏதோ கோளாறு" என்று அவள் நா தழுதழுக்கக் கூறினாள்.

அண்மையில், பாலத்துக்கு கீழ், ஒரு எஞ்சின் நீண்ட மூச்சு ஒன்றை விட்டது. அதன் வலிய நுரையீரல்களிலிருந்து வெளியேறிய பொன் மயமான தீப்பொறிகள் வினோதமாக நடனம் செய்து கொண்டு, மேலே பறந்து, புகையில் மறைந்தன.

பாவெல் கிராதி மீது சாய்ந்து கொண்டு, ஸ்விச்சுப் பலகையில் கண்சிமிட்டிக் கொண்டிருந்த வர்ண விளக்குகளை வெறித்துப் பார்த்தான். அவன் தனது கண்களைச் சுருக்கிக் கொண்டான். அவன் மனதில் ஒரு பெரிய போராட்டம்.

"பாவெல்! ரீத்தாவுக்குக் கணவன் இருப்பதைக் கண்டுபிடித்த வுடன், உங்கள் மனம் ஏன் புண்படவேண்டும்? அவள் தனக்குத் திருமணம் ஆகவில்லையென்று உங்களிடம் எப்பொழுதாவது சொன்னாளா? சொல்லியிருந்தாலும் அதனால் என்ன? நீங்கள் ஏன் அனலில் பட்ட மெழுகாக உருக வேண்டும்? தோழா, உங்கள் நட்பு நிஷ்காமியமானது, பலனை எதிர்பாராதது, தன்னலமற்றது என்றெல்லாம் எண்ணினீர்கள்.... பின்னர், நீங்கள் இவ்வாறு நடந்துகொள்ளலாமா?" என்று அவன் தன்னையே உசாவினான். "ஆனால் தாவீத் அவளுடைய கணவனாக இல்லாவிட்டால்...? அவள் பெயர் ரீத்தா உஸ்தினோவிச்; அவன் பெயர் தாவீத் உஸ்தினோவிச். அதனால் என்ன? தாவீத் அவளுடைய கணவனாக இருக்க வேண்டுமென்று எப்படி உறுதிப்படுத்த முடியும்? அவன் அவளுடைய அண்ணனாக இருக்கலாம். சிற்றப்பனாகவும் இருக்கலாம்... உண்மை அதுவானால், நீ அவனிடம் கொடூரமாக நடந்து கொண்டாய். மடையா! உனக்கும் பன்றிக்கும் வித்தியாசமில்லாத வகையில் பண்பாடற்ற முறையில் நடந்து கொண்டாய். அவன் அவளுடைய அண்ணனா இல்லையா என்பதை எளிதில் அறிந்திருக்கலாம். அவன் அண்ணனாகவோ, சிற்றப்பனாகவோ இருந்தால், உன் நடத்தை மோசமானது என்பதில் ஐயமில்லை; அப்புறம் ரீத்தாவை நீ எப்படிப் பார்ப்பாய்? முடியாது. அவளை இனிமேல் பார்க்கக்கூடாது."

ஒரு எஞ்சின் விசிலின் அலறல் அவனது சிந்தனை ஓட்டத்தைத் தடுத்தது. "காலதாமதமாகிக் கொண்டிருக்கிறது. வீட்டுக்குப் போக

வேண்டும். போதும், போதும் இந்த மதியீனம்!" என்று எண்ணிக் கொண்டு நடந்தான்.

ரயில்வே தொழிலாளர் வசித்த வட்டத்துக்குத்தான் ஸாலோ மென்கா என்று பெயர். இங்கு, ஷார்க்கீய், பாவெல், கிளாவிச்சேக், நிக்கொலாய் ஓக்குனேவ், ஸ்தெப்பான் அர்த்தியூகின் என்ற ஐந்து இளைஞர்கள் ஒரு குட்டிக் கம்யூனை அமைத்தனர். கிளாவிச்சேக் செக் இளைஞன்; நல்ல கேசத்தை உடையவன்; உல்லாசமானவன். நிக்கொலாய், டெப்போ கம்ஸமோலின் காரியதரிசி. ஸ்தெப்பான் பாயிலர் ரிப்பேர் செய்து வந்த தொழிலாளி. இப்பொழுது, ரயில்வே செக்காவில் வேலை செய்கிறான்.

அவர்கள் ஒரு அறையைப் பிடித்துக் கொண்டவுடன், அதைச் சுத்தம் செய்வதிலும் வெள்ளை அடிப்பதிலும் வர்ணம் பூசுவதிலும் ஈடுபட்டார்கள். மூன்று நாட்கள் தங்களுக்குக் கிடைத்த ஓய்வு நேரத்தையெல்லாம் இதற்காகப் பயன்படுத்தினார்கள். அவர்கள் வாளியும் கையுமாகப் போய் வந்து கொண்டிருப்பதைக் கண்ட அண்டை வீட்டுக்காரர்கள் வியப்புற்றார்கள், "வீட்டில் தீப்பற்றி விட்டதா? எதற்காக இவ்வளவு தண்ணீர்?" என்று எண்ணத் தொடங்கி னார்கள். அந்த இளைஞர்கள் பூங்காவில் விழுந்து கிடந்த மாப்பிள் மர இலைகளைத் திரட்டிக் கொண்டு வந்து, சாக்குப் பைகளில் அடைத்து மெத்தைகளைச் செய்து கொண்டார்கள். நான்காவது நாள், அந்த அறை தூய்மைக்கு எடுத்துக்காட்டாக ஒளி வீசியது. சுவரில் பெத்ரோவ்ஸ்க்கியின்* படமும் ஒரு பெரிய தேசப் படமும் மாட்டப்பட்டிருந்தன.

ஜன்னல்களுக்கு இடையே புத்தகங்கள் நிறைந்த அலமாரி ஒன்று இருந்தது. இரண்டு பெட்டிகளில் அட்டைகளை வைத்துச் சீரமைத்து, நாற்காலி மாதிரி பயன்படுத்தினார்கள். இன்னொரு பெரிய பெட்டி 'பீரோ'வாகப் பயன்பட்டது. அறையின் நடுவில் ஒரு பெரிய பில்லியர்ட்ஸ் மேஜை இருந்தது. ஆனால் அதற்குத் துணி கிடையாது. அதை அந்த இளைஞர்கள் பண்டகசாலையிலிருந்து தமது தோட்கள் மீது சுமந்துகொண்டு வந்தனர். அது பகலில் மேஜையாக உபயோகிக்கப்பட்டது. இவரில் கிளாவிச்சேக் அதில் படுத்துறங்

** பெத்ரோவ்ஸ்க்கிய, கிரிகோரிய் இவானவிச் (1878-1958) - 1897ம் ஆண்டில் கம்யூனிஸ்ட் கட்சியில் சேர்ந்தவர்; சோவியத் அரசு, கம்யூனிஸ்ட் கட்சி இவற்றின் தலைவர்களில் ஒருவர்.*

கினான். ஐந்து இளைஞரும் தமது உடைமைகள் அனைத்தையும் கொண்டு வந்தனர். காரியவாதியான கிளாவிச்சேக் அவற்றைக் கணக்கு எடுத்தான். அந்தக் கணக்கு விவரத்தைச் சுவரில் தொங்கவிட வேண்டு மென்று விரும்பினான். ஆனால் மற்றவர்கள் அந்த யோசனையை ஆட்சேபித்தார்கள். அறையிலுள்ளவையெல்லாம், ஐவருக்கும் பொது சொத்து என்று பிரகடனம் செய்யப்பட்டது. வருமானம், ரேஷன்கள், வீட்டிலிருந்து இடையிடையே வந்த பார்சல்கள் அனைத்தும் சமமாகப் பங்கு போடப்பட்டன. அவரவர் ஆயுதங்கள் மட்டுமே அவரவருக்குச் சொந்தச் சொத்தாகக் கருதப்பட்டன. கம்யூனின் உறுப்பினராகவுள்ள எந்தத் தோழராவது, பொதுவுடைமை விதியை மீறினால், அல்லது தோழர்களது நம்பிக்கைக்கு விரோதமாக நடந்து கொண்டால், அவர் கம்யூனிலிருந்து வெளியேற்றப்படுவாரென்று ஒரு மனதாக முடிவு எடுக்கப்பட்டது. கம்யூனிலிருந்து வெளியேற்றப்பட்டவர், அந்த அறை யிலிருந்தே வெளியேற வேண்டுமென்று நிக்கொலாயும் கிளாவிச் சேக்கும் வற்புறுத்தினர். அந்தப் பிரேரணையும் நிறைவேறியது.

வட்டாரக் கம்ஸமோலின் தீவிர உறுப்பினர் அனைவரும் கம்யூனின் புதுக்குடித் துவக்கவிழாவுக்கு வந்திருந்தனர். அடுத்த வீட்டுக்காரரிட மிருந்து ஒரு பிரம்மாண்டமான சமோவார் கடன் வாங்கப் பட்டது. கம்யூனிடமிருந்த சாக்கரீன் முழுவதும் தேநீர் விருந்தில் செலவாகிவிட்டது. டீ குடித்த பின், அந்த இளைஞர்கள் சேர்ந்து உரக்கப் பாடினார்கள்.

"ஞாலமெலாம் கண்ணீரால் நனையு மாலோ
ஆனபல நாளெல்லாம் அவல மாலோ
காமெலாம் பாடுபட்ட நமது வாழ்வில்
காலையிளம் பொழுதிங்கே தோன்றுமாலோ."

புகையிலை பாக்டரியில் வேலை செய்த தால்யா கூட்டு கானத் துக்குத் தலைமை தாங்கினாள். அவளது தலையில் கட்டியிருந்த கருஞ் சிவப்புக் கைக்குட்டை ஒரு பக்கமாகச் சாய்ந்தது; எவராலும் ஆழம் காணமுடியாத அவளுடைய கண்களில் குறும்பு நடனமாடியது. அவளது சிரிப்பில் ஒரு தனிக் காந்த சக்தி இருந்தது. நம்மையும் அறியாமல், நாமும் அவளது ஆனந்தத்தில் பங்கு கொள்ளச் செய்து விடுவாள். தன் வாழ்வின் பதினெட்டாவது படியில் நின்று கொண்டு இளமையின் மலர்ச்சியின் ஊடாக உலகத்தை நோக்கினாள் இவ்வழகி. இப்பொழுது அவள் கைவீசிக்கொண்டே, எக்காள முழக்கம் போல இன்னிசை பொழிந்தாள் :

> நம்முடைய கீதத்தை வெள்ளம் போல்
> நானிலத்தின் எத்திசையும் பரப்பிடுவீர்!
> நம் பெருமை பேசுமிந்தச் செம்பதாகை
> நற்காற்றில் சுழன்றாடிப் பறக்குதம்ம!
> உதயத்தின் நெருப்பாக உலகெங்கும்
> உயர்பெருமைச் செங்கொடிதான் ஒளிவீசும்!
> இதயத்திற் கொட்டுகின்ற செந்நீரில்
> எழுகின்ற தீயினிலே பறக்குதம்ம!

இரவு நெடுநேரம் வரை, இந்தக் கச்சேரி நீடித்தது. இளைஞர்கள் கலைந்து சென்றபொழுது, உறங்கிய தெருக்கள் அவர்களது குரல்களைக் கேட்டு விழித்துக்கொண்டன.

டெலிபோன் மணி அடித்தது. ஷார்க்கீய் ரிஸீவரைக் கையில் எடுத்துக்கொண்டான்.

"சத்தம் போடாதீர்கள். ஒன்றுமே கேட்கவில்லை!" என்று அவன், காரியதரிசியின் அலுவலகத்தில் கூடியிருந்த கம்ஸமோல் இளைஞர்களைக் கடிந்துகொண்டான்.

அவர்களுடைய சந்தடி ஓரளவுக்கு அடங்கியது.

"ஹலோ! ஆ! நீயா? ஆமாம்; ஆமாம் இதோ. சம்மனா? பழையபடி, துறையிலிருந்து விறகுகளை இழுத்துக்கொண்டு வரும் விஷயம் தானே? சரி. என்ன? அவனை எங்கும் அனுப்பவில்லை. இங்குதான் இருக்கிறான். பேச வேண்டுமா? ஒரு நிமிஷம்."

ஷார்க்கீய் பாவெலைச் சைகை செய்து அழைத்தான்.

"ரீத்தா உன்னுடன் பேச விரும்புகிறாள்" என்று கூறி, ரிஸீவரை அவனிடம் ஒப்படைத்தான்.

ரீத்தாவின் குரலை பாவெல் கேட்டான்:

"நீ ஊரில் இல்லை என்று நினைத்தேன். இன்று மாலை எனக்கு ஓய்வுதான். நீ வரக்கூடாதா? என் அண்ணன் போய்விட்டான். அவன் இந்த டவுன் வழியே பிரயாணம் செய்ததால், இடையில் இறங்கி என்னைப் பார்த்துவிட்டுப் போனான். நாங்கள் இருவரும் சந்தித்து இரண்டு வருஷங்களாகிவிட்டன."

அவளுடைய அண்ணன்!

அதற்குமேல், பாவெலின் கேள்விப்புலனில் எதுவும் பதியவில்லை. அந்தத் துர்ப்பாக்கியமான மாலையையும் அன்று இரவு பாலத்தில்

தான் கொண்ட தீர்மானத்தையும் அவன் நினைவூட்டிக் கொண்டான். ஆம். இன்று மாலை, அவன் அவளிடம் சென்று, இந்த விஷயத்துக்கு முடிவு கட்டிவிட வேண்டும். காதல் என்றால் அத்துடன் கவலையும் துன்பமும் வந்து குவிகின்றன! அம்மாதிரியான விஷயங்களுக்கு இதுவா நேரம்?

"நான் பேசுவது காதில் விழுகிறதா?" என்று டெலிபோனில் ரீத்தா வினவினாள்.

"கேட்கிறது. நல்லது. குழுக்கூட்டம் முடிந்தபின், நான் வருகிறேன்" என்று பதிலளித்துவிட்டு பாவெல் ரிஸீவரைக் கீழே வைத்தான்.

அவன் ஓக் மரத்தில் செய்த மேஜையின் விளிம்பைக் கெட்டியாகப் பிடித்துக்கொண்டான்; அவளுடைய கண்களை நேராக நோக்கிக் கொண்டே கூறினான் :

"இனி, நான் உன்னை வந்து பார்க்க முடியாதென்று நினைக்கிறேன்."

அந்தச் சொற்களைக் கேட்டு, அவளது கண்கள் அகல விரிந்தன; எழுதிக்கொண்டிருந்த பென்சில் வேலைநிறுத்தம் செய்தது; அவள் கையிலிருந்து நழுவி, தாள்மீது அசையாமல் கிடந்தது.

"ஏன் வரமுடியாது?" என்று ரீத்தா கேட்டாள்.

"நேரம் கிடைப்பது கடினமாயிருக்கிறது. எங்களுடைய வேலை எப்படியிருக்கிறதென்பதை நீயே அறிவாய். எனக்கு வருத்தமாகத் தான் இருக்கிறது. ஆனால் வேறு வழி இல்லை. படிப்புத் திட்டத்தை விட்டுவிடவேண்டும்..."

அவனது கடைசி பேச்சில் அழுத்தமில்லை; உறுதி இல்லை. அதை அவனே உணர்ந்தான்.

உள்ளூர ஒரே ஆத்திரம். "ஏன் இப்படிச் சுற்றி வளைத்துப் பேசு கிறாய்? நேருக்குநேர் எடுத்தெறிந்து பேச முடியாத கோழை" என்று அவன் தனக்குள் தன்னைச் சபித்துக்கொண்டான்.

பிறகு, அவன் உரக்கப் பேசினான் :

"மேலும், கொஞ்ச காலமாகவே, உன்னிடம் சொல்ல வேண்டு மென்று எண்ணிக் கொண்டிருக்கிறேன்; அது என்னவென்றால், உன் விளக்கங்களைப் புரிந்து கொள்வது எனக்குக் கஷ்டமாயிருக்கிறது. ஸெகாலிடம் படித்தபொழுது, கற்றுக்கொண்டதெல்லாம் பசுமரத் தாணிபோலப் பதிந்தது. ஆனால் உன்னிடம் படித்தால், மூளையில் தைப்பதில்லை. நான் எப்பொழுதுமே, நமது பாடம் முடிந்தபின், தோக்கரெவிடம் சென்று மீண்டும் விளக்கச் சொல்கிறேன். குற்றம் என்னுடையதுதான். நான் கற்றுக்கொடுக்கும் பாடத்தைப் புரிந்து

கொள்ள முடியாத பேதை. நீ கொஞ்சம் மூளையுள்ள மாணவனுக்குப் போதிப்பதே நல்லது."

அவள் அவனது உள் மனதின் ஓட்டத்தை அறிவதற்காகக் கூர்ந்து நோக்கினாள். பாவெல் அதைக் கவனிக்காதவன்போலக் குனிந்து கொண்டு பேசினான். அவளுடன் இனி எத்தகைய ஒட்டும் உறவும் இருக்கக்கூடாது என்று அவன் தீர்மானித்துவிட்டான். எனவே, "நாம் சேர்ந்து படிப்பது, நேரத்தை விரயம் செய்வதாகும்" என்றே கூறிவிட்டான்.

பிறகு அவன் எழுந்து நின்றான்; தன் பாதத்தாலேயே நாற்காலியை நகர்த்தினான். அவளது குனிந்த தலையையும் வெளுத்த முகத்தையும் விளக்கின் வெளிச்சத்தில் பார்த்தான். தன் குல்லாயை எடுத்துக் அணிந்துகொண்டான்.

"தோழர் ரீத்தா, விடைபெறுகிறேன். உன் நேரத்தை வீண் செய்து விட்டேன். அதற்காக வருந்துகிறேன். ஆரம்பத்திலேயே என் கஷ்டத்தைச் சொல்லியிருக்க வேண்டும். தவறிவிட்டேன். அதுதான் நான் செய்த குற்றம்."

ரீத்தா, தன் கையை அவனிடம் நீட்டினாள் என்பது மெய். ஆனால் அது ஒரு அனிச்சைச் செயலே. அவனது திடீர் மாறுதல், பரிவுக்கு இடமில்லாத போக்கு, அவளை அதிர்ச்சி அடையச் செய்துவிட்டது. எனவே, அவளால் சில வார்த்தைகளே பேச முடிந்தது.

"பாவெல், நான் உன்னைக் குற்றம் சொல்லமாட்டேன். உன் உள்ளத்தைப் பிணிக்கும் வகையில் எடுத்துரைக்கும் ஆற்றல் எனக்கு இல்லையென்றால், உன்னை எப்படிக் குறை சொல்லலாம்?"

பாவெல், தாங்க முடியாத பாரம் இதயத்தை அழுத்த, கதவை நோக்கி நடந்தான். அவன் அதைக் கடந்தபின், அந்தக் கதவை மெதுவாகச் சாத்தினான். கீழே அவன் ஒரு கணம் தயங்கினான். இப்பொழுதும் திரும்பிச் சென்று உண்மையை எடுத்துரைக்கலாம்; காலம் கடந்துவிடவில்லை... ஆனால் அதன் பயன் என்ன? எதற்காக விளக்க வேண்டும்? அவள் இளப்பமாகப் பேசுவதை வாங்கிக் கட்டிக் கொண்டு, மீண்டும் வெளியேறுவதற்காகவா? கூடாது.

உடைந்துபோன ரயில் வண்டிகளும் சோம்பிக் கடந்த எஞ்சின் களும் ஸ்டேஷன் முட்டுச்சந்துகளில் குவிந்தன. மரவேலை நடந்த இடத்தில், எவரும் வேலை செய்யவில்லை; காற்றுதான், மரம் அறுத்துக் குவிந்த வாள் தூளைச் சுழற்றிச்சுழற்றிச் சிதறச் செய்தது.

நி. ஓஸ்திரோவ்ஸ்க்கிய் 295

நகரைச் சுற்றியுள்ள அடர்ந்த காடுகளிலும் மறைவான பள்ளங்களிலும் ஓர்லிக்கின் கொள்ளைக் கூட்டத்தினர் நடமாடினார்கள். பகல்பொழுதில், அவர்கள் சுற்றியுள்ள கிராமங்களிலோ, அல்லது காடுகளிலிருந்த பெரும் தேனீப் பண்ணைகளிலோ காலத்தைப் போக்கினார்கள். இரவு நேரத்தில் அவர்கள் இருப்புப் பாதையை நோக்கி ஊர்ந்து சென்றனர்; ஈவிரக்கமில்லாமல், அந்தப் பாதைகளைப் பெயர்த்தனர்; தமது தீய வேலையை முடித்தபின், மறைவிடங்களில் ஒளிந்து கொண்டனர்.

இருப்புப் பாதையிலிருந்து பல இரும்புப் புரவிகள் உருண்டு விழுந்து உடைந்தன. ரயில் பெட்டிகள் பல தூள் தூளாகச் சிதறுண்டன. ரயிலில் உறங்கிய மாந்தர் பலர் அந்த அழிவுகளால் மீளா உறக்கத்தில் ஆழ்ந்தனர். வண்டிகளில் வந்த ஜீவாதாரமான தானியமெல்லாம் இரத்தத்தோடும் மண்ணோடும் கலந்து கரியாயின.

இக்கொள்ளைக் கூட்டத்தினர் சந்தடியற்று அமைதி நிறைந்த பெரிய கிராமங்களின்மீது அடிக்கடி பாய்ந்தனர். இவர்களைக் கண்டு அஞ்சி நடுங்கிய கோழிகள் நாற்புறமும் சிதறி ஓடும். வெறித்தனமாக வெடிகுண்டுகள் திடீர் திடீரென வெடித்தன. கிராம சோவியத் கட்டிடத்துக்கு முன் சிறிதுநேரம் துப்பாக்கிப் பிரயோக ஒலி கேட்கும். கொள்ளைக்காரர்கள் தமது கொழுப்பேறிய குதிரைகள் மீது தெருக்களில் பவனி செல்வார்கள். பாதையில் கண்டவர்களையெல்லாம் வெட்டிப் போடுவார்கள். ஆம். அவர்கள் வாழைக் குலைகளைச் சீவுவதைப்போல, மனக்கலக்கமில்லாமல் மாந்தர்களைக் கொன்றனர். அவர்கள் அருமையாகவே துப்பாக்கியைப் பயன்படுத்தினார்கள்; குண்டுகளைச் சிக்கனப்படுத்தி வந்தனர்.

கொள்ளைக் கூட்டத்தார் மின்னல் வேகத்தில் படையெடுத்த மாதிரியே சடுதியில் மறைந்துவிடுவார்கள். அவர்களுக்குக் கண்ணும் காதும் இல்லாத இடமே இல்லை. அவர்களது கண்கள், கிராம சோவியத் கட்டிடத்தின் சுவர்கள் வழியாகவும் ஊடுருவின! எப்படியென்றால், காட்டில் வாழ்ந்த கொள்ளைக்காரர்கள், கிராமத்துப் பாதிரியின் வீட்டுடனும் பணக்கார விவசாயிகளின் இல்லங்களுடனும் கண்ணுக்குத் தெரியாத தொடர்புகளைக் கொண்டிருந்தனர். வெடி மருந்துப் பெட்டிகளும் புத்தம் புதிய பன்றி இறைச்சியும் மதுபான வகைகளும் காடுகளிலிருந்த மறைவிடங்களுக்குச் சென்று கொண்டிருந்தன. மேலும், ஒவ்வொரு ஊரிலிருந்தும் சேதிகளும் சென்றன; அந்தச் சேதிகள் குட்டித் தலைவர்களுக்குத் தெரிவிக்கப் பட்டன. அவர்களிடமிருந்து அந்தச் சேதிகள் சுற்றி வளைந்த பாதைகள் வழியே, ஓர்லிக்குக்குத் தெரிவிக்கப்பட்டன.

அந்தக் கூட்டத்தில், இருநூறு அல்லது முந்நூறு கொலைக் காரர்களே இருந்தனர். எனினும் இதுவரை அவர்களைப் பிடிக்க முடியாமல் இருந்தது. அவர்கள் சிறுசிறு கோஷ்டிகளாகப் பிரிந்து, ஒரே சமயத்தில் இரண்டு மூன்று ஜில்லாக்களில் செயல்பட்டனர். அவர்கள் அனைவரையும் பிடிப்பது அசாத்தியமாயிருந்தது. நேற்று இரவு கொள்ளையடித்தவன், இன்று காலை சமாதானமாக வாழும் விவசாயியைப் போலத் தோட்டத்தில் வேலை செய்து கொண்டி ருப்பான்; அல்லது வீட்டு வாசலில் நின்று புகைபிடித்துக்கொண்டு, வீதியில் சென்ற குதிரைப் படைக் காவலர்களை வெறுமையான பார்வையுடன் நோக்கிக் கொண்டிருப்பான்.

அலெக்ஸாந்தர் புஸிரேவ்ஸ்க்கிய் தன்னுடைய ரெஜிமென்டுடன் இந்தக் கொள்ளைக் கூட்டத்தை வேட்டையாடினான்; மூன்று ஜில்லாக்களிலும் ஓடஓட விரட்டினான்; பிடிவாதத்துடன் செயல் பட்டான். ஏதோ ஒரு சந்தர்ப்பத்தில், அவர்களை நெருங்கிவிடுவான். ஆனால் அவர்களைக் கைப்பற்ற முடியவில்லை. ஒரு மாதத்துக்குப் பிறகு, ஓர்லிக் இரண்டு ஜில்லாக்களிலிருந்து தனது குண்டர் கூட்டத்தைக் காலி செய்ய வேண்டியதாயிற்று. இப்பொழுது, அவனும் அவனுடைய கூட்டமும் ஒரு குறுகலான பிரதேசத்துக்குள் சுற்றி வளைக்கப்பட்டிருந்தனர்.

நகரத்தின் வாழ்வு வாடிக்கையான முறையில் ஊர்ந்து கொண்டி ருந்தது. ஐந்து சந்தைகளிலும் ஜனங்கள் திரள்திரளாகக் கூடிச் சந்தடி செய்தனர். இந்தக் கூட்டங்களில் இரண்டே இரண்டு எண்ணங் கள் பேராதிக்கம் வகித்தன; அதிகபட்சமான அளவுக்கு அபகரித்துச் சுருட்டிக் கொள்வது என்பது ஒன்று; குறைந்தபட்சமான அளவுக்கு கொடுப்பது என்பது இன்னொன்று. இந்தச் சூழ்நிலை, மோசடிக் காரர்களும் எத்தர்களும் தமது திறமைகளையும் வித்தைகளையும் பயன்படுத்திக் கொள்வதற்கு நல்ல வாய்ப்பாக இருந்தது. இந்தக் கூட்டங்களுக்கு இடையே, நாணயம் என்பதையே அறியாத நூற்றுக் கணக்கான நபர்கள் குறுக்கும் நெடுக்குமாகச் சுற்றித் திரிந்தனர். ஈக்களெல்லாம் எருக்குழியில் திரண்டு மொய்ப்பதைப்போல, நகரத்தின் கழிசடைகளெல்லாம் இங்குக் கூடின; புதியவர்களை ஏமாற்றுவதென்ற ஒரே குறிக்கோளுடன் கூடின. இந்தப்பக்கம் அபூர்வமாக வந்த சில ரெயில்களிலிருந்து சாக்கு மூட்டைகளுடன் இறங்கிய நபர்கள் உடனடியாகச் சந்தைகளுக்குச் சென்றனர்.

இராக்காலத்தில், சந்தைகள் வெறிச்சென்று கிடந்தன; சந்தைகள் அமைந்திருந்த சந்துகளும், கருமை நிறத்துடன் விளங்கிய கடை வரிசைகளும், பாலைவனம் போன்று காட்சி அளித்தன.

இருட்டியபின், சந்தைக்குப் போவதற்குச் சாதாரணமாகத் துணிச்சல் காரர்கள்கூட முனைய மாட்டார்கள். ஏனெனில் ஒவ்வொரு கடையிலும் ஆபத்து பதுங்கியிருந்தது. அடிக்கடி, இரவு நேரத்தில், இந்தச் சந்தைகளில் கொலை நடப்பதும் உண்டு; காய்ச்சிய இரும்பைச் சம்மட்டியால் அடிக்கும் சப்தத்தைப்போல, துப்பாக்கிப் பிரயோகச் சத்தம் கேட்டது உண்டு; அதைத் தொட்டு சில வினாடிகளில் ஏதாவது ஒரு உடல் பிணமாகும். அடுத்த தெருவிலிருக்கும் மிலீஷியக்* குழு (மிலீஷியக்காரனும் அங்குத் தனியாகச் செல்லமாட்டான்) அங்குப் போனால், பயங்கரமாகக் காட்சியளிக்கும் பிணத்தைத் தவிர, வேறொன்றையும் காணாது. வாடிக்கையாக, இரவில் சந்தையில் திரிந்த சிலரும், அங்கிருந்து சிட்டாகப் பறந்துவிடுவார்கள்.

சந்தைக்கு எதிரில் 'ஓரியன்' சினிமா தியேட்டர் இருந்தது. அதன் மின்சார விளக்குகள் தெருவிலும் நடைபாதையிலும் பேரொளி வீசின. கொட்டகை வாசலில் ஜனங்கள் கூடியிருந்தனர். கொட்டகைக்குள், சலனப்படத்தின் 'புரொஜக்டர்' விறுவிறுப்பாக வேலை செய்தது. காதலில் வெற்றி காணாத காதலர்கள் ஒருவரை ஒருவர் கொன்றனர். படம் அறுந்து போகும் பொழுதெல்லாம் படம் பார்த்துக் கொண்டிருந்தவர்கள் காட்டுமிராண்டித்தனமாக ஊளையிட்டனர்.

நகரத்தின் நடுப்பகுதியில் வெளிப்பேட்டைகளிலும் வாழ்க்கை வழக்கப்படி இயங்குவதாகத் தோன்றியது. புரட்சிகரமான ஆணைக் குழுவுக்குக் கேந்திரமாக இருந்த கம்யூனிஸ்ட் கட்சியின் மாகாணக் கமிட்டி அலுவலகத்தில்கூட, எல்லாம் அமைதியாகத்தான் இருந்தது. ஆனால் இது ஒரு புறத்தோற்றமே.

உண்மையில், நகரத்தில் ஒரு புயல் உருவாகிக் கொண்டிருந்தது.

வெவ்வேறு திசைகளிலிருந்து விவசாயிக் கோட்டுடனும், அதனுள் அரைகுறையாக மறைந்திருந்த பட்டாளத் துப்பாக்கியுடனும் நகரத்துக்கு வந்திருந்த பலருக்கு அவ்விஷயம் தெரிந்திருந்தது. கள்ள வியாபாரிகள் போன்ற வெளித்தோற்றத்துடன் டிரெயின் கூரைகளில் பயணம் செய்து நகரத்தை வந்து அடைந்தவர்களும் இவற்றைப் பற்றியெல்லாம் அறிந்திருந்தனர்; ஒரு பெரிய காரியம் நடக்கவிருக்கிறது என்பதைத் தெரிந்துகொண்டிருந்தனர். அந்தப் போலி வியாபாரிகள், தமது சாக்குமூட்டைகளுடன் நேராகச் சந்தைக்குப் போகவில்லை; கவனமாக மனப்பாடம் செய்திருந்த விலாசங்களுக்கு உரிய இடங்களுக்குச் சென்றனர்.

----

* *மிலீஷியா* – மக்கள் போலீஸ்.

இவையெல்லாம் இவர்களுக்குத்தான் தெரிந்திருந்தது. ஆனால் தொழிலாளர் வட்டாரங்களோ போல்ஷெவிக்குகளோ வரவிருக்கும் புயலைப் பற்றி கனவுகூட காணவில்லை.

அங்குள்ள ஐந்தே போல்ஷெவிக்குகள்தான், நகரத்தில் உருவாகிக் கொண்டிருந்த ஆயத்தங்களை அறிந்திருந்தனர்.

செஞ்சேனையால் முறியடிக்கப்பட்ட பெத்லியூராவின் படைகள் போலந்தில் புகலிடம் தேடின அல்லவா? அவற்றில் மிஞ்சியிருந் தவையெல்லாம், வார்ஸாவில் இருந்த அன்னியத் தூதராலயங்களின் அன்னியோன்ய ஒத்துழைப்புடன் செயல்பட்டன. சோவியத் எல்லைக் குள் கலகத்தை நடத்துவதற்குச் சதிவலை பின்னியிருந்தன. பெத்லியூரா வின் ஆட்களைக் கொண்ட ஆக்கிரமிப்புக் கும்பல் ஒன்று உருப் பெற்றிருந்தது.

கலகக்காரர்களின் மத்தியக் கமிட்டிக்கு, ஷெப்பெத்தோவ்க்காவில் ஒரு ஸ்தாபனம் இருந்தது. அதில் நாற்பத்தேழு உறுப்பினர் இருந்தனர். அவர்களில் பலர் முன்பு புரட்சிக்கு விரோதமாக வேலை செய்தவர்கள். ஆனால் செக்கா அவர்களை நம்பிச் சுதந்திரமாக விட்டு வைத்திருந்தது.

வஸீலிய் பாதிரியாரும், ஜார் படையில் ஜூனியர் லெப்டினன்டாக இருந்த வீன்னிக் என்பவனும், பெத்லியூரா படையில் அதிகாரியாக விருந்த குஸ்மேன்கோ என்பவனும் அந்த ஸ்தாபனத்தின் தலைவர்களா யிருந்தனர். பாதிரியின் பெண்கள், வீன்னிக்கின் தந்தை, வீன்னிக்கின் சகோதரன், நிர்வாகக் கமிட்டி அலுவலகத்துக்குள்ளேயே புழுப் போல் நெளிந்து நுழைந்துவிட்ட சாமோத்தீன்யா ஆகியோர் உளவு வேலை செய்தனர்.

அவர்களது திட்டம் என்ன? இரவு நேரத்தில், எல்லைக் காவலரின் அலுவலகத்தை எறிகுண்டுகளால் தாக்குவது; கைதிகளை விடுதலை செய்வது; முடிந்தால் ரயில்வே நிலையத்தைக் கைப்பற்றுவது ஆகியவையே.

ஒரு பெரிய நகரத்தில்-வருங்காலக் கிளர்ச்சிக்குக் கேந்திரமாக விளங்கவிருந்த அந்நகரத்தில்-மிகமிக இரகசியமாக ராணுவ அதிகாரி களின் எண்ணிக்கை பெருகிக் கொண்டு வந்தது. கொள்ளைக் கூட்டத்தினர் சுற்றுப்புறக் காடுகளில் திரண்டனர். அங்கிருந்து, நம்பிக் கையான ஆட்கள் மூலம், அவர்கள் ருமேனியாவிலுள்ள பெத்லியூரா வுடனும் தொடர் கொண்டிருந்தனர்.

ராணுவப் பிரதேசத்தின் விசேஷ இலாகாவில் வேலை செய்யும் பியோதர் ஷுஹ்ராய் ஆறு நாட்களாகத் தன் கண்களை மூடவில்லை.

நடக்கப் போவது என்ன என்பதை முன்கூட்டியே அறிந்திருந்த ஐந்து போல்ஷெவிக்குகளில் அவனும் ஒருவன். தப்பி ஓடுவதற்கு வழியில்லாமல் சிக்கிய பிராணி மீது பாய்வதற்குக் காத்திருக்கும் வேடனைப் போல, பியோதர் இப்பொழுது உஷாராகவிருந்தான்.

அவன் அபாய அறிவிப்பு கொடுத்தால் காரியம் கெட்டுவிடும். இரத்த வெறிபிடித்த அரக்கனைக் கொன்றாக வேண்டும். அப்பொழுது தான் நிம்மதியாக வேலை செய்ய முடியும்; எந்தப் புற்றில் எந்தப் பாம்பு இருக்கிறதோ என்ற கவலை மனதை அரிக்காமல் வாழ முடியும். ஆனால் பிடிபட வேண்டிய மிருகத்துக்குப் பீதி உண்டு பண்ணக்கூடாது. இத்தகைய ஜீவ மரணப் போராட்டம் ஏற்படும்பொழுது, போர்வீரனின் சகிப்புத்தன்மையும் வைராக்கியமும்தான் இறுதி வெற்றிக்கு உத்திரவாதம்.

தீர்மான நேரம் நெருங்கிவிட்டது.

டவுனில், சதிகாரர்களின் குகைகளில் எங்கோ ஓரிடத்தில் காலத்தை நிச்சயத்துவிட்டார்கள்; **நாளை இரவு** என்று தீர்மானித்துவிட்டார்கள்.

ஆனால் இந்த உளவை அறிந்த ஐந்து போல்ஷெவிக்குகள், தாமே முதலில் தாக்குவதென்று முடிவுசெய்தார்கள். நாளை இரவு தற்காத்துக் கொள்வதல்ல; **இன்று இரவே** முன்னேறித் தாக்குவதென்று அவர்கள் முடிவு செய்தார்கள்.

அன்று மாலையில், கவசத்துடன் கூடிய ஒரு டிரெயின் இரயில்வே டெப்போவிலிருந்து சப்தமில்லாமல் வெளியேறியது; அது நீங்கியபின், டெப்போவின் பிரம்மாண்டமான வாசல்கள் சப்தமில்லாமல் மூடின.

சங்கேத மொழியில் தந்திகள் பறந்தன; அவற்றின் அவசர ஆணைக்கு இணங்க, குடியரசின் பந்தோபஸ்துக்குப் பொறுப்பாயிருந்து இமை கொட்டாமல் தொண்டாற்றிய வீரர்கள் குளவிக்கூடுகளை ஒழிப்பதற்காக உடனடி நடவடிக்கைகளை எடுத்தார்கள்.

அக்கீம், ஷார்க்கீய்க்குப் போன் செய்தான்:

"குழுக் கூட்டங்கள் நடப்பதற்குத் தேவையான நடவடிக்கைகள் யாவும் செய்யப்பட்டுவிட்டனவா? நல்லது. உடனடியாக இங்கு வா. ஒரு அவசரமான மாநாடு. கட்சியின் ஜில்லாக் கமிட்டிச் செயலாளரையும்கூட அழைத்துவா. விறகுப் பிரச்சினை, நாம் எதிர்பார்த்ததைவிட மோசமாயிருக்கிறது. நீ இங்கு வந்தவுடன் விவரங்களைப் பேசுவோம்."

"இந்த விறகுப் பிரச்சினை அனைவருக்கும் பைத்தியம் பிடிக்கச் செய்யும் போலிருக்கிறது!" என்று ஷார்க்கீய், ரிஸீவரை வைத்துவிட்டு உறுமினான்.

இரண்டு காரியதரிசிகளையும் ஏற்றிக்கொண்டு, லீத்கே தலை தெறிக்கும் வேகத்தில் காரை ஓட்டினான். அவர்கள் படிக்கட்டில் ஏறி இரண்டாவது மாடியை அடைந்தார்கள். அங்குச் சென்ற வுடனேயே, விறகுப் பிரச்சினைக்காக அழைக்கப்படவில்லை என்பதை அவர்கள் புரிந்து கொண்டார்கள்.

அலுவலக மானேஜருடைய மேஜையின்மீது ஒரு யந்திரத் துப்பாக்கி இருந்தது. விசேஷப் படையைச் சேர்ந்த சில செஞ்சேனை வீரர்கள் அதைக் கவனித்துக் கொண்டிருந்தார்கள். நடைக்கூடங்களிளெல்லாம், டவுன் கட்சி ஸ்தாபனத்தையும் கம்ஸமோல் ஸ்தாபனத்தையும் சேர்ந்த தோழர்கள் அமைதியாகக் காவல் காத்து நின்றனர். காரியதரிசி அறையில், விசாலமான கதவுக்குப் பின்னால், மாகாணக் கமிட்டியின் செயற்குழு தன் அவசரக் கூட்டத்தை முடித்துக் கொண்டிருந்தது.

தெருவிலிருந்து ஜன்னலின் வழியாக மின்சாரக் கம்பிகள் இரு ராணுவத் தொலைபேசிகளுடன் சேர்க்கப்பட்டிருந்தன.

அறையில், அக்கீம், ரீத்தா, மிகாய்லோ ஆகியோர் இருந்தனர். அவர்கள் மெல்லிய குரலில் பேசிக்கொண்டிருந்தனர். ரீத்தா, செஞ் சேனை வீரனின் குல்லாயையும் காக்கிப் பாவாடையையும் தோல் சொக்காயையும் அணிந்திருந்தாள்; அவளது பெல்ட்டிலிருந்து ஒரு கனமான 'மௌஸர்' கைத்துப்பாக்கி தொங்கியது. அவள் இராணுவ கம்பெனியின் அரசியல் ஊழியாகப் பணி செய்தபொழுது, இதே உடுப்பைத்தான் அணிந்திருந்தாள்.

ஷார்க்கீய்க்கு ஒரே வியப்பு.

"இதெல்லாம் எதற்கு?" என்று அவன் ரீத்தாவைக் கேட்டான்.

"ஷார்க்கீய், இது உஷார் பயிற்சி. உடனே நாம் உங்களது வட்டாரத் துக்குச் செல்கிறோம். ஐந்தாவது காலாட்படைப் பள்ளிக்கூடத்தில், மாதிரி அணிவகுப்பு ஒன்று நடக்கப்போகிறது. கம்ஸமோல் உறுப் பினர்கள், தத்தம் குழுக்கூட்டத்திலிருந்து நேராக அங்கு வருவார்கள். எவருடைய கவனத்தையும் ஈர்க்காத வகையில் அங்குச் செல்வதுதான் முக்கியமான விஷயம்."

பழைய ராணுவ ஸ்கூலின் புறவெளியில், பழம் பெரும் மரங்கள் ஓங்கி வளர்ந்திருந்தன; தேங்கிக்கிடந்த குட்டை நீரில் பூண்டு வகைகள் மண்டிக்கிடந்தன; விசாலமான நடைபாதைகள் துடைப்பத்துக்காகத் தவம் செய்தன; அங்கும் அமைதி பூர்ணமாக நிலவியது.

மரங்களுக்கிடையே, ஒரு உயர்ந்த வெண்சுவருக்குப் பின்னால் பள்ளிக்கூடக் கட்டிடம் அமைந்திருந்தது. செஞ்சேனைத் தலைவர் களுக்குப் பயிற்சி அளிக்கும் காலாட்படைப் பள்ளியாக அது

இப்பொழுது பயன்பட்டது. அந்தி நேரம். கட்டிடத்தின் மாடியில் ஒரே இருட்டாயிருந்தது. வெளிப்பார்வைக்கு, எங்கும் சாந்தி நிறைந்திருப்பதாகத் தோன்றியது. அந்தப் பள்ளியில் உள்ளவர்கள் தூங்கிக்கொண்டிருந்தார்களென்றே அகஸ்மாத்தான வழிப்போக்கன் எண்ணியிருப்பான். ஆனால், அந்தப் பள்ளியின் இரும்புக் கதவுகள் ஏன் திறந்திருந்தன? ராட்சஸத் தேரைகள் மாதிரி இரண்டு இருண்ட வடிவங்கள் வாயிலில் ஏன் நின்றுகொண்டிருந்தன? ரயில்வே வட்டத்தின் சகல பகுதிகளிலிருந்தும் இங்குக் கூடியவர்கள் உண்மையை அறிந்திருந்தார்கள்; இரவு நேர உஷார் அறிவிப்பு வந்தபின், பள்ளிக்கூட வாசிகள் தூங்க முடியாதென்ற உண்மையை அவர்கள் அறிந்திருந்தனர். கட்சிக் குழுக்களும் கம்ஸ்மோல் குழுக்களும் கூடியவுடன், அவர்கள் ஒரு ரத்தினச் சுருக்கமான அறிவிப்பைக் கேட்டார்கள். அதைக் கேட்டவுடன் அவர்கள் அமைதியாகப் பள்ளியை நோக்கி வந்தனர். அவர்கள் தனித்தனியாகவோ, ஜதைஜதையாகவோ, அல்லது அதிகமாகப் போனால் மும்மூன்று பேர்களாகவோ, பள்ளிக்கு வந்தனர். ஒவ்வொருவரும் தத்தம் கம்யூனிஸ்ட் கட்சிக் கார்டு அல்லது கம்ஸமோல் கார்டைக் கொண்டு வந்தனர். அந்த அடையாளச் சீட்டு இல்லாமல், எவரும் பள்ளிக்கூடத்தின் இரும்புக் கேட்டுகளுக்குள் அன்று நுழைந்திருக்க முடியாது.

கூட்டம் நடக்கவிருந்த ஹாலில் பலர் கூடிவிட்டனர். அங்கு விளக்குகளின் வெளிச்சம் அதிகமாயிருந்தது. ஜன்னல்கள், கூடாரம் கட்டுவதற்குப் பயன்படும் கித்தான்களால் நன்கு திரையிடப்பட்டிருந்ததால், உள்ளேயிருந்த வெளிச்சம் வெளியே செல்லவில்லை. இங்குத் திரண்டிருந்த போல்ஷெவிக்குகள் அமைதியாகத் தாங்கள் கைப்படச் செய்த சிகரெட்டுகளைக் குடித்துக்கொண்டு, அபாய அறிவிப்புக்காக எடுக்கப்பட்டுள்ள முன்னெச்சரிக்கைகளைப் பற்றி விகடம் செய்து கொண்டிருந்தனர். இது ஒரு உண்மையான உஷார் அறிவிப்பு என்று எவரும் நினைக்கவில்லை. விசேஷப் படைப் பிரிவுகளின் கட்டுப்பாட்டைச் சோதித்து உறுதிப்படுத்துவதற்காகவே இந்த நடவடிக்கை எடுக்கப்பட்டிருப்பதாகத்தான் பலர் நினைத்தனர். ஆனால், முதிர்ந்த அனுபவம் உடைய சிப்பாய்கள், பள்ளிக்கூடத்தின் வெளி முற்றத்துக்குள் பிரவேசித்தவுடன், இது உண்மையான உஷார் அறிவிப்புதான் என்பதை ஊகித்தனர். முன்னெச்சரிக்கையின் தீவிரத்திலிருந்தே அவர்கள் இவ்வாறு ஊகம் செய்தனர். மெல்லிய குரலில் பிறப்பிக்கப்பட்ட ஆணைகளுக்கு இணங்க, மாணவர்கள் வரிசை வரிசையாக அணிவகுத்தனர்; யந்திரத் துப்பாக்கிகள், சப்தமில்லாமல் முற்றத்துக்கு எடுத்துச் செல்லப்பட்டன; கட்டிடத்தின் ஜன்னல்களில் ஒன்றில்கூட, ஒரு ஒளி ரேகையைக்கூடக் காண முடியவில்லை.

"துபாவா, ஏதாவது முக்கியமான விஷயமா?" என்று பாவெல் துபாவாவை விசாரித்தான்.

துபாவா ஒரு இளம்பெண்ணுக்குப் பக்கத்தில், ஒரு ஜன்னலின் அடிக்கட்டையின் மேல் அமர்ந்திருந்தான். அந்த நங்கையை இரண்டு நாட்களுக்கு முன்னால் ஷார்க்கீயுடன் பார்த்ததாகப் பாவெலுக்கு நினைவு.

துபாவா, நல்லியல்பு ததும்ப, பாவெலின் தோளைத் தட்டிக் கொடுத்துவிட்டுக் கூறினான் :

"பாதம் சில்லிட்டுப் போய்விட்டதா? கவலைப்படாதே. உன்னைப் போன்ற ஆட்களுக்கு நாங்கள் சண்டை போடக் கற்றுக்கொடுப்போம்." மேலும், "நீங்கள் இருவரும் அறிமுகமாகவில்லையா?" என்று வினவிக் கொண்டே அவன் அந்த மங்கையை நோக்கித் தலை அசைத்தான். "இவளது பெயர் ஆன்னா. குடிப் பெயர் எனக்குத் தெரியாது. ஆனால் இவளது பதவி என்னவென்று எனக்குத் தெரியும். கிளர்ச்சி-பிரச்சார மையத்துக்குப் பொறுப்பாயிருக்கிறாள்" என்று நகைச்சுவையுடன் அறிமுகம் செய்து வைத்தான்.

ஆன்னா, பாவெலைச் சிரத்தையுடன் நோக்கிக்கொண்டே, தனது ஊதாத் தலைக்குட்டையின் கட்டிலிருந்து தப்பி வந்த மயிர்ச்சுருளைப் பின்னுக்குத் தள்ளினான். பாவெலது கண்கள் அவளது கண்களைச் சந்தித்தன. ஓரிரண்டு வினாடிகள், இருவரது கண்களும் போட்டியிட்டுக் கொண்டு நோக்கின. கருமையான, ஒளி கொண்ட அவளது கண்கள் அவனது கண்களுக்குச் சவால் விட்டன. அதன்பின் பாவெல் துபாவாவை நோக்கினான். தனது முகம் சிவப்பதை அறிந்து, மனக்குறைவால் புருவத்தைச் சுருக்கினான்.

"உங்களில் யார் யாருக்குப் பிரச்சாரம் செய்கிறார்?"-அவன் ஒரு புன்னகையை வரவழைத்துக் கொண்டு வினவினான்.

அந்தச் சமயத்தில் ஹாலில் ஒரு கலகலப்பு உண்டாயிற்று. ஒரு கம்பெனித் தலைவன் நாற்காலி மீது ஏறி நின்றுகொண்டு, "முதலாவது கம்பெனி உறுப்பினர்களே! அணிவகுத்து நில்லுங்கள்! அவசரம் தோழர்களே, அவசரம்!" என்று இரைந்து கூறினான்.

மாகாண நிர்வாகக் குழுவின் தலைவனோடும் அக்கீமுடனும் ஷுஹ்ராய் பிரவேசித்தான். அவர்கள் மூவரும் அப்பொழுதே அந்தக் கட்டிடத்துக்கு வந்தனர். ஹாலில் ஒரு கோடியிலிருந்து இன்னொரு கோடிவரை, ஆட்கள் முறையாக அணிவகுத்து நின்றனர்.

பயிற்சிக்குப் பயன்பட்ட யந்திரத் துப்பாக்கியின் அடி மேடைமீது

மாகாண நிர்வாகக் குழுவின் தலைவன் ஏறி நின்று, தன் கரத்தை உயர்த்தினான். அவன் பேசினான்:

"தோழர்களே, மிக முக்கியமானதும் மிக அவசரமானதுமான ஒரு விஷயத்தை முன்னிட்டு, உங்களை இங்குக் கூட்டியிருக்கிறோம். நான் இப்பொழுது கூறப் போவதை, நேற்றுக்கூட உங்களிடம் சொல்லி யிருக்க முடியாது; சொல்லியிருந்தால், பந்தோபஸ்து ஏற்பாட்டுக்குப் பாதகம் ஏற்பட்டிருக்கும். நாளை இரவு, நமது டவுனிலும், உக்ரேய் னாவில் உள்ள இதர நகரங்களிலும் எதிர்ப்புரட்சிக் கலகம் நடத்து வதற்கு நமது சத்துருக்கள் திட்டமிட்டிருக்கிறார்கள். நம் நகரத்தில் ஏராளமான வெண்படை அதிகாரிகள் திரண்டிருக்கிறார்கள். நம் நகரின் சுற்றுப்புறத்தில், ஆயுதந்தாங்கிய எதிர்ப்புரட்சிக் கூட்டங் கள் குவிந்திருக்கின்றன. சதிகாரர்களில் சிலர், கவச மோட்டார் படைக்குள் ஊடுருவி, கவச மோட்டார் டிரைவர்களாக வேலை செய்து கொண்டிருக்கிறார்கள். ஆனால் இந்தச் சதியைச் செக்கா காலத் திலேயே கண்டுபிடித்துவிட்டது. நாம், கட்சி அங்கத்தினர், கம்ஸ மோல் உறுப்பினர் அனைவரையும் ஆயுதமேந்திய போருக்குச் சித்தம் செய்துள்ளோம். முதலாவது, இரண்டாவது கம்யூனிஸ்ட் பட்டா லியன்கள், ராணுவ மாணவர்களுடனும் செக்காப் படைகளுடனும் சேர்ந்து செயல்பட வேண்டும். ராணுவப் பள்ளிக் குழுக்கள் முன்பே செயலில் ஈடுபட்டுவிட்டன. தோழர்களே, இப்பொழுது நீங்கள் தயாராக வேண்டும். உங்களது ஆயுதங்களை எடுத்துக்கொண்டு, வரிசையில் நிற்பதற்குப் பதினைந்து நிமிஷம் அவகாசம் கொடுக் கிறோம். தோழர் ஷுஹ்ராய் நடவடிக்கைக்குத் தலைமை தாங்குவார். தலைவர்கள் அவரிடம் ஆணைபெற்று அதன்படி நடக்க வேண்டும். நிலைமையின் நெருக்கடியான தன்மையை நான் உங்களுக்கு விளக்கத் தேவையில்லை. நாளை இரவு நடக்கவிருக்கும் கலகத்தை இன்று இரவே தவிர்க்க வேண்டும்."

கால்மணி நேரம் கழிந்து, ஆயுதமேந்திய படை வரிசை, பள்ளிக்கூட முற்றத்தில் நின்றது.

அசையாது நின்ற அணிவகுப்பை ஷுஹ்ராய் நோக்கினான்.

அணிவகுப்புக்கு ஏழெட்டு அடி முன்னால், தோல் பெல்ட்டு அணிந்த இருவர் நின்றனர். ஒருவன், பட்டாலியத் தலைவன் மெனியாய்லோ; யூரால் மலைப் பிரதேசத்தைச் சேர்ந்தவன்; ஆஜானு பாகு; வார்ப்படத் தொழிற்சாலையில் வேலை செய்தவன். அவனுக்குப் பக்கத்தில் நின்றவன் கமிஸார் அக்கீம். இடதுபுறத்தில் முதலாவது கம்பெனியின் படைப்பிரிவுகள் நின்றன. அவற்றுக்கு ஐந்து அடி தூரம் முன்னால், கம்பெனியின் தலைவனும் அரசியல் தலைவனும்

நின்றனர். அவர்களுக்குப் பின்னால், முந்நூறு கம்யூனிஸ்டுகள் வரிசை வரிசையாய் நின்றனர்.

ஷுஹ்ராய் சைகை செய்தான்.

"உடனே கிளம்புக!"

வெறிச்சென்று கிடந்த வீதிகள் வழியே, முந்நூறு பேர் நடந்தனர். நகரம் உறக்கத்தில் ஆழ்ந்திருந்தது.

தீக்கயா தெருவுக்கு எதிரில் லிவோவ்ஸ்க்காயா தெருவில், பட்டாலியன் கலைந்து நின்றது. அங்குதான் அவர்கள் நடவடிக்கையில் இறங்க வேண்டும்.

அவர்கள் சத்தம் செய்யாமல், கட்டிடங்களைச் சூழ்ந்து கொண்டார்கள். ஒரு கடையின் படிக்கட்டில், தலைமை நிலையம் அமைக்கப்பட்டது.

ஒரு மோட்டார் கார் லிவோவ்ஸ்க்காயா தெருவில், முக விளக்குகள் வெட்டிக் காட்டிய பாதையில் விரைவாக வந்துகொண்டிருந்தது. படைத் தலைமையின் நிலையத்துக்கு முன்னால் அது நின்றது.

லீத்கே இந்தத் தடவை தன் தந்தையை அழைத்துக் கொண்டு வந்தான். நகரத்தின் ராணுவத் தலைவன் தன் மகனிடம் லாத்விய மொழியில் சில நறுக்கான வாக்கியங்களைப் பேசிக்கொண்டே, காரிலிருந்து பாய்ந்து இறங்கினான். கார் முன்னோக்கி விரைந்தது; ஒரு வினாடிக்குள், சாலைத் திருப்பத்தில் மறைந்துவிட்டது. லீத்கேயின் கரங்கள் சக்கரத்தைக் கெட்டியாகப் பிடித்துக் கொண்டிருந்தன; அந்தச் சக்கரத்தின் பகுதியாகவே அவை தோன்றின. அவனது கண்களோ சாலையையே நோக்கிக் கொண்டிருந்தன. அவன் ஒரு ராட்சத சக்தியுடன் காரை ஓட்டினான்.

ஆம், இன்று இரவு லீத்கே அசுரத்தனமாகக் காரை ஓட்டித்தானாக வேண்டும். இன்று மிதமிஞ்சிய வேகத்தில் ஓட்டியதற்காக, அவனை எவரும் காவற்படை வீட்டில் இரண்டு நாட்கள் அடைத்துப் போட மாட்டார்கள்!

அவன், மின்னல் வேகத்தில் பறந்தான்.

நகரின் ஒரு கோடியிலிருந்து இன்னொரு கோடிக்குத் தன்னை இமைக்கும் நேரத்தில் இட்டுச்சென்ற இளைஞனை ஷுஹ்ராய் பாராட்டினான்.

"இன்று இரவு, நீ ஒருவரையும் விபத்துக்குள்ளாக்கவில்லை யென்றால், நாளைக்கு ஒரு தங்கக் கடிகாரம் பரிசாகத் தருவேன்" என்று ஷுஹ்ராய் கூறினான்.

லீத்கேக்கு ஆனந்தம் சொல்லி முடியாது.

“அந்த மூலையில் முரட்டுத்தனமாகத் திருப்பியதற்குப் பத்துநாள் சிறைவாசம் கிடைக்குமென்று எண்ணினேன்” என்றான் தமாஷாக...

முதன்முதலில், சதிகாரர்களது தலைமைக்குழு மீதே தாக்குதல் தொடுக்கப்பட்டது. சிறிது நேரத்தில், விசேஷ இலாகாவிடம் தஸ்தா வேஜுகளும் அநேகக் கைதிகளும் ஒப்படைக்கப்பட்டனர்.

தீக்கயா தெருவில், பதினொன்றாம் நம்பர் வீட்டில், த்ஸௌர்பர்ட் என்பவன் வசித்தான். வெண்படையின் சதியில் அவன் முக்கியமான பாகம் வகித்ததாகச் செக்காவுக்குத் தகவல் கிடைத்திருந்தது. பாதோல் என்ற வட்டாரத்தில் செயல்பட வேண்டிய வெண்படை அதிகாரிகள் குழுக்களின் ஜாப்தாக்களும் அவனிடம் இருப்பதாகச் செக்காவுக்கு உளவு கிடைத்திருந்தது.

த்ஸௌர்பர்ட்டைக் கைது செய்வதற்குப் பெரிய லீத்கேயே தீக்கயா தெருவில் நுழைந்தான். த்ஸௌர்பர்ட்டின் அறையில், தோட்டத்தை நோக்கி ஜன்னல்கள் அமைந்திருந்தன. அந்தத் தோட்டத்தின் முடிவில் ஒரு உயர்ந்த சுவர்; அதற்கு அப்பால் இருந்த கட்டிடம்தான் பழைய கன்னிகாமடம். த்ஸௌர்பர்ட் அறையில் இல்லை. அவன் அன்று முழுவதும் தென்படவில்லையென்று பக்கத்து அறைகளில் வசித்தவர் கள் கூறினார்கள். த்ஸௌர்பர்ட்டின் அறை சோதனையிடப்பட்டது. பெயர்கள், விலாசங்கள் ஆகியவற்றின் விவரங்களைக் கொண்ட தாள் களும், எறிகுண்டுகளடங்கிய பெட்டியும் சிக்கின. த்ஸௌர்பர்ட்டைப் பதுங்கியிருந்து பிடிப்பதற்கு ஏற்பாடு செய்துவிட்டு, பெரிய லீத்கே அறையில் தயங்கி நின்று, காகிதங்களை ஆராய்ந்தான்.

கீழே, தோட்டத்தின் மூலையில், ராணுவப் பள்ளியில் பயின்ற இளைஞன் காவல் காத்து நின்றான். அவன் நின்ற இடத்திலிருந்து வெளிச்சமுள்ள ஜன்னலைப் பார்க்க முடிந்தது. அவன் அந்த இருட்டில் அங்குத் தன்னந்தனியாக நிற்பதை விரும்பவில்லை. கொஞ்சம் திகிலாக இருந்தது. சுவரை உஷாராகக் கண்காணிக்க வேண்டுமென்று, அவனுக்குக் கட்டளையிடப்பட்டிருந்தது. ஆறுதல் தரக்கூடிய வெளிச்சம் அவனது இடத்திலிருந்து நெடுந்தூரத்தில் இருப்பதாகத் தோன்றியது. சந்திரனும் மேகங்களுக்குள்ளேயே பாய்ந்தோடிக் கொண்டிருந்ததால், அவனது திகில் அதிகமாயிற்று. அந்த இருள் அடர்ந்த இரவில், புதர்களெல்லாம் தமக்கே உரிய கொடிய ஜீவனுடன் காட்சியளிப்பவையாக அவனுக்குத் தோன்றின. அந்த இளைஞன் தன்னைச் சுற்றியுள்ள இருளை பாய்னெட்டால் குத்தினான். வெறுமை!

"அவர்கள் ஏன் என்னை இங்கு நிறுத்தினார்கள்? அந்தச் சுவர்மீது எவரும் ஏறமுடியாதென்பது திண்ணம். அது மிகவும் உயரமாயிருக்கிறது. நான் ஜன்னலருகில் சென்று, உள்ளே பார்க்கிறேன்" என்று எண்ணியவனாக, நாசியைத் துளைக்கும் காளான் நாற்றத்தை உடைய ஈரமான மூலையிலிருந்து கிளம்பினான்; சுவரைப் பார்த்துக்கொண்டே நடந்தான். அவன் ஜன்னலை அடைந்தபொழுது, லீத்கே மேஜையிலிருந்து காகிதங்களைக் கையில் எடுத்துக்கொண்டான். அதே வினாடியில், சுவரின் உச்சியில் ஒரு நிழல் தோன்றியது. அங்கிருந்து, ஜன்னலுக்கு அருகில் நின்ற காவற்காரனையும் அறையில் இருந்த மனிதனையும் பார்க்க முடிந்தது. அந்த நிழல் பூனையின் லாவகத்துடன் ஒரு தாவுத் தாவி ஒரு மரத்தை அடைந்தது; அங்கிருந்து கீழே விழுந்தது. அது சப்தம் செய்யாமல் ஜன்னலை நோக்கிச் சென்றது. ஒரே அடி; காவற்காரன் கீழே கைகால்களை நீட்டிக்கொண்டு கிடந்தான்; அவனது கழுத்தில் ஒரு கட்டாரி பிடி முனைவரை நுழைந்திருந்தது.

தோட்டத்தில் துப்பாக்கி வேட்டு ஒலி செய்ததைக் கேட்டு, அந்தக் கட்டிடத் தொகுதியைச் சூழ்ந்திருந்த ஆட்கள் உஷாராயினர். அவர்களில் அறுவர், இந்த வீட்டை நோக்கி, இரவில் அமைதியில் உரக்க ஒலிக்கும் வகையில் அடி வைத்து ஓடிவந்தனர்.

மேஜையின்மீது சாய்ந்த தலையுடன், லீத்கே உட்கார்ந்திருந்தான். அவனது தலைக் காயத்திலிருந்து இரத்தம் பெருக்கெடுத்து ஓடியது. அவன் இறந்துவிட்டான். ஜன்னல் கண்ணாடி தகர்ந்துவிட்டது. ஆனால் தஸ்தாவேஜுகளைக் கைப்பற்றுவதற்குக் கொலைகாரனுக்கு அவகாசம் இல்லாமல் போய்விட்டது.

கன்னிகா மாடத்தின் சுவர் இருந்த திசையிலிருந்து மேலும் பல வேட்டுகளின் ஒலி கேட்டது. கொலைகாரன் சுவரைத் தாண்டி, தெருவை அடைந்துவிட்டான். அவன் சுட்டுக்கொண்டே ஓடினான். வயல்வெளி வழியே தப்பி ஓட அவன் முயன்றான். ஆனால் ஒரு குண்டு அவனது ஓட்டத்துக்கு முடிவு கட்டியது.

இரவெல்லாம் சோதனைகள் நடந்தன. வீடுகளில் வசிப்பவர்களது ஜாப்தாவில் இடம்பெறாதவர்கள், நூற்றுக்கணக்கான ஆட்கள், ஐயத்துக்கு இடம் தந்த தஸ்தாவேஜுகளுடனும் ஆயுதங்களுடனும் பிடிபட்டனர். அவர்கள் செக்கா அலுவலகத்துக்கு அனுப்பப்பட்டனர்.

சில இடங்களில், சதிகாரர்கள் எதிர்த்து நின்றார்கள். ஷில்யான்ஸ்காயா தெருவில் ஒரு வீட்டைச் சோதனையிட்டபொழுது, அன்தோன் லேபெதேவ் நேருக்கு நேர் சுடப்பட்டுக் கொலையுண்டான்.

அன்று இரவு, ஸாலோமென்கா வட்டத்தின் படை ஐந்து வீரர்களை

இழந்தது. உறுதியான போல்ஷெவிக்கும், குடியரசின் நம்பிக்கை யான காவலனுமான யான் லீத்கேயைச் செக்கா பறிகொடுத்தது.

ஆனால் வெண்படைக் கலகம் முளையிலேயே கிள்ளி எறியப் பட்டது.

அதே இரவில், ஷெப்பெத்தோவ்க்காவில் வஸீலிய்ப் பாதிரியாரும், அவரது பெண்களும், அந்தத் திருக்கூட்டத்தைச் சேர்ந்த இதரரும் கைதானார்கள்.

கெடுபிடி நிலைமை தளர்ந்தது. ஆனால் சீக்கிரத்தில், ஒரு புதிய பகை நகரை அச்சுறுத்தியது. அதுவே, ரயில்வேக்களின் ஸ்தம்பிப்பு. அதன் விளைவாக, வரவிருக்கும் குளிர்காலத்தில் பசியும் குளிரும் மக்களை வாட்டி வதைத்துவிடும்.

தானியம், விறகு ஆகிய இரண்டையுமே சகலமும் சார்ந்து நின்றன.

அத்தியாயம் இரண்டு

சிந்தனை வாய்ப்பட்ட பியோதர் ஷுஹ்ராய் குறுந்தண்டுச் சுங்கானைத் தன் வாயிலிருந்து எடுத்து மெதுவாகச் சாம்பல் திட்டைத் தட்டி விட்டான். சுங்கான் அணைந்து போயிருந்தது.

ஒரு டஜன் சிகரெட்டுகளிலிருந்து கிளம்பிய சாம்பல் நிறப் புகை யின் அடர்த்தியான படலம் மேகங்கள் போன்று மங்கலாகத் தெரிந்த விளக்கு மூடியின் கீழாக மாகாண நிர்வாகக் குழுவின் தலைவனது நாற்காலிக்கு மேலே வட்டமிட்டது. அறையின் மூலைகளிலிருந்து பார்த்தால், மேஜையைச் சுற்றி அமர்ந்திருந்தவர்களின் முகங்கள் புகைப் படலத்தின் ஊடே மங்கலாகவே புலப்பட்டன.

தலைவனுக்குப் பக்கத்தில் தோக்கரெவ் உட்கார்ந்திருந்தான். அவன் முன் பக்கம் சாய்ந்து கொண்டு, தாடி மயிரை ஆத்திரத்தில் இழுத்துக் கொண்டிருந்தான். அவன் அடிக்கடி தன் ஓரக்கண்ணால் ஒரு குட்டை யான வழுக்கைத் தலையானைப் பார்த்துக் கொண்டிருந்தான். அந்த வழுக்கைத் தலையான் பொருளில்லாத வீண் வார்த்தைகளை உச்ச ஸ்தாயியில் அடுக்கிக்கொண்டே போனான்; முடிவு இல்லாமல் சரடு விட்டுக்கொண்டிருந்தான்.

அக்கீம் கொல்லனது கோபப் பார்வையைக் கவனித்தான். அவனுக் குக் குழந்தை பருவம் நினைவுக்கு வந்தது. அவர்களது வீட்டில் சேவ லொன்று இருந்தது. சண்டையின்பொழுது தனது திடீர் தாக்குதலுக்கு முன் அது இக்கொல்லனைப் போலவே தன் எதிரியைப் பார்க்கும்.

கட்சியின் மாகாணக் கமிட்டி, கடந்த ஒரு மணிநேரத்துக்கு மேலாகத் தன் கூட்டத்தை நடத்திக் கொண்டிருந்தது. வழுக்கைத் தலை மனிதன், ரயில்வே விறகுக் கமிட்டிக்குத் தலைவன்.

அவன் தனக்கு முன் இருந்த ஏடுகளைத் தன் சுறுசுறுப்பான விரல்களால் புரட்டிக்கொண்டே, கடகடவென்று பேசினான் :

".....இந்தச் சூழ்நிலையில், மாகாணக் கமிட்டியும் ரயில்வே நிர்வாகமும் எடுத்த முடிவை நிறைவேற்ற முடியாதென்பது தெள்ளத் தெளிவான விஷயம். நான் மீண்டும் சொல்கிறேன் : இன்றிலிருந்து ஒரு மாதம் சென்ற பிறகும், நானூறு கனமீட்டர் விறகுக்குமேல் கொடுக்க எங்களால் முடியாது. நூற்று எண்பது ஆயிரம் கனமீட்டர் தேவை என்பதைப் பொறுத்தமட்டில், நான் சொல்வதெல்லாம் அது சுத்த...." இதே இடத்தில் பேச்சாளன் வாய் குழறியது. "அது சுத்தக் கற்பனாலோக விவகாரம்" என்று முடித்தான். அப்பொழுது, புண்பட்ட மனத்தைப் புலப்படுத்தும் வகையில், அவனது வாய் பிதுங்கியது.

அதன்பின், நீண்ட அமைதி நிலவியது.

பியோதர் தனது விரல் நகத்தால், சுங்கானைத் தட்டி, அதிலிருந்த சாம்பலை நீக்கினான். இறுதியில், தோக்கரெவ்தான் அமைதியைக் கலைத்தான்.

அவன் தன் கனத்த குரலில் கர்ஜனை செய்தான்.

"நாம் நேரத்தைப் போக்குவதில் பயனில்லை. ரயில்வே விறகுக் கமிட்டியிடம் விறகு கிடையாது; அதனிடம் எப்பொழுதுமே விறகு இருந்தது கிடையாது; எதிர்காலத்திலும் ஒருபொழுதும் அதனிடம் விறகு இருக்கப் போவதில்லை... சரிதானே?"

வழுக்கைத் தலையான் தன் தோளைச் சுருக்கினான்.

"பேச்சிடையே குறுக்கிடுவதற்கு மன்னிக்க வேண்டும், தோழரே. நாங்கள் விறகைச் சேமித்தோம். ஆனால் குதிரைகள் போக்குவரத்து வள்ளிசாக இல்லை..." மிச்சத்தை அவன் விழுங்கிவிட்டான். அவன் ஒரு கட்டம் போட்ட கைக்குட்டையால், தனது மெருகிடப்பட்ட மண்டையைத் துடைத்துக் கொண்டான். அந்தக் கைக்குட்டையைப் பன்முறை தன் சட்டைப்பையில் சொருக முயற்சி செய்தான். இறுதியில் அதைத் தன் கைப்பைக்கு அடியில் கூச்சத்துடன் திணித்தான்.

"விறகுகளை ஏற்றிக்கொண்டு வருவதற்கு என்ன செய்திருக் கிறீர்கள்? சதியில் சம்பந்தப்பட்ட முக்கிய நிபுணர்கள் கைது ஆகிப் பல நாட்களாகின்றனவே?" என்று தெனேக்கோ ஒரு மூலையி லிருந்து வினவினான்.

வழுக்கைத் தலையான் அவனை நோக்கிப் பேசினான் :

"நான் ரயில்வே நிர்வாகத்துக்கு மும்முறை எழுதினேன். முறையான போக்குவரத்து வசதிகள் இல்லாவிட்டால், முடியாது என்று...."

தோர்க்கரெவ் அவனை இடைமறித்தான்.

"அதெல்லாம் நீர் முன்பே பேசிய விஷயம்தான்" என்று கூறினான். அவன் வழுக்கைத் தலையானைப் பகையோடு நோக்கிக்கொண்டே, "எங்களை மடையர் என்று எண்ணுகிறீரா?" என்று வினவினான்.

இதைக் கேட்டவுடன், வழுக்குத் தலையான் பயத்தால் சில்லிட்டுப் போனான்.

"எதிர்ப்புரட்சிக்காரர்களின் நடவடிக்கைகளுக்கு நான் ஜவாப்தாரி அல்ல" என்று அவன் மெல்லிய குரலில் விடை தந்தான்.

"இருப்புப் பாதையிலிருந்து நெடுந்தூரத்துக்கு அப்பால் மரம் வெட்டப்படுகிறதென்பதை நீர் அறிந்திருக்கவில்லையா?"

"அதைப்பற்றி நான் கேள்விப்பட்டிருந்தேன். ஆனால் என் பொறுப்பில் இல்லாத துறைகளில் நிகழும் ஒழுங்கீனங்களையும் முறைகேடுகளையும் பற்றி நான் என் மேலதிகாரிகளுக்கு எழுத முடியாது."

"எத்தனை பேர் இந்த வேலையில் ஈடுபட்டிருக்கிறார்கள்?" என்று தொழிற்சங்கக் கவுன்சிலின் தலைவன் உசாவினான்.

"ஏறத்தாழ இருநூறு பேர்" என்று வழுக்கைத் தலை மனிதன் பதிலளித்தான்.

"கணக்குப் போட்டால் ஒவ்வொரு தண்டச்சோறு தின்னிக்கும் ஆண்டுக்கு ஒரு கனமீட்டர் விறகு வருகிறது" என்று தோக்கரெவ் சீறினான்.

"ரயில்வே விறகுக் கமிட்டிக்குப் பிரத்தியேக ரேஷன்கள் கொடுத்திருக்கிறோம்; தொழிலாளருக்குக் கிடைக்க வேண்டிய உணவைக் கொடுத்திருக்கிறோம். நீங்கள் என்ன செய்கிறீர்கள்? தொழிலாளருக்காக, இரண்டு வண்டி மாவு வாங்கிக் கொண்டீர்களே, அது என்னவாயிற்று?" என்று தொழிற்சங்கக் கவுன்சில் தலைவன் மேலும் கேள்விக் கணைகளைத் தொடுத்தான்.

இதைப் போலவே, எல்லோரும் வழுக்கைத் தலையானிடம் காரசாரமான கேள்விகளைக் கேட்டார்கள். கடன்காரன், தனக்குக் கடன் கொடுத்தவரின் தொல்லையிலிருந்து விடுபடுவதற்காகக் கொடுமைக்குள்ளானவன் மாதிரிப் பேசுவான் அல்லவா? அதேபோல, வழுக்கைத் தலையானும் பேசினான். நேரடியான விடைகளைத் தவிர்ப்பதற்காக, அவன் ஒரு விலாங்கு மீனைப்போல வளைந்தான்; நெளிந்தான்;

நழுவ முயன்றான். ஆனால் குற்றம் கண்டுவிடப்படலாம் என்ற அச்சத்தால் அவனது விழிகள் தாவிக்கொண்டேயிருந்தன. வரவிருந்த அபாயத்தை அவன் உணர்ந்து விட்டான். அவனது கோழை ஆத்மா ஒரே ஒரு விஷயத்தையே நாடியது; எவ்வளவு சீக்கிரத்தில் முடியுமோ, அவ்வளவு சீக்கிரத்தில் இந்த இடத்தைவிட்டு ஓடவேண்டும்; அவனது வசதியான கூட்டில் போய் அடைந்துவிட வேண்டும். அங்கு, அவனுக்கு விருந்து காத்திருந்தது; இன்னமும் இளமையாகவே உள்ள மனைவி காத்திருந்தாள். இந்த நேரத்தில் அவள் ஏதாவது அருமையான நாவலைப் படித்துக்கொண்டு, வசதியாகப் பொழுதைக் கழித்துக் கொண்டிருப்பாள்.

வழுக்கைத் தலையானுடைய பதில்களை பியோதர் கவனமாகக் கேட்டுக் கொண்டிருந்தான். அவன் தன் நோட் புத்தகத்தில் கீழ்க்கண்ட குறிப்பை எழுதினான் : "இந்த ஆளை முறையாகச் சோதனை செய்ய வேண்டுமென்பது என் கருத்து. இது வெறும் திறமையின்மை மட்டு மல்ல. இவனைப் பற்றி ஓரிரண்டு விஷயங்களை நான் அறிவேன்... விவாதத்தை நிறுத்துங்கள். அவன் போகட்டும். நாம் வேலையைக் கவனிக்கலாம்."

தலைவன் அந்தக் குறிப்பைப் படித்துவிட்டுப் பியோதரை நோக்கித் தன் ஆமோதிப்பைத் தலை அசைவால் தெரிவித்தான்.

பியோதர் எழுந்திருந்து, டெலிபோனில் சேதி சொல்வதற்காக நடைக்கூடத்துக்குச் சென்றான். அவன் திரும்பி வந்தபொழுது, தலைவன் தீர்மானத்தைப் படித்துக்கொண்டிருந்தான் :

"........ நாச வேலை செய்ததால், ரயில்வே விறகுக் கமிட்டியின் நிர்வாகிகளை நீக்குவது; மரவெட்டு சம்பந்தமான விஷயங்களை விசாரணை அதிகாரிகளிடம் ஒப்படைப்பது."

வழுக்கைத் தலையான் இதைவிட மோசமான நிலைமையை எதிர் பார்த்திருந்தான். அவன் நாசவேலைக்காகப் பொறுப்பிலிருந்து அகற்றப் படுவதால் பொதுவாக அவனது நாணயத்தைப் பற்றியே சந்தேகம் எழும்பும். ஆனால் அது ஒரு சில்லரைப் பிரச்சினை. போயர்க்கா விவகாரத்தைப் பொறுத்தமட்டில், அவனுக்குக் கவலையே இல்லை. அது அவனது பொறுப்புக்கு அப்பாற்பட்ட விவகாரம். "நல்ல க்ஷவரம் தான். ஆனால் அவர்கள் ஏதாவது கண்டுபிடித்திருப்பார்களோ என்று அஞ்சினேன்" என்று அவன் தனக்குள் கூறிக் கொண்டான்.

இப்பொழுது, அவனுக்கு அநேகமாக நம்பிக்கை ஏற்பட்டு விட்டது. எனவே, தன் காகிதங்களைத் தன் கைப்பையில் வைத்துக் கொண்டே அவன் கூறினான் :

"நான் கட்சிச் சார்பற்ற நிபுணன் என்பது மெய். எனவே, என்மீது அவநம்பிக்கை கொள்வதற்கு உங்களுக்கு உரிமை உண்டு. ஆனால் என் மனசாட்சி அப்பழுக்கற்றதாயிருக்கிறது. என்னிடம் எதிர்பார்க்கப் பட்டதை நான் செய்யத் தவறியிருக்கிறேன்; காரணம், அது முடியாத காரியமாக இருந்ததுதான்."

எவரும் எந்த அபிப்பிராயத்தையும் கூறவில்லை. வழுக்கைத் தலையான் வெளியேறினான்; படி இறங்கினான்; பிழைத்தோமென்ற உணர்ச்சியுடன் வீதிக் கதவைத் திறந்தான்.

"உங்கள் பெயர்?" என்று ராணுவக் கோட் அணிந்த ஒருவன் அவனைக் கேட்டான்.

வழுக்கைத் தலையானது இதயம் அமுங்கியது. அவன் தத்தித் தத்திக் கூறினான் :

"செர்...வீன்ஸ்கிய்..."

வழுக்கைத் தலையான் வெளியேறியவுடன், பதின்மூன்று தலைகள் அந்தப் பெரிய மேஜைமீது குனிந்தன. பிரதேசப் படம் மேஜையின் மீது விரித்திருந்தது. அதில் விரலால் இடங்களைக் காட்டிக் கொண்டே ஷுஹ்ராய் பேசினான் :

"இங்குப் பாருங்கள். இதுதான் போயர்க்கா ஸ்டேஷன். இங்கிருந்து ஏழு கிலோமீட்டர் தூரத்தில் அமைந்திருக்கிறது அந்த மரம் வெட்டு மிடம். அங்கு வெட்டிய மரங்கள் யாவும் அடுக்கி வைக்கப்பட்டு இருக்கின்றன. இரண்டு லட்சத்துப் பத்தாயிரம் கனமீட்டர் மரம் அந்த இடத்தில் அடுக்கி வைக்கப்பட்டிருக்கிறது. ஒரு பெரிய பட்டாளம் எட்டு மாத காலம் வேலை செய்து அவ்வளவு மரத்தையும் வெட்டிக் குவித்தது. விளைவு என்ன? துரோகம். ரயில்வேக்கும் டவுனுக்கும் விறகு இல்லை. அந்த மரக்குவியலை ஆறு கிலோமீட்டர் தூரம் கடத்தி ஸ்டேஷனுக்குக் கொண்டுவர வேண்டுமானால், ஒரு மாதத்துக்கு ஐந்தாயிரம் வண்டிகள் தினந்தோறும் வேலை செய்ய வேண்டும். அப்பொழுதும், தினம் இருமுறை வண்டி சென்று வந்து ஏற்றி இறக்கினால்தான் சாத்தியம். கிட்டத்திலுள்ள கிராமமே பத்தைந்து கிலோமீட்டர் தூரத்தில் இருக்கிறது. தவிர, ஓர்லிக்கின் கூட்டமும் இந்தப் பிரதேசத்தில்தான் நடமாடிக் கொண்டிருக்கிறது.... இதன் பொருள் என்னவென்று புரிகிறதா?... இங்குப் பாருங்கள். இந்த இடத்தில் மரவெட்டைத் தொடங்கி, ஸ்டேஷன் வரை உள்ள மரங்களை வெட்டுவதுதான் திட்டம். ஆனால் அந்தக் கயவர்கள் காட்டுக்குள்ளே வெட்டிக்கொண்டே போயிருக்கிறார்கள். மரத்தை ரயில் பாதைக்குக் கொண்டுவர முடியாமல் செய்வதே அதன் நோக்கம்.

அவர்களது கணக்கில் பிழையில்லை. எப்படியென்றால், மரத்தை ஏற்றிக் கொண்டுவர நூறு வண்டிகள்கூட அங்குக் கிடைக்காது. ஆகக்கூடி, கேவலமான முறையில் நம்மைத் தாக்கிவிட்டார்கள். கலகத் திட்டம் இந்த நாசவேலையைவிட ஆபத்தானது அல்ல."

பியோதரின் மடக்கிய மணிக்கட்டு, படத்தின்மேல் பதிந்தது. நிலைமையின் பாதக அம்சங்களை, பியோதர் சொல்லாமல் விட்ட முடிவுகளைப் பதின்மூன்று தோழர்களும் தெளிவாகப் புரிந்து கொண்டிருந்தனர். குளிர்காலம் நெருங்கிக் கொண்டிருந்தது. ஆஸ்பத்திரிகளும் பள்ளிக்கூடங்களும் அலுவலகங்களும் லட்சக்கணக்கான மக்களும் கொடிய குளிரின் பிடியில் சிக்கித் தவிப்பதை அவர்கள் கற்பனை செய்து கொண்டார்கள். ஜனக்கூட்டம் நிறைந்த ரயில்வே ஸ்டேஷனும், வாரத்துக்கு ஒரு டிரெயினே ஓடும் நிலைமையும் அவர்களது மனக்கண் முன்தோன்றின.

ஒவ்வொருவரும் நிலைமையைப் பற்றிச் சிந்தித்தபொழுது ஆழ்ந்த அமைதி நிலவியது.

இறுதியில், பியோதர் தன் மணிக்கட்டைத் தளர்த்தினான். அவன் கூறினான் :

"தோழர்களே, ஒரே ஒரு வழிதான் இருக்கிறது. நாம் ஒரு ஏழு கிலோமீட்டர் நீளமுள்ள குறும்பாதையை, ஸ்டேஷனிலிருந்து மரவெட்டும் அவ்விடம் வரைச் செல்லும் இருப்புப்பாதையை, மூன்று மாதத்துக்குள் அமைக்க வேண்டும். விறகு வெட்டப்படும் இடத்தின் தொடக்கம் வரை முதல் பகுதி என்றால், இந்தப் பகுதியை ஆறு வாரத்தில் முடித்துவிட வேண்டும். நான் இதைப் பற்றி ஒரு வாரமாகச் சிந்தித்து விரிவாகத் திட்டமிட்டிருக்கிறேன்." அவனது உலர்ந்த தொண்டை விக்கியது. அவன் மேலும் பேசினான் : "முந்நூற்று ஐம்பது தொழிலாளரும் இரண்டு எஞ்சினீயரும் நமக்குத் தேவை. புஷ்சா-வாதீத்ஸாவில் தேவைப்படும் அளவுக்குத் தண்டவாளம் இருக்கிறது; ஏழு எஞ்சின்களும் உள்ளன. அவற்றைக் கம்ஸமோல் உறுப்பினர்கள் பண்டசாலைகளில் கண்டெடுத்துச் சேகரித்தார்கள். புஷ்சா-வாதீத்ஸாவிலிருந்து டவுனுக்கு இருப்புப்பாதை போடுவதென்று யுத்தத்துக்கு முந்தித் திட்டம் இருந்தது. அதற்காக வந்த சாமான்கள் அவை. போயர்க்காவில் தொழிலாளர்கள் வசிப்பதற்கு வசதி இல்லை; இது தான் பெரிய தொல்லை. போயர்க்கா அழிந்து கிடக்கும். நாம் நமது ஆட்களை இரண்டு வாரத்துக்கு ஒரு கோஷ்டியாக அனுப்ப வேண்டும். அதற்குமேல் அவர்கள் அங்குத் தாக்குப் பிடிக்க முடியாது. அக்கீம், கம்ஸமோல் உறுப்பினரை அனுப்புவோமா?" அக்கீமின் விடைக்குக் காத்திருக்காமல், பியோதர் மேலும் பேசினான் : "கம்ஸ

மோல், முடிந்த அளவுக்கு அதிகமான உறுப்பினர்களை போயர்க் காவுக்கு அனுப்பும். ஸாலோமென்கா ஸ்தாபனம் முன்மாதிரியாக வழிகாட்டும். டவுனிலிருந்தும் சில இளங்கம்யூனிஸ்டுகள் செல்வார் கள். இந்த வேலை கடினமானது; மிகவும் கடினமானது. ஆனால் ஆபத்தின் தன்மையை இளைஞருக்கு எடுத்துக் கூறினால், அவர்கள் இந்த வேலையை செய்வார்களென்று நான் நிச்சயமாக நம்புகிறேன்."

ரயில்வேயின் தலைவன் சந்தேகமாகத் தலையை அசைத்தான்.

"இது வீண் வேலையென்று அஞ்சுகிறேன். இத்தகைய நிலைமை களில், இலையுதிர் கால மழை பெய்யவிருக்கும் சமயத்தில், குளிர் காலம் தொடங்கவிருக்கும் நேரத்தில், ஏழு கிலோமீட்டர் ரயில் பாதை அமைப்பதென்பது..." என்று அவன் சோர்வாகப் பேசத் தொடங்கினான்.

ஆனால் பியோதர் அவனை வெட்டிப் பேசினான்.

"அந்த்ரேய் வஸீல்யெவிச், விறகுப் பிரச்சினையில் நீ அதிகக் கவனம் செலுத்தியிருக்க வேண்டும். அந்த ரயில் பாதையைக் கட்டித் தானாக வேண்டும்; நாம் கட்டப் போகிறோமென்பது உறுதி. கையைக் கட்டிக் கொண்டு, பனியில் உறைந்து சாகப் போகிறோமா? ஒருநாளும் இல்லை."

கருவிகளைக் கொண்ட பின்னல் பெட்டிகள் அனைத்தையும் டிரெயினில் ஏற்றிவிட்டனர். டிரைவர், பயர்மென் முதலியோர் தத்தம் வேலை ஸ்தலத்துக்கு விரைந்தனர். மழை மனோகரமாகத் தூறிக் கொண்டிருந்தது. படிகம் போன்ற மழைத்துளிகள் ரீத்தாவின் பிரகாசமான தோல் சொக்காய் மீது உருண்டோடின.

ரீத்தா தோக்கரெவுடன் அன்பாகக் கைகுலுக்கினாள். "உங்களுக்கு எல்லா நன்மைகளும் உண்டாக வேண்டும்" என்று அவள் மிருதுவாக மொழிந்தாள்.

அடர்த்தியாக வளர்ந்து நரைத்திருந்த புருவங்களை உடைய கிழவன், அவளைப் பாசத்துடன் நோக்கினான்.

"ஆம். இந்தப் பீடைகளால் உண்டான தொல்லைகள் ஏராளம். அவர்கள் கெட்டுக்குட்டிச் சுவராக வேண்டும்!" என்று கிழவன் தன் சுயசிந்தனைக்குப் பதிலாகக்கூறினான். "இங்கு எல்லா விஷயங் களையும் உஷாராகக் கவனியுங்கள். அப்பொழுதுதான், எங்களுக்கு ஏதாவது சிக்கல் ஏற்பட்டால், நீங்கள் உடனடியாகத் தலையிட்டு உருப்படியாக உதவ முடியும். இந்த உதவாக்கரைகள், சிவப்பு நாடா முறைப்படி காலம் கடத்தாமல் எதையும் செய்ய மாட்டார்கள்" என்று

அவர் ரீத்தாவிடம் கூறினான். "சரி, நேரமாகிவிட்டது, மகளே! நான் வண்டியில் ஏறுகிறேன்" என்று சொல்லி முடித்தான்.

கிழவன் தன் சொக்காய்ப் பித்தான்களைப் போட்டுக் கொண்டிருந்தான். கடைசி வினாடியில், "பாவெல் வரவில்லையா? இங்குக் காணோமே?" என்று ரீத்தா தற்செயலாகக் கேட்பது போல வினவினாள்.

"அவனும் மேற்பார்வை எஞ்சினீயரும் நேற்றே போய்விட்டார்கள், முன்னேற்பாடு செய்வதற்காக."

அந்தச் சமயத்தில், ஷார்க்கீயும் துபாவாவும் ஆன்னா போர் கர்த்தும் பிளாட்பாரத்தில் விரைவாக வந்து கொண்டிருந்தனர். ஆன்னா தன் சொக்காயைத் தோள்மீது அசட்டையாகப் போட்டுக் கொண்டிருந்தாள். அவளது மெல்லிய விரல்கள் அணைந்துபோன சிகரெட் ஒன்றைப் பிடித்துக் கொண்டிருந்தன.

வருபவர்களை நோக்கிக் கொண்டே ரீத்தா தனது கடைசிக் கேள்வியைக் கேட்டாள்.

"பாவெலுக்குப் பாடம் நடத்தும் வேலை எப்படி நடக்கிறது?" என்று அவள் வினவினாள்.

"என்ன பாடம்? அவன் உன்னிடம்தான் படிக்கிறான் இல்லையா? அவன் உன்னைப் பற்றி சக்கர வட்டமாகப் பேசுகிறான். நீயே உலகம், உனக்குத் தெரியாத விஷயம் இல்லை என்றெல்லாம் அவன் எண்ணுகிறான்" என்று கிழவன் விடை தந்தான்.

ரீத்தாவுக்கு இந்தப் பதிலை நம்ப முடியவில்லை.

"தோழர் தோக்கரெவ், நீங்கள் சொல்வது உறுதியா? அவன் என்னிடம் பாடம் கேட்டபிறகு, ஒவ்வொரு சந்தர்ப்பத்திலும் உங்களிடம் வந்து சரியான விளக்கம் பெறவில்லையா?" என்று அவள் உசாவினாள்.

கிழவன் வயிறு குலுங்கச் சிரித்தான்.

"என்னிடமா? ஒருநாளும் இல்லை."

எஞ்சின் விசில் ஊதியது. கிளாவிச்சேக் ஒரு பெட்டியிலிருந்து இரைந்து கூவினான் :

"தோழர் உஸ்தினோவிச்! அப்பாவை எங்களிடம் வரவிடு. இருந்தாலும் இதுமாதிரி செய்யக்கூடாது. அவரில்லாமல் நாங்கள் என்ன செய்ய முடியும்?"

அந்தச் செக் இளைஞன் மேலும் ஏதோ சொல்ல வாயெடுத்தான். ஆனால் நெருங்கி வந்த மூவரைப் பார்த்து அவன் வாயை மூடிக்

கொண்டான். அந்தக் கணமே அவன் ஆன்னாவை நோக்கினான்; அவளது கண்களில் நிலவிய கவலையை உணர்ந்தான். அவள் துபாவாவுக்கு விடை கொடுக்கும் வகையில் புன்னகை பூத்ததைக் கண்டு மனவேதனை அடைந்து, ஜன்னலிலிருந்து துரிதமாகத் திரும்பினான்.

இலையுதிர் காலத்தின் மழை சவுக்கால் அடிப்பதைப் போல சராசரங்களைத் தாக்கியது. ஈரத்தால் கனத்த ஈய நிற மேகங்கள் தாழ் வாகச் சஞ்சரித்தன; அவை பூமி மீதே தவழ்வனவாகத் தோன்றின. இலையுதிர் காலத்தின் பிற்பகுதி; மரங்களின் மெல்லிய கிளைகள், இலைச் செல்வத்தை இழந்து, சோர்வாகத் தலைகுனிந்து நின்றன. பாளம் பாளமாய் விரிந்த மேல் பட்டையை உடைய அடி மரங்களைப் பழுப்பான பாசி மூடியிருந்தது. இலையுதிர் காலம் ஈவிரக்கமில் லாதது; அது இந்த மரங்களின் செழிப்பான ஆடைகள் அனைத்தையும் கவர்ந்து விட்டது. எனவே இவை அம்மணமாக நின்றன; பார்க்கப் பரிதாபமாயிருந்தது.

ஒரு கானகத்தின் இடையில் சின்னஞ்சிறு ரயில்வே நிலையம் தன்னந்தனியாகக் காட்சியளித்தது. கல்லால் அமைந்த பிளாட் பாரத்திலிருந்து புதிதாக வெட்டி எடுத்த மண்ணின் பட்டையொன்று காட்டை நோக்கிச் சென்றது. இந்தப் பட்டையைச் சுற்றி, மனிதர்கள் கூட்டம் கூட்டமாக எறும்பு போல் திரண்டு செயல்பட்டார்கள்.

அந்தக் களிமண்ணை மிதிக்கும்பொழுது, ஒரு அருவருப்பான உணர்ச்சி உண்டாயிற்று. அந்த மனிதர்கள் அசுர வேகத்துடன் வேலை செய்தனர்; கடப்பாறைகளும் மண்வெட்டிகளும் கல்மீதுபட்டு ஒலி எழுப்பின.

ஊசி மழை பெய்தது; குளிர்ச்சியான நீர்த்துளிகள் அந்த இளைஞர் களின் ஆடைகளை ஊடுருவின. வெட்டிக் குவித்த களிமண் மழை நீரில் கலந்து சேறாகச் சரிந்து விழுந்துகொண்டேயிருந்தது; பட்ட பாடெல்லாம் பலனற்றுப் போய்விடும் போல் தோன்றியது.

துணி நனைந்து மெய் சில்லிட்டுப் போன நிலையிலும் அவர்கள் இருட்டி நெடுநேரமாகும் வரையில் உழைத்தனர்.

இப்படியாக, ஒவ்வொரு நாளும் வெட்டி எடுக்கப்பட்ட மண் பட்டை காட்டிற்குள் மேலும் மேலும் முன்னேறிச் சென்றது.

ஸ்டேஷனுக்குக் கிட்டத்தில் ஒரு செங்கல் கட்டிடத்தின் மீத மிச்சம் காட்சியளித்தது. ரொம்ப நாட்களுக்கு முன்பே, கொள்ளைக் காரர்கள் அதைச் சூறையாடிவிட்டார்கள்; அகற்றக்கூடியவற்றை

அகற்றிவிட்டனர்; உடைத்தெறியக் கூடியவற்றை உடைத்தெறிந்து விட்டனர். ஜன்னலும் கதவும் இருந்த இடங்களெல்லாம் அகலத் திறந்த பொந்துகளாகக் காட்சியளித்தன; அடுப்புகளுக்குக் கதவுகளிருக்க வேண்டிய இடங்களில் பெரும் பெரும் வெடிப்புகள் காணப்பட்டன. இடிந்து போன கூரை வழியே, அதன் குறுக்குச் சட்டங்கள் எலும்புக் கூட்டின் விலா எலும்புகளைப் போலக் காட்சியளித்தன.

நான்கு பெரிய அறைகளின் கான்கிரீட் தளம் மட்டுமே சேதமடையாமலிருந்தது. இரவு நேரத்தில், சேறாகியிருந்த ஈரத்துணிகளை உடுத்திய நானூறு பேர் இந்தத் தளத்தில் உறங்கினார்கள். அவர்கள் கதவருகே தம் ஆடைகளைப் பிழிந்தபொழுது, சேறும் நீரும் வழிந் தோடும்; சதுப்பு நிலத்தையும் மழையையும் மனங்கசந்து சபித்துக் கொண்டே அறையில் நுழைந்தனர். கொஞ்சம் வைக்கோலைப் பரப்பி விட்டு, அதன்மீது அவர்கள் வரிசை வரிசையாகப் படுத்தனர். வெப்பத் துக்காக, ஒருவருக்கொருவர் நெருங்கிப் படுத்தனர். அவர்களது துணிகளிலிருந்து நீராவி கிளம்பி மேல்நோக்கிச் சென்றது, ஆனால் அந்தத் துணிகள் உலரவில்லை. வெறுமையான ஜன்னல் கட்டைகளில் ஆணி அடித்துத் தொங்கவிட்டிருந்த சாக்குப் படுதாக்கள் வழியே மழைநீர் உள்ளே கசிந்து, தளத்தில் வடிந்தது. எஞ்சி மிஞ்சியிருந்த கூரைத் தகட்டின்மீது மழை பெய்த ஓசை முரசொலியை நினைவூட்டியது. கதவு இருந்த வாசல் வழியே அடித்த காற்றின் சத்தம் காதில் ரீங்காரம் செய்தது.

இடிந்து கிடந்த பாரக்கையொன்று சமையலறையாகப் பயன் பட்டது. அதில்தான் அவர்கள் காலையில் டீ குடித்தனர். டீ குடித்து விட்டு வேலைக்குச் சென்றனர். அவர்களுக்குத் தினந்தோறும் ஒரே மாதிரியான உணவுதான்: ஒன்றரை பவுண்ட் கன்னங்கரேலென்று இருந்த ரொட்டி, அத்துடன் சும்மா வேகவைத்த சிறுதுவரையும் கிடைத்தது. தினம் இதே உணவைப் புசிப்பதென்றால் எவருக்குத்தான் வெறுப்பு உண்டாகாது?

ஆனால் நகரத்தால் இந்த உணவைத்தான் கொடுக்க முடிந்தது.

வேலையை மேற்பார்வையிட்ட எஞ்சினீயர் வலெரியான் நிக்கதீமவிச் பத்தோஷ்கின் நெட்டையான கிழவன்; ஒல்லியான தேகத்தை உடையவன்; அவனது வாயின் புறத்தில் இரண்டு வரிகள் பள்ளமாக விழுந்திருந்தன. டெக்னீஷியனான வக்குலேன்கோ கட்டை குட்டையானவன்; அவனது முகம் விகாரமாயிருந்தது; மூக்கு பருத்திருந்தது. பத்தோஷ்கினும் வக்குலேன்கோவும் ஸ்டேஷன் மாஸ்டரின் வீட்டில் வசித்தனர்.

சபலச் சித்தமுடைய குட்டை மனிதனான கோல்யாவா ஸ்டேஷனில் செக்காவின் ஊழியனாக இருந்தான். அவனுடைய சிறு அறையில் தான் தோக்கரெவ் வசித்தான்.

ஆகக்கூடி, அந்த நிர்மாணக் குழுவினர் வியக்கத்தக்க வைராக்கியத்துடன் தமக்கு நேரிட்ட இடுக்கண்களையும் இடையூறுகளையும் சகித்துக்கொண்டனர். இருப்புப் பாதையின் செய்கரை தினந்தோறும் காட்டுக்குள் நீண்டு கொண்டே இருந்தது.

சிலர் ஓடிப்போனார்கள் என்பது மெய். முதலில் ஒன்பது பேர் ஓடிப் போனார்கள். சில நாட்களுக்குப் பிறகு, மேலும் ஐவர் நடையைக் கட்டினார்கள்.

வேலை தொடங்கி ஒரு வாரம் ஆனபின், முதன்முதலாக ஒரு பெரிய விபத்து ஏற்பட்டது. இரவு டிரெயினில் வாடிக்கையாக வந்து கொண்டிருந்த ரொட்டி வரவில்லை.

தூங்கிக்கொண்டிருந்த தோக்கரெவைத் துபாவா தட்டி எழுப்பினான்; கிழவனிடம் ரொட்டி வராத சேதியைக் கூறினான். கட்சியின் குழுத் தலைவனாகிய தோக்கரெவ் தனது ரோமம் அடர்ந்த கால்களை தொங்கவிட்டுக் கொண்டு அமர்ந்தான்; அக்குளை வேகமாகச் சொறிந்தான்.

"தமாஷ் ஆரம்பமாகிவிட்டது!" என்று உறுமிக்கொண்டே அவசரமாக ஆடையை உடுத்திக்கொண்டான்.

குட்டைக் கால்களை உடைய கோல்யாவா ஆடி அசைந்து கொண்டு நடந்தான்.

"உடனே டெலிபோனுக்கு ஓடு. விசேஷ இலாகாவுக்கு போன் செய்" என்று தோக்கரெவ் கோல்யாவாவுக்குக் கட்டளை பிறப்பித்தான். "ரொட்டியைப் பற்றி ஒருவனிடமும் ஒரு வார்த்தை பேசக் கூடாது, உஷார்" என்று துபாவாவை அவன் எச்சரித்தான்.

விசேஷ இலாகாவுடன் தொடர்பு கிடைப்பது எளிதாயில்லை. அரை மணிநேரம் ரயில்வே டெலிபோன் ஆபரேட்டர்களைக் கண்டித்துப் பேசியபின், விசேஷ இலாகாவின் துணைத் தலைவனாக ஷுஹ்ராயுடன் தொடர்பு கொள்வதில் விடாக் கண்டனான கோல்யாவா வெற்றியடைந்தான். இந்த நேரமெல்லாம், தோக்கரெவ் அமைதி இல்லாமல், பரபரப்பு நிறைந்தவனாய்ப் பக்கத்தில் நின்று கொண்டிருந்தான்.

"என்ன? ரொட்டி வரவில்லையா? இந்தத் தவறுக்கு யார் பொறுப்பு

என்பதை நான் உடனடியாகக் கண்டுபிடிக்கிறேன்" என்று பியோதர் கூறினான். அவனது குரலில் ஒரு துர்க்குறியான தொனி இருந்தது.

"நாளைக்குச் சாப்பிடுவதற்கு எதைக் கொடுப்பது?" என்று தோக்கரெவ் ஆத்திரத்துடன் இரைந்து வினவினான்.

நீண்ட நேரம் அமைதி நிலவியது. பியோதர் செயல் திட்டத்தைப் பற்றி சிந்தித்துக் கொண்டிருந்தான் என்பது வெளிப்படையாகத் தெரிந்தது.

"இன்று இரவு உங்களுக்கு ரொட்டி அனுப்புகிறேன். இளைஞன் லீத்கேயைக் காரில் அனுப்புகிறேன். அவனுக்குப் பாதை தெரியும். காலையில் உங்களுக்கு ரொட்டி கிடைக்கும்" என்று பியோதர் இறுதியில் கூறினான்.

பொழுது புலர்ந்ததும் சேறு பூசிய கார் ஸ்டேஷனை அடைந்தது. அதில் பல சாக்குகளில் ரொட்டி இருந்தது. இரவெல்லாம் கண்ணை மூடாமல் காரை ஓட்டி வந்த சிரமத்துடன், லீத்கே காரிலிருந்து இறங்கினான். அவனது முகம் வெளுத்திருந்தது.

இருப்புப்பாதை அமைப்பு வேலைக்கு இடர்கள் அதிகமாகிக் கொண்டேயிருந்தன. தண்டவாளந்தாங்கிகள் கிடைக்காதென்று ரயில்வே நிர்வாகம் அறிவித்துவிட்டது. நிர்மாண வேலை நடந்த இடத்துக்குத் தண்டவாளங்களையும் எஞ்சின்களையும் அனுப்புவதற்குச் சாதனம் கிடைக்கவில்லை என்று நகர அதிகாரிகள் கூறினார்கள். எஞ்சின்களும் சேதமற்று இருந்தன; அவற்றைப் பழுது பார்க்க வேண்டியிருந்தது. முதற் குழுவினர் தங்களது வேலையை முடித்து விட்டனர். மாற்றுக் குழுவினர் இன்னும் வரவில்லை. தங்களது சக்தி அனைத்தையும் இழந்துவிட்ட அவர்களை மீண்டும் வேலையில் தொடர்ந்து வைத்துக்கொள்வது முறையல்ல.

பின் இரவு வரை தீவிர ஊழியர்கள் பாரக்கில் பழம் எண்ணெய் விளக்கின் வெளிச்சத்தில் கலந்து ஆலோசனை செய்தார்கள்.

மறுநாள் காலை, தோக்கரெவ், துபாவா, கிளாவிச்சேக் ஆகியோர், மேலும் ஆறு பேரை அழைத்துக்கொண்டு டவுனுக்குச் சென்றனர். எஞ்சின்களை ரிப்பேர் செய்துவிட்டுத் தண்டவாளங்களைத் துரிதமாக ஏற்றிக்கொண்டு வருவதற்கு வசதி காண்பதே அவர்களது நோக்கம். ரொட்டிக்காரன் தொழில் செய்தவனான கிளாவிச்சேக் சப்ளை இலாகாவின் வேலையைப் பரிசீலனை செய்வதற்குச் சென்றான். மற்றவர்கள், தண்டவாளமும் எஞ்சின்களும் இருந்த பூஷ்சா-வாதீத்ஸாவுக்குச் சென்றனர்.

மழை இடைவிடாமல் கொட்டிக் கொண்டிருந்தது.

நி. ஒஸ்திரோவ்ஸ்க்கிய் 319

பாவெல் தன்னுடைய பாதத்தை உளையிலிருந்து தூக்கினான். அவனது உள்ளங்கால் திடீரென்று சில்லிட்டுப் போயிற்று; பூட்ஸின் நைந்து போன அடித்தோல் அறுந்து விழுந்துவிட்டதென்பதை அவன் உணர்ந்தான். பாவெல் இந்த வேலைக்கு வந்ததிலிருந்தே அவனது பிய்ந்த பூட்ஸ் அவனை மிகவும் வருத்தியது. அந்த பூட்ஸுகள் ஒரு பொழுதும் உலர்வதில்லை; பூட்ஸுக்குள் இறங்கிய சேறு, அவன் நடந்த பொழுது, "சப்சப்"பென்று சப்தம் செய்தது. இப்பொழுது ஒரு அடித்தோல் பூர்ணமாக அறுந்துவிட்டது. சில்லென்று இருந்த சேறு அவனது உள்ளங்காலைத் துன்புறுத்தியது. பாவெல் அறுந்து விழுந்த அடித்தோலை உளையிலிருந்து எடுத்தான்; அதை நோக்கியபொழுது, நிராசையும் ஏக்கமும் அடைந்தான். ஆபாசமாகப் பேசுவதில்லை என்ற சபதத்தையும் மீறி, நிந்தனையாகப் பேசிக்கொண்டான். ஒரு பாதத்துக்குப் பாதுகாப்பில்லாமல், அவனால் வேலை செய்ய முடிய வில்லை. எனவே, அவன் சமையல் பாரக்குக்குச் சென்றான். அங்கு அடுப்புக்குப் பக்கத்தில் அமர்ந்துகொண்டு, சேறாகியிருந்த பாதக் கட்டுத் துணியை நீக்கிவிட்டு, மரத்துப் போயிருந்த பாதத்தை நெருப்புக்கு அருகில் நீட்டினான்.

இருப்புப் பாதைக் காவலாளியின் மனைவி ஓதார்க்கா, சமையல் மேஜையில் பீட் கிழங்குகளை நறுக்கிக் கொண்டிருந்தாள். சமையற் காரனுக்கு உதவியாகத் தொண்டு புரிந்த அவள் வஞ்சனையில்லாமல் வளர்ந்தவள். இன்னமும் யௌவனத்தின் சோபை நீங்கவில்லை. அவளது தோள்கள் ஆடவனுடையதைப் போல விசாலமாக இருந்தன. உருண்டு திரண்ட மார்பையும் ஸ்தூலமான தொடைகளையும் உடைய அந்த மாது, பாங்காக வெட்டிக் கொண்டிருந்தாள். அவளது சுறுசுறுப்பான விரல்களின் வினையாற்றலால் நறுக்கப்பட்ட காய்கறி கள் துரிதமாகக் குவிந்தன.

அவள் பாவெல் மீது ஒரு அசட்டையான பார்வையைச் செலுத்தி விட்டுக் கடுமையாகக் கூறினாள் :

"சாப்பாட்டைத் தேடிவந்து விட்டாயா? அதற்கு நேரமாகவில்லை, தம்பீ! இம்மாதிரி வேலையை விட்டுவிட்டுக் கள்ளத்தனமாக ஓடி வருவதற்கு உனக்கு வெட்கமாயில்லையா? அடுப்புக் கிட்டத்தில் போகாதே! இது சமையலறை, குளிர்காயும் இடம் அல்ல."

அந்தச் சமயத்தில் சமையற்காரன் அங்கு வந்தான்.

"என் பூட்ஸ் தோல் அறுந்துவிட்டது" என்று கூறி, அந்த வேளையில் அங்கு வந்ததற்குப் பாவெல் விளக்கம் தந்தான்.

அந்த வயதான சமையற்காரன் தையல் விட்டுப்போன பூட்ஸைப் பார்த்தான். ஓதார்க்காவை நோக்கித் தலையை அசைத்துக்கொண்டு கூறினான் :

"அவளது கணவன் ஏதாவது உதவி செய்ய முடியும். அவனுக்குக் கொஞ்சம் செருப்பு வேலை தெரியும். அசட்டையாய் இராமல், பழுது பார்த்துவிடு; இல்லாவிட்டால், நீ ரொம்பக் கஷ்டப்படுவாய். பூட்ஸ் இல்லாவிட்டால் இங்கு செத்துப் போக வேண்டியதுதான்."

ஓதார்க்கா இதைக் கேட்டவுடன், பாவெலை இன்னொரு முறை நோக்கினாள். அவனைப் பற்றி அவசரப்பட்டு முடிவு செய்ததை அவள் உணர்ந்தாள்.

"உங்களைச் சோம்பேறி என்று எண்ணிவிட்டேன்" என்று அவள் பச்சாதாபத்துடன் குறிப்பிட்டாள்.

பாவெல் தனக்கு வருத்தமில்லையென்பதைக் காட்டுவதற்காகப் புன்னகை செய்தான். ஓதார்க்கா ஒரு நிபுணரைப் போலப் பூட்ஸைப் பரிசோதனை செய்தாள்.

"இதற்குத் தையல் போட்டுப் பயனில்லை" என்று அவள் முடிவாகக் கூறினாள். "ஆனால் நான் ஒன்று செய்கிறேன். எங்கள் வீட்டில் ஒரு பழைய பூட்ஸ் மேலுறை கிடக்கிறது. உனது பாதம் கெடாமல் இருக்கும். நீ இப்படியே நடந்தால், செத்துப் போவாய். உறைபனிக் காலம் வந்துவிட்டது."

பாவெலிடம் அனுதாபம் நிறைந்தவளாய், ஓதார்க்கா சமையல் கத்தியை வைத்துவிட்டு வெளியே விரைந்து சென்றாள். சீக்கிரத்தில், ஒரு பூட்ஸ் மேலுறையையும் தடிமனான துணியையும் கொண்டு வந்தாள்.

பாவெல், உலர்ந்து கதகதப்பாகவிருந்த பாதத்தில் துணியைச் சுற்றிக் கொண்டு, அந்த பூட்ஸ் மேலுறையை அணிந்து கொண்டான். அவளை நன்றியுடன் நோக்கினான்.

தோக்கரெவ், ஆத்திரத்துடன் நகரிலிருந்து திரும்பினான். அவன் தீவிர ஊழியர்களைக் கோல்யாவாவின் அறையில் கூட்டித் துன்பம் தரும் சேதியைக் கூறினான்.

"எங்கு நோக்கினாலும், இடுக்கண்களும் இடையூறுகளுமே எதிர் நோக்குகின்றன. எங்கு போனாலும், சக்கரங்கள் சுழல்வதாகத் தோன்று கின்றன. ஆனால் முன்னேற்றத்தைக் காணோம். வெண்படை ஆட்கள் நிறைய இருக்கிறார்கள். நாம் ஆயுட்காலம் முழுவதும், இவர்களுடன் மாரடிக்க வேண்டும் போலிருக்கிறது. தம்பிகளே, துன்பம் தரும்

சேதியே நான் சொல்லப் போகிறேன். நமக்குப் பதிலாக இங்கு வந்து வேலை செய்வதற்குத் தொண்டர்கள் இல்லை. வந்தாலும் எவ்வளவு பேர் வருவார்களென்று எவரும் திட்டமாகச் சொல்ல முடியாது. வெகு சீக்கிரத்தில் கடுங்குளிராக இருக்கும். அதற்குமுன் நாம் இறந்தாலும் சரி இந்தச் சதுப்புநிலத்தை தேவைப்படி வெட்டியாக வேண்டும். அதற்குப்பின் எதுவும் நடைபெறாது. டவுனில் இருக்கும் தோழர்கள் விஷமிகளைக் கவனித்துக் கொள்ளட்டும். நாம் நமது வேகத்தை இரட்டிப்பாக்குவோம். செத்தாலும் சரி, ரயில் பாதையை அமைத்தே தீருவோமென்று கங்கணம் கட்டிக் கொண்டு, காரியத்தைச் செய்வோம். அப்பொழுதுதான், நாம் போல்ஷெவிக்குகளாவோம்."

தோக்கரெவின் கரகரப்பான, கனத்த குரலில் ஒரு உறுதிப்பாடு தொனித்தது. அடர்ந்த புருவங்களின் கீழ் இருந்த அவனது கண்களில் மனவுறுதியும் பிடிவாதமும் ஒளிவீசியது.

"இன்றைய தினம் ஒரு பிரத்தியேகக் கூட்டம் நடத்திக் கட்சி அங்கத்தினருக்குச் சேதியைத் தெரிவிப்போம். நாளைக்குக் காலையில் கட்சியைச் சேராதவர்கள் போகட்டும். மற்றவர்கள் இங்கேயே இருந்து வேலையை முடிப்போம். இதோ, மாகாணக் கம்ஸமோல் கமிட்டியின் முடிவு" என்று கூறிக்கொண்டே கிழவன் நான்காக மடித்த காகிதம் ஒன்றைப் பன்கிராத்தவிடம் கொடுத்தான்.

பாவெல் பன்கிராத்தவின் கையிலிருந்த கடிதத்தைத் தனக்குள் படித்துக் கொண்டான்.

"நிலைமை நெருக்கடியாயிருக்கிறது; எனவே, கம்ஸமோல் அங்கத்தினர் அனைவரும் தொடர்ந்து வேலை செய்ய வேண்டும். முதலாவது விறகு வண்டி டவுனுக்கு வரும்வரை, அவர்கள் வேலையைத் தொடர்ந்து செய்ய வேண்டும். கையொப்பம் : ரீ. உஸ்தினோவிச், மாகாணக் கமிட்டியின் செயலாளர் சார்பில்" என்று அந்தக் கடிதத்தில் எழுதியிருந்தது.

பராக்கில் நிறையக் கூட்டம். அந்தக் குறுகிய இடத்தில், நூற்று இருபது பேர் குவிந்தனர். பலர் சுவர்மீது சாய்ந்து கொண்டு மேஜை மீது நின்றனர். சிலர் சமையலறையில் உட்கார்ந்திருந்தனர்.

பன்கிராத்தவ் கூட்டத்தைத் துவக்கி வைத்தான். பிறகு தோக்கரெவ் ஒரு சுருக்கமான உரையை நிகழ்த்தினான். அதன் முடிவில் அவன் சொன்னான் :

"கம்யூனிஸ்டுகளும் கம்ஸமோல் உறுப்பினர்களும் நாளைக்கு

வேலையை விட்டுச் செல்லக்கூடாது" என்று அறிவித்தான். ஒரு வெடி குண்டு விழுந்ததைப் போலக் கூட்டத்தினர் அதிர்ச்சி அடைந்தனர்.

அந்த அறிவிப்பு இறுதியான முடிவு என்பதை வற்புறுத்தும் தோரணையில் கிழவன் தன் உரையை முடித்தான். "இந்த நரகத்தி லிருந்து மீளலாம், டவுனுக்குப் போகலாம், வீட்டுக்குப் போகலாம்" என்றெல்லாம் இளைஞர்கள் கட்டியிருந்த மனக் கோட்டைகளை அது தகர்த்து விட்டது. பலர் கோபமாகப் பேசியதால் உண்டான பேரொலி சில வினாடிகள் ஆதிக்கம் வகித்தது. அந்தச் சந்தடியில், திரிவிளக்கு மங்கி மங்கி எரிந்தது. அந்த அரைகுறை இருளில், குழப்பமும் சந்தடியும் அதிகமாயின. சிலர் தத்தம் விடுகளிலுள்ள வசதிகளைப் பற்றி ஆசையுடன் கூறினார்கள். மற்றவர்கள் கோபங் கொண்டார்கள். முடிந்த அளவுக்கு தாக்குப் பிடித்து வேலை செய்து விடடதாகக் கூறினார்கள். பலர் மௌனமாயிருந்தனர். ஒருவன் மட்டுமே, வேலையை விட்டு விடுவதாகக் கூறினான்.

"நீங்கள் எக்கெடு கெட்டால் எனக்கென்ன?" என்று அவன் ஒரு மூலையிலிருந்து கோபப் பொறி பறக்கக் கத்தினான். "மேலும் ஒருநாள் கூட நான் இங்கு தங்கமாட்டேன். குற்றம் செய்தால், கடுங்காவல் தண்டனை பெற்றுக் கடினமாக உழைக்க வேண்டுமென்பதை நான் புரிய முடியும். ஆனால் நாம் என்ன குற்றம் செய்துவிட்டோம்? இந்தக் கட்டளைக்கு அடிபணியும் முட்டாள்கள் நாம் அல்ல. இந்த முடிவை எடுத்தவர்களே இங்கு வந்து வேலை செய்யட்டும். இந்தச் சகதியில் புரள்வதற்குச் சிலர் விரும்பலாம். ஆனால் சென்றால் மீளாத இந்த வாழ்வை விரயம் செய்யும் எண்ணம் எனக்கு இல்லை. நான் நாளைக்குப் போகிறேன்" என்று அவன் கூறினான்.

ஓக்குனேவுக்குப் பின்னாலிருந்து அந்தக் குரல் வந்தது. பேசியது யாரென்று பார்ப்பதற்காக, ஓக்குனேவ் ஒரு தீக்குச்சியைப் பற்ற வைத்தான். ஆத்திரத்தால் கோணிய முகத்தையும் திறந்த வாயையும் உடைய அவனைத் தீக்குச்சியின் வெளிச்சம் ஒரு வினாடிதான் புலப்படுத்தியது. ஆனால் அந்தக் கணநேரத்திலேயே, அவன் மாகாண உணவு இலாகா கணக்கரின் மகன் என்பதை ஓக்குனேவ் புரிந்து கொண்டுவிட்டான்.

"கையும் களவுமாய்ப் பிடிப்பதாக எண்ணமா? நல்லது. நான் கள்வன் அல்ல; எனக்குப் பயம் இல்லை" என்று அவன் குரைத்தான்.

தீக்குச்சி அணைந்தது. பன்கிராத்தவ் எழுந்து நின்றான்; நிமிர்ந்து நின்றான்.

"இது என்ன பேச்சு? கட்சிக் கடமையைக் கடின உழைப்புத்

தண்டனையுடன் ஒத்திட்டுப் பேசும் துணிச்சல் எவருக்கு ஏற்படலாம்?" என்று அவன் மந்தமான குரலில் கூறினான். முன்வரிசைகளில் இருந்தவர்களைச் செந்தழல் விழிகளால் நோக்கிக்கொண்டே, அவன் மேலும் பேசினான் : "முடியாது, தோழர்களே, நாம் டவுனுக்குப் போக முடியாது. இதுதான் நமக்கு உரிய இடம். நாம் இப்பொழுது ஓடிவிட்டால், ஊர்ஜனங்கள் கடுங்குளிரில் விறைத்துச் சாவார்கள். எவ்வளவு துரிதமாக வேலையை முடிக்கிறோமோ, அவ்வளவு சீக்கிரம் வீட்டுக்குப் போவோம். பின்னால் உள்ள சிணுங்கியைப் போல ஓடுவதென்பது நம் லட்சியத்துக்கும் கொள்கைக்கும் கட்டுப்பாட்டுக்கும் குழிபறிக்கும் செயலாகும்."

துறைமுகத் தொழிலாளியான பன்கிராத்தவ் நீண்ட பிரசங்கம் செய்வதை வெறுப்பவன். ஆனால் இந்தச் சுருக்கமான பேச்சைக்கூடப் பழைய கோபக்குரல் இடைமறித்தது.

"கட்சியில் இல்லாதவர்கள் ஊருக்குப் போகிறார்கள் அல்லவா?" என்று அந்தக் குரல் வினவியது.

"ஆம்" என்றான் பன்கிராத்தவ்.

ஒரு குட்டையான மேல்கோட்டை அணிந்த இளைஞன் கூட்டத்தைத் தள்ளி வழி செய்துகொண்டு முன்னால் வந்தான். ஒரு கம்ஸமோல் கார்டு வௌவால் மாதிரிப் பறந்து வந்து பன்கிராத்தவின் மார்பைத் தாக்கி மேஜைமீது விழுந்து செங்குத்தாக நின்றது.

"அதோ என் கார்டு; எடுத்துக்கொள். இந்த அட்டைத்துண்டுக்காக நான் என் உடல்நலத்தைக் கெடுத்துக் கொள்ள மாட்டேன்!"

அவனது கடைசி வார்த்தைகளைக் கேட்க முடியாதவாறு, பல கோபக் குரல்கள் எழுந்தன.

"நீ எதை எறிவதாக எண்ணுகிறாய்?"

"துரோகி! முறை தப்பிப் பிறந்த பயலே!"

"சுகவாழ்வு நடத்தலாமென்று கம்ஸமோலுக்கு வந்த பயல்!"

"வெளியே தள்ளு!"

"அந்தப் பேனைப் பிடித்து நசுக்குகிறேன், பார்."

அந்த ஓடுகாலி தலையைத் தாழ்த்திக்கொண்டு, வெளியேறினான். குஷ்டரோகியைக் கண்டால் ஒதுங்குவதைப் போல நகர்ந்துகொண்டு, அவன் வெளியேறுவதற்கு அவர்கள் வழி செய்தார்கள். அவன் அந்த பாரக்கை விட்டுச்சென்றதும், அதன் கதவு கிரீச் என்ற சத்தத்துடன் மீண்டும் மூடியது.

எறியப்பட்ட அங்கத்தினர் சீட்டை எடுத்து, எண்ணெய் விளக்கின் ஜுவாலையில் காட்டினான் பன்கிராத்தவ்.

அந்த அட்டையில் தீப்பிடித்துக் கொண்டது. அது எரியும்பொழுதே சுருண்டது.

காட்டில் துப்பாக்கி வேட்டுச் சத்தம் கேட்டது. ஒரு குதிரைக்காரன் இடிந்து கிடந்த கட்டிடத்திலிருந்து திரும்பிக் காட்டின் இருளுக்குள் மறைந்தான். ஒரு வினாடிக்குப்பின், பலர் அக்கட்டிடத்திலிருந்தும் பள்ளிக்கூடக் கட்டிடத்திலிருந்தும் ஓடிவந்தனர். யாரோ ஒருவன், கதவு நிலையில் புதிதாகப் பொருத்தப்பட்டிருந்த சிறிய ஒட்டுப் பலகை ஒன்றில் மோதிக்கொண்டான். யாரோ ஒருவன் தீக்குச்சியைக் கொளுத்தினான். காற்றில் ஆடிக்கொண்டிருந்த அதன் ஜ்வாலையை நன்றாக ஆடை விளம்புகளால் போற்றிக் கொண்டு, பலகையில் பொறித்திருந்த வாசகத்தைப் படித்தனர்.

“இங்கிருந்து ஒழியுங்கள். உங்கள் ஊருக்கு உடனே ஓடுங்கள். அப்படிச் செய்யாவிட்டால், ஒவ்வொருவனையும் சுட்டுக்கொல்வோம். வெளியேறுவதற்கு, நாளை இரவு வரை அவகாசம் கொடுக்கிறேன். தலைவன் செஸ்னோக்” என்று அதில் எழுதியிருந்தது.

செஸ்னோக், ஓர்லிக்கின் கூட்டத்தைச் சேர்ந்தவன்.

ரீத்தாவின் அறையில், மேஜையின்மீது ஒரு நாட்குறிப்பு திறந்து கிடக்கிறது.

டிசம்பர் 2

“இந்த ஆண்டில் முதன்முதலாக, இன்று காலை வெண்பனி பெய்தது. குளிர் கடுமையாக உள்ளது. நான் ஓல்ஷீன்ஸ்கியைப் படிக்கட்டில் சந்தித்தேன். இருவரும் வீதியில் சேர்ந்து நடந்தோம்.

அவன் கூறினான் : ‘முதலில் பெய்யும் வெண்பனி என்றால் எனக்கு ரொம்பப் பிடித்தம். ஒரே குளிராக இருக்கிறது. இது இன்பமாக இல்லையா?’

ஆனால் நான் போயர்க்காவைப் பற்றிச் சிந்தித்துக் கொண்டிருந்தேன். இந்த வெண்பனியும் கடுங்குளிரும் எனக்கு மகிழ்ச்சி தரவில்லையென்றும், அவை என் உள்ளத்தைச் சோர்வடையச் செய்கின்றன என்றும் நான் அவனிடம் கூறினேன். காரணத்தையும் விளக்கினேன்.

அவன் பதில் அளித்தான் : 'இது வெறும் தன்வயப்பட்ட வாதம். இந்த அடிப்படையில் வாதிப்பதென்றால், யுத்தகாலத்தில் எல்லா வகைப்பட்ட இன்பத்தையும் உல்லாசமான பொழுதுபோக்கையும் தடை செய்ய வேண்டும். ஆனால் வாழ்வு அம்மாதிரி அமையவில்லை. போர்முனையில்தான் துன்பமும் துயரமும் நிறைந்திருக்கின்றன. அங்கு, மரணத்தின் நுழைவாயிலில் வாழ்வு ஒடுங்கி விடுகிறது. அங்குகூட ஜனங்கள் சிரிக்கிறார்கள். போர்முனைக்கு அப்பால், வாழ்வு எப்பொழுதும் போல் நிகழ்ந்து கொண்டிருக்கிறது; ஜனங்கள் சிரிக்கிறார்கள்; அழுகிறார்கள்; துன்புறுகிறார்கள்; இன்புறுகிறார்கள்; காதல் புரிகிறார்கள்; உல்லாசமான பொழுதுபோக்கையும் இன்பக் கேளிக்கையையும் ஆனந்த கிளர்ச்சியையும் நாடுகிறார்கள்.'

ஓல்ஷீன்ஸ்கியின் பேச்சில் கிண்டலோ குத்தலோ தொனிக்க வில்லை. அவன் அயல்நாட்டு விவகார கமிஸார் இலாகாவின் பிரதிநிதி. 1917லிருந்து கட்சியில் இருக்கிறான். எப்பொழுதும், நன்றாக ஆடையுடுத்திக் கொள்கிறான். தூய்மையாக சவரம் செய்துகொண்ட முகத்துடன் காட்சியளிக்கிறான்; அவனிடம் ஒரு மென்மையான நறுமணமும் வீசுகிறது. எங்கள் வீட்டில் ஸெகாலின் அறையில் வசிக் கிறான். சில சந்தர்ப்பங்களில், மாலை நேரத்தில், என்னைப் பார்ப் பதற்கு வருகிறான். அவனுடன் பேசுவது மிகவும் சுவையுள்ளதாக இருக்கிறது. அவனுக்கு ஐரோப்பாவைப் பற்றி நிறையத் தெரிந்தி ருக்கிறது; பல ஆண்டுகள் பாரிஸில் வசித்தவன். ஆனால் அவனும் நானும் நல்ல நண்பர்களாக இருக்கமுடியுமா என்பதில் எனக்குச் சந்தேகம்தான். ஏனென்றால், அவன் என்னை முதன்மையாக ஒரு பெண்ணாகவே மதிக்கிறான். நான் அவனுடைய கட்சித் தோழர் என்பது அவனுக்கு இரண்டாம் பட்சமான விஷயமாகும். அவன் தன்னுடைய உணர்ச்சிகளையும் கருத்துக்களையும் மூடிமறைக்க முயற்சிப்பதில்லை என்பது மெய். மனதில் பட்டதைத் தைரியமாக எடுத்துரைக்கிறான். அவனது நடத்தையில் விரசமான அம்சம் எதுவும் இல்லை. அதில் ஒரு வகையான அழகைக்கூட அமைத்து விடுகிறான். எனினும், எனக்கு அவனைப் பிடிக்கவில்லை.

கடுமையாகத் தோற்றமளிக்கும் பியோதரின் எளிமை, ஓல்ஷீன் ஸ்கின் நயக்கத்தக்க ஐரோப்பிய நடையைவிட உயர்ந்ததாக எனக்குத் தோன்றுகிறது.

போயர்க்காவிலிருந்து ரத்தினச் சுருக்கமான அறிக்கைகளில் சேதி கள் வந்துகொண்டிருக்கின்றன. தினந்தோறும் வேலை சுறுசுறுப்பாக நடைபெறுகிறது. உறைந்துபோன பூமியில் ஆழமில்லாத பாத்தி களை வெட்டிக் கிடைப்பலகைகளை அமைத்துக் கொண்டிருக்

கிறார்கள். இருநூற்று நாற்பது பேர்தான் வேலை செய்து கொண்டிருக்கின்றனர். புதிதாகப் போக வேண்டிய நபர்களில் பாதிப் பேர் போக மறுத்துவிட்டனர். அங்கு உள்ள நிலைமைகள் பயங்கரமாக இருக்கின்றன. அவர்கள் இந்தக் கடுங்குளிரில் எப்படித்தான் வேலை செய்வார்கள் என்பதை என்னால் கற்பனை செய்ய முடியவில்லை. துபாவா அங்கு போய் ஒரு வாரமாகிவிட்டது. அவர்கள் பூஷ்சா-வாதீத்ஸாவில் இருந்த எட்டு எஞ்சின்களில் ஐந்தைத்தான் பழுது பார்த்துச் சீரமைத்தார்கள். மீதி மூன்று எஞ்சின்களின் சீரமைப்புக்குத் தேவையான பாகங்கள் கிடைக்கவில்லை.

டிராம் போக்குவரத்து அதிகாரிகள் துபாவாமீது குற்றம் சாட்டியிருக்கின்றனர். அவனும் அவனது குழுவும், நகரத்துக்குச் சென்ற டிராம் வண்டிகள் எல்லாவற்றையும் தடுத்து நிறுத்தினர். பூஷ்சா-வாதீத்ஸாவிலிருந்து டவுனுக்கு ஓடிக்கொண்டிருந்த அந்த வண்டிகளில் இருந்த பிரயாணிகளை இறக்கிவிட்டு, அவற்றில் தண்டவாளங்களை ஏற்றிக்கொண்டு போனார்கள். அவர்கள் தண்டவாளங்களை ஏற்றிய பத்தொன்பது வண்டிகளை டிராம் பாதை வழியாக டவுனில் உள்ள ரயில்வே ஸ்டேஷனுக்குக் கொண்டு வந்தனர். டிராம் ஓட்டிகள் மகிழ்ச்சியுடன் உதவினர்.

டவுனில் மிஞ்சியிருக்கும் ஸாலோமென்கா கம்ஸமோல் தோழர்கள் தண்டவாளங்களை ரயில் பெட்டிகளில் ஏற்றுவதில் இரவெல்லாம் ஈடுபட்டார்கள். அதன்பின் துபாவாவின் குழு போயர்க்காவுக்குச் சென்றது.

துபாவாவின் நடத்தையைக் கம்ஸமோல் தலைமைக் குழுவில் விவாதிக்க வேண்டுமென்ற யோசனையை அக்கீம் நிராகரித்தான். டிராம் கார் நிர்வாகத்தில் உள்ள அலுவலகச் சடங்குகளைப் பற்றியும் சிவப்பு நாடா முறைகளைப் பற்றியும் துபாவா எங்களிடம் கூறியிருக்கிறான். அந்த நிர்வாகிகள் தண்டவாளங்களை ஏற்றிச் செல்வதற்கு இரண்டு வண்டிகள்தான் தருவோமென்று கூறினார்கள்.

எனினும், தனியாகப் பேசும்பொழுது, துப்தா துபாவாவைக் கடிந்து கொண்டான். ‘இந்தப் பார்ட்டிஸான் வித்தைகளைக் கைவிட்டு விடு. இல்லாவிட்டால், சிறைவாசத் துன்பத்தை ஏற்க நேரிடும். உண்மையில், நீ துப்பாக்கியைக் காட்டிப் பயமுறுத்தாமல், ஒரு உடன்பாட்டுக்கு வந்திருக்க வேண்டும்; அது நிச்சயம் சாத்தியப்பட்டிருக்கும்’ என்று அவன் துபாவாவிடம் கூறினான்.

இதைக் கேட்டுத் துபாவா கொதித்து எழுந்தான். அவன் இம்மாதிரி ஆத்திரப்பட்டு நான் கண்டதில்லை.

அவன் இடிமுழக்கம் செய்தான். 'உருப்படாத பேனாப் புலி! நீயே அவர்களுடன் பேசிப் பார்ப்பதுதானே? உனக்கு என்ன தெரியும்? நாற்காலிக்குச் சூடேற்றிக் கொண்டு உட்கார்ந்திருக்கத் தெரியும்; நாக்கை நீட்டி முழக்கிப் பேசத் தெரியும். அந்தத் தண்டவாளங்கள் இல்லாமல் நான் எப்படி போயர்க்காவுக்குப் போவதென்று நினைக்கிறாய்? இங்கு ஊர் சுற்றிக்கொண்டு ஒவ்வொருவர் விஷயத்திலும் தலையிட்டுக் கொண்டிருப்பதைக் காட்டிலும், அங்குப் போய் பயனுள்ள வேலை செய்தாயானால் நலமாயிருக்கும். தோக்கரெவ் உனக்குக் கொஞ்சம் அறிவு புகட்டுவார்!' துபாவா உரக்கப் பேசியதால், கட்டிடம் முழுவதும் அவனது பேச்சுக் கேட்டது.

துப்தா துபாவாவுக்கு எதிராக ஒரு புகார் எழுதினான். ஆனால் அக்கீம் என்னை அறையைவிட்டுப் போகச் சொல்லிவிட்டு, துப்தா வுடன் பத்து நிமிஷம் தனியாகப் பேசினான். அதன்பின் துப்தா எள்ளும் கொள்ளும் வெடிக்கும் முகத்துடன் வெளியே வந்தான்."

டிசம்பர் 3

"மாகாணக் கமிட்டியிடம் இன்னொரு புகார் வந்திருக்கிறது. இது போக்குவரத்துச் செக்காவிடமிருந்து வந்திருக்கிறது. பன்கிராத்தவ், ஒக்குனேவ் முதலிய சில தோழர்கள் மோத்தவீ லோவ்க்கா ஸ்டேஷ னுக்குச் சென்று அங்குக் காலியாகக் கிடந்த கட்டிடங்களிலிருந்து சகல கதவுகளையும் ஜன்னல்களையும் அகற்றிக்கொண்டு போய் விட்டார்களாம். அவர்கள் அவற்றையெல்லாம் ஒரு சாமான் ரயிலில் ஏற்றிய பொழுது, ஸ்டேஷன் செக்கா ஊழியன் அவர்களைக் கைது செய்ய முயன்றான். அவனை நிராயுதபாணியாக்கிவிட்டார்கள். டிரெயின் கிளம்பிய பிறகே அவனது கைத்துப்பாக்கியில் இருந்த தோட்டாக்களை பறித்துக்கொண்டு, அந்த வெறும் துப்பாக்கியையும் கொடுத்தார்கள். ஆகக்கூடி, கதவுகளையும் ஜன்னல் சட்டங்களையும் கொண்டு போய் விட்டார்கள்.

போயர்க்கா ரயில்வே சேமிப்புக் கிடங்கிலிருந்து முந்நூற்று கிலோ கிராம் ஆணியை எடுத்துக் கொண்டு போய்விட்டதாக, ரயில்வே சப்ளை இலாகா தோக்கரெவ் மீது குற்றம் சாட்டியிருக்கிறது. தண்ட வாளங்களுக்கு அடியில் அமைப்பதற்கான கிடைப்பலகைகளாக உபயோகிப்பதற்கு விவசாயிகள் மரங்களை இழுத்துக் கொண்டு வந்தார்கள். அதற்குக் கூலியாக அவர்களுக்கு தோக்கரெவ் அந்த ஆணிகளைக் கொடுத்துவிட்டார்.

இந்தப் புகார்களைப் பற்றியெல்லாம் நான் ஹுஷ்ராயுடன் பேசினேன். ஆனால் அவர் சிரித்தார். 'இதைப்பற்றியெல்லாம் நாங்கள் கவனித்துக் கொள்கிறோம்!' என்று சொன்னார்.

இருப்புப் பாதை நிர்மாணிக்கும் இடத்தில் நெருக்கடிதான். நேரம் நமக்குத் தங்கம். ஒவ்வொரு சிறு விஷயத்துக்கும் நாங்கள் இங்கு நிர்ப்பந்தம் செய்து முட்டுக்கட்டைகளை அகற்ற வேண்டியிருக்கிறது. முட்டுக்கட்டை போடுவோரை நாங்கள் அடிக்கடி மாகாணக் கமிட்டிக்கு முன் கூட்டிவைத்துப் பேச வேண்டியிருக்கிறது. அங்கே, வேலை நடக்கும் இடத்தில், இளைஞர்கள் மென்மேலும் அதிகமாக நடைமுறை விதிகளை மீறிக்கொண்டு வருகிறார்கள்.

ஓல்ஷீன்ஸ்கிய் எனக்கு ஒரு சிறிய மின்சார அடுப்புக் கொடுத்திருக்கிறான். நானும் ஓல்காவும் அதில் எங்கள் கைகளுக்குச் சூடு காட்டுகிறோம். ஆனால் அந்த அடுப்பு எரிவதால் அறை கதகதப்பாகவில்லை. இந்தக் கடுமையாக குளிர் இரவை, காட்டில் உள்ள தோழர்கள் எப்படித்தான் சகித்துக் கொள்கிறார்களோ எனக்கு வியப்பாயிருக்கிறது. ஆஸ்பத்திரியில் குளிர் அதிகமாக இருப்பதால், நோயாளிகள் போர்த்திக்கொண்டிருக்கும் கம்பளியை அகற்றிவிட்டு வெளிவர மறுக்கின்றனர் என்று ஓல்கா கூறுகிறாள். இரண்டு நாளைக்கு ஒருமுறைதான் ஆஸ்பத்திரியில் அடுப்புத் தீ மூலம் வெப்பம் உண்டாக்குகிறார்கள்.

இல்லை, தோழர் ஓல்ஷீன்ஸ்கிய், போர்முனையின் முன்னணியிலுள்ள சோகம் பின்னணியிலும் உண்டு' என்று சொல்ல விரும்புகிறேன்!"

டிசம்பர் 4

"இரவெல்லாம் வெண்பனி பெய்தது. எங்கும் பனி குவிந்து கிடப்பதால், பாதையின் பனியை அகற்றுவதற்காக, இதர வேலைகளை நிறுத்தி வைத்திருப்பதாகப் போயர்க்காவிலிருந்து எழுதுகிறார்கள். மரவெட்டும் இடத்தின் துவக்கம் வரையுள்ள பகுதியில் 1922 ஜனவரி முதல் தேதிக்கு முன் இருப்புப் பாதை அமைத்துவிட வேண்டுமென்று மாகாணக் கமிட்டி முடிவு செய்திருக்கிறது. இந்த முடிவு போயர்க்காவில் தெரிவிக்கப்பட்டவுடன், 'நாங்கள் பனியில் உறைந்து சாகாவிட்டால், இதைச் செய்து முடிப்போம்' என்று தோக்கரெவ் கூறினாராம்.

பாவெலைப் பற்றி ஒரு தகவலும் இல்லை. பன்கிராத்தவ் 'வழக்கு' மாதிரி எந்தப் புகாரிலும் அவன் சிக்கவில்லை! இது வியப்பதற்குரிய

விஷயம்தான். அவன் ஏன் என்னிடமிருந்து ஒதுங்குகிறான் என்பது எனக்கு இன்னும் புரியவில்லை."

டிசம்பர் 5

"நேற்று, இருப்புப் பாதை வேலை நடக்குமிடத்தில் கொள்ளைக் கூட்டத்தாரின் தாக்குதல் நடைபெற்றது."

குதிரைகள் மென்மையான, எளிதில் விட்டுக் கொடுக்கக்கூடிய பனியில் வெகு கவனமாகக் கால்களை எடுத்து வைத்தன. இடை யிடையே, வெண்பனியில் விழுந்து மறைந்து கிடந்த மரக்கிளை, ஏதாவது ஒரு குதிரையின் குளம்பைக் குத்தவே. அது துள்ளிச் சீறிப் பின்தங்கியதுண்டு. ஆனால் குதிரைப்பாகன் கொடுத்த அடி, அதை இதரக் குதிரைகளுக்குப் பின் ஓடச் செய்தது.

சுமார் ஒரு டஜன் குதிரையேற்றக்காரர்கள் குன்று ஒன்றின் முகட்டைத் தாண்டினார்கள். அதற்கும் அப்பால், வெண்பனி மூடாத கரிய செய்கரையை அடைந்தார்கள். அங்கு அவர்கள் தம் குதிரை களை நிறுத்தினார்கள். சேணங்களின் மிதியடிகள் ஒன்றோடொன்று உராய்ந்து கொண்டு கிணுகிணுத்தன. முன்னே நின்றுகொண்டிருந்த வனின் குதிரை, நீண்ட தூர ஓட்டத்தின் காரணத்தால் வியர்த்துப் போயிருந்த அக்குதிரை, தன் முழு உடலையும் சப்தத்துடன் ஆட்டியது.

'முதல்வன்' உக்ரேனிய மொழியில் பேசினான் :

"இங்கு அவர்கள் அநேகர் இருக்கிறார்கள். அவர்களுக்கு நல்ல பாடம் கற்பிக்க வேண்டும். நாளைக்குள் இவர்களை இந்த இடத்தை விட்டு விரட்ட வேண்டுமென்று தலைவர் கூறினார். அவர்கள் நெருங்கி விட்டார்கள்..."

அக்கொள்ளைக்காரர்கள் ஸ்டேஷனை நோக்கி, ஒருவர் பின் ஒருவ ராகக் குதிரை மீது சென்றனர்; குறும்பாதையாக அமைந்துள்ள இருப்புப் பாதையை ஒட்டினாற்போலச் சென்றனர். பழைய பள்ளிக் கட்டிடத்துக்கு முன்னால் உள்ள வெளிக்கு அருகில் வந்தவுடன் அவர்கள் மெதுவாகவே குதிரைகளை நடத்தினார்கள். திறந்தவெளிக் குள் போகாமல் அவர்கள் மரங்களுக்குப் பின்னால் தங்கிவிட்டார்கள்.

இரவின் அமைதியை வெடி முழக்கம் குலைத்தது. வெண்மதியின் ஒளியில் வெள்ளியைப் போலப் பிரகாசித்த பிர்ச் மரத்தின் கிளையி லிருந்து, அணில் விழுவதைப் போல வெண்பனிக் கட்டி விழுந்தது. துப்பாக்கிகள் கக்கிய தீ மரங்களிடையே மின்னியது. குண்டுகள்

காரையைச் சிதறடித்துக்கொண்டு, சுவர்களை ஊடுருவின. பன்கிராத்த வால் கொண்டுவரப்பட்ட ஜன்னல் கண்ணாடிகள் சிதறுண்ட பொழுது, கண்ணாடி தூளாகிய ஒலி கேட்டது.

குண்டு வெடிக்கும் ஒலி கான்கிரீட் தளத்தில் படுத்திருந்தவர்களை எழுப்பியது; அவர்களை எழுந்து நிற்கச் செய்தது. ஆனால் அறையில் ஆட்கொல்லிப் பூச்சிகளான குண்டுகள் பறந்த பொழுது, அச்சம் அவர்களை மறுபடியும் தரையில் படுக்க வைத்தது.

ஓடிக்கொண்டிருந்த பாவெலின் கோட்டைத் துபாவா பிடித்துக் கொண்டான்.

“எங்கே போகிறாய்?” என்று கேட்டான்.

“வெளியே!” என்றான் பாவெல்.

“முட்டாள்! கீழே விழு! வெளியே தலையை நீட்டினால் சீவி விடுவார்கள்” என்று துபாவா சீறினான்.

பாவெலும் துபாவாவும் கதவுக்கு அருகில் அடுத்தடுத்துக் கிடந் தனர். துபாவா உடலை நீட்டிக் கொண்டான்; கைத்துப்பாக்கியைக் கதவுக்கு நேராகக் குறிவைத்துப் பிடித்துக் கொண்டிருந்தான். பாவெல் குத்திட்டு உட்கார்ந்துகொண்டே, தன் கைத்துப்பாக்கியை விரல் களால் வருடிக்கொண்டு அதில் உள்ள குண்டுகளை எண்ணத் தொடங்கினான்.

திடீரென்று துப்பாக்கிப் பிரயோகம் நின்றது. அமைதி நிலவியது. ஆனால் அடுத்து என்ன நடக்குமோ என்று எல்லோரும் திகிலடைந் திருந்தனர்.

“ஆயுதம் உள்ளவர் என்னுடன் வருக!” என்று துபாவா கரகரத்த குரலில் தாழ்ந்த சுருதியில் கட்டளை பிறப்பித்தான்.

பாவெல் முன்னெச்சரிக்கையுடன் கதவைத் திறந்தான். முன்னா லிருந்த மைதானம் வெறிச்சென்று இருந்தது. வெண்பனி சிதள்கள் சப்தமில்லாமல் காற்றில் சுழன்ற வண்ணம் தரையில் மெதுவாக விழுந்து கொண்டிருந்தன.

காட்டில் பத்துக் கொள்ளைக்காரர்கள் தமது குதிரைகளைச் சவுக்காலடித்து விரட்டிக் கொண்டிருந்தார்கள்.

மறுநாள், ஒரு டிராலி வண்டி நகரிலிருந்து வந்தது. அதிலிருந்து இறங்கிய பியோதரையும் அக்கீமையும் தோக்கரெவும் கோல்யாவாவும் சந்தித்தனர். ஒரு ‘மாக்ஸிம்’ இயந்திரத் துப்பாக்கியும் அதற்குரிய

தோட்டா பெல்ட்டுகள் அடங்கிய சில பெட்டிகளும் இரண்டு டஜன் துப்பாக்கிகளும் பிளாட்பாரத்தில் இறக்கப்பட்டன.

அவர்கள் நிர்மாண வேலை நடந்த இடத்துக்கு விரைந்தனர். பியோதர் தரித்திருந்த நீண்ட ராணுவ மேல்கோட்டின் கரைவிளிம்பு வெண்பனியில் கோணல் மாணலான கோட்டை வரைந்து கொண்டே சென்றது. அவன் இப்பொழுதும் ஆடிக் குலுங்கிக் கொண்டுதான் நடந்தான். நாசகாரிக் கப்பலின் மேல்தட்டில் நடைபோடும் மாலுமியைப் போலவே நடந்தான். நீண்ட கால்களை உடைய அக்கீம், பியோதருடன் நடந்தான். ஆனால் தோக்கரெவின் நடை வேகம் குறைவாயிருந்ததால், அவன் அடிக்கடி அவர்களை ஓடிப் பிடிக்க வேண்டியிருந்தது.

தோக்கரெவ் பேசினான் :

"கொள்ளைக் கூட்டத்தாரின் படையெடுப்பையும் விடப் பெரிய தொல்லை ஒன்று காத்திருக்கிறது. இருப்புப் பாதை போடும் வழியில் ஒரு இடத்தில் நிலம் மேடாக உயர்ந்திருக்கிறது. இந்த மேட்டைச் சமனப்படுத்துவதென்றால், அதிகப்படியாக வெட்டு வேலை செய்ய வேண்டும்."

கிழவன் தன் பேச்சை நிறுத்தினான்; காற்றடித்த திசையிலிருந்து திரும்பினான்; தீக்குச்சியைக் கொளுத்தினான். கையைக் கிண்ண மாக்கித் தீயைக் காப்பாற்றி சிகரெட்டைப் பற்ற வைத்தான். கொஞ்சம் புகைபிடித்த பின், அவன் பிறருடன் சேர்வதற்காக விரைந்து நடந் தான். அக்கீம் அவனுக்காகக் காத்திருந்தான். ஆனால் பியோதர் முந்திச் சென்றுவிட்டான்.

"இந்த இருப்புப்பாதை அமைக்கும் வேலையைக் காலத்தில் முடிக்க முடியுமா?" என்று அக்கீம் தோக்கரெவைக் கேட்டான்.

கிழவன் பதில் உரைப்பதற்கு முன் சற்று நிதானித்தான். இறுதியாக, அவன் சொன்னான் :

"மகனே! நிலைமை இதுதான் : பொதுவாகச் சொல்லப் போனால், இந்த வேலையை முடிக்க முடியாது. ஆனால் முடிக்காமலும் இருக்க முடியாது. அதனால் இவ்வளவு கஷ்டம்."

அவர்கள் இருவரும் பியோதரை அடைந்து விட்டார்கள். மூவரும் சேர்ந்தாற்போல நடந்தார்கள்.

தோக்கரெவ் ஊக்கத்துடன் பேசினான் :

"இதுதான் நிலைமை : இந்தச் சுற்றுச் சார்பில், நமது குறைந்த தளவாட பலத்துடனும் ஆள்பலத்துடனும் இந்தக் காரியத்தைச்

சாதிக்க முடியாது. ஆனால் இந்த உண்மை பத்தோஷ்கினுக்கும் எனக்கும்தான் தெரியும். என்ன ஆனாலும் சரி, இருப்புப்பாதையை அமைத்துத் தானாக வேண்டுமென்பதையே மற்றவர்கள் அறிவார்கள். அதனால்தான், 'நாங்கள் பனியில் உறைந்து சாகாவிட்டால், இதைச் செய்து முடிப்போம்' என்று கூறினேன். நீங்களே நிலைமையைக் கணித்துப் பாருங்கள். ஒரு மாதத்துக்கு மேலாக, இங்கு உயிரை விட்டுக் கொண்டிருக்கிறோம். இதற்குள், நான்காவது தொகுதியினர் வேலை செய்து முடித்துவிட்டு ஓய்வு எடுக்க வேண்டும். ஆனால் எங்களில் பெரும்பாலோர் தொடக்கத்திலிருந்தே வேலை செய்து வருகிறார்கள். அவர்களது இளமையே அவர்களுக்கு இந்த ஊக்கத்தையும் உறுதியையும் அளித்திருக்கிறது. ஆனால் அவர்களில் பாதிப் பேருக்கு ஜலதோஷம் பிடித்துவிட்டது. அவர்களைப் பார்த்தால், மனம் வேதனை அடைகிறது. அருமையான இளைஞர்கள்; இவர்களைவிட உயர்ந்தவர் எவருமில்லை. ஆனால் இந்தச் சாபக்கேடு அடைந்த இடம், அவர்களில் சிலருக்காவது சவக்குழியாகிவிடும் போல் இருக்கிறது."

ஸ்டேஷனிலிருந்து ஒரு கிலோமீட்டர் தூரத்துக்குத் தண்டவாளங்கள் அமைக்கப்பட்டிருந்தன. அதற்கு அப்பால், ஒன்றரை கிலோமீட்டர் தூரத்துக்குச் சமதளமாக்கப்பட்ட செய்கரையில் தண்டவாளந்தாங்கிகள் மட்டுமே பொருத்தப்பட்டிருந்தன. அதற்கு அப்பால், மேடாக உள்ள இடம்வரை, சமன்படுத்தப்பட்ட பாதை மட்டிலும் புலப்பட்டது.

இந்தப் பகுதியில்தான், பன்கிராத்தவின் கோஷ்டி வேலை செய்து கொண்டிருந்தது. நாற்பது பேர் ஸ்லீப்பர் தண்டவாளந்தாங்கிகளைப் பொருத்திக் கொண்டிருந்தனர். மரப்பட்டைகளால் பின்னப்பட்ட புதிதான செருப்பை அணிந்த செந்தாடி விவசாயி ஒருவன், மரக் கட்டைகளைப் பாதையில் இறக்கிக் கொண்டிருந்தான். இதேபோல, மேலும் பல ஸ்லெட்ஜ் வண்டிகளிலிருந்து சிலர் மரக்கட்டைகளை இறக்கிக் கொண்டிருந்தனர். இரண்டு நீளமான இரும்புத் தடிகள் தரைமீது கிடந்தன. அவை ஸ்லீப்பர்களின் மட்டத்தைச் சமனப் படுத்துவதற்குப் பயன்பட்டன. கடப்பாறைகளும் மண்வெட்டிகளும் அடிப்பாரத்தை இடித்துச் சீர் செய்வதற்கு உபயோகிக்கப்பட்டன.

ரயில்வே ஸ்லீப்பர்களை அமைக்கும் வேலை கடினமானது. நிதானமாகச் செய்ய வேண்டிய வேலை. தண்டவாளங்கள் ஒரு சீராகப் பதியும் வகையில், ஸ்லீப்பர் கட்டைகள் பூமியில் உறுதியாகப் பொருத்தப்படல் வேண்டும்.

ஸ்லீப்பர்களை அமைக்கும் வேலையை அந்தக் கோஷ்டியில் ஒருவனே அறிந்திருந்தான். அவன்தான் லைன் போர்மென் லாகூத்தீன். தால்யாவின் தந்தையாகிய அவனுக்கு வயது 54. நடுவில் பிரிந்து நின்ற தாடியை உடையவன். அவனது தாடி கன்னங்கரியதாயிருந்தது; தலைச் சிகையில்கூட ஒரு வெள்ளி மயிரைக் காண முடியாது. இந்த வேலை துவக்கப்பட்டதிலிருந்தே அவன் போயர்க்காவில் வேலை செய்து வந்தான். இளைஞர்களுக்குச் சமமாகச் சகல கஷ்டங்களையும் பகிர்ந்துகொண்டு பாடுபட்டான். சகலருடைய நன்மதிப்புக்கும் பாத்திரமாயிருந்தான். அவன் கம்யூனிஸ்ட் கட்சியின் உறுப்பினன் அல்ல; ஆனால் அவனுக்கு உயர்வு அளிக்க எந்தக் கட்சி மாநாடும் தவறியதில்லை. அவன் தனக்கு அளிக்கப்பட்ட உயர்வை எண்ணி உவகை கெண்டான். வேலை முடியும் வரை போயர்க்காவிலிருந்து கிளம்ப மாட்டேன் என்று வாக்குறுதியும் கொடுத்திருந்தான்.

"நான் எப்படி உங்களிடம் வேலையை ஒப்படைத்துவிட்டுப் போக முடியும்? அனுபவமுள்ள ஒருவன் உஷாராக மேற்பார்வை செய்யா விட்டால், காரியம் கெட்டுவிடும். பார்க்கப் போனால், என் வாழ் நாளில் எத்தனையோ ஸ்லீப்பர் கட்டைகளை அடித்திருக்கிறேன்! எத்தனை என்று நினைவுபடுத்திக் கொள்ளக்கூட முடியாது!" என்று அவன் முகமலர்ச்சியோடு கூறினான். இவ்வாறு கூறித் தான் நகருக்குப் போகும் பிரச்சினை வந்தால், அதைத் தட்டிக் கழித்து வந்தான். ஆகக் கூடி, அவன் தொடர்ந்து வேலை செய்து வந்தான்.

லாகூத்தின் தனது வேலையை நன்கறிந்தவன் என்பதைப் பத்தோஷ்கின் உணர்ந்திருந்தான். எனவே அவன் இருந்த பகுதியைக் கண்காணிப்பதற்கு அவன் வருவதே அபூர்வமாயிருந்தது. அக்கீம், தோக்கரெவ், பியோதர் ஆகியோர் அங்கு வந்தபொழுது, பன்கிராத்தவ் ஒரு ஸ்லீப்பர் அமைப்பதற்குப் பள்ளம் வெட்டிக் கொண்டிருந்தான். பாடுபட்டு வேலை செய்ததால், அவனது முகம் சிவந்திருந்தது; உடலெல்லாம் வேர்த்துக் கொட்டியது.

அவனை அக்கீமால் அடையாளம் கண்டு கொள்ள முடியவில்லை. பன்கிராத்தவின் எடை ரொம்பக் குறைந்திருந்தது; அவனது அகலமான தாடையும், நன்றாகக் கழுவப்படாத முகமும் கறுத்து மெலிந்து போயிருந்தன.

வெப்பமாகவும் வேர்வையாகவும் இருந்த கரத்தால் அக்கீம் கரத்தைக் குலுக்கிக்கொண்டே, "நன்று, நன்று, பெருந்தலைவர்கள் வந்திருக்கிறார்கள்" என்று அவன் கூறினான்.

மண்வெட்டிகளின் சப்தம் நின்றது. தன்னைச் சுற்றியுள்ள தோழர்களது வெளுத்துக் களைத்த முகங்களை அக்கீம் ஆராய்ந்தான். அவர்களுடைய கோட்டுகளும் சட்டைகளும் பனிமீது தாறுமாறாகக் கிடந்தன.

லாகூத்தினுடன் தோக்கரெவ் சிறிது நேரம் உரையாடினான். அதன்பின் அவன் அக்கீம், பியோதர் ஆகியோருடன், மேட்டை வெட்டும் இடத்துக்குச் சென்றான். பன்கிராத்தவையும் உடன் வரச் சொன்னான். துறைமுகத் தொழிலாளியான அவன் பியோதருடன் நடந்தான்.

"பன்கிராத்தவ், மோத்தவீலோவ்க்காவில் நடந்ததென்ன? செக்கா ஊழியனின் ஆயுதத்தைப் பறித்துக்கொண்டீர்களே, அது அத்துமீறிய செயல் அல்லவா?" என்று பியோதர் அதிகம் பேசாத துறைமுகத் தொழிலாளியைக் கண்டிப்பாக வினவினான்.

பன்கிராத்தவ் பேதையைப் போல இளித்தான். அதன்பின் அவன் கூறினான் :

"பரஸ்பர உடன்பாட்டின் அடிப்படையில் தான் அதெல்லாம் நடந்தது. அவனது ஆயுதத்தைப் பறிமுதல் செய்யும்படி அவனே கூறினான். அவன் நல்லவன். நாங்கள் எங்களுடைய நிலைமையை விளக்கினோம். அவன் கூறினான் : 'உங்களது கஷ்டங்கள் எனக்குப் புரிகிறது. ஆனால் அந்த ஜன்னல்களையும் கதவுகளையும் நீங்கள் எடுத்துச் செல்வதை நான் அனுமதிக்க முடியாது. ரயில்வே சொத்துக்கள் திருடு போவதைத் தடுத்து நிறுத்த வேண்டுமென்று எங்களுக்கு த்ஸெர்ஷீன்ஸ்கியின்* உத்திரவு. ஸ்டேஷன் மாஸ்டர் வேறு என்மீது குறிவைத்திருக்கிறான். அந்த வேசி மகனின் கையாடலுக்கு நான் குறுக்கே நிற்பதால் அவனுக்குக் கோபம். நான் உங்களுடன் ஒத்துழைத்தால், அவன் நிச்சயம் எனக்கு எதிராகத் தகவல் அனுப்புவான். என்னைப்

** த்ஸெர்ஷீன்ஸ்கிய், பேலிக்ஸ் எத்மூந்தவிச் (1877-1926)- கம்யூனிஸ்ட் கட்சியில் தலைசிறந்த பிரமுகர்; சோவியத் அரசாங்கத்தின் முக்கியமான தலைவர். 1927, டிசம்பர் மாதம், 'செக்கா' (புரட்சி எதிர்ப்பு, மறைமுக நாசவேலை, கள்ள வியாபாரம் ஆகியவற்றை ஒடுக்குவதற்கான அகில ருஷ்யாவின் கமிஷன்) அமைக்கப்பட்ட போது, அதன் தலைவராகவும், 1922ம் ஆண்டில் அக்கமிஷன் 'கே.பே.ஊ.' ஆக (அரசாங்க அரசியல் கமிஷன்) புனரமைக்கப்பட்டபோது, அதன் தலைவராகவும் பணிபுரிந்தார்.*

புரட்சிகரமான ராணுவ நீதிமன்றத்தில் விசாரிப்பார்கள். ஆனால் நீங்கள் என் துப்பாக்கியைப் பிடுங்கிக்கொண்டு போய்விடலாம். அதுவே சிறந்த வழி. ஸ்டேஷன் மாஸ்டர் மேலிடத்துக்குத் தகவல் அனுப்பவில்லையானால், விவகாரமே இல்லை!' அவன் கூறியபடியே நாங்கள் செய்தோம். பார்க்கப்போனால், அந்தக் கதவுகளையும் ஜன்னல் களையும் நாங்கள் எங்களுடைய சொந்த உபயோகத்துக்காகக் கொண்டு வரவில்லையே?"

பியோதர் கண்களில் சிரிப்புக்கான அறிகுறிகள் தோன்றுவதைக் கண்ட பன்கிராத்தவ், "எங்களை தண்டிக்க விரும்பினால் தண்டி யுங்கள். ஆனால் அந்தச் செக்கா ஊழியனிடம் கடுமை காட்டாதீர்கள்" என்று வேண்டிக்கொண்டான்.

"அந்த விவகாரம் முடிந்துவிட்டது. எதிர்காலத்தில் இத்தகைய காரியங்கள் நடக்காமல் பார்த்துக்கொள். இவையெல்லாம் கட்டுப் பாட்டை அழித்துவிடும். அலுவலகச் சடங்குகளை ஸ்தாபன ரீதியாக முறியடிக்க வேண்டும். இப்பொழுது, அதற்குத் தேவையான பலம் நம்மிடம் உள்ளது. சரி, வேறு முக்கியமான விஷயங்களைப் பற்றிப் பேசுவோம்" என்று கூறிவிட்டு, பியோதர் கொள்ளைக் கூட்டத்தின் திடீர் படையெடுப்பைப் பற்றி விவரமாகக் கேட்டறிந்தான்.

போயர்க்கா ஸ்டேஷனிலிருந்து நாலரை கிலோமீட்டர்கள் தூரத் தில், ஒரு கோஷ்டி இருப்புப் பாதை போடும் வழியில் இருந்த மேட்டை வெகு தீவிரமாக வெட்டிக் கொண்டிருந்தது. சற்று தள்ளி அக்கோஷ்டி யினரைச் சுற்றி எழுவர் நின்று கொண்டிருந்தனர். அவர்களில் ஒருவன் கோல்யாவாவின் குதிரை வீரன் துப்பாக்கியை கையில் பிடித்துக் கொண்டிருந்தான். மற்ற அறுவரும் பாவெல், பன்கிராத்தவ், காமுத் தோவ், துபாவா இவர்களது கைத்துப்பாக்கியைப் பிடித்துக் கொண்டி ருந்தனர். இதுதான் இக்குழுவின் படைபலம்.

மேட்டின் சரிவில் உட்கார்ந்திருந்த பத்தோஷ்கின், தனது நோட் புத்தகத்தில் ஏதோ புள்ளி விவரங்களைக் குறித்துக் கொண்டி ருந்தான். இங்கு இருந்த ஒரே ஒரு எஞ்சீனியர் பத்தோஷ்கின்தான். வக்குலேன்கோ என்ற டெக்னீஷியன், கொள்ளைக்காரன் கையால் கொல்லப்படுவதைவிட, ஓடிப்போன குற்றத்துக்குத் தண்டனை பெறுவதே மேல் என்று எண்ணி, அன்று காலையில் ஓடிவிட்டான்.

"பூமி மிகவும் இறுகியிருக்கிறது. இந்த மேட்டை வெட்டி எடுப் பதற்கு இரண்டு வாரங்களாகும்" என்று பத்தோஷ்கின், தன் அருகில் சோர்ந்திருந்த காமுத்தோவிடம் மெல்லிய குரலில் கூறினான்.

"இந்தப் பாதையை அமைப்பதற்கு மொத்தமாக இருபத்தைந்து நாட்களே அவகாசம் கொடுக்கப்பட்டிருக்கிறது. நீங்கள் இந்த மேட்டை வெட்டவே இரண்டு வாரம் என்று கணக்குப் போடு கிறீர்களே?" என்று காமுத்தோவ் தன் மீசையின் நுனியை மென்று கொண்டே உறுமினான்.

"இந்த காலத்தவணை நடைமுறைக்கு ஒவ்வாது என எண்ணு கிறேன். இத்தகைய சூழ்நிலைகளில் நான் எந்தப் பாதையையும் போட்டதில்லை என்பது மெய். இத்தகைய ஊழியருடன் நான் வேலை செய்ததில்லை என்பது உண்மை. இப்பொழுதும் என் கணக்குத் தவறாகப் போகலாம். உண்மையில், முன்பே இரு தடவைகள் என் கணிப்புத் தவறாகிவிட்டது."

அந்தச் சமயத்தில், பியோதரும் அக்கீமும் பன்கிராத்தவும் மேட்டின் சரிவை நெருங்கிக் கொண்டிருந்தனர்.

"கீழே வருவது யார் என்று பார்த்தாயா?" என்று ரயில்வே வார்க் ஷாப்பில் வேலை செய்த இளம் மெக்கானிக்கான திராபீமொவ் கத்தினான். கிழிந்துபோன பழைய கம்பளிச் சட்டையை அணிந்திருந்த அவன் பாவெலை மெல்லக் கையால் இடித்துப் புதிய ஆட்களைக் காட்டினான். அடுத்த வினாடியில், பாவெல் மண்வெட்டியும் கையு மாகக் குன்றின் சரிவில் ஓடிக்கொண்டிருந்தான். அவனது கண்கள் நல்வரவு கூறும் வகையில் ஒளிவீசின. பியோதர் பாவெலது கரத்தை மற்றவர்களதைவிட வெகுநேரம் கூடுதலாகக் குலுக்கினான்.

"பாவெல்! உன்னை இந்தக் கோலத்தில் அடையாளம் கண்டு கொள்ள முடியவில்லையே?" என்றான் ஷுஹ்ராய்.

பன்கிராத்தவ் வறட்சியாகச் சிரித்தான்.

"என்ன கோலம்! காற்று உள்ளே செல்வதற்கு வேண்டிய ஓட்டை கள் உடையில் இருக்கின்றன. தவிரவும், ஓடிப்போனவர்கள் அவனது மேல்கோட்டைக் களவாடிக் கொண்டு போய்விட்டார்கள். ஒக்குனேவ் அந்தச் சட்டையை அவனுக்குக் கொடுத்தான். அவர்கள் ஒரு கம்யூன் வைத்திருக்கிறார்களென்பதை நீங்கள் அறிவீர்கள் அல்லவா? ஆனால் பாவெலுக்கு ஒரு குறைவும் இல்லை; அவனது உடலில் சூடான ரத்தம் ஓடுகிறது. மேலும் ஓரிரண்டு வாரத்துக்கு அவன் கான்கிரீட் தளத்தில் படுத்துத்தான் கதகதப்பாக்கிக் கொள்ள வேண்டும்! தளத்தின்மீது பரப்பியுள்ள வைக்கோல் இருந்தும் ஒன்றுதான், இல்லா விட்டாலும் ஒன்றுதான். இந்த ஓரிரண்டு வாரத்துக்குப்பின், ஊசி இலை மரத்தால் செய்த சவப்பெட்டியில் படுக்க அவன் தயாராகி யிருப்பான்!" என்று பன்கிராத்தவ் பாவெலின் துன்பத்தை நகைச்சுவை ததும்ப விவரித்தான்.

கரிய புருவத்தையும் நிமிர்ந்த மூக்கையும் உடைய ஓக்குனேவ், விஷமம் விளையாடும் தன் கண்களை ஒடுக்கிக் கொண்டே, பன்கிராத்தவ் கூற்றுக்கு ஆட்சேபணை தெரிவித்தான் :

"கவலைப்படாதீர்கள். நாங்கள் பாவெலைப் பார்த்துக் கொள்கிறோம். சமையலறையில் ஓதார்க்காவுக்கு உதவும் வேலையை அவன் செய்ய வேண்டுமென்று நாங்கள் வோட் எடுத்து முடிவு செய்கிறோம்! அவன் மடையனாயில்லாவிட்டால், உபரியாகச் சாப்பிட்டு உடல் வளர்க்கலாம்; கதகதப்புக்கு, அடுப்பின் அருகில் அமர்ந்து கொள்ளலாம்; அல்லது ஓதார்க்காவையே அணைத்துக் கொள்ளலாம்."

இதைக்கேட்டு, அனைவரும் கொல்லென்று சிரித்தனர். அன்று அப்பொழுதுதான் அவர்கள் முதன்முதலாகச் சிரித்தனர்.

மேட்டைப் பார்வையிட்டபின், பியோதர், தோக்கரெவ், பத்தோஷ்கின் ஆகிய மூவரும் ஒரு ஸ்லெட்ஜ் வண்டியில் ஏறி, மரம் வெட்டும் இடத்துக்குச் சென்றனர். அவர்கள் திரும்பி வந்தபொழுது விடாப்பிடியுடனும் வைராக்கியத்துடனும் வெட்டிக் கொண்டிருந்த ஊழியர்களைப் பார்த்தனர். பியோதர் மண்வெட்டிகளின் வேகமான சுழற்சியைக் கவனித்தான்; வேலையின் சிரமத்தால் வளைந்திருந்த உழைப்பாளிகளின் முதுகுகளை உற்று நோக்கினான். அக்கீம் பக்கம் திரும்பி, "இங்குக் கூட்டங்கள் தேவையில்லை! கிளர்ச்சிக்கும் பிரசாரத்துக்கும் அவசியம் இல்லை!" என்று மெல்லிய குரலில் கூறினான். தோக்கரெவை நோக்கி, "தோக்கரெவ் இந்த இளைஞர்கள் பத்தரை மாற்றுத் தங்கமென்று நீங்கள் கூறியது முற்றிலும் உண்மைதான். இங்குதான் எஃகு பதம் பெறுகிறது!" என்று அதே தாழ்ந்த சுருதியில் கூறினான்.

பியோதர் அந்தத் தொண்டர்களை வியப்புடன் நோக்கினான். அவனுக்கு ஒரு பெருமித உணர்ச்சியே ஏற்பட்டது. அவர்களில் சிலர், சில நாட்களுக்கு முன்தான், எதிர்ப்புரட்சிக் கலகம் நடக்கவிருந்த நாளுக்கு முதல் நாள் இரவு, உருக்குப் பாய்னெட்டுகளுடன் நின்றனர். இப்பொழுது, ஒரே லட்சியத்தால் உந்தப்பட்டு அவர்கள் இங்கு பாடுபட்டுக் கொண்டிருக்கிறார்கள். குளிரைப் போக்க விறகும், பசியைப் போக்க உணவும், மக்களுக்குக் கிடைக்கச் செய்வதற்காக, இருப்புப் பாதையை அமைத்துக் கொண்டிருக்கிறார்கள்.

அந்த மேட்டை வெட்டி எடுப்பதற்குக் குறைந்தபட்சமாக இரண்டு வாரம் தேவைப்படுமென்பதை, பத்தோஷ்கின் பியோதரிடம் இங்கிதமாகவும் உறுதியாகவும் எடுத்துரைத்தான். ஆனால் அவனுடைய வாதங்களில் பியோதர் சிந்தனை செலுத்தியதாகத் தோன்றவில்லை.

பியோதர் வேறு ஒரு விஷயத்தைப் பற்றி யோசித்துக் கொண்டிருந்தானென்பது தெளிவாகத் தெரிந்தது.

"மேட்டை வெட்டும் வேலையை நிறுத்தி விடுங்கள். மேட்டுக்கு அப்பால் பாதை அமைக்கும் பணியில் ஈடுபடுங்கள். அந்தக் குன்றை நீக்குவதற்கு வேறு முறையைக் கடைப்பிடிப்போம்" என்று பியோதர் கூறினான்.

ஸ்டேஷனுக்குச் சென்றபின், பியோதர் நீண்ட நேரம் டெலிபோனில் பேசிக்கொண்டிருந்தான். வெளியே, கதவருகில் காவல் காத்து நின்ற கோல்யாவா, பியோதர் கரகரப்பான கனத்த குரலில் பின்வருமாறு பேசுவதைக் கேட்டான்.

"ராணுவப் பிரதேசக் காரியாலயத்தின் தலைமை அதிகாரிக்குப் போன் செய். புஸிரேவ்ஸ்க்கியின் பட்டாளத்தை உடனடியாக நிர்மாண வேலை நடக்கும் இடத்துக்கு மாற்ற வேண்டுமென்று நான் கூறியதாகச் சொல். கொள்ளைக் கூட்டத்தினரை இந்தப் பிரதேசத்திலிருந்து விரட்டியடிப்பதில தாமதம் ஏற்படக்கூடாது. குன்றுகளை அழிக்கும் வேலையைச் செய்யக் கூடிய ஆட்களை ஒரு கவச ரயிலில் அனுப்பு. மிச்ச வேலைகளை நான் பார்த்துக் கொள்கிறேன். நான் திரும்புவதற்குத் தாமதமாகும். நள்ளிரவு நேரத்தில் ஸ்டேஷனில் காருடன் காத்திருக்க வேண்டுமென்று லீத்கேயிடம் கூறு."

பாரக்கில் அக்கீம் சுருக்கமாகப் பேசியபின், பியோதர் பேசினான். ஒருமணி நேரம் தோழமை நெறியில் விவாதம் நடந்தது. ஜனவரி மாதம் முதல் தேதிக்குள் வேலை முடிந்துவிட வேண்டுமென்றும், எக்காரணத்தைக் கொண்டும் அந்தத் தேதியைத் தள்ளிப் போட முடியாதென்றும் பியோதர் அவர்களிடம் கூறினான்.

அவன் கூறினான் :

"இனி, ராணுவ அடிப்படையில் வேலை முறையை வகுத்துக்கொள்வோம். கட்சி அங்கத்தினர்களைக் கொண்ட விசேஷப்படைக்குத் தோழர் துபாவா தலைவராக இருப்பார். ஆறு கோஷ்டிகளாகப் பிரிந்து வேலையைச் செய்ய வேண்டும். ஒவ்வொரு கோஷ்டிக்கும் திட்டமான வேலை பிரித்துக் கொடுக்கப்படும். இப்பொழுது மிஞ்சியிருக்கும் வேலையை ஆறு சமபங்குகளாகப் பிரித்து, ஒவ்வொரு கோஷ்டிக்கும் ஒரு பங்கு ஒதுக்கப்படும். ஜனவரி முதல் தேதிக்குள் வேலையெல்லாம் பூர்த்தியாக வேண்டும். வேலையை முன்னால் முடிக்கும் கோஷ்டிகள் நகருக்குத் திரும்பி விடலாம். முதலில் வேலையை முடிக்கும் கோஷ்டியில் சிறந்த தொண்டனுக்குச் செங்கொடி விருது கொடுக்க வேண்டுமென்று மாகாண நிர்வாகக் குழு அரசாங்கத்தைக் கேட்டுக் கொண்டிருக்கிறது."

ஆறு கோஷ்டிகளுக்கும் தலைவர்கள் நியமிக்கப்பட்டனர். முதல் கோஷ்டிக்குத் தோழர் பன்கிராத்தவ்; இரண்டாவது கோஷ்டிக்குத் தோழர் துபாவா; மூன்றாவது கோஷ்டிக்குத் தோழர் காமுத்தோவ்; நான்காவது கோஷ்டிக்குத் தோழர் லாகூத்தின்; ஐந்தாவதுக்குத் தோழர் கர்ச்சாகின்; ஆறாவதுக்குத் தோழர் ஒக்குனேவ்.

"நிர்மாண வேலைக்கு முதல்வராகவும் அரசியல் பொறுப்பாள ராகவும் நிர்வாகத் தலைவராகவும், முன்போல, தோக்கரெவ் பணி யாற்றுவார்" என்று பியோதர் தன் பேச்சை முடித்தான்.

ஏராளமான பறவைகள் ஏககாலத்தில் திடீரென்று சிறகடித்துப் பறப்பதைப் போல, எல்லோரும் கைகொட்டி ஒலி செய்தனர்; கண்டிப்பான முகங்களில் புன்சிரிப்புத் தாண்டவமாடியது. நட்புடன் கூடிய நகைப்பு நிறைந்த அந்த கண்டிப்பான மனிதனின் கடைசி வாக்கியம் வெகுநேரமாகக் கவனத்துடன் கேட்டு வந்த அக்கூட்டத் தினரை இடியோசைச் சிரிப்பில் ஆழ்த்தியது.

பியோதரையும் அக்கீமையும் வழியனுப்புவதற்காகச் சுமார் இருபது பேர் டிராலிக்குச் சென்றனர்.

பியோதர் பாவெலுடன் கைகுலுக்கும்பொழுது, அவனது வெண் பனி படர்ந்திருந்த பூட்ஸ் மேலுறையை நோக்கினான்.

"உனக்கு ஒரு ஜதை பூட்ஸ் அனுப்புகிறேன். உன் பாதங்கள் உறையாமல் இருக்கின்றனவா?" என்றான் பியோதர்.

"அவை ஓரளவுக்கு வீங்கத் தொடங்கியிருக்கின்றன" என்று விடை தந்த பாவெல், நீண்டகாலத்துக்கு முன்பு பியோதரிடம் கேட்ட ஒரு விஷயத்தை ஞாபகப்படுத்திக் கொண்டான். பியோதரின் கையைத் தன் கையில் எடுத்துக்கொண்டு, "என் துப்பாக்கிக்குச் சில தோட் டாக்கள் தரமாட்டாயா? என்னிடம் உருப்படியாக மூன்று தோட் டாக்கள்தான் உள்ளன" என்றான்.

அந்தக் கோரிக்கைக்கு இணங்க முடியாமைக்கு வருந்துவதைப் புலப்படுத்தும் வகையில் தலையை ஆட்டிய பியோதர், பாவெலின் ஏமாற்றத்தை உணர்ந்துகொண்டான்; உடனே தன்னுடைய 'மௌஸர்' துப்பாக்கியைத் தோல்வாருடன் எடுத்தான்.

"இந்தா, உனக்கு ஒரு பரிசு" என்று கூறி அதைக் கொடுத்தான்.

நீண்டகாலமாகத் தன் மனம் நாடிய பொருள் தனக்குக் கிடைப் பதைக் கண்ட பாவெலுக்குத் தனது கண்களையே நம்ப முடியவில்லை. ஆனால் பியோதர் தோல்வாரை அவன் தோள்மீது போட்டுவிட்டுக் கூறினான் :

"எடுத்துக்கொள். நீண்டகாலமாக நீ அதன்மீது குறிவைத்திருப்பதை நான் அறிவேன். ஆனால் இந்தத் துப்பாக்கியால் நம் ஆட்களில் எவரையும் சுட்டுவிடாதே, ஜாக்கிரதை. இந்தா, அதற்கு வேண்டிய குண்டுகள்."

மற்றவர்கள் தன்னைப் பொறாமை உணர்ச்சியுடன் பார்ப்பதைப் பாவெல் உணர்ந்தான்.

"ஹே! பாவெல்! நீ அந்தத் துப்பாக்கியைக் கொடுத்தால், உனக்கு ஒரு ஜதை பூட்ஸும் ஒரு ஆட்டுத்தோல் மேற்கோட்டும் தருவேன்" என்று ஒருவன் கத்தினான்.

பன்கிராத்தவ் பாவெலின் முதுகில் மெல்லக் குத்தினான்.

"வா, வா. இந்தத் துப்பாக்கிக்கு ஒரு ஜதை நல்ல பூட்ஸ் தருகிறான். எப்படியிருந்தாலும், நீ அந்தப் பூட்ஸ் மேலுறையே அணிந்திருந்தால், கிறிஸ்துமஸுக்கு முன்னால் செத்துவிடுவாய்" என்று அவன் கூறினான்.

பியோதர், டிராலியின் படியில் ஒரு பாதத்தைத் தூக்கி வைத்துக் கொண்டு, தொடைமீது காகிதத்தை வைத்துத் துப்பாக்கியை வைத்திருப்பதற்கான அனுமதிச் சீட்டு ஒன்று எழுதினான்.

மறுநாள் அதிகாலை; சுத்தமான குளிர் காற்று அடித்துக்கொண்டிருந்தது; அச்சமயம் ஸ்டேஷனில் ஒரு கவச ரயில் வந்து நின்றது. அன்னப் பட்சியின் பூஞ்சிறகைப்போல் வெள்ளை வெளேரென்று இருந்த நீராவி, எஞ்சினிலிருந்து கிளம்பிக் காற்றில் கலந்தது. அந்த டிரெயினின் உருக்குப் பெட்டிகளிலிருந்து தோல் ஆடை உடுத்தியவர்கள் வெளி வந்தனர். சிலமணி நேரத்துக்குப் பிறகு, டிரெயினில் வந்த ஆட்களில் மூவர், குன்றின் அடிவாரத்தில் இரண்டு பெரிய கரும் பொருட்களை வைத்தனர். அவை பூசணிக்காய் மாதிரியிருந்தன. அவற்றில் நீண்ட திரிகள் இணைக்கப்பட்டிருந்தன. அந்த ஆட்கள் எச்சரிக்கை செய்யும் முறையில் ஆகாயத்தை நோக்கிச் சில தடவைகள் சுட்டார்கள். அதைக் கேட்ட தொண்டர்கள் அனைவரும் நாலா புறமும் சிதறிவிட்டார்கள். திரிகளின் நுனியைப் பற்ற வைத்தனர். அது ஒரு சிறிய சுவாலையாகப் பாஸ்வரக் காந்தியுடன் எரிந்தது.

சிறிது நேரம் அனைவரும் மூச்சுவிடாமல் நின்றனர். ஓரிரு வினாடி பேச்சு மூச்சு இல்லை. அதன்பின், பூமி நடுநடுங்கியது; ஒரு பயங்கரமான சக்தி குன்றைப் பிளந்து எறிந்தது; பாளம் பாளமாக மண்கட்டிகள் மேல்நோக்கிப் பறந்தன. இரண்டாவது வெடி முதலா

வதைவிடச் சக்திமிக்கதாகவிருந்தது. அதன் இடியோசை சுற்றியுள்ள காடு முழுவதிலும் எதிரொலித்தது; அந்தக் காட்டில் ஒலிக்குழப்பம் உண்டாயிற்று.

புகையும் தூசியும் மறைந்தபின், குன்று இருந்த இடத்தைப் பார்த்தால், ஒரு ஆழமான பள்ளமே தென்பட்டது. சுற்றிப் பல மீட்டர் தூரத்துக்கு, வெண்மையான பனியின் மீது மண்ணும் கல்லும் இரைந்து கிடப்பதைப் பார்க்க முடிந்தது.

வெடிப்பின் மூலம் செயற்கையாக உண்டாக்கப்பட்ட பள்ளத்தில் வேலை செய்வதற்கு, ஆட்கள் மண்வெட்டிகளுடனும் கடப்பாறைகளுடனும் பிரவேசித்தனர்.

பியோதர் திரும்பிச் சென்றபின், வேலையை முதலில் முடிக்கும் கௌரவத்துக்காக ஆறு கோஷ்டிகளும் உறுதியுடன் போட்டியிட்டன.

பொழுது புலர்வதற்கு ரொம்ப நேரம் முன்னாலேயே பாவெல் சப்தம் செய்யாமல் எழுந்தான். பிறரை எழுப்பி விடாத வகையில், குளிரால் மரத்துப்போன கால்களால் சிரமப்பட்டுக் கொண்டு, சமையலறைக்கு நடந்து சென்றான். அங்கு அவன் தேநீருக்காக நீரைக் கொதிக்க வைத்துவிட்டு, தன் கோஷ்டியினரை எழுப்புவதற்காக அறைக்குத் திரும்பினான்.

சூரியன் ஊதித்து, வெயில் பரவிப் படர்ந்த பிறகே, மற்றவர்கள் விழித்தெழுந்தார்கள்.

அன்று காலை, பன்கிராத்தவ் பாரக்கில் கூட்டத்திடையே வழி செய்துகொண்டு, துபாவா கோஷ்டி சிற்றுண்டி அருந்திய இடத்துக்குச் சென்றான். அவன் துபாவாவிடம் உஷ்ணத்துடன் பேசினான் :

"துபாவா, கேட்டாயா சேதியை? பாவெல், பொழுது புலர்வதற்கு முன் தன் கோஷ்டியினரை இட்டுச் சென்று விட்டான். இதற்குள் அவர்கள் எவ்வளவு வேலை செய்திருப்பார்கள்! இருபத்தைந்தாம் தேதிக்கு முன்னால் காரியத்தை முடிக்க வேண்டுமென்று அவன் தன் கோஷ்டியினரான ரயில்வே வார்க்ஷாப் இளைஞர்களைத் தயார் செய்திருப்பதாக அறிகிறேன். நம்மனைவரையும் தோற்கடிக்க விரும்புகிறான். அதெல்லாம் நடக்காது என்று நான் அறை கூவுகிறேன்!"

துபாவா கசப்பாக முறுவலித்தான். ஆற்றுத் துறைமுகக் கம்ஸமோல் காரியதரிசியான பன்கிராத்தவ் ரயில்வே ஷாப் தொண்டர்களின் வேலையைக் கண்டு உணர்ச்சி வசப்படுவதைத் துபாவா புரிந்து கொள்ள முடிந்தது. உண்மையில், பாவெல் துபாவாவின் நண்பன்

தான். எனினும் அவன் துபாவாவையும் முந்திக்கொண்டு விட்டான். பாவெல் எவரிடமும் ஒரு வார்த்தை பேசவில்லை என்பது உண்மை; ஆனால் தன் செயல் மூலம், படை முழுமைக்குமே ஒரு சவால் விட்டுவிட்டான்.

"சிநேகிதரோ, அல்லாதவரோ, சிறந்தவன் தான் ஜயிக்கிறான்" என்றான் பன்கிராத்தவ்.

நண்பகல் நேரம், பாவெலின் கோஷ்டி கடுமையாக உழைத்துக் கொண்டிருந்தது. அந்தச் சமயம், ஒரு எதிர்பாராத தடை ஏற்பட்டது. துப்பாக்கிகளைக் காவல் காத்து நின்ற பாராக்காரன், மரங்களிடையே குதிரைவீரர் கோஷ்டி ஒன்று வருவதைக் கண்டான். ஒரு எச்சரிக்கை வேட்டை வெடித்தான்.

"கொள்ளைக்காரர்கள் வருகிறார்கள்! இளைஞர்களே! ஆயுதமேந் துங்கள்" என்று பாவெல் கத்தினான். அவன் தனது மண்வெட்டியைக் கீழே போட்டுவிட்டுத் தன் 'மௌஸர்' துப்பாக்கி தொங்கிக் கொண் டிருந்த மரத்தை நோக்கி ஓடினான்.

மற்றவர்களும் தத்தம் துப்பாக்கிகளை எடுத்துக்கொண்டனர். எல்லோரும் பாதை ஓரத்தில் வெண்பனிமீது குப்புற விழுந்தனர். குதிரை வீரர்களின் முன் வரிசையினர் தமது குல்லாய்களை ஆட்டி னார்கள்.

"உஷார், தோழர்களே! சுடாதீர்கள்!" என்று அவர்களில் ஒருவன் கத்தினான்.

ஐம்பது குதிரை வீரர்கள் சாலை மீது வந்தனர். அவர்கள் பிரகாசமான சிவப்பு நட்சத்திரங்களுடன் கூடிய குல்லாய்களை அணிந்திருந்தார்கள்.

அந்த வீரர்கள் புஸிரேவ்ஸ்க்கியின் படையைச் சேர்ந்தவர்கள். தலைவனின் குதிரையைப் பாவெல் கவனித்தான். அந்தப் பெண் குதிரை அழகாயிருந்தது; சாம்பல் நிற மேனி; நெற்றியின் நடுவில் ஒரு பாகம் வெள்ளை. அதன் ஒரு காதின் நுனி அறுந்திருந்தது. அந்தக் குதிரை, நிம்மதியில்லாமல் துள்ளிக் கொண்டிருந்தது. பாவெல் முன்னேறிப் பாய்ந்து அதன் கடிவாளத்தைப் பிடித்துக் கொண்டவுடன், அது உணர்ச்சி வசப்பட்டுப் பாய்ந்தது.

"லிஸ்காவா? என் செல்லக் கட்டியே! உன்னை மீண்டும் சந்திப்பேன் என்று நான் எண்ணவே இல்லை. ஒற்றைக் காது அழகியே! இது வரை குண்டுக்குத் தப்பி வாழ்கிறாயா?" என்று கூறிக்கொண்டே, பாவெல் அதன் மெல்லிய கழுத்தை அன்பாகக் கட்டித் தழுவினான்.

துடித்துக் கொண்டிருந்த அதன் நாசித் துவாரங்களைத் தட்டிக் கொடுத்தான்.

அந்தத் தலைவன் ஒரு வினாடி பாவெலை வெறித்துப் பார்த்தான்; பிறகு, "கர்ச்சாகின் அல்லவா? நீ உன் குதிரையை அடையாளம் கண்டுகொண்டாய்; உன் பழைய நண்பன் ஸெரெதாவைப் பார்க்க வில்லையா?" என்று வியப்புற்றவனாக இரைந்து பேசினான்.

இதே காலத்தில், நகரத்திலும் இருப்புப் பாதை அமைப்பு வேலைக்கு உதவியாகச் சகல நடவடிக்கைகளும் எடுக்கப்பட்டன. அவற்றின் பலனை வேலை நடந்த இடத்திலேயே பார்க்க முடிந்தது. கம்ஸமோல் வட்டாரக் கமிட்டியிலிருந்த ஆண் பிள்ளைகள் அனைவரையும் ஷார்க்கீய் போயர்க்காவுக்கு அனுப்பி விட்டான். பெண்கள் மட்டுமே ஸாலோமென்கா கம்ஸமோல் ஸ்தாபனத்தில் வேலை செய்தனர். ரயில்வே தொழிற்பள்ளியிலிருந்து இன்னொரு கோஷ்டி மாணவர் களை அனுப்புவதற்கும் ஷார்க்கீய் ஏற்பாடு செய்தான்.

அவன் தனது வேலைகளைப் பற்றி அக்கீமிடம் தெரிவித்த பொழுது, "என்னிடம் பெண் ஊழியர்கள் மட்டுமே இருக்கிறார்கள். எனக்குப் பதிலாக தால்யா லாகூத்தினாவை நியமித்துவிட்டுக் கதவுக்கு வெளியில் 'மாதர் இலாகா' என்று எழுதிய அட்டையைத் தொங்கவிட்டுவிட்டு, நானும் போயர்க்காவுக்குப் போகலாமென்று எண்ணுகிறேன்" என்று அவன் தமாஷாகக் குறிப்பிட்டான். "நான் இங்கு இருப்பது விபரீதமாகத் தோன்றுகிறது. இந்தப் பெண்கள் மத்தியில் நான் ஒருவன்தான் ஆடவன். அவர்கள் என்னைக் கேவல மாக நோக்குவதை நீ பார்க்க வேண்டும். 'ஷார்க்கீய் தந்திரசாலிதான்! எல்லோரையும் அனுப்பிவிட்டு, அவன் மட்டும் இங்கு உட்கார்ந்திருக் கிறான்!' என்று அவர்கள் பேசிக்கொள்கிறார்களென்பது நிச்சயம். இதையும்விட மோசமாகப் பேசினாலும் பேசலாம். நான் போவதற்கு அனுமதி கொடு" என்று அவன் அக்கீமிடம் வாதித்தான்.

ஆனால் அக்கீம் சிரித்துவிட்டு அவனது வேண்டுகோளை மறுத்தான்.

போயர்க்காவுக்குப் புதிய தொண்டர்கள் வந்து கொண்டிருந்தனர். அவர்களில், ரயில்வே பள்ளி மாணவர்கள் மட்டும் அறுபது பேர்.

புதிதாக வந்தவர்கள் தங்குவதற்காக நான்கு பிரயாணிப் பெட்டி களை அனுப்பும்படி, பியோதர் ரயில்வே நிர்வாகத்தை வற்புறுத்திக் கேட்டுக் கொண்டான். அவர்களும் அப்படியே செய்தனர்.

துபாவாவின் கோஷ்டி வேலையிலிருந்து விடுவிக்கப்பட்டு, பூஷ்சா-வாதீத்ஸாவுக்கு அனுப்பப்பட்டது. எஞ்சின்களையும் குறும்பாதை

வாகன் வண்டிகளையும் கொண்டுவரவே அனுப்பப்பட்டது. அந்த வேலை, அந்த கோஷ்டியினர் தமது பங்குக்குப் பாதை அமைக்கும் வேலையின் பகுதியாகக் கணிக்கப்படுமென்று தெளிவுபடுத்தப்பட்டது.

கிளாவிச்சேக்கை நகரத்திலிருந்து வரவழைத்துப் புதிதாக அமைத்துள்ள கோஷ்டிக்குப் பொறுப்பாக்கும்படி, துபாவா தோக்கரெவிடம் யோசனை கூறினான். அவனும் அம்மாதிரியே செய்தான். ஸாலோமென்காவிலிருந்து வந்த புதியவர்கள் மூலம் ஆன்னா அனுப்பிய கடிதமே, துபாவாவின் வேண்டுகோளுக்குக் காரணம் என்பதை தோக்கரெவ் அறிந்திருக்கவில்லை. அந்தக் கடிதத்தில் ஆன்னா எழுதியதாவது :

"த்மீத்ரிய்! கிளாவிச்சேக்கும் நானும் உங்களுக்காகப் பல புத்தகங்களைச் சேர்த்து வைத்திருக்கிறோம். உனக்கும் போயர்க்காவிலுள்ள இதர முன்னணித் தொண்டர்களுக்கும் நாங்கள் எங்களுடைய அன்பு நிறைந்த வாழ்த்துக்களைத் தெரிவித்துக் கொள்கிறோம். நீங்கள் அற்புதப் பிறவிகள். நீங்கள் தொடர்ந்து வேலை செய்வதற்கு வேண்டிய ஆற்றலும் திறனும் பெறுவீர்களாக! நேற்றுடன் கைவசமிருந்த விறகு முழுவதும் விநியோகமாகிவிட்டது. கிளாவிச்சேக் உனக்குத் தன் வாழ்த்துக்களைத் தெரிவிக்கிறான். அவன் மிக மிக நல்லவன். போயர்க்காவுக்குத் தேவையான ரொட்டி முழுவதையும் அவனே சுடுகிறான். அவனே மாவைச் சலிக்கிறான்; பிசைகிறான். ரொட்டி சுடும் இடத்தில் யாரையும் அவன் நம்புவதில்லை. நல்ல மாவு கிடைப்பதற்கு அவன் ஏற்பாடு செய்துவிட்டான். அவனுடைய ரொட்டி நேர்த்தியாக இருக்கிறது; எனக்குக் கிடைக்கும் ரொட்டியைவிட மிகவும் உயர்ந்ததாக இருக்கிறது. மாலைநேரத்தில் நண்பர்கள் அனைவரும் என் இடத்தில் கூடுகிறோம். தால்யா, அர்த்தியூகின், கிளாவிச்சேக் ஆகியோர் வருகிறார்கள்; சில சமயங்களில் ஷார்க்கீயும் வருவான். தினம் கொஞ்சம் படிக்கிறோம்; ஆனால் அதிக நேரம் பேசிக்கொண்டிருக்கிறோம். சகலத்தைப் பற்றியும் நாங்கள் சம்பாஷிக்கிறோம். முக்கியமாக, போயர்க்காவிலுள்ள உங்களைப் பற்றி உரையாடுகிறோம். பெண்களை வேலைக்கு வரக்கூடாதென்று தடைவிதித்ததற்காக, பெண்கள் தோக்கரெவிடம் ரொம்பக் கோபமாயிருக்கிறார்கள். ஆடவர்களைப் போலத் தம்மாலும் கஷ்டங்களைச் சகித்துக் கொள்ள முடியுமென்று அவர்கள் கூறுகிறாரகள். தன் தந்தையின் ஆடைகளை உடுத்திக் கொண்டு தானே போயர்க்காவுக்குப் போவதாக தால்யா கூறுகிறாள். அவர்களால் முடிந்தால் என்னை உதைத்து அனுப்பட்டும் என்று கூறுகிறாள்.

அவள் அதே மாதிரி நடந்தால் நான் ஆச்சரியப்பட மாட்டேன். உனது கருமைக் கண் நண்பனுக்கு என் நன்மதிப்பைத் தெரிவி.

ஆன்னா”

அந்த வெண்பனிப் புயல் திடீரென்று அடித்தது. சாம்பல் நிற மேகங்கள் தாழ்வாகப் பரவி, வானத்தை மூடிக்கொண்டன. ஏராள மாகப் பனி பெய்தது. இரவு வந்தபொழுது, காற்று புகைப் போக்கி களில் ஊளையிட்டது; மரங்கள் அலறின. சுற்றிச் சுழன்ற வெண்பனி சிதள்களைக் காற்று வேட்டையாடியது. அந்தப் புயல்காற்றின் கேடு சூழும் ஒலி காட்டில் பரவி, எதிரொலிகளை உண்டாக்கியது.

இரவெல்லாம் சூறாவளி அசுர வேகத்தில் அடித்தது. அடுப்புகள் இரவெல்லாம் எரிந்த பொழுதிலும், தொண்டர்கள் குளிரில் நடுங்கி னார்கள். அந்த இடிந்துபோன ஸ்டேஷன் கட்டிடத்தால் உஷ்ணத்தை வெளிவிடமாலிருக்க முடியவில்லை.

காலையில், தொண்டர்கள் பனியில் காலை இழுத்து நடந்தே, வேலை நடந்த இடத்துக்குப் போனார்கள். மரங்களின் முடிகளுக்கும் மேலே, நிர்மலமான நீல வானத்தில் கதிரவன் பிரகாசித்தான். அந்த விரிந்த வானத்தின் தெளிவுக்கு இழுக்குத் தேடும் வகையில் ஒரு சிறு மேகம் கூடத் தென்படவில்லை.

பாவெலும் அவனது கோஷ்டியினரும் தமது பகுதியில் வெண் பனியை அகற்றிக் கொண்டிருந்தனர். ஒரு மனிதன் குளிரினால் எவ்வளவு துன்பம் அடைய முடியும் என்பதை இப்பொழுதுதான் பாவெல் உணர்ந்தான். ஓக்குனேவ் கொடுத்த சட்டை நைந்து போயிருந்தது. அது அவனுக்கு எத்தகைய பாதுகாப்பையும் அளிக்கவில்லை. அவனது பூட்ஸ் மேலுறையிலோ எப்பொழுதும் பனி நிறைந்து இருந்தது. அது அடிக்கடி காலிலிருந்து நழுவிக்கொண்டும் இருந்தது. மறு காலிலிருந்த பூட்ஸ் இரண்டாக அறுந்துவிடும் நிலையில் இருந்தது. அவனது கழுத்தில் இரண்டு பெரிய கொப்பளங்கள் வெடித்திருந்தன; குளிர்ந்த தளத்தில் படுத்து உறங்கியதன் வினை அது. மப்ளருக்குப் பதிலாக அணிவதற்காக, தோக்கரெவ் பாவெலிடம் தன் துண்டைக் கொடுத்திருந்தான்.

மெலிந்த மேனியும் வீங்கிய கண்களுமாகப் பாவெல் மரத்தாலான அகன்ற மண்வெட்டியால் வெண்பனியை தீவிரமாகக் கூட்டிக் கொண் டிருந்தான். அப்பொழுது, ஒரு பிரயாணி ரயில் மெதுவாக வந்து ஸ்டேஷனில் நின்றது. அதன் எஞ்சின், ‘செத்தேன் பிழைத்தேன்’ என்ற ரீதியில், பிரம்மப் பிரயத்தனம் செய்து, ஸ்டேஷனை அடைந்து

விட்டது. அதன் கரிப்பெட்டியில் ஒரு விறகுக் குச்சிகூடக் கிடையாது; அதன் தீப்பெட்டியில் எஞ்சிமிஞ்சி இருந்த கொஞ்ச நஞ்ச வெந்தணல் எரிந்து கொண்டிருந்தது.

"விறகு கொடுத்தால் போகலாம். இல்லாவிட்டால், ரயிலைப் பக்கத்துப் பாதைக்கு மாற்றிவிடுங்கள். அதற்குத் தேவையான எரி பொருள் எஞ்சினில் இருக்கிறது" என்று டிரைவர் ஸ்டேஷன் மாஸ்டர் நோக்கி உரத்தக் குரலில் கூறினான்.

ரயில் பக்கத்துப் பாதைக்கு மாற்றப்பட்டது. ரயில் நின்றுவிட்டதின் காரணத்தை அதிருப்தி அடைந்திருந்த பிரயாணிகளிடம் கூறிய பொழுது, ஒவ்வொரு பெட்டியிலும் திரள்திரளாக இருந்த பிரயாணி கள் புகார் சொல்லவும் சபிக்கவும் தொடங்கினார்கள்.

"அந்தக் கிழவரைச் சந்தித்துப் பேசுங்கள்" என்று டிரெயின் சிப்பந்தி களிடம் ஸ்டேஷன் மாஸ்டர் கூறினான். அப்பொழுது பிளாட் பாரத்தில் நடந்துகொண்டிருந்த தோக்கரெவைக் காட்டித்தான் அவன் கூறினான். மேலும், "அவர்தான் இங்கு நடக்கும் நிர்மாண வேலைக்குத் தலைவர். அவர் ஸ்லெட்ஜ் வண்டிகளில் விறகைக் கொண்டு வந்து எஞ்சினுக்குத் தரலாம். அவர்கள் மரக்கட்டைகளை அம்மாதிரி கொண்டு வந்து ஸ்லீப்பர்களாகப் பயன்படுத்துகிறார்கள்" என்றும் அவன் சொன்னான்.

அந்தச் சிப்பந்திகள் கிழவனிடம் சென்று தமது தேவையைத் தெரி வித்தனர். அவன் கூறினான் :

"நான் விறகு தருகிறேன். ஆனால் இலவசமாகத் தரமாட்டேன். அது எங்களுக்குத் தேவையான பொருள். தற்சமயம், வெண்பனி எங்களது வேலைக்கு தடையாக உள்ளது. உங்கள் ரயிலில் அறுநூறு அல்லது எழுநூறு பிரயாணிகள் இருக்க வேண்டும். பெண்களும் குழந்தைகளும் ரயிலில் இருக்கட்டும். மற்றவர்கள் வந்து, மாலை வரையில், வெண்பனியை நீக்குவதில் எங்களுக்கு உதவி செய்யட்டும். இந்த உதவி செய்தால், நான் மரக்கட்டைகளைத் தருவேன். இதைச் செய்ய அவர்கள் மறுத்தால், அவர்கள் புதுவருடப் பிறப்பு வரை இங்கேயே இருக்க வேண்டியதுதான்."

"ஒரு கூட்டம் வருவதைப் பார்! பெண்களும் வருகிறார்கள்!" என்று பின்னால் யாரோ வியந்து கூறுவதைக் கேட்ட பாவெல் திரும்பினான்.

தோக்கரெவ் வந்தான்:

"உனக்கு உதவி செய்ய நூறு பேர் வந்திருக்கின்றனர். அவர்களுக்கு வேலை கொடு. எவரும் சோம்பேறித்தனமாயிராமல் பார்த்துக் கொள்" என்று அவன் கூறினான்.

பாவெல் புதிய ஆட்களுக்கு வேலை கொடுத்தான். அவர்களின் ஒருவன், நெட்டையாக வளர்ந்தவன்; எடுப்பான ரயில்வே உடுப்பை அணிந்திருந்தான்; மிருதுவான ரோமத்தில் செய்த காலரையும் கதகதப்பான ஆட்டுரோமக் குல்லாயையும் தரித்திருந்தான். அவன் ஆத்திரத்துடன் மண்வெட்டியைக் கையில் சுழற்றிக்கொண்டே, தன்னுடன் வந்த இளம்பெண் பக்கம் திரும்பினான். மிருதுவான கொண்டையுடன் கூடிய ஸீல் தோல் தொப்பியை அணிந்திருந்த அந்த மங்கையிடம் அவன் கூறினான் :

"நான் இந்தப் பனியைக் கெல்லி எறியமாட்டேன். அம்மாதிரி செய்யும்படி கட்டாயப்படுத்த எவருக்கும் உரிமை இல்லை. அவர்கள் விரும்பினால், நான் ஒரு ரயில்வே எஞ்சினீயர் என்ற முறையில், இந்த வேலை முழுமைக்கும் பொறுப்பேற்றுக் கொள்ள முடியும். ஆனால் நீயோ நானோ பனியைக் கிண்டி எடுத்து எறியத் தேவை

யில்லை. அவ்வாறு செய்யச் சொல்வது விதிகளுக்கு விரோதம். அந்தக் கிழவன் சட்டத்தை மீறிச் செயல்புரிகிறான். அவனைக் குற்றம்சாட்டி, அவனுக்குத் தண்டனை பெற்றுத்தர என்னால் முடியும்." பிறகு, தன் அருகில் உள்ள தொழிலாளியைப் பார்த்து, 'உங்கள் போர்மென் எங்கே?" என்று அவன் வினவினான்.

பாவெல் அவர்கள் அருகில் வந்தான்.

"ஏன் வேலை செய்யவில்லை?" என்று அவன் வினவினான்.

அந்த எஞ்சினீயர் பாவெலை உச்சந்தலை முதல் உள்ளங்கால் வரை, வெறுப்போடும் ஏளனத்தோடும் நோக்கினான்.

"நீங்கள் யார்?"

"நான் ஒரு தொழிலாளி" என்றான் பாவெல்.

"உங்களிடம் எனக்கு வேலையில்லை. உங்களது போர்மென் எங்கே? போர்மெனோ, தலைவனோ, பொறுப்பானவனை என்னிடம் அனுப்புங்கள்."

பாவெலை அவனை முறைத்து நோக்கினான்.

"உங்களுக்கு விருப்பமில்லாவிட்டால் நீங்கள் வேலை செய்யத் தேவையில்லை. ஆனால் டிக்கெட்டில் நாங்கள் கையெழுத்திடா விட்டால், நீங்கள் ரயிலில் ஏறமுடியாது. இது நிர்மாண வேலைத் தலைவனது உத்திரவு" என்று அவன் கூறினான்.

"நீங்கள் என்ன சொல்கிறீர்கள்?" என்று கேட்டுக்கொண்டே, பக்கத்தில் இருந்த பெண் பக்கம் திரும்பிய பாவெல் வியப்பால் ஊமையானான். அவனுக்கு முன்னால் தோன்யா துமானவா நின்று கொண்டிருந்தாள்.

கிழிசலான ஆடை, மோசமான பாதரட்சை, கழுத்தைச் சுற்றி அழுக்குத்துண்டு, பலநாட்களாகக் கழுவாத முகம், இந்தக் கோலத்தில் தன் முன்னால் நின்ற 'நாதியற்றவனே', ஒருகாலத்தில் தன் தோழனாக விருந்த பாவெல் என்பதை தோன்யாவால் நம்ப முடியவில்லை. அவனது கண்கள் மட்டும் எப்பொழுதும் போலப் பிரகாசித்துக் கொண்டிருந்தன. பாவெலின் நேத்திரங்களை அவள் மறந்துவிட வில்லை. கொஞ்ச காலத்துக்குமுன், அவள் இந்தத் தரித்திரப் பிறவியைக் காதலித்தாள் என்பதை எண்ணிப் பார்த்தால்! எல்லாம் தலைகீழாக மாறிவிட்டன.

அவளுக்குச் சமீபத்தில் திருமணம் ஆகியிருந்தது. கணவன் நகரத்தின் ரயில்வே நிர்வாகத்தில் ஒரு முக்கியமான பதவியை வகித் தான். அவனும் அவளும் நகரத்தை நோக்கிப் போய்க் கொண்டிருந்

தனர். அவள் தன் இளமையின் பாசத்துக்கு உரியவனை இந்த வகையில் சந்திப்பாளென்று எவர்தான் எண்ணியிருக்க முடியும்? அவள் அவனுடன் கைகுலுக்குவதற்குக்கூடத் தயங்கினாள். கணவன் வஸீலிய் என்ன நினைப்பான்? பாவெல் இவ்வளவு இழிந்த நிலைக்குப் போக வேண்டுமா? இது பயங்கரமான விஷயம் அல்லவா? அந்த இளம் ஸ்டோக்கர் இளப்பான வேலைகளையே எப்பொழுதும் செய்து கொண்டிருப்பான் போலும்!

அவள் தயங்கி நின்றாள்; அவளது கன்னங்கள் வெப்பமுற்று இருந்தன. அதே சமயம், இந்த நாதியற்ற பயல் துடுக்குத்தனமாகத் தன் மனைவியை வெறித்துப் பார்க்கிறானென்று எண்ணிச் சினம் கொண்ட ரயில்வே எஞ்சினீயர் மண்வெட்டியைக் கீழே போட்டு விட்டு, அவள் அருகில் சென்றான்.

“தோன்யா, நாம் போகலாம். இந்த ‘லாஸரோனி’யைப்* பார்க்கச் சகிக்கவில்லை.”

பாவெல் காரிபால்டியின் வாழ்க்கை வரலாற்றைப் படித்திருந்தான். எனவே, அவன் அந்தச் சொல்லின் பொருளை அறிந்திருந்தான்.

“நான் லாஸரோனியாகவிருக்கலாம். ஆனால் நீ ஒரு அழுகிப் போன பூர்ஷுவா!” என்று பாவெல் கம்மிய குரலில் கூறினான். அதன் பின் அவன் தோன்யா பக்கம் திரும்பி, வெடுக்கென்று மொழிந்தான்.

“தோழர் துமானவா, ஒரு மண்வெட்டியை எடுத்துக்கொண்டு வேலை செய்யுங்கள். இந்தப் பொலிக்காளையை முன்மாதிரியாகக் கொள்ளாதீர்கள். இவன் உங்களுக்குச் சொந்தக்காரனாயிருந்தால், அவமதிப்பாகப் பேசியதற்கு என்னை மன்னித்துவிடுங்கள்.”

பாவெல் தோன்யாவின் ஆட்டுத்தோலான பூட்ஸை நோக்கினான்; ஒருவிதமாகச் சிரித்துக்கொண்டே தற்செயலாகக் கூறுவது போல சொன்னான்.

“நீங்கள் இங்கு இருக்கக்கூடாது. அன்றொரு நாள் இரவு, கொள்ளைக் கூட்டத்தார் எங்களைத் தாக்கினார்கள்.”

அத்துடன் பாவெல் திரும்பிச் சென்றுவிட்டான்.

அவனது கடைசி வார்த்தைகள் எஞ்சினீயருக்குப் பிடித்தமாயிருந்தன. அவன் தங்கி வேலை செய்ய வேண்டுமென்று தோன்யா வற்புறுத்திப் பேசினாள்; அவனும் இணங்கினான்.

** லாஸரோனி* - *இத்தாலியச் சொல். நாடோடி என்று பொருட்படும்.*

பகல் வேலை முடிந்தபின், அன்று மாலை, கூட்டம் ஸ்டேஷனுக்குச் சென்றது. ரயில் வண்டியில் ஒரு இடத்தை உத்திரவாதம் செய்து கொள்வதற்காக, தோன்யாவின் கணவன் விரைந்து சென்றான். ஒரு தொழிலாளர் கோஷ்டி நடந்து செல்வதற்கு வழிதந்து விலகி நின்ற தோன்யா, மற்றவர்களுக்குப் பின்னால், மண்வெட்டியை ஊன்றுகோலாகக் கொண்டு சிரமப்பட்டு நடந்து வந்த பாவெலைக் கண்டாள்.

"வணக்கம், பாவெல்" என்று அவள் விளித்தாள்; அவனுடன் நடந்துகொண்டே அவள் பேசினாள்; "இவ்வளவு மோசமான நிலையில் நீ இருப்பாயென்று நான் ஒருபொழுதும் நினைக்கவில்லை. இந்த இழிவான வேலையை உனக்குக் கொடுக்கலாமா? நீ இதைவிட உயர்ந்த வேலைக்குத் தகுதியானவன் என்பதை ஆட்சியிலுள்ளவர்கள் நிச்சயமாகத் தெரிந்து கொண்டிருக்க வேண்டும். கமிஸார் பதவி அல்லது அதுபோன்ற பொறுப்பான பதவி வகிப்பாய் என்று நான் எண்ணினேன். வாழ்வு உன்னை எவ்வளவு கொடுமை செய்கிறதென்பதைக் கண்டு நான் வருந்துகிறேன்...."

பாவெல் நின்று கொண்டான்; தோன்யாவை வியப்புடன் நோக்கினான்.

"நீ இம்மாதிரிப் பூசனம் பிடித்துப் போயிருப்பாயென்றும் நான் எண்ணவில்லை" என்றான். அவன் தன் உணர்ச்சிகளைக் கண்ணியமான முறையில் எடுத்துரைக்க விரும்பினான். எனவே, 'பூசனம் பிடித்தவள்' என்ற வாசகத்தை உபயோகித்தான்!

தோன்யாவின் செவிகள் சிவந்தன.

"நீ முன்போலவே முரடனாக இருக்கிறாய்!" என்றாள்.

பாவெல் மண்வெட்டியைத் தன் தோள்மீது வைத்துக்கொண்டு விரைந்தான். கொஞ்ச தூரம் சென்றபின், அவன் நின்றான்; அவளிடம் திரும்பினான்.

"தோழர் துமானவா, நீங்கள் வினயமாக நடந்து கொள்வதாகக் கூறுகிறீர்கள். அந்த வினயம் என் மூர்த்தத்தன்மையைவிட வெறுப்பானதாயிருக்கிறது. என் வாழ்வை பொறுத்தமட்டில், நீங்கள் கவலைப்பட வேண்டாம். என் வாழ்வில் ஒரு கோளாறும் இல்லை. உங்களது வாழ்க்கைதான் கோளாறுமயமாயிருக்கிறது; நான் எதிர்பார்த்ததைவிடவும் மோசமாயிருக்கிறது. இரண்டு வருஷங்களுக்கு முன்னால், உன் தன்மை இன்றிருப்பதைவிட மேன்மையானதாக இருந்தது. அப்பொழுது, நீ ஒரு தொழிலாளியுடன் கைகுலுக்குவதற்கு வெட்கப்படவில்லை. இப்பொழுது, உன்னிடமிருந்து பூச்சி மருந்து நாற்ற

மடிக்கிறது. உண்மை பேசுவதென்றால், நீயும் நானும் உரையாடு வதற்கு இனி ஒன்றுமில்லை."

ஆர்த்தியோம் பாவெலுக்கு ஒரு கடிதம் எழுதியிருந்தான். அவனுக் குத் திருமணம் நிகழவிருக்கிறதென்று அறிவித்து, பாவெல் அந்த வைபவத்துக்குத் தவறாமல் வரவேண்டுமென்று வற்புறுத்தியிருந்தான்.

காற்றடித்த வேகத்தில், அந்தக் காகிதம் பாவெலின் கைப்பிடி யிலிருந்து நழுவிப் பறந்து போய்விட்டது. அவன் திருமண நிகழ்ச்சி யில் கலந்து கொள்வதைப் பற்றிச் சிந்திக்க முடியாது. இந்த நெருக் கடியான நிலையில் அவன் எப்படிப் போக முடியும்? நேற்றுத்தான் அந்தக் கரடி பன்கிராத்தவ் அவனது கோஷ்டியை முந்திக்கொண்டு விட்டான். அக்கோஷ்டியின் வேகம் எல்லோரையும் ஆச்சரியத்தில் ஆழ்த்திவிட்டது. அந்தத் துறைமுகத் தொழிலாளி போட்டியில் முதலிடம் பெறுவதற்காகப் பகீரத முயற்சி செய்து கொண்டிருந்தான். அவனது வாடிக்கையான உதாசீனப் போக்கு மாயமாய் மறைந்து விட்டது; அவன் தனது துறைமுகத் தொழிலாளர் தோழர்களுக்கு உத்வேகத்தை ஊட்டிக்கொண்டிருந்தான்.

மௌனமாகவும் கடுமையாகவும் வேலை செய்து கொண்டிருந்த இந்த இளைஞர்களைப் பார்த்து, பத்தோஷ்கின் மலைத்து நின்று தலையைச் சொறிந்தான். "இவர்கள் மானிடர்களா அல்லது அசுரர் களா?" என்று அவன் அதிசயித்தான். "இவர்கள் இந்த அளவிட முடியாத ஆற்றலை எங்கிருந்து பெறுகிறார்கள்? இன்னும் எட்டு நாட்களுக்குப் பருவ நிலை ஒத்துழைத்தால், மரம் வெட்டிக் குவிக்கப் பட்டுள்ள இடத்தை அடைந்துவிடலாம் போலிருக்கிறது! நன்று நன்று! அனுபவத்தில் பல புதிய விஷயங்களைப் படிக்கிறோம்! இந்த மனிதர்கள் சகல சாதனைகளையும் கணிப்புகளையும் மீறி விட்டார்கள்" என்று அவன் எண்ணினான்.

கிளாவிச்சேக் தான் கடைசியாகச் சுட்ட ரொட்டியுடன் டவுனி லிருந்து வந்தான். அவன் தோக்கரெவுடன் பேசிவிட்டு, பாவெலைக் கண்டுபிடிப்பதற்குச் சென்றான். இருவரும் அன்புடன் கைகுலுக்கிக் கொண்டனர். கிளாவிச்சேக் பைக்குள் கையை நுழைத்து, ஒரு அழகான சொக்காயை எடுத்தபொழுது, பாவெலின் முகம் மலர்ந்தது. அது ஸ்வீடன் தேசத்தில் தைத்த உயர்ந்த தோல் சொக்காய். அடியில் மிருதுவான ரோமத்துடன் கூடியது.

"இது உனக்குத்தான்" என்று கூறிக்கொண்டே, கிளாவிச்சேக் அந்த மிருதுவான சொக்காயைத் தட்டிக் கொடுத்தான். "யார் கொடுத்தது,

சொல் பார்க்கலாம். என்ன! தெரியாதா? நீ நிச்சயமாக மட்டிப் பையன்தான்! சந்தேகமே இல்லை. தோழர் உஸ்தினோவிச் கொடுத்த சட்டை இது. நீ குளிரில் தவிக்கக்கூடாதென்று அவள் கொடுத்தாள். ஓல்ஷீன்ஸ்கிய் இதை அவளுக்குக் கொடுத்தான். அவள் இதை அவனிடமிருந்து பெற்றுக்கொண்டு, நேரே என்னிடம் கொடுத்தாள். உன்னிடம் கொடுக்கும்படி உத்திரவிட்டாள். நீ ஒரு மெல்லிய சட்டையுடன் கடுங்குளிரில் வேலை செய்வதாக அக்கீம் அவளிடம் கூறினான். ஓல்ஷீன்ஸ்கிய்க்கு மனம் புண்பட்டது. 'நான் அந்தத் தோழனுக்கு ஒரு ராணுவக் கோட் அனுப்புகிறேன்' என்று அவன் கூறினான். ஆனால் அதைக் கேட்டு ரீத்தா நகைத்தாள். 'பரவா யில்லை. இந்தச் சொக்காய் அவன் வேலை செய்வதற்கு வசதியா யிருக்கும்' என்று அவள் கூறினாள்."

வியப்பிலாழ்ந்த பாவெல் ஆடம்பரப் பொருளாகத் தோன்றிய அந்தச் சொக்காயை வாங்கிக் கொண்டான். கொஞ்சம் தயங்கி நின்றபின், அதைத் தன் குளிர்ந்த உடலில் அணிந்து கொண்டான். உடனேயே, மென்மையான ரோமத்திலிருந்து அவனது தோள்களுக்கும் மார்புக்கும் சூடு பரவுவதை அவன் உணர்ந்தான்.

ரீத்தா தன் நாட்குறிப்பில் எழுதினாள் :

டிசம்பர் 20

"வெண்பனிப் புயல் தொடர்ந்து அடித்துக்கொண்டே இருக்கிறது. ஒரே காற்று. இந்தக் கடுங்குளிரும் புயலும் தடுத்து நிறுத்துவதற்கு முன், அவர்கள் போயர்க்காவில் அநேகமாக வேலையை முடித்து விட்டார்கள். கழுத்துவரை வெண்பனி. இறுகிப்போன மண்ணை வெட்டுவது எளிதான காரியமல்ல. மேலும் முக்கால் கிலோமீட்டர் தான் பாதை போட வேண்டும். ஆனால் இந்தப் பகுதி வேலையே மிகவும் கடினமானது.

டைபஸ் ஜுரம் வந்திருப்பதாகத் தோக்கரெவ் எழுதுகிறார். மூவர் ஜுரத்தில் படுத்துவிட்டனர்."

டிசம்பர் 22

"மாகாணக் கம்ஸமோல் முழு கூட்டம் நடந்தது. ஆனால் போயர்க் காவிலிருந்து ஒருவரும் வரவில்லை. போயர்க்காவிலிருந்து பதினேழு கிலோமீட்டர் தூரத்தில் ஒரு தானிய ரயிலைக் கொள்ளைக்காரர்கள்

கவிழ்த்துவிட்டார்கள். போயர்க்காவில் பாதை போடும் தொண்டர்கள் அனைவரும் ரயில் கவிழ்ந்த இடத்துக்குப் போக வேண்டுமென்று உணவு இலாகா பிரதிநிதி உத்திரவிட்டிருக்கிறார்."

டிசம்பர் 23

"மேலும் ஏழு பேர் டைபஸ் ஜுரத்துடன், போயர்க்காவிலிருந்து டவுனுக்குக் கொண்டு வரப்பட்டிருக்கிறார்கள். அவர்களில் ஒக்குனேவ் ஒருவன். நான் ஸ்டேஷனுக்குச் சென்றேன். அங்கு, கார்க்கவ் ரயிலில் பிரயாணம் செய்து, விறைத்துப் போய் இறந்தவர்களின் சவங்களைக் கண்டேன். ஆஸ்பத்திரிகளில் விறகு இல்லை. இந்தப் பனிப்புயல் ஒரு சாபக்கேடாக வாய்த்திருக்கிறது. இது எப்பொழுது ஒழியும்?"

டிசம்பர் 24

"இப்பொழுதுதான் ஷுஹ்ராயைப் பார்த்துப் பேசினேன். ஓர்லிக்கும் அவனது கூட்டமும் நேற்று இரவு போயர்க்காவைத் தாக்கினர் என்ற வதந்தியை அவர் ஊர்ஜிதம் செய்தார். அந்தப் போராட்டம் இரண்டு மணிநேரம் நடந்தது. போக்குவரத்து துண்டிக்கப்பட்டிருந்ததால், இன்று காலை வரை ஷுஹ்ராயுக்குச் சரியான தகவல் கிடைக்கவில்லை. கொள்ளைக் கூட்டத்தினர் முறியடிக்கப்பட்டனர். ஆனால் தோக்கரெவுக்குக் காயம். அவரது மார்பில் ஒரு குண்டு பாய்ந்துவிட்டது. அவரை இன்று டவுனுக்குக் கொண்டு வருவார்கள். அந்த இரவில் காவல் செய்தவர்களின் தலைவனாகத் தொண்டாற்றிய கிளாவிச்சேக் கொல்லப்பட்டான். அவன்தான் கூட்டத்தினரின் வருகையைக் கண்டுபிடித்து அபாய அறிவிப்பை எழுப்பினான். அவன் கொள்ளைக்காரர்களைச் சுடுவதற்குத் தொடங்கினான். ஆனால் அவன் பள்ளிக்கூடக் கட்டிடத்துக்குப் பின்வாங்குவதற்குள் அவர்கள் அவனைப் பிடித்துவிட்டார்கள்; அவன் வாளால் கொலை செய்யப்பட்டான். நமது தொழிலாளரில் பதினொரு பேருக்குக் காயம். இரண்டு குதிரைப் படைப் பிரிவுகளும் ஒரு கவச ரயிலும் இப்பொழுது அங்குப் போய்ச் சேர்ந்துவிட்டன.

நிர்மாண வேலைக்குப் பன்கிராத்தவ் முழுப்பொறுப்பாயிருக்கிறான். இன்று புஸிரேவ்ஸ்க்கியின் குதிரைப்படை, கொள்ளைக் கூட்டத்தின் ஒரு பகுதியை க்லூபோக்கிய் கிராமத்தில் பிடித்து அழித்துவிட்டது. கட்சியில் இல்லாத சில தொழிலாளர்கள் நகரை

நோக்கிக் கிளம்பிவிட்டார்கள். அவர்கள் ரயிலுக்குக் காத்திராமல், இருப்புப் பாதை வழியே நடந்து வருகிறார்கள்."

டிசம்பர் 25

"தோக்கரெவும் காயமடைந்த இதரரும் டவுனுக்கு வந்துவிட்டனர்; ஆஸ்பத்திரியில் இருக்கிறார்கள். கிழவரைக் காப்பாற்றிவிடுவோ மென்று டாக்டர்கள் உறுதியாகக் கூறுகிறார்கள். அவர் நினைவற்று கிடக்கிறார். மற்றவர்களுக்கு ஆபத்து இல்லை.

போயர்க்காவிலிருந்து எங்களுக்கும் மாகாணக்கட்சிக் கமிட்டிக்கும் ஒரு தந்தி வந்தது. அது கூறுவதாவது : 'இருப்பு பாதை அமைத்துக் கொண்டிருக்கும் நாங்கள், 'சோவியத் அதிகாரத்துக்காக' என்ற பெயரிட்ட கவசரயில் செஞ்சேனை வீரர்களுடனும் குதிரைப் படைவீரர்களுடனும் சேர்ந்து கூட்டம் நடத்தினோம். கொள்ளைக் காரர் தாக்குதலுக்குத் தக்க பதிலளிக்கும் முறையில் நாங்கள் பிரதிக்ஞை எடுத்திருக்கிறோம். எத்தகைய இடையூறுகள் ஏற்பட் டாலும், அவற்றைச் சமாளித்து, ஜனவரி முதல் தேதியன்று டவுனுக்கு விறகு கிடைக்கச் செய்வோமென்பதே எங்கள் சபதம். எங்களது முழுபலத்தையும் திரட்டி, வேலையில் ஈடுபடுகிறோம். எங்களை இங்கு அனுப்பிய கம்யூனிஸ்ட் கட்சி நீடுழி வாழ்க! கூட்டத் தலைவர் : கர்ச்சாகின். காரியதரிசி : பெர்ஸின்.'

ஸாலோமென்காவில், கிளாவிச்சேக்கின் சவ அடக்கம் ராணுவ மரியாதைகளுடன் நடந்தேறியது."

அவர்கள் உயிரினும் இனியதாக நேசித்த குறிக்கோளை எட்டிப் பிடிக்கும் தருவாயில் இருந்தனர் என்றாலும், முன்னேற்றத்தின் வேகம் மிகவும் தடைப்பட்டது. தினந்தோறும் டைபஸ் ஜுரம் பலரைப் படுக்கையில் வீழ்த்திக்கொண்டிருந்ததே இதற்குக் காரணம்.

ஒருநாள், பாவெல் வேலை செய்துவிட்டு ஸ்டேஷனுக்குத் திரும்பிக் கொண்டிருந்தான். அவன் ஒரு குடிகாரனைப் போலத் தள்ளாடிக் கொண்டே நடந்தான். அவனது கால்கள் எந்த நேரத்திலும் அவனைக் கீழே தள்ளிவிடும் போலிருந்தது. அவனுக்குக் கொஞ்ச காலமாகவே காய்ச்சலாகவிருந்தது. ஆனால் இன்று காய்ச்சலின் வேகமும் உக்கிரமும் அதிகமாயிருந்தது.

இருப்புப்பாதை அமைப்பாளர் படையைக் குறைத்துக்கொண்டு வந்த டைபஸ் ஜுரம் ஒரு புதிய ஆளைப் பிடித்துக் கொண்டுவிட்டது. ஆனால் பாவெலின் உறுதியான உடற்கட்டு நோயை எதிர்த்துப்

போராடியது. ஐந்து நாட்களுக்குத் தொடர்ச்சியாக அவன் கான்கிரீட் தளத்தின் மீது பரப்பியிருந்த வைக்கோலில் படுத்து எழுந்து இதரருடன் சென்று வேலை செய்தான். எனினும் ஜுரம் அவனை ஆட்கொண்டு விட்டது. குளிரால் மரத்துப் போன கால்களில் பியோதர் பரிசாக அனுப்பிய கதகதப்பான கம்பளி பூட்ஸை அவன் அணிந்திருந்தது உண்மை. ஆனால் அதுவோ, ரீத்தா அனுப்பிய கதகதப்பான சொக்காயோ அவனுக்குச் சகாயம் செய்யவில்லை.

அவன் ஒவ்வொரு அடி எடுத்துவைக்கும் பொழுதும், அவனது மார்பில் கூர்மையான வேதனை உண்டாகி எரிச்சல் ஏற்பட்டது; அவனது பற்கள் கிடுகிடு என்று தந்தி அடித்தன. அவனது பார்வை மங்கியது; மரங்களெல்லாம் ஒரு விசித்திரமான ரங்கராட்டினத்தில் சுழல்வதாக அவனுக்குத் தோன்றியது.

அவன் கஷ்டப்பட்டு நடந்து ஸ்டேஷனை அடைந்தான். அங்கு என்றைக்குமில்லாத சந்தடி ஏற்பட்டிருந்ததைக் கண்டு அவன் சற்று நின்றான். அவர் கூர்ந்து கவனித்தான். பிளாட்பார நீளத்தின் அளவுக்கு ஒரு நீண்ட வண்டித் தொடர் நின்றதைக் கண்டான். கூரை இல்லாத பெட்டிகளைக் கொண்ட ரயில் அது. அதில் வந்தவர்கள், குறும்பாதை எஞ்சின்களையும் தண்டவாளங்களையும் ஸ்லீப்பர் கட்டைகளையும் இறக்குவதில் சுறுசுறுப்பாக இருந்தார்கள். பாவெல் தள்ளாடிக்கொண்டே முன்சென்றான்; சமநிலை தவறி விழுந்தான். அவனது தலை, தரை மீது மோதியபொழுது ஒரு மந்தமான வலி ஏற்பட்டதையும் அவன் உணர்ந்தான். அவனது வெப்பமான கன்னத்தின் மீது வெண்பனி பட்டதால் ஏற்பட்ட இன்பமான குளிர்ச்சியையும் உணர்ந்தான்.

சில மணி நேரத்துக்குப் பிறகு, அவன் விழுந்து கிடந்ததைக் கண்டுபிடித்து பாரக்குக்குத் தூக்கிக் கொண்டு போனார்கள். அவன் உணர்விழந்து கிடந்தான்; சிரமப்பட்டு மூச்சுவிட்டுக் கொண்டிருந்தான். கவச ரயிலிலிருந்த வைத்தியர் வரவழைக்கப்பட்டார். அவர் அவனைப் பரிசோதனை செய்து பார்த்துவிட்டு, நிம்மோனியாவும் டைபஸ் ஜுரமும் பீடித்திருப்பதாகக் கூறினார். அவனுக்கு 106 டிகிரி இருந்தது. வைத்தியர், மூட்டுகளின் அழற்சியைக் கவனித்தார்; கழுத்தில் இருந்த கட்டிகளையும் பரிசோதித்தார். ஆனால் அவற்றைப் பொருட்படுத்த வேண்டாமென்று அவர் கூறினார். அவற்றைவிடப் பன்மடங்கு அபாயகரமானவையாக நிம்மோனியாவும் டைபஸும் இருப்பதாகவும், இவையே ஆளைக் கொல்வதற்குப் போதுமென்றும் அவர் கூறினார்.

பன்கிராத்தவும் நகரிலிருந்து திரும்பிவிட்ட துபாவாவும் பாவெலைக் காப்பாற்றுவதற்குத் தம்மால் இயன்றதனைத்தும் செய்தனர்.

அல்யோஷா கஹான்ஸ்கிய் பாவெலின் ஊரைச் சேர்ந்தவன். பாவெலை அவனுடைய வீட்டுக்கு இட்டுச் செல்லும் பொறுப்பு அல்யோஷாவிடம் ஒப்படைக்கப்பட்டது.

பாவெலது கோஷ்டியினர் அனைவரது உதவியுடன், குறிப்பாக கோல்யாவாவின் பேருதவியுடன், அல்யோஷாவையும் உணர்வில்லாமல் கிடந்த பாவெலையும், ஜனங்கள் நெருக்கியடித்துக் கொண்டிருந்த ரயில் வண்டியில் ஏற்றுவதில், பன்கிராத்தவும் துபாவாவும் வெற்றியடைந்தனர். டைபஸ் நோயாளி என்று சந்தேகித்த பிரயாணிகள். பாவெலை ஏற்றுவதைப் பலாத்காரமாக எதிர்த்தார்கள்; வழியில் ரயில் ஓடிக்கொண்டிருக்கும்பொழுது, நோயாளியைத் தூக்கி எறிவோமென்றும் பயமுறுத்தினார்கள்.

கோல்யாவா தன் கைத்துப்பாக்கியை அவர்களுக்கு நேராகக் காட்டி மிரட்டினான்.

"அவனது நோய் ஒட்டிக் கொள்ளாது! உங்கள் அனைவரையும் வண்டியிலிருந்து இறக்கி விட்டாகிலும், அவனை அனுப்புவோம்! நான் பாதையிலுள்ள ஸ்டேஷன்களுக்கெல்லாம் சேதி அனுப்பப் போகிறேன். யாராவது அவன்மீது கைவைத்தால், உங்கள் அனைவரையும் பிடித்துச் சிறைப்படுத்தி விடுவார்கள். உஷார்! அல்யோஷா! இதோ பாவெலின் துப்பாக்கியை எடுத்துக்கொள். அவனை எவன் தூக்கி எறிய முயன்றாலும் சுட்டுக்கொல்" என்று கர்ஜித்தான்.

டிரெயின் ஸ்டேஷனிலிருந்து கிளம்பியது. வெறிச்சென்று இருந்த பிளாட்பாரத்தில் தன்னந்தனியாக நின்றுகொண்டிருந்த துபாவாவிடம் பன்கிராத்தவ் சென்றான்.

"பாவெல் பிழைத்துக்கொள்வானா?"என்று அவன் வினவினான்.

துபாவா விடை தரவில்லை.

"துபாவா! வா, வா. நாம் இனி ஒன்றும் உதவ முடியாது. நாம்தான் இனிச் சகலத்துக்கும் பொறுப்பு. இன்று இரவு அந்த எஞ்சின்களை இறக்கிவிட வேண்டும். நாளைக் காலை அவற்றில் தீ உண்டாக்க முயற்சிப்போம்" என்று பன்கிராத்தவ் கூறினான்.

இருப்புப் பாதையில் இருந்த சகல செக்கா நண்பர்களுக்கும் கோல்யாவா போன் செய்தான். நோயாளியான பாவெலை எவரும் டிரெயினிலிருந்து இறக்கி விடாமல் பார்த்துக் கொள்ள வேண்டு

மென்று அவன் அவர்களிடம் வற்புறுத்தினான். அவர்கள் அம்மாதிரி உறுதிமொழி கொடுத்த பின்பே, அவன் படுக்கச் சென்றான்.

அந்தப் பாதையில் கொஞ்ச தூரத்துக்கு அப்பால், ஒரு ரயில்வே ஜங்ஷன். அங்கு, அவ்வழியே சென்று கொண்டிருந்த ஒரு பிரயாணி வண்டியிலிருந்து ஒரு இளைஞனது உடல் இறக்கிப் பிளாட்பாரத்தின்மீது வைக்கப்பட்டது. அந்த இளைஞன் யார், அவன் எப்படி இறந்தான் முதலிய விஷயங்கள் ஒருவருக்கும் தெரியவில்லை. அந்த ஸ்டேஷனில் இருந்த செக்கா ஊழியர்கள் கோல்யாவாவின் வேண்டுகோளை மறக்கவில்லை. எனவே அவர்கள் அந்தப் பிளாட்பாரத்துக்கு ஓடினார்கள். அந்த இளைஞன் இறந்துவிட்டான் என்பதை அவர்கள் கண்டனர். அந்தப் பிணத்தைச் சவச்சாலைக்குக் கொண்டு செல்லும்படி அவர்கள் கட்டளையிட்டனர். உடனே போயர்க்காவில் இருந்த கோல்யாவாவுக்குப் போன் செய்தனர். எந்த நண்பன் உயிரைக் காப்பாற்றுவதில் அவன் கண்ணும் கருத்துமாயிருந்தானோ, அதே நண்பன் இறந்துவிட்டானென்று அவர்கள் அவனிடம் கூறினர்.

ஒரு சுருக்கமான தந்தி, போயர்க்காவிலிருந்து கம்ஸமோலின் மாகாணக் கமிட்டிக்குச் சென்றது. அது பாவெலின் அகால மரணச் செய்தியை அறிவித்தது.

எனினும், அதே சமயத்தில், அல்யோஷா பாவெலை அவனுடைய குடும்பத்தினரிடம் ஒப்படைத்துவிட்டு, அதே ஜுரத்தால் பீடிக்கப்பட்டான்.

ஜனவரி 9

“என்னுடைய இதயம் ஏன் இம்மாதிரி வேதனையடைகிறது? நான் எழுத உட்காருவதற்கு முன்னால் தேம்பித் தேம்பி அழுதேன். ரீத்தா அழுவாள், இந்த மாதிரிப் புலம்புவாள் என்று சொன்னால், யாராவது நம்பியிருப்பார்களா? ஆனால் கண்ணீர் என்பது எப்பொழுதுமே பலவீனத்தின் அறிகுறி என்று சொல்ல முடியுமா? இன்று துக்கம் என் உடலை எரிக்கிறது; அதனால் நான் கண்ணீர் உகுத்துக் கொண்டிருக்கிறேன். இந்த வெற்றி நாளில் எனக்கு ஏன் இந்தத் துக்கம்? குளிரின் பயங்கரங்கள் மீது வெற்றியடைந்துவிட்டோம்; ரயில்வே ஸ்டேஷன்களில் அம்பாரம் அம்பாரமாக உயிர்த் தேவையான விறகு குவிந்திருக்கிறது. நகர சோவியத்தின் விரிவாக்கப்பட்ட கூட்டத்தில், இருப்புப் பாதை நிர்மாண வீரர்களுக்குச் சகல கௌரவங்களும் அளித்து,

வெற்றி விழா நடத்தியதில் கலந்து கொண்டுவிட்டு, இப்பொழுது தான் திரும்பி வந்துள்ளேன். இப்படிப்பட்ட நாளில் எனக்கு ஏன் இந்தத் துயரம்? இது வெற்றிதான்; ஆனால் இருவர்-கிளாவிச்சேக்கும் பாவெலும்-உயிர்த் தியாகம் செய்து இந்த வெற்றியைப் பெற்றுக் கொடுத்தனர்.

பாவெலின் மரணம் உண்மையை உணரச் செய்துவிட்டது. ஆம்! நான் எண்ணியதைவிட அதிகமாக அவனிடம் எனக்குப் பாசம் ஏற்பட்டிருந்தது.

இப்பொழுது இந்த நாட்குறிப்பை நான் முடிக்கிறேன். நான் மீண்டும் அதைத் தொடருவேனா என்பது சந்தேகம்தான். நாளைக்கு நான் கார்க்கவுக்குக் கடிதம் எழுதப் போகிறேன். உக்ரேனிய கம்ஸ மோலின் மத்தியக் கமிட்டியில் எனக்கு அளிக்கப்பட்ட வேலையை ஒப்புக்கொண்டு எழுதப் போகிறேன்."

அத்தியாயம் மூன்று

இளமை வெற்றி கண்டது. பாவெல் டைபஸ் ஜுரத்துக்குப் பலியாக வில்லை. அவன் நான்காவது தடவையாகச் சாவின் நுழைவாயிலில் பிரவேசித்துவிட்டுப் புத்துயிர் பெற்றுவிட்டான். ஆனால் ஒருமாத காலத்துக்குப் படுக்கையிலிருந்து எழுந்திருக்க முடியவில்லை. எழுந்து நடக்கத் தொடங்கியபொழுதும் அவன் மெலிந்திருந்தான்; சோகை யாகவிருந்தான்; தள்ளாடித் தள்ளாடி அறையில் நடந்தான்; கால்களில் உறுதியில்லாததால் சுவரைப் பிடித்துக்கொண்டு நகர்ந்தான். அவன் தன் அன்னையின் உதவியுடன் ஜன்னலை அடைந்து, அங்கு நீண்ட நேரம் நின்று, சாலையை நோக்கினான். வசந்தகாலம் நெருங்கி விட்டது. பனி உருகியதால் ஏற்பட்ட நீர்க் குட்டங்கள் சூரிய ஒளியில் பிரகாசித்துக் கொண்டிருந்தன. அந்த ஆண்டில் அப்பொழுதுதான் பனி உருகத் தொடங்கியிருந்தது.

ஜன்னலுக்கு முன்னால் ஒரு செர்ரி மரம். அதன் கிளை ஒன்றில் ஒரு ஊர்க்குருவி உட்கார்ந்திருந்தது. அது தன் இறகுகளைக் கோதி விட்டுக்கொண்டே, பாவெலைத் திருட்டுத்தனமாக மின்வெட்டுப் பார்வை பார்த்தது. அந்தப் பார்வையில் ஒரு சஞ்சலம் இருந்தது.

"நீயும் நானும் குளிர்காலத்தைக் கடந்து விட்டோம்" என்று கூறிக் கொண்டே பாவெல் ஜன்னல் கண்ணாடியை விரலால் தட்டினான்.

அவனது தாய் அதிர்ச்சி அடைந்தவளாகத் தன் மகனைப் பார்த்தாள்.

"நீ யாரிடம் பேசிக்கொண்டிருக்கிறாய்?" என்று அவள் வினவினாள்.

"அதோ அந்த ஊர்க்குருவியோடு... அடடா! அதற்குள் அந்தச் சின்னப் போக்கிரி பறந்துவிட்டானே!" என்று கூறிய பாவெல் லேசாகப் புன்னகை செய்தான்.

வசந்தம் அதன் உச்சநிலையை அடைந்தபொழுது, பாவெல் நகரத்துக்குத் திரும்புவதைப் பற்றி எண்ணத் தொடங்கினான். அவனுக்குப் பலம் ஊறிவிட்டது; அவனால் நடக்க முடிந்தது. ஆனால் ஏதோ ஒரு வியாதி அவனது பலத்தைச் சிதைத்துக் கொண்டிருந்தது. அது என்ன நோய் என்பதே விளங்கவில்லை. ஒருநாள் அவன் தோட்டத்தில் நடந்து கொண்டிருந்தபொழுது, அவனது முதுகெலும்பில் திடீரென்று ஒரு தீவிரமான வேதனை உண்டாகி, விழுந்து விட்டான். அவன் மிகுந்த கஷ்டத்துடன் நடந்து தன் அறையை அடைந்தான். மறுநாள், ஒரு பூர்த்தியான வைத்தியப் பரிசோதனைக்கு அவன் உட்பட்டான். பாவெலின் முதுகைப் பரிசோதித்த டாக்டர், அவனது முதுகெலும்பில் ஒரு ஆழமான பள்ளத்தைக் கண்டுபிடித்தார்.

"இது எப்படி ஏற்பட்டது?" என்று வியப்புற்றவராக உறுமினார்.

"ரோவ்னோ நகரத்துக்கருகே நிகழ்ந்த போராட்டத்தில் ஏற்பட்டது. மூன்று அங்குல விட்டத்தைக் கொண்ட குழலை உடைய ஒரு பீரங்கி எங்களுக்குப் பின்னால் குண்டுகளைக் கக்கிச் சாலையைப் பெயர்த்தது. அப்பொழுது ஒரு கல் என் முதுகைத் தாக்கியது" என்று பாவெல் விளக்கம் தந்தான்.

"ஆனால் நீ எப்படி நடந்து கொண்டிருந்தாய்? இதனால் உனக்கு உபத்திரவம் எதுவுமில்லையா?"

"இல்லை. கல்லடி பட்டவுடன் ஓரிரண்டு மணிநேரம் என்னால் எழுந்திருக்க முடியவில்லை. அதன்பின், அந்த வலி மறைந்தது. நான் சேணத்தில் ஏறித் தொடர்ந்து போராடினேன். அதன்பிறகு, இப்பொழுதுதான், இந்தக் குழி எனக்குத் தொல்லை கொடுக்கிறது."

டாக்டர் அந்தப் பள்ளத்தைக் கவனமாக ஆராய்ந்தார்; அப்பொழுது அவரது முகத்தில் கவலைக் குறிகள் படர்ந்தன.

"ஆமாம், நண்பா! இது ஒரு மோசமான விஷயம்தான். முது கெலும்பில் இத்தகைய கேடு ஏற்படக்கூடாது. இது சீக்கிரத்தில் மறையுமென்று நம்புவோமாக" என்று டாக்டர் கூறினார்.

நோயாளி கழற்றிய சட்டையைப் போட்டுக் கொள்வதை டாக்டர் அனுதாபத்துடன் நோக்கினார். அவனால் தன் துன்பத்தை மறைக்க முடியவில்லை என்பதை அவர் உணர்ந்தார்.

ஆர்த்தியோம் அவனுடைய மனைவியின் குடும்பத்தினருடன் வசித்தான். அவனது மனைவி ஸ்தியேஷா அழகில்லாத விதவை. ஏழ்மையில் தவித்த விவசாயிக் குடும்பத்தில் பிறந்து வளர்ந்த மங்கை. ஒருநாள் பாவெல் தன் அண்ணனைப் பார்க்கச் சென்றான். முன்னா லிருந்த ஆபாசமான சிறுமுற்றத்தில் மாறு கண் உடைய ஒரு அழுக் கடர்ந்த சிறுவன் விளையாடிக் கொண்டிருந்தான். அவன் பாவெலை வெறித்துப் பார்த்தான்; தன் மூக்குக்குள் விரலை விட்டுக் கொண்டு கேட்டான் :

"உனக்கு என்ன வேண்டும்? நீ திருடனா? உடனே ஓடிவிடு; இல்லா விட்டால் அம்மாவிடம் நன்றாக வாங்கிக் கட்டிக் கொள்வாய்."

அந்த விகாரமான பழங்குடிசையில் ஒரு சிறு ஜன்னல் திறக்கப் பட்டது. அதன் வழியே ஆர்த்தியோம் வெளியில் நோக்கினான்.

"பாவெல்! உள்ளேவா" என்று அவன் விளம்பினான்.

மஞ்சள் முகத்தை உடைய ஒரு கிழவி அடுப்பண்டை வேலையாக விருந்தாள். பாவெல் அவளைக் கடந்து சென்றபொழுது, அவனைக் குரோதத்துடன் பார்த்தாள். அதன்பின், வார்ப்பு இரும்பாலான சட்டிகளை மேலும் கீழும் தூக்கி வைத்துக் கடகடவென்று சப்தம் செய்து வேலை செய்யத் தொடங்கினாள்.

எலிவால் போன்ற ஜடையுடன் கூடிய இரண்டு சிறுமிகள் அடுப்பின்மீது ஏறிக்கொண்டு காட்டு ஜாதிக் குழந்தைகளைப்போல வாயைப் பிளந்து புதிதாக வந்தவனை வெறித்து நோக்கினர்.

மேஜைக்கு முன்னால் உட்கார்ந்திருந்த ஆர்த்தியோமுக்கு மன நிம்மதி இல்லை. அவனுடைய தாயாரும் தம்பியும் தன் திருமணத்தை அங்கீகரிக்கவில்லையென்பதை அவன் அறிந்திருந்தான். ஆலைத் தொழிலாளியின் குடும்பத்தில் பிறந்த அவன், கல்தச்சனது அழகு மகளும் தையல்காரியாக உழைத்துப் பிழைத்தவளுமான கால்யா வுடன் தனது மூன்றாண்டு நட்பினை உதறிவிட்டு, ஐவரைக் கொண்ட, உழைப்பாளி ஒருவனுமற்ற, குடும்பத்திலிருந்து ஒரு பேதைப் பெண்ணை மணந்துகொண்ட மர்மத்தை அவர்களால் புரிந்து கொள்ள முடியவில்லை. ரயில்வே வார்க்ஷாப்பில் பகல் முழுவதும் கடினமாக உழைத்தபிறகு, அவன் சீரழிந்து கிடந்த பண்ணையைப் பயனுள்ளதாக்குவதற்காக ஏர்க்கட்டி உழுதான்.

பாவெல் தன் அண்ணனது தற்சமய வாழ்வு முறையை அங்கீகரிக்க வில்லை. அண்ணன் 'குட்டி பூர்ஷ்வாச் சூழ்நிலையில் மூழ்கடிக்கப் பட்டவன்' என்று அடிக்கடி அவன் கூறிவந்தான். அண்ணனது அவ்வாழ்க்கைப் பாவெலுக்குப் பிடிக்கவில்லை. இதை நன்கறிந்த ஆர்த்தியோம் தன்னைச் சூழ்ந்திருப்பவற்றைத் தம்பி எக்கண் கொண்டு நோக்குகிறான் என்று கவனித்தான்.

இருவரும் அமர்ந்தனர்; ஒருவருக்கொருவர் உயிரற்ற வார்த்தை களைப் பரிமாற்றம் செய்துகொண்டார்கள். கொஞ்ச நேரம் க்ஷேம லாபம் விசாரித்துக்கொண்டனர். பிறகு பாவெல் வெளியேறுவதற்காக எழுந்தான். ஆனால் ஆர்த்தியோம் அவனை நிறுத்தினான்.

"கொஞ்ச நேரம் இரு. எங்களுடன் ஏதாவது சாப்பிட வேண்டும். சீக்கிரத்தில் ஸ்தியேஷா பால் கொண்டு வருவாள். நாளைக்கு நகருக்குத் திரும்பிப் போகிறாயா? பாவெல், உனக்குப் போதுமான பலம் ஊறிவிட்டதா?" என்று ஆர்த்தியோம் வினவினான்.

ஸ்தியேஷா அங்கு வந்து பாவெலை வரவேற்றாள். களஞ்சியத் துக்கு வந்து சாமானைத் தூக்கிவிடும்படி அவள் ஆர்த்தியோமைக் கேட்டுக் கொண்டாள். அவர்கள் சென்றபின், வீட்டில் பாவெலும், மூர்க்கமாகத் தோற்றமளித்த கிழவியுமே இருந்தனர். ஜன்னல் வழியாக மாதாகோவிலிலிருந்து மணியோசை கேட்டது. கிழவி இடுக்கியைக் கீழே வைத்துவிட்டு, மெல்லிய குரலில் கடுகடுப்பான தொனியுடன் உச்சரிக்கத் தொடங்கினாள் :

"விண்ணில் வாழும் பிரபுவே! இந்தச் சாபக்கேடான வீட்டு வேலைக்கு இடையே உன்னை வழிபடுவதற்குக்கூட நேரம் கிடைக்க வில்லையே!" அவள் தனது தலைக்குட்டையை நீக்கினாள்; புதிதாக வந்த பாவெலைக் கடைக்கண்ணால் நோக்கிக்கொண்டே, அவள் ஒரு மூலைக்குச் சென்றாள். அங்கு, சோகம் பொருந்திய முகங்கள் கொண்ட புனித உருவங்கள் சில இருந்தன; அவை பழசாக இருந் தமையால் காலப்போக்கின் கறையுடன் காட்சியளித்தன. எலும்பும் தோலுமாக இருந்த மூன்று விரல்களைச் சேர்த்து, சிலுவைக் குறி செய்தாள்.

"விண்ணிலுள்ள எங்கள் பிதாவே! உனது நாமம் பவித்திரமானது!" என்று அவள் உலர்ந்த உதடுகள் வாயிலாக உச்சரித்தாள்.

முற்றத்தில் விளையாடிக்கொண்டிருந்த சிறுவன், தொங்கும் செவி களுடன் கூடிய கரிய பன்றியின்மீது ஏறிக்கொண்டான். அவன் அதன் மயிரைப் பிடித்துக்கொண்டு, தனது சிறிய வெறும் பாதங்களால் அதை

உதைத்து, "நட! நட!" என்று கத்தினான். அது சீறிக்கொண்டு ஓடியபொழுது, "நில்! நில்!" என்று கத்தினான்.

முதுகின்மீது அமர்ந்திருந்த பையனுடன் பன்றி முற்றத்தில் வெறித் தனமாக ஓடியது; எப்படியாவது அவனைக் கீழே தள்ளுவதற்கு அது முயன்றது. ஆனால் மாறுகண் பார்வையை உடைய அந்தத் துஷ்டப் பையன் தன் இருக்கையை உறுதியாகப் பிடித்துக்கொண்டான்.

கிழவி பிரார்த்தனையை நிறுத்திவிட்டு, ஜன்னல் வழியே தலையை வெளியில் நீட்டினாள்.

"வேட்டை நாயே! அந்தப் பன்றி மீதிருந்து உடனே இறங்கு! இல்லாவிட்டால் உன் தோலை உரித்துவிடுவேன்! உன்னைப் பீடை பிடிக்க!" என்று அவள் இரைந்தாள்.

கடைசியில், பன்றி தன்னைச் சித்திரவதை செய்த பையனை இறங்கும்படி செய்வதில் வெற்றி கண்டது. கிழவியும் ஆத்திரம் தணிந்தவளாய், தனது பிரதிமைகள் உள்ள இடத்துக்குச் சென்றாள். மீண்டும் முகத்தில் பக்தி உணர்ச்சி ததும்ப, அவள் பிரார்த்தனையைத் தொடர்ந்தாள்.

"உன் சாம்ராஜ்யம் மலர..."

அதே சமயத்தில் அந்தப் பையன் கதவண்டை வந்து நின்றான். அவனது முகத்தின் அழுக்கு, கண்ணீரில் நனைந்திருந்தது. வலித்துக் கொண்டிருந்த நாசியைச் சட்டையின் முன்கையால் துடைத்துக் கொண்டே, வலி தாங்க முடியாமல் புலம்பினான். புலம்பிக்கொண்டே, "பாட்டி, ஒரு ஆப்பம் கொடு!" என்று சிணுங்கினான்.

கிழவி அவன்மீது தன் ஆத்திரத்தைக் கொட்டினாள்.

"நான் தொழுது கொண்டிருப்பது உனக்குத் தெரியவில்லையா? வக்கிர திருஷ்டிப் பிசாசே! உனக்கு ஆப்பம் தருகிறேன், ஆப்பம்! சாத்தான் மகனே!..." அவள் பெஞ்சியிலிருந்து ஒரு சாட்டையை எடுத்தாள். சிறுவன் மின்னல் மறைவதைப்போல, ஓடிவிட்டான். அடுப்பில் உட்கார்ந்திருந்த இரண்டு சிறுமிகளும் கிளுகிளுத்தனர்.

கிழவி மூன்றாவது தடவையாகத் தன் தொழுகையைத் தொடங்கினாள்.

பாவெல் தன் அண்ணனுக்காகக் காத்திராமல், எழுந்திருந்து வெளியேறினான். அவன் வெளி முற்றத்தைத் தாண்டி, திட்டிவாசலை மூடினான். அப்பொழுது, வீட்டின் கோடி ஜன்னல் வழியாகக் கிழவி அவனைச் சந்தேகத்துடன் எட்டிப் பார்த்துக் கொண்டிருப்பதை அவன் கவனித்தான்.

"எந்தப் பேய் ஆர்த்தியோமை இந்தக் குழியில் தள்ளியது? இனி அவன் ஆயுட்கால அடிமைதான். ஸ்தியேஷா ஆண்டுக்கு ஒரு குழந்தையைப் பெறுவாள் 'அகழியில் விழுந்த முதலைக்கு அதுவே வைகுண்டம்' என்பதுதான் ஆர்த்தியோமின் கதி. அவன் ரயில்வே வேலையைக்கூட உதறி எறிந்துவிடுவான்" என்று மனம் வருந்திச் சிந்தனை செய்துகொண்டே பாவெல், அந்தச் சிறு நகரத்தில் வெறிச் சென்று கிடந்த வீதிகள் வழியே நடந்தான். "இவனுக்கு அரசியல் வேலையில் அக்கறை உண்டாக்கலாமென்று நான் எண்ணிய தெல்லாம் வீணாயிற்றே!" என்று அவன் வருந்தினான்.

நாளைக்கு இந்த ஊரைவிட்டுக் கிளம்பித் தன் நேசத்துக்கும் பாசத்துக்கும் உரிய நண்பரும் தோழரும் வாழ்ந்த பெரிய நகரத்துக்குச் செல்லவிருந்ததை எண்ணி, அவன் ஆனந்தம் அடைந்தான். அந்தப் பெரிய நகரம் ஒரு காந்தக் கல்லைப்போல் அவனை வசீகரித்தது; ஏனெனில் அங்கு வாழ்க்கையில் விறுவிறுப்பு இருந்தது, ஏராளமான ஜனங்கள் சுறுசுறுப்பாகச் செயல்பட்டு வாழ்ந்தனர், கடகடவென்று ஓடிய டிராம் வண்டிகளும், 'ஹார்ன்' ஊதிய மோட்டார் கார்களும் அவனை வசீகரித்தன. எல்லாவற்றுக்கும் மேலாக, அங்கு இருந்த பிரம்மாண்டமான பாக்டரி கட்டிடங்களும் புகைக்கரி படர்ந்த தொழிற்சாலைகளும் யந்திரங்களும், 'டிரான்ஸ்மிஷன்' பெல்ட்டு களின் மெல்லிய நாதமும் அவனது இதயத்தைக் கவர்ந்தன. வெறிகொண்டதைப் போலச் சுழன்ற பிரம்மாண்டமான சம இயக்கச் சக்கரங்களையும், யந்திர எண்ணெயின் மணத்தையும் அவன் மனம் நாடியது. இவையெல்லாம் அவனது வாழ்வின் முக்கியமான அம்சங் களாகிவிட்டன. இந்த அமைதியான சிறு நகரத்தின் வீதிகளில் திரிந்துகொண்டிருந்தது அவனுக்குப் பிடிக்கவில்லை. இந்தச் சிற்றூர் அவனுக்குச் சோர்வை உண்டாக்கியது. தனக்கு ஒட்டோ உறவோ இல்லாத அந்நிய ஊரில் இருந்ததாகவே அவனுக்கு உணர்ச்சி ஏற் பட்டது. ஆனால் இந்த உணர்ச்சியைக் கண்டு அவன் ஆச்சரியப் படவில்லை. இந்த ஊரில் பகலில் உலாவுவதுகூட அவனுக்கு வேதனை யாக இருந்தது. தெருவில் நடந்து சென்றபொழுது, அவனைப் பற்றி வம்பு அளக்கும் பெண்கள் வீண் பேச்சுப் பேசியதை அவன் கேட்காமலிருக்க முடியவில்லை.

"யார் அந்தப் பூச்சாண்டி?" என்றாள் ஒருத்தி.

"அவன் க்ஷயரோகத்துக்கு இரையானவன் போலிருக்கிறது" என்றாள் இன்னொருத்தி.

"நேர்த்தியான சொக்காயை அணிந்திருக்கிறான். சத்தியமாகச் சொல்கிறேன். அது திருடியதாகத்தான் இருக்க வேண்டும்" என்றாள் மற்றொருத்தி.

இதேபோலப் பல பேச்சுக்கள். இவற்றைக் கேட்டுப் பாவெலுக்கு வெறுப்பு ஏற்பட்டது.

இந்தச் சுற்றுச் சார்பிலிருந்து அவன் தன்னை வேரோடு கத்தரித்துக் கொண்டு ரொம்பக் காலமாகிவிட்டது. பெரிய நகரத்துடன் அவனுக்கு உரமான உறவு ஏற்பட்டுவிட்டது. உழைப்பும் தோழமையும் உண்டாக்கிய உறவு அது; பலம் வாய்ந்தது; ஜீவசக்தியுடன் கூடியது.

பாவெல் யோசனையில் ஆழ்ந்தவனாய் நடைபோட்டான். திடீரென்று சிந்தனை கலைந்தபொழுது பைன் மரக் காட்டில் அருகில் தான் இருப்பதைக் கண்டான். பாதை இரண்டாகப் பிரியும் இடத்துக்கு முன்னால் அவன் சற்று நின்றான். அவனுக்கு வலது புறத்தில், பழைய சிறை இருந்தது; அதற்கும் காட்டுக்கும் இடையே ஒரு உயரமான முள்வேலி காட்சி தந்தது. சிறைக்கு அப்பால் வெண்மையான ஆஸ்பத்திரிக் கட்டிடம் புலப்பட்டது.

இங்கே, இந்தப் பரந்த மைதானத்தில்தான், தூக்குக் கயிறு வால்யாவின் உயிரையும் அவனது தோழர்களின் உயிர்களையும் குடித்தது. தூக்கு மேடை அமைந்திருந்த இடத்தில் பாவெல் மௌனமாக நின்றான். அங்கிருந்து மேட்டுக் கரைக்கு நடந்து சென்றான்; அங்கிருந்து இறங்கி, வெண்படைகளின் பயங்கர நர்த்தனத்துக்குப் பலியான தியாகிகள் அடக்கம் செய்யப்பட்டிருந்த சிறிய இடுகாட்டை அடைந்தான்.

அன்பு நெஞ்சினர் அந்தச் சவக்குழிகள் மீது பசுஞ் செடிகளைப் பரப்பியிருந்தனர். இடுகாட்டைச் சுற்றிலும் திருத்தமான பசுமை வேலி அமைந்திருந்தது. மேட்டுக்கரையின் உச்சியில் பைன் மரங்கள் மெல்லிய வடிவில் செங்குத்தாக வளர்ந்திருந்தன. அதன் சரிவுகளில் வளர்ந்திருந்த இளம்புல் மழமழப்பான பசுமைக் கம்பளமாகக் காட்சி தந்தது.

நகரத்தின் வெளிப்புறத்தில் உள்ள இந்த இடத்தில் ஒரு துயரமான அமைதி நிலவியது. மரங்கள் மட்டும் மென்மையாக ரகசியம் பேசின. புத்துயிர்ப் பெற்ற மண்ணிலிருந்து வசந்தத்தின் புது மணம் எழுந்து பரவியது... இந்த இடத்தில்தான் பாவெலின் தோழர்கள் முகமலர்ச்சியோடும் அஞ்சா நெஞ்சத்தோடும் உயிர்த்தியாகம் செய்தார்கள். வறுமையில் பிறந்து வாடி வதங்கிய மக்கள், பிறப்பே அடிமை வாழ்வின் ஆரம்பம் என்ற அவல நிலைக்கு உள்ளாகியிருந்த மக்கள், எழில் நிறைந்த இன்ப வாழ்வைப் பெற்று அனுபவிக்க வேண்டும் என்பதற்காக இந்தத் தியாகிகள் சாவைத் தழுவினார்கள்.

பாவெல் மெள்ளமெள்ள தன் கரத்தை உயர்த்தித் தன் குல்லாயை நீக்கினான். அவனது இருதயத்தைத் துயரம் ஆட்கொண்டது.

நி. ஒஸ்திரோவ்ஸ்க்கிய்

மனிதனது மதிக்க முடியாத இனிய உடைமைகளில் சிறந்தது அவனது வாழ்வாகும். அவன் ஒரு தடவைதான் வாழமுடியும். கால மெல்லாம் குறிக்கோளில்லாமல் பாழாக்கிவிட்டேனென்ற வருத்தம் வதைப்பதற்கு வாய்ப்பு அளிக்காத வகையில் அவன் சீராக வாழ வேண்டும். அற்பனாக வாழ்ந்து இழிவு தேடினேன் என்ற அவமானம் உள்ளத்தை எரிப்பதற்கு இடமில்லாத வகையில் அவன் நேராக வாழவேண்டும். உலகத்தின் தலைசிறந்த லட்சியத்துக்காக, மனித குலத்தின் விடுதலைப் போராட்டம் என்ற பொன்னான மார்க்கத்துக்காக, நான் என் வாழ்வு முழுவதையும் சக்தி அனைத்தையும் அர்ப்பணித்தேன் என்று இறக்கும்பொழுது கூறும் உரிமை பெறும் வகையில் அவன் வாழவேண்டும். திடீர் நோயோ, சோக விபத்தோ வாழ்வுக்கு வெடிவைக்கக் கூடுமாதலால், மனிதன் தன் வாழ்வின் ஒவ்வொரு வினாடியையும் நன்கு பயன்படுத்திக் கொள்ள வேண்டும்.

இந்தச் சிந்தனைகளுடன் பாவெல் இடுகாட்டிலிருந்து திரும்பினான்.

வீட்டில் அவனது தாயார் தன் மகனது பயணத்துக்காக வருத்தத் துடன் தயாரிப்பு செய்து கொண்டிருந்தாள். பாவெல் அவளைக் கவனித்தான். அவன் தன் கண்ணீரை தன்னிடமிருந்து மறைப்பதைப் பாவெல் கண்டுகொண்டான்.

அவனைத் தங்கச் செய்வதற்கு, அவள் கடைசியாக ஒரு முயற்சி செய்தாள்.

"என் பாவெல் கண்ணே! நீ இங்கேயே தங்கிவிடக் கூடாதா? இந்த முதுமைப் பருவத்தில் தன்னந் தனியாகவிருப்பதென்றால், எனக்கு எவ்வளவு துன்பம், தெரியுமா? எனக்கு எத்தனை மக்கள் இருந்தால் என்ன? அவர்கள் வளர்ந்தவுடன், தாயை விட்டுப் பிரிந்துபோகிறார்கள். நீ எதற்காக அந்த நகரத்துக்கு ஓட வேண்டும்? இங்கேயே இருந்தால் என்ன? ஒருவேளை, அங்கு யாராவது ஒரு நகரத்துச் சிங்காரி உன் மனதைக் கவர்ந்துவிட்டாளா? நீங்களெல்லாம் உங்களுடைய கிழத் தாயாரிடம் எதையும் சொல்வதில்லை. என்னிடம் ஒரு வார்த்தை கேட்காமல், ஆர்த்தியோம் திருமணம் புரிந்துகொண்டான். இந்த மாதிரி விஷயத்தில், நீ ஆர்த்தியோமைவிட மோசமானவன். உங்கள் உடம்புக்கு ஏதாவது வந்தால்தான், என்னால் உங்களைப் பார்க்க முடிகிறது" என்று முணுமுணுத்துக் கொண்டே, அவள் அவனுடைய சாமான்களைச் சேர்த்துத் திருத்தமாகக் கட்டினாள்.

பாவெல் அன்னையின் தோட்களைப் பிடித்துக் கொண்டு கூறினான் :

"அம்மா! எனக்கு எந்தச் சிங்காரியும் வேண்டாம். இனம் இனத்தோடு தான் சேரும் என்பதை நீ அறியாயா? நான் உல்லாச மைனர் என்று நீ சொல்கிறாயா?"

பிரிவாற்றாமையால் துன்புற்றுத் தாயார் தன்னையும் அறியாமல் புன்னகை செய்தாள்.

"இல்லை, அம்மா. உலகத்திலுள்ள சகல முதலாளிகளுக்கும் முடிவு கட்டும் வரையில், எந்தப் பெண்ணையும் நாடமாட்டேன் என்று நான் உறுதிமொழி கொடுத்திருக்கிறேன். அப்படியானால், ரொம்பக் காலம் காத்திருக்க வேண்டுமென்று சொல்கிறாயா? இல்லை அம்மா, இனி மேல் முதலாளிகள் நீண்டகாலத்துக்குத் தாக்குப் பிடிக்க முடியாது... சீக்கிரத்தில், ஒரு பெரிய குடியரசு மலரும்; அதில் உலக மாந்தர் அனைவரும் ஒன்றுபட்டு வாழ்வார்கள். அப்பொழுது வாழ்நாளெல்லாம் உழைத்துழைத்து ஓடாகியிருக்கும் உன்னைப் போன்ற கிழவர் கிழவிகள் இத்தாலிக்குப் போய் வசிப்பார்கள். இத்தாலி என்பது கடற்கரையிலுள்ள கதகதப்பான தேசம். எழில் கொஞ்சும் நாடு. அம்மா, அங்குக் கடுங்குளிர் கிடையாது. உன்னைப் போன்றவர்களைப் பணக்காரர்களின் மாளிகைகளில் வாழச்செய்வோம். நீங்களெல்லாம் கதிரொளியில் குளித்துக் காலம் தள்ளும்பொழுது, நாங்கள் அமெரிக்காவுக்குச் சென்று, அங்குள்ள முதலாளிகளுக்கு முடிவு கட்டுவோம்."

இதைக் கேட்ட அன்னை கூறினாள்:

"மகனே! இது ஒரு இனிமையான கற்பனை. ஆனால் இந்தக் கனவு நனவாகும் வரையில் நான் உயிர் வாழமாட்டேன்... நீ உன் தாத்தா மாதிரியே இருக்கிறாய். அவர் ஒரு மாலுமியாக வேலை பார்த்தார்; அவர் மனதிலும் நவநயமான கருத்துக்கள் ஊறிக்கொண்டேயிருந்தன. வழிப்பறிக்காரன் போல் வாழ்ந்தார். ஆண்டவன் அவரை மன்னிப் பாராக! ஸெவஸ்தோபல் போரில்* ஊனமானார்; ஒரு காலையும் ஒரு கையையும் பறிகொடுத்துவிட்டு வீட்டுக்குத் திரும்பினார். அவரது மார்பில் ஜார் மன்னர் இரண்டு சிலுவைகளைத் தொங்க விட்டார், இரண்டு வெள்ளிப் பதக்கங்களை நாடாவில் கட்டிச் சூட்டினார். ஆனால் அவர் பயங்கரமான வறுமையில் இறந்தார்.

---

* *ஸெவஸ்தோபல் போர்* - 1853–56-ம் ஆண்டுகளில், ருஷ்யாவுக்கும் இங்கிலாந்து, பிரான்ஸ், துருக்கி, சர்தீனி ஆகிய நாடுகளின் கூட்டிற்கும் இடையே நடந்த போர். பொருளாதார, அரசியல் நலன்கள் மோதிக் கொண்டதின் விளைவாகத் தோன்றிய இந்தப் போர், பெரும்பாலும் கிரீமியாவிலும் கருங்கடலிலும் நடைபெற்றது.

அவர் முன்கோபி. ஒருதடவை, அவர் தம் ஊன்றுகோலால் ஒரு அதிகாரி யின் மண்டையில் அடித்துவிட்டார். அதற்காக அவர் ஒரு வருஷம் சிறைத் தண்டனைக்கு உள்ளானார். அப்பொழுது, அவருடைய ராணுவப் பதக்கங்கள் அவருக்கு உதவவில்லை. ஆம்! நீ உன் தாத்தாவைத்தான் கொண்டிருக்கிறாய்; சந்தேகமே இல்லை."

"சரி, அம்மா. இவ்வாறு துக்கத்துடன் விடைபெறக் கூடாது. எனது அக்கார்டியனை எடு, வாசிக்கிறேன். அதைத்தொட்டு, ஒரு யுகமாகிவிட்டது."

அவன் விசை வர்க்கத்தின்மீது முகத்தை கவிழ்த்து வாசிக்கத் தொடங்கினான். அவனது இசையைக் கேட்ட தாயார், அதில் உண்டாகியுள்ள புதிய தன்மையைக் கண்டு அதிசயித்தாள். அவன் இதற்குமுன் இம்மாதிரி வாசித்ததில்லை. ஓட்டம், துள்ளலுடன் கூடிய களியாட்ட இசைக்கு, கேட்போரை மயக்கிக் கிறுகிறுக்கச் செய்யும் சந்தத்துக்கு, பாவெல் நகரெங்கும் புகழ்பெற்று இருந்தான். ஆனால் இப்பொழுது, அவனது வாசிப்பில் அந்தக் களிவெறி உண்டாக வில்லை. ஆனால் அவனது விரல்கள் அவற்றின் வித்தையையோ திறனையோ இழந்துவிடவில்லை. அந்த விரல்கள் எழுப்பிய இன்னிசையில் ஒரு புதிய நுட்பமும் திட்பமும், வளமையும் ஆழமும் அமைந்திருந்ததை அன்னை உணர்ந்தாள்.

பாவெல் ஸ்டேஷனுக்குத் தனியாகச் சென்றான்.

ரயிலில் விடைபெறும்பொழுது, தாயாருக்குத் தாக்குப் பிடிக்க முடியாத துக்கம் ஏற்படுமென்று அஞ்சி, அவன் அவளை வீட்டிலேயே இருக்கும்படி வற்புறுத்தி இணங்கச் செய்தான்.

ரயிலில் ஜனங்கள் நெருக்கியடித்துக் கொண்டு ஏறிக் குவிந்தார்கள். பாவெல் உச்சாணித் தட்டுகள் ஒன்றில் ஏறிக்கொண்டான். அங்கிருந்து ஆவேசமடைந்தவர்களையும், கூச்சல் போட்டுக்கொண்டு வழிநடையில் சென்று கொண்டிருந்தவர்களையும் கவனித்துக் கொண்டிருந்தான்.

பிரயாணிகள் பெட்டிக்குள் தொடர்ந்து வந்து கொண்டிருந்தனர்; தமது மூட்டைகளை இருக்கைகளின் அடியில் இழுத்து வைத்துக் கொண்டிருந்தனர்.

ரயில் நகரத் தொடங்கியதும் சந்தடி அடங்கியது. வழக்கம் போல பிரயாணிகள் வயிற்றை நிரப்பும் பணியில் ஈடுபட்டார்கள்.

சீக்கிரமாகவே, பாவெல் தூங்கிவிட்டான்.

கீவ் நகரத்தை அடைந்தவுடன், பாவெல் நகரத்தின் மையத்தில் இருந்த கிரெஸ்ஷாத்திக் தெருவுக்குச் சென்றான். அவன் மெதுவாகப் படிகளின் மீது ஏறினான். எல்லாம் முன்போலவே இருந்தன. எதுவும் மாறுதல் அடையவில்லை. பளபளப்பான கிராதியைக் கையால் தடவிக்கொண்டே, அவன் பாலத்தைக் கடந்தான். அவன் இறக்கத்தில் அடி எடுத்து வைப்பதற்குமுன் சற்று, நின்று, சுற்றுமுற்றும் நோக்கி னான். பாலத்தில் ஒரு நபர்கூட இல்லை. இராக்காலத்தின் எல்லா யில்லாக் காட்சிகளின் மாட்சியும், மகோன்னதமும் அவனது கண் களைக் கவர்ந்தன. அடிவானம், அந்தகாரத்தின் வெல்வெட் மடிப்பு களால் போர்த்தப்பட்டிருந்தது. விண்மீன்கள் பாஸ்பரக் காந்தியுடன் பிரகாசித்தன. கீழே நம் கண்ணுக்குப் புலப்படாதவாறு, வானமும் வையமும் சந்திக்கும் இடத்தில், நகரம் லட்சக்கணக்கான விளக்கு களின் ஒளிகொண்டு, இருளைச் சிதற வடித்தது....

வாதப் பிரதிவாதம் செய்த குரல்கள் இரவின் அமைதியைக் குலைத்தன; பாவெலின் சிந்தனையைக் கலைத்தன. அந்த வழியே யாரோ சிலர் வந்து கொண்டிருந்தனர். வைத்த கண் வாங்காமல் நகர விளக்கு களை நோக்கி கொண்டிருந்த பாவெல் தன் பார்வையை அவற்றிலிருந்து விலக்கிவிட்டுப் படிக்கட்டில் இறங்கினான்.

பாவெல் விசேஷ இலாகா காரியாலயத்துக்குச் சென்றான். அங்கு இருந்த சிப்பந்தி ஷுஹ்ராய் நகரை விட்டுச் சென்று பல நாட்களாகி விட்டதாகத் தெரிவித்தான்.

பாவெல் உண்மையிலேயே பியோதரின் உற்ற நண்பனா என்பதை அறிந்துகொள்வதற்காக, அந்தச் சிப்பந்தி அவனைத் துருவித் துருவிக் கேள்வி கேட்டான். இறுதியாக, பியோதர் துருக்கிஸ்தான் போர் முனையில் வேலை செய்வதற்காக டாஷ்கண்டுக்கு இருமாதங்களுக்கு முன்பே அனுப்பப்பட்டிருப்பதாக அவன் பாவெலிடம் கூறினான். இந்தச் சேதியைக் கேட்டுப் பாவெல் அதிர்ச்சி அடைந்தான். எனவே, மேற்கொண்டு விவரங்களைக் கேட்டறியும் எண்ணமில்லாமல், அலுவல கத்திலிருந்து வெளியேறினான். திடீரென்று களைப்பு மேலிட்ட வனாய், ஓய்வு எடுப்பதற்காகக் கதவு நிலைப்படியில் உட்கார்ந்தான்.

ஒரு டிராம் வண்டி கடகடவென்று உருண்டோடி, வீதியெல்லாம் பேரொலி நிரம்பச் செய்தது. வீதியில் ஒரே ஜன பெருக்கு. பெண்கள் உல்லாசமாகச் சிரித்துக்கொண்டு செல்வதைப் பாவெல் பார்த்தான். ஒருவன் கடகடவென்று கனத்த குரலில் பேசிக்கொண்டு சென்றான்; ஒரு இளைஞன் மெல்லிய குரலில் உரையாடினான்; ஒரு கிழவன் கஷ்டப்பட்டு மூச்சுவிட்டுக் கொண்டே கரகரத்த குரலில் பேசினான்.

அவசரக்கோலம் அள்ளித் தெளித்தாற்போல விரைந்து செல்லும் கூட்டத்தின் சந்தடி ஓயவேயில்லை. எப்பொழுதும் துரிதமான நடை. ஒளி நிறைந்த டிராம் வண்டிகள், மோட்டார்களின் முகவிளக்கு களின் திடீர் ஒளி, அருகிலுள்ள சினிமாத் தியேட்டரில் விளம்பரக் கூண்டிலுள்ள மின் விளக்கின் வெளிச்சம். எங்கும் மக்கள். அவர்களது இடைவிடாப் பேச்சுக் குரலினால் நிரம்பிய தெருக்கள். இதுதான் ஒரு பெரிய நகரத்தின் மாலை நேரம்.

பாவெல், பியோதர் நகரில் இல்லை என்ற சேதியால் ஏற்பட்ட துன்பத்தை, வீதியின் சந்தடியில் சற்று மறந்தான். அவன் இப்பொழுது எங்கு போவது? அவனது நண்பர்கள் ஸாலோமென்காவில் வசித் தார்கள். ஆனால் அந்தப் பேட்டை ரொம்பத் தூரத்தில் இருந்தது. சர்வகலாசாலைத் தெரு அருகில் இருந்தது; அதில் உள்ள ஒரு வீடு பாவெலின் நினைவில் பதிந்திருந்தது. அவன் அங்குதான் போவான். பார்க்கப் போனால், பியோதருக்கு அடுத்தபடி, அவன் அதிக ஆர்வத்துடன் காண விரும்பியது ரீத்தாவைத்தானே? ஒருவேளை, அக்கீமின் வீட்டில் இரவைக் கழிப்பதற்கு அவுன் ஏற்பாடு செய்து கொள்ளலாம்.

ஓரத்து ஜன்னலில் வெளிச்சம் இருப்பதைப் பாவெல் தூரத்திலேயே கண்டு கொண்டான். அவன் சிரமப்பட்டுத் தன் உள்ளக் கிளர்ச்சி யைக் கட்டுப்படுத்திக் கொண்டு, பளுவான வெளிக் கதவைத் திறந்தான். சில வினாடிகள் படிக்கட்டின் அருகில் நின்றான். கதவுக்கு மறுபுறத் திலிருந்து பேச்சுக்குரல்கள் கேட்டன. யாரோ ஒருவன் கித்தார் வாசித்துக் கொண்டிருந்தான்.

"அப்படியா? இப்பொழுதெல்லாம் இசைக்கருவி வாசிப்பதைக்கூட அனுமதிக்கிறாளா? அப்படியானால், கட்டுப்பாட்டைத் தளர்த்தியிருக் கிறாள் போலும்!" என்று' அவன் தனக்குள் சொல்லிக்கொண்டான். மன எழுச்சியை அடுக்குவதற்காக உதட்டைக் கடித்துக்கொண்டே, அவன் கதவை இலேசாகத் தட்டினான்.

சுருண்ட கேசத்தை உடைய ஒரு மங்கை கதவைத் திறந்தாள். அவள் அவனை உசாவுகிற பாணியில் நோக்கி, " உங்களுக்கு யாரைப் பார்க்க வேண்டும்" என்று வினவினாள்.

அவள் கதவைத் திறந்து வைத்திருந்தாள். விரைவாக அறைக்குள் நோக்கிய பாவெல் அங்கிருந்த நிலைமையைக் கண்டவுடன் ரீத்தா அங்கு இல்லை என்பதை உணர்ந்தான்.

"நான் தோழர் உஸ்தினோவிச்சைப் பார்க்கலாமா?"

"அவள் இங்கு இல்லை. போன ஜனவரியில் அவள் கார்க்கவ்

சென்றாள். இப்பொழுது மாஸ்கோவில் இருப்பதாகக் கேள்விப் படுகிறேன்."

"தோழர் அக்கீம் இங்கு இருக்கிறானா? அல்லது அவனும் ஊரை விட்டுப் போய்விட்டானா?"

"அவனும் இங்கு இல்லை. அவன் இப்பொழுது ஒதேஸ்ஸா மாகாணக் கம்ஸமோல் செயலாளனாக இருக்கிறான்."

பாவெலுக்குத் திரும்பிப் போவதைத் தவிர வேறு வழியில்லை. நகருக்கு வந்தபொழுது ஏற்பட்ட ஆனந்தமும் எழுச்சியும் இப்பொழுது மங்கிவிட்டன.

இப்பொழுது, அவன் இரவுப்பொழுதைக் கழிப்பதற்கு இடம் கண்டுபிடித்தாக வேண்டும்.

"ஊரைவிட்டுப் போய்விட்ட பழைய நண்பர்களைக் காண முயற்சித்தால், கால்கடுக்க நடந்து கொண்டிருக்கலாம்" என்று அவன் தனக்குள்ளே முணுமுணுத்துக் கொண்டான். ஏமாற்றம் அதிகம் என்றாலும், இன்னொரு முயற்சி செய்து பார்க்கத் தீர்மானித்தான். பன்கிராத்தவ் ஊரில் இருக்கிறானா என்று பார்த்துவிட முடிவு செய்தான். அந்தத் துறைமுகத் தொழிலாளி ஆற்றுத்துறைமுகத்துக்கு அருகில் வசித்தான். அந்த இடம் ஸாலோமென்கா பேட்டையைவிட அருகில் இருந்தது.

பாவெல், பன்கிராத்தவ் வீட்டை அடைந்தபொழுது, களைத்துச் சோர்ந்துவிட்டான். ஒருகாலத்தில் மஞ்சள் வர்ணப் பூச்சைக் காட்டிப் பெருமைப்பட்ட அந்தக் கதவைத் தட்டியபொழுதே, "பன்கிராத்தவ் இங்கு இல்லையென்றால், இனி எவரையும் தேட மாட்டேன். ஒரு படகில் இரவைக் கழிப்பேன்" என்று அவன் முடிவு செய்து கொண்டான்.

கழுத்தில் தலைக்குட்டையைக் கட்டிக்கொண்டிருந்த ஒரு கிழவி கதவைத் திறந்தாள். அவள் பன்கிராத்தவின் தாயார்.

"பன்கிராத்தவ் வீட்டில் இருக்கிறானா, அம்மா?"

"இப்பொழுதுதான் வந்தான்."

அவளுக்குப் பாவெலை அடையாளம் தெரியவில்லை. அவள் உட்பக்கம் திரும்பி, "கேனா, உன்னைத் தேடி யாரோ வந்திருக்கிறான்" என்றாள்.

பாவெல் அவளைப் பின்தொடர்ந்து அறைக்குள் சென்றான்; தரையில் தன் சாமான் பையை வைத்தான். பன்கிராத்தவ் மேஜைக்கு

முன் உட்கார்ந்து சாப்பிட்டுக் கொண்டிருந்தான். அவன் முகத்தைத் திருப்பி, புதிதாக வந்தவனை விரைவாக நோக்கினான்.

“என்னுடன் பேச வேண்டுமானால், உட்கார்ந்துகொண்டு, சொல்ல வேண்டியதைச் சொல். நான் சாப்பிட்டுக்கொண்டே, கேட்டுக்கொள் கிறேன். காலையிலிருந்து ஒரு துண்டு ரொட்டிகூடச் சாப்பிடவில்லை” என்று பன்கிராத்தவ் கூறினான். உடனே அவன் ஒரு பெரிய மரக் கரண்டியைக் கையில் எடுத்துக்கொண்டான்.

பக்கத்தில் இருந்த ஒரு உடைந்த நாற்காலியில் பாவெல் அமர்ந் தான். அவன் தன் குல்லாயைக் கையில் எடுத்தான்; பழைய வழக்கப்படி, அந்தக் குல்லாயால் நெற்றியைத் துடைத்துக் கொண்டான்.

“பன்கிராத்தவ் கூட அடையாளம் கண்டுகொள்ள முடியாத அளவுக்கு நான் உருமாறிவிட்டேனா?” என்று அவன் தன்னையே கேட்டுக் கொண்டான்.

பன்கிராத்தவ் ஓரிரண்டு கரண்டி உணவை உள்ளே தள்ளினான். அவனைப் பார்க்க வந்தவன் ஒன்றும் பேசாமல் இருந்ததால், அவனை நோக்கத் திரும்பினான்.

“ஏனிந்தத் தயக்கம்? பேசு. உன் மனதில் என்ன இருக்கிறது?” என்று வினவிக்கொண்டே பாவெலைப் பார்த்தான்.

கையில் எடுத்த ரொட்டித்துண்டு வாய்க்கு எட்டாமல், கை இடையில் வேலைநிறுத்தம் செய்துவிட்டது. அவன் வியப்புற்றுக் கூசிய கண்களால் விருந்தாளியைப் பார்த்தான்.

“ஆ!... இது என்ன?... அப்படியா?...”

பன்கிராத்தவின் சிவந்த முகத்தில் காட்சி தந்த குழப்பத்தையும் திகைப்பையும் பாவெலால் தாளமுடியவில்லை. அவன் ‘கொல்’ லென்று சிரித்தான்.

“பாவெல்! நீ செத்துவிட்டாய் என்று அல்லவா நாங்கள் எண்ணி னோம்! சற்றுப் பொறு! உன் பெயர் என்ன?” என்றான் பன்கிராத்தவ்.

இந்த இரைச்சலைக் கேட்டு, பன்கிராத்தவின் தாயாரும் சகோதரி யும் அடுத்த அறையிலிருந்து ஓடிவந்தார்கள். மூவரும் பாவெலைக் கேள்வி மேல் கேள்வி கேட்டார்கள். இறுதியாக, தங்கள் முன் இருப்பது சாட்சாத் பாவெல்தான் என்று நம்பினார்கள்.

வீட்டில் எல்லோரும் உறங்கி நெடுநேரமான பிறகும், கடந்த நான்கு மாத நிகழ்ச்சிகளைப் பற்றிப் பன்கிராத்தவ் பாவெலிடம் விவரித்துக் கொண்டிருந்தான்.

“சென்ற குளிர்காலத்தில், ஷார்க்கீயும் துபாவாவும் கார்க்கவுக்குப் போனார்கள். அந்தப் போக்கிரிகள் எங்கு போனார்களென்று எண்ணு கிறாய்! கம்யூனிஸ்ட் சர்வகலாசாலைக்கு! ஆம்! கம்யூனிஸ்ட் சர்வ கலாசாலைக்குத்தான். பிரவேசப் பரீட்சைப் படிப்பில் முதலில் சேர்ந்தோம். நாங்கள் பதினைந்து பேர் அதில் சேர்ந்தோம். எனக்கும் அதில் அக்கறை உண்டாயிற்று. அதனால் நான் மனப்பூர்வமான ஆவலுடன் சேர்ந்தேன். பேதைமையைப் போக்குவது நல்லது தானே என்று எண்ணினேன். ஆனால் அந்தப் பரீட்சை அதிகாரிகள் நான் தேர்ச்சி அடையவில்லையென்று சொல்லிவிட்டார்கள். ஆம், நிஜமாகத்தான்!”

அந்த நிகழ்ச்சியின் நினைவு வந்தபொழுது, அவன் ஆத்திரத்துடன் மூச்சை இழுத்தான்; மேலும் கூறினான் :

“முதலில், எல்லாம் சாதகமாகத்தான் இருந்தன. எனக்குச் சகல தகுதிகளும் இருந்தன. நான் கட்சி அங்கத்தினன், நீண்ட காலமாகக் கம்ஸமோலில் இருந்து வருகிறேன். என் பூர்வீகத்தில் கோளாறு ஒன்றுமில்லை. ஆனால் அரசியல் அறிவுப் பரீட்சை வந்தபொழுது, எனக்கு ஆபத்து ஏற்பட்டது.

பரீட்சைக் குழுவில் இருந்த ஒரு மனிதருக்கும் எனக்கும் வாதம் தடித்தது. அவர் என்னிடம் ஒரு அபத்தமான சின்னக் கேள்வியைக் கேட்டு வைத்தார் : ‘தத்துவ ஞானத்தைப் பற்றி உங்களுக்கு என்ன தெரியும்’ என்று அவர் கேட்டார். உண்மையில், எனக்கு இந்த இழவைப் பற்றி ஒன்றுமே தெரியாது. ஆனால் துறைமுகத்தில் என்னோடு ஒருவன் வேலை செய்துகொண்டிருந்தான்; முன்னால் உயர்நிலைப் பள்ளிக்கூடத்தில் படித்தவன்; பிறகு நாதியில்லாத நாடோடியாகி, விளையாட்டுக்காகத் துறைமுகத் தொழிலாளி யானவன். அவன் எங்களுக்குச் சொல்லியிருக்கிறான். எப்பொழுதோ ஒரு காலத்தில் கிரேக்க நாட்டில் படித்த மேதாவிகள் இருந்தன ரென்றும், அவர்கள் தங்களைப் பற்றி நன்கு அறிந்தார்களென்றும், அவர்கள் தத்துவஞானிகள் என்று அழைக்கப்பட்டனரென்றும் அவன் சொல்லியிருந்தான். அவர்களில் ஒருவன்-பெயர் மறந்து விட்டது, டையோஜினிஸோ, அதைப் போன்ற வேறு ஒரு பெயரோ தெரியவில்லை-வாழ்நாளெல்லாம் ஒரு பீப்பாயில் வசித்தானாம்.... அவர்களிடையே எவன் ஒருவன் ‘கருப்பை, வெளுப்பு’ என்றும் ‘வெளுப்பை, கருப்பு’ என்றும் நாற்பது தடவைகள் நிரூபிக்கிறானோ அவனே அதிக அறிவாளியாகக் கருதப்பட்டான். மோசடிக்காரர் கூட்டம்! அந்த மாணவன் இவர்களைப் பற்றிச் சொன்னதெல்லாம் என் நினைவில் இருந்ததால், ‘இந்தப் பரீட்சைக் குழு அதிகாரி

என்னைக் காலைவாரிவிடப் பார்க்கிறார்' என்று எண்ணினேன். அந்த ஆசிரியர் என்னைக் கள்ளப் பார்வையுடன் பார்ப்பதாக எனக்குத் தோன்றியது. 'தத்துவ ஞானம் என்பது ஒரு செப்பிடு வித்தை; வெறும் பிதற்றல். அதை நான் கண்ணெடுத்துப் பார்க்க மாட்டேன். நமது கட்சியின் வரலாற்றைப் பற்றிக் கேளுங்கள்; அது வேறு விஷயம்; அதைப் பற்றி வாதிக்கத் தயார்' என்று நான் கூறினேன். அதைக் கேட்டவுடன் அவர்கள் என்னைப் பற்றிச் சக்கை போடு போட்டார் கள். தத்துவ சாஸ்திரத்தைப் பற்றி இத்தகைய வினோதமான கருத்துக் களை எனக்கு யார் போதித்தாரென்று கேட்டார்கள். உடன் நான் அந்த மாணவன் சொன்னவைகளிலிருந்து ஏதோ இன்னும் சில விஷயங்களைச் சொன்னேன். அதைக் கேட்டு, பரீட்சைக் குழு அங்கத்தினர் அனைவரும் வயிறு நோகச் சிரித்தார்கள். அவர்கள் என்னைக் கேலி செய்வதை நான் புரிந்துகொண்டேன். என் மனம் புண்பட்டது. 'என்னை மடையன் என்று எண்ணுகிறீர்களா?' என்று கேட்டுவிட்டு வெளியேறிவிட்டேன்.

பிறகு ஒருநாள், அந்தப் பரீட்சை அதிகாரி, கட்சி மாகாணக் கமிட்டியில் என்னைப் பிடித்துக் கொண்டார், மூன்று மணிநேரத் துக்கு என்னிடம் ஒரு பிரசங்கம் செய்தார். துறைமுகத்தில் வேலை செய்த மாணவன் விஷயங்களைக் குழப்பிவிட்டானென்று அறிந்தேன். உண்மையில், தத்துவ ஞானம் மிக முக்கியமானது என்பதையும் புரிந்து கொண்டேன்.

துபாவாவும் ஷார்க்கீயும் பரீட்சையில் தேறினார்கள். துபாவா எப்பொழுதுமே படிப்பில் கெட்டிக்காரனாயிருந்தான். ஆனால் ஷார்க்கீய் என்னைவிடச் சிறந்தவன் அல்ல. அவனுடைய விருது உதவி செய்திருக்க வேண்டும். எப்படியானால் என்ன? நான் இங்கே இருக்கிறேன். அவர்கள் போனபின், துறைமுகத்தில் சாமான்களை ஏற்றி இறக்கும் வேலைகளை நிர்வகிக்கும் உதவி மானேஜராக இருக் கிறேன். நான் எப்பொழுதுமே இளைஞர் விஷயமாக மானேஜர் களுடன் சண்டை போட்டுக் கொண்டிருந்தேன். இப்பொழுது நானே மானேஜராகிவிட்டேன். இப்பொழுதெல்லாம், என் இலாகாவில் யாராவது சோம்பேறி அல்லது மூடன் தென்பட்டால், அவனுக்கு மானேஜர் என்ற முறையிலும் கம்ஸமோல் காரியதரிசி என்ற முறை யிலும் சரியானபடி கொடுக்கிறேன். யாரும் என் கண்ணில் மண்ணைத் தூவ முடியாது. சரி, சுய சரிதத்தை இத்துடன் நிறுத்திக் கொள் கிறேன். வேறு உனக்கு என்ன சொல்ல வேண்டும்? அக்கீமைப் பற்றி உனக்கு முன்பே தெரியும். பழைய ஆட்களில், துப்தா மட்டுமே மாகாணக் கமிட்டியில் மிஞ்சியிருக்கிறான். இன்னும் பழைய

வேலையைத்தான் செய்துகொண்டிருக்கிறான். தோக்கரெவ், கட்சியின் ஸாலோமென்கா வட்டாரக் கமிட்டிக்குக் காரியதரிசியாக இருக்கிறான். உனது கம்யூன் தோழனான ஒக்குனேவ், கம்ஸமோலின் வட்டாரக் கமிட்டியில் இருக்கிறான். தால்யா, அரசியல் போதனை இலாகாவில் வேலை செய்கிறாள். த்ஸெவெத்தாயெவ் ரயில்வே வார்க்ஷாப்புகளில் உன் வேலையைச் செய்துகொண்டிருக்கிறான். எனக்கு அவனிடம் நல்ல பழக்கமில்லை. மாகாணக் கமிட்டியில் இடையிடையே சந்திக்கிறோம்; அவ்வளவுதான். பையன் அசடல்ல; ஆனால் தன்மானமுள்ளவன். ஆன்னாவை ஞாபகம் இருக்கிறதா? அவளும் ஸாலோமென்காவில்தான் இருக்கிறாள்; கட்சியின் வட்டாரக் கமிட்டியில் மாதர் இலாகாவுக்குப் பொறுப்பாக வேலை செய்கிறாள். மற்றவர்களைப் பற்றி நான் உன்னிடம் சொல்லி விட்டேன். ஆம், பாவெல்! கட்சி பலரைப் படிப்பதற்காக அனுப்பி யிருக்கிறது. நமது பழம் தீவிரத் தொண்டர்கள் யாவரும் புத்தகமும் கையுமாக இப்பொழுது கட்சி-நிர்வாக ஊழியர்களுக்கான மாகாணப் பள்ளியில் உட்கார்ந்து கொண்டிருக்கிறார்கள். என்னையும் அடுத்த வருஷம் அனுப்புவதாகக் கூறியிருக்கிறார்கள்."

நடுநிசிக்குப் பின் நெடுநேரம் ஆனபிறகே, அவர்கள் இருவரும் படுத்து உறங்கினர். மறுநாள் காலை, பன்கிராத்தவ் வேலைக்குப் போன பின்பே, பாவெல் விழித்துக்கொண்டான். பன்கிராத்தவைப் பெரிதும் ஒத்திருந்த அவனது சகோதரி தூஸ்யா-ஒரு வலிவுள்ள நங்கை, பன்கிராத்தவைப் போன்ற முகசாடை படைத்தவள்- பாவெலுக்குக் காலை ஆகாரம் பரிமாறினாள்; அவன் அதை அருந்திய பொழுது, அவள் சுவையுடன் பேசிக்கொண்டேயிருந்தாள். கப்பல் மெக்கானிக் ஆன மூத்த பன்கிராத்தவ் வீட்டில் இல்லை.

பாவெல் வெளியே கிளம்பிய பொழுது, "நண்பகல் சாப்பாட்டுக்கு வர வேண்டும், மறந்து விடாதே. நாங்கள் எதிர்பார்த்துக் கொண்டிருப்போம்" என்று தூஸ்யா ஞாபகப்படுத்தினாள்.

எப்பொழுதும்போல், மாகாணக்கமிட்டியின் அறை சுறுசுறுப்பான செயல் நிலையமாக விளங்கியது. வெளிக்கதவு திறந்து மூடிய வண்ணமாக இருந்தது. நடைக்கூடங்களிலும் அலுவலக அறைகளிலும் ஒரே கூட்டம். நிர்வாக இலாகா அறையில், டைப் அடிக்கும் யந்திரங்கள் வேலை செய்துகொண்டிருந்தன.

பழகிய தோழர் எவராவது தென்படுவாரா என்று நோக்கிக் கொண்டே, பாவெல் நடைக்கூடத்தில் சிறிதுநேரம் நின்றான். தெரிந்த

நபர் ஒருவரையும் காணவில்லை. அவன் காரியதரிசியைக் காணச் சென்றான். நீலநிறமான ருஷ்யச் சட்டையை அணிந்திருந்த காரியதரிசி ஒரு பெரிய மேஜைக்குப் பின்னால் உட்கார்ந்திருந்தான்; பாவெல் அறையில் பிரவேசித்தவுடன், அவனை ஒரு பார்வை பார்த்துவிட்டுக் காரியதரிசி தொடர்ந்து எழுதினான்.

பாவெல் அவனுக்கு எதிரில் அமர்ந்தான்; அக்கீமுக்கு வார்ஸாக வந்திருந்த அந்தப் புதியவனை ஆராய்ந்தான்.

கழுத்தையும் மறைத்திருந்த சட்டையுடன் கூடிய காரியதரிசி, தான் எழுதியதை முடித்துவிட்டுப் பாவெலைப் பார்த்து, "என்ன காரியமாக இங்கு வந்தீர்கள்?" என்று வினவினான்.

பாவெல் தன் கதை முழுவதையும் விவரித்தான்.

"தோழ்ரே, என் பெயரை அங்கத்தினர் ஜாப்தாவில் சேர்த்துவிட்டு, என்னை ரயில்வே வார்க்ஷாப்புக்கு அனுப்ப வேண்டும். அதற்குத் தேவையான கட்டளையைப் பிறப்பிக்கக் கோருகிறேன்" என்று கூறிப் பாவெல் தன் கதையை முடித்தான்.

காரியதரிசி நாற்காலியில் சாய்ந்து கொண்டான்.

"உன் பெயர் ஜாப்தாவில் தனக்குரித்தான இடத்தைப் பெற்று விடும். அதைச் சொல்லத் தேவையில்லை" என்று கூறிவிட்டு, அவன் தயக்கத்துடன் தொடர்ந்து பேசினான் : "உன்னை வார்க்ஷாப்புக்கு அனுப்புவது நன்றாயிருக்காது. அங்கு த்ஸெவெத்தாயெவ் இருக் கிறான்; அவன் மாகாணக் கமிட்டியில் அங்கத்தினன், உனக்கு வேறு வேலை ஏதாவது கொடுக்க வேண்டும்."

பாவெலின் கண்கள் ஒடுங்கின.

"த்ஸெவெத்தாயெவின் வேலையில் தலையிடும் எண்ணம் எனக்கு இல்லை. நான் கம்ஸமோல் காரியதரிசியாகப் பொறுப்பேற்கப் போவதில்லை. என் தொழிலைச் செய்யப் போகிறேன். நான் இன்னும் சுகவீனமாயிருப்பதால், எனக்கு வேறு வேலை நிச்சயிக்க வேண்டா மென்று கேட்டுக் கொள்கிறேன்."

காரியதரிசி பாவெலின் கோரிக்கைக்கு இணங்கினான்; ஒரு துண்டுக் காகிதத்தில் சில சொற்களைக் கிறுக்கினான்.

"இந்தக் காகிதத்தைத் துப்தாவிடம் கொடு. அவன் சகல ஏற்பாடு களையும் செய்வான்."

ஊழியர் நிர்வாக இலாகாவில், துப்தா தனது துணை நிர்வாகியைக் காரசாரமாகக் கண்டித்துக் கொண்டிருந்ததைப் பாவெல் கண்டான். அவன் அரை நிமிஷம் அந்தச் சூடான வாக்குவாதத்தைக் கேட்டுக்

கொண்டே காத்திருந்தான். ஆனால் வாதம் தடித்து நீண்ட நேரத்துக்கு நீடிக்குமென்பதைக் கண்டவுடன், அவன் துப்தாவின் வாசாலகப் பேச்சைத் தடுத்து நிறுத்தினான்.

“துப்தா, இன்னொரு சமயம் இந்த வாதத்தை முடித்துக்கொள். என் சம்பந்தப்பட்ட ஏடுகளைச் சீர்செய்வது குறித்து, நான் உனக்கு ஒரு குறிப்புக் கொண்டு வந்திருக்கிறேன்.”

துப்தா காகிதத்தையும் பாவெலையும் மாறிமாறிப் பார்த்தான். அவனுக்கு ஒன்றும் விளங்கவில்லை. கடைசியில், நிலைமை புரிந்தது.

“நில்! சற்றுப்பொறு! அப்படியானால் நீ இறந்து போகவில்லையா? அடாடா! இப்பொழுது நான் என்ன செய்வது? உன் பெயரை ஜாப்தாவிலிருந்து நீக்கிவிட்டோம். நானே உன் கார்டை மத்தியக் கமிட்டியிடம் சேர்ப்பித்தேன். மேலும், அங்கத்தினர் கணக்கு எடுத்த பொழுதும், உன் பெயர் விட்டுப்போய்விட்டது. கம்ஸமோலின் மத்தியக் கமிட்டி அனுப்பியிருக்கும் சுற்றறிக்கைப்படி, மறு கணக்கு எடுத்தபொழுது பதிவு செய்து கொள்ளாதவர்கள் கம்ஸமோலிலிருந்து அகற்றப்பட்டவர்களாவார்கள். எனவே, உனக்கு ஒரே வழிதான் இருக்கிறது. முறைப்படி, மறுபடியும் அங்கத்தினனாகச் சேர வேண்டும்” என்று வாதத்துக்கு இடமில்லாத வகையில் துப்தா பேசினான்.

பாவெலுக்கு ஆத்திரம் வந்தது.

“நீ இன்னும் பழைய மாதிரி தானிருக்கிறாயா? வாலிபன், ஆனால் அலுவலகங்களில் வேலை செய்யும் பழம் பெருச்சாளிகளைவிட மோசமாக இருக்கிறாய். நீ என்றுதான் மனிதத் தன்மையுடன் நடக்கக் கற்றுக் கொள்ளுவாய்?”

ஒரு தெள்ளுப்பூச்சி கடித்த மாதிரி, துப்தா துள்ளி எழுந்தான்.

“நீ எனக்குப் பிரசங்கம் செய்ய வேண்டாம். இங்குப் பொறுப்பில் இருப்பவன் நான். மீறுவதற்காக அல்ல, கீழ்ப்படிந்து நடப்பதற்காகத் தான், சுற்றறிக்கைகள் அனுப்பப்படுகின்றன. நீ என்னை அவமதித்துப் பேசியதற்கு, ‘பெருச்சாளி’ என்று இழிவுபடுத்தியதற்கு, உனக்குச் சரியான பாடம் போதிக்கிறேன்; இரு, இரு.”

துப்தா அந்தக் கடைசி வார்த்தைகளை அச்சுறுத்தும் தொனியில் பேசினான். சவால் விடுக்கும் முறையில், பிரிக்கப்படாத தபால் கட்டு குவியல் ஒன்றை தன் பக்கமாக இழுத்துக்கொண்டான். தன் பாவனைகள் யாவற்றாலும் பேச்சு முடிந்துவிட்டது என்பதற்கான அறிகுறிகளைக் காட்டினான்.

பாவெல் மெதுவாகக் கதவை நோக்கி நடந்தான். பிறகு எதையோ ஞாபகப்படுத்திக் கொண்டு, அவன் மேஜைக்குத் திரும்பச் சென்றான்; துப்தாவுக்கு முன்னால கிடந்த காரியதரிசியின் குறிப்பைக் கையில் எடுத்துக்கொண்டான். துப்தா அவனை உன்னிப்பாகக் கவனித்தான். எப்பொழுதும் ஜாக்கிரதையாய் இருக்கும் பெரிய செவிகளைக் கொண்ட இந்த இளங்கிழவன் எளிதில் கோபங்கொள்பவனாகவும், வீண்குற்றம் கண்டுபிடிப்பவனாகவுமிருந்தான். அவனைக் காண் பதற்கு அருவருப்பாகவும், ஆனால் அதே நேரத்தில் வேடிக்கையாக வுமிருந்தது.

பாவெல் அமைதியாகவும் கிண்டலாகவும் பேசினான் :

"சரி, சரி. நீ விரும்பினால், புள்ளி விவரங்களை மாறுபடுத்த முயற்சிப்பதாக என்மீது குற்றம் சாட்டலாம். ஆனால் முன்னறிவிப்பு இல்லாமல் இறப்பவர்கள் மேல் நீ எப்படி ஒழுங்கு நடவடிக்கை எடுப்பாய்? பார்க்கப் போனால், விருப்பமிருந்தால், எவரும் நோயை வரவழைத்துக் கொள்ளலாம்; எவரும் உயிரை நீக்கிக் கொள்ளலாம். இவற்றைப் பற்றி எலலாம் சுற்றறிக்கை என்ன சொல்கிறது? அது மௌனம் சாதிக்கிறதல்லவா?"

இதைக் கேட்டபின், துப்தாவின் துணைவனுக்கு நடுநிலையி லிருந்து நழுவாமல் இருக்க முடியவில்லை.

"ஹா-ஹா-ஹா!" என்று உரக்கச் சிரித்தான்.

துப்தாவின் பென்சில் கூர் ஒடிந்தது. அதை அவன் தரையில் எறிந்தான், ஆனால் அவன் பாவெலுக்குச் சுடச்சுடப் பதிலளிப்பதற் குள்ளாக, பலர் சிரித்துப் பேசிக்கொண்டு அறையில் நுழைந்து விட்டனர். அவர்களிடையே ஓக்குனேவும் இருந்தான். பாவெலை அடையாளம் கண்டுகொண்டு பலர் அவனைக் கேள்விகள் கேட்ட பொழுது, அறையில் ஒரே ஆவேசம், ஒரே கிளர்ச்சி. சில நிமிஷங் களுக்கெல்லாம், வேறு ஒரு இளைஞர் கோஷ்டி வந்தது; அவர் களிடையே ஓல்காவும் இருந்தாள். பாவெலை மீண்டும் பார்த்தவுடன் அவள் வியப்புற்றாள்; ஆனந்தமடைந்தாள்; நீண்டநேரத்துக்கு அவனது கரத்தைப் பிடித்துக்கொண்டிருந்தாள்.

பாவெல் தன் கதையை மீண்டும் சொல்ல வேண்டியதாயிற்று. அவனது தோழர்கள் உண்மையான இன்பம் அடைந்தார்கள்; தமது நிறை நட்பையும் ஆதரவையும் அவனுக்குத் தெரிவித்தார்கள்; அவனது கரத்தைக் குலுக்கியும், முதுகைத் தட்டியும் தமது உணர்ச்சியைத் தெரிவித்துக்கொண்டார்கள். இந்த அன்பு வெள்ளத்தில் குளித்த பாவெல் துப்தாவின் நடத்தையைத் தற்காலிகமாக மறந்துவிட்டான்.

ஆனால் அவன் தன் கதையைச் சொல்லி முடித்துவிட்டு, துப்தா வுடன் நடந்த சம்பாஷணையைப் பற்றித் தன் தோழர்களிடம் கூறிய பொழுது, ஆத்திரமும் வியப்பும் கலந்த குரல்கள் பல கேட்டன. துப்தாவை எரித்துவிடுபவள் போல நோக்கிவிட்டு, ஓல்கா காரிய தரிசியின் அறைக்குச் சென்றாள்.

“வாருங்கள். நாம் எல்லோரும் நெஷ்தானோவ் அறைக்குச் செல்வோம். காரியதரிசி மூலமே துப்தாவுக்குப் பாடம் கற்றுக் கொடுப்போம்” என்று ஓக்குனேவ் இரைந்து கூறினான். அவன் பாவெலது தோளைப் பிடித்துக்கொண்டு கிளம்பினான். இதர இளைஞரும் அவர்களைப் பின்பற்றினார்கள்.

“அந்தத் துப்தாவை இந்த வேலையிலிருந்து நீக்கிவிட வேண்டும். அவனைத் துறைமுகத்துக்கு அனுப்பி, அங்குப் பன்கிராத்தவ் தலைமை யில் ஓராண்டு சுமைதூக்கி வேலையைச் செய்யச் சொல்ல வேண்டும். விதிகளைத் தவிர அவனுக்கு வேறு எதுவும் தெரியாது” என்று ஓல்கா தாக்குதல் தொடுத்தாள்.

துப்தாவை ஊழியர் நிர்வாகப் பொறுப்பிலிருந்து நீக்க வேண்டு மென்று, ஓல்காவும் ஓக்குனேவும் இதரரும் வற்புறுத்திக் கூறியதை யெல்லாம், காரியதரிசி நெஷ்தானோவ் புன்னகை செய்துகொண்டே கேட்டான்.

“கர்ச்சாகின் பழையபடி அங்கத்தினராவதைப் பற்றி ஆட்சேபணை இல்லை. அவனுக்கு உடனடியாக ஒரு புதிய அங்கத்தினர் கார்டு கொடுத்துவிடுவோம்” என்று காரியதரிசி உறுதி கூறினான். மேலும், அவன் பேசியதாவது :

“துப்தா கண்மூடித்தனமாகச் சட்டம் பேசுகிறான் என்பதை நான் ஒத்துக்கொள்கிறேன். அதுதான் அவனது பிரதான குறைபாடு. ஆனால் அவன் தன் வேலையை மோசமாகச் செய்து வருகிறான் என்று சொல்ல முடியாது. நான் வேலை செய்த இடங்களில் எல்லாம், கம்ஸமோல் உறுப்பினர் சம்பந்தமான பதிவுகளும் புள்ளிவிவரங் களும் ஒரே குளறுபடியாக இருந்தன; எந்தப் புள்ளிவிவரத்தையும் நம்ப முடியாமல் இருந்தது. நமது ஊழியர் நிர்வாக இலாகாவில் புள்ளிவிவரங்கள் சரிவரச் சேகரமாகித் தொகுக்கப்பட்டிருக்கின்றன. துப்தா அடிக்கடி இரவு நேரமெல்லாம் கூட வேலை செய்வதை நீங்கள் அறிவீர்கள். என் கருத்து இதுதான் : அவனை எந்தச் சமயத் திலும் நீக்க முடியும். ஆனால் அவனது இடத்தில் புள்ளிவிவர விவகாரங்களைப் பற்றி யாதொன்றும் அறியாத ஒரு பழகுவதற்கு எளிமையான நபர் வந்துவிட்டால், அலுவலகச் சடங்குகள் இருக்கா

தென்பது உண்மை. ஆனால் எந்தவிதமான புள்ளிவிவரங்களும் இருக்காது. அவன் தொடர்ந்து அந்த வேலையில் இருக்கட்டும். நான் அவனைக் கண்டிக்கிறேன். அது கொஞ்சகாலத்துக்குப் பயன்படலாம். பிறகு பார்ப்போம்."

"சரி, அப்படியே செய்யுங்கள்!" என்று ஒக்குனேவ் சம்மதம் தெரிவித்தான். "பாவெல் என்னுடன் வா; ஸாலோமென்காவுக்குப் போவோம். அங்கு இன்று இரவு, ஒரு கூட்டம் நடைபெறவிருக்கிறது. நீ திரும்பி வந்திருக்கும் தகவல் எவருக்கும் தெரியாது. 'இப்பொழுது பாவெல் கர்ச்சாகின் பேசுவார்' என்று அறிவிக்கும்பொழுது, அவர்களுக்கு எத்தகை வியப்பு உண்டாகுமென்பதை எண்ணிப்பார். பாவெல்! நீ சமர்த்தன். ஏனென்றால் சாகாமல் திரும்பி வந்தாயல்லவா? நீ இறந்திருந்தால் தொழிலாளர் வர்க்கத்திற்கு என்ன பயன் கிட்டியிருக்கும்?" என்று ஒக்குனேவ் விளையாட்டாகப் பாவெலிடம் கூறினான்; பாவெலை அணைத்துக்கொண்டே நடைக்கூடம் வழியே சென்றான்.

"ஒல்கா, நீயும் வருகிறாயா?"

"நிச்சயமாக வருகிறேன்."

பாவெல் மதியம் உணவுக்குப் பன்கிராத்தவ் இல்லத்துக்குப் போகவில்லை. உண்மையில், அன்று முழுவதுமே அவன் அங்குப் போகவில்லை. ஒக்குனேவ், அவனை சோவியத் சபைக் கட்டிடத்திலுள்ள தன் அறைக்கு அழைத்துச் சென்றான். தன் கைவசமிருந்த பதார்த்தங்களைக் கொண்டு அவனுக்கு உணவு தயாரித்தான். அவனுக்கு முன்னால் செய்தித்தாள்களின் கட்டையும், கம்ஸமோல் வட்டாரக் கமிட்டியின் தலைமைக் குழுவின் கூட்டங்களுடைய நிகழ்ச்சி விபரங்களைக் கொண்ட இரண்டு கனமான புத்தகங்களையும் வைத்தான்.

"இவற்றைப் படித்துப் பார். நீ டைபஸ் ஜுரத்துடன் காலத்தை விரயம் செய்து கொண்டிருந்தபொழுது, பல விஷயங்கள் நடந்திருக்கின்றன. நான் மாலையில் திரும்பி வருகிறேன். பிறகு, இருவரும் கூட்டத்துக்குச் செல்வோம். உனக்குக் களைப்பாயிருந்தால் படுத்து உறங்கு" என்று ஒக்குனேவ் பாவெலுக்கு யோசனை கூறினான்.

வட்டாரக் கமிட்டிக் காரியதரிசி தன் சட்டைப் பைகளில் பலவிதமான காகிதங்களையும் தஸ்தாவேஜுகளையும் அடைத்துக் கொண்டான். ஒக்குனேவுக்குக் கைப்பையை உபயோகிக்கும் கொள்கையே பிடிக்காது. அது அவன் படுக்கையின் கீழ் கேட்

பாரில்லாமல் கிடந்தது. பாவெலிடம் விடைபெற்றுக்கொண்டு அவன் வெளியேறினான்.

அன்று மாலை அவன் திரும்பி வந்தபொழுது, அவனது அறையின் தரையில் செய்தித்தாள்கள் சிதறியிருந்தன. அவனது படுக்கையின் கீழிருந்த புத்தகங்கள் வெளியே எடுக்கப்பட்டிருந்தன. அவற்றில் சில மேஜையின் மீது அடுக்கி வைக்கப்பட்டிருந்தன. பாவெல் தன் நண்பனது தலையணையின் கீழ் இருந்து எடுத்த கடிதங்களைப் படுக்கையில் அமர்ந்து படித்துக் கொண்டிருந்தான். அவை மத்தியக் கமிட்டியிடமிருந்து கடைசியாக வந்த கடிதங்களாகும்.

"போக்கிரி! ஒரேயடியாகக் குழப்பம் செய்து விட்டாயே!" என்று ஒக்குனேவ் பொய் கோபத்துடன் இரைந்து கூறினான். "தோழா! சற்றுப் பொறு. நீ ரகசியத் தஸ்தாவேஜுகளைப் படித்துக் கொண்டிருக்கிறாய். உன்னைப் போன்ற நபரை என் குகையில் அனுமதித்ததின் வினை இது!" என்று அவன் மேலும் கூறினான்.

பாவெல் இளித்துக்கொண்டே, அக்கடிதத்தை கீழே வைத்தான்.

"இவை ரகசியத் தஸ்தாவேஜுகள் இல்லை. ஆனால் நீ விளக்குக்கு மறைப்பாக உபயோகித்திருக்கும் கடிதம்தான் 'ரகசியமானது' என்று குறிக்கப்பட்டிருக்கிறது. இதைப் பார்! அதன் ஓரமெல்லாம் பொசுங்கி விட்டது" என்று பாவெல் விடை தந்தான்.

ஒக்குனேவ் தீய்ந்துபோன கடிதத்தை விளக்கிலிருந்து எடுத்து, அதன் தலைப்பை நோக்கினான்; திகிலடைந்து நெற்றியில் அடித்துக் கொண்டான்.

"இந்தப் பாழாய்ப்போன கடுதாசியைத்தான் மூன்று நாட்களாகத் தேடிக்கொண்டிருக்கிறேன். இது எங்குத் தொலைந்தது என்று புரியாமல் தவித்துக் கொண்டிருந்தேன். இப்பொழுதுதான் விஷயம் நினைவுக்கு வருகிறது. அன்று, வாலீன்த்ஸேவ் இந்தக் கடிதத்தால் விளக்குக்கு மறைப்பு செய்துவிட்டு, தானே இதைக் குறுக்கும் நெடுக்கும் தேடியிருக்கிறான்" என்று கூறிவிட்டு, ஒக்குனேவ் அந்தக் கடிதத்தைக் கவனமாக மடித்து, மெத்தையின்கீழ் வைத்தான். "நாம் இவற்றையெல்லாம் பிறகு முறைப்படுத்தி வைப்போம்" என்று அவன் உத்திரவாதமாகக் கூறினான். "உடனடியாகச் சிற்றுண்டி அருந்தி விட்டுக் கூட்டத்துக்குப் போகலாம். மேஜைக்கு வா, பாவெல்" என்று அவசரப்படுத்தினான்.

காற்சட்டைப் பையிலிருந்து அவன் செய்தித்தாளால் சுற்றிக் கட்டிய ஒரு பொட்டலத்தை எடுத்தான். அதில் ரோச் மீன் ஒன்று இருந்தது. இன்னொரு காற்சட்டைப் பையிலிருந்து இரண்டு துண்டு

ரொட்டி எடுத்தான். அவன் செய்தித்தாளை மேஜையின் மீது விரித்தான். ரோச் மீனின் தலையைக் கையில் எடுத்துக் கொண்டு, அதை மேஜை விளிம்பின் மீது சவுக்கினால் அடிப்பது போல அடித்தான்.

மேஜையின்மீது உட்கார்ந்து கொண்டு, பற்களால் சுறுசுறுப்பாக வேலை செய்த வண்ணம், தமாஷ் பேர்வழியான ஒக்குனேவ், காரியரீதியான பேச்சுடன் கேலித் துணுக்குகளையும் இடைஇடையே கலந்துகொண்டே பாவெலிடம் சகல சேதிகளையும் கூறினான்.

கூட்டம் நடந்த ஹாலில் ஒக்குனேவ் பாவெலை மேடைக்குப் பின்புறமிருந்த வழியாக அழைத்துச் சென்றான். அந்த விசாலமான ஹாலின் ஒரு மூலையில், மேடைக்கு வலதுபுறத்தில், பியானோ வாத்தியத்துக்கு அருகில், தால்யா லாகூத்தினாவும் ஆன்னா போர்கத்தும் அமர்ந்திருந்தனர். அவர்களுடன் ரயில்வே வட்டத்தைச் சேர்ந்த கம்ஸமோல் உறுப்பினர்கள் இருந்தனர். டெப்போ கம்ஸமோல் காரியதரிசியான வாலீன்த்ஸேவ் ஆன்னாவுக்கு எதிரில் நாற்காலியில் ஆடிக்கொண்டு உட்கார்ந்திருந்தான். அவனது முகம், ஆகஸ்ட் மாதத்து ஆப்பிள் பழம்போல் செக்கச் செவேலென்று இருந்தது. அவனது கேசமும் புருவங்களும், முதிர்ந்து பழுத்த தானியத்தின் நிறத்தை நினைவூட்டின. என்றோ கருப்பாக இருந்த, ஆனால் தற்சமயம் வெகுவாக நைந்துபோயிருந்த தோல் சொக்காய் ஒன்றை அவன் அணிந்திருந்தான்.

வாலீன்த்ஸேவுக்குப் பக்கத்தில், த்ஸெவெத்தாயெவ் உட்கார்ந்திருந்தான். பழுப்பு நிறக் கேசத்தையும் சிற்பி செதுக்கியது போன்ற நேர்த்தியான உதடுகளையும் உடைய அந்தச் சுந்தர இளைஞன், தன் முழங்கையை அசட்டையாகப் பியானோவின் மூடிமீது வைத்திருந்தான். அவனது சட்டை, கழுத்துக்கருகில் பித்தான் போடாமல் திறந்திருந்தது.

ஒக்குனேவ், அந்தக் கோஷ்டியை நெருங்கியபொழுது, ஆன்னாவின் பேச்சு அவன் காதில் விழுந்தது.

"புதிய அங்கத்தினர்களைக் கம்ஸமோலில் சேர்ப்பதைச் சிக்கலாக்குவதற்காகச் சிலர் தம்மால் இயன்றதனைத்தும் செய்து வருகிறார்கள். அவர்களில் த்ஸெவெத்தாயெவ் ஒருவன்" என்று அவள் கூறினாள்.

"கம்ஸமோல் ஒரு பொழுதுபோக்கு மன்றமல்ல" என்று த்ஸெவெத்தாயெவ் பிடிவாதத்துடனும் ஏளனத்துடனும் பதில் கூறினான்.

அப்பொழுது, ஒக்குனேவைக் கண்ட தால்யா, "ஒக்குனேவைப்

பார்! நன்றாகக் கழுவி மெருகு இடப்பட்ட சமோவார் மாதிரி பளபளக்கிறான்" என்று அவள் கத்தினாள்.

ஒக்குனேவை அந்தக் கோஷ்டியினர் இழுத்துத் தம்மிடையே நிறுத்திக்கொண்டு, பல கேள்விக் கணைகளை வீசினார்கள்.

"இவ்வளவு நேரம் எங்கு போயிருந்தாய்?"

"கூட்டத்தை ஆரம்பிக்கலாமல்லவா?"

ஒக்குனேவ் தன் கரத்தை உயர்த்தி, அமைதி வேண்டினான்.

"பொறுத்திருங்கள். தோக்கரெவ் வந்தவுடன், தொடங்கலாம்" என்று அவன் கூறினான்.

"அதோ அவரும் வந்துவிட்டார்" என்றாள் ஆன்னா.

வட்டாரக் கட்சிக் கமிட்டியின் காரியதரிசி உண்மையாகவே வந்துகொண்டிருந்தான். அவனைச் சந்திக்க, ஒக்குனேவ் அவனை நோக்கி ஓடினான்.

"அப்பா, வாருங்கள். நீங்கள் என் நண்பன் ஒருவனைச் சந்திக்க வேண்டும். அதற்காக மேடையின் பின்புறத்துக்கு அழைத்துச் செல்கிறேன். அதிர்ச்சி அடையப் போகிறீர்கள், எச்சரிக்கை!"

"இது என்ன சூழ்ச்சி?" என்று சிகரெட் புகையை இழுத்துக் கொண்டே, கிழவன் உறுமினான். ஆனால் ஒக்குனேவ் அவனது முன்கையைப் பிடித்து இழுத்து அழைத்துச்சென்றான்.

ஒக்குனேவ், தலைவரது மணியை அடித்த வேகத்தில், கூட்டத்தி லிருந்த வாயாடிகள்கூட, வாய்மூடி மௌனிகளானார்கள்.

தோக்கரெவுக்குப் பின்னால், 'கம்யூனிஸ்ட் அறிக்கையை' அருளிய மேதையின் சிம்ம முகம், பச்சையான ஊசி மரக் கொம்புகளால் நால்புறமும் அலங்கரிக்கப்பட்டிருந்தது. ஒக்குனேவ் கூட்டத்தைத் துவக்கி வைத்துப் பேசிய பொழுது, தோக்கரெவ் பாவெலையே நோக்கிக் கொண்டிருந்தான். பாவெல் மேடையின் ஒரு பக்கத்தில், மறைவான இடத்தில், காத்துக்கொண்டிருந்தான்.

"தோழர்களே, நிகழ்ச்சி நிரலில் உள்ள விஷயங்களை விவாதிப் பதற்கு முன்னால், ஒரு தோழர் பேச வேண்டும் என்று விரும்புகிறார். அவர் பேசுவதற்கு அனுமதி தர வேண்டுமென்று தோக்கரெவும் நானும் பிரரேபிக்கிறோம்" என்று ஒக்குனேவ் கூறினான்.

ஹாலில் அங்கீகார ஒலி எழுந்தது. அதன்பின், ஒக்குனேவ் திடீரென்று அறிவித்தான் :

"இந்தக் கூட்டத்தில் பேசுமாறு நான் பாவெல் கர்ச்சாகினை அழைக்கிறேன்!"

அந்தக் கூட்டத்தில் இருந்த நூறு இளைஞரில் குறைந்தபட்சம் எண்பது பேருக்காவது பாவெலைத் தெரியும். வளர்த்தியான அந்தப் பழகிய உருவம் மேடையின் வெளிச்சத்தில் தோன்றிப் பேசத் தொடங்கியது. இளைத்துப் போயிருந்த அந்த இளைஞனைக் கண்டதும், கூட்டத்தினர் இன்ப வெறியுடன் கோஷமிட்டார்கள்; இடிமுழக்கம் போல் கைகொட்டி ஆரவாரம் செய்தார்கள்.

"அன்பார்ந்த தோழர்களே!"

பாவெலின் குரலில் உறுதி இருந்தபோதிலும் அவனால் தன் உள்ளக் கிளர்ச்சியை மறைக்க முடியவில்லை.

"எனவே, தோழர்களே, நான் உங்கள் மத்தியிலிருந்து ஊழியம் செய்வதற்குத் திரும்பிவிட்டேன். திரும்பி வந்திருப்பதில் எனக்கு மிகுந்த மகிழ்ச்சி. இங்கு என் நண்பர் பலரைப் பார்க்கிறேன். ஸாலோமென்கா வட்டாரத்தில் கம்ஸமோல் உறுப்பினர் தொகை முப்பது சதவீதம் அதிகரித்துவிட்டதென்றும், ரயில்வே வார்க்ஷாப்பிலும் டெப்போவிலும் சிகரெட் கொளுத்திகள் தயார் செய்வதை நிறுத்தி விட்டீர்களென்றும் அறிகிறேன். உயிரற்று கிடக்கும் ரயில் எஞ்சின் களைப் புனருத்தாரணம் செய்வதற்கான முயற்சிகள் நடைபெறுவதாகவும் கேள்விப்பட்டேன். நமது தேசம் ஒரு புதிய வாழ்வைப் பெற்றுக்கொண்டிருக்கிறது என்பதும் அது தன் பலத்தைச் சேமித்துக் கொண்டிருக்கிறது என்பதும் இவற்றிலிருந்து நிதர்சனமாகின்றன. தற்பொழுது உயிர் வாழ்வதில் பயனிருக்கிறது. இம்மாதிரியான சந்தர்ப்பத்தில் என்னால் இறக்க முடியுமா?"

இவ்வாறு பேசியபொழுது, பாவெலின் கண்களில் ஒரு புத்தொளி வீசியது.

பாவெல் ஆனந்த ஆரவாரத்துக்கிடையே மேடையிலிருந்து இறங்கி, ஆன்னாவும் தால்யாவும் உட்கார்ந்திருந்த இடத்துக்குச் சென்றான். வழியில் பலருடன் கைகுலுக்கினான். தால்யாவும் ஆன்னாவும் நகர்ந்து, தங்களுக்கு இடையே அவனுக்கு இடம் தந்தனர். தால்யா பாவெலின் கரத்தை இறுகப் பிடித்துக் கொண்டாள். ஆன்னாவுக்கு இன்னும் வியப்பு நீங்கவில்லை; அவளது கண்கள் ஆச்சரியத்தால் அகல விரிந்திருந்தன; அவளது கண்ணிமைகள் இலேசாகத் துடித்தன; அன்பான நல்வரவு கூறும் வகையில் அவள் பாவெலை நோக்கினாள்.

நாட்கள் வேகமாக உருண்டோடின. ஆனால் அவை சாதாரண நாட்கள் அல்ல. ஒவ்வொரு நாளும் ஏதாவது புதுமை நிகழ்ந்து கொண்டிருந்தது. எனவே, ஒவ்வொரு நாள் காலையிலும் வேலையைத்

திட்டமிட்ட பாவெல், ஒவ்வொரு நாளும் நேரம் போதாமலிருந்ததையும் தன் திட்டத்தின் பெரும் பகுதி கைகூடாமல் இருந்ததையும் உணர்ந்து வருத்தமடைந்தான்.

பாவெல் ஓக்குனேவுடன் வசித்தான். அவன் துணை பிட்டராக ரயில்வே வார்க்ஷாப்பில் வேலை செய்தான்.

கம்ஸமோல் தலைமையில் கொஞ்சகாலத்துக்குப் பொறுப்பு ஏற்றுக்கொள்ள இயலாதென்று பாவெல் கூறியதை, நீண்ட வாக்கு வாதத்துக்குப் பிறகே ஓக்குனேவ் ஒப்புக்கொண்டான்.

"வேலை செய்வதற்கு ஊழியர் இல்லாதபொழுது, நீ வார்க்ஷாப்பில் காலம் கடத்துவதை நான் அனுமதிக்க மாட்டேன். உடல்நலமில்லை என்று காரணம் கூறாதே. நான் டைபஸ் ஜுரத்தில் கிடந்தபின், கம்பும் கையுமாக ஒருமாதம் வேலை செய்தேன். பாவெல், என்னை நீ ஏமாற்ற முடியாது. நான் உன்னை நன்கறிவேன். இதில் வேறு விஷயம் ஏதோ இருக்கிறது" என்றான் ஓக்குனேவ்.

"நீ சொல்லுவது மெய். நான் படிக்க விரும்புகிறேன்."

"அப்படிச்சொல்!" என்று ஓக்குனேவ் வெற்றிக் களிப்புடன் கத்தினான். "ஏதோ மர்மம் இருக்கிறதென்று நான் ஊகித்தேன். எனக்கு மட்டும் படிப்பில் நாட்டம் இல்லையா? இது வடிகட்டிய தன்னகங்காரப் போக்கு! நாங்கள் தோள் கொடுத்துத் தூக்க வேண்டும்; நீ பாடம் படித்துக் கொண்டிருப்பாய்! அப்படித்தானே? பாவெல், அதெல்லாம் நடக்காது. நாளைக்கே நீ அமைப்பாளனாகப் பதவி ஏற்க வேண்டும்" என்று ஓக்குனேவ் வலியுறுத்தினான்.

ஆனால் நீண்டதொரு விவாதத்துக்குப்பின், ஓக்குனேவ் பாவெலின் கோரிக்கைக்கு இணங்கினான்.

"சரி, சரி. இரண்டு மாத காலம் உன்னைத் தொந்தரவு செய்ய மாட்டேன். நீ என் தாராள மனப்பாங்கைப் புரிந்துகொள்வாயென்று நம்புகிறேன். அது நிற்க, உனக்கு த்ஸெவெத்தாயெவுடன் சேர்ந்து வேலை செய்வது கஷ்டம். அவன் மிக அகம்பாவம் பிடித்தவன்."

பாவெல் ரயில்வே வார்க்ஷாப்புக்குத் திரும்பியதும், த்ஸெவெத்தாயெவ் உஷாராகிவிட்டான். பாவெலின் வருகையால், தலைமைக்கான போராட்டம் தொடங்குமென்று அவன் நிச்சயமாக நம்பினான். அவனது தற்பெருமை உணர்ச்சி புண்பட்டது. பாவெலை உறுதியாக எதிர்ப்பதற்குத் தயாரானான். எனினும், சீக்கிரமே அவன் தன் கணிப்பின் தவறை உணர்ந்தான். கம்ஸமோல் தலைமைக் குழுவில் தன்னை ஒரு உறுப்பினராக எடுத்துக் கொள்வதற்குத் திட்டம் உருவாகியிருந்ததை அறிந்த பாவெல், காரியதரிசியின்

அலுவலகத்துக்குச் சென்று, தன் ஆட்சேபணையைத் தெரிவித்தான். ஓக்குனேவுடன் ஏற்பட்டிருந்த உடன்பாட்டைக் காரணம் காட்டி அந்த அயிட்டத்தை அஜண்டாவிலிருந்து நீக்கச் சொன்னான். அவன் வார்க்ஷாப் குழுவில் அரசியல் வகுப்பு எடுத்தான்; ஆனால் தலைமைக் குழுவின் வேலையில் பங்குகொள்ள மறுத்தான். அவனுக்குத் தலைமையில் பங்கு இல்லை என்றாலும், கம்ஸமோல் காரியங்கள் முழுவதிலும் அவனது பாத்திரத்தை உணர முடிந்தது. அவனுக்கே உரிய தோழமை முறையில், எத்தகைய விளம்பரமும் இல்லாமல், அவன் த்ஸெவெத்தாயெவுக்குப் பல சிக்கலான சந்தர்ப்பங்களில் பேருதவி செய்தான்.

ஒருநாள், த்ஸெவெத்தாயெவ் ஷாப்புக்கு வந்தபொழுது, அதில் வேலை செய்த கம்ஸமோல் உறுப்பினர்களும் சுமார் மூன்று டஜன் இதர இளைஞரும் செய்து கொண்டிருந்த வேலையைக் கண்டு வியந்தான். அவர்களில் சிலர் ஜன்னல்களைக் கழுவிக் கொண்டிருந்தனர். மேலும் சிலர், பல்லாண்டுகளாக யந்திரங்களில் சேகரமாகியிருந்த அழுக்கையெல்லாம் சுரண்டி எடுத்துக் கொண்டிருந்தனர். வேறு சிலர், ஓட்டை உடைசல்களையெல்லாம் முற்றத்தில் குவித்துக் கொண்டிருந்தனர். பாவெல் பெரிய துடைப்பம் ஒன்றால் எண்ணையும் பசையும் ஏறியிருந்த சிமிட்டித் தளத்தைத் துடைத்துக் கொண்டிருந்தான்.

“வசந்தகாலத் துப்புரவு வேலையா? எதை முன்னிட்டு?” என்று த்ஸெவெத்தாயெவ் பாவெலை வினவினான்.

“எங்களுக்கு இந்த அழுக்கில் வேலை செய்ய விருப்பமில்லை. இந்த இடத்தைச் சுத்தம் செய்து இருபது ஆண்டுகள் ஆகியிருக்கும். ஒருவாரத்தில் புதுமை பரிமளிக்கச்செய்வோம்” என்று பாவெல் சுருக்கமாகப் பதில் அளித்தான்.

த்ஸெவெத்தாயெவ் தன் தோட்களைக் குலுக்கிவிட்டுப் போய் விட்டான்.

மின்சாரத் தொழிலாளர்கள் தமது வார்க்ஷாப்பைத் துப்புரவு செய்ததுடன் திருப்தி அடையாமல், வெளி முற்றத்தைச் சுத்தம் செய்யத் தொடங்கினார்கள். பல ஆண்டுகளாக, அந்தப் பெரிய முற்றம் உபயோகத்தில் இல்லாத பல்வகைச் சாமான்களின் கிடங்காகப் பயன்பட்டது. அங்கு நூற்றுக்கணக்கான வண்டிச் சக்கரங்களும் இருசுகளும் கிடந்தன. துருப்பிடித்த இரும்பும் தண்டவாளங்களும் இருசுப் பெட்டிகளும் இன்னும் பல சாமான்களும் முற்றத்தில் சிதறிப் பரந்து கிடந்தன. ஆயிரக்கணக்கான டன் எடையுள்ள உலோகம்,

கூரையில்லாத இடத்தில் கிடந்து, மழை வெயில் காற்றில் அடிபட்டுத் துருப்பிடித்திருந்தது. ஆனால் அந்த முற்றத்தில் இளைஞர்கள் செய்யத் தொடங்கிய வேலைய்யை நிர்வாகம் தடுத்துவிட்டது.

“முதலில் கவனிக்க வேண்டிய முக்கியமான பிரச்சினைகள் இருக்கின்றன. அந்த முற்றத்தை அப்புறம் சுத்தம் செய்யலாம்” என்று வார்க்ஷாப் நிர்வாகம் கூறியது.

எனவே, மின்சாரத் தொழிலாளர் தமது ஷாப்பின் நுழை வாயிலுக்கு முன்னால் ஒரு சிறிய பகுதியைச் சீர்திருத்தம் செய்து கல் பரப்பிவிட்டுக் கதவுக்கு முன்னால் செருப்பு அழுக்கைப் போக்கும் ஒரு கம்பி வலையைப் போட்டுவிட்டு, அத்துடன் நிறுத்திக் கொண்டார்கள். ஆனால் அவர்களுடைய ஷாப்புக்குள் துப்புரவு வேலை தொடர்ந்து நடந்தது. வேலைநேரத்துக்குப் பிறகே, இந்த வேலையைச் செய்தார்கள். ஒரு வாரத்துக்குப்பின், தலைமை எஞ்சினீயர் அங்கு வந்தபொழுது, ஷாப்பில் நல்ல வெளிச்சம் இருந்ததை கண்டான். இரும்புச் சட்டங்களால் அமைந்த ஜன்னல்களில் கெட்டியான படலமாக இருந்த அழுக்கும் எண்ணெயும் அகற்றப்பட்டுவிட்டதால், கதிரொளி தங்குதடையில்லாமல் உள்ளே பாய்ந்தது; டீசல் எஞ்சின்களின் தாமிரத்தால் செய்த பாகங்கள் சுத்தமாக்கப்பட்டு மெருகிடப் பட்டிருந்ததால், அந்தத் தாமிரம், கதிரொளியைப் பிரகாசமாகப் பிரதிபலித்தது. மெஷின்களின் சில பாகங்கள், புதிய பச்சை வர்ணப் பூச்சுடன் திகழ்ந்தன. யாரோ ஒருவன் மிக அக்கறை எடுத்துக் கொண்டு உருளைகளின் கால்களில் மஞ்சள் வர்ணத்தில் அம்புக் குறிகளைக்கூட அமைத்துவிட்டான்.

இவற்றையெல்லாம் கண்ட எஞ்சினீயர் மூக்கின் மேல் கையை வைத்தான்.

அந்த ஷாப்பின் மூலையில் ஒரு சிலர் தமது வேலையை முடித்துக் கொண்டிருந்தார்கள். எஞ்சினீயர் அவர்களை நோக்கிச் சென்றான். வழியில், ஒரு குவளை வர்ணத்துடன் வந்த பாவெலைச் சந்தித்தான்.

“ஒரு நிமிஷம் நண்பா!” என்று கூறி, அவன் பாவெலை நிறுத்தினான். “நீங்கள் இங்குச் செய்திருப்பதையெல்லாம் நான் அங்கீகரிக்கிறேன். ஆனால் உங்களுக்கு இந்த வர்ணம் எங்கிருந்து கிடைத்தது? எந்த வர்ணத்தையும் என் அனுமதியில்லாமல் உபயோகிக்கக்கூடாதென்று நான் கண்டிப்பான உத்திரவைப் பிறப்பித்திருக்கவில்லையா? இந்த மாதிரிக் காரியங்களுக்காகச் சாயத்தை வீண் செய்யும் நிலையில் நாம் இல்லை. உள்ள சாயமெல்லாம் எஞ்சின் பாகங்களுக்குத் தேவை” என்று தலைமை எஞ்சினீயர் கூறினான்.

“இந்தச் சாயம் கழிக்கப்பட்ட டப்பிகளின் அடியைச் சுரண்டிச் சேர்த்ததாகும். இரண்டு நாட்கள் சுரண்டினோம்; இருபத்தைந்து பவுண்டு கிடைத்தது. தோழர் எஞ்சினீயர் அவர்களே, நாங்கள் எந்த விதியையும் மீறவில்லை” என்று பாவெல் விளக்கினான்.

எஞ்சினீயர் மீண்டும் ‘உம்’ போட்டான். ஆனால் அவன் கலக்க மடைந்து நின்றான்.

“சரி, அப்படியானால் நடத்துங்கள். உண்மையில் இது ஒரு ருசிகரமான விஷயம்தான். இதை.... எப்படிப் புரிந்துகொள்வது? இது என்னவென்பது? வார்க்ஷாப்பைச் சுத்தமாக வைத்திருக்க வேண்டுமென்று நீங்களாக எடுக்கும் முயற்சி என்று சொல்லலாமா? இந்த முயற்சியின் அடிப்படை என்ன? மாமூல் வேலைக்குரிய நேரம் முடிந்தபிறகுதானே, இதைச் செய்கிறீர்கள்?” என்று கேட்டான் எஞ்சினீயர்.

எஞ்சினீயரின் குரலில் உண்மையாகவே திகைப்பு தொனிப்பதைப் பாவெல் உணர்ந்தான்.

“ஆம். வேலை நேரம் முடிந்தபிறகுதான் செய்தோம். வேறு என்னவென்று எண்ணினீர்கள்?”

“அது சரி. ஆனால்...”

“தோழர் எஞ்சினீயரே, இதில் ஆச்சரியப்படுவதற்கு ஒன்று மில்லை. போல்ஷெவிக்குகள் அழுக்கை அப்படியே விட்டு வைத்திருப் பார்களென்று உங்களிடம் யார் சொன்னார்கள்? இம்முறையை இன்னும் பரவலாக செய்யத் தொடங்குவோம். இன்னும் பல சம்பவங்கள் உங்களை ஆச்சரியத்திலாழ்த்தப் போகின்றன.”

எஞ்சினீயர் மீது சாயத்தைச் சிந்திவிடாமல் இருப்பதற்காக அவனை ஜாக்கிரதையாகச் சுற்றிக் கொணடு பாவெல் கதவை நோக்கிச் சென்றான்.

ஒவ்வொரு நாள் மாலையும், பாவெல் பொதுநூல் நிலையத் துக்குச் சென்றான்; நீண்டநேரம் அங்கு இருந்தான். நூல்நிலைய நிர்வாகிகள் மூவருக்கும் அவன் நண்பனாகிவிட்டான். அவர்களிடம் தன் வாதத் திறனெல்லாம் பயன்படுத்திப் பேசி, இஷ்டப்பட்ட புத்தகங்களைப் பொறுக்கி எடுத்துப் படிக்கும் உரிமையைப் பெற்றுக் கொண்டான். உயரமான புத்தக அலமாரிகளின் அருகில் ஏணியைச் சாய்த்து நிறுத்தி, அதில் ஏறிக்கொண்டு, பல மணிநேரம் நூல் நூலாக எடுத்து ஏடுகளைப் புரட்டினான்; இவ்வாறாக, தனக்குப் பிடித்தமான

புத்தகங்களைப் பொறுக்கினான். அங்கு இருந்த நூல்களில் அநேகம் பழையவை. நவீன இலக்கியம், ஒரு சிறிய அலமாரியில் அடங்கி விட்டது. உள்நாட்டு யுத்தத்தின்போது வெளியிட்ட மார்க்ஸ் எழுதிய 'மூலதனம்', ஜாக் லண்டன் எழுதிய 'இரும்புப் பாதம்' ஆகியவையும் வேறு சில நூல்களும் அங்கு இருந்தன. பழைய புத்தகங்களைப் புரட்டிப் பார்த்துக் கொண்டிருந்தபொழுது, பாவெல் அவற்றிடையே 'ஸ்பார்ட்டகஸ்' என்ற நூலைக் கண்டான். அவன் அதை இரண்டே இரவுகளில் படித்து முடித்துவிட்டான். அதைப் படித்தபின், அதை மக்ஸீம் கோர்க்கியின் நூல்களுக்குப் பக்கத்தில் வைத்தான். சுவை நிறைந்த, தனது அபிமான நூல்களை அவன் ஒன்றன்பின் ஒன்றாகப் பொறுக்கி தனக்குரிய விதத்தில் அடுத்தடுத்து அடுக்கினான்.

நூல்நிலைய நிர்வாகிகள் இதை ஆட்சேபிக்கவில்லை; அதில் அவர்களுக்கு அக்கறையில்லை.

ரயில்வே ஷாப்புகளின் கம்ஸமோல் வாழ்வின் அமைதியான ஓட்டம் திடீரென்று நிலைகுலைந்தது. அவ்வாறு கலக்கம் உண்டாக்கிய நிகழ்ச்சி ஆரம்பத்தில் சர்வசாமானியமானதாகவும் புறக்கணிக்கத் தக்கதாகவும் தோன்றியது. அந்தச் சம்பவம் என்ன? ரிப்பேர் ஷாப்பின் கம்ஸமோல் நிர்வாகக் குழுவில் அங்கத்தினனாக இருந்த பீதின் என்பவன், ஒரு துரப்பணத்தை உடைத்துவிட்டான். நிமிர்ந்த மூக்கும் அம்மைவடு முகமும் உடைய அவன் சுறுசுறுப்பற்றவன். அவன் உடைத்த துரப்பணம், அமெரிக்காவிலிருந்து இறக்குமதியான பொருள்; விலை உயர்ந்தது. அந்தச் சம்பவம், மன்னிக்க முடியாத அஜாக்கிரதையால் நேர்ந்த வினையாகும்; பிதீன் திட்டமிட்டுச் செய்த விஷமத்தின் வினையாகவே அது தோன்றியது.

அந்தச் சம்பவம் காலையில் நிகழ்ந்தது. சீனியர் ரிப்பேர் போர் மெனாயிருந்த கோதரோவ், ஒரு இரும்புத் துண்டில் சில துளை களைப் போடும்படி பிதீனிடம் கூறியிருந்தான். முதலில், பீதின் அதைச் செய்ய மறுத்தான். ஆனால் போர்மென் பிடிவாதமாக வற்புறுத்தவே, அவன் இரும்புத்துண்டை எடுத்துத் துரப்பணத்தால் துளையிடத் தொடங்கினான். அந்தப் போர்மென், வேலை வாங்கு வதில் கண்டிப்பானவன். தொழிலாளரிடையே அவனுக்கு நற்பெயர் கிடையாது. அவன் மாஜி மென்ஷெவிக்; தொழிற்சாலையின் பொது வாழ்வில் பங்குகொள்வதில்லை; இளங்கம்யூனிஸ்டுகளைக் கண்டால் ஒரு மாதிரியாகப் பார்ப்பான். ஆனால் அவன் தன் வேலையில் நிபுண னாயிருந்தான்; தன் கடமைகளை அந்தரங்க சுத்தியுடன் நிறை

வேற்றினான். பீதின் தன் துரப்பணத்தில் எண்ணெய் போடாமல் துளையிடுகிறான் என்பதைக் கோதரோவ் கண்டான். எனவே, பீதின் வேலை செய்த இடத்துக்கு விரைந்து சென்று, அவன் செய்த வேலையை நிறுத்தினான்.

"உனக்குக் கண்ணில்லையா? துரப்பணத்தை உபயோகிக்கும் முறை உனக்குத் தெரியாதா?" என்று அவன் பீதினைப் பார்த்து இரைந்தான். எண்ணெய் போடாமல் துரப்பணத்தை உபயோகித்தால், அது நிச்சய மாக உடைந்துவிடுமென்பதைப் போர்மென் அறிவான்.

பீதின் அவனைத் திட்டி பேசிவிட்டு, கடைசல் யந்திரத்தை மீண்டும் இயக்கினான். கோதரோவ், பீதினைப் பற்றிப் புகார் செய் வதற்காக ஷாப்பின் நிர்வாகியிடம் சென்றான். அந்தச் சமயத்தில், கடைசல் யந்திரத்தை நிறுத்தாமல், பீதின் எண்ணெய் கொண்டு வருவதற்கு ஓடினான். நிர்வாகி வருவதற்குள் எல்லாம் முறையாக இருக்க வேண்டுமென்பது அவனது திட்டம். அவன் எண்ணெயுடன் திரும்பி வந்தபொழுது, துரப்பணம் உடைந்து கிடந்ததைக் கண்டான். பீதினை வேலையிலிருந்து நீக்க வேண்டுமென்று ஷாப்பின் நிர்வாகி சிபாரிசு செய்தான். ஆனால் கோதரோவுக்குக் கம்ஸமோல் உறுப் பினரிடம் விரோதம் இருந்ததாகக் கூறி, கம்ஸமோலின் ஷாப்புத் தலைமை பீதின் சார்பில் வாதாடியது. ஆனால், பீதினை நீக்க வேண்டு மென்று நிர்வாகம் வற்புறுத்தியது. வழக்கு, ரயில்வே வார்க்ஷாப்பு களின் கம்ஸமோல் தலைமைக் குழுவுக்கு முன்வந்தது. இதுதான் கலகத்தின் தொடக்கம்.

இந்தக் குழுவில் ஐவர் இருந்தனர். அவர்களில் மூவர், பீதினை அதிகாரபூர்வமாகக் கண்டித்துவிட்டு வேறு வேலைக்கு மாற்ற வேண்டுமென்று அபிப்பிராயம் தெரிவித்தனர். இந்த மூவரில் த்ஸெவெத்தாயெவும் ஒருவன். மற்ற இருவரும், பீதினுக்கு எந்தத் தண்டனையும் கொடுக்கக்கூடாதென்று கருதினர்.

இந்தப் பிரச்சினையை விவாதிப்பதற்காக, நிர்வாகக் குழு த்ஸெவெத்தாயெவின் அலுவலகத்தில் கூடியது. சிவப்புத் துணியால் போர்த்தப் பெற்ற ஒரு பெரிய மேஜையைச் சுற்றிப் பல பெஞ்சுகளும் ஸ்டூல்களும் போடப்பட்டிருந்தன. தச்சு வேலை ஷாப்பில் இருந்த இளங் கம்யூனிஸ்டுகளே, இவற்றைச் செய்தவர்கள். சுவர்களில், தலைவர்களின் உருவப் படங்கள் தொங்கின. ரயில்வே வார்க்ஷாப்பு களின் பதாகை மேஜைக்குப் பின்னாலுள்ள சுவர் முழுவதையும் மறைத்திருந்தது.

இப்பொழுது, த்ஸெவெத்தாயெவ் 'முழுநேர' ஊழியனாகத் தொண்டு புரிந்தான். அவன் ஒரு கொல்லன். ஆனால் அவனது ஸ்தாபனத் திறமை, அவனைக் கம்ஸமோலில் ஒரு முக்கிய ஸ்தானத்துக்கு உயர்த்திவிட்டது. அவன் இப்பொழுது கம்ஸமோல் வட்டாரக் கமிட்டியின் செயற் குழுவிலும் மாகாணக் கமிட்டியிலும் அங்கம் வகித்தான். அவன் முன்னால் யந்திரங்களை உற்பத்தி செய்த தொழிற் சாலையின் கொல்லன் பட்டறையில் வேலை செய்திருந்தான்; ரயில்வே வார்க்ஷாப்பில் சமீபத்தில்தான் அவன் சேர்ந்திருந்தான். ஆரம்பத் திலிருந்தே, அவன் கம்ஸமோலின் நிர்வாகத்தை உறுதியாகத் தன் கையில் எடுத்துக்கொண்டான். அவனுக்குச் சுயபுத்தியில் நம்பிக்கை மிகவும் அதிகம்; அத்துடன் நிதானித்துப் பார்க்காமல் அவசரப்பட்டு முடிவுகளெடுப்பான். ஆகக்கூடி, அவன் ஆரம்பத்திலிருந்தே இதர இளங் கம்யூனிஸ்டுகளின் முன்முயற்சிக்கு உலைவைத்தான்; எந்தக் காரியத்தையும் தானே செய்ய வேண்டுமென்று பிடிவாதம் செய்தான்; எல்லா வேலைகளையும் செய்ய முடியாத பொழுது, தன் துணைவர்கள் செயலற்றிருப்பதாகக் கூறி அவர்களைத் தூற்றினான்.

அலுவலகம்கூட அவனது நேரடியான மேற்பார்வையில் அலங் கரிக்கப்பட்டிருந்தது.

கிளப்பிலிருந்து கொண்டுவரப்பட்ட மிருதுவான சாய்வு நாற்காலி யில் கைகால்களை நீட்டிக் கொண்டு, த்ஸெவெத்தாயெவ் கூட்டத்தை நடத்தினான். அது ஒரு பிரத்தியேகக் கூட்டம். கட்சியின் ஸ்தாபன அமைப்பாளனான காமுத்தோவ் பேசுவதற்கு எழுந்தபொழுது, யாரோ தாளிட்டிருந்த கதவைத் தட்டும் சத்தம் கேட்டது. அதைக் கேட்டு, த்ஸெவெத்தாயெவ் அதிருப்தியால் முகத்தைச் சுளித்தான். மீண்டும் கதவைத் தட்டும் சத்தம் கேட்டது. காத்யா எழுந்து சென்று கதவைத் திறந்தான். வாசலில் பாவெல் நின்றுகொண்டிருந்தான். காத்யா அவனை உள்ளே அனுமதித்தான்.

பாவெல் காலியாகவிருந்த ஒரு இருக்கையை நோக்கி நடந்து சென்ற பொழுது, அவனைப் பார்த்து த்ஸெவெத்தாயெவ், "இது நிர்வாக்க் குழுவின் பிரத்தியேகக் கூட்டம்" என்று கூறினான்.

இதைக் கேட்டுப் பாவெலின் முகம் சிவந்தது. அவன் மெதுவாக மேஜையை நோக்கித் திரும்பினான்.

"அது எனக்குத் தெரியும். பீதின் விவகாரம் பற்றி உங்கள் கருத்தை அறிய நான் ஆவலாயிருக்கிறேன். அதுபற்றி நான் ஒரு விஷயம் சொல்ல வேண்டும். நான் இங்கு இருப்பதை நீ ஆட்சேபிக்கிறாயா?" என்று பாவெல் வினவினான்.

"நான் ஆட்சேபிக்கவில்லை. ஆனால் நிர்வாகக் குழுவின் பிரத்தியேகக் கூட்டத்தில் குழு உறுப்பினர்கள் மட்டுமே கலந்து கொள்வார்கள் என்பதை நீ அறிந்திருக்க வேண்டும். அதிகமான பேர் குழுக் கூட்டத்தில் கலந்துகொண்டால், கூடுதலான சிக்கல் ஏற்படுகிறது. ஆனால் நீ வந்துவிட்டதால், இந்தக் கூட்டத்தில் கலந்துகொள்."

பாவெல் ஒருபொழுதும் இத்தகைய அவமானத்துக்கு உள்ளானதில்லை. அவனது நெற்றி சுருங்கியது.

"இது என்ன சட்ட நுணுக்கப் பேச்சு?" என்று காமுத்தோவ் வெறுப்பாகக் கூறினான். ஆனால் பாவெல் தன் கை அசைவால் அந்தப் பேச்சை நிறுத்தச் செய்துவிட்டு உட்கார்ந்தான். காமுத்தோவ் தொடர்ந்து பேசினான் :

"நான் சொல்ல விரும்புவது இதுதான் : கோதரோவ் பழைய காலத்து ஆள் என்பது உண்மை. ஆனால் கட்டுப்பாடு சம்பந்தமாக ஏதாவது செய்ய வேண்டும். இளங்கம்யூனிஸ்டுகளெல்லாம் துரப்பணங்களை உடைத்துக் கொண்டிருந்தால், எதை வைத்துக்கொண்டு வேலை செய்வது? தவிர, கட்சியில் சேராத தொழிலாளருக்கு, நாம் தப்பான வழிகாட்டுகிறோம். பீதினுக்குத் தகுந்த எச்சரிக்கை கொடுக்க வேண்டுமென்பது என் கருத்து."

காமுத்தோவ் தன் பேச்சை முடிக்கும் வரைகூட த்ஸெவெத்தாயெவ் காத்திருக்க விரும்பவில்லை. அவன் தன் ஆட்சேபணைகளைச் சொல்லத் தொடங்கினான். பத்து நிமிஷங்கள் கடந்தன. அதற்குள், காற்று எந்தத் திசையில் அடிக்கிறது என்பதைப் பாவெல் உணர்ந்துகொண்டான். விவகாரம் இறுதியாக வோட்டுக்கு விடப்படும் தருவாயில், தான் பேச விரும்புவதாகப் பாவெல் கூறினான். த்ஸெவெத்தாயெவ் வேண்டா வெறுப்பாக அவனை அனுமதித்தான்.

"தோழர்களே, பீதினது விவகாரம் பற்றி என் கருத்தைத் தெரிவிக்க நான் விரும்புகிறேன்" என்று பாவெல் தொடங்கினான். அவனையும் மீறி, அவனது குரலில் ஒரு கடுமை தொனித்தது. "பீதினது விவகாரம் ஒரு அறிகுறி. உண்மையில் முக்கியமான விஷயம் பீதினுடைய நடத்தை மட்டுமல்ல. நான் சில புள்ளிவிவரங்களை நேற்றுச் சேகரித்தேன்" என்று கூறி, தன் சட்டைப் பையிலிருந்து ஒரு நோட்புத்தகத்தை எடுத்தான். "நான் இந்தப் புள்ளிவிவரங்களை டைம் கீப்பரிடமிருந்து அறிந்தேன். கவனமாகக் கேளுங்கள் : நமது இளங் கம்யூனிஸ்டுகளில் நூற்றுக்கு இருபத்து மூன்று பேர், தினந்தோறும் ஐந்து முதல் பதினைந்து நிமிஷம் வரை தாமதித்து வேலைக்கு வருகிறார்கள். இந்தப் பழக்கம் ஒரு விதியாக ஆகிவிட்டது. ஒவ்வொரு

மாதமும் ஒன்று அல்லது இரண்டு நாள், நூற்றுக்குப் பதினேழு இளங்கம்யூனிஸ்டுகள் வேலைக்கு வருவதில்லை. கட்சியில் சேராத இளைஞர்களில் நூற்றுக்குப் பதினான்கு பேர்தான் இம்மாதிரி வேலைக்கு வராமல் இருக்கிறார்கள். தோழர்களே, இந்த விவரங்களைக் கேட்டு எவரும் வேதனை அடையாமல் இருக்க முடியாது. நான் மேலும் சில விவரங்களைக் குறித்துக் கொண்டேன். கட்சி உறுப்பினரில் நூற்றுக்கு நான்கு பேர் மாதத்துக்கு ஒருநாள் வேலைக்கு வருவதில்லை; நூற்றுக்கு நான்கு பேர் வேலைக்கு தாமதமாக வருகிறார்கள். கட்சிச் சார்பற்ற தொழிலாளர்களில், நூற்றுக்குப் பதினொன்று பேர் மாதம் ஒருநாள் வேலைக்கு வருவதில்லை; நூற்றுக்கு பதின்மூன்று பேர் வேலைக்குத் தாமதமாக வருவதை முறையாகக் கொண்டிருக்கின்றனர். கருவிகளை உடைப்பதில், இளைஞர்களின் பங்கு நூற்றுக்குத் தொண்ணூறு. இந்த இளைஞரில் ஏழு சதவிகிதத் தினர் புதியவர்களாவர். இந்த விவரங்களிலிருந்து நாம் ஒரே ஒரு முடிவுக்குத்தான் வரமுடியும் : கட்சி அங்கத்தினரையும் வயதுவந்த தொழிலாளர்களையும்விட, இளங் கம்யூனிஸ்டுகளாகிய நாம் மோசமாக நடந்துகொள்கிறோமென்பதே அந்த முடிவு. ஆனால் எல்லா ஷாப்புகளிலும் நிலைமை ஒரே மாதிரியாக இல்லை. கொல்லுப் பட்டறையில் இளைஞர் சிறப்பாகப் பணிபுரிகின்றனர்; மின்சாரத் தொழிலாளரது பணியும் பரவாயில்லை. இதர ஷாப்புகளில் நிலைமை ஏறத்தாழ ஒன்றுபோல்தான் உள்ளது. கட்டுப்பாட்டைப் பற்றிச் சொல்ல வேண்டியதில் ஒரு சிறுபகுதியைத்தான் தோழர் காமுத்தோவ் சொன்னார் என்பது என் கருத்து. இந்த வளைவு நெளிவுகளை எப்படி நேராக்குவது என்பதே உடனடியான பிரச்சினை. நான் இங்கு உணர்ச்சியூட்டும் பிரசங்கம் செய்ய விரும்பவில்லை. ஆனால் இந்த அஜாக்கிரதைக்கும் உதாசீனத்துக்கும் ஒரு முடிவு கட்ட வேண்டும். இப்பொழுது வேலை செய்வதைவிடக் கவனமாகவும் கூடுதலாகவும் முதலாளிக்கு வேலை செய்ததாகப் பழைய தொழிலாளர்கள் ஒளிவு மறைவு இல்லாமல் ஒப்புக்கொள்கிறார்கள். ஆனால் இப்பொழுது, நாமே எஜமானர்களாயிருக்கிறோம். எனவே மோசமாக வேலை செய்வதற்கு நியாயமே இல்லை. பீதின் அல்லது வேறு ஒரு தொழிலாளியை மட்டும் குற்றம் கூறுவதில் பயனில்லை. நாம் அனைவருமே குற்றவாளிகள்தான்; ஏனென்றால், இந்தக் கேட்டை முறையாக எதிர்த்துப் போராடுவதற்குப் பதிலாகச் சில சந்தர்ப்பங்களில் நாமே ஏதாவதொரு நொண்டிக் காரணம் கூறி, பீதின் போன்றவர்களை ஆதரித்து வாதாடுகிறோம்.

இப்பொழுது இங்குப் பேசிய இரண்டு தோழர்கள், பீதின் நல்லவன், சிறந்த தோழரில் ஒருவன், கம்ஸமோலில் தீவிரமாகச் செயல்படும் ஊழியன் என்றெல்லாம் புகழ்ந்து பேசினார்கள். 'அவன் ஒரு துரப் பணத்தை உடைத்தால் என்ன? எவரும் அந்தப் பிழையைச் செய்திருக் கலாம். தவிர, அவன் நம்மில் ஒருவன்; போர்மென் அப்படியல்ல.' இவ்வாறாக அவர்கள் வாதித்தார்கள்... உங்களில் எவராது கோத ரோவுடன் பேசுவதற்கு முயற்சித்தீர்களா? அந்த முணுமுணுப்புக் காரனுக்கு முப்பது ஆண்டுகள் வேலை செய்த அனுபவம் இருப்பதை மறந்துவிடாதீர்கள். அவனுடைய அரசியலைப் பற்றி நாம் பேசத் தேவையில்லை. இந்தக் குறிப்பிட்ட விஷயத்தில் அவன் சொல்வது நியாயம். எப்படியென்றால், அயலானாகிய அவன் அரசாங்கச் சொத்தைக் கவனமாகப் பாதுகாக்கிறான். நாமோ மதிப்புயர்ந்த கருவி களை உடைத்தெறிகிறோம். இத்தகைய நிலைமையை எப்படி வர்ணிப் பீர்கள்? நாம் இப்பொழுதாவது முதல் பாணத்தைத் தொடுக்க வேண்டும்; இந்தப் பகுதியில் தாக்குதலைத் தொடுக்க வேண்டும் என்பது என் கருத்து.

சோம்பேறியாக இருந்ததாலும், உற்பத்தி ஏற்பாட்டை உருக் குலைத்ததாலும், பீதினைக் கம்ஸமோலிலிருந்து நீக்க வேண்டு மென்று நான் முன்மொழிகிறேன். பீதின் விவகாரத்தைச் சுவரொட்டி செய்தித்தாளில் அச்சிட வேண்டும். நான் மேலே குறிப்பிட்ட விவரங் களைப் பகிரங்கமாக, எந்தவித குற்றச்சாட்டுகளுக்கும் அஞ்சாமல் தலையங்கக் கட்டுரையில் குறிப்பிட வேண்டும். நமக்குப் பலம் இருக்கிறது; சார்ந்து நிற்பதற்கு போதுமான சக்திகள் உள்ளன. இளங்கம்யூனிஸ்டுகள் பெரும்பாலோர் நல்ல உழைப்பாளிகள். அவர்களில் அறுபது பேர் போயர்க்கா சென்று வந்தவர்கள்; அது ஒரு கடுமையான சோதனை. அதில் வெற்றி பெற்ற அவர்களது உதவியுடன், நாம் கஷ்டங்களைப் போக்க முடியும். நம்மிடம் தற்பொழுதுள்ள மனப்பான்மையை மட்டும் நாம் என்றென்றுக்கும் விட்டுவிட வேண்டும். அப்பொழுது வெற்றி உறுதி."

ஏப்பொழுதுமே, அமைதியாகவும் அதிகம் பேசாமலும் இருந்து வந்த பாவெல் இப்பொழுது வேகத்துடன் பேசியதைக் கண்டு, த்ஸெவெத்தாயெவ் ஆச்சரியம் அடைந்தான். அவன் முதன்முதலாக, நிஜமான பாவெலைப் பார்த்தான். பாவெலின் கருத்து பிழையற்றது என்பதை அவன் உணர்ந்தான்; ஆனால் பகிரங்கமாகப் பாவெலின் கருத்தை ஏற்றுக்கொள்வது அபாயம் என்று கருதினான். பாவெலின் பேச்சு, ஸ்தாபனத்தின் பொது நிலையைப் பற்றிக் கடுமையான விமர்சனமாக உள்ளதென்றும், அது தனது அதிகாரத்துக்குக் குழி

பறிப்பதாக உள்ளதென்றும் த்ஸெவெத்தாயெவ் எண்ணினான். எனவே, எதிரியை முறியடிப்பதென்று அவன் தீர்மானித்தான். மென்ஷெவிக் கோதரோவைப் பாவெல் ஆதரிப்பதாகக் குற்றம்சாட்டி, அவன் தன் பேச்சைத் தொடங்கினான்.

சூடும் வேகமும் நிறைந்த அவ்வாக்குவாதம் மூன்று மணிநேரம் நீடித்தது. இரவு நெடுநேரமான பிறகே, வாதம் முடிந்தது. பாவெலின் வாதம் உண்மையான விஷயங்களை அடிப்படையாகக் கொண்டிருந்தது. எனவே, அந்தக் கருத்தை முறியடிக்க த்ஸெவெத்தாயெவால் முடியவில்லை. நிர்வாகக் குழுவினரில் பெரும்பாலோர் பாவெலை ஆதரித்துப் பேசிவிட்டனர். அந்த நிலையில், த்ஸெவெத்தாயெவ் ஒரு பிழை செய்தான். இறுதியான வோட்டு எடுப்பதற்கு முன்னால், அவன் பாவெலைப் பார்த்து அறையைவிட்டுச் செல்லும்படி கூறினான்; ஜனநாயகத்தின் விதிகளை மீறிய செய்கை அது.

“நன்று. உன் நடத்தை உனக்குக் கௌரவமளிக்கக் கூடியதாயில்லை. எனினும் நான் போகிறேன். நீ உன் கருத்தோட்டத்தை உடும்புப்பிடியாக வற்புறுத்தினாயானால், நான் நாளைக்குப் பொதுக் கூட்டத்தில் இந்த விவகாரத்தைக் கொண்டு வருவேன். அங்கு உனக்குப் பெரும்பாலோரின் ஆதரவு கிடைக்காது. உன் நிலை தவறானது. தோழர் காமுத்தோவ், இந்தப் பிரச்சினையை நீ பொதுக் கூட்டத்துக்கு முன்னால் கட்சிக் குழுவில் விவாதிக்க வேண்டுமென்று நான் நினைக்கிறேன்” என்றான் பாவெல்.

“என்னைப் பயமுறுத்த முயற்சிக்காதே” என்று த்ஸெவெத்தாயெவ் சவால்விடும் தோரணையில் இரைந்தான். “நானே கட்சிக் குழுவுக்குப் போய் விவாதிக்க முடியும். அதுமட்டுமல்ல, கட்சிக் குழுவில் உன்னைப் பற்றிச் சொல்வதற்கும் என்னிடம் விஷயம் இருக்கிறது. உனக்கு வேலை செய்ய விருப்பமில்லாவிட்டால், பிறர் வேலையில் தலையிடாதே” என்றான்.

பாவெல் வெளியேறி அறைக் கதவைச் சாத்தினான். அவன் கொதித்துக் கொண்டிருந்த தன் நெற்றியைத் தடவிக் கொடுத்தான்; காலியாகவிருந்த அலுவலகம் வழியாக வெளியே சென்றான். அவன் வீதியில் தீர்க்கமாகச் சுவாசித்தான்; ஒரு சிகரெட்டைப் பற்ற வைத்துக் கொண்டு, தோக்கரெவ் வசித்த சிறு வீட்டை நோக்கி நடந்தான்.

அந்த வயது முதிர்ந்த மெக்கானிக் இரவுச் சாப்பாடு சாப்பிட்டுக் கொண்டிருந்தான்.

“வா, வா. என்ன சேதி? விவரமாகச் சொல். தார்யா, இந்த இளை

ஞனுக்கு ஒரு தட்டில் கூழ் கொண்டுவா" என்று கூறிய தோக்கரெவ் பாவெலை மேஜைக்கு வரும்படி சைகை காட்டினான்.

தோக்கரெவ் எவ்வளவுக்கு எவ்வளவு குட்டையாகவும் ஒல்லியாக வும் இருந்தானோ, அவ்வளவுக்கவ்வளவு அவனது மனைவி தார்யா நெட்டையாகவும் அதற்கேற்படி பருமனாகவும் இருந்தாள். அவள் ஒரு தட்டுத் தினைக் கூழைப் பாவெல் முன்வைத்தாள். வெண்மையான முன்தாங்கியால் தன் ஈர இதழ்களைத் துடைத்துக்கொண்டே "சாப்பிடு" என்று பாவெலை நோக்கி அன்புடன் கூறினாள்.

கிழவன் ரயில்வே வார்க்ஷாப்புகளில் வேலை செய்த காலத்தில், பாவெல் அவனுடைய வீட்டுக்கு அடிக்கடி போயிருந்தான். ஆனால் நகரத்துக்குத் திரும்பி வந்தபின் இப்பொழுதுதான் முதன்முதலாக அவனது வீட்டுக்கு வந்தான்.

பாவெல் கூறியதையெல்லாம் கிழவன் கவனமாகக் கேட்டான். அவன் தானாக எதுவும் சொல்லவில்லை; தனது கரண்டியால் சுறுசுறுப்பாக வேலை செய்து கொண்டிருந்தான். இடையிடையே உறுமியதைத் தவிர, அவன் எத்தகைய விமர்சனமும் செய்யவில்லை. அவன் உண்டி அருந்தி முடிந்தபிறகு, மீசையைத் தனது கைக்குட்டை யால் துடைத்துக்கொண்டு, தொண்டையைச் சரிப்படுத்திக் கொண்டு பேசினான் :

"நீ சொல்வதெல்லாம் முற்றிலும் சரியே. இந்தப் பிரச்சினையை முறையாகப் பைசல் செய்வது அவசர அவசியமாகும். இந்த வார்க் ஷாப்புகளிலே, வட்டாரத்தில் உள்ள கம்யூனிஸ்டுகளில் பெரும் பாலோர் வேலை செய்து கொண்டிருக்கிறார்கள். முதலில் இங்கு தான் தொடங்க வேண்டும். அப்படியானால், உனக்கும் த்ஸெவெத்தா யெவுக்கும் சண்டை மூண்டுவிட்டதா? அது நல்லதல்ல. அவன் தன்னைப் பற்றி பெரிதாக எண்ணிக்கொள்ளும் அற்பன் என்பது ஓரளவுக்கு உண்மையே. ஆனால் நீ இளைஞருடன் சுமுகமாகப் பழகுவாயே? அது இருக்கட்டும். வார்க்ஷாப்புகளில் உனக்கு என்ன பொறுப்பு?"

"நான் என் ஷாப்பில் வேலை செய்கிறேன். பொதுவாக, எல்லாப் பொதுநலக் காரியங்களிலும் நான் பங்கு கொள்கிறேன். என் குழுவில் நான் அரசியல் வகுப்பு நடத்துகிறேன்."

"தலைமைக் குழுவில் உன் பொறுப்பு என்ன?"

பாவெல் தயங்கினான்.

"என் உடலில் உறுதி இல்லாத நிலைமை இருந்ததாலும் நான்

படிக்க விரும்பியதாலும் கொஞ்சகாலத்துக்கு அதிகாரபூர்வமாகத் தலைமையில் பங்கு கொள்வதில்லையென்று முடிவு செய்தேன்" என்று அவன் விளக்கினான்.

"அப்படியா?" தோக்கரெவ் கண்டனம் தொனிக்கும் குரலில் கூவினான். "தம்பீ! உன் உடல்நலம் சரியாயிருந்ததென்றால், கடுமை யாகப் பேசியிருப்பேன். சரி, இப்பொழுது உடம்பு எப்படியிருக்கிறது? பலம் ஊறியிருக்கிறதா?" என்று அவன் வினவினான்.

"ஆம். பலம் உண்டாகியிருக்கிறது."

"நல்லது. இனி ஊக்கத்துடன் வேலையில் இறங்கு. சுற்றி வளைத்துக் காரியம் செய்வதை நிறுத்திவிடு. ஓரத்தில் உட்கார்ந்திருப்பதால் நன்மை யில்லை. எவர் வேண்டுமானாலும், நீ பொறுப்பைத் தட்டிக் கழிக்கப் பார்க்கிறாய் என்று உன்னிடம் சொல்லலாம். உன்னாலும் அதை மறுக்க முடியாது. நாளைக்கு நிலைமையைச் சரிசெய்துவிட வேண்டும். நான் இதைப் பற்றி ஓக்குனேவிடம் பேசுகிறேன்"-தோக்கரெவின் குரல், அவனது வருத்தத்தைக் காட்டிக் கொடுத்துவிட்டது.

"இல்லை, அப்பா. அவனைக் கடிந்துகொள்ள வேண்டாம். நான் தான் எனக்கு வேலை கொடுக்கக் கூடாதென்று கேட்டுக்கொண்டேன்" என்று பாவெல் விரைந்து விளக்கம் தந்தான்.

தோக்கரெவ் இகழ்ச்சியாகச் சீட்டி அடித்தான்.

"நீ கேட்டுக்கொண்டாய்; அவன் ஒப்புக் கொண்டான்! அப்படியா? நல்லது. இளங்கம்யூனிஸ்டுகளாகிய உங்களுடன் நாங்கள் என்ன செய்ய முடியும்?.... மகனே, முன்போல, எனக்குச் செய்தித்தாள் படிப்பாயா? என் கண் பார்வை மங்கியிருக்கிறது."

வார்க்ஷாப்புகளின் கட்சித் தலைமை, கம்ஸமோல் தலைமைக் குழுவின் மெஜாரிட்டி முடிவை ஆதரித்தது. உழைப்பு முறையிலும் கட்டுப்பாட்டிலும் முன்மாதிரிகளாகத் திகழ வேண்டுமென்ற முக்கிய மான, மிகக் கடினமான ஒரு பொறுப்பு கட்சியினரிடமும், கம்ஸ மோல் குழுவினரிடமும் ஒப்படைக்கப்பட்டது. கட்சித் தலைமைக் கூட்டத்தில், த்ஸெவெத்தாயெவ் தகுதியான விமர்சனத்துக்கு உட் படுத்தப்பட்டான். அவன் முதலில் வீம்பு பேசிப் பார்த்தான். ஆனால் சற்று வயதடைந்த, தன்னை அரித்துக் கொண்டிருக்கும் க்ஷயத்தால் மஞ்சள் நிறத்துடன் வெளிறிப்போன முகம் கொண்ட கட்சிக் காரியதரிசியான லோப்பாகின் அவனது வாதங்களை அக்குவேறு ஆணிவேறாகப் பிய்த்துவிட்டான். இறுதியில் த்ஸெவெத்தாயெவ் பின்வாங்கினான்; தன் தவறை ஓரளவுக்கு ஒப்புக்கொண்டான்.

அடுத்தநாள், சுவரொட்டிச் செய்தித்தாள்களில் வந்த பல கட்டுரைகள் ரயில்வே ஷாப்புகளில் ஒரு அதிர்ச்சியை உண்டாக்கின. அந்தக் கட்டுரைகளைத் தொழிலாளர் உரக்கப் படித்தனர்; சூட்டோடு விவாதித்தனர். அன்று மாலை நடந்த வாலிபர் கூட்டங்களில் என்றுமில்லாத அளவுக்கு இளைஞர்கள்கூடி, அந்தக் கட்டுரைகள் எழுப்பியிருந்த பிரச்சினைகளை மட்டும் விவாதித்தனர்.

பீதின் கம்ஸமோலிலிருந்து வெளியேற்றப்பட்டான். கம்ஸமோலின் நிர்வாகக் குழுவில் ஒரு புதிய அங்கத்தினன் சேர்க்கப்பட்டான்; அவனே பாவெல். அவன் அரசியல் பயிற்சிக்குப் பொறுப்பாக்கப்பட்டான்.

புதிய கட்டத்தில், ரயில்வே வார்க்ஷாப்புகள் முன்நின்ற புதிய கடமைகளை நெஷ்தானோவ் கூட்டத்தில் விவரித்தபொழுது, ஹாலில் பரிபூர்ண அமைதி நிலவியது.

கூட்டம் முடிந்தபின், த்ஸெவெத்தாயெவ் வெளியே வந்தான். அங்கு பாவெல் அவனுக்காகக் காத்திருந்தான்.

“நாம் இருவரும் சேர்ந்து போகலாம்; உன்னிடம் பேச வேண்டும்” என்று பாவெல் கூறினான்.

“எதைப் பற்றி?” என்று கம்ஸமோல் செயலாளன் மனம் கசந்து கேட்டான்.

பாவெல் அவனுடைய தோளில் தனது கையைப் போட்டான். இருவரும் சில கஜதூரம் சென்றபின், பாவெல் ஒரு பெஞ்சிக்கு அருகில் நின்றான்.

“இங்கே சிறிது நேரம் உட்காரலாமா?” என்று கூறிக்கொண்டே பாவெல் உட்கார்ந்தான்.

த்ஸெவெத்தாயெவ் குடித்துக்கொண்டிருந்த சிகரெட்டின் முனை மாறி மாறி சிவந்து மங்கியது.

“உனக்கு ஏன் என்மீது இந்தக் காட்டம்” என்று பாவெல் வினவினான்.

சில நிமிஷங்கள் அமைதி நிலவியது.

“ஓ! இதற்காகத்தான் கூப்பிட்டாயா? நான் ஏதோ வேலையைப் பற்றி பேசுவதற்குக் கூப்பிட்டாய் என்று எண்ணினேன்” என்று த்ஸெவெத்தாயெவ் வியப்புற்ற பாவனையில் பேசினான். ஆனால் அவனது குரல் நடுங்கியது.

பாவெல் தன் உள்ளங்கையை அவனது முழங்காலின் மீது வைத்தான்.

"தீம்கா, ஜம்பப் பேச்சு வேண்டாம். இதெல்லாம் ராஜதந்திரிகளுக்கு உரிய பேச்சு. நீ ஏன் என்னை வெறுக்கிறாய் என்பதை விளக்கு."

த்ஸெவெத்தாயெவ் தன் இருக்கையில் நிம்மதியில்லாமல் மாறிமாறி உட்கார்ந்தான்.

"நீ எதைப் பற்றிப் பேசுகிறாய்? நான் ஏன் உன்னை வெறுக்க வேண்டும்? நானே உனக்கு வேலை கொடுத்தேன். நீதான் பொறுப் பேற்றுக் கொள்ள மறுத்தாய். இப்பொழுது நான் உன்னை ஒதுக்கி விட்டதாகக் குற்றம் சாட்டுகிறாய்" என்று விடை தந்தான்.

ஆனால் அவனது பேச்சு உண்மை விளக்கமாகத் தோன்றவில்லை. பாவெல், தன் கையை த்ஸெவெத்தாயெவின் முழங்கால் மீது வைத்துக் கொண்டே, உணர்ச்சியுடன் கூறினான் :

"நீ சொல்ல மாட்டாயென்றால், நானே சொல்கிறேன். நான் உன் வழியில் குறுக்கிடுவதாக நீ நினைக்கிறாய். உன் பதவி நான் விரும்புவதாக நீ கருதுகிறாய். அவ்வாறு நீ எண்ணவில்லையென்றால், பீதின் விவகாரத்தில் நீ அம்மாதிரி சண்டை பிடித்திருக்க மாட்டாய். இத்தகைய உறவுகள் நமது வேலையைக் கெடுத்துவிடும். இது நம்மிருவர் சம்பந்தப்பட்டதாக மட்டும் இருந்தால், அதைப் பொருட் படுத்த வேண்டியதில்லை. நீ என்னைப் பற்றி என்ன நினைக்கிறாய் என்பதைப் பற்றி நான் கவலைப்பட மாட்டேன். ஆனால் நாளை முதல் நாம் இருவரும் சேர்ந்து வேலை செய்யப் போகிறோம். இப்படியிருந்தால் அதிலிருந்து என்ன பயன் கிடைக்கும்? நான் சொல்வதைக் கேள். நாம் ஒன்றும் பங்காளிகளல்ல. நாம் இருவரும் தொழிலாளிகள். இதர விஷயங்களைவிட நம் லட்சியத்தை நீ அதிகமாக நேசித்தாயானால், நீ உன் கையைக் கொடு; நாம் இருவரும் நாளை முதல் நண்பராக இருப்போம். ஆனால் நீ இந்த அபத்தக் களஞ்சியத்தையெல்லாம் உன் மண்டையிலிருந்து நீக்காவிட்டால், நீ சூழ்ச்சிக்கு இடம் கொடாத வகையில் நடந்து கொள்ளாவிட்டால், நமது வேலையில் தோல்வி ஏற்படும்பொழுதெல்லாம் சண்டைப் பிடித்துக்கொண்டு நிற்போம். இதோ என் கரம். நட்புணர்ச்சியுடன் நீட்டுகிறேன். எடுத்துக்கொள்."

த்ஸெவெத்தாயெவ் கரடுமுரடான விரல்கள் தனது உள்ளங்கையை மூடியபொழுது, பாவெலுக்கு ஆழ்ந்த திருப்தி ஏற்பட்டது.

ஒருவாரம் கழிந்தது. கட்சியின் வட்டாரக் கமிட்டியில் வேலை நேரம் முடிந்துகொண்டிருந்தது. அலுவலகங்களில் அமைதி நிலவியது. ஆனால் தோக்கரெவ் இன்னமும் மேஜைமுன் அமர்ந்து வேலை

செய்துகொண்டிருந்தான். அவன் தனது கைவைத்த நாற்காலியில் உட்கார்ந்துகொண்டு, கடைசி ரிப்போர்ட்டுகளைப் படித்துக் கொண்டிருந்தான். அச்சமயம், கதவைத் தட்டிய சப்தம் கேட்டது.

"உள்ளே வா"

பாவெல் பிரவேசித்தான்; இரண்டு கேள்வித்தாள்களைக் காரிய தரிசியின் மேஜையில் வைத்தான்.

"இது என்ன?"

"அப்பா, பொறுப்பில்லாத வாழ்வுக்கு முடிவுகட்டுகிறேன். என்னைக் கேட்டால், அதற்கான காலம் வந்துவிட்டது என்று நினைக்கிறேன். உன் கருத்தும் அதுவானால், என்னை ஆதரிக்க வேண்டுகிறேன்."

தோக்கரெவ் தலைப்பை நோக்கினான்; பிறகு சிறிது நேரம் இளைஞனையும் பார்த்தான்; ஒன்றும் கூறாது தம் பேனாவை எடுத்தான். 'ருஷ்யாவின் கம்யூனிஸ்ட் (போல்ஷெவிக்குகளின்) கட்சியில் புரீட் சார்த்த அங்கத்தினராகப் பாவெல் அந்திரேயெவிச் கர்ச்சாகினைச் சேர்த்துக் கொள்ள வேண்டுமென்று சிபாரிசு செய்யும் தோழர்களின் கட்சி வாழ்வுக்காலம்' என்ற தலைப்பின்கீழ் '1903' என்று உறுதியான கரத்தால் எழுதிவிட்டுக் கையெழுத்திட்டான்.

"மகனே, நீ ஒருநாளும் இந்தக் கிழவன் பெயரை மாசுபடுத்த மாட்டாய் என்பதை நான் அறிவேன்" என்றான் அவன்.

அறையில் புழுக்கம் தாங்க முடியவில்லை. எல்லோர் மனதிலும் எண்ணம் ஒன்றுதான் : எவ்வளவு சீக்கிரத்தில் சாத்தியமோ, அவ்வளவு சீக்கிரத்தில் ஸாலோமென்காவின் 'செஸ்ட்நட்' மரங்களின் குளிர்ந்த நிழலுக்கு ஓடிப்போக வேண்டுமென்பதே அது.

"பாவெல், முடித்துவிடு. இன்னும் ஒரு நிமிஷம்கூட இங்கு இருக்க முடியாது" என்று த்ஸெவெத்தாயெவ் வேண்டிக்கொண்டான். அவனது உடலெல்லாம் வேர்த்துக் கொட்டியது. காத்யாவும் பிறரும் அவனை ஆதரித்தனர்.

பாவெல் புத்தகத்தை மூடினான்; அரசியல் வகுப்பு கலைந்தது.

அவர்கள் அனைவரும் எழுந்தபொழுது, சுவரில் இருந்த பழங் காலத்து எரிக்ஸன் டெலிபோன் அபசுரம் எழுப்பியது. த்ஸெவெத்தாயெவ் போனை எடுத்தான். அறையில் அவனது தோழர்கள் இரைந்து உரையாடிக் கொண்டிருந்ததால், அவன் போனில் உரக்கப் பேச வேண்டியதாயிற்று.

அவன் ரிஸீவரைத் தொங்கவிட்டுவிட்டுப் பாவெலை நோக்கினான்.

"ஸ்டேஷனில் இரண்டு ரயில் பெட்டிகள் நிற்கின்றன. போலிஷ் ஸ்தானிகராலயத்தைச் சேர்ந்தவை. அவற்றில் விளக்கு எரியவில்லை. இணைப்புக் கம்பியில் ஏதோ கோளாறு. ரயில் இன்னும் ஒரு மணி நேரத்தில் கிளம்புகிறது. பாவெல், சில கருவிகளை எடுத்துக்கொண்டு, விரைந்து செல். அவசரமான வேலை" என்றான் த்ஸெவெத்தாயெவ்.

பளபளக்கும் இரண்டு முதல் வகுப்பு பெட்டிகள் முதல் பிளாட் பாரத்தில் நின்று கொண்டிருந்தன. விசாலமான ஜன்னல்களை உடைய 'ஸலூன்' பெட்டியில் நல்ல வெளிச்சம் இருந்தது. ஆனால் இன்னொரு பெட்டியில் ஒரே இருட்டாயிருந்தது.

பாவெல் அந்த ஆடம்பரமான பெட்டியின் படிக்கட்டை அடைந்தான். அதனுள் பிரவேசிப்பதற்காக அதன் கைப்பிடியைப் பிடித்தான்.

ஸ்டேஷன் சுவரை ஒட்டினாற்போல நின்று கொண்டிருந்த ஒரு உருவம் வேகமாக வந்து, அவனது தோளைப் பிடித்துக்கொண்டது.

"நீங்கள் எங்கு செல்லுகிறீர்கள்?"

பன்முறை கேட்டுப் பழகிய குரல் அது. பாவெல் திரும்பினான். அந்த உருவத்தின் தோல் சட்டை, விசாலமான நுனியுடன் கூடிய குல்லாய், மெலிந்த கிளி மூக்கு, உஷாரான சந்தேகப் பார்வையுடன் கூடிய கண்கள் ஆகியவற்றை நோக்கினான்.

அது அர்த்தியூகின். அவன் முதலில் பாவெலை அடையாளம் கண்டுகொள்ளவில்லை. ஆனால் இப்பொழுது, அவன் தன் கரத்தைப் பாவெலின் தோளிலிருந்து எடுத்தான். அவன் விளக்கம் கோரும் முறையில் கருவிப் பெட்டியை நோக்கினான். எனினும் அவனது முகத்தில் இருந்த கடுமை தளர்ந்தது.

"எங்கே போகிறாய்?" என்று அவன் மீண்டும் கேட்டான்.

பாவெல் சுருக்கமாக விளக்கம் தந்தான். இன்னொரு உருவம், பெட்டியின் பின்புறத்திலிருந்து முன்னால் வந்தது.

"ஒரு வினாடி பொறுங்கள். கண்டக்டரைக் கூப்பிடுகிறேன்."

பாவெல், கண்டக்டரைப் பின்தொடர்ந்து 'ஸலூன்' வண்டிக்குள் சென்றபொழுது, அதில் நாகரீகமான பயண உடை அணிந்திருந்த சிலர் அமர்ந்திருந்தார்கள். ஒரு மாது, கதவுப்பக்கம் முதுகைக் காட்டிக் கொண்டு, சித்திரப்பட்டாடை போர்த்திய மேஜைக்கு முன் உட்கார்ந்திருந்தாள். பாவெல் உள்ளே சென்றபொழுது, அவள் தன்னெதிரில் நின்றுகொண்டிருந்த ஒரு நெட்டையான ராணுவ அதிகாரியுடன் உரையாடிக் கொண்டிருந்தாள். எலெக்டிரிஷியன் வந்தவுடன், அவர்கள் தமது பேச்சை நிறுத்திக்கொண்டார்கள்.

கடைசி விளக்கிலிருந்து இடைவழிக்குச் சென்ற கம்பியைப் பாவெல் துரிதமாகப் பரிசோதித்தான். அதில் ஒரு கோளாறுமில்லை என்பதைக் கண்டான். சேதமுற்ற இடத்தை அடுத்த பெட்டியில் தேடுவதற்காக, அவன் அந்தப் பெட்டியிலிருந்து மறுபெட்டிக்குச் சென்றான். காளைக் கழுத்துடன் கூடிய பருமனான கண்டக்டர் பாவெலைப் பின்தொடர்ந்தான். அவனது உடுப்பு போலிஷ் ராஜ் யத்தின் கழுகுச்சின்னம் பொறிக்கப்பட்டிருந்த பல பெரிய பித்தளைப் பித்தான்களுடன் பிரகாசித்தது.

"இந்த வண்டியில் எல்லாம் சரியாக உள்ளன. அடுத்த பெட்டியைப் பார்ப்போம். அதில்தான் ஏதோ கோளாறு இருக்க வேண்டும்" என்று பாவெல் கண்டக்டரிடம் கூறினான்.

கண்டக்டர் அந்தப் பெட்டியின் கதவைச் சாவி போட்டுத் திறந்தான். இருவரும் இருள் சூழ்ந்த குடைவழிக்குள் பிரவேசித் தனர். பாவெல் தனது கையில் இருந்த பாட்டரி விளக்கால் மின்சாரக் கம்பியைக் கவனித்துக்கொண்டே சென்றான். மின்ஓட்டம் எந்த இடத்தில் முறிவு ஏற்பட்டுள்ளது என்பதை அவன் கண்டுபிடித்தான். சில நிமிஷங்களில் அவன் கோளாறை நீக்கிவிட்டான்; இடை வழியில் விளக்கு எரிந்தது.

"உள்ளறையிலுள்ள பல்புகள் எரிந்து போய்விட்டன. அவற்றை மாற்ற வேண்டும்" என்று பாவெல் கண்டக்டரிடம் கூறினான்.

"அப்படியானால் நான் சீமாட்டியைக் கூப்பிட வேண்டும். திறவுகோல் அவரிடம்தான் இருக்கிறது" என்றான் கண்டக்டர். எலெக்ட்ரிஷியனைத் தனியாக விட்டுச் செல்ல கண்டக்டர் விரும்ப வில்லை, எனவே அவனைத் தன்னுடன் வரும்படி பணித்தான்.

அந்த மாது உள்ளறையில் முதலில் பிரவேசித்தாள்; பாவெல் அவளைப் பின்தொடர்ந்தான். கண்டக்டர் கதவு நிலையை அடைத்துக் கொண்டு நின்றான். அந்த அறையில் பிரயாணத்துக்கேற்ற இரண்டு நேர்த்தியான தோற்பைகள் கிடந்தன. ஒரு ஸில்க் கோட்டு இருக் கையில் உதாசீனமாக எறியப்பட்டுக் கிடந்தது. ஜன்னலுக்குக் கீழ், மேஜையின்மேல், ஒரு குப்பி பரிமளப்பொருளும், ஒரு பசுமையான ஆடம்பரப் பையும் கிடந்தன. இவற்றையெல்லாம் பாவெல் கவனித்தான். அந்தப் பெண், படுக்கையின் ஒரு மூலையில் அமர்ந்து ஒரு கேசத்தைத் தட்டிக் கொடுத்துக்கொண்டே, எலெக்ட்ரிஷியனது வேலையைக் கவனித்தாள்.

"ஒரு நிமிஷம் வெளியே சென்று வருவதற்கு, சீமாட்டி அனுமதிப் பார்களா? மேஜர் அவர்கள் கொஞ்சம் குளிர்ந்த 'பீர்' கேட்டார்"

என்று கண்டக்டர் கஷ்டப்பட்டுக் காளைக் கழுத்தை வளைத்துக் கொண்டு மிகப் பணிவாகக் கூறினான்.

"நீ போகலாம்" என்று அந்தப் பெண் வீண் ஜம்பம் தொனித்த குரலில் பதிலளித்தாள்.

அவர்கள் இருவரும் போலிஷ் மொழியில் பேசிக்கொண்டனர்.

இடைவழியிலிருந்து வந்த ஒரு ஒளிக்கற்றை அந்தப் பெண்ணின் தோள்மீது விழுந்தது. அவள் நேர்த்தியான 'கௌன்' அணிந்திருந்தாள். அது சிறப்பான லியான்ஸ் ஸில்க்கில், பாரிஸ் நகரத்தின் தலைசிறந்த உடுப்புக் கலைஞர்களால் தைக்கப்பட்டது. தோள்களையும் கைகளை யும் மூடாத வகையில் தைக்கப்பட்ட 'கௌன்' அது. அவளது காது களில் வயிர அணி பிரகாசித்தது. பாவெலால் ஒரு வெண்மையான தோளையும் கையையும் தான் பார்க்க முடிந்தது. முகம் நிழலில் இருந்தது. பாவெல் தான் திருப்புளியால் விரைவாக வேலை செய்தான். ஒரு நிமிஷத்தில், அந்த அறையில் விளக்குகள் எரிந்தன. இப்பொழுது, அந்தப் பெண் உட்கார்ந்திருந்த ஸோபாவுக்கு மேல் இருந்த பல்பைப் பரிசோதிப்பது ஒன்றுதான் பாக்கியிருந்தது.

அவளுக்கு முன் வந்து நின்ற பாவெல், "நான் அந்த பல்பைச் சோதிக்க வேண்டும்" என்றான்.

"ஆம், நான் தடையாக உட்கார்ந்திருக்கிறேன்" என்று அவள் தூய ருஷ்ய மொழியில் விடைதந்தாள். அவள் இலேசாக எழுந்தாள்; அவனுக்கு அருகில் நின்றாள். இப்பொழுது அவன் அவளை முழுமை யாக நோக்கினான். அந்த விற்புருவங்களும், அகந்தை நிறைந்த இதழ் களும் அவன் பன்முறை பார்த்தவைதான். அவள் லெஷ்சீன்ஸ்கிய் என்ற வக்கீலின் மகள் நேல்லி என்பதில் சந்தேகமே இல்லை. அவனது வியப்புப் பார்வையை அவளால் கவனிக்காமல் இருக்க முடியவில்லை. ஆனால், பாவெல் அடையாளம் கண்டுகொண்ட போதிலும், இந்த நான்காண்டு காலத்தில் பாவெல் உருமாறிந்ததால், இந்த எலெக்ட்ரி ஷியனே, அண்டை வீட்டிலிருந்து தொல்லை கொடுத்த பையன் என்பதை நேல்லியால் உணர முடியவில்லை.

பாவெலின் வியப்புக்குப் பதில் அளிக்கும் வகையில் தனது புருவங் களை அசட்டையாக அசைத்துக்கொண்டு, அவள் அறைக் கதவருகில் சென்றாள்; பொறுமை இழந்தவளாய்த் தான் உயர்ந்த தோல் பூட்ஸின் நுனியால் தட்டிக்கொண்டே நின்றாள். பாவெல் இரண்டாவது பல்பு மீது தனது கவனத்தைச் செலுத்தினான். அதைக் கழற்றி எடுத்து, வெளிச்சத்தில் நோக்கினான். அப்பொழுதுதான், தானும் அதைவிட

நேல்லியும் சிறிதும் எதிர்பார வண்ணம் அவன் "வீக்தரும் இங்கு இருக்கிறானா?" என்று போலிஷ் பாஷையில் கேட்டான்.

அவ்வாறு வினவிய பொழுது, பாவெல் திரும்பவில்லை. அவன் நேல்லியின் முகத்தைப் பார்க்கவில்லை. ஆனால் அந்த வினாவுக்குப் பின் அவள் நீண்டநேரம் மௌனம் சாதித்ததிலிருந்தே அவளுடைய குழப்பத்தை அவன் ஊகித்தான்.

"ஏன், உங்களுக்கு அவனைத் தெரியுமா?"

"ஆம். நன்றாகத் தெரியும். நாம் அண்டை வீட்டுக்காரர்களல்லவா?" என்று கேட்டுக் கொண்டு, பாவெல் திரும்பி அவளை நோக்கினான்.

"நீங்கள்... பாவெல். உங்களது தாயார்..." என்று நேல்லி திகிலடைந்து தடுமாறிப் பேசினாள்.

"ஆம். உங்களது சமையற்காரியின் மகன்" என்று கூறிப் பாவெல் அவளுக்கு உதவி செய்தான்.

"நீங்கள் எப்படி வளர்ந்துவிட்டீர்கள்! நான் உங்களைப் பார்த்த காலத்தில், முன்பு நீங்கள் ஒரு முரட்டுப் பையனாக இருந்தீர்கள்."

நேல்லி அவனைத் தலைமுதல் பாதம்வரை நிதானமாக ஆராய்ந்தாள்.

"நீங்கள் ஏன் வீக்தரைப் பற்றி விசாரிக்கிறீர்கள்? நீங்களும் அவனும் நண்பராக இருந்ததில்லையென்பது என் நினைவு" என்று அவள் காதுக்கினிய குரலில் கூறினாள். இந்த எதிர்பாராத சந்திப்பு, அவளது அலுப்பை மாற்றும் இன்பமான நிகழ்ச்சியாக அமையும்போல் தோன்றியது.

திருக்கி, சுவரில் துரிதமாகப் புதைந்தது.

"வீக்தர் எனக்குச் செலுத்தவேண்டிய ஒரு குறிப்பிட்ட கடனை இதுவரை தரவில்லை. அந்தக் கணக்கை பைசல் செய்ய முடியுமென்ற நம்பிக்கையை நான் இழக்கவில்லை என்பதை, அவனைச் சந்திக்கும் பொழுது அவனிடம் கூறுங்கள்" என்றான் பாவெல்.

"அவன் உங்களுக்கு எவ்வளவு கொடுக்க வேண்டுமென்று சொல்லுங்கள். அவன் சார்பில் நான் கொடுத்துவிடுகிறேன்."

பாவெல் எந்தக் கணக்கைக் கருத்தில் கொண்டு பேசினான் என்பதை நேல்லி அறிந்திருந்தாள். பாவெலைப் பெத்லியூராவின் ஆட்களிடம் வீக்தர் காட்டிக் கொடுத்தான் என்பதை அவள் தெரிந்திருந்தாள். எனினும், "இந்தத் தரித்திரப் பயலைப்" பரிகசிக்க வேண்டுமென்று அவள் ஆசைப்பட்டாள்; எனவே, அவமானப் படுத்தும் தொனியில் பேசினாள்.

பாவெல் ஒன்றும் பேசவில்லை.

“எங்கள் வீட்டைக் கொள்ளையடித்து விட்டார்களென்பது உண்மையா? வீடு க்ஷீணமடைந்து வருகிறது என்பது நிஜமா? கொடி வீடும் அங்கிருந்த பாத்திகளும் அழிந்துவிட்டனவென்று நான் நினைக்கிறேன். அப்படித்தானே?” என்று நேல்லி சிரத்தையுடனும் வருத்தத்துடனும் விசாரித்தாள்.

“அந்த வீடு இனிமேல் உங்களுடையதல்ல. அது எங்களுடையது. நாங்கள் எங்கள் சொத்தை அழிக்க மாட்டோம்” என்று பாவெல் பதில் உரைத்தான்.

நேல்லி ஏளனமாக இளநகை புரிந்தாள்.

“ஓ! உங்களுக்கு நல்ல பயிற்சி கொடுத்திருக்கிறார்களா? போகிற போக்கில் சொல்கிறேன், கேளுங்கள். இந்தப் பெட்டி போலிஷ் தூதராலயத்துக்குச் சொந்தமானது. இங்கு நான் எஜமானி. நீங்கள் எப்பொழுதும் போல், வேலைக்காரனாகவிருக்கிறீர்கள். நான் ஸோபாவில் சௌகரியமாகப் படுத்துப் படிப்பதற்கு, வெளிச்சம் வேண்டுமென்பதற்காக, இந்த வேலையைச் செய்கிறீர்கள். உங்களது தாயார் எங்களுடைய துணிகளைத் துவைத்துப் போட்டாள். நீங்களும் எங்களுக்குத் தண்ணீர் சுமந்தீர்கள். நாம் மீண்டும் அதே நிலைமைகளில் சந்திக்கிறோம்.”

ஆங்காரத்துடன் கூடிய எக்களிப்புடன் அவளது குரல் தொனித்தது. பாவெல், தன் பேனாக்கத்தியால் கம்பியின் முனையில் இருந்த காப்பைச் சுரண்டிக்கொண்டே, அந்தப் போலிஷ் பெண்ணை ஒளிவு மறைவு இல்லாத ஏளனத்துடன் நோக்கினான்.

“ஒரு துருப்பிடித்த ஆணியைக்கூட உங்களுக்காக அடிக்க மாட்டேன். ஆனால் முதலாளிகள் ராஜதந்திரிகளை உண்டாக்கியிருக்கிறார்கள். அதே ஆட்டத்தை எங்களாலும் விளையாட முடியும். நாங்கள் ராஜதந்திரிகளின் தலைகளைச் சீவுவதில்லை. உண்மையில், அவர்களிடம் இங்கிதமாகவும் நடந்துகொள்கிறோம். உங்களைப் பற்றி அந்த அளவுக்குச் சொல்ல முடியாது” என்றான் பாவெல்.

நேல்லியின் கன்னங்கள் செக்கச் செவேலென்று ஆயின.

“வார்ஸாவைப் பிடிப்பதில் நீங்கள் வெற்றியடைந்துவிட்டால், என்னை என்ன செய்வீர்கள்? என்னைக் கண்ட துண்டமாக வெட்டிப் போடுவீர்களென்று நினைக்கிறேன். அல்லது ஒருவேளை உங்களது வைப்பாட்டியாகப் பயன்படுத்துவீர்களோ?”

அவள் கதவுநிலையில், வசீகரிக்கும் பாணியில் நின்றாள். லாகிரிப் பொருளுக்குப் பழகிவிட்ட அவளது சிற்றின்பம் மிகுந்த நாசித்

துவாரங்கள் துடித்தன. ஸோபாவுக்குமேல் விளக்கு எரிந்தது. பாவெல் நிமிர்ந்து நின்றான். அவன் கூறினான் :

"உங்களையா? உங்களைப் போன்றவர்களைக் கொல்வதைப் பற்றி யார் கவலைப்படுவார்கள்? நாங்கள் இல்லாமலேயே, நீங்கள் மித மிஞ்சிய லாகிரிப் பொருளுக்கு இரையாகிச் சாவீர்கள். வைப்பாட்டி விஷயத்தைப் பொறுத்தமட்டில், உங்களுக்குப் பதில் வீதி மேடையில் திரியும் விபசாரியை ஏற்றுக்கொள்வேன்!"

பாவெல் கருவிப் பெட்டியை எடுத்துக்கொண்டு, கதவை நோக்கி விரைந்தான். நேல்லி ஒரு பக்கமாக ஒதுங்கி அவனுக்கு வழிவிட்டாள். அவன் இடைவழியில் பாதித் தூரம் போனபின், "பாழாய்ப்போன போல் ஷெவிக்" என்று அவள் உமிழ்ந்த சாபம் அவன் காதில் விழுந்தது.

மறுநாள் மாலை, பாவெல் நூல்நிலையத்துக்குச் சென்று கொண்டிருந்தபொழுது, காத்யாவை வழியில் சந்தித்தான். அவள் அவனது சட்டையின் முன்கையைத் தன் சிறு கரத்தால் பிடித்துக்கொண்டாள்; சிரித்துக் கொண்டே குறுக்கே நின்றாள்.

"அரசியல்-அறிவியல் பெரியோரே! விரைந்து போகிறீர்களே, எந்த இடத்துக்கு?"

"நூல்நிலையத்துக்கு அத்தை. வழிவிடுங்கள், தயவுசெய்து" என்று பாவெல் கேலி செய்யும் குரலில் பதில் அளித்தான். அவன் மென்மையாக அப்பெண்ணின் தோள்களைக் கைகளால் பிடித்து பக்கமாக நிறுத்திக்கொண்டான். காத்யா அவனிடமிருந்து தன்னை விடுவித்துக் கொண்டு, அவனுக்குப் பக்கத்தில் நடந்தாள்.

"பாவெல், நான் சொல்வதைக் கேள். ஒருவன் எல்லா நேரத்திலும் படித்துக்கொண்டிருக்க முடியாது. நாம் இன்று இரவு ஒரு கூட்டத் துக்குப் போவோம். இன்று ஸீனாவின் வீட்டில் நண்பர்கள் சிலர் கூடுவார்கள். உன்னை அழைத்துவர வேண்டுமென்று பெண்கள் நாள்தோறும் என்னிடம் வற்புறுத்துகிறார்கள். ஆனால் நீ இப்பொழுது தெல்லாம் அரசியல் பயிற்சியைத் தவிர வேறு எதைப் பற்றியும் சிந்திப்பதில்லை. உனக்கு வேடிக்கை விந்தையென்றால் கொஞ்சம் கூடப் பிடிக்காதா? ஒருநாள் படிக்காமலிருந்தால், தீமை விளையாது; நன்மையே உண்டாகும்" என்று காத்யா நயந்து பேசினாள்.

"அது என்ன கூட்டம்! அங்கு நீங்கள் என்ன செய்யப்போகிறீர்கள்?"

"என்ன செய்யப் போகிறோமா?" என்று காத்யா நகைத்துக் கொண்டே அவனைக் கேலி செய்யத் தொடங்கினாள். "நாம்

பிரார்த்தனை செய்யப் போவதில்லை. உல்லாசமாகப் பொழுதைக் கழிக்கப் போகிறோம். அவ்வளவுதான். நீ அக்கார்டியனை நன்றாய் வாசிப்பாய் அல்லவா? நீ வாசித்து நான் ஒருதடவைகூட கேட்ட தில்லை. இன்று மாலை வந்து, வாசி. எனக்காக வாசிக்க மாட்டாயா? ஸீனாவின் மாமனிடம் ஒரு அக்கார்டியன் இருக்கிறது. ஆனால் அவருக்கு வாசிக்கத் தெரியாது. புத்தகப் புழுவே, பெண்கள் உன்னிடம் ரொம்பவும் சிரத்தை கொண்டிருக்கிறார்கள். இளங்கம்யூனிஸ்டுகள் இன்பமாகப் பொழுது போக்கக்கூடாது என்று எவர் சொன்னார்? வா. உன்னைக் கெஞ்சுவதில் அலுப்புத் தட்டும்வரை, பிடிவாதம் பிடிக்காதே. நீ என்னுடன் வராவிட்டால், உன்னோடு நான் சண்டை போட்டு விடுவேன். அதற்குப்பின், ஒருமாத காலத்துக்கு உன்னோடு பேச்சு வைத்துக் கொள்ள மாட்டேன்."

வீடுகளுக்கு வர்ணம் பூசும் வேலை செய்து வந்த காத்யா, நல்ல தொரு தோழி. கம்ஸமோல் அங்கத்தினரிலே முதன்மையானவள். அவளுடைய உணர்ச்சிகளைப் புண்படுத்துவதற்குப் பாவெல் விரும்ப வில்லை. எனவே, இத்தகைய கூட்டங்களில் கலகலவென்று பழகத் தெரியாதென்றாலும், அவளுடன் செல்வதற்கு அவன் இணங்கினான்.

எஞ்சின் டிரைவர் கிளாதிஷ் வீட்டில் இளைஞர் கூடி உரக்கப் பேசிக்கொண்டிருந்தனர். வீட்டிலிருந்த பெரிய அறை, வராந்தா ஆகிய இரண்டையும் இளைஞர்களுக்கென விட்டுவிட்டு அவர்களுக்கு இடைஞ்சலாக இருக்க மனமின்றி பெரியோர் வேறு அறைக்குச் சென்று விட்டனர். அறையிலும் சிறிய தோட்டத்தை நோக்கிய அந்த வராந்தா விலும் ஆணும் பெண்ணுமாகப் பதினைந்து இளைஞர் கூடியிருந்தனர். காத்யா, பாவெலைத் தோட்டத்தின் வழியாக வராந்தாவுக்கு அழைத்துச் சென்றபொழுது, 'புறாக்களுக்கு தீனிபோடுதல்' என்ற விளையாட்டு நடந்துகொண்டிருந்தது. வராந்தாவின் நடுவில் இரண்டு நாற்காலிகள், எதிர் எதிரான திசைகளை நோக்கி உட்காரும் வகையில் போடப்பட்டிருந்தன. விளையாட்டுக்குத் தலைமை தாங்கிய வீட்டு மங்கையான ஸீனா அறிவித்தவுடன், ஒரு இளைஞனும் ஒரு மங்கையும் அந்த நாற்காலிகளில் ஒருவர் பின் ஒருவராக அமர்ந்தனர். 'புறாக் களுக்கு தீனிபோடுங்கள்' என்று ஸீனா கூறியவுடன், அவர்கள் பின் பக்கம் சாய்ந்தனர். அவர்கள் இருவரது இதழ்கள் கூடும் வரையில், அவர்கள் சாய்ந்தனர். அந்த இதழ்கள் கூடியவுடன், அங்கு இருந்தவர் கள் ஆனந்த ஆரவாரம் செய்தனர். அதன்பிறகு, அவர்கள் 'விளையம்' என்ற ஆட்டத்தையும், 'தபால்காரன் கதவைத்தட்டுதல்' என்ற ஆட்டத் தையும் விளையாடினார்கள். அவையும் முத்தமிடும் விளையாட்டு கள்தான். ஆனால் 'தபால்காரன் கதவைத்தட்டும்' விளையாட்டில்,

ஆட்டக்காரர்கள் வெளிச்சம் நிறைந்த வராந்தாவில் பகிரங்கமாக முத்தமிடாமல், விளக்குகளை அணைத்து இருட்டாக்கியிருந்த அறைக்குள் முத்தமிட்டுக் கொண்டனர். இந்த விளையாட்டுகள் பிடிக்காதவர்களுக்கு, மூலையிலிருந்த சிறிய வட்ட மேஜைமீது பூச்சீட்டுகளின் கட்டு இருந்தது. பாவெலுக்குப் பக்கத்தில் இருந்த ஒரு பதினாறு வயதுப் பெண்-வெளிறிய நீலக்கண்களை உடையவள் - தன்னை மூரா என்று பாவெலிடம் அறிமுகம் செய்து கொண்டாள். அவனை நாணத்துடன் நோக்கிக்கொண்டே, அவள் ஒரு சீட்டை அவனிடம் கொடுத்து விட்டு, 'வயலெட்' என்று மென்மையாகக் கூறினாள்.

சில வருஷங்களுக்கு முன்னால் பாவெல் இத்தகைய கேளிக்கைகளுக்குப் போனது உண்டு. அவற்றில் நேரடியாகக் கலந்துகொண்டது இல்லையென்றாலும், அவற்றை வெறுத்ததில்லை. ஆனால் இப்பொழுது, அவன் சிறு நகரத்தின் குட்டிபூர்ஷ்வா வாழ்விலிருந்து பரிபூர்ணமாகக் கத்தரித்துக் கொண்டு விட்டதால், இந்த கேளிக்கையைக் கண்டு அவனுக்கு குமட்டல் எடுத்தது; அதைப் பரிகசிக்கத் தக்கதாகவே அவன் கருதினான்.

எனினும், இப்பொழுது அவன் பூச்சீட்டும் கையுமாக இங்கே உட்கார்ந்திருந்தான்.

'வயலெட்' மலருக்கு எதிரில் இருந்த வாசகத்தைப் படித்தான்; "நான் உன்னை மிகவும் விரும்புகிறேன்" என்று எழுதியிருந்தது.

பாவெல் அந்த மங்கையை நோக்கினான். அவள் எத்தகைய குழப்பமும் இல்லாமல் அவனை நோக்கினாள்.

"ஏன்?" என்று வினவினான் பாவெல்.

அவனது வினா 'சப்'பென்று இருந்தது. ஆனால் மூரா தன் விடையுடன் தயாராயிருந்தாள்.

"ரோஜா" என்று மெலிந்த குரலில் கூறிக்கொண்டே அவள் இன்னொரு சீட்டை அவனிடம் கொடுத்தாள்.

ரோஜா மலருடன் கூடிய சீட்டில், "நீ என் லட்சிய புருஷன்" என்று எழுதியிருந்தது. பாவெல் அந்தப் பெண் பக்கம் திரும்பினான்; தன் தொனியை மென்மையானதாக்க முயற்சித்துக்கொண்டே, அவன் வினவினான் :

"நீ ஏன் இந்த அபத்தத்தில் ஈடுபடுகிறாய்?"

அதைக்கேட்ட மூரா அதிர்ச்சி அடைந்தாள். என்ன சொல்வதென்றே அவளுக்குத் தெரியவில்லை.

"என்னுடைய வார்த்தைகள் உங்களுக்கு உண்மையிலேயே பிடிக்க

வில்லையா?" என்று அவள் மனம்போன போக்கில் உதட்டைப் பிதுக்கிக்கொண்டு கேட்டாள்.

பாவெல் அந்தக் கேள்வியைப் புறக்கணித்தான். எனினும் அவன் அவளைப்பற்றி அறிய ஆவலாயிருந்தான். அவளிடம் பல கேள்விகள் கேட்டான்; அவளும் விருப்பத்துடன் விடை தந்தாள். அவள் மத்தியதரப் பள்ளியில் படிப்பதையும், அவளது தந்தை ஒரு ரயில்வே தொழிலாளன் என்பதையும், அவன் அறிந்துகொண்டான். தனக்குப் பாவெலை ரொம்பக் காலமாகத் தெரியுமென்றும் அவனுடன் அறிமுகமாவதற்கு ஆவலாயிருந்ததாகவும் அவள் அவனிடம் கூறினாள்.

"உன் குடும்பப் பெயர் என்ன?" என்று பாவெல் வினவினான்.

"வலீன்த்ஸேவா."

"உன் சகோதரன் டெப்போ கம்ஸமோல் யூனிட் ஒன்றுக்குக் காரியதரிசியாக இருக்கிறான், அல்லவா?"

"ஆம்."

இப்பொழுது பாவெலுக்கு விஷயம் விளங்கியது. கம்ஸமோலின் தீவிர ஊழியர்களில் ஒருவனான வலீன்த்ஸேவ் தன் சகோதரி பண்பு இல்லாத பேதையாக வளர்வதை அனுமதித்துக் கொண்டிருந்தான். சென்ற வருஷத்தில், அவளும் அவளது தோழிகளும், இதுபோன்ற பல முத்தமிடும் கேளிக்கைகளில் கலந்து கொண்டிருக்கின்றனர். அவள் பாவெலைத் தன் அண்ணன் வீட்டில் பன்முறை பார்த்திருக்கிறாள்.

பாவெல் தன் நடத்தையை அங்கீகரிக்கவில்லை என்பதை மூரா உணர்ந்தாள். அவனது முகத்தில் நடமாடிய கேலிச் சிரிப்பைப் பார்த்த அவள், 'புறா விளையாட்டுக்கு' வரமுடியாதென்று வெட்டொன்று துண்டு இரண்டாகக் கூறிவிட்டாள். அவர்கள் இருவரும் மேலும் சில நிமிஷங்கள் உரையாடினர்; மூரா அவனிடம் தன்னைப் பற்றி மேலும் பல விஷயங்களை எடுத்துரைத்தாள். அப்பொழுது அங்கு வந்த காத்யா, "அக்கார்டியனைக் கொண்டு வரட்டுமா?" என்று பாவெலைக் கேட்டாள். மூராவை விஷமமாக நோக்கிக்கொண்டே, "இருவரும் சினேகிதர்களாகிவிட்டீர்களா?" என்றாள்.

பாவெல், காத்யாவைத் தன் அருகில் அமரச் செய்தான். அவர்களைச் சுற்றிலும்பேச்சும் சிரிப்புமாக ஒரே சத்தமாயிருந்த நிலைமையைப் பயன்படுத்திக்கொண்டு, "நான் வாசிக்கப் போவதில்லை. மூராவும் நானும் போகிறோம்" என்று பாவெல் கூறினான்.

"ஓஹோ! உனக்குக் கன்னி வைத்துவிட்டாளா?" என்று காத்யா நையாண்டி செய்தாள்.

"ஆமாம் காத்யா. நம்மைத் தவிர வேறு இளங்கம்யூனிஸ்ட் சங்கத்தினர் யாராவது இருக்கிறார்களா? அல்லது நாம் மட்டும்தான் மாடப்புறாப் பித்தர்களா?"

"அந்த வேடிக்கையை நிறுத்திவிட்டோம். இனி நடனமாடப் போகிறோம்" என்று சமாதானப்படுத்தும் தோரணையில் அவள் பேசினாள்.

பாவெல் எழுந்து நின்றான்.

"சரி, சரி. கிழப்பெண்ணே, நீ நடனமாடு. மூராவும் நானும் போகிறோம்."

ஒருநாள், ஒக்குனேவின் அறையில் பாவெல் மட்டும் இருந்த பொழுது, ஆன்னா அங்கு வந்தாள்.

"பாவெல், உனக்கு வேலை அதிகமாயிருக்கிறதா? நான் நகர சோவியத் கூட்டத்துக்குப் போகிறேன். எனக்குத் துணையாக வருகிறாயா? திரும்பி வருவதற்கு ரொம்ப நேரமாகும். தனியாகப் போவதற்குப் பிடிக்கவில்லை."

உடனே கிளம்புவதற்குப் பாவெல் சித்தமாயிருந்தான். அவனது படுக்கைக்கு மேல் தொங்கிக் கொண்டிருந்த 'மௌஸர்' கைத்துப் பாக்கியை எடுப்பதற்கு எழுந்தான். ஆனால் மிகவும் கனமாகவிருந்த தால், அது வேண்டாமென்று முடிவு செய்தான். அதற்குப் பதிலாக அவன் மேஜையின் டிராயரிலிருந்து ஒக்குனேவின் 'பிரௌனிங்' கைத்துப்பாக்கியை எடுத்துத் தன் காற்சட்டைப்பையில் வைத்துக் கொண்டான். ஒக்குனேவுக்கு ஒரு குறிப்பு எழுதி வைத்தான். அவனது அறை தோழனுக்குத் தெரிந்த இடத்தில் திறவுகோலை வைத்தான்.

சோவியத்தின் பேரவைக் கூட்டம் தியேட்டரில் நடைபெற்றது. அங்கு ஆன்னாவும் பாவெலும், பன்கிராத்தவையும் ஒல்காவையும் சந்தித்தனர். நால்வரும் ஹாலில் அடுத்தடுத்து அமர்ந்தனர்; இடை வேளைகளில் அவர்கள் சேர்ந்தாற்போலச் சதுக்கத்தில் உலவினர். ஆன்னா எதிர்பார்த்த மாதிரி, கூட்டம் நெடுநேரம் கழித்தே முடிவுற்றது.

"ஆன்னா, இன்று இரவு என் வீட்டில் தங்கிவிடு. ரொம்ப நேரமாகிவிட்டது. நீ நீண்ட தூரம் போகவேண்டும்" என்று ஒல்கா யோசனை கூறினாள்.

ஆனால், ஆன்னா அதற்கு இணங்கவில்லை. "என் வீடு வரை என்னுடன் வருவதாகப் பாவெல் ஒத்துக்கொண்டிருக்கிறான்" என்று அவள் சொன்னாள்.

பன்கிராத்தவும் ஓல்காவும் பிரதான வீதி வழியே சென்றனர். மற்ற இருவரும் ஸாலோமென்காவுக்குக் குன்று மேல் செல்லும் சாலை வழியே நடந்தனர்.

இருளடர்ந்த இரவு; காற்றோட்டமே இல்லை. நகரம் உறக்கத்தில் ஆழ்ந்திருந்தது. சோவியத் கூட்டத்தில் பங்கெடுத்தவர்கள் பல்வேறு வழிகளில் தத்தம் இல்லம் தேடிச்சென்றனர். கொஞ்சம் கொஞ்சமாக, அவர்களது நடை ஒலியும் பேச்சு ஒலியும் அடங்கின. நகரத்தின் மையத்திலிருந்து வெளிப்பேட்டையை நோக்கிப் பாவெலும் ஆன்னாவும் வேகமாக நடந்தனர். வெறிச்சென்று இருந்த சந்தையில், காவற்காரர்கள் அவர்களது அடையாளச் சீட்டுகளைப் பரிசோதித்துவிட்டு, அவர்கள் தொடர்ந்து செல்வதற்கு அனுமதி கொடுத்தனர். அவர்கள் உலாச் சாலையைக் குறுக்கே கடந்து, ஒரு வெட்டவெளியை வெட்டிச் செல்லும் அமைதியான இருண்ட தெருவை அடைந்தனர். அங்கிருந்து இடதுபுறம் திரும்பி, ரயில்வே பண்டசாலைகளின் வரிசைக்குச் சமாந்தரமாகச் சென்ற சாலையில் நடந்தனர். அந்த இருளில் பண்டசாலைகளின் கான்கிரீட் கட்டிடங்கள் பயத்தையும் திகிலையும் உண்டாக்கக்கூடியனவாகத் தோன்றின. ஆன்னாவுக்கு ஒரு இனந்தெரியாத அச்சம் உண்டாயிற்று. அவள் கவலையுடன் இருளை ஊடுருவிப் பார்த்தாள்; அவளுடைய தோழனின் கேள்விகளுக்குத் தடுமாற்றத்துடன் பதில் அளித்தாள். ஒரு டெலிபோன் கம்பமே பயங்கரமான நிழலாகக் காட்சியளித்தது என்பதைக் கண்டபொழுது, அவள் உரக்கச் சிரித்தாள்; தனக்கு ஏற்பட்ட திகிலைப் பாவெலிடம் எடுத்துரைத்தாள். அவள் அவனது கையைப் பிடித்துக்கொண்டு நடந்தாள். அவனது தோள் அவளுடைய தோளை உராய்ந்தபொழுது, அவளுக்குப் புது நம்பிக்கை உண்டாயிற்று.

"எனக்கு இருபத்துமூன்று வயதுதான் ஆகிறது. ஆனால் கிழவியைப் போல நரம்புத் தளர்ச்சியும் பயமும் ஏற்படுகின்றன. நான் கோழை என்று நீ நினைத்தால், அது தவறாகும். ஏதோ ஒரு காரணத்தால், என்னை ஒரு கவலை கவ்விக் கொண்டிருக்கிறது. ஆனால் நீ என்னுடன் இருப்பதால் பயம் மறைகிறது; பந்தோபஸ்து உணர்ச்சி உண்டாகிறது. உண்மையில், நானே என் அச்சத்தைக் கண்டு வெட்கப்படுகிறேன்" என்று ஆன்னா கூறினாள்.

பாவெல் நிம்மதியாக நடந்தான்; அவனது சிகரெட்டின் பிரகாசம் ஒருகணம் அவனது முகத்தின் ஒரு மூலையைப் பார்வைக்குப் புலப்படுத்தி, அவனது புருவங்களின் வீரத்தை எடுத்துக்காட்டியது. இவையெல்லாம் அவளது பயத்தைப் போக்கியதென்பது மெய்.

அந்த இரவின் கும்மிருட்டும் அந்த இடத்தின் தனிமையும் முந்தைய இரவில் நகரின் வெளிப்பேட்டையில் நிகழ்ந்த பயங்கரக் கொலை பாதகத்தைப் பற்றி அவள் கூட்டத்தில் கேட்ட கதையும் உண்டாக்கிய அச்சம் பாவெலின் துணையால் மறைந்தது.

பண்டசாலைகள் பின்னுக்குப் போய்விட்டன. அவர்கள் ஒரு சிற்றாறுமீது இருந்த பாலத்தைக் கடந்து பிரதான சாலைவழியே, தரைக்கீழ்ப் பாதையை நோக்கி நடந்தனர். அந்தப் பாதை ரயில்வே பாதைக்குக் கீழ்க் குடையப்பட்டிருந்தது. அது டவுனின் இந்தப் பாகத்தை ரயில்வே வட்டாரத்துடன் இணைத்தது.

இப்பொழுது, ஸ்டேஷன் கட்டிடம் அவர்களுக்கு வலதுபுறத்தில் ரொம்ப தூரம் பின்னால் இருந்தது. ஒரு ரயில், டெப்போவுக்கு அப்பால் இருந்த முட்டுச்சந்தை நோக்கிச் சென்றது. அது அவர்களது இடம். மேலே, ரயில்வே பாதையில் ஸ்விச்சுப் பலகைகளிலும் கைகாட்டி மரங்களிலும் வர்ண விளக்குகள் மினுமினுத்துக் கொண்டிருந்தன. டெப்போவுக்கு அருகில் ஒரு எஞ்சின் சிரமப்பட்டுப் புகை கக்கிக் கொண்டு வந்தது. அது தன் இருப்பிடத்தை நோக்கிச் சென்றது.

குடைவழியின் நுழைவாயிலின் உயரே ஒரு வீதி விளக்கு ஒரு துருப்பிடித்த கொக்கியில் தொங்கிக்கொண்டிருந்தது. அதைக் காற்று மென்மையாக அசைத்தது. எனவே, அதன் மங்கலான மஞ்சள் வெளிச்சம் குடைவழியின் இரண்டுபுறச் சுவர்களிலும் மாறிமாறி வீசியது.

துரப்பின் நுழைவாயிலுக்குப் பத்து காலடிகள் தூரத்தில், சாலை யின் பக்கத்தில் ஒரு குடிசை தன்னந்தனியாக நின்றது. இரண்டு ஆண்டுகளுக்கு முன் அது ஒரு கனம் மிகுந்த குண்டுக்கு இலக்காயிற்று. அதனால், அந்தக் குடிசையின் உட்புறம் அழிந்தது; அத்துடன் அதன் முகப்பும் பாழடைந்தது. எனவே, அது இப்பொழுது வாயைப் பிளந்து கொண்டு நின்ற பொந்தாகக் காட்சி அளித்தது. அது தன் வறுமையை விளம்பரப்படுத்திக்கொண்டு நிற்கும் பிச்சைக்காரனைப் போலத் தோற்றம் அளித்தது. மேலே, இருப்புப் பாதையில் ஒரு ரயில் கர்ஜனை செய்துகொண்டு சென்றது.

“வீட்டை நெருங்கிவிட்டோம்” என்று ஆன்னா ஆறுதல் அடைந்த வளாய் நெடுமூச்சு விட்டுக் கூறினாள்.

பாவெல் தன் கையை விடுவிப்பதற்குத் திருட்டுத்தனமாக முயன் றான். ஆனால், அவள் தன் பிடியை உறுதிப்படுத்திக் கொண்டாள். இருவரும் அழிந்து கிடந்த குடிசையைத் தாண்டிச் சென்றனர்.

திடீரென்று, அவர்களுக்குப் பின்னால், சடசடவென்று முறிந்த பேரொலி கேட்டது.

யாரோ ஓடிவந்த ஒலியும், இரைக்க இரைக்க மூச்சுவிட்ட ஒலியும் கேட்டன. பாவெலும் ஆன்னாவும் சூழப்பட்டுவிட்டனர்.

பாவெல் தன் கையை விடுவித்துக்கொள்ள முயன்றான். ஆனால் பயத்தால் கல்லாகச் சமைந்துவிட்ட ஆன்னா அந்தக் கையை கெட்டியாகப் பிடித்துக்கொண்டாள். அவன் தன் கையைத் திமிறி எடுப்பதற்குள், காலதாமதமாகிவிட்டது. அவனுடைய கழுத்து ஒரு இரும்புப் பிடியில் சிக்கிவிட்டது. அடுத்தவினாடி, பாவெல்மீது பாய்ந்த ஒரு உருவம் அவனைச் சுழற்றித் திருப்பியது. பாவெல் அந்த உருவத்தை நேருக்கு நேர் நோக்கிக்கொண்டு நின்றான். கழுத்தைப் பிடித்திருந்த கைவிரல்கள் மெதுவாகத் தொண்டையை நோக்கி ஊர்ந்தன. காலரைத் திருகி, மூச்சடைத்துப் போகும் நிலையைப் பாவெலுக்கு உண்டாக்கினான். அதேசமயம், அவ்வுருவத்தின் கைத்துப்பாக்கியின் வாய், பாவெலின் கண்களுக்கு முன்னால் ஒரு வில் வடிவத்தில் மெதுவாகச் சுழன்றது.

பாவெலின் கண்கள், அமானுஷ்யமான சிரமத்துடன் வடிவம் வரைந்த அத்துப்பாக்கியை நோக்கின. அந்த ரிவால்வரின் வாயிலிருந்து சாவு பாவெலை எதிர்நோக்கியது. ஆனால் ஒரு நொடி நேரத்துக்குக் கூட, தன் கண்களை அந்த வாயிலிருந்து திருப்புவதற்கான துணிவு பாவெலிடம் பிறக்கவில்லை. அவனுக்குப் பலமும் இல்லை. அவன் தன் முடிவுக்குக் காத்திருந்தான். ஆனால் எதிரி அவனைச் சுடவில்லை. பாவெலின் அகன்ற கண்கள், அந்த விரோதியின் முகத்தையும் பெரிய கபாலத்தையும் கனமான தாடையையும் வளர்ந்திருந்த மீசை தாடியின் கருநிழலையும் நோக்கின. ஆனால் குல்லாய் அவனது கண்களை மறைத்திருந்தது.

பாவெல் தனது ஓரக்கண்ணால் ஆன்னாவின் வெளிறிய முகத்தை நோக்கினான். மூன்று கொள்ளைக்காரரில் ஒருவன் அவளை அப்பொழுது அந்த இடிந்த குடிசைக்கு இழுத்துக்கொண்டு போனான். அவளது கைகளை நன்றாக வளைத்து கீழே தள்ளினான். இன்னொரு நிழல் பாவெலை நோக்கிப் பாய்ந்து வந்தது. அவன் அதன் பிம்பத்தை மட்டும் குடைவழியின் சுவரில் பார்த்தான். அவன் தனக்குப் பின்னால் இருந்த இடிந்த குடிசையில் நடந்த சண்டையின் சத்தத்தைக் கேட்டான். ஆன்னா எதற்கும் துணிந்தவளாய்ப் போராடிக் கொண்டிருந்தாள். அவள் உரக்கக் கூவி எழுப்பிய சத்தம் திடீரென்று முறிந்தது; அவளது வாயில் அந்தப் பாவி குல்லாயை வைத்து அடைத்துவிட்டான்.

பாவெலைப் பிடித்துக்கொண்டிருந்த இரட்டை மண்டைப் போக்கிரி, மிருகம் தன் இரையால் கவர்ச்சிக்கப்படுவது மாதிரி கற்பழிப்புக் களத்தை நோக்கி கவர்ச்சிக்கப்பட்டான்; அவன்தான் அந்தக் கோஷ்டிக்குத் தலைவன். அந்தச் சூழ்நிலையில், சும்மா பார்த்துக் கொண்டிருக்கும் பாத்திரம் அவனுக்குப் பிடிக்கவில்லை. இப்பொழுது பிடிபட்டுள்ள பையன் அனுபவமில்லாத சிறுவன்; டெப்போவிலுள்ள வெறுக்கத்தக்க இளைஞர்களில் ஒருவன். இத்தகைய சளிமூக்குக் காரனைப் பற்றி அவன் அஞ்சவேண்டியதில்லை. இவ்வாறு, அந்தப் பெருமண்டைத் தலைவன் சிந்தித்தான்.

'அவன் தலையில் இரண்டு அடி பலமாகக் கொடுத்து வயல் வழியே ஓடச் சொல்லுவோம். திரும்பிப் பார்க்காமல் டவுனுக்கு ஓடட்டும்' என்று எண்ணிக்கொண்டே, அவன் தன் பிடியைத் தளர்த்தினான்.

"ஓடு; வந்த வழியே ஓடு, வாய் திறக்காமல் ஓடு. இல்லாவிட்டால், உன் தொண்டையில் குண்டு பாயும்" என்று கூறிக்கொண்டே, அவன் துப்பாக்கியின் குழலால் பாவெலின் நெற்றியை அழுத்தினான். "ஓடு" என்று கம்மிய குரலில் மீண்டும் கூறிவிட்டு, பாவெல் தன் முதுகில் குண்டு பாயுமென்று அஞ்சக்கூடாதென்பதற்காக அந்தத் தலைவன் தன் துப்பாக்கியைத் தாழ்த்தினான்.

பாவெல் தள்ளாடிப் பின்வாங்கினான்; அந்த இரட்டைத் தலையன் மீது கண் வைத்துக்கொண்டே சாலையோரத்தில் ஓடிக்கொண்டிருந்தான். இளைஞன் இன்னமும் துப்பாக்கிப் பிரயோகத்துக்கு ஆளாகலாமென்று அஞ்சுவதைக் கண்ட போக்கிரிக் கூட்டத் தலைவன் திரும்பி, இடிந்த குடிசையை நோக்கி நடந்தான்.

பாவெலின் கை அவனது காற்சட்டைப் பைக்குள் பறந்து சென்றது. அவன் மட்டும் துரிதமாகச் செயல்பட முடிந்தால்! சுழன்றான்; இடதுகரத்தை முன்னுக்கு நீட்டினான்; விரைவாகக் குறிபார்த்தான்; சுட்டான்.

கொள்ளைக்காரன் தன் தவறை உணர்ந்தபொழுது காலதாமத மாகிவிட்டது. அவன் தன் கையை உயர்த்திச் சுடுவதற்கு முன்னால், பாவெல் அனுப்பிய குண்டு அவனது விலாப்புறத்தைக் கிழித்து விட்டது.

அந்தக் காலாடி, தாழ்ந்த சுருதியில் ஊளையிட்டுக்கொண்டே தள்ளாடித் தள்ளாடித் துரப்பின் சுவரை அடைந்தான். நகங்களால் சுவரைக் கீறிக்கொண்டே கீழே விழுந்தான். ஒரு நிழல் குடிசையி லிருந்து வெளியேறி, இருளில் மறைந்தது. அதைத் தொடர்ந்து செல்வதற்குப் பாவெல் இன்னொரு குண்டை ஏவினான். இன்னொரு நிழல், குடைபாதையின் இருண்ட வழியை நோக்கிக் குனிந்து ஓடியது. இன்னொரு குண்டு பறந்தது. குண்டு அடியால் சிதறிய கான்கிரீட் புழுதியால் மூடப்பெற்ற அந்தக் கரிய வடிவம், ஒரு பக்கத்தில் பாய்ந்து இருளில் மறைந்தது. மீண்டும் பாவெலிடமிருந்த 'பிரௌனிங்' துப்பாக்கி, இரவின் அமைதியைக் கலைத்தது. சுவருக்கு அருகில், பெரு மண்டைக் காலாடி, மரணவேதனையில் துடித்துக்கொண்டிருந்தான்.

ஆன்னா எழுந்து நிற்பதற்குப் பாவெல் உதவினான். அவள் தனக்கு ஏற்பட்ட அனுபவத்தினால் பயந்து பிரமித்துப் போயிருந்தாள்;

நி. ஓஸ்திரோவ்ஸ்க்கிய் 415

கொள்ளைக்காரனின் வலிப்பை வெறித்துப் பார்த்தாள்; இனி ஆபத்து இல்லை என்று அவளால் நம்ப முடியவில்லை.

பாவெல் அவளை மீண்டும் வெளிச்சத்தின வட்டத்திலிருந்து, இருளுக்கு இழுத்துக்கொண்டு சென்றான். அவன் அவளுடன் வந்த வழியே டவுனுக்கு ஓடினான். அவர்கள் ரயில்வே ஸ்டேஷனை நோக்கி ஓடியபொழுது, துரப்புக்கு அருகில் இருப்புப் பாதைமீது விளக்குகள் எரிந்துகொண்டிருந்தன; இருப்புப் பாதையில் பயங்கரமான துப்பாக்கி வேட்டு ஒன்று கேட்டது.

அவர்கள் ஆன்னாவின் இருப்பிடத்தை அடைந்தபொழுது, கோழிகள் கூவிக்கொண்டிருந்தன. ஆன்னா படுத்துக்கொண்டாள். பாவெல் மேஜைக்குப் பக்கத்தில் அமர்ந்து, ஒரு சிகரெட்டைக் குடித்தான்; அந்தச் சிகரெட்டின் சாம்பல் நிறப் புகை சுருள் சுருளாக மேல்நோக்கி மிதந்து செல்வதைப் பார்த்துக்கொண்டே உட்கார்ந் திருந்தான்.... அவன் தன் வாழ்வில் நான்காவது தடவையாகக் கொலை செய்துள்ளான்.

தைரியம் என்று ஒன்று இருக்கிறதா என்று அவன் வியந்தான். எந்தச் சமயத்திலும், மாசுமறுவில்லாமல் வெளிப்படும் தைரியம் என்பது உள்ளதா? சற்றுமுன் நடந்ததையெல்லாம் அவன் நினை வூட்டிக் கொண்டான். முதலில் சில வினாடிகள், துப்பாக்கியின் கரிய கண், பயங்கரமான கண், அவனை அச்சுறுத்தியதென்பது உண்மை. அவனது இதயம் சில வினாடிகள் சில்லிட்டுப் போயிருந்தது என்பதை மறுக்க முடியாது. மூவரில் இருவர் எப்படித் தப்பி ஓடினார்கள்? அவனது பார்வையின் ஊனமும், அவன் இடது கையாலேயே சுட வேண்டியதாயிருக்கும் பிரதிகூலமும்தான் அதற்குக் காரணங்களா? இல்லை. சில கஜ தூரத்தில், அவனது குண்டு குறிதவற முடியாது. ஆனால் நெருக்கடியில் ஏற்பட்ட சிரமமும் அவசரமும் தளர்ச்சியும் தான் அவனைத் தயங்கும்படி செய்தன.

மேஜை விளக்கின் வெளிச்சத்தில், அவனது முகம் தெளிவாகத் தெரிந்தது. ஆன்னா அவனையே பார்த்துக் கொண்டிருந்தாள்; அவனது முகபாவ மாறுதல்களை அவள் உன்னிப்பாகக் கவனித்துக் கொண் டிருந்தாள். அவனது கண்களில் எவ்விதமான கலக்கமும் இல்லை. சுருக்கம் விழுந்த புருவமே, அவன் மிகக் கடுமையாகச் சிந்தனை செய்து கொண்டிருக்கிறான் என்று உணர்த்தியது.

“பாவெல், எதைப் பற்றி யோசித்துக் கொண்டிருக்கிறாய்?”

திடீரென்று கேட்கப்பட்ட இந்தக் கேள்வியால் அதிர்ச்சி அடைந்து, அவனது சிந்தனைகள் ஒளிவட்டத்துக்கு அப்பால் மிதந்து சென்ற புகையைப் போலச் சிதறின. அவன் தன் மனதில் முதலில் தோன்றிய பதிலைக் கூறினான் :

"நான் ராணுவத் தலைவன் அலுவலகத்துக்குச் செல்லவேண்டும். இந்த விவகாரத்தைப் பற்றி உடனடியாகத் தகவல் கொடுக்க வேண்டும்."

அவன் மிகவும் களைத்திருந்தான்; எனவே வேண்டாவெறுப்புடன் எழுந்தான்.

அவள் அவனது கரத்தை உடன்விடவில்லை. தன்னந்தனியாக இருப்பதற்கு அவள் விரும்பவில்லை. பிறகு அவள் கதவு வரை சென்று அவனை வழியனுப்பினாள். தன்னைக் காப்பாற்றிய அந்த இளைஞ்ன், அதிகாலை இருளில் மறையும் வரை, அவள் வாசலில் நின்றுகொண்டிருந்தாள்.

ரயில்வே காவற் படையினருக்குப் புதிராகவிருந்த கொலையின் மர்மம், பாவெலின் ரிப்போர்ட் மூலம் விளக்கமாயிற்று. இறந்தவன் உடல் அடையாளம் கண்டுபிடிக்கப்பட்டது. பிம்கா என்ற நாடறிந்த குற்றவாளியின் உடல் அது. அவன் கொலை, கொள்ளை முதலிய தீச்செயல்களைப் புரிந்தவன்; சிறைவாசம் அனுபவித்தவன்.

மறுநாள், துரப்புக்கு அருகில் நடந்த சம்பவத்தைப் பற்றி அனைவரும் பேசிக் கொண்டிருந்தனர். பாவெலுக்கும் த்ஸெவெத்தாயெவுக்கும் இடையே எதிர்பாராத மோதல் ஏற்படுவதற்கு அது காரணமாக அமைந்தது.

வேலை நேரத்தின் இடையில் த்ஸெவெத்தாயெவ் வார்க் ஷாப்புக்கு வந்து பாவெலைத் தன்னந்தனியாக வரும்படி அழைத்தான். பாவெலை இடைவழியின் ஒரு மூலைக்கு மௌனமாக இட்டுச் சென்றான். அவன் உணர்ச்சி வசப்பட்டிருந்தான்; எங்குத் தொடங்குவதென்று தெரியாமல் தவித்தான். கடைசியில், "நேற்று என்ன நடந்ததென்று சொல்" என்று வெடுக்கென்று வினவினான்.

"உனக்குத் தெரியுமென்று எண்ணினேன்" என்றான் பாவெல்.

த்ஸெவெத்தாயெவ் நிம்மதியில்லாமல் தன் தோள்களைக் குலுக்கினான். குகைப்பாதைச் சம்பவம் மற்றவர்களைவிட அவனை அதிகமாகப் பாதித்திருந்ததைப் பாவெல் அறிந்திருக்கவில்லை. இந்தக் கொல்லன் வெளிப்பார்வைக்கு அக்கறையில்லாதவனாகத் தோற்றமளித்தாலும், ஆன்னாவிடம் ஆழ்ந்த பாசத்தை கொண்டிருக்கிறான் என்பதைப் பாவெல் அறியவில்லை. ஆன்னாவால் கவர்ச்சிக்கப்

பட்டவன் தீம்கா மட்டுமல்ல. ஆனால் த்ஸெவெத்தாயெவ் அவளிடம் அதிகமாக ஈடுபட்டுவிட்டான். முந்தைய இரவில் துரப்பு அருகில் நடைபெற்ற சம்பவத்தைப் பற்றி, லாகூத்தினா த்ஸெவெத்தாயெவிடம் இப்பொழுதுதான் விவரமாகக் கூறினாள். ஆனால் ஒரு கேள்விக்கு விடை தெரிய வேண்டியிருந்தது. அந்தக் கேள்வி அவனைச் சித்திரவதை செய்தது. அவன் அந்தக் கேள்வியைப் பாவெலிடம் நேராகக் கேட்க முடியாது. எனினும் அதற்கு விடை பெற்றுத் தானாக வேண்டும். அவனது பயமும் கவலையும் சுயநலத்திலிருந்து உண்டாகின்றன வென்றும், அவை இழிவானவையென்றும், அவனது சீரிய மனச் சான்று அவனுக்கு எடுத்துரைத்தது. ஆனால் அவனுக்குள் குமுறிக் கொந்தளித்த உணர்ச்சிகளின் மோதலுக்கிடையே, காட்டுத்தனமான, கீழ்த்தனமான உணர்ச்சிகளே வெற்றியடைந்தன.

அவன் கம்மிய குரலில் பேசத் தொடங்கினான்.

"பாவெல், நான் சொல்வதைக் கேள். நாம் இருவரும் ரகசியமாகப் பேசுவோம். மூன்றாம் மனிதனுக்குத் தெரிய வேண்டாம். ஆன்னா வின் நலனை முன்னிட்டு நீ பேசாமல் இருப்பதை நான் அறிவேன். ஆனால், நீ என்னை நம்பலாம். அந்தக் கொள்ளைக்காரன் பிடியில் நீ சிக்கியிருந்த பொழுது, இதர கொள்ளைக்காரர்கள் ஆன்னாவைக் கற்பழித்தார்களா?"

மனக்கலக்கமுற்ற த்ஸெவெத்தாயெவ் தன் பேச்சை முடிப்பதற்கு முன்பே, முகத்தைத் தொங்கப் போட்டுக் கொண்டான்.

த்ஸெவெத்தாயெவின் மனதில் இருந்ததைப் பாவெல் கொஞ்சம் கொஞ்சமாகப் புரிந்துகொண்டான். "ஆன்னாவிடம் அவனுக்கு அக்கறை இல்லாவிட்டால், இம்மாதிரி நிலைகுலைந்து நிற்கமாட் டான். ஆனால் ஆன்னாவை அவன் உள்ளன்புடன் நேசித்தால்...." பாவெல் ஆத்திரமடைந்தான்.

"நீ ஏன் இம்மாதிரி கேட்கிறாய்?"

த்ஸெவெத்தாயெவ் ஒன்றுக்கொன்று சம்பந்தமற்ற ஏதோ சில வார்த்தைகளைக் கூறினான். தன்னைப் பாவெல் புரிந்துகொண்டு விட்டான் என்பதை உணர்ந்துகொண்டு கோபமடைந்தான்.

"என்னைக் கேள்வி கேட்டு நெளிந்து நழுவலாமென்று முயற்சிக் காதே. நேராகப் பதில் கொடு."

"நீ ஆன்னாவைக் காதலிக்கிறாயா?"

நீண்டநேர அமைதிக்குப் பின், "ஆம்" என்று த்ஸெவெத்தாயெவ் ரொம்பக் கஷ்டப்பட்டுப் பதிலளித்தான்.

பாவெல் தன் ஆத்திரத்தை அடக்கிக் கொண்டு திரும்பினான். மீண்டும் த்ஸெவெத்தாயெவை நோக்காமல், நடந்தான்.

ஒரு இரவு, ஒக்குனேவ் தன் நண்பனது படுக்கையண்டை கொஞ்ச நேரத்துக்குக் குறுக்கும் நெடுக்குமாக நடந்து கொண்டிருந்தான். பிறகு அவன் படுக்கையின் ஓரத்தில் அமர்ந்து, பாவெல் படித்துக் கொண்டிருந்த புத்தகத்தின் மீது தன் கரத்தை வைத்தான்.

"பாவெல், நான் சொல்வதைக் கேள். என் இதயத்தை அழுத்திக் கொண்டிருக்கும் ஒரு விஷயத்தை உன்னிடம் சொல்ல வேண்டும். அது புறக்கணிக்கத் தக்கதாகப் புலப்படும். ஆனால் வேறு வகையில் பார்த்தால், அது முக்கியமானதாக இருக்கிறது. எனக்கும் தால்யாவுக்கு மிடையே ஒரு விஷயம். முதலில் நான் அவளை நேசித்தேன்" என்று தொடங்கிய ஒக்குனேவ், பேதையைப் போலத் தன் தலையைச் சொறிந்துகொண்டான். பிறகு, பாவெல் தன்னைப் பார்த்துச் சிரிக்க வில்லையென்பதைக் கண்ட அவன் மனதைத் திடப்படுத்திக் கொண்டு மேலும் பேசினான். "அதன்பிறகு தால்யா.... உனக்குத் தெரியும். சரி, சரி. நான் அந்த விவரங்கள் எல்லாவற்றையும் விவரிக்கப் போவ தில்லை. அவற்றைச் சொல்லாமலேயே நிலைமை விளங்கும். நேற்றைய தினம், அவளும் நானும் விவாதித்துச் சேர்ந்து வாழ்வதென்று முடிவு செய்தோம். எப்படி உருவாகிறதென்று பார்க்கப் போகிறோம். எனக்கு வயது இருபத்து இரண்டு. இருவருக்கும் வோட்டுரிமை உண்டு. நாங்கள் சரிநிகர் சமான அடிப்படையில் கூட்டு வாழ்வு நடத்த விரும்புகிறோம். உன் யோசனை என்ன?"

பாவெல் அந்தக் கேள்வியைப் பற்றிச் சிந்தித்தான்.

"நான் என்ன சொல்ல முடியும்? நீங்கள் இருவரும் என் நண்பர்கள். நாம் அனைவரும் ஒரே குலம். மற்ற விஷயங்களெல்லாம் நம்மனை வருக்கும் பொதுவாயிருக்கிறது. தால்யா அருமையான பெண்... எல்லாம் புரிந்து கொள்ளக் கூடிய விஷயம்" என்று பாவெல் கூறினான்.

அடுத்த நாள், பாவெல் டெப்போ தொழிலாளரின் விடுதிக்குத் தன் இருப்பிடத்தை மாற்றிக்கொண்டான். சில நாட்களுக்குப் பிறகு, ஆன்னாவின் வீட்டில் தால்யா, ஒக்குனேவின் நட்பை கௌரவிக்கும் வண்ணம் நட்புக் கூட்டமொன்று நடைபெற்றது. அந்தக் கம்யூனிஸ்ட் நிகழ்ச்சியில் உணவோ பானமோ கிடையாது. இளைஞர்கள் கூடிப் பழைய நினைவுகளைப் பற்றி உரையாடினார்கள்; பிடித்தமான நூல் களிலிருந்து சில பகுதிகளைப் படித்தார்கள். அவர்கள் பல பாட்டு களை நன்றாகப் பாடினார்கள். உள்ளத்தைக் கொள்ளை கொண்ட இன்னிசை ரொம்ப தூரத்தில் எதிரொலி செய்தது. பிறகு, காத்யாவும்

ஸீனாவும் ஓர் அக்கார்டியன் வாத்தியத்தைக் கொண்டுவந்தனர். அதிலிருந்து எழுந்த நாத வெள்ளம் அறையில் நிரம்பியது. அன்று மாலை, பாவெல் மிகவும் சிறப்பாக வாத்தியம் வாசித்தான். விகாரமான பன்கிராத்தவ் நாட்டியமாடியதைக் கண்டு எல்லோரும் ஆரவாரம் செய்தனர். பாவெல் தனது புதிய சோகபாணியை மறந்துவிட்டான்; தன்னையே மறந்து வாசித்தான் :

எதிர்த்துவந்த தானையிலே
வயதான கோல்சாக்கு
தோற்றோடிப் போனபின்னர்
தோன்றுவனே வேறொருவன்!
விதிர்ப்புற்ற சித்தமது
பயித்தியமாய் வேறுபட
மிகக் கருதி நடப்பானே
*அவனல்லோ தெனீக்கின்னே!**

கடந்த காலத்தைப் பற்றி, புயலும் இடியும் நிறைந்த அந்த ஆண்டுகளைப் பற்றி, இன்றைய நட்பையும் போராட்டங்களையும் பற்றி, பாவெல் வாசித்து வந்தான். ஆனால் வாலீன்த்ஸேவ் என்ற கருமான் அக்கார்டியனை வாங்கிக்கொண்டு, 'யாப்லோச்கோ' என்ற கூத்தின் சுழற்றியடிக்கும் சந்தத்தை வாசித்தபொழுது, நாட்டியமாடியது யார் என்று எண்ணுகிறீர்கள்? பாவெலே ஆடினான். அவனது வாழ்வில், அவன் ஆடிய மூன்றாவது நடனம் அது; கடைசி நடனமும் அதுவே.

அத்தியாயம் நான்கு

இதுதான் எல்லை - இரண்டு கம்பங்கள் மௌனமாகப் பகைமை பாராட்டிக் கொண்டு ஒன்றையொன்று எதிர்நோக்கி நிற்கின்றன. அவை இரண்டு வெவ்வேறு உலகங்களின் அடையாளங்களாக இருக்கின்றன. ஒரு கம்பம் வழவழப்பாக இழைக்கப்பெற்று, மெருகிடப் பட்டு, போலீஸ் சாவடியைப் போலக் கருப்பும் வெள்ளையும் பூசப்

** இப்பாடலில் குறிப்பிடப்பட்ட கோல்சாக்கும் தெனீக்கினும் வெள்ளைப் படை ஜெனரல்கள்; இளம் சோவியத் குடியரசுக்கு எதிரான ஆயுதமேந்திய போராட்டத்தில் அந்நிய நாட்டு ஏகாதிபத்தியவாதிகளின் கையாட்கள்.*

பட்டுக் காட்சி அளிக்கிறது. அந்தக் கம்பத்தின் உச்சியில் ஒரு ஒற்றை தலைக் கழுகு உருவம் வலிமையுள்ள ஆணிகளால் உறுதியாகப் பொருத்தப்பட்டிருக்கிறது. விரித்துப் பரப்பிய சிறகுகள்; கருப்பும் வெள்ளையுமாக வரிபோட்ட கம்பத்தின் உச்சியை உறுதியாகப் பற்றி யுள்ள வளைவு நகங்கள்; இழுத்து நீட்டிய அலகு; இவற்றுடன் கூடிய அந்தக் கழுகு, எதிரில் இருக்கும் கம்பத்தின் மீது, இரும்புக் கேடயத்தில் அமைந்திருந்த அரிவாள் சம்மட்டிச் சின்னத்தைக் கேடுசூழும் கண் களுடன் வெறித்துப் பார்த்துக்கொண்டிருக்கிறது. அரிவாள் சம்மட்டிச் சின்னத்தைத் தாங்கும் கம்பம் பருமனானது; உருண்டையானது; சுமாராகச் செதுக்கப்பட்டது. அந்த 'ஓக்' மரக் கம்பம் பூமியில் உறுதியாகப் புதைந்திருக்கிறது. இரண்டு கம்பங்களுமே சமநிலத்தில் தான் நிற்கின்றன. ஆனால் அவற்றுக்கிடையே ஒரு ஆழமான அகழி இருக்கிறது; அவை பிரதிநிதித்துவப்படுத்திய இரு உலகங்களும் ஒன்றோடொன்று முற்றிலும் மாறுபட்டு உள்ளன. இந்தக் கம்பங் களுக்கிடையே ஆறு காலடி தூரம்தான்; ஆனால் அந்தத் தூரத்தைக் கடப்பதென்றால் உயிரைப் பலிகொடுக்கச் சித்தமாயிருக்க வேண்டும்.

இதுதான் எல்லை.

கருங்கடலில் இருந்து வடகோடியிலுள்ள ஆர்க்டிக் மகாசமுத்திரம் வரையில், ஆயிரக்கணக்கான கிலோமீட்டர் தூரத்தில், இந்த இடம் பெயராத ஊமைக் காவலர்கள், தமது இரும்புக் கேடயங்களில் உழைப்பின் மகத்தான சின்னத்தைத் தாங்கிக்கொண்டு தொடர்ச்சி யாக நிற்கின்றனர். சோவியத் உக்ரேய்னாவுக்கும் பிரபுத்துவப் போலந் துக்கும் இடையே உள்ள எல்லையைப் பேராசைக் கழுகைத் தாங்கி நிற்கும் கம்பம் குறிக்கிறது. நடுக் காட்டினிடையே குடிகொண் டிருந்தது பெரிஸ்தோவ் என்ற சிறிய ஊர். அவ்வூரிலிருந்து பத்து கிலோமீடடர் தூரத்தில்-கொரேத்ஸ் என்ற போலிஷ் குட்டி ஊருக்கு எதிரே-அமைந்திருந்தது எல்லை. ஸ்லாவூத்தா என்ற ஊரிலிருந்து ஆனாப்போல் என்ற ஊர் வரை உள்ள பிரதேசம் 'N' என்ற எல்லைக் காவலரின் பட்டாலியனின் கீழ் இருந்தது.

இக்காவற் கம்பங்கள் பனிமூடிய வயல்களின் இடையே ஓடுகின்றன. வெட்டித் திருத்திய பாதைகளின் வழியாகக் காட்டைக் கடந்து, பள்ளத்தாக்குகளில் இறங்குகின்றன. அதன்பின் குன்றுகளின் மேல் ஏறுகின்றன. சிறிது தூரத்துக்குக் குன்றுகளின் சிகரங்கள் அவற்றை அரைகுறையாக மறைக்கின்றன. மீண்டும் ஆற்றங்கரையில் அவை தோற்றமளிக்கின்றன. அந்த உயர்ந்த கரையில் நின்றுகொண்டு, வெண் பனியால் மூடப்பட்ட அன்னிய நாட்டுச் சமவெளிகளை வெறித்து நோக்கிக் கொண்டிருக்கின்றன.

கடுமையான குளிர்; செருப்புகளின் அடியில் அகப்பட்ட வெண் பனி நெறுநெறுக்கின்றது. பண்டைக்காலத்து அசுரர்கள் அணிவதற்கு ஏற்ற தொப்பியை அணிந்த ஒரு ஆஜானுபாகுவான செம்படை வீரன், அரிவாளையும் சம்மட்டியையும் கொண்ட கேடயமொன்றைத் தாங்கிய ஒரு கம்பத்தருகிலிருந்து கிளம்பி நடைபோடுகிறான். அவன் குளிருக்கு அடக்கமான பூட்ஸும், பச்சைப் பட்டைகள் கொண்ட காலருடன் கூடிய சாம்பல் நிற ராணுவ மேற்கோட்டும் அணிந்திருக்கிறான். அந்தக் கோட்டுக்குமேல், பாதத்தைத் தொடும் அளவுக்குத் தொங்கும் ஆட்டுத்தோல் கோட் ஒன்று. நீளத்துக்கு ஏற்ற பெரிய காலரை உடைய இந்தக் கோட், மிகக் கொடிய பனிப்புயலிலும் கதகதப்பைக் காப்பாற்றவல்லது. அவனது தலையில் ஒரு கம்பளத் துணித் தொப்பி. கரங்களில் ஆட்டுத் தோலால் செய்த கையுறைகள். தோளில் தொங்கும் துப்பாக்கியுடன் அவன் நடக்கும்பொழுது, அவனது மேலாடையின் விளிம்பு, பனியில் பள்ளம் உழுகிறது. அவன் சுதேசிப் புகையிலையில் செய்த சிகரெட்டைச் சுவைத்துக்கொண்டே நடக்கிறான். வெட்டவெளியாகவுள்ள பகுதிகளில், ஒரு கிலோமீட்டருக்குக் கிட்டத்தட்ட ஒருவன் வீதம் சோவியத் காவலர்கள் நியமிக்கப் பட்டிருக்கின்றனர். எனவே, ஒரு காவலன் தனக்கு இருபக்கத்திலுமுள்ள சகோதரக் காவலர்களைப் பார்க்க முடியும். போலிஷ் காவலர்கள் ஒன்றிரண்டு கிலோமீட்டருக்கு இருவர் வீதம் நின்று கொண்டிருக்கிறார்கள்.

ஒரு போலிஷ் காலாட்படை வீரன், தனது காவற்பாதை வழியே செஞ்சேனை வீரனை நோக்கி நடக்கிறான். சிரமப்பட்டுத்தான் நடக்கிறான் அவன். சாதாரணப் பட்டாளத்தினருக்கு விநியோகமாகியுள்ள பூட்ஸை அணிந்திருக்கிறான். அவனது பசுமை பாய்ந்த சாம்பல் நிற உடுப்புக்கு மேல் உள்ள கருப்பு மேற்கோட்டில் இரண்டு வரிசைப் பித்தான்கள் பிரகாசிக்கின்றன. அவனது தலையில் வெள்ளைக் கழுகுச் சின்னமும் சதுரக் கொண்டையும் உள்ள ராணுவக் குல்லாய் அணிந்திருக்கிறான். அவனது தோள்பட்டைகளிலும் காலர் பட்டைகளிலும் பல கழுகுச் சின்னங்கள் இருக்கின்றன. ஆனால் அவற்றைக் கொண்டு குளிரை ஓட்ட முடியவில்லை. அந்தக் கடுமையான குளிரில் அவனது எலும்பு மஜ்ஜைகூடச் சில்லிட்டுப் போய்விட்டது! அவன் நடக்கும் பொழுதே, மரத்துப் போன செவிகளைத் தேய்த்துவிடுகிறான்; பாதங்களை ஒன்றையொன்றால் தாக்குகிறான். மெல்லிய உறைகளால் மூடிய அவனது முன்கைகள் குளிரில் விறைத்துவிட்டன. அந்தக் கடுங்குளிரில் அவனது மூட்டுகள் விறைத்து விடுமாதலால், அவன் ஒருகணம் கூட நிற்பது இல்லை. எப்பொழுதும் நடந்து

கொண்டேயிருக்கிறான். சில சமயங்களில் ஓட்டம் பிடிக்கிறான். இரு காவலர்களும் நெருங்கியவுடன் போலிஷ் காவலன் திரும்பி செஞ் சேனை வீரனுக்கு இணையாக நடக்கத் தொடங்குகிறான்.

எல்லைப்புறத்தில், இருதேசக் காவலர்களும் ஒருவரோடொருவர் பேசக்கூடாதென்பது சட்டம். ஆனால் ஒரு கிலோமீட்டருக்கு அப்பால் உள்ள உருவங்களைத் தவிர சுற்றுமுற்றும் ஒருவரும் இல்லாத பொழுது, இரு தேசக் காவலரும் மௌனமாக நடைபோடுகிறார் களா அல்லது சர்வதேசச் சட்டத்தை மீறிக்கொண்டிருக்கிறார்களா என்பதை யார் சொல்ல முடியும்?

போலிஷ் காவலனுக்கு அவசர அவசியமாகப் புகைபிடிக்க வேண்டும். ஆனால் அவன் தன் தீப்பெட்டியைப் படைவீரர் விடுதியில் மறதியாக வைத்துவிட்டு வந்திருக்கிறான். இந்த நிலையில், சோவியத் பக்கத்திலிருந்து புகையிலை மணம் இளங்காற்றில் மிதந்து வந்து அவனுக்கு ஆசை ஊட்டியது. காற்று அவனைப் பழிவாங்க எண்ணியது போலும்! போலிஷ் சிப்பாய், செவியைத் தேய்ப்பதை நிறுத்தி விட்டுப் பின்பக்கம் நோக்குகிறான். ஸார்ஜென்ட் மேஜர் அல்லது லெப்டினன்ட் தலைமையில் ஒரு எல்லைக் காவலர்களின் குதிரைக் குழு குன்றுக்குப் பின்னாலிருந்து திடீரென்று தோன்றலாமல்லவா? அவர்கள் அம்மாதிரி திடீர் விஜயம் செய்து பரிசோதனை நடத்துவது வழக்கம். ஆனால், சூரிய வெளிச்சத்தில் கண்ணைப் பறிக்கும் வகையில் பிரகாசிக்கும் வெண்பனியைத் தவிர வேறொன்றையும் அவன் காண வில்லை. வானத்தில், மேகத்தின் புள்ளியைக்கூடக் காணவில்லை.

"தோழா, தீ இருக்கிறதா?" என்று அவன் கேட்டான். சட்டத்தின் புனிதத் தன்மையை முதலில் மீறியது அவன்தான். அவன் பாய்னெட் கத்தியுடன் கூடிய பிரெஞ்சுத் துப்பாக்கியைத் தன் தோளின் பின்பக்கம் நகர்த்திவிட்டு, விறைத்துப் போன விரல்களைக் கோட் பையில் விட்டு, மலிவான சிகரெட்டுகள் அடங்கிய ஒரு பாக்கெட்டை எடுத்தான்.

செஞ்சேனை வீரனுக்கு அவனது கேள்வி காதில் விழுந்தது. ஆனால் எல்லைக்கு அப்பாலுள்ள ஒருவனுடன் உரையாடுவதை எல்லைப்புற வேலைக்குரிய விதிகள் தடை செய்கின்றன. மேலும், அந்தச் சிப்பாய் என்ன சொன்னான் என்பதும் செம்படை வீரனுக்குத் தெளிவாக விளங்கவில்லை. எனவே, அவன் தனது கதகதப்பான, மென்மையான பூட்ஸ்களால் வெண்பனியை மிதித்துப் பொடி செய்துகொண்டு தன் வழியே நடந்தான்.

"போல்ஷெவிக் தோழரே! தீ இருக்கிறதா? ஒரு தீப்பெட்டியைத் தூக்கி எறிவாயா?"

இந்தத் தடவை போலிஷ் சிப்பாய் ருஷ்ய மொழியில் பேசினான்.

செம்படை வீரன் அவனைக் கண்ணும் கருத்துமாகக் கவனித்தான். "இந்தக் கடுங்குளிர் போலிஷ்காரனை அடியோடு கொன்றுவிட்டது" என்று அவன் தனக்குள் சிந்தித்தான். 'அந்த அப்பாவி, முதலாளித்துவ சிப்பாயாக இருக்கலாம். ஆனால் அவனது வாழ்க்கை நாய் வாழ்க்கை. இந்தக் கடுங்குளிரில் இத்தகைய பாதுகாப்பற்ற உடையில் இவனை விட்டுவிட்டார்கள். அதனால்தான் குழிமுயலைப் போலப் பாய்ந்து ஓடிக்கொண்டிருக்கிறான். அதிலும் சிகரெட்கூட குடிக்கவில்லை என்றால் அதோகதிதான்" என்று எண்ணிய செம்படை வீரன், திரும்பிப் பார்க்காமலேயே, ஒரு தீப்பெட்டியை எறிந்தான். போலிஷ் சிப்பாய் பறந்து வந்த பெட்டியைப் பிடித்துக்கொண்டான். பலதடவை குச்சி எரிந்து அணைந்தபிறகே, அவனால் சிகரெட்டைப் பற்றவைக்க முடிந்தது. பற்ற வைத்தவுடன் அவன் அந்த நெருப்புப் பெட்டியை வந்த வழியே அனுப்பிவிட்டான். அப்பொழுதுதான், விரும்பியோ விரும்பாமலோ செம்படைவீரன் விதிகளை மீறிப் பேச்சுக் கொடுக்க வேண்டியதாயிற்று.

"தீப்பெட்டியை நீயே வைத்துக்கொள். என்னிடம் இன்னுமொரு பெட்டி இருக்கிறது."

எல்லைக்கு அப்பாலிருந்து பதில் வந்தது.

"நன்றி, நான் அதை வைத்திருப்பது நல்லதல்ல. அந்தப் பெட்டி என்னிடம் இருப்பதை கண்டுபிடித்தார்களானால், இரண்டு வருஷ சிறைவாசம் கிடைக்கும்."

செம்படை வீரன், அந்தத் தீப்பெட்டியைச் சோதித்தான். அதன்மீது விமானம் வரைந்திருந்தது; அதில் முன் தள்ளிக்குப் பதிலாக ஒரு புஷ்டி யான மணிக்கட்டு வரைந்திருந்தது. அத்துடன் 'இறுதி எச்சரிக்கை' என்ற சொல்லும் அச்சடிக்கப்பட்டிருந்தது.

"சரி, சரி. இது அவர்களுக்கு ஒத்துக்கொள்ளாது" என்று செம்படை வீரன் தனக்குள் கூறிக்கொண்டான்.

போலிஷ் சிப்பாய், செஞ்சேனை வீரனுடன் தொடர்ந்து நடந்தான். வெறிச்சென்று கிடந்த இந்தச் சமவெளியில், தனியாக இருப்பது அவனுக்குப் பிடிக்கவில்லை.

குதிரைகள் ஒரு சீரான இனிய வேகத்தில் சென்றன; அவற்றின் சேணங்கள் தாள லயம் தவறாமல் நாதம் செய்தன. கருங்குதிரையின் முகத்தில் நாசித் துவாரங்களைச் சுற்றி, மயிர்களின் இடையே உறைந்த

பனிக்கட்டிகள். அதன் வெளி சுவாசம் வெண்புகையாக மாறி காற்றில் நொடிப்பொழுதில் மறைந்தது. நேர்த்தியான கழுத்தை வளைத்துக் கொண்டு சொகுசாகச் சென்ற பட்டாலியன் தலைவனின் செம்பழுப்பு நிறப் பெண்குதிரை, தன் கடிவாளத்துடன் விளையாடிக் கொண்டிருந்தது. இரண்டு குதிரை வீரர்களும் பெரிய ராணுவக் கோட் அணிந்திருந்தார்கள். இடுப்பில் கோட் மீது பெல்ட் போட்டிருந்தனர். முன்கையில் மூன்று செஞ்சதுரங்கள் காட்சி அளித்தன. இருவரது உடுப்புகளுக்கிடையே ஒரே ஒரு வேற்றுமை; பட்டாலியன் தலைவனான கவ்ரீலோவின் காலர் பட்டைகள் பச்சையாக இருந்தன; அவனது தோழனின் பட்டைகள் சிவப்பாயிருந்தன. கவ்ரீலோவ் எல்லைக் காவலன். அவனது பட்டாளம்தான் இந்தப் பகுதியில் எழுபது கிலோமீட்டர் தூரத்தில் எல்லைக்காவல் பொறுப்பை நிர்வகித்தது. இந்தப் பகுதிக்கு அவன்தான் அதிகாரி. அவனுடைய தோழன், பெரிஸ்தோவிலிருந்து வந்திருந்தான். சர்வஜன ராணுவப் பயிற்சி பட்டாலியன் ஒன்றில் ராணுவக் கமிஸாராக இருந்த பாவெல் கர்ச்சாகினே அவன்.

இரவெல்லாம் வெண்பனி பெய்திருந்தது. நிலமெல்லாம் சால்வையால் போர்த்தியதைப் போல, மிருதுவான புதிய வெண்பனி படர்ந்திருந்தது. மனிதனோ மிருகமோ தொட்டுக் கெடுக்காத நிறைவுடன் அது துலங்கியது. இருவரும் காட்டைக் கடந்து வெட்டவெளியில் பிரவேசித்தனர். எல்லைக்கோட்டைக் குறித்த ஜதைக் கம்பங்களிலிருந்து நூறு அடிதூரத்தில், அவர்கள் வெட்டவெளியைக் கடக்கத் தொடங்கியபொழுது, கவ்ரீலோவ் திடீரென்று தன் குதிரையின் கடிவாளத்து வாரைப் பிடித்து இழுத்தான். பாவெல் சுழன்று திரும்பினான்; கவ்ரீலோவ் சேணத்திலிருந்தபடியே குனிந்து, பனியில் அமைந்திருந்த வினோதமான அடிச்சுவட்டுப் பாதையை ஆராய்ந்து கொண்டிருந்தான். ஒரு சிறிய பல் சக்கரத்தை ஓடவிட்டதால் ஏற்பட்ட பாதையாக அது தோன்றியது. ஏதோ ஒரு சாமர்த்தியமான சிறு மிருகம் இவ்வழியே சென்றிருக்கிறது; அது இத்தகைய சிக்கலான வடிவத்தைத் தன் அடிச்சுவடுகளால் வரைந்திருக்கிறது. அந்த ஐந்து எந்த வழியில் சென்றது என்பதைக் கண்டுபிடிப்பது கடினமாயிருந்தது. ஆனால் பட்டாலியன் தலைவனை நிறுத்தச் செய்தது இந்தச் சுவட்டுப் பாதையல்ல. நான்கு ஐந்து அடிக்கு அப்பால், பொடியாகி இறைந்து கிடந்த பனிக்குக்கீழ், மனிதனின் அடிச்சுவடுகளால் அமைந்த இன்னொரு பாதை புலப்பட்டது. இந்த அடிச்சுவடுகளைப் பற்றி உதாசீனமாயிருப்பதற்கு இடமில்லை; காட்டின் துவக்கம் வரை அவை காணப்பட்டன. போலிஷ் பகுதியிலிருந்து தான் யாரோ அத்து மீறி நுழைந்திருக்கிறான் என்பதில் கொஞ்சம்கூட ஐயம் இல்லை.

பட்டாலியன் தலைவன் தனது குதிரையைத் தூண்டினான்; அந்த அடிச்சுவட்டுப் பாதையைப் பின்பற்றிக் காவலர் நடைபோட்ட பாதையை அடைந்தான். போலிஷ் பகுதியிலும் சுமார் முப்பது அடி தூரத்துக்கு அடிச்சுவடுகள் தெளிவாகப் புலப்பட்டன.

"நேற்று இரவு, யாரோ எல்லையைக் கடந்திருக்கிறார்கள். மூன்றாவது பிளாட்டூன் மீண்டும் கடமையை மறந்து தூங்கிவிட்டது. காலையில் இதைப் பற்றித் தகவல் கொடுக்கவும் இல்லை. பாழாய்ப் போன பசங்கள்!" என்று அவன் முணுமுணுத்தான். வெளிச் சுவாசம் உறைந்ததால் வெள்ளி போல் பிரகாசித்த அவனது நரை கலந்த மீசை துடித்தது.

தூரத்தில், இரண்டு உருவங்கள் இந்தக் குதிரை வீரர்களை நோக்கி வந்துகொண்டிருந்தன. ஒன்று கதிரொளியில் பளபளவென்று பிரகாசிக்கும் பிரெஞ்சுப் பாய்னெட் கத்தியுடன் கூடிய கரிய சிறு உருவம். இன்னொன்று மஞ்சள் நிறமான ஆட்டுத்தோல் கோட் அணிந்த ஆஜானுபாகுவின் உருவம். செம்பழுப்பு நிறக் குதிரையின் விலாவில் தலைவன் குத்தவே, அது விரைந்து ஓடியது. இரண்டு குதிரை வீரர்களும் தம்மை நோக்கி வந்த காவலரைச் சீக்கிரத்தில் நெருங்கினார்கள். அவர்களைக் கண்டவுடன், செம்படை வீரன் தோளில் தொங்கிய துப்பாக்கியைச் சுண்டித் தூக்கினான்; சிகரெட் துண்டைப் பனியில் எறிந்தான்.

"காலை வணக்கம், தோழா. உன் வட்டத்தில் நிலைமை எப்படியிருக்கிறது?" என்று கேட்டுக்கொண்டே தலைவன் செம்படை வீரனிடம் கைநீட்டினான். காவலன் ஒரு கையிலிருந்து உறையை நீக்கிவிட்டு, அவனது கரத்தைக் குலுக்கினான். அந்த எல்லைக்காவலன் மிகவும் நெட்டையாக வளர்ந்திருந்ததால், சேணத்தின் மீதிருந்த தலைவன் குனியாமலேயே கைகுலுக்கினான்.

போலிஷ் சிப்பாய் தூரத்திலிருந்து நோக்கினான். இரண்டு செம்படை அதிகாரிகள், நெருங்கிய நண்பனுடன் பழகுவதைப்போல, ஒரு சாமான்ய சிப்பாயிடம் பழகியதைப் பார்த்தான். தானும் தன் மேஜருடன் இம்மாதிரி கைகுலுக்குவதாகக் கற்பனை செய்து பார்த்தான். ஆனால் அவனுக்கு அந்த எண்ணமே பரிகசிக்கத்தக்கதாக இருந்தது; எனவே, அதிர்ச்சியடைந்தவனாகச் சுற்றுமுற்றும் நோக்கினான்.

"இப்பொழுதுதான் என் காவல் நேரம் தொடங்கியது" என்று செம்படை வீரன் கூறினான்.

"அங்கே உள்ள அடிச்சுவட்டுப் பாதையைப் பார்த்தீர்களா?"

"இல்லை. இன்னும் பார்க்கவில்லை."

"இரவில், இரண்டு மணிமுதல் ஆறு மணிவரை காவல் காத்தது யார்?"

"ஸுரோத்தேன்கோ, தோழர் தலைவரே."

"சரி. விழிப்பாக இருங்கள்."

தலைவன் தன் சவாரியைத் தொடங்கும் தருவாயில், ஒரு கடுமையான எச்சரிக்கையும் செய்தான் :

"அந்தப் பக்கத்து ஆட்களுடன் சேர்ந்து உலாவுவதைக் குறைத்துக் கொள்."

இரண்டு குதிரைகளும் எல்லைக் கோட்டிலிருந்த விசாலமான சாலைவழியே பெரிஸ்தோவுக்குப் பயணமாயின. அப்பொழுது, தலைவன் தன் தோழனிடம் கூறினான் :

"எல்லைப் பிரதேசத்தில் இமைகொட்டா விழிப்புடன் செயல்பட வேண்டும். மயிரிழை தவறினாலும், ஆபத்து உண்டாகலாம். பின்னால் மனம் வருந்தி வேதனைப்படுவோம். இந்த மாதிரி வேலை செய்யும் பொழுது, கண்ணை மூடமுடியாது. பகலில் எல்லையைக் கள்ளத் தனமாகக் கடப்பது எளிதல்ல. ஆனால் இரவில் உஷாராயிருக்க வேண்டும். தோழர் கர்ச்சாகின், நீங்களே யோசித்துப் பாருங்கள். என் பகுதியில் எல்லைக்கோடு நான்கு கிராமங்களை வெட்டிக் கொண்டு செல்கிறது. இதனால் நிலைமை சிக்கலாகிறது. எத்தனை காவலர்களை வைத்தாலும், கண்காணிப்பது கஷ்டமாகிறது. ஏனெனில், ஒரு பக்கத்து உறவினர்கள் இன்னொரு பக்கத்தில் நடக்கும் விருந்து அல்லது திருமணத்துக்குப் போகாமல் இருப்பதில்லை. அதில் ஆச்சரிய மில்லை. இந்தப் பக்கத்துக் குடிசைகளுக்கும் அந்தப் பக்கத்துக் குடிசைகளுக்கும் இடையே சுமார் இருபது காலடி தூரம்தான். நடுவிலுள்ள சிற்றாறிலோ தண்ணீர் கொஞ்சம்; கோழிக்குஞ்சுகூட அதைக் கடந்துவிடும். கொஞ்சம் கள்ளக்கடத்தலும் நடைபெறு கிறது. அதில் பெரும்பகுதி சிறுஅளவில் நடைபெறுகிறதென்பது உண்மையே. ஒரு கிழவி ஓரிரண்டு பாட்டில் போலிஷ் சாராயத்தைக் கொண்டு வருவாள்; அம்மாதிரி சில்லரை வியாபாரம் நடக்கிறது. ஆனால் பெரிய கடத்தல் வியாபாரமும் ஓரளவுக்கு நடக்கிறது. பெரும் பணக்காரர்கள் இதை நடத்துகின்றனர். போலிஷ் பகுதியிலுள்ள எல்லையோரக் கிராமங்களில் பல கடைகள் திறந்திருக்கிறார்கள். அவற்றில் கிடைக்காத சாமான் இல்லை. தரித்திரர்களான போலிஷ் விவசாயிகளுக்காகவா இந்தக் கடைகளைத் திறந்திருக்கிறார்கள்?"

பட்டாலியன் தலைவனின் பேச்சைக் கேட்டபொழுது, எல்லைக்

காவற்பணி, இடைவிடாமல் வேவுபார்க்கும் வேலையை ஒத்திருக்குமென்று பாவெல் எண்ணினான்.

"கள்ளக்கடத்தலைவிட அபாயகரமான காரியங்களும் நடைபெறலாமல்லவா?"

"அதுதான் தொல்லையாக இருக்கிறது" என்று கவ்ரீலோவ் பதில் கூறினான்.

பெரிஸ்தோவ், அத்துவானத்தில் இருந்த ஒரு சிறு ஊர். புரட்சிக்கு முன்பு யூதர்கள் வரைமுறையின்றி சுதந்திரமாக வாழ்ந்த பிரதேசத்தில் அது அமைந்திருந்தது. சுமார் இருநூறு, முந்நூறு வீடுகள் இங்கும் அங்குமாக அமைந்திருந்தன. இடையில் இருந்த விசாலமான சந்தைச் சதுக்கத்தில் சுமார் இரண்டு டஜன் கடைகள் இருந்தன. சதுக்கமெல்லாம் சாணம் சிதறிக் கசுமாலமாயிருந்தது. அந்த ஊரின் சுற்றுப்புறத்துக் குடிசைகளில் விவசாயிகள் வசித்தனர். யூதர்கள் வாழ்ந்த நகர் நடுப்பகுதியில், கசாப்புக் கிடங்குக்குச் செல்லும் சாலையில், ஒரு பழைய யூதர் கோயில் இருந்தது. அந்தக் கட்டிடத்தைக் கண்டாலேயே சோர்வுதான் உண்டாயிற்று; அது இடிந்து விழுவதற்கு நாள் பார்த்துக் கொண்டிருந்தது. இப்பொழுதும் சனிவாரத்தில், யூதர் ஆலயத்தில் கூட்டம் கூடியது மெய்; ஆனால் அதன் பொற்காலம் சென்று ஒழிந்துவிட்டது. யூத குருவுக்கு அவனது வாழ்வு கசந்தது. இந்த ஊர் பேர் தெரியாத மூலையில்கூட, இளைஞர்கள் அவனுக்கு உரித்தான கௌரவத்தையும் நன்மதிப்பையும் வழங்குவதில்லையென்றால், 1917ல் நிகழ்ந்த புரட்சியைச் சாபக்கேடாகத்தான் கருத வேண்டும்! இப்பொழுதும் கிழவர்கள் யூத சமயச் சாத்திரம் அனுமதித்த உணவு வகைகளையே புசித்தனர் என்பது உண்மை. ஆனால் பல இளைஞர்கள் ஆண்டவனால் சபிக்கப்பெற்ற பன்றி இறைச்சியை மசாலையிட்டுச் சமைத்துப் புசித்தனர். அதை நினைத்தாலேயே, அவனுக்குக் குமட்டியது! யூத குரு போருஹ் ஆத்திரமடைந்தான்; உணவைத் தேடி, எருச்சேமிப்பை விடாமுயற்சியுடன் கிண்டிக்கொண்டிருந்த பன்றியை அவன் வெறுப்புடன் உதைத்தான். பெரிஸ்தோவ், ஒரு வட்டாரத்துக்குத் தலைநகராயிருந்தது அவனுக்குப் பிடிக்கவில்லை. கம்யூனிஸ்டுகள் எங்கிருந்தோ வந்து, இந்த ஊரில் எல்லாவற்றையும் தலைகீழாகப் புரட்டிக் கொண்டிருந்ததையும் அவன் விரும்பவில்லை. ஒவ்வொரு நாளும் அவனுக்குப் பிடிக்காத புதிய காரியம், ஏதாவது ஒன்று, நடந்து கொண்டிருந்தது. உதாரணமாக, நேற்று, அவன் பாதிரி வீட்டுக் கேட்டில் ஒரு புதிய அறிவிப்பைப் பார்த்தான்.

'உக்ரேனிய இளங்கம்யூனிஸ்ட் சங்கம், பெரிஸ்தோவ் வட்டாரக் கமிட்டி' என்று அதில் எழுதியிருந்தது.

இது வரவிருக்கும் கேட்டின் முன்னறிவிப்பே என்று யூதகுரு எண்ணினான். இந்த அறிவிப்பைப் பற்றிய சிந்தனையிலேயே அவன் லயித்திருந்ததால், யூதக் கோயில் முன் கதவில் ஒட்டியிருந்த அறிக்கையைக் கிட்ட நெருங்கும் வரை அவன் கவனிக்கவில்லை. அந்த அறிக்கை கூறியதாவது :

"இன்று கிளப்பில், உழைக்கும் இளைஞரின் பொதுக்கூட்டம் நடைபெறும். நிர்வாகக் கமிட்டித் தலைவர் லிஸீத்ஸின், கம்ஸமோல் வட்டாரக்கமிட்டியின் இடைக்காலக் காரியதரிசி கர்ச்சாகின் ஆகியோர் பேசுவார்கள். கூட்டத்துக்குப்பின், பள்ளி மாணவர்களின் இசைக் கச்சேரியும் உண்டு."

அதைப் படித்துக் கோபம் கொண்ட யூதகுரு அந்தக் காகிதத்தைக் கிழித்தெறிந்தான்.

"இதற்குள் ஆரம்பித்து விட்டார்களா?" என்று முணுமுணுத்தான்.

ஒரு பெரிய தோட்டம். அதன் நடுவில், மாதாகோவிலுக்குப் பக்கத்தில், ஒரு பழைய பெரிய வீடு. புரட்சிக்குமுன் இவ்வீடு பாதிரிக்குச் சொந்தமாயிருந்தது. தற்பொழுது பாதிரியும் அவனது மனைவியும வசித்த பல அறைகள் காலியாகக் கிடந்தன. பூசனம் பிடித்திருந்த வீட்டின் வெறுமை, சலிப்பையே உண்டாக்கியது. பாதிரியும் அவனது மனைவியும், அந்த வீட்டைப்போலவே வயதான கிழவர்கள்; மந்த மானவர்கள்; ஒருவருக்கொருவர் பிடிக்காத அளவுக்குச் சலிப்பு அடைந்தவர்கள். களையோ ஒளியோ இல்லாதிருந்த இந்த வீட்டில் புதிய எஜமானர்கள் வந்தபின், நிலைமை மாறியது. முன்னால், மாதா கோயில் தொழுகை நாட்களில் மட்டும் விருந்தாளிகளுக்கு இடம் அளித்த பெரிய ஹாலில், இப்பொழுது எந்த நாளிலும் திரள் திரளாக ஜனங்கள் நடமாடினர். வீடே கலகலவென்று இருந்தது. காரணம் என்னவென்றால், இந்த வீடு இப்பொழுது பெரிஸ்தோவ் கம்யூனிஸ்ட் கட்சிக் கமிட்டியின் காரியாலயமாக இருந்தது. முன் ஹாலைத் தாண்டியவுடன், வலதுபுறத்தில் இருந்த சிறிய அறையின் கதவில் 'கம்ஸமோல் வட்டாரக் கமிட்டி' என்று சாக்கட்டியால் எழுதியிருந்தது. இரண்டாவது சர்வஜன ராணுவப் பயிற்சி பட்டாலியனின் ராணுவக் கமிஸாராக இருந்ததுடன், புதிதாக அமைந்த கம்ஸமோல் வட்டாரக் கமிட்டியின் இடைக்காலக் காரியதரிசியாகவும்

வேலை பார்த்த பாவெல், இந்த அறையில் தன் வேலை நேரத்தின் ஒரு பகுதியைக் கழித்தான்.

ஆன்னாவின் வீட்டில் கூடிய அந்தக் கூட்டத்தில் அவன் கலந்து கொண்டபின், எட்டு மாதங்கள் உருண்டோடிவிட்டன. எனினும் அந்தக் கொண்டாட்டம் நேற்று நடந்தது போலப் பாவெலுக்குத் தோன்றியது. பாவெல் காகிதக் கட்டைத் தள்ளி வைத்துவிட்டுத் தன் நாற்காலியில் சாய்ந்து கொண்டு, சிந்தனையில் மெய்மறந்தான்....

வீட்டில் அமைதி நிலவியது. இரவு நெடுநேரமாகிவிட்டது. கட்சிக் கமிட்டிக் காரியாலயத்தில் ஒருவரும் இல்லை. அந்தக் கமிட்டியின் காரியதரிசியான திராபீமொவ் கொஞ்ச நேரத்துக்கு முன்தான் தன் வீட்டுக்குப் போனான். இப்பொழுது, இந்தக் கட்டிடத்தில் பாவெல் மட்டும் இருந்தான். ஜன்னலில் விந்தையான வடிவத்தில் பனி உறைந்திருந்தது. ஆனால் அறையில் கதகதப்பாயிருந்தது. மேஜைமீது மண்ணெண்ணெய் விளக்கு எரிந்துகொண்டிருந்தது. பாவெல், சமீப காலத்தில் நடைபெற்ற நிகழ்ச்சிகளை ஞாபகப்படுத்திக் கொண்டிருந்தான். ஆகஸ்ட் மாதத்தில், ரயில்வே கம்ஸமோல் ஸ்தாபனம் அவனை ஒரு ரிப்பேர் டிரெயினுடன் எக்கத்தெரீனஸ்லாவுக்கு அனுப்பியது. இலையுதிர் காலத்தின் பிற்பகுதி வரை, அவன் நூற்றைம்பது ரிப்பேர் ரயில் சிப்பந்திகளுடன் ஸ்டேஷன் ஸ்டேஷனாகச் சென்று கொண்டிருந்தான். போரின் விளைவாக நிலை குலைந்து போயிருந்த அந்த புகைவண்டி நிலையங்களை அவர்கள் ஒழுங்குபடுத்தினர்; சேதமானவற்றைப் பழுதுபார்த்துச் சீரமைத்தார்கள்; உடைந்த வண்டிகள், எரிந்த வண்டிகள் ஆகியவற்றின் மீத மிச்சங்களை அகற்றினார்கள். அவர்களது பயணப் பாதை அவர்களை ஸினேல்னிக்கவோவிலிருந்து போலோக் வரை இட்டுச் சென்றது. இங்கே-மாஹ்னோவின் கொள்ளைக் கும்பலின் முன்னாள் இராச்சியத்தில்-காலெடுத்து வைத்த இடமெங்கும் நாச வேலைகளும் சீர் குலைந்த நிலைமையும் மிகுந்து காணப்பட்டது. குலியாய்-போல்யே என்ற ஸ்டேஷனில் கற்களாலான நீர் பம்பு நிலையம் இருந்தது. பாவெலும் அவனுடன் சென்றவர்களும், ஒரு வாரம் வேலை செய்து அந்த நிலையத்தைச் சீரமைத்தார்கள்; வெடி வைத்து இடிக்கப்பட்டிருந்த நீர்த்தேக்கத்தின் பக்கங்களில் இரும்புத் தகடுகளைக் கொடுத்து உடைப்புகளை அடைத்தார்கள். பாவெல் ஒரு எலெக்டிரிஷியன், பிட்டர் வேலையில் அவன் திறமைசாலியல்ல; அம்மாதிரி சிரமமான வேலையைத் தொடர்ந்து செய்யும் பழக்கமும் அவனுக்கு இல்லை. எனினும் அவன் மற்றவரைப் போலவே குறடைப் பிடித்து

வேலை செய்தான்; பல்லாயிரக்கணக்கான துருப்பிடித்த சுரைகளைத் திருகிவிட்டான்.

இலையுதிர் காலத்தின் பிற்பகுதியில், அவர்கள் கீவுக்குத் திரும்பி னார்கள். ரயில்வே வார்க்ஷாப்புகளுக்கு நூற்றைம்பது ஜோடிக் கைகள் கூடுதலாகக் கிடைத்தன....

இப்பொழுதெல்லாம், பாவெல் ஆன்னாவின் வீட்டுக்கு அடிக்கடி சென்றான். அவனது நெற்றியில் இருந்த சுருக்கம் மறைந்தது. அவனது வசீகரமான சிரிப்பின் ஒலியை மீண்டும் கேட்க முடிந்தது.

முன்போல, எண்ணெய்க் கறைபிடித்த, இளம் ரயில்வே தொழி லாளர்கள் ஒன்று கூடி, அவனிடம் கதை கேட்டனர். அவன் கடந்த காலப் போராட்டங்களைப் பற்றி எடுத்துரைப்பான்; அடிமைப் பட்டிருந்த ருஷ்ய விவசாயி, புரட்சிகரமான உணர்ச்சியைப் பெற்றுத் தன் முதுகின்மீது குந்தியிருந்த முடிதரித்த அரக்கனை ஒழிப்பதற்காக எடுத்த முயற்சிகளைப் பற்றி அவன் கூறுவான். ராஸின், பூகாச் சோவ்* ஆகியோர் தலைமையில் நடந்த ஆயுதமேந்திய எழுச்சிகளை அவன் சித்தரிப்பான்.

ஒருநாள் மாலை, ஆன்னாவின் இல்லத்தில் நிறைய இளைஞர்கள் கூடியிருந்தனர். அப்பொழுது, பாவெல் புகைபிடிக்கும் வழக்கத்தை நிறுத்தப் போவதாக அறிவித்தான். அந்தத் தீயவழக்கத்தை அவன் சிறுவனாயிருக்கும் பொழுதே கைக்கொண்டுவிட்டான்.

"இனிமேல், நான் புகைபிடிக்க மாட்டேன்" என்று அவன் வளைந்து கொடுக்காத உறுதியுடன் கூறினான்.

இந்த அறிவிப்பு அவன் எதிர்பாராத வகையில் நிகழ்ந்தது. கூடி யிருந்த இளைஞர்களில் ஒருவன், மனோசக்தியைவிடப் பழக்கம் வலுவானது என்று கூறிப் புகைபிடித்தலை ஒரு உதாரணமாகக் காட்டினான். அதைப் பற்றிய வாதத்தில் இருவித அபிப்பிராயங் களும் வற்புறுத்தப்பட்டன. முதலில் பாவெல் மௌனமாயிருந்தான். ஆனால் தால்யா அவனை வாதத்துக்கு இழுத்துவிட்டாள். எனவே, இறுதியாக அவனும் அந்த விவாதத்தில் பங்குகொண்டான்.

** ராஸினும் பூகாச்சோவும்-ராஸின், ஸ்தேபான் திமபேயேவிச் (மரணம் 1671) - 1670-71ம் ஆண்டுகளில் நடந்த விவசாயப் போரில் தலைமை தாங்கியவர்; பூகாச்சோவ், யெமெல்யான் இவானவிச் (சுமார் 1742-75)-1773-75ம் ஆண்டுகளில் நடந்த விவசாயப் போரில் தலைமை தாங்கியவர். பிரபுக்கு எதிராக நடந்த அப்போர்கள் தோல்வி அடைந்தன; இவற்றின் தலைவர்களுக்கு மரணத் தண்டனை விதிக்கப்பட்டது.*

"மனிதன் தன் பழக்கங்கள் மீது ஆட்சி செலுத்துகிறானே அல்லாது, பழக்கங்கள் மனிதனை ஆட்டிப் படைப்பதில்லை. அப்படி இல்லை யானால், நிலைமை விபரீதமாக இருக்கும்" என்றான் பாவெல்.

"நல்ல பேச்சுத்தான்! இல்லையா?" என்று ஒரு மூலையிலிருந்த த்ஸெவெத்தாயெவ் பேச்சின் இடையே கூறினான். "ஆடம்பரப் பேச்சு என்றால் பாவெலுக்குப் பிரீதி. ஆனால் அவன் தன் ஞானத்தைத் தானே கடைப்பிடிப்பதில்லை; காரணம் என்ன? அவன் புகைப் பிடிக்கிறான்; இல்லையா? அது ஒரு மோசமான பழக்கமென்பதும் அவனுக்குத் தெரியும். ஆம், நிச்சயமாகத் தெரியும். எனினும் அதைக் கைவிடும் ஆண்மை அவனிடம் இல்லை" என்று கூறிவிட்டு, அவன் தன் தொனியை மாற்றிக்கொண்டு, உதாசீனமான இகழ்ச்சியுடன் தொடர்ந்து பேசினான்: "அவன் சமீபத்தில்கூட வகுப்புகளில் 'பண்பாட்டைப் பரப்புவதில்' தீவிரமாக ஈடுபட்டிருந்தான். சரி, அவனே சொல்லட்டும். அவன் கெட்ட சொற்களை உபயோகிப்பது இல்லையா? பாவெலை தெரிந்தவர்கள் அனைவரும் ஒரு உண்மையை ஒத்துக்கொள்வார்கள்: அவன் அடிக்கடி சபிப்பதில்லையென்றாலும், சபிக்கத் தொடங்கிவிட்டால், நாவில் நரம்பில்லாமல் பேசுகிறான் என்பதை ஒப்புக்கொள்வார்கள். தானே ஒழுக்கமாக இருப்பதைவிடப் பிறருக்குப் புத்தி சொல்வது எளிதான காரியம்."

ஒரு கெடுபிடியான அமைதி நிலவியது. த்ஸெவெத்தாயெவ் தொனியின் கூர்மை கூட்டத்தினரது உற்சாகத்தைக் கபளீகரித்து விட்டது. பாவெல் உடனடியாகப் பதில் கூறவில்லை. அவன் தன் உதடுகளுக்கு இடையே இருந்த சிகரெட்டை மெதுவாக நீக்கினான்; அதன்பின் சாந்தமாகக் கூறினான்:

"நான் இனிமேல் புகைபிடிக்க மாட்டேன்."

பிறகு சிறிது நேரம் கழித்து, அவன் மேலும் கூறினான்:

"நான் புகைபிடிப்பதை நிறுத்துவது, முக்கியமாக எனக்காக; சிறிதளவு த்ஸெவெத்தாயெவுக்காக. ஒரு தீயபழக்கத்திலிருந்து தன்னைக் கத்தரித்துக் கொள்ள முடியாத மனிதன் ஒன்றுக்கும் உதவ மாட்டான். கண்டபடி பேசிச் சபிப்பதைப் பற்றி நான் சொல்ல வேண்டியது இதுதான்: இந்த அவமானம் தரும் பழக்கத்தை நான் இன்னும் பூர்த்தியாக விட்டொழிக்கவில்லை என்பது உண்மை. ஆனால் நான் இப்பொழுதெல்லாம் அடிக்கடி கெட்ட வார்த்தை பேசுவதில்லை என்பதை திம்காவே ஒப்புக்கொள்கிறான். புகை பிடிப்பதை நிறுத்துவதைக் காட்டிலும், கெட்ட வார்த்தை வாய் தவறி வருவதை நிறுத்துவது கடினம். எனவே, இனி கெட்ட வார்த்தையே

வராது என்று நான் இந்தப் பொழுதில் வாக்குறுதி தரமாட்டேன். ஆனால் அந்த நிலையைச் சீக்கிரம் அடைவேன்."

குளிர்காலம் ஆரம்பிப்பதற்குச் சற்றுமுன்னால், விறகுக் கட்டுகள் ஆற்றை அடைத்துக் கொண்டு வந்தன. இலையுதிர்கால வெள்ளம் வந்தது; விறகுக் கட்டுகள் அவிழ்ந்தன; கட்டைகள் சிதறியோடத் தொடங்கின. அவசர அவசியமாகத் தேவைப்பட்ட விறகை இழந்து விடும் நிலைமை ஏற்பட்டது. மீண்டும் ஸாலோமென்கா தன் புத்திரர் களை மீட்சி வேலைக்கு அனுப்பியது. இந்தத் தடவை, மதிப்பிடற்கரிய விறகைப் பாதுகாப்பதற்காக அனுப்பியது.

பாவெல் தனது தோழர்களை விட்டு, வேலை நேரத்தில் பிரிய விரும்பவில்லை. எனவே தனக்கு வெகுவாகப் பிடித்திருந்த தடிமலை அவர்களிடமிருந்து மறைத்தான். ஒருவாரம் சென்ற பிறகே, விறகெல் லாம் மீட்டுக் கரையில் அடுக்கிய பின்பே, குளிர் நீரும் இலையுதிர் காலத்தின் ஈரக்காற்றும் அவனது இரத்தத்தில் அடங்கிக் கிடந்த பகைவனைத் தட்டி எழுப்பிவிட்டன. அந்த விரோதி கடுமையான ஜுரத்துடன் பாவெலைத் தாக்கினான். இரண்டு வாரத்துக்குத் தீவிர மான கீல்வாதம் அவனைச் சித்திரவதைச் செய்தது. ஆஸ்பத்திரியி லிருந்து திரும்பி வந்தபொழுது, விசிப்பலகையின் இருபுறங்களிலும் கால்களைத் தொங்கவிட்டுக்கொண்டு உட்கார்ந்தே அவனால் வேலை செய்ய முடிந்தது. போர்மென் அவனைப் பார்த்துத் துயரத் துடன் தலையை அசைத்தான். சில நாட்களுக்குப் பின், அவன் வேலை செய்வதற்குத் தகுதியற்றவன் என்று டாக்டர் குழு தீர்ப்புக் கூறியது. வேலை நீக்கச் சம்பளமும், பென்ஷன் பெறுவதற்கான அத்தாட்சிப் பத்திரங்களும் அவனுக்கு அளிக்கப்பட்டன. ஆனால் அவன் அவற்றை ஆத்திரத்துடன் நிராகரித்தான்.

அவன் நெஞ்சை அழுத்திய பாரத்துடன், வார்க்ஷாப்பிலிருந்து வெளியேறினான். கம்பை ஊன்றிக்கொண்டு மெள்ளமெள்ள நடந் தான். ஆனால் அடி எடுத்து வைத்தபொழுதெல்லாம் அவனுக்கு மிகுந்த வேதனை உண்டாயிற்று. வீட்டுக்கு வந்து போகும்படி கேட்டுக் கொண்டு, அவனது தாயார் பல கடிதங்களை எழுதியிருந்தாள். அவளைப் பற்றி எண்ணியபொழுதெல்லாம், "நீயும் உனது அண்ணனும் உடம்பு ஊனமடைந்தால்தான் இங்கு வருகிறீர்கள்" என்று அவள் கூறிய கடைசி வார்த்தைகள் அவனது நினைவுக்கு வந்தன.

மாகாணக் கமிட்டியில், அவனுடைய கம்ஸமோல், கட்சிப் பத்திரங் களைக் குழாய் போன்று சுருட்டி அவ்னிடம் கொடுத்தனர். பிரிவாற் றாமையின் துன்பத்தைத் தவிர்ப்பதற்காக, அவன் மிகச் சிலரிடமே விடைபெற்றுக்கொண்டு, தாய்வீடு சென்றான். இரண்டு வார காலம்,

அந்தக் கிழவி அவனது வீங்கிய கால்களை சுடுநீரால் குளிப்பாட்டினாள்; அவற்றைத் தடவிக் கொடுத்தாள். ஒருமாதம் கழிந்தது; அவனால் கோல் இல்லாமல் நடக்க முடிந்தது. சந்திக்கால இருள் மறைந்து, புதிய கதிரொளி தோன்றிய மாதிரி இருந்தது; அவன் ஆனந்தம் அடைந்தான். மீண்டும், ரயில் வண்டி அவனை மாகாணத் தலைநகரில் கொண்டு சேர்த்தது. அங்கு மூன்று நாட்கள் தங்கினான். சர்வஜன ராணுவப் பயிற்சி அமைப்பில் அரசியல் ஊழியனாகப் பயன்படுத்திக் கொள்ளும்படி, கட்சியின் மாகாணக் கமிட்டி ராணுவத் தலைமைக்குக் கடிதம் கொடுத்தது.

இன்னொரு வாரம் கழிந்தது. பாவெல் பனிமூடிய ஊர் ஒன்றை அடைந்தான். இரண்டாவது பட்டாலிய்னின் ராணுவக் கமிஸாராக அவன் நியமிக்கப்பட்டிருந்தான். கம்ஸமோலின் பிரதேசக் கமிட்டியும் அவனுக்கு ஒரு வேலை கொடுத்தது; அந்தப் பகுதியில் சிதறிக் கிடந்த இளங் கம்யூனிஸ்டுகளை ஒன்று திரட்டி, வட்டார ஸ்தாபனத்தை அமைக்கும் வேலையே அது. இவ்வாறாக, வாழ்வு புதிய நடை பயின்றது.

வெளியே, வெப்பமும் புழுக்கமும் அதிகம். நிர்வாகக் கமிட்டித் தலைவனது ஆபீஸின் திறந்த ஜன்னல் வழியாக, ஒரு ‘செர்ரி’ மரத்தின் கிளை உள்ளே நீட்டி இருந்தது. கொஞ்ச தூரத்தில், போலிஷ் மாதாகோவிலில், ‘கோதிக்’ சிற்பமுறையில் கட்டப்பட்டிருந்த மணிக் கோபுரத்தின் உச்சியில் பொன்முலாம் பூசிய சிலுவை சூரிய வெளிச்சத்தில் தகதகவென்று பிரகாசித்துக் கொண்டிருந்தது. ஜன்னலுக்கு முன்னாலிருந்த முற்றத்தில், மிருதுவான வாத்துக் குஞ்சுகள்-சுற்றிலுமுள்ள புல்லைப் போலவே பச்சையாக இருந்த குஞ்சுகள்-இரை தேடிக் கொண்டிருந்தன. அந்தக் குஞ்சுகள், அந்தக் கட்டிடத்தின் காவல்காரிக்குச் சொந்தமானவை.

நிர்வாகக் கமிட்டித் தலைவன் அப்பொழுதே கிடைத்த கடிதத்தைப் படித்துக் கொண்டிருந்தான். அவனது முகத்தில் ஒரு நிழல் தோன்றி மறைந்தது. அவன் தனது பெரிய நெருடான கரத்தால் தன் அடர்த்தியான கேசத்தைக் கோதிவிட்டுக்கொண்டான். அந்தக் கை கேசத்திலேயே தங்கிவிட்டது.

பெரிஸ்தோவ் நிர்வாகக்கமிட்டியின் தலைவனான லிஸீத்ஸினுக்கு இருபத்துநான்கு வயதுதான் ஆகியிருந்தது. ஆனால் அதைச் சொன்னால், அவனது சிப்பந்திகளோ உள்ளூர் கட்சித் தோழர்களோ நம்ப மாட்டார்கள். வாட்டசாட்டமாக வளர்ந்தவன்; பலசாலி;

கண்டிப்பான தோற்றத்தை உடையவன்; பல சமயங்களில் அவனைப் பார்த்தாலேயே அச்சம் உண்டாயிற்று; குறைந்தபட்சம் முப்பத்தைந்து வயது ஆகியிருந்ததாகவே எவரும் மதிப்பிட்டிருப்பார். திறமான உடற்கட்டு; கனமான கழுத்தில் உறுதியாகப் பதிந்த பெரிய தலை; வலுவும் செய்திறனும் மிகுதியாகப் பெற்ற தாடை; கூர்மையான கண்கள். அந்தப் பழுப்பு நிறக் கண்களில் எஃகுக்கு உரிய ஒளி தவழ்ந்தது. அவன் நீலக் கால்சட்டையும் ஓரளவுக்குப் பழசாகி விட்ட சாம்பல்நிற ராணுவச் சட்டையும் அணிந்திருந்தான். அவனது மார்பின் இடதுபுறத்துச் சட்டைப்பைமீது ஒரு செங்கொடி விருது குத்தப்பட்டிருந்தது.

எங்கு அவனது தாத்தாவும் தந்தையும் அவனும் பால்யப் பருவத் திலிருந்து உலோகத் தொழிலாளர்களாக வேலை பார்த்தனரோ-அதே தூலா துப்பாக்கி உற்பத்திச் சாலையில்-அவன் அக்டோபர் புரட்சிக்கு முன்னால் ஒரு கடைசல் யந்திரத்தையே ஆண்டு வந்தான்.

அந்த இலையுதிர் காலத்தில் ஒருநாள் இரவில், லிஸீத்ஸின் துப்பாக்கியை ஏந்தித் தொழிலாளர் ஆட்சிக்காகப் போராடக் கிளம்பி னான். அன்றுமுதல், அவன் நிகழ்ச்சிகளின் சூறாவளியில் சிக்கினான். புரட்சிக்குத் தலைமைதாங்கிய கட்சி அவனை நன்கு பயன்படுத்தியது. எக்கச்சக்கமான நிலைமை ஏற்பட்ட இடங்களுக்கு அவனை அனுப்பிக் கொண்டே இருந்தது. அவனது சீரிய சேவை, அவனை உயர்த்திக் கொண்டே வந்தது. சாமானியச் செஞ்சேனை வீரனாகச் சேர்ந்தவன்; ரெஜிமென்டுத் தலைவனாகவும் கமிஸாராகவும் உயர்ந்தான்.

போராட்டத்தீயும் துப்பாக்கிகளின் இடியோசையும் கடந்தகால நிகழ்ச்சிகளாகிவிட்டன. இப்பொழுது அவன் ஒரு எல்லைப்புற வட்டத்தில் வேலை செய்தான். வாழ்வு ஒரு சீராகவும் அமைதியாக வும் இயங்கிக் கொண்டிருந்தது. ஒவ்வொரு இரவிலும், நிர்வாகக் கமிட்டித் தலைவன் நீண்டநேரம் உட்கார்ந்து அறுவடைச் செய்திக ளை ஆராய்ந்தான். எனினும், இப்பொழுது அவன் கையிலிருந்த கடிதம், கடந்துவிட்ட போராட்டக் காலத்தைத் தற்காலிகமாக நினைவூட்டுவதாக இருந்தது. அது சுருக்கமான தந்தி பாஷையில் வந்த எச்சரிக்கைச் செய்தி :

"பரம ரகசியம். பெரிஸ்தோவ் நிர்வாகக் கமிட்டித் தலைவர், லிஸீத்ஸினுக்கு :

"சமீபகாலத்தில், எல்லையோரத்தில் குறிப்பிடத்தக்க காரியங் கள் நடைபெற்று வருகின்றன. நமது எல்லையோர வட்டங்களைப் பயமுறுத்துவதற்கு ஒரு பெரிய கோஷ்டியை அனுப்பப் போலிஷ்

காரர்கள் முயற்சித்து வருகிறார்கள். முன்னெச்சரிக்கையான நடவடிக்கைகளை எடுக்கவும். வசூலான வரித்தொகை உட்பட, நிதி இலாகா விடம் உள்ள சகல மதிப்பான பொருட்களையும் பிரதேசத் தலைமைக்கு அனுப்பும்படி யோசனை கூறுகிறோம்."

தனது அறையின் ஜன்னல் வழியாக நோக்கினால் கட்டிடத்துக்குள் வருபவர் அனைவரையும் லிஸீத்ஸினால் காணமுடியும். இப்பொழுது, வாசற்படியில் கர்ச்சாகின், ஒரு வினாடியில் கதவைத் தட்டும் சப்தம். பாவெல் நீட்டிய கரத்தைக் குலுக்கிக் கொண்டு, "உட்கார். உன்னிடம் ஒரு விஷயத்தைப் பற்றிப் பேச வேண்டும்" என்று லிஸீத்ஸின் கூறினான்.

ஒருமணி நேரம் அவர்கள் அந்த அறையில் மந்திராலோசனை நடத்தினார்கள்.

பாவெல் அந்த அறையிலிருந்து வெளியேறிய பொழுது, சூரியன் தலைக்கு நேராக வந்துவிட்டான். அந்தச் சமயம், லிஸீத்ஸினின் இளந் தங்கை அன்யூத்கா தோட்டத்திலிருந்து ஓடிவந்தாள். கூச்சமும் வயதுக்குப் பொருத்தமில்லாத பொறுப்புணர்ச்சியும் உடைய அந்தச் சிறுமிக்குப் பாவெலைக் கண்டாலே ஒரு அலாதி ஆனந்தம். இப் பொழுதும், அன்யூத்கா அவனை நாணத்துடன் வணங்கினாள். கத்தரித்துவிடப்பட்ட கேசத்தின் ஒரு சுருள் நெற்றிமீது கிடந்ததைப் பின்னுக்குத் தள்ளிக்கொண்டே, அந்தச் சிறுமி கூறினாள் :

"அண்ணா இருக்கிறாரா? மரீயா மிகாய்லவ்னா சமையல் வேலையை முடித்து ரொம்ப நேரமாகிவிட்டது; காத்திருக்கிறாள்."

"அன்யூத்கா, அறைக்குள் போ. அவன் தனியாகத்தான் இருக்கிறான்."

மறுநாள் அதிகாலையிலேயே, நிர்வாகக் கமிட்டியின் கட்டிடத்திற்கு முன்னால் மூன்று வண்டிகள் நின்றன. வயிறார உண்டு வளமாகவிருந்த குதிரைகளைக் கட்டிய அந்த வண்டிகளுடன் வந்தவர்கள், ஏதோ 'குசுமுசு'வென்று பேசிக்கொண்டனர். கஜானாவிலிருந்து முத்திரை யிடப்பட்ட பல மூட்டைகளை அகற்றி வண்டியில் ஏற்றினார்கள். சில நிமிஷங்களில், வண்டிச் சக்கரங்கள் சாலையில் உருண்டோடிக் கொண்டிருந்தன. கர்ச்சாகின் தலைமையில் ஒரு கோஷ்டி வண்டி களுக்குக் காவலாகச் சென்றது. நாற்பது கிலோமீட்டர் காட்டு வழியும் கடந்து, வண்டிகள் பிரதேசத் தலைமை நிலையத்தை அடைந்தன. அந்த மதிப்புள்ள பொருட்களின் மூட்டைகள், பிரதேசத் தலைமைக் கஜானாவில் பத்திரமாக ஒப்படைக்கப்பட்டன.

சில நாட்கள் கழிந்தபின், எல்லைக் கோட்டிலிருந்து ஒரு வீரன் நுரை கக்கும் குதிரை மீது பெரிஸ்தோவுக்கு விரைந்து வந்தான். அவன் தெருக்கள் வழியே சென்ற பொழுது, வியப்புற்ற உள்ளூர்ச் சோம்பேறிகள் அவனை வெறித்துப் பார்த்தார்கள்.

நிர்வாகக் கமிட்டி ஆபீஸின் கேட்டில், அவன் குதிரையிலிருந்து கீழே குதித்தான். தன் வாளை ஒரு கரத்தால் பிடித்துக்கொண்டே, அந்தச் சிப்பாய் தனது கனமான பூட்ஸுகளால் படிகளை மிதித்து ஒலி எழுப்பிக்கொண்டு உள்ளே சென்றான். அவன் கொடுத்த கடிதத்தை லிஸீத்ஸின் கவலையுடன் பெற்றுக்கொண்டான்; பெற்றுக் கொண்டதற்கு அத்தாட்சியாகக் கவரில் கையெழுத்திட்டுக் கொடுத்தான். எல்லைக்காவலனும் தன் குதிரைக்கு ஓய்வு கொடுக்காமலேயே, அதன்மீது ஏறி, வந்த வழியே விரைந்து சென்றான்.

கடிதத்திலிருந்த விஷயம், லிஸீத்ஸினைத் தவிர வேறு எவருக்கும் தெரியாது. அவனே அதை அப்பொழுதுதான் படித்திருந்தான். ஆனால் முக்கியமான நிகழ்ச்சிகளைப் பற்றி மோப்பம் பிடித்து அறிவதில், உள்ளூர் ஜனங்கள் சாமர்த்தியசாலிகள். சில்லரை வியாபாரிகளில் மூன்றில் இருவர், அடக்கமான அளவில் கள்ள வாணிபம் செய்து வந்தனர். இதை நடத்திப் பெற்ற அனுபவத்தினால், வரவிருக்கும் ஆபத்தை ஊகித்தறியும் உள்ளுணர்வை அவர்கள் பெற்றிருந்தனர்.

ராணுவப் பயிற்சி பட்டாலியன் தலைமை அலுவலகத்தை நோக்கிச் செல்லும் சாலையோர நடைபாதையில் இருவர் நடந்து கொண்டிருந்தனர். அவர்களில் ஒருவன் கர்ச்சாகின். அவன் ஆயுதம் தரித்திருந்தான். ஆனால் அதைக் கண்டு எவரும் ஆச்சரியப்படவில்லை. ஆயுதபாணியாக இருப்பது பாவெலின் வழக்கம். ஆனால் பாவெலுடன் சென்ற கட்சிக் கமிட்டிக் காரியதரிசி திராபீமொவும் ஒரு கைத் துப்பாக்கியை வாரில் கட்டித் தொங்கவிட்டுக் கொண்டு சென்றது தான், துர்க்குறியாகத் தோன்றியது.

சில நிமிஷங்கள் கழிந்தன. அப்பொழுது ஒரு டஜன் ஆட்கள், பாய்னெட்டு பொருந்திய துப்பாக்கிகளுடன் தலைமை அலுவலகத்திலிருந்து கிளம்பி, நாற்சந்தியிலிருந்த மில்லுக்கு விரைந்து சென்றனர். கம்யூனிஸ்ட் கட்சியிலும் கம்ஸமோலிலும் அங்கம் வகித்த இதர தோழர்களுக்குக் கட்சிக் கமிட்டி அலுவலகத்தில் ஆயுதங்கள் வழங்கப்பட்டன. வாடிக்கையாக பெல்ட்டில் தொங்கிய 'மௌஸர்' கைத்துப்பாக்கியுடன், கஸாக்கியக் குல்லாய் அணிந்த லிஸீத்ஸின், குதிரைமீது வேகமாகச் சென்றான். ஏதோ ஒரு முக்கியமான சம்பவம் நிகழவிருந்ததென்பது வெளிப்படையாகப் புலப்பட்டது. பிரதான

சதுக்கத்திலும் கிளைத் தெருக்களிலும் ஜனநடமாட்டம் ஓய்ந்தது. ஒருவரைக்கூட காணவில்லை. சிறு கடைகளில் திடீரென்று ஜன்னல்கள் மூடின; கதவுகள் மூடப்பட்டுப் பெரிய பத்தாம்பசலி ஆமைப் பூட்டுகளால் பூட்டப்பட்டன. நிர்ப்பயமான கோழிகளும் பன்றிகளும்தான், வெப்பம் தாங்காமல், குப்பைமேட்டைக் கிண்டிக் கொண்டிருந்தன.

ஆயுதபாணிகளான வீரர்கள் நகர விளிம்பில் இருந்த தோட்டங்களில் பதுங்கிக்கொண்டார்கள். அவர்கள் வயல்வெளிகளையும் நேராகச் சென்ற சாலையையும் உன்னிப்பாகக் கவனிப்பதற்கு அந்த மறைவிடம் வசதியாக இருந்தது.

லிஸீத்ஸினுக்குக் கிடைத்த கடிதம் சுருக்கமானது :

"நேற்று இரவு, பொதூபித்ஸி என்ற இடத்தில் நடந்து கொண்டிருந்த சண்டையின் பொழுது நூறு குதிரைப் படையினர்கள், இரண்டு இலேசான யந்திரத்துப்பாக்கிகளுடன் சோவியத் பிரதேசத்துக்குள் ஊடுருவிவிட்டனர். முன்னெச்சரிக்கையான நடவடிக்கைகளை எடுக்கவும். அந்தச் சிப்பாய்கள் ஸ்லாவூத்தா காட்டுக்குள் மறைந்துவிட்டனர். அவர்களைப் பின்தொடர்ந்து வேட்டையாடுவதற்கு ஒரு சிவப்புக் கஸாக்குகளின் கம்பெனி அனுப்பப்பட்டுள்ளது. பகலில் அப்படை பெரிஸ்தோவ் வழியே செல்லும். அதை எதிரிப்படையென்று தப்பாகக் கருதிவிடாதீர்கள்.

விசேஷ எல்லைக் காவலரின் பட்டாலியத் தலைவர்

கவ்ரீலோவ்."

ஒருமணிநேரம் கழித்தபின், ஊரை அடையும் சாலை வழியில், ஒருவன் குதிரை மீது வந்தான். அவனுக்குப் பின்னால், ஒரு கிலோ மீட்டர் தூரத்தில், ஒரு குதிரைவீரர் கோஷ்டி வந்துகொண்டிருந்தது. முன்னால் தன்னந்தனியாக வந்த குதிரைவீரன், ஏழாவது சிவப்புக் கஸாக்கிய ரெஜிமென்ட்டைச் சேர்ந்த இளைஞன்; வேவு பார்ப்பதில் அனுபவமில்லாதவன். எனவே அவன் எச்சரிக்கையாக வந்த பொழுதும், சாலையோரத் தோட்டங்களில் ஒளிந்திருந்தவர்களைக் கண்டுபிடிக்க அவனால் முடியவில்லை. திடீரென்று, அவன் தோட்டத்திலிருந்து தோன்றிய ஆயுதபாணிகளால் சூழப்பட்டான். அவர்களுடைய சட்டையில் கம்ஸமோல் சின்னத்தைக் கண்டவுடன், அவன் பேதைச் சிரிப்புச் சிரித்தான். சுருக்கமான விளக்கங்களுக்குப்பின், அந்த இளைஞன் பின்னால் வந்த குதிரைப் படைப் பிரிவைச் சந்திப்

பதற்காகத் திரும்பிச் சென்றான். காவல் வீரர்கள், கஸாக்குப் படை யினரை அனுமதித்துவிட்டு தோட்ட மறைவில் மீண்டும் பதுங்கிக் கொண்டனர்.

ஆக்கிரமித்த கொள்ளைக்கூட்டம் தோல்வியடைந்து விட்ட தென்ற சேதி லிஸீத்ஸினுக்குக் கிடைப்பதற்குமுன், பலநாட்கள் கவலையில் கழிந்தன. சிவப்புக் குதிரைப் படையினரால் வேட்டை யாடப்பட்ட ஆக்கிரமிப்பாளர்கள் அவசரஅவசரமாகப் பின்வாங்கித் தப்பி ஓடினார்கள்.

பெரிஸ்தோவ் வட்டாரத்தில் சோவியத் வாழ்வைப் படைக்கும் பணியில், பத்தொன்பது போல்ஷெவிக்குகள் விறுவிறுப்புடன் ஈடுபட்டனர். இந்த வட்டாரத்தில் நிர்வாகத்தைப் புதிதாக அமைக்க வேண்டியிருந்தது; எல்லையோர வட்டமாகவிருந்ததால், ஒவ்வொரு வரும் கண்காணிப்பாகவும் இருக்க வேண்டியிருந்தது.

லிஸீத்ஸின், திராபீமொவ், கர்ச்சாகின் ஆகியோரும் அவர்களுடன் ஒத்துழைத்த இதர ஊழியர்களும், பகலெல்லாம் பாடுபட்டனர்; சோவியத்துக்களுக்குப் புதுத் தேர்தல் நடத்தினர்; கொள்ளைக்காரர் களைக் கருவறுக்கப் போராடினர்; கலைப் பணிகளைக் கவனித்தனர்; கள்ளவாணிபத்தை ஒழிக்கப் பாடுபட்டனர்; அதே பொழுதில், தற்காப்பைப் பலப்படுத்துவதற்காகக் கட்சியையும் கம்ஸமோலையும் செயல்படுத்தினர்.

சேணத்திலிருந்து மேஜைக்கு; மேஜையிலிருந்து இளைஞர் குழுக் கள் சிரத்தையுடன் ராணுவப் பயிற்சி பெற்ற மைதானத்துக்கு; அங்கிருந்து பண்பாட்டு மன்றத்துக்கும் பள்ளிக்கூடத்திற்கும்; அதன் பின் இரண்டு மூன்று கமிட்டிக் கூட்டங்கள்-இவ்வாறாக சர்வஜன ராணுவப் பயிற்சிக்கான இரண்டாவது பட்டாலியன் தலைவனான கர்ச்சாகின் தினந்தோறும் அயராது உழைத்தான். பல இரவுகளை, அவன் தன் 'மௌஸர்' கைத்துப்பாக்கியுடன் குதிரைமீதே கழித்தான். அவன் அவ்வாறு அகாலரோந்து சென்றபொழுது, "நில், யார் அது?" என்று கேள்வி இரவின் அமைதியைக் குலைப்பது உண்டு. அதன்பின் போலிஷ் பகுதியிலிருந்து திருட்டுத்தனமாகச் சாமான்களைக் கடத்தி வந்த வண்டிகள் விரைந்து செல்லும் ஒலி இருளின் சாந்தியைக் கலைப்பதும் உண்டு.

கம்ஸமோலின் பெரிஸ்தோவ் வட்டாரக் கமிட்டியில், கர்ச்சாகின், லீதா பொலெவீஹ், ஷேன்யா ரஸ்வலீகின் ஆகியோர் இருந்தனர். லீதா, வோல்கா நதிப் பிரதேசத்தைச் சேர்ந்தவள்; கருமையான கண் களை உடைய மங்கை. மாதர் இலாகாவுக்குத் தலைவியாகச் செய

லாற்றினாள். ஷேன்யா ஒரு சுந்தர இளைஞன்; நல்ல வளர்த்தி; கொஞ்ச காலத்துக்கு முன்னால்கூட, அவன் பள்ளி மாணவனாயிருந் தான். மயிர்க்கூச்செறியும் சாகசங்கள் என்றால் அவனுக்கு ரொம்பப் பிடிக்கும். ஷெர்லாக் ஹோல்ம்ஸ், லூயீ பூஸ்ஸனார் ஆகியோரின் கதைகளைக் கரைத்துக் குடித்துப் பாண்டித்தியம் பெற்றிருந்தான். அவன் இதற்கு முன்னால், கட்சியின் வட்டாரக் கமிட்டிக் காரியா லயத்தில் மானேஜராக வேலை செய்தான். அவன் கம்ஸமோலில் சேர்ந்து நான்கு மாதங்களே ஆகின்றன. ஆனால் 'பழங்காலத்துப் போல்ஷெவிக்' மாதிரி இளைஞர் முன் வெளிச்சம் போட்டான். பிரதேசக் கமிட்டி, அவனைக் கொஞ்சம் தயக்கத்துடன்தான், அரசியல் பயிற்சி வேலைக்குப் பொறுப்பாகப் பெரிஸ்தோவுக்கு அனுப்பியது; வேறு நபர் கிடைக்காத காரணத்தால் இவனை அனுப்பியது.

சூரியன் உச்சிக்கு வந்துவிட்டான். வெப்பம் புகாத இடம் இல்லை. சகல ஜீவராசிகளும் நிழலில் புகலிடம் தேடின. நாய்கள்கூடக் கொட்ட கைகளுக்குள் ஒதுங்கின; அங்குத் தூக்கமயக்கத்துடன் பெருமூச்சு விட்டுக்கொண்டு கிடந்தன. கிணற்றுக்குப் பக்கத்தில், சகதியில் புரண்டு களித்த பன்றி மட்டுமே, கிராமத்தின் உயிர்த் துடிப்புக்குச் சான்றாகப் புலப்பட்டது.

கர்ச்சாகின் கட்டிக் கிடந்த தன் குதிரையை அவிழ்த்தான். முழங்கால் முட்டு வலித்ததால், உதட்டைக் கடித்துக் கொண்டு சேணத்தின் மீது ஏறி அமர்ந்தான். ஆசிரியை பள்ளிக்கூடத்தின் படிக்கட்டில் நின்று கொண்டிருந்தாள். உள்ளங்கையால் கண்களை மறைத்துக் கொண்டு நின்ற அவள் புன்னகை செய்து கொண்டே, "தோழர் கமிஸார், உங்களை மீண்டும் சீக்கிரத்தில் சந்திக்கலாமென்று நம்புகிறேன்" என்றாள்.

குதிரை அவசரப்பட்டது; தரையை டக்டக்கென்று மிதித்தது; கழுத்தை நீட்டி, கடிவாளத்தை இழுத்தது.

"தோழர் ரக்கீத்தினா, சென்று வருகிறேன். நாளைக்கு, முதலாவது பாடத்தைத் தொடங்கிவிடுங்கள்."

கடிவாளத்தின் அழுத்தம் தளர்ந்தது; குதிரை விரைந்தது. திடீரென்று, யாரோ அலறுவது போன்ற கூச்சல் பாவெல் காதில் விழுந்தது. கிராமத்தில் தீப்பிடித்துவிட்டால், பெண்கள் அலறு வார்களே, அது மாதிரி இருந்தது. பாவெல் தன் குதிரையைத் திருப்பினான். ஒரு விவசாயிப் பெண் கிராமத்துக்குள், மூச்சைப் பிடித்துக்கொண்டு ஓடுவதைக் கண்டான். ரக்கீத்தினா முன்வந்து அவளை நிறுத்தினாள். அருகிலிருந்த குடிசைகளிலிருந்து பலர்

வெளியில் நோக்கினர். அவர்கள் அநேகமாகக் கிழவர்களாக இருந்தனர்; உடலை வளைத்து வேலை செய்யக்கூடிய விவசாயிகள் வயல்வெளிகளுக்குச் சென்றிருந்தனர்.

"ஓ! ஓ! நல்லவர்களே! விரைவில் வாருங்கள்! ஓடிவாருங்கள்! அங்கே கொலை நடக்கிறது!"

பாவெல் அந்த இடத்தை அடைந்தபொழுது, பலர் அந்தப் பெண்ணைச் சூழ்ந்துகொண்டிருந்தனர்; அவர்கள் அவளது வெள்ளைச் சட்டையைப் பிடித்து இழுத்துக் கவலையுடன் கேள்விமேல் கேள்வி கேட்டனர். ஆனால் அவளது கூச்சல்களிலிருந்து ஒன்றும் விளங்கவில்லை. "கொலை நடக்கிறது! வெட்டுப்பழி! குத்துப்பழி!" என்று தான் அவளால் சொல்ல முடிந்தது. அடர்ந்த தாடியை உடைய ஒரு கிழவன், தன் கைத்தறிக் கால்சட்டையை ஒரு கையால் பிடித்துக் கொண்டு ஓடிவந்தான்.

"கிரீச்சென்று கத்தாதே! யார் யாரைக் கொலை செய்கிறார்கள்? எங்கே? என்ன விஷயம்? புரியும்படி பேசு! கிரீச்சென்று அலறாதே!" என்று அவன், வலிப்புக் கண்டவளைப் போல் நடந்து கொண்ட பெண்ணைப் பார்த்துக் கடிந்து கொண்டான்.

"நம் ஆட்களும் பொதூபித்ஸி ஆட்களும்தான்... வரப்புச் சண்டைதான். அவர்கள் நம் ஆட்களைக் கொன்று கொண்டிருக்கிறார்கள்!" என்று அவள் கூறினாள்.

அதிலிருந்து விஷயம் விளங்கியது. பெண்கள் புலம்பினார்கள்; ஆனால் கிழவர்கள் ஆத்திரத்தில் உறுமினார்கள். "பொதூபித்ஸி ஆட்கள் நம்மவரை அரிவாளால் வெட்டுகிறார்கள்... மீண்டும் அந்த வரப்புத் தகராறுதான்!" என்ற சேதி, கிராமம் முழுவதும், வீடு வீடாகப் பரவியது. நடக்கச் சக்திகொண்டவர்கள் அனைவரும் தங்கள் தங்கள் குடிசைகளிலிருந்து வெளியே பாய்ந்து ஓடிவந்தனர். கவர்த் தடிகளையும் கோடரிகளையும் வேலியிலிருந்து பிடுங்கிய கம்புகளையும் எடுத்துக்கொண்டு கிராமத்துத் தெருவில் திரண்டனர்; வயல்களது எல்லை விஷயமாக, இரு கிராமங்களுக்கும் இடையே வாடிக்கையான வருடாந்திரப் போராட்டம் நடைபெற்ற வயல்களை நோக்கி ஓடினார்கள்.

பாவெல் தன் குதிரையை அடித்தான்; கூச்சலிட்டு விரட்டினான். அது சிட்டாய்ப் பறந்தது; ஓடிய கிராமத்தாரைக் கடந்து சென்றது. அது தன் வேகத்தைக் கூட்டிக் கொண்டே போயிற்று. முன்னால் ஒரு குன்றின் மீதிருந்த காற்றாலை, வழியைத் தடுக்கும் வகையில் தன் இறக்கைகளை விரித்துக்கொண்டு நின்றது. வலதுபுறத்தில், நதிக்கரை

ஓரத்தில், பள்ளமான நிலத்தில் புல்வெளி ஒன்று இருந்தது. இடது புறத்தில், கண்ணுக்கு எட்டிய தூரம்வரை, ரைப்பயிர் காட்சி தந்தது. பழுத்த தானியக் கதிர்கள் காற்றில் அசைந்தாடின. சாலையோரத்தில், கசகசாச் செடிகளில் மலர்கள் செக்கச்செவேலென்று இருந்தன. இங்கு அமைதி நிலவியது; பொறுக்க முடியாத வெப்பம் ஆளைத் தகித்தது. ஆனால் தூரத்தில், ஆற்றுத் தண்ணீர் கதிரொளியில் வெள்ளிமயமாகி இன்புற்றிருந்த இடத்திலிருந்து, போர்க்கூச்சல் மிதந்து வந்தது.

குதிரை, புல்வெளியை நோக்கிப் பறந்து சென்றது. "இது தடுக்கி விழுந்தால், இருவருக்குமே முடிவு உண்டாகிவிடும்" என்ற எண்ணம் பாவெல் மனதில் பளிச்சென்று தோன்றி மறைந்தது. ஆனால் இனி அதை நிறுத்த முடியாது. சேணத்தில் குனிந்து, குதிரையின் காதில் காற்று விசில் அடிப்பதைக் கேட்டுக்கொண்டு செல்வதைத் தவிரப் பாவெலுக்கு வேறு வழி இல்லை.

ஆத்திரத்தில் கண்ணிழந்தவர்கள், வெறிபிடித்துச் சண்டையிட்டுக் கொண்டிருந்த வயலுக்குள், அவன் புயல் வேகத்தில் நுழைந்தான். முன்பே சிலர் இரத்தக் காயங்களுடன் வயலில் கிடந்தனர். இரத்தம் வழிந்தோடும் முகத்துடன் ஓடிய இளைஞனைத் துரத்திச்சென்றான் ஒரு கிழவன்; அரிவாளின் பிடிக்கட்டையுடன் துரத்திய அந்தத் தாடிக்காரனைப் பாவெலின் குதிரை கீழே தள்ளியது. அண்மையில், வெயிலில் கன்றிய ஆஜானுபாகு ஒருவன், விழுந்து கிடந்த விரோதி யின் உயிர்க் கருவில் குறிவைத்து உதைப்பதற்காகத் தன் கனமான பெரிய பூட்ஸைத் தூக்கினான்.

பாவெல், சண்டையிட்டவர்கள் மத்தியில் தன் குதிரையை முழு வேகத்தில் முடுக்கிவிட்டான். அவர்கள் நாலாபுறங்களிலும் சிதறி ஓடினார்கள். இந்தத் திடீர்த் தாக்குதல் அவர்களைப் பிரமிப்பு அடையச் செய்தது; மிருகவெறியுடன் சண்டையிட்ட அக்கூட்டத்தை அச்சுறுத்தித்தான் கலைக்க முடியுமென்பதைப் பாவெல் உணர்ந்தான். எனவே, அவர்களது மலைப்பு நீங்குவதற்குள் அவன் வேகமாகச் சுழன்று, ஒருவர் பின் ஒருவராகத் தாக்கினான்.

"நச்சுப் பூச்சிகளா! கொள்ளைக்காரர்களா! ஓடுங்கள்! இல்லா விட்டால் உங்கள் ஒவ்வொருவரையும் சுட்டுக் கொல்வேன்" என்று வெஞ்சினத்துடன் கத்தினான்.

அவன் தனது பிஸ்டலை இழுத்து எடுத்துக் கொண்டான். மூர்க்க மான வெறியால் கோணியிருந்த முகத்துடன் அண்ணாந்து பார்த்த ஒருவனுக்கு மேலாக ஒரு குண்டு பாய்ந்தது. மீண்டும் குதிரை சுழன்றது;

பிஸ்டல் பேசியது. சிலர் அரிவாளைக் கீழே போட்டுவிட்டுத் திரும்பினர். வயலின் குறுக்கும் நெடுக்கும் பாய்ந்து இடைவிடாமல் சுட்டு பாவெல் நிலைமையைச் சமாளித்தான். இந்தச் சண்டைக்கான பொறுப்பிலிருந்து தப்புவதற்காகவும், பயங்கரமாக விசுவரூபமெடுத்துத் தொடர்ந்தாற்போல் சுட்டுக் கொண்டிருந்த குதிரை வீரனிடமிருந்து தப்புவதற்காகவும் விவசாயிகள் நாலாபுறங்களிலும் சிதறி ஓடினார்கள்.

அதிர்ஷ்டவசமாக, ஒருவரும் சாகவில்லை; காயமடைந்தவர்கள் பிழைத்துக்கொண்டனர். எனினும், இந்த வழக்கை விசாரிப்பதற்காக வட்டாரக் கோர்ட் பொதூபித்ஸியில் சீக்கிரத்தில் கூடியது. ஆனால் கலவரத்துக்குப் பொறுப்பானவர்களைக் கண்டுபிடிப்பதற்காக, நீதிபதி எடுத்த முயற்சிகள் வியர்த்தமாயின. விவசாயிகள் தமது செயல்களின் மூர்க்கத் தன்மையை உணர வேண்டுமென்பதற்காகவும், இத்தகைய பலாத்காரத்தை இனி அனுமதிக்க முடியாதென்பதை அவர்கள் புரிந்து கொள்ளச் செய்வதற்காகவும், நீதிபதி ஒரு போல்ஷெவிக்கின் பொறுமையுடனும் விடாமுயற்சியுடனும் அரும்பாடுபட்டான்.

"தோழர் நீதிபதி அவர்களே! எல்லாம் இந்த வயல் வரப்புகளால் வந்த வினை. அவை அடிக்கடி மாறிவிடுகின்றன. ஆண்டுக்கொரு தடவை, வரப்புச் சண்டை நடத்த வேண்டியதிருக்கிறது" என்று விவசாயிகள் கூறினார்கள்.

இறுதியில், சில விவசாயிகள் கலவரத்தின் பொறுப்புக்கு ஜவாப் சொல்ல வேண்டியதாயிற்று.

ஒரு வாரத்துக்குப் பின், தகராறுக்கு இடம் தந்த துண்டு நிலங்களில் முளையடிப்பதற்காக ஒரு குழு புல்வெளிக்கு வந்தது.

"நான் நிலம் அளப்பவனாக வேலை செய்யத் தொடங்கி, முப்பது ஆண்டுகள் ஆகின்றன. எப்பொழுதும் இந்த வரப்புத் தகராறுதான்!" என்று அந்த நிலம் அளந்த கிழவன் தனது அளவை நாடாவைச் சுருட்டிக்கொண்டே குழுவுடன் வந்த பாவெலிடம் கூறினான். ரொம்ப தூரம் நடந்ததால் களைத்தும் வெப்பத்தால் சோர்ந்தும் நின்ற கிழவன் உடலெல்லாம் வியர்வை கொட்டியது. "இந்தப் புல்வெளிகளில் வகுத்திருக்கும் எல்லைகளைப் பார்க்கும்பொழுது, கண்களையே நம்ப முடியவில்லை. ஒரு குடிவெறியன்கூட இவற்றைவிட நேராக நடந்து செல்லுவான். தான்ய வயல்களிலோ நிலைமை இன்னும் மோசம். ஏழு அல்லது எட்டு அடி அகலமுள்ள துண்டு நிலங்கள்! அவையும் ஒன்றை இன்னொன்று வெட்டிச் செல்வதாக உள்ளன!

இவற்றைப் பாகுபடுத்துவதற்குள் பைத்தியம் பிடித்துவிடும்! பிள்ளை தகப்பனிடமிருந்து பிரியும் பொழுது ஏற்படும் பாகப் பிரிவினையால் இந்தத் துண்டு நிலங்கள் மேலும் பிளவுபடுகின்றன. இருபது ஆண்டு களுக்குப் பிறகு, சாகுபடிக்கு நிலம் இருக்காது! நிலமெல்லாம் வரப்பாயிருக்கும்! ஆம், நிஜம்தான். இப்பொழுதே நிலத்தில் பத்து சதவிகிதம் வரப்பாக வீண் போகிறது" என்று கிழவன் கூறினான்.

பாவெல் புன்னகை செய்தான். "தோழரே, இருபது ஆண்டுகளுக்குப் பின், நிலத்தில் ஒரு வரப்புக்கூட இருக்காது."

கிழவன் அவனை மன விரிவுடன் நோக்கினான்.

"கம்யூனிஸ்டு சமூகத்தைப் பற்றிக் கூறுகிறீர்களா? அது அவ்வளவு சீக்கிரத்தில் வரப்போகிறதா? ரொம்பக் காலம் பிடிக்குமே!"

"நீங்கள் புதானவ்க்காவில் உள்ள கூட்டுப் பண்ணையைப் பற்றிக் கேள்விப்படவில்லையா?"

"கேள்விப்பட்டேன். உன் கருத்துப் புரிகிறது."

"என்ன, சரிதானே?"

"நான் புதானவ்க்காவுக்குப் போயிருந்தேன் தோழர் கர்ச்சாகின். ஆனால் அது ஒரு விதிவிலக்கான நிகழ்ச்சி."

கமிஷன் நிலத் துண்டுகளை அளந்துகொண்டே இருந்தது. இரண்டு இளைஞர் முளையடித்துக்கொண்டே வந்தனர். இரு பக்கத்திலும் விவசாயிகள் நின்றுகொண்டு, முன்னால் முளையடித்திருந்த இடங் களிலேயே புதிய முளைகளை அடிக்கிறார்களாவென்று உன்னிப் பாகக் கவனித்தார்கள்.

குதிரையைச் சாட்டையால் அடித்து கொண்டே, வாயாடியான வண்டிக்காரன் பிரயாணிகளை நோக்கித் திரும்பிக் கூறினான் :

"இந்தக் கம்ஸமோல் இளைஞர்களெல்லாரும் எங்கிருந்து வந்தார் களென்பதுதான் எனக்கு விளங்கவில்லை. இந்த மாதிரி ஆட்களை நான் முன்னால் பார்த்தது இல்லை. அந்தப் பள்ளிக்கூட ஆசிரியைதான் இவர்களையெல்லாம் கிளப்பிவிட்டிருக்கிறாள்; எனக்குத் தெரியும். அவளது பெயர் ரக்கீத்தினா. உங்களுக்குத் தெரியுமா? இளம் வயது தான்; ஆனால் மிகவும் தீயவள். கிராமத்திலுள்ள பெண்களை யெல்லாம் தூண்டிவிடுகிறாள்; அவர்களுக்கு ஏதேதோ அபத்தமான விஷயங்களையெல்லாம் சொல்லிக் கொடுக்கிறாள். இதனால் கலகமே உண்டாகிறது. முன்போல் ஒருவன் தனது சொந்த மனைவியை அடிக்க முடியாத அளவுக்கு நிலைமை கெட்டுவிட்டது! அந்தக் காலத்தில்,

ஒருவனுக்கு மனநிலை சரியில்லாவிட்டால், மனைவியை அடிப்பான். அவளும் பதில் பேசாமல் மூலையில் உட்கார்ந்து கொண்டிருப் பாள். இப்பொழுதோ, அடித்தால், ஆர்ப்பாட்டம் செய்கிறாள்! ஏண்டா வழியிலே போகிற தொல்லையை வாங்கிக் கட்டிக் கொண் டோமென்று வருந்த வேண்டியிருக்கிறது. பொதுஜன நீதிமன்றத்தில் வழக்குப் போடுவேன் என்று வீரம் பேசுகிறாள், அவள்! வயதுப் பெண்களோ, தத்தம் கணவன்மாரிடம் சட்டம் பேசுகின்றனர்! அடித் தால், விவாகரத்துச் செய்து விடுவேனென்று அச்சுறுத்துகின்றனர். என் மனைவி கன்கா, மகா சாது! வாயில்லாப் பூச்சி! இப்பொழுது அவள் மாதர் சங்கத்தில் சேர்ந்து பிரதிநிதியாக வேறு ஆகிவிட்டாள்! பிரதிநிதி என்றால் தலைவி மாதிரியாம். கிராமத்துப் பெண்களெல்லாம் அவளிடம் வந்து ஆலோசனை கேட்கின்றனர். இதை அறிந்தவுடன் எனக்கு ஆத்திரம் வந்தது. அந்தக் கோபத்தில் அவளைச் சவுக்கால் அடிப்பதற்கு ஆயத்தமானேன். கடைசியில், எப்படியாவது தொலை யட்டுமென்று விட்டுவிட்டேன்! அவர்கள் எக்கேடு கெட்டால், நமக்கு என்ன! ஆனால் வீட்டு வேலை போன்ற விஷயங்களில், கன்காவிடம் குற்றம் காண முடியாது."

வண்டிக்காரன், தனது ஓட்டைச் சட்டை வழியே தரிசனம் தந்த ரோம மிகுந்த மார்பைச் சொறிந்தான்; குதிரையின் வயிற்றில் சவுக்கால் அடித்தான். லீதாவும் ஷேன்யாவும் வண்டிக்குள் இருந்தனர். அவர்கள் இருவருக்கும் பொதூபித்ஸியில் வேலை இருந்தது. அந்த ஊரில் மாதர் பிரதிநிதிகளின் மகாநாடு ஒன்றை நடத்துவதற்கு லீதா திட்ட மிட்டிருந்தாள். அங்கு இருந்த கம்ஸமோல் குழுவின் வேலையில் உதவி செய்வதற்காக, ஷேன்யா அனுப்பப்பட்டிருந்தான்.

"அப்படியானால், உங்களுக்குக் கம்ஸமோல்களைப் பிடிக்க வில்லையா?" என்று லீதா வண்டிக்காரனை விகடமாகக் கேட்டாள்.

அவன், பதில் கூறுவதற்குமுன் சிறிது நேரம் தன் தாடியை உருவிக் கொண்டிருந்தான்.

"அவர்களிடம் எனக்கு விரோதமில்லை... இளைஞர்கள் இன்பமா யிருக்க வேண்டியதுதான். நாடகம் போடுவது போன்ற காரியங் களில் அவர்கள் ஈடுபட்டு மகிழ வேண்டியதுதான். நல்லதொரு இன்ப நாடகமாயிருந்தால், எனக்குக்கூட ரொம்ப ஆசைதான். இந்த இளைஞரெல்லாம் அடங்காப்பிடாரிகளாகிவிடுவார்களென்றுதான் நாங்கள் ஆரம்பத்தில் நினைத்தோம். ஆனால் எதிர்பார்த்ததற்கு நேர்மாறான வகையில் நடந்து கொள்கிறார்கள். குடிப்பது, ரௌடித் தனமாக நடப்பது முதலிய விஷயங்களில், இளைஞர் சங்கம் மிகவும்

கண்டிப்பாயிருப்பதாக அறிகிறேன். அவர்கள் புத்தகப் படிப்பில் அதிகக் கவனம் செலுத்துகிறார்கள். ஆனால் கடவுள் விவகாரத்தில் தலையிடாமலிருப்பதில்லை. மாதா கோயிலைக் கைப்பற்றி பண்பாட்டு மன்றமாக மாற்ற முயற்சித்தார்கள். இது தப்பு. இதனால் கிழவர்கள் இவர்களுக்கு விரோதமாகிவிட்டார்கள். மொத்தமாகப் பார்த்தால், இளங்கம்யூனிஸ்டுகள் மோசமானவர்களல்ல. ஆனால், என்னைக் கேட்டால், ஒன்று சொல்வேன். அவர்களிடம் முறைக்கேடு ஒன்று உண்டு. பண்ணையாட்களையும், குடித்தனம் நடத்த முடியாதவர்களையும், இதர ஏழைகளையும் தங்களுடன் சேர்த்துக் கொள்ளுகிறார்கள். ஆனால் பணக்கார குடியானவர்களின் மக்களை விரட்டி விடுகிறார்கள்.

வண்டி கடகடவென்று ஒலித்துக் கொண்டு, குன்றுச் சரிவில் இறங்கிப் பள்ளிக்கூடக் கட்டிடத்துக்கு முன்னால் நின்றது.

காவற்காரி, புதிதாக வந்தவர்களுக்கு வசதி செய்து கொடுத்து விட்டு, கொட்டகையில் படுத்து உறங்குவதற்குப் போய்விட்டாள். லீதாவும் ஷேன்யாவும் நெடுநேரம்வரை ஒரு கூட்டத்தை நடத்தி விட்டுத் திரும்பினார்கள். வீட்டுக்குள் கும்மிருட்டாயிருந்தது. லீதா துரிதமாகத் தன் ஜோடுகளை நீக்கிவிட்டுக் கட்டிலில் ஏறிப் படுத்தாள். உடனேயே உறங்கிவிட்டாள். ஷேன்யாவின் கைகள் அவளை வருடிய தால் திடீரென்று விழித்துக் கொண்டாள். அவன் தடவிக் கொடுத்த முறையே, அவனது துர்நோக்கத்தை வெட்டவெளிச்சமாக்கியது.

"உனக்கு என்ன வேண்டும்?"

"நிறுத்து. எனக்குத் தனியாகப் படுத்திருக்கப் பிடிக்கவில்லை; அலுப்பாயிருக்கிறது. நேரத்தை உறங்கிக் கழிப்பதைவிட உற்சாகம் தரும் வழி இல்லையா?"

"கையை எடு. உடனே என் படுக்கையை விட்டு ஒழிந்துபோ" என்று கூறிக்கொண்டே, லீதா அவனைத் தள்ளினாள். அவனது வஞ்சகப் புன்னகையைக் கண்டாலேயே, அவளுக்குப் பிடிப்பதில்லை. அவனை இழிவுபடுத்தித் துச்சமாகப் பேச வேண்டுமென்று விரும்பினாள். ஆனால் உறக்கம் அவள்மீது வெற்றி கண்டது; கண்களை மூடினாள்.

"ஆ! வா, வா! இந்த சொகுசு நடத்தையெல்லாம் எதற்கு? நீ ஏதாவது கன்னிகாமடத்தில் வளர்ந்தாயா? நான் உன்னை அவ்வளவு எளிதாக நம்பிவிடுவேன் என எண்ணுகிறாயா? நீ உண்மையில் இருதயம் படைத்த பெண்ணாயிருந்தால், என் ஆவலை பூர்த்தி செய்துவிட்டு, எவ்வளவு

வேண்டுமானாலும் தூங்கு" என்று ஷேன்யா கூறினான்.

இத்துடன் விவகாரம் தீர்ந்துவிட்டதென்று எண்ணியவனாக, அவன் மீண்டும் கட்டிலண்டை சென்று, படுக்கையின் ஓரத்தில் உட்கார்ந்தான் லீதாவின் தோளை இறுகப் பிடித்தான்.

இப்பொழுது லீதா நன்கு விழித்துக்கொண்டு விட்டாள். "ஒழிந்து போ! உடனே தொலை! நாளைக்கு இதைப் பற்றிக் கர்ச்சாகினிடம் சொல்லப் போகிறேன்" என்றாள் அவள்.

ஷேன்யா அவளுடைய கரத்தைப் பிடித்துக்கொண்டு, வெடுவெடுப்புடன் தாழ்ந்த சுருதியில் பேசினான் :

"உன் கர்ச்சாகினிடம் எனக்கு ஒரு பயமும் இல்லை. என் இஷ்டத்துக்கு இணங்கு; இல்லாவிட்டால் பலாத்காரம் செய்வேன்."

கொஞ்ச நேரம் சண்டை நடந்தது. 'பளார்' என்று இரண்டு அறைகள் இரவின் அமைதியைக் குலைக்கும் வகையில் ஒலித்தன. ஷேன்யா ஒரு பக்கமாகப் பாய்ந்தான். லீதா இருட்டில் தடுமாறி நடந்தாள்; கதவை அடைந்ததும், அதைத் தள்ளித் திறந்தாள்; வெளி முற்றத்துக்கு ஓடினாள். அங்குக் கோபாவேசத்துடன், வெண்ணிலவில் நின்றாள்.

"முட்டாள், உள்ளே வா!" என்று ஷேன்யா அவளை ஆங்காரத்துடன் விளித்தான்.

அவன் தன் படுக்கையை எடுத்துக்கொண்டு வெளியே வந்து, கொட்டிலில் படுத்துக்கொண்டான்; இரவெல்லாம் அந்த இடத்திலேயே கழித்தான். லீதா கதவைத் தாழ்ப்பாளிட்டுக் கொண்டு படுத்துத் தூங்கினாள்.

மறுநாள் காலையில், அவர்கள் ஊருக்குத் திரும்பினார்கள். ஷேன்யா வயதான வண்டிக்காரனுக்குப் பக்கத்தில் உட்கார்ந்து கொண்டு, ஒன்றன் பின் ஒன்றாகச் சிகரெட்டுகளைக் குடித்துக் கொண்டேயிருந்தான்.

"இந்தத் தொட்டாச் சிணுங்கி, கர்ச்சாகினிடம் காட்டிக் கொடுத்து விடலாம். பாழாய்ப் போன பெண்! இவள் இப்படிப்பட்ட கர்வியாக இருப்பாளென்று யார்தான் கற்பனை செய்திருக்க முடியும்? இவளது நடிப்பைப் பார்த்தால், மகா அழகியென்றுதான் தோன்றும். ஆனால் கொஞ்சம்கூட எழில் இல்லாத பெண். எப்படியிருந்தாலும், அவளுடன் சமாதானம் செய்து கொள்வதே நலம். இல்லாவிட்டால் தொல்லை உண்டாகும். முன்பே, கர்ச்சாகின் என்மீது ஒரு கண் வைத்திருக்கிறான்."

இவ்வாறு சிந்தித்து முடிவு செய்த ஷேன்யா லீதாவை நெருங்கி உட்கார்ந்தான். அவன் தன் நடத்தையை எண்ணி, வெட்கப்படுவ

தாகப் பாசாங்கு செய்தான்; அவமானத்தால் குன்றிப் போனவனைப் போல நடித்தான்; வருத்தம் தெரிவித்தும் மன்னிப்புக் கோரியும் சில வார்த்தைகளை மெல்லிய குரலில் உச்சரித்தான்.

அந்த நடிப்பால், எதிர்பார்த்த பயன் உண்டாயிற்று. அவர்கள் கிராமத்தின் எல்லையை அடைவதற்குமுன், லீதா அவனுக்கு வாக்குக் கொடுத்தாள்; அன்று இரவு நடந்ததைப் பற்றி ஒருவரிடமும் பேசுவதில்லையென்று உறுதிமொழி கூறினாள்.

எல்லையோரக் கிராமங்களில் ஒன்றன்பின் ஒன்றாக, இளங் கம்யூனிஸ்ட் குழுக்கள் தோன்றின. கம்யூனிஸ்ட் இயக்கத்தின் இளஞ் செடிகளான இவற்றை வட்டாரக் கம்ஸமோல் கமிட்டியின் உறுப்பினர்களை கவனமாகக் காப்பாற்றி வளர்த்தார்கள். பல்வேறு கிராமங்கள், அந்தந்த ஊர்த் தோழர்களுடன் வேலை செய்வதிலேயே, பாவெலுக்கும் லீதாவுக்கும் அதிக நேரம் கழிந்தது.

கிராமங்களுக்குப் போய் வருவதென்றால் ஷேன்யாவுக்குப் பிடிக்காது. விவசாய இளைஞர்களது நம்பிக்கையைப் பெறும் வழி வகை எதுவும் அவனுக்குத் தெரியவில்லை. அவன் செய்வதெல்லாம் கோளாறாகவே இருந்தது. விவசாய இளைஞர்களது நட்பைப் பெறுவதில், பாவெலுக்கும் லீதாவுக்கும் கஷ்டம் ஏற்படவில்லை. லீதாவுடன் பழகியவுடனேயே, பெண்கள் அவளைத் தம்மில் ஒருத்தியாக ஏற்றுக்கொண்டனர். அவர்கள் கம்ஸமோல் இயக்கத்திடம் கொஞ்சம் கொஞ்சமாக அக்கறை கொள்ளும்படி அவள் செய்தாள். பாவெலைப் பொறுத்தமட்டில், வட்டாரத்து இளைஞர் அனைவரும் அவனை அறிந்திருந்தனர். ராணுவ சேவைக்குத் திரட்டப்படவிருந்த இளைஞரில் ஆயிரத்து அறுநூறு பேர், அவனது படையில் பூர்வாங்கப் பயிற்சி பெற்றிருந்தனர். அவனது அக்கார்டியன் இந்தக் கிராமத்துப் பிரசாரத்தில் வகித்த பாத்திரத்தை வேறு எங்கும் வகிக்கவில்லை. அக்கார்டியனே அவனுக்கு இளைஞரிடையே செல்வாக்குப் பெற்றுக் கொடுத்தது. இளைஞர்கள் மாலை நேரத்தில், கிராமச் சந்தில் கூடிப் பாவெலது வாத்திய இசையைக் கேட்டு இன்புற்றார்கள். அந்த இசை, இப்பொழுது உணர்ச்சி மிகுந்ததாகவும் உள்ளக் கிளர்ச்சி உண்டாக்குவதாகவும் இருந்தது; சிறிது நேரத்தில், அது வீரச்சுவை மிகுந்ததாகவும், கடுமையும் கண்டிப்பும் தொனிப்பதாகவும் இருந்தது; இன்னொரு சந்தர்ப்பத்தில் அது மென்மையாகவும் இனிமையாகவும் இருந்தது. உக்ரேனியச் சோகப் பாட்டுக்களைத்தான் அப்படி யெல்லாம் வாசிக்கமுடியும். பல இளைஞர்கள், இசைத்தேனை

அருந்துவதற்காகக் கூடி, முடிவில் இளங்கம்யூனிஸ்டுகளானார்கள். அவர்கள் அக்கார்டியனிலிருந்து எழுந்த சங்கீதத்தைக் கேட்டார்கள்; அந்த இசையை எழுப்பிய இளைஞனது வாசிப்பில் நெஞ்சைப் பறி கொடுத்தார்கள். ராணுவக் கமிஸாராகவும் கம்ஸமோல் காரியதரிசி யாகவும் செயல்பட்ட அந்த ரயில்வே தொழிலாளி பேசியதெல்லாம் அவனது வாத்திய இசையுடன் இரண்டறக் கலந்து இசைந்ததாக அவர்களுக்குத் தோன்றியது. விரைவில், புதிய பாட்டுக்கள் கிராமங் களில் ஒலித்தன. குடிசைகளில், பைபிள் புத்தகங்களுக்கும் பிரார்த் தனைக் கீதங்களது தொகுப்புகளுக்கும் பக்கத்தில் புதிய நூல்கள் தோன்றின.

இப்பொழுது, கள்ள வியாபாரிகள், ஒரு புதிய சக்தியையும் கணக்கிலெடுக்க வேண்டியதாயிற்று. அதுவே கம்ஸமோல்; இளங் கம்யூனிஸ்ட் சங்கத்தினர் சோவியத் சர்க்காரின் உறுதிவாய்ந்த துணை வர்களாகவும், உற்சாகமிக்க நண்பர்களாகவும் விளங்கினர். சில சமயங்களில், எல்லையோரத்து ஊர்களிலிருந்த இளங்கம்யூனிஸ்டு கள் விரோதிகளை வேட்டையாடுவதில் அளவுக்கு மீறிய உற்சாகம் காட்டினார்கள். அப்பொழுதெல்லாம், பாவெலுக்குத் தனது இளந் தோழர்களை ஆபத்திலிருந்து காக்க நேரிட்டது. ஒருதடவை பொதூ பித்ஸி குழுவின் காரியதரிசியும், சமய எதிர்ப்பு இயக்கத்தில் தீவிரமாக ஈடுபட்டவனும், வாதப் பிரதிவாதத்தில் வாஞ்சையுள்ள அவசர வாதியுமான நீலக்கண்ணன் கிரீஷா கொரொவோதிக்கோவுக்குத் தனிப்பட்ட வழிதுறைமூலம் ஒரு துப்புக் கிடைத்தது : அன்று இரவு, கள்ளத்தனமாகக் கடத்தப்பட்ட பொருட்கள் கிராமத்து மில்லுக்குக் கொண்டு வரப்படுமென்பதே அந்தத் தகவல். அதை அறிந்தவுடன், அவன் சகல கம்ஸமோல் உறுப்பினரையும் திரட்டினான். அவர்கள் பயிற்சிக்குப் பயன்பட்ட துப்பாக்கியையும் இரண்டு பாய்னெட்டு களையும் எடுத்துக்கொண்டு, நள்ளிரவில் கிளம்பிச்சென்று, மில்லுக் கருகில் பதுங்கினார்கள். கடத்தப்பட்ட சாமான்களின் வருகைக் காகக் காத்திருந்தார்கள். எல்லைக்காவலர் பிரிவுக்கும் தகவல் கிடைத் திருந்ததால், அது தனது ஆட்களை அனுப்பியிருந்தது. இருட்டில், எல்லைக் காவலர்களும் இளங்கம்யூனிஸ்டுகளும் தங்களுக்குள் மோதிக்கொண்டனர். எல்லைப் படைவீரர்கள் அடக்கமாக நடந் திருக்காவிட்டால், இளைஞர்களில் பலர் உயிரைப் பலிகொடுத்திருப் பார்கள். எல்லைப் படையினர் இளைஞரைப் பிடித்து நிராயுதபாணி களாக்கி நான்கு கிலோமீட்டர் தூரத்தில் இருந்த கிராமத்துக்கு இட்டுச்சென்று, அங்கு அடைத்து வைத்தனர்.

அந்தச் சமயத்தில், பாவெல் கவ்ரீலோவுடன் இருந்தான். காலையில்

பட்டாலியனின் தலைவன், இளைஞர்கள் பிடிபட்ட செய்தி தனக்குக் கிடைத்தவுடன் அதை பாவெலிடம் கூறினான். உடனே பாவெல் பையன்களை மீட்பதற்காகக் குதிரை மீதேறி விரைந்தான்.

அங்கு இருந்த எல்லைக்காவலன் சிரித்துக்கொண்டே, பாவெலிடம் இரவு நிகழ்ந்ததை விவரித்தான்.

“தோழர் கர்ச்சாகின், அவர்கள் நல்ல பையன்கள். அவர்களைக் கஷ்டப்படுத்தும் எண்ணம் எங்களுக்கில்லை. ஆனால் நீ அவர்களிடம் கண்டிப்பாகப் பேசவேண்டும். அப்பொழுதே, அவர்கள் எதிர்காலத்தில் எங்கள் வேலையில் தலையிடாமல் இருப்பார்கள்” என்று அவன் கூறினான்.

காவற்காரன் கொட்டகையின் கதவைத் திறந்தான். பதினொன்று இளைஞர்களும் எழுந்தனர். உடலின் பாரத்தை வலது காலிலும் இடது காலிலும் மாற்றி மாற்றிச் சுமத்திக்கொண்டே அசடு வழிய நின்றார்கள்.

“அவர்களைப் பார். அங்குப் போய், குழப்படி குளறுபடி செய்து விட்டனர். நான் அவர்களைப் பிரதேசத் தலைமை நிலையத்துக்கு அனுப்பித் தானாக வேண்டும்” என்று எல்லைக்காவலன் பொய்யான கண்டிப்புடன் பேசினான்.

கிரீஷா ஆவேசத்துடன் பேசினான் :

“தோழர் ஸாகரோவ், நாங்கள் என்ன குற்றம் செய்தோம்? நீண்ட காலமாக அந்தப் போக்கிரிகள் மீது கண்வைத்திருந்தோம். சோவியத் அதிகாரிகளுக்குச் சகாயம் செய்வதே எங்கள் விருப்பமாயிருந்தது. ஆனால் கொள்ளைக்காரர்கள் மாதிரி எங்களைப் பூட்டி வைக்கிறீர்கள்.”

அவன் மனம் புண்பட்டவனாகக் காட்டிக் கொண்டு வேறு பக்கம் திரும்பினான்.

பாவெலும் ஸாகரோவும் கண்டிப்பாக நடந்து கொள்வது மாதிரி நடித்தார்கள். கொஞ்சநேரத்துக்குப் பின், பையன்களை மேலும் அச்சுறுத்தக் கூடாதென்று முடிவு செய்தார்கள்.

“நீ அவர்களுக்கு உத்திரவாதம் அளிப்பதாயிருந்தால், அவர்கள் இனி எல்லை ஓரத்தில் தலைகாட்ட மாட்டார்களென்று உறுதி அளித்தால், நான் அவர்களை விடுதலை செய்கிறேன். அவர்கள் வேறு வழிகளில் எங்களுக்கு உதவி செய்யலாம்” என்று ஸாகரோவ் பாவெலிடம் கூறினான்.

“நல்லது. நான் அம்மாதிரி வாக்களிக்கிறேன். அவர்கள் இனி என்னைக் காட்டிக் கொடுக்க மாட்டார்களென்று நம்புகிறேன்.”

இளைஞர்கள், பாட்டுப் பாடிக்கொண்டே, பொதூபித்ஸிக்குத் திரும்பிச் சென்றனர். அதன்பின், அந்தச் சம்பவத்தைப் பற்றி எவரும் பேச்சுமூச்சுக் காட்டவில்லை. விரைவில், மில்காரன் சட்டரீதியான வழியில் பிடிபட்டான்.

மைதான்-வில்லா காட்டுப் பிரதேசத்திலுள்ள பண்ணைகளில் ஜெர்மனியிலிருந்து வெளியேறிய விவசாயிகள் வசித்து வந்தார்கள். அவர்கள் செல்வந்தர்கள். அரை கிலோமீட்டர் தூரத்துக்கு ஒன்றாக, பல துணைக் கட்டிடங்களுடன் அமைந்திருந்த அப்பண்ணைகள் குட்டிக் கோட்டைகளைப் போலத் தோற்றமளித்துக் கொண்டிருந்தன. அந்தக் காட்டுப் பிரதேசத்தில்தான் அன்தொன்யூக்கும் அவனது கூட்டத்தினரும் அடைக்கலம் புகுந்தனர். அன்தொன்யூக், முன்னாள் ஜாரிஸ்டு ராணுவத்தில், ஸார்ஜென்ட்-மேஜராக வேலை பார்த்தான். அவன் தன் உறவினரிலிருந்து ஏழு பேரை-எந்த அக்கிரமத்துக்கும் துணிந்தவர்களை-பொறுக்கித் தன்னுடன் சேர்த்துக்கொண்டான். அவர்கள் பிஸ்டலும் கையுமாகத் தோன்றிக் கிராமப்புறச் சாலைகளில் வழிப்பறி நடத்தினார்கள். அவர்கள் ரத்தம் சிந்துவதற்குத் தயங்கவில்லை. அவர்கள் பணம் படைத்த வர்த்தகச் சூதாடிகளைப் பகற் கொள்ளையாடவும் கூசவில்லை; அதுபோல் சோவியத் ஊழியர்களைத் துன்புறுத்துவதற்கும் தயங்கவில்லை. எதையும் சட்டுப்புட்டென்று செய்வது அன்தொன்யூக்கின் வழக்கம். ஒருநாள் அவன், இரண்டு கூட்டுறவுக் கடைக்காரர்களை வழிப்பறி செய்வான்; அடுத்த நாள், அவ்வழிப்பறி நிகழ்ந்த இடத்திலிருந்து இருபது கிலோமீட்டர்களுக்கு அப்பால் உள்ள இடத்தில் ஒரு தபால்காரனை நிராயுதபாணியாக்கி, அவன் வசமிருக்கும் அத்தனைப் பணத்தையும், ஒரு செப்புக் காசைக்கூட விட்டு வைக்காமல் கொள்ளையடிப்பான். அன்தொன்யூக்குக்கும் கோர்தீய் என்ற இன்னொரு கொள்ளைக் காரனுக்கும் பலத்த போட்டி. ஒருவனுக்கு இன்னொருவன் எவ்வகையிலும் சளைத்தவன் அல்ல. அந்தப் பிரதேசத்து மிலீஷியாவுக்கும் எல்லைக் காவலர் தலைமைக்கும், இந்த இருவரால் ஓயாத வேலை. அன்தொன்யூக் பெரிஸ்தோவுக்கு அருகாமையிலிருந்து கொண்டு, தன் தீவினைகளைச் செய்து வந்தான். எனவே, பெரிஸ்தோவ் நோக்கிச் செல்லும் சாலைகளில் நடப்பதே அபாயமாயிருந்தது. அவனைப் பிடிக்க முடியவில்லை. ஆபத்துச் சூழ்ந்துவிட்டால், அவன் எல்லைக்கு அப்பால் ஓடி ஒளிந்து விடுவான்; கொஞ்சகாலத்துக்குத் தலைகாட்ட மாட்டான். ஆனால் மீண்டும், எதிர்பாராத சமயத்தில் தோன்றுவான். தனது மாயமான நடமாட்டத்தாலேயே, அவன் பேராபத்தாக இருந்தான். இந்தக் கொள்ளைக்காரனது அட்டூழியத்தைப் பற்றிப்

புதிதாகத் தகவல் வந்தபொழுதெல்லாம், லிஸீத்ஸின் ஆத்திரத்தில் தன் உதடுகளைக் கடித்தான்.

“இந்த நச்சுப்பாம்பு நம்மைக் கடிப்பதை எப்பொழுது நிறுத்தும்? போக்கிரிப் பயல், ஜாக்கிரதையாக நடமாடட்டும்! இல்லாவிட்டால், நானே அவனைத் தீர்த்துக்கட்டி விடுவேன்!” என்று அவன் நறநற வென்று பற்களைக் கடித்துக் கொண்டே முணுமுணுத்தான். இரண்டு சந்தர்ப்பங்களில், பாவெலையும் இதர கம்யூனிஸ்டுகளில் மூவரையும் உடன் அழைத்துக்கொண்டு, லிஸீத்ஸின் கொள்ளைக்காரனை வேட்டையாடினான்; ஆனால் அந்த இரண்டு சமயங்களிலும், அன்தொன்யூக் தப்பி ஓடிவிட்டான்.

கொள்ளைக்காரர்களை ஒழிப்பதற்காக ஒரு விசேஷப் படைப் பகுதி பிரதேசத் தலைமையால் பெரிஸ்தோவுக்கு அனுப்பப்பட்டது. பிலாத்தோவ் என்ற ஒய்யாரமான வாலிபனே அதற்குத் தலைவன். எல்லைப்புற விதிகளின் பிரகாரம், அவன் நேரடியாக நிர்வாகக் கமிட்டிக்கு வந்து, தன் வருகையைப் பற்றி அறிவிக்க வேண்டும். ஆனால் அந்த மண்டைக்கனம் கொண்ட டம்பாச்சாரி, ஸெமாக்கி என்ற பக்கத்துக் கிராமத்துக்கு நேரில் சென்றான். அப்பொழுது நள்ளிரவாக இருந்ததால், அவன் தன் ஆட்களுடன் ஊரின் வெளிப் புறத்தில் ஒரு வீட்டில் தங்கினான். அடுத்த வீட்டில் வசித்த ஒரு இளங்கம்யூனிஸ்ட், இந்த ஆயுதபாணிகளின் மர்மமான வருகையைக் கவனித்தான். உடனே, கிராம சோவியத் தலைவனிடம் தகவல் கொடுப் பதற்காக அவன் ஓடினான்; இந்தப் படைப்பிரிவைப் பற்றி தலை வனுக்கு ஒன்றும் தெரியாது; எனவே, இவர்கள் கொள்ளைக்கார ராகத்தான் இருக்க வேண்டுமென்று அவன் எண்ணினான். உடனே, உதவி பெறுவதற்காக அந்த இளங் கம்யூனிஸ்ட்டை வட்டார மையத் துக்கு அனுப்பினான். பிலாத்தோவின் முட்டாள்தனத்தால் பலர் சாகும் நிலைமை ஏற்படவிருந்தது. லிஸீத்ஸின் அந்த நள்ளிரவில் மிலீஷியாக் குழு ஒன்றைத் திரட்டினான்; ஒரு டஜன் பேருடன், ஸெமாக்கிக்கு விரைந்தான், ‘கொள்ளைக்காரரைக்’ கருவறுப்பதற்கு. அவர்கள் குதிரையிலேறி அந்த வீட்டுக்கு வந்து இறங்கி, வேலியைத் தாண்டி, வீட்டைச் சூழ்ந்தனர். லிஸீத்ஸின், கதவருகில் நின்ற காவற்காரன் தலையில் கைத்துப்பாக்கிக் கட்டையால் ஓங்கி அடிக்கவே, அவன் விழுந்தான். தோளால் முட்டிக்கதவைத் திறந்து கொண்டு, லிஸீத் ஸினும் அவனுடைய ஆட்களும் அறைக்குள் நுழைந்தனர். கூரை யிலிருந்து தொங்கிய எண்ணெய் விளக்கு மங்கலான வெளிச்சம் கொண்ட அவ்வறையில், ஒரு கையில் எறிகுண்டும் இன்னொன்றில்

கைத்துப்பாக்கியுமாக நின்றுகொண்டிருந்த லிஸீத்ஸின் ஜன்னல் கதவுகள் கடகடவென்று ஓசை செய்யும் வகையில் கர்ஜித்தான் :

“சரண் அடை, அல்லது உங்களை ஒழித்துவிடுவேன்.”

ஒரு வினாடியில், கண்விழித்துத் துள்ளி எழுந்த சிப்பாய்கள் குண்டு மாரிக்குப் பலியாகியிருப்பார்கள். ஆனால் எறிகுண்டை வீசுவதற்குத் தயாராய் நின்ற மனிதனது தோற்றப் பொலிவைக் கண்டு பயந்த சிப்பாய்கள், தமது கரங்களை உயர்த்தினர். சில நிமிஷங்கள் கழிந்தன; உள்ளாடை மட்டுமே அணிந்திருந்த ‘கொள்ளைக்காரர்கள்’ வெளியே நிறுத்தப்பட்டனர். அப்பொழுது பிலாத்தோவ் லிஸீத்ஸின் சட்டையிலிருந்த செங்கொடி விருதைக் கண்டான். உடனே, நிலைமையை விளக்கினான்.

லிஸீத்ஸினுக்கு ஒரே ஆத்திரம்.

“நீ ஒரு மடையன்” என்று ஏளனத்துடன் கூறிக் காறித் துப்பினான்.

ஜெர்மனி நாட்டில் நடைபெற்ற புரட்சி சம்பந்தமான தகவல் எல்லைப் பிரதேசத்தை எட்டியது. ஹாம்பர்க் நகரத்தில், தெரு அடைப்புகளையொட்டி நடைபெற்ற துப்பாக்கிப் பிரயோகத்தின் ஒலி, இங்கும் ஓரளவுக்கு எதிரொலித்தது. எல்லையோரப் பிரதேசத்தில் அமைதி குலைந்தது. சூழ்நிலையில் ஒரு வேகம் உண்டாயிற்று. எல்லோரும் மிகுந்த ஆவலுடன் செய்தித்தாள்களைப் படித்தார்கள். மேல் திசையிலிருந்து புரட்சிக் காற்று வீசியடித்தது. செஞ்சேனையில் சேர்ந்து தொண்டாற்றுவதற்குச் சித்தமாயிருப்பதாகக் கூறிப் பல இளங்கம்யூனிஸ்டுகள் வட்டாரக் கம்ஸமோல் கமிட்டியிடம் விண்ணப்பம் செய்து கொண்டனர். சோவியத் நாடு சமாதானப் பாதுகாப்பைக் கொள்கையாகக் கொண்டு செயல்படுகிறதென்றும், அது அந்நிய நாடுகளுடன் சண்டை பிடிக்காதென்றும், கர்ச்சாகின் இளங்கம்யூனிஸ்டுகளுக்கு விளக்கினான். ஆனால் அவர்கள அடங்கவில்லை. ஒவ்வொரு ஞாயிற்றுக்கிழமையிலும், வட்டாரம் முழுவதிலுமிருந்து இளங்கம்யூனிஸ்டுகள் வந்து, பாதிரி வீட்டுத் தோட்டத்தில் கூடினார்கள். ஒருநாள் உச்சிப்பொழுதில், பொதூபித்ஸி குழுவைச் சேர்ந்த கம்யூனிஸ்ட் இளைஞர்கள் ராணுவ நடைபோட்டுக் கொண்டு வந்து, வட்டாரக் கமிட்டி முற்றத்தை அடைந்தார்கள். அவர்களது வருகையை ஜன்னல் வழியாகக் கண்டு கொண்ட பாவெல், முக மண்டபத்துக்குச் சென்றான். பதினொரு இளைஞர், கிரீஷா தலைமையில் வந்தனர். அவர்கள் பட்டாளத்துப் பூட்ஸ் அணிந்திருந்தனர்; அவர்களது தோளிலிருந்து பெரிய கித்தான் பைகள் தொங்கின.

"கிரீஷா, இது என்ன?" என்று பாவெல் வியப்புற்று வினவினான்.

கிரீஷா பதில் உரைக்காமல், கண்களால் சைகை காட்டிவிட்டுப் பாவெலுடன் உள்ளே சென்றான். லீதா, ஷேன்யா, மேலும் இரண்டு இளங் கம்யூனிஸ்டுகள் ஆகியோர் கிரீஷாவைச் சூழ்ந்துகொண்டு, விளக்கம் கோரினார்கள். அவன் கதவைச் சாத்திவிட்டு, வெண்மையான புருவங்களை நெறித்துக்கொண்டு விளம்பலுற்றான் :

"தோழர்களே, இது ஒரு பரீட்சை. எனது சொந்த யுக்தி. நாம் ஜெர்மன் முதலாளிகளுடன் சண்டை போடப் போகிறோமென்றும், போலிஷ் பிற்போக்காளருடனும் சீக்கிரத்தில் போர் புரிவோமென்றும் வட்டாரக் கமிட்டியிடமிருந்து ரகசியமான தந்தி வந்திருப்பதாக இன்று காலை நம் பையன்களிடம் சொன்னேன். சகல இளங்கம்யூனிஸ்டுகளும் படைதிரள வேண்டுமென்று மாஸ்கோவிலிருந்து உத்தரவு வந்திருப்பதாகவும சொன்னேன். யாருக்காவது பீதியாயிருந்தால், அவன் விதிவிலக்குக் கோரி விண்ணப்பம் செய்து கொள்ளலாமென்றேன். ஊரில் தங்குவதற்கு அவன் அனுமதிக்கப் படுவானென்று உறுதி கூறினேன். இந்தப் போரைப் பற்றி ஒருவரிடமும் பேசக்கூடாதென்று நான் அவர்களுக்கு உத்திரவிட்டேன். ஒரு ரொட்டியையும் பெரிய இறைச்சித் துண்டையும் எடுத்துக்கொண்டு வரும்படி கூறினேன். இறைச்சி இல்லாவிட்டால், வெள்ளைப் பூண்டு அல்லது வெங்காயம் கொண்டுவரச் சொன்னேன். கிராமத்துக்கு வெளியில் ரகசியமாகக் கூடி, வட்டார மையத்துக்குச் செல்வோமென்றும், அங்கிருந்து பிரதேச மையத்துக்குப் போனவுடன் ஆயுதங்களைப் பெறுவோமென்றும் விளக்கினேன். நான் பேசியவுடன் அவர்களிடையே ஏற்பட்ட பரபரப்பை நேரில் பார்க்க வேண்டும்! என்னைக் குறுக்குக் கேள்வி கேட்டு, விவரம் அறிய முயன்றார்கள். கேள்வி கேட்பதை நிறுத்திவிட்டு வேலையில் இறங்குமாறு சொன்னேன். 'ஊரிலேயே தங்க விரும்பும் தோழர்கள் மனம்விட்டுப் பேசலாம். நமக்குத் தொண்டர்கள்தான் தேவை. இது கட்டாய சேவை இல்லை' என்று மீண்டும் வற்புறுத்திக் கூறினேன். அவர்கள் கலைந்தனர். எனக்குக் கலக்கம் உண்டாயிற்று. ஒருவனும் வராவிட்டால் என்ன செய்வது? ஒருவனும் வராவிட்டால், இந்தக் குழுவைக் கலைத்து விட்டு, வேறு ஊருக்குப் போக வேண்டியதுதான்! இவ்வாறு எண்ணியவனாக, நான் கிராமத்துக்கு வெளியில் உட்கார்ந்து கொண்டிருந்தேன். இதயம் வெகு வேகமாகத் துடித்தது. கொஞ்சநேரத்துக்குப் பின், அவர்கள் ஒருவனுக்குப்பின் ஒருவனாக வரத் தொடங்கினார்கள். சிலர் தேம்பித் தேம்பி அழுததால், அவர்களது முகமெல்லாம் வீங்கியிருந்தது. ஆனால் அவர்கள் தம் துக்கத்தை மறைக்க

முயன்றனர். பத்துப் பேரும் வந்துவிட்டனர். ஒருவன்கூடப் பின் தங்கவில்லை. நமது பொதூபித்ஸியிலுள்ள கம்ஸமோல் குழுவின் மகாத்மியம் எப்படி!" என்று அவன் வெற்றிக் களிப்புடன் முடித்தான்.

அதிர்ச்சியடைந்த லீதா அவனைக் கடிந்து பேசினாள். அவன் அவளை வியப்புடன் வெறித்துப் பார்த்தான்.

"நீ என்ன சொல்கிறாய்? நான் சொல்கிறேன், அவர்களைச் சோதிப்பதற்கு இதுதான் சிறந்த வழி. இதில் ஒரு மோசடியும் இல்லை. இந்த நாடகத்தைத் தொடர்ந்து நடத்துவதற்காகப் பிரதேசத் தலைமையிடம் அவர்களை இட்டுச் செல்ல எண்ணினேன். ஆனால் மிகவும் களைத்துப் போயிருக்கிறார்கள். பார்த்தால் பாவமாயிருக்கிறது. கர்ச்சாகின், நீ அவர்களுக்கு ஒரு குட்டிப் பிரசங்கம் செய்ய வேண்டும். செய்வாயல்லவா? பேச்சு இல்லாவிட்டால் நன்றாயிருக்காது. படை திரட்டும் யோசனை கைவிடப்பட்டதென்ற மாதிரி ஏதாவது சொல். அதே சமயத்தில், அவர்களது உணர்வைக் கண்டு நாம் பெருமைப்படுகிறோம் என்றும் சொல்லு" என்றான் கிரீஷா.

பாவெல், பிரதேசத் தலைநகருக்கு அபூர்வமாகப் போய்வந்தான். அங்குப் போய் வருவதென்றால், பிரயாணத்திலேயே பல நாட்கள் கழிந்தன; வட்டாரத்தைவிட்டு ஒருநாள்கூட வெளியே போகமுடியாத படி, அவனுக்கு வேலை இருந்தது. ஷேன்யாவோ, காரணம் இல்லாமலேயே, குதிரை வண்டிச் சவாரி செய்து டவுனுக்குப் போவதற்குத் தயாராயிருந்தான். அவன் தன்னை ஒரு மாவீரனாகப் பாவித்துக் கொண்டு, உச்சந்தலை முதல் உள்ளங்கால்வரை ஆயுதங்களைத் தரித்துக்கொண்டு புறப்படுவான். காட்டு வழியே செல்லும் பொழுது, காகங்களையும் பாய்ந்தோடும் அணில்களையும் நோக்கி மனம் போன போக்கில் சுடுவான். தனியாகச் செல்லும் வழிப்போக்கர்களை நிறுத்தி, "நீ யார்? எங்கிருந்து வருகிறாய்? எங்கே போகிறாய்?" என்றெல்லாம் கண்டிப்புடன் வினவுவான். நகரத்தை நெருங்கிய அவன் தன் ஆயுதங்களை நீக்கிவிடுவான். துப்பாக்கியை வண்டியின் வைக்கோலுக்குள் மறைத்துவிட்டு, கைத்துப்பாக்கியைக் காற்சட்டைப் பையில் ஒளித்துக்கொண்டு, எப்பொழுதும் போல் தோற்றமளிப்பவனாகக் கம்ஸமோலின் பிரதேசக் கமிட்டி அலுவலகத்தில் பிரவேசிப்பான்.

ஒருநாள் அவன் அலுவலகத்துக்குள் வந்தவுடன், "பெரிஸ்தோவில் என்ன சேதி?" என்று பிரதேசக் கமிட்டிக் காரியதரிசி பிதோத்தவ் வினவினான்.

காரியதரிசியின் அறையில், எப்பொழுதும் கூட்டம் அதிகம்; பலர் ஏககாலத்தில் பேசுவார்கள். நான்கு பேர் பேசுவதைக் கேட்டுக் கொண்டு, ஐந்தாவது நபருக்குப் பதில் சொல்லிக்கொண்டு, அதே சமயத்தில் ஏதாவது எழுதிக்கொண்டும் இருப்பதென்பது எளிதான காரியம் அல்ல. பிதோத்தவ் இளைஞன்தான். ஆனால் 1919லிருந்தே கட்சி அங்கத்தினனாக இருந்து வருகிறான். அந்தப் போராட்ட நாட்களில்தான் பதினைந்து வயதுப் பையன் கட்சியில் அங்கத்தினராய் இருந்திருக்க முடியும்.

“சேதிக்கு என்ன குறைவு?” என்று ஷேன்யா நிச்சிந்தையாகத் தொடங்கினான். “நிறைய இருப்பதால் உடனே சொல்ல முடியாது. காலையிலிருந்து இரவுவரை, ஒரே இம்சைதான். வேலை ஏராளமாகக் குவிந்து கிடக்கிறது. அடியிலிருந்து தொடங்க வேண்டியிருக்கிற தல்லவா? நான் இரண்டு குழுக்களை அமைத்தேன். சரி, எதற்காக என்னைக் கூப்பிட்டு அனுப்பினீர்கள்?” என்று கேட்டுக் கொண்டே, அவன் காரியவாதி மாதிரி நடித்துக் கொண்டு, கையுள்ள நாற்காலி ஒன்றில் அமர்ந்தான்.

பொருளாதார இலாகாவின் தலைவனான கிரீம்ஸ்கிய் தன் மேஜை யில் குவிந்திருந்த காகிதங்களைப் பார்த்துக் கொண்டிருந்தான். அவன் ஒரு கணம் தலையை உயர்த்தி, ஷேன்யாவைப் பார்த்தான்.

“நாங்கள் கர்ச்சாகினைத்தான் அழைத்தோம்; உன்னையல்ல” என்று அவன் கூறினான்.

ஷேன்யா சிகரெட் புகையை ஊதிக்கொண்டே பேசினான் :

“இங்கு வருவதென்றால் கர்ச்சாகினுக்குப் பிடிக்கவில்லை. எனவே, இதர வேலைகளுடன் இதையும் நானே செய்ய வேண்டியிருக்கிறது.... பொதுவாகப் பார்த்தால், சில காரியதரிசிகள் இன்பமாகப் பொழுது போக்குகிறார்கள். அவர்கள் தாமாக ஒன்றும் செய்வதில்லை. என்னைப் போன்ற கழுதைகள்தான் பொதி சுமக்க வேண்டும். கர்ச்சாகின் எல்லைக்குப் போனான் என்றால், இரண்டு மூன்று வாரத்துக்குத் திரும்பி வரமாட்டான். எல்லா வேலையையும் நானே செய்ய வேண்டும்.”

வட்டாரக் காரியதரிசி வேலைக்குப் பாவெலைவிடத் தனக்குத்தான் தகுதி அதிகம் என்று ஷேன்யா குறிப்பாக உணர்த்தியதைப் பேச்சைக் கேட்டவர்கள் புரிந்துகொண்டனர்.

“நல்ல மனதுள்ளவனாகத் தோன்றவில்லை” என்று பிதோத்தவ், ஷேன்யா போனபின் இதர தோழர்களிடம் கூறினான்.

தற்செயலாக, ஷேன்யாவின் சூழ்ச்சி அம்பலமாயிற்று. ஒருநாள், லிஸீத்ஸின் தபால் எடுத்துச்செல்வதற்காகக் கம்ஸமோல் ஆபீசுக்கு வந்தான். வட்டாரத்திலிருந்து யார் வந்தாலும், தபாலை எடுத்துச் செல்வது வழக்கம். லிஸீத்ஸினும் பிதோத்தவும் உரையாடியபொழுது, ஷேன்யாவின் குட்டு வெளிப்பட்டது.

“எப்படியாயினும் சரி, கர்ச்சாகினை அனுப்பு. எங்களில் பலர் அவனைப் பார்த்ததில்லை” என்று பிதோத்தவ் கூறினான்.

“சரி, சரி. ஆனால் அவனை எங்கள் வட்டாரத்திலிருந்து எடுத்து விடாதீர்கள். அதை நாங்கள் அனுமதிக்க மாட்டோம்” என்று பதில் அளித்தான் லிஸீத்ஸின்.

இந்த வருஷம், அக்டோபர் புரட்சியின் ஆண்டு விழா, முன்னைக் காட்டிலும் அதிக உற்சாகத்துடன் கொண்டாடப்பட்டது. எல்லைப் புறக் கிராமங்களில் கொண்டாட்டத்தை நடத்தும் கமிட்டிக்குப் பாவெல் தலைவனாகத் தேர்ந்தெடுக்கப்பட்டான். பொதூபித்ஸியில் கூட்டம் முடிந்தபின், அண்மையில் இருந்த மூன்று கிராமங்களைச் சேர்ந்த ஐயாயிரம் விவசாயிகள், எல்லைக் கோட்டை நோக்கி ஊர்வலமாகச் சென்றார்கள். அந்த ஊர்வலம் அரைக் கிலோமீட்டர் நீளம் இருந்தது. முன்னால் சிலர் ராணுவ பாண்டு வாசித்துக் கொண்டு போனார்கள். அதன்பின் சர்வஜன ராணுவப் பயிற்சி பட்டாலியன் இருந்தது. ஏராளமான செம்பதாகைகள் பறந்தன. அந்த ஊர்வலத்தினர் சோவியத் பகுதியில், எல்லைக் கம்பங்களுக்குச் சமாந்தரமான வழியில், ஒழுங்காக நடைபோட்டனர். எல்லைக் கோட்டால் இரண்டாகப் பிரிந்திருந்த கிராமங்களை நோக்கி ஊர்வலம் போயிற்று. இதற்கு முன்னால், எல்லைப் பிரதேசத்தில், போலிஷ்காரர்கள் இத்தகைய ஊர்வலத்தைக் கண்டதில்லை. பட்டாலியன் தலைவனாக கவ்ரீலோவும் கர்ச்சாகினும் ஊர்வலத்துக்கு முன்னால் குதிரைமீது சென்றனர். அவர்களுக்குப் பின்னால், பாண்டு வாத்திய கோஷ்டி இசை எழுப்பியது. பதாகைகள் காற்றில் அசைந்தாடி ஒலி செய்தன. ஜனங்களின் பாட்டு நெடுந்தூரத்துக்கு ஒலித்தது. சிறப்பாக ஆடை உடுத்தியிருந்த விவசாய இளைஞர்கள் உற்சாகத்துடன் சென்றனர். கிராம மங்கையர் கிளுகிளுத்தனர்; உல்லாசமாகப் புன்னகை செய்தனர். வயது வந்தவர்கள் பொறுப்புணர்வுடன் நடந்தனர். கிழவர்கள் புனிதமான வெற்றியைப் பெற்ற உணர்வுடன் சென்றனர். கண்ணுக்கெட்டிய தூரம்வரை, ஊர்வலத்தில் ஜனங்கள் நிறைந்திருந்தனர். ஊர்வலம், எல்லை விளிம்பை ஒட்டினாற் போலச்

சென்றது; ஆனால் ஒருவரும் அந்தக் கோட்டைக் கடக்கவில்லை. இந்த ஜனசமுத்திரம் வரிசை வரிசையாகச் செல்வதைப் பாவெல் பார்த்தான்.

'அடவிபல முதலாக ஆங்கிலேயர் நாட்டை
அடுத்துள்ள ஆழ்கடலின் எல்லைவரை எங்கும்
படைவலியில் மிக்கதாகும் செம்படைதான் ஒன்றே!
பார் முழுதும் வலியுடைத்துச் செம்படைதான் ஒன்றே!'

என்ற பாட்டை இளங்கம்யூனிஸ்டுகளும் பாடினார்கள். அதைத் தொடர்ந்து,

'தொலைதூரக் குன்றத்தில்
தோன்றுகிறார் எவரோ?
சிலைபோல அழகுடையார்
இளம்பெண்கள் சிரிப்பார்'

என்ற பாட்டை இளம் பெண்கள் கூட்டாகப் பாடினர்.

சோவியத் எல்லைக் காவற்படை வீரர்கள், இன்பப் புன்னகையுடன் ஊர்வலத்தை வணங்கினார்கள். போலிஷ் காவலாளிகள் திகைப்புற்றவராக நோக்கினார்கள். இந்த ஊர்வலத்தைப் பற்றிப் போலிஷ் தலைமைக்கு முன்னெச்சரிக்கை கொடுக்கப்பட்டிருந்தது; என்றாலும், இது பெரும் பீதியை உண்டாக்கியது. ரகசியப் போலீசார் இங்கும் அங்கும் நிம்மதியில்லாமல் குதிரைமீது போய்க்கொண்டிருந்தனர். எல்லைக் காவற்படைகளின் எண்ணிக்கை ஐந்து மடங்காக அதிகரிக்கப்பட்டிருந்தது; பக்கத்துக் குன்றுகளுக்குப் பின்னால் உதவிப் படைகள் பதுக்கப்பட்டிருந்தன; அவை அவசரத்துக்கு உதவும் வகையில் ஆயத்தமாக இருந்தன. ஆனால் உல்லாசமாக நடந்துகொண்டு சென்ற ஊர்வலம், எல்லைக் கோட்டைத் தாண்டவேயில்லை.

ஒரு போலிஷ் காவலாளி, குன்றின் மீது நின்றான். வெகு சீராக நடைபோட்ட ஊர்வலம் அவனை நெருங்கியது. நடை கீதத்தின் சுரங்கள் அவன் காதில் விழுந்தன. உடனே அவன் துப்பாக்கியை தோளிலிருந்து இறக்கினான். காலுடன் அதைச் சேர்த்துக்கொண்டு, மரியாதையாக நின்றான். "கம்யூன் நீடு வாழ்க!" என்ற சொற்கள் பாவெல் காதில் தெளிவாக விழுந்தன.

அந்த வார்த்தைகளைச் சொன்னது சிப்பாய்தான் என்பதை அவனது கண்களே பாவெலுக்கு உணர்த்தின. கவர்ச்சியடைந்த பாவெல்,

அவனை வெறித்துப் பார்த்தான். ஒரு நண்பன்! சிப்பாயின் உடுப்புக்கு அடியில், ஒரு இருதயம், ஆர்ப்பாட்டக்காரர்களுக்கு ஆதரவாகத் துடித்தது! பாவெல், "வாழ்த்துக்கள், தோழரே!" என்று போலிஷ் பாஷையில் மென்மையாகக் கூறினான்.

ஆர்ப்பாட்டம் முழுமையும் அவனைக் கடக்கும்வரை, போலிஷ் சிப்பாய் அதே நிலையில் இருந்தான். அந்தச் சிறிய, கரிய உருவத்தைப் பார்ப்பதற்காகப் பாவெல் பன்முறை திரும்பினான். இங்கு இன்னொரு போலிஷ்காரன் இருந்தான். அவனது மீசை நரைக்கத் தொடங்கியிருந்தது. பளபளவென்று மின்னிய நுனியுடன் கூடிய குல்லாயின் அடியிலிருந்த சலனமற்ற மங்கிப்போன அவனது கண்களைப் பாவெல் நோக்கினான். முயல் சோல்ஜர் சொன்னதைக் கேட்டிருந்த நினைவோடு வந்த பாவெல் இவனைப் பார்த்து, "வாழ்த்துக்கள், தோழரே" என்று தனக்குள் சொல்லும் ரீதியில் முனகினான்.

ஆனால் அதற்கு ஒரு பதிலும் கிடைக்கவில்லை.

கவ்ரீலோவ் சிரித்தான். அவன் அனைத்தையும் ஒட்டுக் கேட்டிருந்தான்.

"நீ அளவுக்கு மீறி எதிர்பார்க்கிறாய். அவர்கள் எல்லோரும் சாதாரணமான காலாட்படை வீரர்களல்ல. சிலர் ரகசியப் போலீஸார். அவனது மேற்கோட்டுக் கையிலுள்ள அடையாளத் துணியைப் பார்த்தாயா? அவன் ஒரு ரகசியப் போலீஸ்காரன் என்பது உறுதி."

ஊர்வலத்தின் முன்பாகம் குன்றுச் சரிவில் இறங்கிக் கொண்டிருந்தது. அது எல்லைக்கோட்டால் இரண்டாகியுள்ள கிராமத்தை நோக்கிச் சென்றது. அந்தக் கிராமத்தின் சோவியத் பகுதியில் வசித்த மக்கள் விருந்தாளிகளை உன்னதமான முறையில் வரவேற்பதற்குத் தயாரிப்புச் செய்திருந்தனர். கிராமத்தார் அனைவரும், சிற்றாற்றின் கரையில் எல்லைப் பாலத்தின் அருகில் காத்திருந்தனர். இளைஞர்கள், சாலையின் இருபுறங்களில் வரிசையாக நின்றனர். போலிஷ் பகுதிக் கிராமத்தின் குடிசைக் கூரைகளிலும் கொட்டகைக் கூரைகளிலும் ஒரே கூட்டம். அவர்கள் எதிர்க்கரையில் நடப்பதைச் சிரத்தையுடன் கவனித்துக் கொண்டிருந்தனர். குடிசை முகப்புகளிலும் தோட்ட வேலிகளருகிலும் ஏராளமான விவசாயிகள் கூடியிருந்தனர். ஊர்வலம் மக்கள் நிரம்பிய இடத்தை அடைந்தவுடன், பாண்டு கோஷ்டி "இன்டர் நேஷனல் கீதம்" வாசித்தது. அதன்பின், பசுமையான கொடிகளாலும் கிளைகளாலும் அலங்கரிக்கப்பட்டிருந்த மேடையிலிருந்து கூட்டத்தினரைக் கிளர்ந்தெழச் செய்யும் பிரசங்கங்கள் நிகழ்த்தப்

பட்டன. இளைஞரும் மயிர் நரைத்துப் போன கிழவரும் பேசினார்கள். பாவெலும் தன் உக்ரேனிய மொழியில் பேசினான். அவனது பேச்சு ஆற்றைக் கடந்து அக்கரையிலிருந்த மக்களின் செவியில் விழுந்தது. அந்தத் தீப்பொறி கக்கிய சொற்கள், கேட்போரைக் குமுறியெழச் செய்யுமென்று அஞ்சினர், அக்கரையிலிருந்த இரகசியப் போலீஸார். அவர்கள் அங்கு இருந்த கிராமத்தாரைச் சவுக்குகளால் அடித்து விரட்டி ஓட்டினர்; ஆகாயத்தை நோக்கிச் சுடத் தொடங்கினர்.

தெருக்கள் வெறிச்சென்று ஆயின. போலீஸ் குண்டுகள் விழத் தொடங்கியதும் இளைஞர்கள் கூரைகளிலிருந்து குதித்து ஓடினார்கள். சோவியத் பகுதியிலிருந்த மக்கள் இவற்றையெல்லாம் பார்த்தனர். அவர்களின் முகங்களில் துயரக் குறிகள் படர்ந்தன. போலிஷ் பகுதியில் நடந்ததைக் கண்டு வெகுண்டெழுந்த ஒரு கிழ இடையன், சில இளைஞரின் உதவியுடன் மேடைமீது ஏறி, உணர்ச்சி வசப்பட்டுப் பேசினான் :

“என் அருமைக் குழந்தைகளே, இந்தக் காட்சியை நீங்களே பார்த்தீர்கள்! ஒரு காலத்தில், நாங்களும் இம்மாதிரி இம்சிக்கப் பட்டோம். ஆனால் இப்பொழுது, உழவன் கிராமத்துக்கு எஜமான னாகிவிட்டான். பிரபுக்களின் ஆட்சி முறிவடைந்துவிட்டது. நமது முதுகு, சவுக்கடியால் துன்புறும் காலம் ஒழிந்துவிட்டது. பிரபுக்கள் ஒருபொழுதும் திரும்பாமலிருப்பதற்கு நீங்கள்தான் உறுதி தேட வேண்டும். நான் கிழவன், எனக்குப் பேசத் தெரியாது. ஆனால் பல விஷயங்களை எடுத்துரைக்க நான் விரும்புகிறேன். ஜாராட்சியில் எங்கள் வாழ்நாளெல்லாம் துன்பமடைந்தோம்; பட்டினி கிடந்தோம்; உழவு மாடுகளைப் போல உழைத்து ஓடானோம்.... ஆம், அதோ அந்தப் பக்கத்தில் இருப்பவர்கள் மாதிரி!” இவ்வாறு கூறிய கிழவன், தன் தசைப்பற்று இல்லாத கரத்தால், ஆற்றின் அக்கரையைக் காட்டினான். அதற்குமேல் அவனால் பேச முடியவில்லை. உணர்ச்சி வசப்பட்டு அழுதுவிட்டான். சிறுவர்களாலும், முதுமை மிகுந்தவர்க ளாலும்தான் அப்படி அழமுடியும்.

அதன்பின் கொரொவோதிக்கோ பேசினான். அவனது உரையில் வெஞ்சினம் பொறி கக்கியது. அதைக் கண்ட கவ்ரீலோவ் தன் குதிரையைத் திருப்பி, எதிர்க்கரையில் யாராவது குறிப்பு எடுக்கிறார் களா என்று உன்னிப்பாகக் கவனித்தான். ஆனால் அந்தக் கரையில் ஒருவரும் இல்லை. பாலத்துக்குக் காவலாயிருந்த சிப்பாய்கூட அகற்றப்பட்டு விட்டான்.

"நல்லது. அந்நிய நாட்டுக் கமிஸார் இலாகாவுக்குக் கண்டனக் குறிப்பு எதுவும் வராது போலிருக்கிறது!" என்று தனக்குள் விளையாட்டாகக் கூறிக்கொண்டே அவன் சிரித்தான்.

இலையுதிர் காலத்தின் பிற்பகுதியில், நல்ல மழை பெய்த ஒரு இரவில், அன்தொன்யூக்கும் அவனது ஏழு கூட்டாளிகளும் சிக்கினார்கள். மைதான-வில்லாவிலிருந்த பண்ணை ஒன்றில், பணக்கார ஜெர்மானிய விவசாயியின் வீட்டுத் திருமணத்தில், அன்தொன்யூக் பிடிபட்டான். க்ரோலின்ஸ்காயா கம்யூனைச் சேர்ந்த விவசாயிகள் தான் அவனைப் பிடித்தார்கள்.

அந்தத் திருமணத்துக்கு இத்தகைய விருந்தாளிகள் வந்திருந்த சேதி உள்ளூர்ப் பெண்களது பேச்சால் பரவிவிட்டது. உடனே, பன்னிரண்டு இளங்கம்யூனிஸ்டுகளும் ஒன்றுகூடி, கிடைத்த ஆயுதங்களை எடுத்துக் கொண்டு, வண்டியில் ஏறினர். ஒரு தூதனைப் பெரிஸ்தோவுக்கு விரையும்படி அனுப்பிய பின்பே, அவர்கள் மைதான்-வில்லாவுக்குப் போனார்கள். ஸெமாக்கியில் அந்தத் தூதன், பிலாத்தோவின் படைப்பகுதியைத் தற்செயலாகச் சந்தித்தான். உடனே, பிலாத்தோவும் அவனது செஞ்சேனை வீரர்களும் கொள்ளைக்காரனைப் பிடிக்க விரைந்தனர்.

இளங் கம்யூன்காரர்கள் பண்ணையைச் சூழ்ந்து கொண்டு, துப்பாக்கிப் பிரயோகம் செய்தனர். அன்தொன்யூக் கோஷ்டியினரும் துப்பாக்கிகளைச் செயல்படுத்தினர். பண்ணையின் பக்க வீட்டில் தம்மைப் பதுக்கிக்கொண்டு, தமது துப்பாக்கிகளின் வீச்சுக்குள் வந்தோரையெல்லாம் சுட்டார்கள். அவர்கள் பாய்ந்து முன்னேற முயன்றனர். ஆனால் முடியவில்லை; ஒருவனை இழந்துவிட்டு, வீட்டுக்குள் பின்வாங்க வேண்டியதாயிற்று. இதைப் போன்ற பல நெருக்கடிகளில் அன்தொன்யூக் முன்னால் சிக்கியிருக்கிறான். ஆனால் அப்பொழுதெல்லாம் இருளின் சகாயத்துடன், எறிகுண்டுகளின் உதவியுடன் அவன் போராடித் தப்பியிருக்கிறான். இப்பொழுதும், அவன் அம்மாதிரி தப்பியிருப்பான்; ஏனெனில் இளங்கம்யூனிஸ்டுகள் தம்மில் இருவரை இழந்துவிட்டனர். ஆனால் தீர்மானகரமான தருணத்தில், பிலாத்தோவ் வந்து சேர்ந்தான். தன் வித்தையொன்றும் பலிக்காதென்பதை அன்தொன்யூக் உணர்ந்தான். ஆனால் அவன், அக்கட்டிடத்திலிருந்த ஜன்னல்கள் எல்லாவற்றின் வழியாகவும் மறுநாள் உதயம் வரை சுட்டுக் கொண்டேயிருந்தான். கடைசியில், பொழுது

புலர்ந்ததும், அவன் பிடிபட்டான். அந்த எழுவரில் ஒருவன்கூடச் சரண் அடையவில்லை. இந்த நச்சுப் பிறவிகளை ஒழிக்கும் பணியில், நால்வர் உயிரிழக்க நேர்ந்தது. அவர்களில் மூவர், புதிதாக அமைந்த க்ரோலின்ஸ்காயா இளங்கம்யூனிஸ்ட் குழுவைச் சேர்ந்தவர்கள்.

பிரதேசத் துருப்புகளின் இலையுதிர் காலப்படை நடமாட்டத்துக்கு வரும்படி, கர்ச்சாகினது பட்டாலியனுக்கு அழைப்பு வந்தது. டிவிஷனின் முகாமுக்குப் போக வேண்டும்; நாற்பது கிலோமீட்டர் தூரம்; கொட்டும் மழை; எனினும் பட்டாலியன் ஒரே நாளில் இந்தத் தூரத்தைக் கடந்தது. அதிகாலையில் கிளம்பிய அவர்கள் இரவு நெடுநேரமானபின், முகாமை அடைந்தனர். பட்டாலியன் தலைவனாகிய கூஸேவ், கமிஸார் கர்ச்சாகின் ஆகிய இருவரும் குதிரைமீது சென்றனர். எண்ணூறு பயிற்சியாளரும் ராணுவ விடுதியை அடைந்தபொழுது மிகவும் களைத்திருந்தனர். அவர்கள் உடனே உறங்கிவிட்டனர். மறுநாள் காலையிலேயே, படை நடமாட்டம் தொடங்க வேண்டும்; டிவிஷனின் தலைமை, பட்டாலியனுக்குத் தகவல் அனுப்புவதில் தாமதித்துவிட்டது. பட்டாளத்து உடுப்பு அணிந்து, துப்பாக்கிகளை ஏற்றிக்கொண்டு, கூஸேவின் படை சோதனைக்காக அணிவகுத்து நின்றபொழுது, அது முற்றிலும் வேறு தினுசாகக் காட்சி தந்தது. இந்த இளைஞருக்குப் பயிற்சி அளிப்பதில், கூஸேவும் கர்ச்சாகினும் மிகுந்த நேரத்தைச் செலவிட்டு ரொம்பக் கஷ்டப்பட்டிருந்தனர். அவர்கள், தமது யூனிட் சிறப்பாகத் தேர்ச்சி அடையுமென்ற நம்பிக்கையுடன் இருந்தனர். மேலதிகாரிகளின் சோதனையெல்லாம் முடிந்தபின், பட்டாலியன் தன் திறமையெல்லாம் காட்டியபின், ஒருவன் பாவெல் பக்கம் திரும்பினான். அவனது முகம் உப்பி இருந்தாலும், அழகாயிருந்தது.

“நீங்கள் ஏன் குதிரைமீது அமர்ந்திருக்கிறீர்கள்? நமது ராணுவப் பயிற்சி பட்டாலியன்களின் தலைவர்களும் கமிஸார்களும் குதிரைமீது அமர்வதற்கு உரிமை பெறவில்லை. உன் குதிரையை லாயத்துக்கு அனுப்பிவிட்டுப் படை நடமாட்டத்தில் பங்குகொள்” என்று அவன் வெடுக்கென்று பேசினான்.

தான் குதிரையிலிருந்து இறங்கினால், படை நடமாடடத்தில் பங்குகொள்ள முடியாதென்பதைப் பாவெல் அறிவான்; ஏனெனில், ஒரு கிலோமீட்டர் தூரம்கூட அவனால் நடக்க முடியாது. ஆனால், தோல் வார்களால் அலங்காரம் செய்து கொண்டு நின்ற இந்த உரக்கப் பேசும் பிலுக்கனிடம் அவன் எப்படி நிலைமையை விளக்குவான்?

“நான் படை நடமாட்டத்தில் நடந்து பங்கெடுக்க முடியாது.”

"ஏன் முடியாது?"

ஏதாவது ஒரு விளக்கத்தைக் கொடுத்தாக வேண்டுமென்பதை உணர்ந்த பாவெல், மெலிந்த குரலில் கூறினான் :

"என் கால்கள் வீங்கியிருக்கின்றன. ஒரு வாரம் முழுமையும் நடக்கவும் ஓடவும் என்னால் முடியாது. ஆனால் நீங்கள் யார் என்பதை அறியலாமா, தோழரே?"

"முதலாவதாக நான் உங்களது ரெஜிமென்டு காரியாலயத்தின் தலைமை அதிகாரி. இரண்டாவதாக, அந்தக் குதிரையிலிருந்து இறங்கும்படி நான் உங்களுக்கு மீண்டும் உத்திரவிடுகிறேன். நீங்கள் நோயாளியென்றால் ராணுவத்தில் இருக்கக்கூடாது."

இந்தப் பேச்சைக் கேட்டபொழுது, பாவெலுக்குத் தன் முகத்தில் சவுக்காலடிப்பது போலிருந்தது. அவன் நடுநடுங்கிய கரங்களால் கடிவாளத்தைச் சுண்டி இழுத்தான். ஆனால் கூஸேவின் வலிய கரம் பாவெலைக் கட்டுப்படுத்தியது. ஒரு சில வினாடிகள், பாவெல் மனதில் புண்பட்ட பெருமையுணர்ச்சியும் தன்னடக்க உணர்ச்சியும் ஒன்றோடொன்று போராடின. ஆனால் அவன் ஒரு யூனிட்டிலிருந்து இன்னொரு யூனிட்டுக்கு நிச்சிந்தையாகத் தாவிக் கொண்டிருந்த செஞ்சேனை வீரன் அல்ல. அவன் இப்பொழுது ஒரு படைக்குக் கமிஸாராக இருந்தான். அவனது படைவீரர்கள் அவனுக்குப் பின்னால் நின்று கொண்டிருந்தனர். அவன் உத்தரவை மீறினால், தன் சிப்பாய்களுக்குக் கட்டுப்பாட்டைப் பாதுகாக்கும் உதாரணமாக விளங்க முடியுமா? இந்த மண்டைக்கனம் பிடித்த கழுதைக்காகவா, அவன் தன் படையை உருவாக்கினான்? இல்லை. இவ்வாறு சிந்தித்த பாவெல் தன் கால்களை மிதியடியிலிருந்து எடுத்து, இறங்கினான்; தன் உடல் மூட்டுகளின் வேதனை மிகுந்த வலியை அடக்கிக்கொண்டே, அணிவகுப்பின் வலதுபுறத்தை நோக்கி நடந்தான்.

எந்த வருஷத்திலும் இல்லாத வகையில், பருவநிலை பல நாட்களுக்கு நேர்த்தியாகவிருந்தது. படை நடமாட்டமும் இறுதிக்கட்டத்தை அடைந்து விட்டது. ஐந்தாவது நாளில், துருப்புகள் ஷெப்பெத்தோவ்க்காவின் அருகில் போய்ச் சேர்ந்தன. இந்த நகரத்தில்தான், படை நடமாட்டப் பயிற்சி முடிவடையவிருந்தது. கிளிமின்தோவிச்சி கிராமத்திலிருந்து ரயில்வே நிலையத்தைக் கைப்பற்றும் பொறுப்பு பெரிஸ்தோவ் பட்டாலியனிடம் ஒப்படைக்கப்பட்டிருந்தது.

பாவெலுக்கு இது சொந்த ஊராயிருந்தபடியால், அவன் கூஸேவுக்கு வழிகளையெல்லாம் காட்டி உதவினான். பெரிஸ்தோவ் பட்டாலியன்

இரு பகுதிகளாகப் பிரிந்து சுற்றி வளைத்துச் சென்று 'பகைவர்' அணிக்குப் பின்னால் சேர்ந்து, ரயில் நிலையக் கட்டிடத்தை உரத்தக் கோஷங்களுடன் கைப்பற்றியது. இந்த நடவடிக்கை வெகுவாகப் பாராட்டப்பட்டது. பெரிஸ்தோவ் சிப்பாய்கள் ஸ்டேஷனை வசப் படுத்திக் கொள்ள, அதைப் பாதுகாத்து நின்ற படை, காட்டுக்குள் பின்வாங்கியது; இதனால் அது தன் படையில் சரி பாதியைப் 'போரில் இழந்துவிட்டதாகக்' கருதப்பட்டது.

பாவெல், பெரிஸ்தோவ் பட்டாலியனின் ஒரு பாதிக்குத் தலைமை தாங்கினான். அவன் தன் வீரர்களைப் பரவலாக அணிவகுக்கும்படி உத்தரவிட்டுவிட்டு, மூன்றாவது கம்பெனியின் தலைவனோடும், அரசியல் தலைவனோடும் வீதியின் நடுவில் நின்று கொண்டிருந்த பொழுது, ஒரு செஞ்சேனை வீரன் அவனிடம் ஓடிவந்தான்.

"தோழர் கமிஸார், எந்திரத் துப்பாக்கிச் சிப்பாய்கள், ரயில்-ரஸ்தா சந்திப்புகளை வசப்படுத்திக் கொண்டிருக்கிறார்களாவென்று பட்டாலியன் தலைவர் அறிய விரும்புகிறார். கமிஷன் இந்தப் பக்கம் வருகிறது" என்று அவன் கூறினான்.

பாவெலும் அவனுடன் இருந்த அதிகாரிகளும் ரஸ்தா-ரயில் சந்திப்புகளில் ஒன்றை நோக்கிச் சென்றனர். அங்கு ரெஜிமென்டு தலைவனும் அவனுடைய உதவியாளரும் இருந்தனர். நடவடிக்கையின் வெற்றியை முன்னிட்டு கூஸேவ் பாராட்டப்பட்டான். "தோல்வியுற்ற" படையின் பிரதிநிதிகளது முகத்தில் அசடு வழிந்தது. அவர்கள் தம்மை நியாயப்படுத்திக் கொள்வதற்குக்கூட முயற்சிக்கவில்லை.

"இதன் பெருமை என்னைச் சேராது. கர்ச்சாகின்தான் எங்களுக்கு வழிகாட்டினான். அவன் இந்தப் பக்கத்தைச் சேர்ந்தவன்" என்றான் கூஸேவ். குதிரைமீது இருந்த காரியாலயத்தின் தலைமை அதிகாரி பாவெலிடம் சென்று, இகழ்ச்சியாகப் பேசினான் :

"தோழரே! நன்றாக ஓடினீர் போலிருக்கிறது! பெருமைக்காகத்தான் குதிரைமீது வந்தீர்களா? அப்படித்தானே?" அவன் தொடர்ந்து பேசுவதற்கு இருந்தான். ஆனால் பாவெலின் முகத்தைக் கண்டவுடன், நிறுத்திவிட்டான். "அவன் பெயர் உங்களுக்குத் தெரியுமா?" என்று பாவெல், மேலதிகாரிகள் போனபின், கூஸேவைக் கேட்டான்.

கூஸேவ், அவனது தோளில் தட்டிக் கொடுத்தான்.

"அந்த அற்பப் பவுஷனைப் பொருட்படுத்தாதே. அவன் பெயர் சுஷானின். பழைய ராணுவத்தில் அதிகாரியாயிருந்தவன் என்று நினைக்கிறேன்" என்று கூஸேவ் கூறினான்.

அந்தப் பெயரை எங்கே கேள்விப்பட்டான் என்பதை நினைவூட்டிக் கொள்வதற்கு, அன்று பாவெல் தன் மூளையைப் பலதடவைகள் சிரமப்படுத்திப் பார்த்தான்; ஆனால் ஞாபகம் வரவில்லை.

படை நடமாட்டப் பயிற்சிகள் முடிவடைந்தன. உயர்வான பாராட்டு தலுக்கு உரியதான பட்டாலியன் பெரிஸ்தோவுக்குச் சென்றது. உடல் பலம் முழுவதையும் இழந்த பாவெல் தன் தாயுடன் இரண்டு நாட்கள் தங்கியிருந்தான். இரண்டு நாட்கள், அவன் தினசரி பன்னிரண்டு மணிநேரம் தூங்கினான். மூன்றாவது நாள், அவன் ஆர்த்தியோமைப் பார்க்க ரயில்வே வார்க்ஷாப்புக்குச் சென்றான். ஆழப்பதிந்த அழுக்கு நிறைந்தும் புகையால் கறுத்தும் இருந்த இந்தக் கட்டிடத்தில் அவனுக்கு மனநிறைவு ஏற்பட்டது. அவன் மிகுந்த ஆவலுடன் நிலக்கரிப் புகையை மூக்கால் நன்கு இழுத்து விட்டான். உண்மையில், அவனுக்கு உரிய இடம் இதுவே. இங்கு இருப்பதைத்தான் அவனும் விரும்பினான். மதிப்பிடமுடியாத அளவுக்குத் தன் பாசத்துக்குப் பாத்திரமான ஏதோ ஒன்றை இழந்து விட்டதாக அவனுக்குத் தோன்றியது. அவன் ஒரு எஞ்சின் விசிலைக் கேட்டுப் பல மாதங்களாகிவிட்டன. கரையில் நீண்டகாலம் தங்கி விட்ட மாலுமி, எல்லை காணமுடியாத கடல் விரிவை நாடிய ஏங்கு வதைப் போல, ஸ்டோக்கராகவும் எலெக்டிரிஷியனாகவும் ஒரு காலத்தில் வேலை பார்த்த பாவெல், இந்தப் பழக்கமான சுற்றுச் சார்புக்காக ஏங்கினான். இந்த உணர்ச்சியை அடக்குவதற்கு அவனுக்கு நீண்ட நேரமாயிற்று. அவன் தன் அண்ணனிடம் அதிகம் பேச வில்லை. ஆர்த்தியோம் இப்பொழுது சிறிய உலையில் வேலை செய்தான். அவனது புருவத்தில் ஒரு புதிய சுருக்கம் விழுந்திருந் ததைப் பாவெல் கவனித்தான். ஆர்த்தியோம் இப்பொழுது இரண்டு குழந்தைகளுக்குத் தகப்பனாகிவிட்டான். அவனுக்கு வாழ்க்கை கடினமா யிருந்ததென்பது நிதர்சனமாகத் தெரிந்தது. அவன் புலம்பவில்லை; ஆனால் பாவெலுக்கு விஷயம் விளங்கியது.

அவர்கள் இருவரும் அடுத்தடுத்து நின்று ஓரிரண்டு மணி நேரம் வேலை செய்தனர். அதன்பின் அவர்கள் பிரிந்தனர்.

இருப்புப்பாதை சாலையை வெட்டுமிடத்தில், பாவெல் தன் குதிரையை இழுத்து நிறுத்தி, நீண்டநேரம் ஸ்டேஷனை உற்றுப் பார்த்தான். அதன்பின், அவன் தன் குதிரையைத் தூண்டிவிட்டான்; காட்டு வழியே சென்ற சாலையில் விரைந்தான்.

இப்பொழுதெல்லாம் காட்டுப் பாதைகளில் எத்தகைய ஆபத்தும் இல்லை. எல்லாக் கொள்ளைக்காரர்களும்-பெருங்கூட்டங்களும்

சிறு கூட்டங்களும்-போல்ஷெவிக்குகளால் ஒழிக்கப்பட்டு விட்டனர். இந்தப் பகுதியில் இருந்த கிராம மக்கள் நிம்மதியாக வாழ்ந்தனர்.

பாவெல் பெரிஸ்தோவைச் சேர்ந்தபொழுது, சூரியன் உச்சிக்கு வந்துவிட்டான். அவனைச் சந்திப்பதற்காக, லீதா வட்டாரக் கமிட்டி வீட்டின் முகமண்டபத்துக்கு ஓடிவந்தாள்.

"வருக! வருக! நீ இல்லாமல் எங்களுக்கு ரொம்பக் கஷ்டமாயிருந்தது!" என்று அவள் அன்பான புன்னகை தவழக் கூறினாள். அவள் தன்கையால் அவனை அணைத்துக்கொண்டாள். இருவரும் வீட்டுக்குள் சென்றனர்.

"ஷென்யா எங்கே?" என்று பாவெல், தன் கோட்டைக் கழற்றிக் கொண்டே கேட்டான்.

"எனக்குத் தெரியாது" என்று அவள் வேண்டாவெறுப்புடன் விடை தந்தாள். "ஆம், ஆம். இப்பொழுதுதான் ஞாபகம் வருகிறது. உனக்குப் பதிலாகச் சமூக சாஸ்திர வகுப்பை எடுக்கப் பள்ளிக்கூடம் போவேன் என்று காலையில் கூறினான். அது உன் வேலை அல்லவாம், அவனுக்கேற்ற வேலையென்றும் கூறினான்" என்று அவள் மேலும் கூறினாள்.

பாவெல் ஆச்சரியமடைந்தான்; மனங்கலங்கினான். அவனுக்கு ஷென்யாவைக் கண்டால் பிடிப்பதேயில்லை. "இவன் ஸ்கூலில் ஏதாவது குழப்பம் செய்து தொலைக்கப் போகிறானே!" என்று எண்ணி மனம் நொந்தான்.

"அவன் எப்படியாவது ஒழியட்டும்! ஏதாவது நல்ல சேதி இருந்தால் சொல். க்ரூஷெவ்க்காவுக்குப் போனாயா? அங்கு இளைஞர்கள் எப்படி இருக்கிறார்கள்?" என்று அவன் லீதாவை வினவினான்.

லீதா சேதியெல்லாம் கூறியபொழுது, அவன் சோபாவில் உட்கார்ந்து வேதனை தந்த கால்களை நீட்டி, அவற்றுக்கு ஓய்வு கொடுத்தான்.

"நேற்று முன்தினம், ரக்கீத்தினா கட்சியின் பரீட்சார்த்த அங்கத்தினராகச் சேர்த்துக்கொள்ளப்பட்டாள். இதன்மூலம், பொதூபித்ஸியின் கம்ஸமோல் குழுவின் பலம் அதிகரிக்கிறது. ரக்கீத்தினா நல்லவள். எனக்கு அவளைப் பிடித்திருக்கிறது. பார்த்தாயா? ஆசிரியர்கள் இடையே திடீர் மாற்றம் ஒன்று ஏற்பட்டிருக்கிறது. அவர்களிடையே சிலர் முழுமையாக நம் பக்கத்துக்கு வந்து கொண்டு இருக்கிறார்கள்" என்று லீதா தகவல்களை எடுத்துரைத்தாள்.

வட்டாரக் கட்சிக் கமிட்டியின் புதிய காரியதரிசியான லீச்சிக்கோவும் பாவெலும் அடிக்கடி மாலை நேரங்களில் லிஸீத்ஸினது வீட்டில்

சந்தித்தனர். மூவரும் பெரிய மேஜைக்கு முன் அமர்ந்து, மறுநாள் அதிகாலை வரையில் படித்தனர்.

லிஸீத்ஸினின் மனைவியும் சகோதரியும் படுக்கையறையில் உறங்குவர்; அந்த அறையின் கதவு நன்றாகச் சாத்தப்பட்டிருக்கும். இவர்கள் மூவரும் ஒரு புத்தகத்தைப் படித்துக்கொண்டே, மெலிந்த குரலில் விவாதிப்பார்கள். லிஸீத்ஸினால் இரவில்தான் படிக்க முடிந்தது. எனினும், பாவெல் அடிக்கடி கிராமங்களுக்குச் சென்று வந்ததால், அவனது தோழர்கள் அவனை முந்திக்கொண்டு போனார்கள். இதைக் கண்டு அவன் மனம் நொந்தான்.

ஒருநாள், பொதூபித்ஸியிலிருந்து ஒரு தூதன் வந்தான். முந்திய இரவில், கிரீஷா கொரொவோதிக்கோ கொலை செய்யப்பட்டு விட்டான் என்றும் கொலைகாரர் யாரென்று தெரியவில்லையென்றும் அவன் தகவல் கொண்டு வந்தான். உடனே பாவெல் தன் கால்வலியையும் மறந்துவிட்டு, நிர்வாகக் கமிட்டியின் குதிரை லாயத்துக்கு ஓடினான். அவசர அவசரமாக, ஒரு குதிரைமீது சேணத்தைப் போட்டு ஏறினான்; எல்லையை நோக்கி விரைந்தான்.

கிராம சோவியத் அலுவலகத்தில் ஒரு மேஜைமீது கிரீஷா பசுங் கிளைகளிடையே கிடந்தான். அவன்மீது செம்பதாகையால் போர்த்தியிருந்தது. ஒரு எல்லைப் படைவீரனும் ஒரு இளங்கம்யூனிஸ்டும் வாசலில் காவல் காத்து நின்றனர். அதிகாரிகள் வரும்வரை, ஒருவரையும் அனுமதிக்க முடியாதென்று கூறி அவர்கள் எல்லோரையும் வெளியில் நிறுத்திவிட்டனர். பாவெல் வீட்டிற்குள் நுழைந்தான். மேஜையண்டை சென்றான்; பதாகையைத் தள்ளினான்.

கிரீஷாவின் முகம் வெளுத்து இருந்தது; கண்கள் அகன்று மரண வேதனையில் குத்திட்டு இருந்தன. அவனது தலை ஒரு பக்கமாகச் சாய்ந்திருந்தது. தலையின் பின்புறத்தில், கூர்மையான ஆயுதத்தால் வெட்டப்பட்டிருந்த இடத்தை ஒரு மரக்கொப்பு மூடியிருந்தது.

இந்த இளைஞனது உயிரைப் பறித்தது யார்? மில் தொழிலாளியாகவிருந்து, பின் ஏழை விவசாயிகள் கமிட்டி அங்கத்தினராகத் தொண்டாற்றிப் புரட்சிக்காகப் போராடி உயிர் நீத்தவரின் மகனான கிரீஷாவைக் கொன்றது யார்? விதவைத் தாயாரின் ஒரே மகனான இவன் உயிரைக் கொள்ளை கொண்டது யார்?

மகனது மரணத்தால் ஏற்பட்ட அதிர்ச்சியில், தாயார் நோயில் விழுந்துவிட்டாள். படுக்கையில் கிடந்த தாய்க்கு அக்கம் பக்கத்து

வீட்டுக்காரர்கள் ஆறுதல் வார்த்தை கூறினர். அவளது மகனோ, அசைவு இல்லாமல், சில்லிட்டுப் போய்க் கிடந்தான். அவனது அகால மரணத்தின் ரகசியத்தை எவருக்கும் சொல்ல முடியாமல் கிடந்தான்.

கிரீஷாவின் கொலையைக் கண்டு, கிராமம் முழுவதும் கொதித் தெழுந்தது. இளங்கம்யூனிஸ்டு தலைவனாகவும், ஏழை விவசாயி களின் நண்பனாகவும் விளங்கிய கிரீஷாவுக்குக் கிராமத்தில் விரோதி களைவிட நண்பர்களே அதிகம் என்பது நன்கு புலனாயிற்று.

கொலைச் செய்தியால் நிலைகுலைந்த ரக்கீத்தினா தன் அறையில் உட்கார்ந்து தேம்பித் தேம்பி அழுதாள். பாவெல் உள்ளே வந்த பொழுது, அவள் நிமிர்ந்து பார்க்கவுமில்லை. பாவெல் மிகுந்த விசனத்துடன் ஒரு நாற்காலியில் விழுந்தான்.

"கிரீஷாவைக் கொன்றது யாராயிருக்கலாம்?" என்று கம்மிய குரலில் வினவினான்.

"அந்த மில்லைச் சேர்ந்த கூட்டமாகத் தானிருக்க வேண்டும். அந்தக் கள்ள வியாபாரிகளுக்கு கிரீஷா பெரிய இடைஞ்சலாயிருந்தான்."

கிரீஷாவின் சவ அடக்கத்துக்கு இரண்டு கிராமத்து மக்கள் திரண்டு வந்தனர். பாவெல் தன் படையுடன் வந்தான். இளங்கம்யூனிஸ்டுகள் அனைவரும் தமது தோழருக்கு இறுதி மரியாதை தெரிவிக்கக் கூடினர். கிராம சோவியத்துக்கு முன்னால் இருந்த சதுக்கத்தில், கவ்ரீலோவ் திரட்டிய எல்லைப் படைவீரர்கள், இருநூற்றைம்பது பேர் அணிவகுத்தனர். சவ அடக்க இசையின் சோகமான சுரங்களுடன், செங்கொடித் துணியால் போர்த்தப்பட்ட சவப்பெட்டி வெளியில் கொண்டு வரப்பட்டு, சதுக்கத்தில் வைக்கப்பட்டது. அங்கு, உள்நாட்டுப் போரில் உயிர்நீத்த போல்ஷெவிக் கொரில்லா வீரர்களின் சவக்குழிக்குப் பக்கத்தில் ஒரு புதிய சவக்குழி தோண்டப்பட்டிருந்தது.

கிரீஷா யார் யார் நலன்களுக்காக உறுதியாகப் பணியாற்றினானோ, அவர்களெல்லாம் அவனது மரணத்தால் ஒன்றுபட்டனர். இளம் விவசாயத் தொழிலாளிகளும் ஏழை விவசாயிகளும் கம்ஸமோலை ஆதரிப்போமென்று சபதம் எடுத்தனர். சவ அடக்கக் கூட்டத்தில் பேசியவரெல்லோரும் கொலைகாரர்களைப் பிடித்துத் தண்டிக்க வேண்டுமென்று வெஞ்சினத்துடன் கோரினார்கள். கிரீஷாவின் சவக் குழிக்குப் பக்கத்தில், ஜனங்களின் முன்னிலையில் கொலைகாரர்கள் விசாரிக்கப்பட வேண்டுமென்றும் அவர்கள் கோரினார்கள்.

மூன்று ஆவர்த்தி குண்டுகள் வெடித்தன. புதிய பசுங்கிளைகள்

சவக்குழியின் மீது வைக்கப்பட்டன. அன்று மாலை, அந்த ஊர்க்குழு, ரக்கீத்தினாவைப் புதிய காரியதரிசியாகத் தேர்ந்தெடுத்தது. கொலை காரர்களைப் பற்றி உளவு அறிந்து, அவர்களை வேட்டையாடிக் கொண்டிருப்பதாக எல்லைக் காவலர்களிடமிருந்து பாவெலுக்குச் சேதி கிடைத்தது.

ஒருவாரம் சென்றபின், வட்டார சோவியத்துகளின் இரண்டாவது காங்கிரஸ், டவுன் தியேட்டரில் கூடியபொழுது, லிஸீத்ஸின் நிதானமாக வெற்றி உணர்வோடு பேசினான் :

“தோழர்களே, கடந்த வருஷத்தில் நாம் நிறையச் சாதித்திருக்கிறோம் என்பதை இந்தக் காங்கிரஸில் எடுத்துரைப்பதில் நான் மகிழ்ச்சி அடைகிறேன். இந்த வட்டாரத்தில் சோவியத் அதிகாரம் உறுதியாக நிலைகொண்டுவிட்டது. கொள்ளைக்காரர்களைக் கருவறுத்தாய்விட்டது. கள்ள வாணிபத்துக்கு அநேகமாக முடிவு கட்டிவிட்டோம். கிராமங்களில் ஏழை விவசாயிகளின் வலுமிக்க ஸ்தாபனங்கள் தோன்றியுள்ளன. கம்ஸமோல் ஸ்தாபனம் முன்னைவிடப் பத்து மடங்கு அதிக பலம் பெற்றுள்ளது. கட்சி ஸ்தாபனமும் விரிவடைந்துள்ளது. பொதூபித்ஸியில் கடைசியாகப் பணக்கார விவசாயிகளது சதி, நமது தோழர் கிரீஷா கொரொவோதிக்கோவின் உயிரைப் பலிவாங்கியது. அந்தச் சதியைச் செய்தவர்களைக் கண்டுபிடித்துவிட்டோம். கொலைகாரர்களான மில்காரனும், அவனது மருமகனும் கைதாகிவிட்டனர்; இங்கே வரவிருக்கும் மாகாண நீதிபதிகள் முன் சில நாட்களில் விசாரணை தொடங்கும். இந்தப் பயங்கரக் கொள்ளைக் காரர்களுக்கு அதிகபட்ச தண்டனை கொடுக்க வேண்டுமென்று கோரி கிராமங்களிலிருந்து பல பிரதிநிதி கோஷ்டிகள் வற்புறுத்தியுள்ளன”......

அதை அங்கீகரித்து எழுந்த கோஷ ஒலி ஹாலையே அதிரச் செய்தது.

“கேளுங்கள்! கேளுங்கள்! சோவியத் ஆட்சியின் விரோதிகள் ஒழிக!” என்ற கோஷம் கூரையைப் பிளந்தது.

லீதா புறக்கதவு ஒன்றில் தோன்றினாள். அவள் பாவெலைச் சைகை செய்து அழைத்தாள்.

பாவெல் நடைக்கூடத்திற்கு வந்தவுடன், ஒரு கவரைக் கொடுத்தாள். அதன்மீது ‘அவசரம்’ என்று குறித்திருந்தது. அவன் அதைத் திறந்து படித்தான் :

“கம்ஸமோலின் பெரிஸ்தோவ் வட்டாரக் கமிட்டிக்கு. நகல் : கட்சியின் வட்டாரக் கமிட்டிக்கு. பொறுப்பான கம்ஸமோல் வேலைக்கு

நியமிப்பதற்காகத் தோழர் கர்ச்சாகின் வட்டாரக் கமிட்டியிலிருந்து மாகாணக் கமிட்டிக்கு அழைத்துக் கொள்வதென்று மாகாணக் கமிட்டி தீர்மானித்திருக்கிறது."

கடந்த வருஷத்தில் வேலை செய்த வட்டாரத்திடம், பாவெல் விடைபெற்றுக்கொண்டான். அவன் கிளம்புவதற்குமுன், கட்சியின் வட்டாரக் கமிட்டி கடைசியாக நடத்திய கூட்டத்தின் நிகழ்ச்சிநிரலில் இரண்டு விஷயங்கள் இருந்தன. அவையாவன : (1) தோழர் கர்ச்சாகினைக் கம்யூனிஸ்ட் கட்சி அங்கத்தினராக மாற்றிக் கொள்வது; (2) கம்ஸமோல் வட்டாரக் கமிட்டிக் காரியதரிசிப் பொறுப்பிலிருந்து அவனை விடுவிப்பதுடன் அவனைப் பற்றிய விபரங்களை அறிவிப்பது.

பாவெல் பிரிந்தபொழுது, லிஸீத்ஸினும் லீதாவும் அவனது கரத்தைப் பிசைந்து விட்டனர். அவனை அன்போடு தழுவிக் கொண்டனர். அவனது குதிரை, அலுவலகத்து வெளிமுற்றத்திலிருந்து சாலையில் திரும்பியவுடன், பன்னிரண்டு கைத்துப்பாக்கிகளிலிருந்து குண்டுகள் வெடித்து, அவனுக்கு மரியாதை செய்தன.

அத்தியாயம் ஐந்து

மின்சார மோட்டார் புலம்பல் செய்தவண்ணம் புந்துகிலேயேவ்ஸ்க்காயா தெருச் சரிவின் மீது டிராம் வண்டி கஷ்டப்பட்டு ஊர்ந்து சென்றது. நாடகக் கொட்டகைக்கு முன், டிராம் நின்றவுடன் சில இளைஞர்கள் இறங்கினார்கள். அது தொடர்ந்து குன்றுச் சரிவில் ஏறிச்சென்றது.

"விரைவாக நடப்போம். இல்லாவிட்டால், காலதாமதமாகிவிடும்" என்று கூறிப் பன்கிராத்தவ் இதரரை வேகப்படுத்தினான்.

தியேட்டர் வாசலில், ஓக்குனேவ் பன்கிராத்தவுடன் சேர்ந்து கொண்டான்.

"மூன்று ஆண்டுகளுக்கு முன்னால், இதே மாதிரியான சூழ்நிலையில் நாம் இங்கு வந்தோம், நினைவில் இருக்கிறதா? அப்பொழுது தான், 'தொழிலாளரின் எதிர்த்தரப்பு' என்ற குழுவினருடன் துபாவா நம்முடன் திரும்ப வந்து சேர்ந்துகொண்டான். நல்ல கூட்டம்! மீண்டும் இன்று இரவு நாம் அவனுடன் மல்லுக்கு நிற்க வேண்டியிருக்கிறது!"

அவர்கள் தமது அனுமதிச் சீட்டுகளைக் காட்டிவிட்டு உள்ளே நுழைந்தபின்பே, பன்கிராத்தவ் பதிலளித்தான்.

"ஆம். இதே இடத்தில், அதே சரித்திரம் மீண்டும் நிகழவிருக்கிறது" என்றான்.

உள்ளேயிருந்தவர் "உஸ்"ஸென்று ஒலி செய்யவே, அவர்கள் பேச்சை நிறுத்திக்கொண்டனர். மாநாட்டின் மாலைக் கூட்டம் முன்பே தொடங்கிவிட்டது. அவர்கள் முதலில் கிடைத்த இருக்கைகளில் அமர வேண்டியதாயிற்று. ஒரு மங்கை, மேடையிலிருந்து உரை நிகழ்த்திக் கொண்டிருந்தாள்.

"சரியான நேரத்தில் வந்துவிட்டோம். சத்தம் செய்யாமல் உட்கார். உன் அருமை மனைவி பேசுவதைக் கேள்" என்று பன்கிராத்தவ் ஒக்குனேவின் விலாவில் இலேசாகக் குத்திக்கொண்டே 'குசுமுசு' வென்று கூறினான்.

".....இந்த விவாதத்தில் நாம் மிகுந்த நேரத்தையும் சக்தியையும் செலவழித்திருக்கிறோமென்பது மெய். ஆனால் இதிலிருந்து நாம் நிறையக் கற்றுக் கொண்டிருக்கிறோமென்பது என் கருத்து. இன்று, நமது ஸ்தாபனத்தில், த்ரோத்ஸ்கியைப்* பின்பற்றுவோர் தோற்று விட்டதைக் கண்டு நாம் மிகவும் மகிழ்ச்சி அடைகிறோம். அவர்கள் தமது வாதத்தை எடுத்துரைப்பதற்குப் போதுமான சந்தர்ப்பம் கிடைக்கவில்லை என்று புகார் சொல்ல முடியாது. அதற்கு மாறாக, அவர்களது கருத்தோட்டத்தை விவரிப்பதற்கு வேண்டிய சந்தர்ப்பம் கொடுத்தோம். உண்மையில், நாம் கொடுத்த சுதந்திரத்தை அவர்கள் துர்வினியோகம் செய்திருக்கிறார்கள். பல சந்தர்ப்பங்களில், கட்சிக் கட்டுப்பாட்டை அப்பட்டமாக மீறியிருக்கிறார்கள்.

தால்யா ஆவேசத்துடன் பேசினாள். அவள் திரும்பத் திரும்பக் கண்களை மறைத்த மயிர்ச்சுருளைப் பின்னால் தள்ளிய விதத்திலேயே, அந்த உணர்ச்சி மிகுதியை உணர முடிந்தது.

"இங்குப் பல வட்டாரங்களைச் சேர்ந்த தோழர்கள் பேசினார்கள். அவர்கள் அனைவரும் த்ரோத்ஸ்கீயவாதிகளின் முறைகளைப் பற்றிப் பல விஷயங்களைச் சொன்னார்கள். இந்த மகாநாட்டில், கணிசமான

** த்ரோத்ஸ்கிய், லே. த. (பிரன்ஷ்டைன்) (1879-1940)- லெனினீயத்தின் கொடும் விரோதி, சோஷலிஸப் புரட்சி பற்றிய எல்லாக் கொள்கை, நடைமுறைப் பிரச்சினைகளிலும் வி.இ. லெனினை எதிர்த்து கடுமையாகப் போரிட்டான்; அக்டோபர் புரட்சிக்குச் சற்று முன்னால் கம்யூனிஸ்ட் கட்சியில் சேர்ந்த அவன் பிளவுபடுத்தும் வேலையைத் தீவிரமாகத் தொடர்ந்தான்.*

அளவுக்கு த்ரோத்ஸ்கீயவாதிகள் வந்திருக்கின்றனர். இந்த நகரக் கட்சி மாநாட்டில் தங்களது கருத்துக்களைக் கூறுவதற்கு அவர்களுக்குச் சந்தர்ப்பம் கொடுப்பதற்காகவே வட்டார ஸ்தானங்கள் அவர்களை அனுப்பியுள்ளன. இந்தச் சந்தர்ப்பத்தை அவர்கள் முழுமையாகப் பயன்படுத்தாவிட்டால், அது நமது குற்றம் அல்ல. வட்டாரங்களிலும் குழுக்களிலும் அவர்களுக்குப் பூர்ணமான தோல்வி ஏற்பட்டதிலிருந்து ஏதாவது படித்துக் கொண்டிருக்கிறார்களென்பது வெளிப்படை. நேற்றுக்கூடச் சொல்லி வந்ததை இன்று இந்த மாநாட்டில் எடுத்துச் சொல்ல அவர்களால் முடியவில்லை."

இந்த இடத்தில், வலதுகை மூலையிலிருந்து வந்த ஒரு கடுமையான குரல் தால்யா பேச்சில் குறுக்கிட்டது.

"நாங்கள் இன்னும் சொல்லுவோம்!"

தால்யா குரல் வந்த திசையை நோக்கித் திரும்பினாள்.

"சரி, சரி. துபாவா. இப்பொழுது இங்கு வந்து பேசு. நாங்கள் கேட்கிறோம்."

துபாவா அவளை வெறித்துப் பார்த்தான்; அவனது இதழ்கள் ஆத்திரத்தால் கோணின.

"நேரம் வரும்பொழுது பேசுவோம்" என்று அவன் கத்தினான். இரண்டு நாட்களுக்கு முன், அவனது வட்டாரத்திலேயே ஏற்பட்ட படுதோல்வியை நினைத்துக் கொண்டான்.

கூட்டம் சலசலத்தது. பன்கிராத்தவால் தன்னைக் கட்டுப்படுத்த முடியவில்லை.

"மீண்டும் கட்சியை அசைத்துப் பார்க்க முயல்கிறாயா?" என்று கத்தினான்.

அந்தக் குரலைத் துபாவா புரிந்துகொண்டான். ஆனால் அவன் அதற்கு உரியவனைத் திரும்பிப் பார்க்கவில்லை. தன் பற்களால் உதட்டைக் கடித்துக்கொண்டு, தலைகுனிந்தான்.

தால்யா மேலும் பேசினாள் :

"த்ரோத்ஸ்கீயவாதிகள் கட்சிக் கட்டுப்பாட்டை எப்படி மீறுகிறார்களென்பதற்கு துபாவாவின் நடத்தை சிறந்த உதாரணமாக உள்ளது. அவர் பல்லாண்டுகளாகக் கம்ஸமோலில் வேலை செய்திருக்கிறார். எங்களில் பலருக்கு, குறிப்பாக ராணுவத் தளவாடத் தொழிற்சாலைத் தொழிலாளருக்கு, அவரை நன்றாகத் தெரியும். இப்பொழுது கார்க்கவ் கம்யூனிஸ்ட் சர்வகலாசாலையில் படிக்கிறார். ஆனால் மூன்று வாரங்களாக அவர் ஷும்ஸ்கீயுடன் இங்குத் தங்கியிருக்கிறார். படிப்புக்

காலத்தின் இடையில் இங்கு வந்த காரணம் என்ன? இந்த நகரில் அவர்கள் கூட்டம் பேசாத வட்டம் ஒன்றும் இல்லை. கடந்த சில நாட்களாக ஷூம்ஸ்கீய்க்கு அறிவு வருவதற்கான அறிகுறிகள் தோன்றி யிருப்பது உண்மை. அவர்களை இங்கு அனுப்பியது யார்? தவிர, வேறு பல கிளைகளிலிருந்து பல த்ரோத்ஸ்கீயவாதிகள் இங்கு வந்திருக்கிறார்கள். அவர்கள் எல்லோரும் ஏதோ ஒரு சமயத்தில் இங்கு வேலை செய்தவர்கள். கட்சிக்குள் உபத்திரவத்தை உண்டாக்கு வதற்காக அவர்களெல்லாம் இங்கு வந்திருக்கின்றனர். அவர்களுடைய கட்சி ஸ்தாபனங்களுக்கு அவர்கள் எங்கிருக்கிறார்களென்று தெரியுமா? தெரியாது."

த்ரோத்ஸ்கீயவாதிகள் முன்வந்து தமது தவறுகளை ஒப்புக் கொள்வார்களென்று மாநாடு எதிர்பார்த்தது. இந்தக் காரியத்தைச் செய்யும்படி அவர்களது மனதை மாற்றுவதற்காக, தால்யா உருக்கமான வேண்டுகோள் விடுத்தாள். தோழமை உணர்ச்சியுடன் வாதித்தாள் :

"மூன்று ஆண்டுகளுக்கு முன், 'தொழிலாளரின் எதிர்த்தரப்பு' என்ற கோஷ்டியினர்களோடு இதே தியேட்டரில் துபாவா நம்மிடம் வந்தார். ஞாபகம் இருக்கிறதா? அப்பொழுது அவர் என்ன சொன்னார் என்பதும் உங்களுக்கு நினைவு இருக்கிறதா? 'எங்கள் கரங்களிலிருந்து கட்சிக் கொடி ஒருநாளும் நழுவாது. இது உறுதி' என்று கூறினார். ஆனால் மூன்றாண்டுகள் முடிவதற்குள், அவர் அந்த உறுதியிலிருந்து நழுவிவிட்டார். ஆம். நழுவிவிட்டார் என்றுதான் சொல்லுகிறேன். 'நேரம் வரும்பொழுது பேசுவோம்' என்று கூறுகிறார். அவரும் அவருடைய த்ரோத்ஸ்கீய் சகாக்களும் மேலும் பல காரியங்களைச் செய்யப் போகிறார்கள் என்பதைத்தான் அது எடுத்துக்காட்டுகிறது."

"வாயுமானியைப் பற்றி துப்தா பேசட்டும். அவர்தான் அவர்களது வானிலைக் கணிப்பு நிபுணர்" என்று பின்வரிசைகளிலிருந்து ஒரு குரல் வந்தது.

அதைக் கேட்டு ஆத்திரம் கொண்ட குரல்கள் விடையளித்தன :

"அற்பவிகடத்துக்கு இது நேரமல்ல!"

"கட்சியோடு சண்டை போடுவதை நிறுத்தப் போகிறார்களா, இல்லையா? அதைச் சொல்லட்டும்!"

"அந்தக் கட்சி விரோத அறிக்கையை எழுதியது யார் என்று அவர்கள் சொல்லட்டும்!"

கூட்டத்தினரின் கோபம் கூடிக்கொண்டேயிருந்தது. அவைத் தலைவர் மணியைத் திரும்பத் திரும்ப அடித்து, அமைதியை நிலை

நாட்ட முயன்றான். அந்தச் சந்தடியில், தால்யாவின் பேச்சு எவர் காதிலும் விழவில்லை. இந்தப் புயல் அடங்குவதற்குக் கொஞ்ச நேரமாயிற்று. அதன்பின் தால்யா தொடர்ந்து பேசினாள் :

"வெளிப்பேட்டைகளிலுள்ள தோழர்களிடமிருந்து கடிதங்கள் வந்திருக்கின்றன. இந்த விவகாரத்தில் அந்தத் தோழர்கள் நம்முடன் இருப்பதை அவற்றிலிருந்து அறிந்து ஊக்கம் பெறுகிறோம். நமக்குக் கிடைத்த ஒரு கடிதத்தின் பகுதியை மட்டும் படிப்பதற்கு அனுமதி யுங்கள். இது ஓல்கா யூரேனெவாவிடமிருந்து வந்த கடிதம். உங்களில் பலருக்கு அவளைத் தெரியும். அவள் கம்ஸமோல் பிரதேசக் கமிட்டி யின் ஸ்தாபன இலாகாவுக்குப் பொறுப்பாய் இருக்கிறாள்."

தால்யா, தனக்குமுன் இருந்த காகிதக் கட்டிலிருந்து ஒரு தாளை இழுத்தாள். அதைப் பார்த்துப் படித்தாள் :

"நடைமுறை வேலையெல்லாம் ஸ்தம்பித்து விட்டது. கடந்த நான்கு நாட்களாகத் தலைமைக்குழுத் தோழர்கள் வட்டாரங்களில் இருக்கிறார்கள். வட்டாரங்களில் த்ரோத்ஸ்கீயவாதிகள் துன்மார்க்க மான பிரசாரத்தில் இறங்கியிருப்பதே காரணம். நேற்று நடந்த ஒரு சம்பவம், கம்யூனிஸ்டுகளுக்கு இடையே ஆத்திரத்தைக் கிளறிவிட்டி ருக்கிறது. டவுனில் ஒரு குழுவில்கூட எதிர்ப்பாளருக்குப் பெரும் பான்மை ஆதரவு கிடைக்கவில்லை. எனவே, அவர்கள் தமது சக்தி களைத் திரட்டி ராணுவப் பிரதேசத்தின் கட்சி ஸ்தாபனத்தில் போராடத் துணிந்தார்கள். பிரதேசத் திட்டக் கமிஷனிலும் கல்வி இலாகாவிலும் வேலை செய்யும் கம்யூனிஸ்டுகளும் அந்த ஸ்தாபனத்தில் தான் இருக்கிறார்கள். அதில் நாற்பத்திரண்டு உறுப்பினர். ஆனால் த்ரோத் ஸ்கீயவாதிகள் அனைவரும் அங்கு ஒன்று திரண்டனர். அந்தக் கூட்டத்தில் கேட்டமாதிரி கட்சி விரோதப் பேச்சுக்களை நாங்கள் ஒருபொழுதும் கேட்டதில்லை. ராணுவ இலாகா ஊழியர்களில் ஒருவன் எழுந்து நின்று நிர்த்தாட்சண்யமாகக் கூறினான் : 'கட்சி யந்திரம் பணிந்து போகவில்லையானால், அதைப் பலாத்காரத்தால் அழிப்போம்' என்று கூறினான். எதிர்ப்பாளர்கள் அதை ஆதரித்து ஆரவாரம் செய்தனர். அதன்பின் கர்ச்சாகின் பேசத் தொடங்கினான். 'நீங்கள் அந்தப் பாஸிஸ்டை ஆதரித்துவிட்டுக் கட்சி உறுப்பினராக எப்படி இருக்க முடியும்?' என்று அவன் வினவினான். உடனே அவர்கள் கூச்சலிட்டும், நாற்காலிகளைத் தூக்கிப்போட்டும் சந்தடி செய்தார்கள். பாவெல் தொடர்ந்து பேச முடியவில்லை. இந்த அக்கிர மத்தைக் கண்டு அருவருப்பு அடைந்த குழு உறுப்பினர், அவன் பேசு வதற்குச் சந்தர்ப்பம் அளிக்கவேண்டுமென்று வற்புறுத்தினர். ஆனால் அவன் மீண்டும் பேசத் தொடங்கியதும், சந்தடி உண்டாயிற்று. 'நீங்கள்

ஜனநாயகம் என்று இதைத்தானா சொல்கிறீர்கள்? நீங்கள் என்ன செய்தாலும் நான் பேசுவேன்' என்று பாவெல் உரக்கக் கத்தினான். அப்பொழுது, பலர் அவன்மீது பாய்ந்தனர். அவனை மேடையிலிருந்து இழுப்பதற்கு முயன்றனர். ஏகப்பட்ட குழப்பம் நிலவியது. பாவெல் அவர்களை எதிர்த்துப் போராடிக்கொண்டே பேசினான். ஆனால் அவர்கள் அவனை மேடையிலிருந்து இழுத்துக்கொண்டு போய் புறக்கதவுகளில் ஒன்றைத் திறந்து, படிக்கட்டில் தள்ளினார்கள். யாரோ ஒரு கயவன் பாவெலின் முகத்தில் வெட்டிவிட்டான். அதன்பின், குழு அங்கத்தினர் அனைவரும் கூட்டத்திலிருந்து வெளியேறிவிட்டனர். இந்தச் சம்பவம் பலர் கண்களைத் திறந்திருக்கிறது....."

தால்யா மேடையிலிருந்து இறங்கினாள்.

இரண்டு மாதங்களாக கட்சி மாகாணக் கமிட்டியின் கிளர்ச்சி-பிரசார இலாகாவுக்குப் பொறுப்பாக வேலை செய்துவந்த ஸெகால், தோக்கரெவுக்குப் பக்கத்தில், தலைமைக் குழுவில் அமர்ந்திருந்தான். அவன் பிரதிநிதிகளுடைய பேச்சைக் கவனமாகக் கேட்டான். இது வரை கம்ஸமோல் உறுப்பினராயிருந்த இளைஞரே பேசினார்கள்.

"இந்தச் சில வருஷங்களில் இவர்கள் எவ்வளவு பக்குவமடைந்து விட்டார்கள்!" என்று ஸெகால் சிந்தித்துக் 'கொண்டிருந்தான்.

"பீரங்கிப்படை இன்னும் செயல்படவில்லை. ஆனால் அதற்குள் ளாகவே, எதிர்ப்பாளரின் பாடு, திண்டாட்டமாகிவிட்டது. இளைஞர் கள்தான், த்ரோத்ஸ்கீயவாதிகளை முறியடித்துக் கொண்டிருக்கிறார் கள்" என்று அவர் தோக்கரெவிடம் கூறினான்.

அந்தச் சமயத்தில், துப்தா மேடையில் ஏறினான். அவனைக் கண்ட புடன், கூட்டத்தினர் 'உஸ்'ஸென்று ஒலித்தும், வெடிபடச் சிரித்தும் தமது அதிருப்தியைக் காட்டிக்கொண்டனர். இதைக் கண்டிப்பதற்காக துப்தா அவைத் தலைமையை நோக்கித் திரும்பினான். ஆனால், அதற்குள், ஹாலில் அமைதி ஏற்பட்டுவிட்டது.

"யாரோ ஒருவர் என்னை வானிலை நிபுணர் என்றார். மெஜாரிட்டித் தோழர்களே, இவ்வாறு, நீங்கள் என் அரசியல் கருத்துக்களைக் கேலி செய்கிறீர்களா?" என்று அவன் மூச்சுவிடாமல் பேசினான்.

இந்தச் சொற்களைக் கேட்டுக் கூட்டத்தினர் நகைத்தனர். துப்தா அவைத்தலைவன் உதவியை ஆத்திரத்துடன் நாடினான்.

"நீங்கள் கைகொட்டிச் சிரிக்கலாம். ஆனால் நான் மீண்டும் கூறுகிறேன், வாலிபர்கள் வாயுமானியாக இருக்கிறார்கள் என்ற இந்தக் கருத்தை லெனின் பன்முறை வற்புறுத்தியிருக்கிறார்" என்று அவன் தொடர்ந்து பேசினான்.

ஒரு வினாடியில், ஹாலில் அமைதி நிலவியது.

"லெனின் என்ன கூறினார்?" என்று கூட்டத்திலிருந்து பலர் வினவினர்.

துப்தாவுக்கு உற்சாகம் உண்டாயிற்று.

"அக்டோபர் எழுச்சிக்கு ஆயத்தம் செய்தபொழுது, உறுதி வாய்ந்த தொழிலாளி வர்க்க இளைஞரைத் தீவட்டி ஆயுதபாணிகளாக்கி, மாலுமிகளுடன் சேர்த்து முக்கியமான பகுதிகளுக்கு அனுப்ப வேண்டு மென்று லெனின் கட்டளையிட்டார். அந்தப் பகுதியை நான் படிக்க வேண்டுமா? நான் எல்லா மேற்கோள்களையும் கார்டுகளில் எழுதி வைத்திருக்கிறேன்."

துப்தா தன் பையில் கையை விட்டுத் தேடினான்.

"பரவாயில்லை, எங்களுக்குத் தெரியும்."

"லெனின் ஒற்றுமையைப் பற்றி என்ன எழுதினார்?"

"லெனின் கட்சிக் கட்டுப்பாட்டைப் பற்றி என்ன எழுதினார்?"

"லெனின் எப்பொழுது, பழந்தலைவர்களுக்கு எதிராக இளைஞரை ஏவினார்?"

இவ்வாறு கூட்டத்திலிருந்து கேள்விக் கணைகள் பாய்ந்து வந்தன. துப்தா தன் சிந்தனை ஓட்டத்தை மறந்துவிட்டான். எனவே, அவன் வேறு ஒரு விஷயத்தைப் பற்றிப் பேசத் தொடங்கினான்.

"தோழர் லாகூத்தினா இங்கு யூரேனெவாவின் கடிதத்தைப் படித்தாள். விவாதத்தின் போக்கில், அங்கும் இங்கும் ஏற்படக்கூடிய அத்துமீறிய செயல்களுக்கு நாங்கள் பொறுப்பு ஏற்க வேண்டுமென்று எதிர்பார்க்க முடியாது."

ஷூம்ஸ்கீய்க்குப் பக்கத்தில் இருந்த த்மீத்ரிய் த்ஸெவெத்தாயெவ் கோபத்துடன் சீறினான்:

"தேவர்கள் நடப்பதற்கு அஞ்சும் இடத்தில் மடையர்கள் நுழை கிறார்கள்."

"ஆம். அந்த மடையன் நம் அழிவுக்கு உறுதி தேடிவிடுவான்" என்று ஷூம்ஸ்கீய் குசுமுசுவென்று கூறினான்.

துப்தாவின் கிரீச்சென்று ஒலிக்கிற உச்சஸ்தாயிக் குரல், கூட்டத் தினரைத் தொல்லைப்படுத்திக் கொண்டே இருந்தது.

"நீங்கள் மெஜாரிட்டியின் கட்சிப் பிரிவை அமைத்திருக்கிறீர்கள். எனவே, எங்களுக்கு மைனாரிட்டியின் பிரிவை அமைக்கும் உரிமை உண்டு" என்றான் அவன்.

ஹாலில் கொந்தளிப்பு ஏற்பட்டது.

சகல பகுதிகளிலிருந்தும் துப்தா மீது கோபக் கணைகள் பாய்ந்தன.

"இது என்ன? மீண்டும் போல்ஷெவிக்-மென்ஷெவிக் விவகாரமா?"

"கம்யூனிஸ்ட் கட்சி ஒரு சட்டசபையல்ல!"

"அவர்கள் மியாஸ்னிக்கோவிலிருந்து மார்த்தோவ் வரை, சகலவர்களுக்கும் பணிபுரிகிறார்கள்!"

ஆற்றில் நீந்தப் போகிறவனைப்போல், துப்தா தன் கைகளை உயர்த்தினான்; ஆவேசக் கனல் கக்கினான்:

"ஆம். கட்சிப் பிரிவை அமைத்துக்கொள்ள எங்களுக்கு உரிமை வேண்டும். இல்லாவிட்டால், ஸ்தாபனரீதியாகத் திரண்டு, நல்ல கட்டுப்பாட்டுடன் விளங்கும் மெஜாரிட்டியை எதிர்த்து, மாற்றுக் கருத்து கொண்டிருக்கும் நாங்கள் எங்களது அபிப்பிராயத்துக்காக எப்படிப் போராடுவது?"

இரைச்சல் அதிகரித்தது. பன்கிராத்தவ் எழுந்தான்.

"துப்தா பேசட்டும். அவர் சொல்வதைக் கேட்போம். மற்றவர்கள் ரகசியமாக வைத்திருக்கும் விஷயங்களையும் எடுத்துரைக்கும் இயல்பு அவருக்கு உண்டு. அதுவும் நல்லதுதான்" என்று கூச்சலிட்டான்.

ஹால் அமைதியடைந்தது. நான் ரொம்ப தூரம் போய்விட்டதை துப்தா உணர்ந்தான். ஒருவேளை, அவன் அதை இப்பொழுது சொல்லியிருக்கக் கூடாதோ? என்ற ஐயம் அவனைத் துன்புறுத்தியது. அவனது சிந்தனைகள் வக்கரித்துக் கொண்டன; சிந்தனை இல்லாமல் சொற்களைக் கொட்டித் தன் பேச்சை முடித்தான்:

"நீங்கள் எங்களைக் கட்சியிலிருந்து நீக்கி வெளியே தள்ளிவிடலாம். முன்பே இம்மாதிரி வேலை தொடங்கிவிட்டது. கம்ஸமோலின் மாகாணக் கமிட்டியிலிருந்து என்னைத் தள்ளிவிட்டீர்கள். ஆனால் நாங்கள் கலங்கமாட்டோம். யார் சொல்வது சரியென்பது சீக்கிரத்தில் விளங்கிவிடும்."

அத்துடன் அவன் மேடையிலிருந்து தாவி, ஹாலில் குதித்தான்.

துபாவாவுக்கு த்ஸெவெத்தாயெவ் ஒரு குறிப்பை அனுப்பினான்:

"துபாவா, நீ அடுத்தபடி பேசு. அதனால் நிலைமை மாறாதென்பது தெளிவு. இங்குதான் நமக்குக் கேவலமான தோல்வி ஏற்படப் போகிறதென்பது வெளிப்படை. நாம் துப்தாவைச் சரி செய்ய வேண்டும். அவன் ஒரு மடையன், உளறுவாயன்."

துபாவா, தான் பேச விரும்புவதாகக் கூறினான். உடனே அவனது கோரிக்கை ஒப்புக்கொள்ளப்பட்டது.

அவன் மேடைமீது ஏறியபொழுது, என்ன பேசுவான் என்பதை எதிர்பார்க்கும் வகையில் ஹால் அமைதியடைந்தது. ஒரு பேச்சுத் துவங்குவதற்கு முன் வாடிக்கையாக நிலவும் அமைதியே அது. ஆனால், அதில் பகைமை நிறைந்திருப்பதாக துபாவா கருதினான். குழுக் கூட்டங்களில் பேசும்பொழுது அவனுக்கு இந்த உத்வேகம் இப்பொழுது குன்றிவிட்டது. ஒவ்வொரு நாளும், அவனது பழைய தோழர்களே அவனைக் கடுமையாகக் கடிந்துகொண்டு எதிர்ப்பதைக் கண்டபின், அவனது உத்வேகம், நீரில் அணைந்த நெருப்பு மாதிரி ஆகிவிட்டது. இப்பொழுது, புண்பட்ட கர்வத்தின் கசப்பான புகை மண்டலம் அவனைச் சூழ்ந்துகொண்டது. தன் தவறை ஒப்புக்கொள்ள உறுதியாக மறுத்ததால், அவனது நிலைமை மேலும் மோசமாயிருந்தது. நேரடியாகப் பாய்ந்து தாக்குவதென்று அவன் முடிவு செய்தான். இதன் மூலம், மெஜாரிட்டி அவனை மேலும் எதிர்க்குமென்பதை உணர்ந்தே, இவ்வாறு முடிவு செய்தான். அவன் மெதுவான குரலில் பேசினான். ஆனால் அது தெளிவாயிருந்தது.

“நான் பேசும்பொழுது, தயவுசெய்து குறுக்கிடாமல் இருங்கள். எதிர்ப்புக் காட்டியும் கேலி செய்தும் ஆத்திரமூட்டாதீர்கள். எங்கள் நிலையை நான் பூர்த்தியாக விளக்குகிறேன். அதனால் பயனில்லை என்பதை நான் இப்பொழுதே அறிவேன். உங்களுக்கு மெஜாரிட்டி இருக்கிறது” என்று அவன் தொடங்கினான்.

துபாவா பேசி முடித்ததும், ஹாலில் வெடிகுண்டு விழுந்த மாதிரிக் கலவரம் உண்டாயிற்று. ஏராளமான கோபக் கூச்சல்கள் அவனைச் சுவக்கால் அடிப்பதைப் போலத் தாக்கின.

“வெட்கம்!”

“சீர்குலைவுவாதிகள் ஒழிக!”

“போதுமிந்த அவதூறு!”

துபாவா, தன் இருக்கையை நோக்கிச் சென்றபொழுது பலர் பரிகாசமாகச் சிரித்தனர். அந்த ஏளனச் சிரிப்பே அவனது மனோ பலத்தை அழித்தது. அவர்கள் அவன் மீது ஆத்திரத்தைக் கக்கி ஏசியிருந்தார்களானால், அவன் திருப்தியடைந்திருப்பான். ஆனால், ஒரு மூன்றாம் தர நடிகனது பொய்க்குரல் கரகரத்துப் போனால், அவனை எப்படி நையாண்டி செய்வார்களோ, அதைப் போலத் துபாவாவைப் பரிகாசம் செய்தனர்.

"ஷூம்ஸ்கீய் பேசுவார்" என்று அவைத் தலைவன் அறிவித்தான்.

ஷூம்ஸ்கீய் எழுந்தான்.

"நான் பேசவில்லை" என்றான்.

அப்பொழுது, பின் வரிசைகளிலிருந்து பன்கிராத்தவின் கனத்த குரல் கேட்டது.

"நான் பேசுகிறேன்!" என்றான் அவன்.

பன்கிராத்தவ் குமுறிக்கொண்டிருக்கிறான் என்பதை அவனது குரலிலிருந்தே துபாவா ஊகித்துக்கொண்டான். அந்தத் துறைமுகத் தொழிலாளி மானபங்கம் ஏற்பட்டுவிட்டதாக எண்ணினால், அவனது கனத்த குரல் இம்மாதிரிதான் பெருமுழக்கம் செய்யும். சற்றுக் கூனிய நெட்டை உருவம் மேடையை நோக்கி விரைந்து நடந்ததைப் பார்த்த பொழுது, துபாவாவின் மனதில் கலக்கம் உண்டாயிற்று. பன்கிராத்தவ் என்ன சொல்வானென்று துபாவாவுக்குத் தெரியும். இரண்டு நாட்களுக்குமுன், தன் நண்பர்களை ஸாலோமென்காவில் சந்தித்த நிகழ்ச்சி அவனுக்கு நினைவுக்கு வந்தது. அப்பொழுது அவர்கள், எதிர்த்தரப்பிலிருந்து கத்தரித்துக் கொள்ளும்படி அவனிடம் மன்றாடினார்கள். த்ஸெவெத்தாயெவும் ஷூம்ஸ்கீயும் அவனுடன் இருந்தனர். அவர்கள் தோக்கரெவ் வீட்டில் சந்தித்தனர். பன்கிராத்தவ், ஓக்குனேவ், தால்யா, வாலீன்த்ஸேவ், ஸெலெனோவ், ஸ்தாரொவேரவ், அர்த்தியூகின் ஆகியோர் அங்கு இருந்தனர். ஒற்றுமைக்காக எடுக்கப்பட்ட இந்த முயற்சிக்கு துபாவா ஆதரவு தரவில்லை. அந்த விவாதத்தின் இடையில், அவன் த்ஸெவெத்தாயெவுடன் வெளியேறினான்; அதன்மூலம் அவன் தன் தவறுகளை ஒப்புக்கொள்ள மறுப்பதைப் புலப்படுத்தினான். ஷூம்ஸ்கீய் மட்டும் அந்தக் கூட்டத்தில் தங்கினான். இப்பொழுது, இங்கு அவன் பேசுவதற்கு மறுத்துவிட்டான். 'முதுகெலும்பில்லாத அறிவுஜீவி! அவர்கள் அவனைத் தம் வசப்படுத்திக்கொண்டுவிட்டார்கள்!' என்று துபாவா மனக்கசப்போடும் வெறுப்போடும் எண்ணினான். இந்தக் கோபாவேசம் நிறைந்த போராட்டத்தில், அவன் தன் நண்பர் அனைவரையும் இழந்து கொண்டிருந்தான். கம்யூனிஸ்ட் சர்வகலா சாலையில், ஷார்க்கீயுடன் இருந்த நட்புறவு முறிந்துவிட்டது. ஷார்க்கீய் கட்சிக் குழுக் கூட்டத்தில் 'நாற்பத்தாறு பேர்களின் பிரகடனத்தை'*

---

* *''நாற்பத்தாறு பேர்களின் பிரகடனம்'' - த்ரோத்ஸ்கீய்வாதிகளாலும் "தொழிலாளர் எதிர்த்தரப்பு" என்ற குழுவின் உறுப்பினர்களாலும் இதர எதிர்க்கட்சியினர்களாலும் கையொப்பமிட்டு 1923ம் ஆண்டில் வெளியிடப்பட்ட கட்சி விரோதமான பிரகடனம்*

தீவிரமாகக் கண்டனம் செய்தான். பின்னால், கருத்துப் போர் முற்றிய பொழுது, அவன் ஷார்க்கீயுடன் பேசுவதையே நிறுத்திவிட்டான். அதன்பின், ஷார்க்கீய் ஆன்னாவைப் பார்ப்பதற்கு அவன் வீட்டுக்குப் பல தடவை வந்தான். துபாவாவும் ஆன்னாவும் திருமணம் செய்து கொண்டு ஓராண்டு ஆகிவிட்டது. அவர்கள் தனித்தனி அறைகளில் வசித்தனர். ஆன்னாவுக்கும் அவனுக்கும் உள்கட்சி விவகாரத்தில் ஒற்றுமை இல்லை. அவளுடன் இருந்த மனப்புகைச்சல் அதிகரித்த தற்கு, ஷார்க்கீய் அடிக்கடி விஜயம் செய்ததும் ஒரு காரணம் என்று துபாவா எண்ணினான். ஷார்க்கீய் போட்டியாக வந்துவிட்டான் என்று அவன் பொறாமை கொள்ளவில்லை. ஆனால் அந்தச் சூழ்நிலை யில், ஆன்னா ஷார்க்கீயுடன் சினேகிதமாயிருப்பதைக் கண்டு அவன் எரிச்சல் அடைந்தான். அதைப்பற்றி ஆன்னாவிடம் பேசினான். அதன் பலனாக ஏற்பட்ட தகராறு, அவர்களது மனஸ்தாபத்தை அதிகரித்து விட்டது. ஆன்னாவிடம் எங்கு போகிறேன் என்றுகூடச் சொல் லாமல், அவன் இந்த மாநாட்டுக்கு வந்துவிட்டான்.

அவனுடைய சிந்தனைகளின் துரிதமான ஓட்டத்துக்குப் பன்கிராத் தவின் முழக்கம் முடிவு கட்டியது. மேடையின் விளிம்பில் நின்று கொண்ட அவன் பேசத் தொடங்கினான்:

“தோழர்களே! ஒன்பது நாட்களாக, நாம் எதிர்ப்பாளரின் பேச்சுக் களைக் கேட்டுக் கொண்டிருக்கிறோம். அவர்கள் போராட்ட சகாக் களாக, புரட்சி வீரர்களாக, வர்க்கப் போராட்டத் தோழர்களாகப் பேசவில்லை என்பதை நான் ஒளிவுமறைவு இல்லாமல் சொல்ல வேண்டும். அந்தப் பேச்சுக்கலில் விரோதமும் பொறாமையும் எரிச் சலும் அவதூறும் நிறைந்திருந்தன. ஆம், தோழர்களே, அவதூறகப் பேசுகிறார்கள். கட்சியில் இரும்புச் சர்வாதிகாரம் நடப்பதை ஆதரிப்பவர்களாகவும், நமது வர்க்க நலன்களையும் புரட்சியின் நலன்களையும் காட்டிக் கொடுப்பவர்களாகவும் போல்ஷெவிக்கு களாகிய நம்மை அவர்கள் சித்தரிக்கிறார்கள். பழைய போல்ஷெவிக்கு கள் அதிகமான சோதனைகளில் தேறியவர்கள்; மிகவும் நம்பகமான வர்கள்; தலைசிறந்தவர்கள்; ருஷ்ய கம்யூனிஸ்ட் கட்சியின் சிற்பிகள்; ஜாரிஸ்டு சிறைகளில் சித்திரவதைகளை அனுபவித்தவர்கள்; உலக மென்ஷெவிஸத்துக்கும் த்ரோஸ்கியுக்கும் எதிராகத் தோழர் லெனின் தலைமையில் தயவு தாட்சண்யம் காட்டாமல் போராடியவர்கள் - இவர்களை அலுவலகச் சடங்கு மனப்பான்மை கொண்டவர்கள் என்று எதிர்ப்பாளர்கள் கூறுகின்றனர். விரோதியைத் தவிர, வேறு எவனாவது இப்படிப் பேசுவானா? கட்சி வேறு, அதன் பொறுப் பாளர் வேறா? கட்சியும் அதில் பொறுப்பு வகித்துப் பணிபுரியும்

ஊழியரும் ஒன்றிச் செயல்படவில்லையா? பின்னர், இந்த அமளி யெல்லாம் எதற்கு? செஞ்சேனை வீரர்களைத் தலைவர்களுக்கும் கமிஸார்களுக்கும் தலைமை நிலையத்துக்கும் எதிராக ஒருவன் தூண்டிவிட்டால் அதை என்னவென்று சொல்வோம்? அதுவும், அந்தப் படை பகைவரால் சூழப்பட்டிருக்கும் சமயத்தில், இந்தக் கலக வேலையைச் செய்தால், என்னவென்று சொல்வோம்? த்ரோத்ஸ்கீய வாதிகளின் கூற்றுப்படி பார்த்தால், மெக்கானிக்காக வேலை செய்கிற வரையில் நான் நல்லவன்; ஆனால் நாளைக்குக் கட்சிக் கமிட்டிக் காரியதரிசியாகிவிட்டால், நான் 'அலுவலகச் சடங்கு மனப்பான்மை கொண்டவனாகவும்' 'நாற்காலியைத் தேய்ப்பவனாகவும்' ஆகி விடுவேன். தோழர்களே, அதிகார வர்க்கப் போக்குக்கு எதிராக ஜன நாயகத்துக்காகப் போராடிக் கொண்டிருக்கும் எதிர்ப்பாளர் மத்தியில், ஆட்சிச் சடங்குகளை அளவுக்கு மீறிக் கடைப்பிடித்த குற்றத்திற்காகப் பொறுப்பிலிருந்து நீக்கப்பட்ட துப்தாவைப் போன்ற ஆட்கள் இருப்பது விந்தையாக இல்லையா? அல்லது, த்ஸெவெத்தாயெவை எடுத்துக்கொள்ளுங்கள். அவனது 'ஜனநாயகத்தை' ஸாலோமென்கா தோழர்கள் நன்கறிவார்கள். அல்லது அபனாஸ்யேவை எடுத்துக்கொள் ளுங்கள். பாதோல்ஸ்க் வட்டாரத்தில் அதிகார ஆணவத்துடன் நடந்துகொண்டதற்காக, மாகாணக் கமிட்டி அவரை மும்முறை பொறுப்பிலிருந்து நீக்கியது. கட்சியால் தண்டிக்கப்பட்டவர்கள் அனை வரும், கட்சியை எதிர்த்துப் போராடுவதற்கு ஒன்றுபட்டுவிட்டார் களென்பது தெளிவு. த்ரோத்ஸ்கியின் 'போல்ஷெவிஸத்தைப்' பற்றிப் பழைய போல்ஷெவிக்குகள் நமக்குச் சொல்ல வேண்டும். த்ரோத்ஸ்கிய் போல்ஷெவிக்குகளை எதிர்த்துப் போராடிய வரலாற்றை, அவர் இடைவிடாமல் முகாம்விட்டு முகாம் மாறிக்கொண்டிருந்த சரித் திரத்தை, இளைஞர் அறிந்துகொள்வது அவசியமாகும். எதிர்ப் பாளருக்கு விரோதமான போராட்டம், நமது அணிகளை ஒன்று படுத்திவிட்டது; இளைஞர்களது தத்துவ பலத்தைப் பெருக்கி விட்டது. குட்டி பூர்ஷ்வாப் போக்குகளுக்கு எதிரான போராட் டத்தில், போல்ஷெவிக் கட்சியும் கம்ஸமோலும் உறுதி பெற்றுள்ளன. எதிர்ப்பாளர்கள் பீதி உண்டாக்கப் பார்க்கிறார்கள். பொருளாதாரத் துறையிலும் அரசியல் துறையிலும் முழு அழிவு ஏற்படவிருக்கிறதென்று அந்த உளறுவாயர்கள் கூறுகிறார்கள். இந்த ஆரூடங்களின் தன்மையை, வருங்காலம் எடுத்துக்காட்டும். தோக்கரெவ் போன்ற பழைய போல்ஷெவிக்குகளைத் தொழிற்சாலைக்கு அனுப்பிவிட்டு, கட்சி எதிர்ப்புப் போராட்டத்தை வீர சாகசமாகக் கருதும் துபாவாவைப் போன்ற காற்றாடிகளைப் பொறுப்பில் அமர்த்த வேண்டுமென்பதே

எதிர்ப்பாளரின் கோரிக்கை. முடியாது, தோழர்களே, இதற்கு இணங்க முடியாது. பழைய போல்ஷெவிக்குகளுக்குப் பதிலாகப் புதிய தோழர்களைத் தேர்ந்தெடுப்போம். ஆனால் கஷ்டம் நேரும் பொழுதெல்லாம், கட்சிக் கொள்கையைத் தாக்குவதையே தொழிலாகக் கொண்டவரைத் தேர்ந்தெடுக்க மாட்டோம். நமது கட்சியின் ஒற்றுமை குலைவதை நாம் அனுமதியோம். பழைய தோழர்களும் இளைய தோழர்களும் ஒருபொழுதும் பிரியமாட்டார்கள். லெனின் கொடியின்கீழ் நின்று, குட்டி பூர்ஷ்வாப் போக்குகளை எதிர்த்து வளைந்து கொடுக்காமல் போராடி, வெற்றி நோக்கி முன்செல்வோம்!"

இடியோசை போன்ற ஆரவாரத்துக்கிடையே, பன்கிராத்தவ் மேடையிலிருந்து இறங்கினான்.

மறுநாள், பத்து பேர் துப்தாவின் வீட்டில் சந்தித்தனர். துபாவா பேசினான் :

"ஷூம்ஸ்கீயும் நானும் இன்று கார்க்கவ் செல்கிறோம். இனி எங்களுக்கு இங்கு ஒரு வேலையும் இல்லை. நீங்கள் ஒற்றுமையாக இருக்க வேண்டும். என்ன நடக்கிறதென்று பொறுத்துப் பார்ப்பதே உசிதமான வழி. அகில ருஷ்யாவின் மாநாடு, நம்மைக் கண்டிக்குமென்பது வெளிப்படை. ஆனால் நமக்கு எதிராக அடக்குமுறை நடவடிக்கைகளை உடனடியாக எடுப்பார்கள் என்று எண்ணுவது தவறு. நமக்கு இன்னொரு சந்தர்ப்பம் அளிக்க வேண்டுமென்று மெஜாரிட்டி தீர்மானித்திருக்கிறது. இனி, குறிப்பாக மாநாட்டுக்குப் பிறகு, போராட்டத்தைப் பகிரங்கமாக நடத்தினால், கட்சியிலிருந்து நீக்குவார்களென்பது நிச்சயம். அந்த நிலைமையை வரவழைத்துக் கொள்வது, நம் திட்டம் அல்ல. எதிர்காலத்தில் என்ன நிகழுமென்று சொல்வது கடினம். இவ்வளவுதான் சொல்வதற்கு இருக்கிறதென்று நான் நினைக்கிறேன்."

துபாவா புறப்படுவதற்காக எழுந்தான்.

மெல்லிய உதடுகளை உடைய ஒல்லியான இளைஞன், ஸ்தாரொவேரவும் எழுந்தான்.

"துபாவா, நீ சொல்வது எனக்கு விளங்கவில்லை; மாநாட்டு முடிவு நம்மைக் கட்டுப்படுத்தாதென்று கூறுகிறாயா?" அவன் கொஞ்சம் தெற்றிப் பேசினான்.

"சட்டப்படி கட்டுப்படுத்தும். இல்லாவிட்டால், கட்சிக் கார்டை

இழக்க நேரிடும். ஆனால் காற்று எந்தத் திசையில் அடிக்கிறதென்று பொறுத்துப் பார்ப்போம். இனி கூட்டம் கலையலாம்" என்று திடீரென்று தலையிட்ட த்ஸெவெத்தாயெவ் கூறினான்.

துப்தா தன் நாற்காலியில் நிம்மதியில்லாமல் அங்கும் இங்கும் அசைந்தான். ஷூம்ஸ்கீய் முகம் வெளுத்து மனம் இடிந்து போயிருந்தான். கண்களுக்குக் கீழே கரிய வட்டங்களை உடைய அவன், ஜன்னலருகில் உட்கார்ந்து, நகங்களைக் கடித்துக் கொண்டிருந்தான். த்ஸெவெத்தாயெவ் பேச்சைக் கேட்டவுடன், நகம் கடிக்கும் உத்தியோகத்தை விட்டுவிட்டுக் கூட்டத்தை நோக்கித் திரும்பினான்.

"இத்தகைய உபாயங்களை நான் எதிர்க்கிறேன். மாநாட்டு முடிவு நம்மைக் கட்டுப்படுத்துமென்பது என் சொந்த அபிப்பிராயம். நாம் நமது கருத்துக்களுக்காகப் போராடினோம். இனி, முடிவுக்குப் பணிந்து போக வேண்டும்" என்று அவன் திடீரென்று தோன்றிய கோபத்துடன் பேசினான்.

ஸ்தாரொவேரவ், அதை ஆமோதிக்கும் வகையில் ஷூம்ஸ்கீயை நோக்கினான்.

"நானும் அதையே சொல்ல விரும்பினேன்" என்று தடுமாறிக் கொண்டே கூறினான்.

துபாவா அவனை வெறித்துப் பார்த்துக் கொண்டே, இகழ்ச்சியாகக் கூறினான் :

"நீ என்ன செய்ய வேண்டுமென்று எவரும் யோசனை கூறவில்லை. மாகாண மாநாட்டில் உன் நடத்தைக்கு 'வருந்திப்' பேசுவதற்குச் சந்தர்ப்பம் இருக்கிறது."

ஷூம்ஸ்கீய் துள்ளி எழுந்தான்.

"துபாவா, உனது தொனியை வெறுக்கிறேன். மனம் விட்டுப் பேசுவதென்றால், உன் கூற்று அருவருப்பாயிருக்கிறது; என் முடிவைப் புனராலோசனை செய்யும்படி தூண்டுகிறது."

துபாவா உதாசீனமாகக் கையை அசைத்தான்.

"நீ புனராலோசனை செய்வாயென்று தான் நான் எதிர்பார்த்தேன். ஓடு. காலதாமதமாவதற்குள், மனம் வருந்தி மன்னிப்புக் கேள்!" என்று கூறிவிட்டு, துபாவா, துப்தா முதலியோருடன் கைகுலுக்கிய பின் வெளியேறினான். சிறிது நேரம் கழித்து, ஷூம்ஸ்கீயும் ஸ்த்ரொவேரவும் வெளியேறினர்.

வரலாற்றில் ஆயிரத்துத் தொள்ளாயிரத்து இருபத்து நான்காம் ஆண்டு, கொடுமையான குளிருடன் தன் பிரயாணத்தைத் தொடங்

கியது. ஜனவரி மாதம், பனி மூடிய நிலத்தைத் தன் சீதளக் கரத்தால் பற்றிக்கொண்டது. அம்மாதத்தின் பிற்பகுதியில், சுழற்காற்றும் உறை பனிப் புயலும் ஊளையிட்டுக் கோர நர்த்தனமாடின.

தென்மேற்கு ரயில் பாதைகளை வெண்பனி மூடிவிட்டது. வெறி பிடித்து ஆடிய மூலாதாரப் பூதங்களை எதிர்த்து மனிதர் போராடினர். கலப்பைகளின் உருக்குத் திருகுகள் வெண்பனியைக் கீறி எறிந்து, ரயில் வண்டிகளுக்குப் பாதை செய்தன. கடுங்குளிராலும் உறைபனிப் புயலாலும் தாக்கப்பட்ட தந்திக் கம்பிகள் அறுபட்டன. பன்னிரண்டு தந்தி மார்க்கங்களில் மூன்றுதான் செயல்பட்டன. ஒன்று, இந்திய-ஐரோப்பிய மார்க்கம்; மற்ற இரண்டும் அரசாங்க மார்க்கங்கள்.

ஷெப்பெத்தோவ்க்கா ரயில் நிலையத்தின் தந்தி மனையில், மூன்று கருவிகள் கடகடவென்று இடைவிடாமல் ஒலித்துக் கொண்டிருந்தன; பயிற்சி பெற்றவர் மட்டுமே புரிந்துகொள்ளக் கூடிய நாதம் அது.

இளம் பெண்கள் ஆபரேட்டராக இருந்தனர். அவர்கள் வேலைக்குச் சேர்ந்த நாள்தொட்டு இன்றுவரை அடித்த தந்தி நாடாவின் நீளம், இருபது கிலோமீட்டர்களுக்குமேல் இருக்காது; ஆனால் அவர்களுடன் வேலை பார்க்கும் அந்தக் கிழவன் இதற்குள் இருநூறு கிலோமீட்டர்களைக் கடந்துவிட்டான். அப்பெண்களைப் போன்று நாடாவை அவனுக்குப் படிக்க வேண்டியதில்லை. புருவத்தை நெறித்துக் கொண்டு, கடினமான எழுத்துக்களைச் சொற்களாகவும் சொற்களைச் சொற்றொடர்களாகவும் அவன் செய்வது இல்லை. கருவியின் அடி யொலியைக் கேட்டுக்கொண்டே பாரத்தில் வார்த்தை வார்த்தையாக அவனால் எழுத முடியும். இப்பொழுது, 'சகலருக்கும், சகலருக்கும், சகலருக்கும்!' என்ற சொற்கள் அவனது கேள்விப் புலனில் பதிந்தன.

"வெண்பனியை நீக்கிச் சுத்தம் செய்வதைப் பற்றி இன்னொரு சுற்றறிக்கையாக இருக்க வேண்டும்" என்று அந்த வார்த்தைகளை எழுதும்பொழுதே, கிழவன் தனக்குள் எண்ணமிட்டான். வெளியே, உறைபனிப் புயல் ஓங்கார ஒலியுடன் வீசியடித்தது. கட்டி தட்டிய பனி, ஜன்னலை ஓங்கி அடித்தது. அவனது கண்கள் அந்த ஓசை வந்த திசையை நாடின. ஒருகணம், அவனது பார்வை, ஜன்னல் கண்ணாடியில் பனிக்கட்டியால் அமைந்திருந்த சிக்கலான வடிவத்தில் லயித்தது. அந்த நேர்த்தியான இலை-காம்பு வேலைப்பாட்டை எந்தச் சிற்பி யாலும் மிஞ்ச முடியாது!

அவனது சிந்தனைகள் எங்கெங்கோ உலவின; சிறிது நேரத்துக்கு அவன் தந்திக் கருவியின் சத்தத்தைக் கேட்காமல் இருந்துவிட்டான்.

ஆனால் அதன்பின் அவன் கீழ்நோக்கி, விட்டுப் போன வார்த்தை களைப் படிப்பதற்காக நாடாவை எடுத்தான்.

'ஜனவரி 21ம் தேதி பிற்பகல் 6-50 மணிக்கு' என்ற சொற்களைத் தந்திக் கருவி அடித்திருந்தது.

அவன் அவற்றைத் துரிதமாக எழுதிக்கொண்டு, நாடாவைக் கீழே போட்டான்; தன் கையில் தன் முகத்தைச் சாய்த்துக்கொண்டு, கருவியின் நாதத்துக்குச் செவிகொடுத்தான்.

'நேற்று, கோர்க்கியில், மரணம் சம்பவித்தது....' அவன் மெள்ள மெள்ள எழுத்துக்களை ஏட்டில் எழுதினான். அவனது நீண்ட வாழ்வில் எத்தனைச் செய்திகளை-இன்பச் செய்திகளையும் துன்பச் செய்திகளையும்-எடுத்து எழுதி இருக்கிறான்! பிறரின் துயரத்தையோ ஆனந்தத்தையோ முதன்முதலில் அவன் கேட்டறிந்தது எத்தனை தடவை! அந்தக் கச்சிதமான தொடர்பற்ற சொற்றொடர்களின் பொருளைப் பற்றி எண்ணும் பழக்கத்தை அவன் நிறுத்தி ரொம்பக் காலமாகிவிட்டது. ஒலிகளைக் கிரகித்துக் கொண்டு, யந்திரம் போல் ஏட்டில் வரிவடிவத்தில் குறிப்பதே அவனுக்கு வழக்கமாயிருந்தது.

இப்பொழுதும் யாரோ ஒருவர் இறந்துவிட்டார்; அந்தச் சேதி யாரோ ஒருவருக்குத் தெரிவிக்கப்படுகிறது என்றே அவன் எண்ணி னான். 'சகலருக்கும், சகலருக்கும், சகலருக்கும்!' என்ற முதல் வார்த்தை களை தந்திக் கலை வல்லுனன் மறந்துவிட்டான். "வி-ளா-தீ-மி-ர் இ-ல்-யி-ச்" என்ற சொற்களின் எழுத்துக்களைத் தந்திக் கருவி அடித்தது. அவற்றையும் அந்தக் கிழவன் மொழிபெயர்த்தான். அவன் சற்றுக் களைத்திருந்தபோதிலும், மனக்கலக்கமில்லாமல் உட்கார்ந் திருந்தான். விளாதீமிர் இல்யீச் என்ற நாமத்தை உடைய யாரோ ஒருவர் ஏதோ ஓரிடத்தில் இறந்துவிட்டார்; யாரோ ஒருவர் அந்தச் சோகச் செய்தி கிடைக்கப் பெற்றுத் துயருற்றுக் கண்ணீரும் கம்பலை யுமாக நிற்பார். ஆனால் அந்தக் கிழவனுக்கு அதில் அக்கறை இல்லை; அமைதியாக, சிறிது சோர்வுடன் அவன் உட்கார்ந்து கொண்டிருந் தான். அந்தச் சேதியை அறிந்து கொண்டிருக்கிறான். ஒரு புள்ளியையும் ஒரு கோட்டுக் குறியையும் பல புள்ளிகளையும் இன்னொரு கோட்டுக் குறியையும் தந்திக் கருவி அடித்தது. அந்தப் பழகிய ஒலிகளிலிருந்து அவன் முதல் எழுத்தைப் புரிந்துகொண்டு, தந்திக் கடுதாசியில் எழுதினான். அது **'லெ'** என்ற எழுத்து. அதன் பின் **'னி'** இரண்டாவது எழுத்தாக அமைந்தது. அடுத்து **'ன்'** என்ற கடைசி எழுத்தை நிச்சிந்தையாகப் பதிந்தான்.

அதன்பின், கருவி ஒரு முற்றுப்புள்ளியை அடித்தது. அரை வினாடி நேரம், கிழவனது கண் அவன் எழுதிய **'லெனின்'** என்பதின் மேல் லயித்தது.

தந்திக் கருவி அடித்துக் கொண்டேயிருந்தது. ஆனால் அந்தப் பழகிய பெயர் தந்திக் கலைஞனின் உணர்வில் இப்பொழுது ஊடுருவியது. மீண்டும் அந்தச் சேதியின் கடைசிச் சொல்லைக் கவனித்தான். 'லெனின்'. என்ன? லெனினா? தந்தியின் முழுவாசகமும் அவனது கண்ணுக்கு முன் பளிச்சென்று தோன்றியது. அவன் அந்தத் தந்திக்

கடுதாசியை வெறித்து நோக்கினான். அவனுடைய முப்பத்திரண்டு ஆண்டு வேலையில் முதன்முதலாக, இப்பொழுதுதான் அவனுக்குத் தான் எழுதியதிலேயே நம்பிக்கை உண்டாகவில்லை.

அவனது கண்கள், அந்த வரிகள் மீது மும்முறை விரைந்தோடின. ஆனால் அந்தச் சொற்கள் மாறுவதற்குப் பிடிவாதமாக மறுத்தன. 'விளாதீமிர் இல்யீச் லெனின் இறந்தார்' என்ற பொருளையே அந்த வரிகள் இயம்பின. கிழவன் துள்ளி எழுந்தான்; நாடாச் சுருளை எடுத்தான்; அதை உன்னிப்பாகக் கவனித்துப் படித்தான். அவன் நம்ப மறுத்த சேதியைத்தான் இரண்டு மீட்டர் நீளமுள்ள நாடாவும் ஊர்ஜிதம் செய்தது! அவன் தன் சக ஊழியர்களை வெளிறிய முகத்துடன் நோக்கினான். "லெனின் இறந்துவிட்டார்!" என்ற அலறல் அவர்களது செவிகளில் விழுந்தது.

இந்தப் பயங்கரமான சோகச் செய்தி, தந்தி மனையின் திறந்த கதவு வழியாக நழுவிக் கடும்புயலின் வேகத்துடன் ரயில் நிலையத்தைச் சுற்றிக் கடந்தது; உறைபனிப் புயலை ஊடுருவிக் கொண்டு சென்றது; இருப்புப் பாதைகளையும் ஸ்விச்சுப் பலகைகளையும் தாண்டியது. உறைபனிக் காற்றுடன்கூட, அரைகுறையாகத் திறந்திருந்த டெப்போவின் இரும்புக் கதவுகள் வழியாக வேகத்துடன் நுழைந்தது.

ஒரு ரிப்பேர் கோஷ்டி ஒரு எஞ்சினைப் பழுதுபார்ப்பதில் ஈடுபட்டிருந்தது. கிழவனான பொலின்தோவ்ஸ்க்கியே எஞ்சினது அடிப்பாகத்துக்குக் கீழ் ஊர்ந்து சென்று, கோளாறான இடங்களை மெக்கானிக்குகளுக்குக் காட்டினான். புருஸ்ஷாக்கும் ஆர்த்தியோமும் எஞ்சின் உலைச் சட்டத்தின் வளைந்த கம்பிகளை நிமிர்த்திக் கொண்டிருந்தனர். புருஸ்ஷாக், அதை அடைகல் மீது வைத்துப் பிடித்துக்கொண்டிருந்தான். ஆர்த்தியோம் சம்மட்டியால் அடித்தான்.

கடந்த சில வருஷங்களில், புருஸ்ஷாக்குக்குக் கிழடு தட்டிவிட்டது; அவனது நெற்றியில் பள்ளமானதொரு சுருக்கம் விழுந்துவிட்டது; நரை மயிர்கள் அவனது கன்னப் பொறியை வெள்ளிமயமாக்கியது. முதுகு வளைந்துவிட்டது; குழிவிழுந்த கண்கள் மங்கிவிட்டன.

கதவு அருகில், ஒரு மனிதனின் கரும்படம் தோன்றியது. அதை மாலைப் பொழுதின் நிழல்கள் நொடிப் பொழுதில் விழுங்கிவிட்டன. இரும்பு மீது விழுந்த சம்மட்டி அடிகளின் பேரொலிக்கிடையே, அந்த மனிதனது முதல் அலறல் எவர் காதிலும் விழவில்லை. ஆனால்

எஞ்சினுக்கருகே வேலை செய்த தொழிலாளரை அவன் நெருங்கிய பொழுது, ஆர்த்தியோம் அடிப்பதற்குத் தயாராகச் சம்மட்டியைத் தூக்கியிருந்தான்.

"தோழர்களே! லெனின் இறந்துவிட்டார்!"

ஆர்த்தியோமின் தோளிலிருந்து சம்மட்டி மெதுவாகக் கீழ்நோக்கி வந்தது. அவன் அதைச் சத்தமில்லாமல் இறக்கிக் கான்கிரீட் தளத்தில் வைத்தான்.

"என்ன? என்ன சொன்னாய்?" பயங்கரச் சேதியைக் கொண்டு வந்த தூதனது தோல் சட்டையை வலிப்புக் கண்டவனைப் போல் ஆர்த்தியோம் பிடித்து இழுத்தான்.

உடலெல்லாம் வெண்பனி மயமாக நின்ற அந்த மனிதன், கஷ்டப் பட்டு மூச்சுவிட்டுக்கொண்டே. தாழ்ந்த குரலில், நாக்குழறக் கூறினான்.

"ஆம், தோழர்களே! லெனின் இறந்துவிட்டார்....."

அவன் உரக்கப் பேசவில்லை; எனவே, அந்த விபரீதமான சேதி உண்மையாகத்தானிருக்க வேண்டுமென்று ஆர்த்தியோம் உணர்ந்தான். இப்பொழுதுதான் அந்த மனிதன் யார் என்பதையும் ஆர்த்தியோமின் பார்வைப் புலன் உணர்ந்தது. அவன், ஸ்தலக் கட்சி ஸ்தாபனத்தின் காரியதரிசி.

தொழிலாளர்கள் பள்ளத்திலிருந்து ஏறிவந்தனர்; உலகம் முழுமையும் ஒலித்து எதிரொலித்த திருநாமத்துக்கு உரிய மானுடன் இறந்து விட்டான் என்ற சேதியை அவர்கள் மௌனமாக நின்று கேட்டனர்.

கதவுகளுக்கு வெளியே எங்கோ ஓரிடத்தில், ஒரு எஞ்சின் அலறியதைக் கேட்டு அவர்கள் நடுங்கினர். தீவிர வேதனை நிறைந்த அந்த ஒலியை, நிலையத்தின் இன்னொரு கோடியிலிருந்த எஞ்சின் எதிரொலித்தது; மூன்றாவது எஞ்சினும் அலறியது. எஞ்சின்களின் திறன் மிகுந்த அழைப்புக் குரலுடன் மின்னிலையத்தின் சங்கொலியின் பேரோசையும் இசைந்தது. வெடிகுண்டு பாய்ந்தோடுங்கால் உண்டாகும் ஒலியைப்போல, சங்கு உச்ச ஸ்தாயையில், கூர்மையாக அலறியது. அதன்பின், இந்த ஒலிகளையெல்லாம் அடக்கியது இன்னொரு குரல்; அதுவே கீவுக்குக் கிளம்பவிருந்த பிரயாணி வண்டியின் சுந்தரமான 'எஸ்' எஞ்சின் கணீரென்று ஒலித்த கனத்த குரலாகும்.

ஷெப்பெத்தோவ்க்கா-வார்ஸா எக்ஸ்பிரஸின் போலிஷ் எஞ்சின் டிரைவர், அபாயச் சங்குகள் அலறிக் கொண்டிருந்த காரணத்தை அறிந்ததும், ஒரு கணம் அவற்றிற்குச் செவிகொடுத்தான். பிறகு மெது வாகக் கையை உயர்த்தி, விசில் சங்கிலியை இழுத்தான். அச்சங்

கொலியைக் கேட்ட 'கே.பே.ஊ.'* ஏஜென்ட் எதிர்பாராத அதிர்ச்சிக்கு ஆளானான். தன் சங்கை ஒலிப்பது இதுவே கடைசிமுறை என்பதையும் இந்த ரயிலை மீண்டும் ஓட்டுவதற்குத் தன்னை அனுமதிக்க மாட்டார்கள் என்பதையும் அந்தப் போலிஷ் ரயிலோட்டி நன்கறிவான். ஆனால் அவனது கரம், விசில் சங்கிலியிலிருந்து விடுபடவில்லை. அந்த அலறலைக் கேட்டுத் திகைப்புற்ற போலிஷ் தூதர்களும் ராஜதந்திரிகளும் தமது மிருதுவான பஞ்சணைகளிலிருந்து எழுந்தனர்.

டெப்போவில் ஜனங்கள் திரளாகக் கூடினார்கள். அவர்கள் சகல கதவுகள் வழியாகவும் வந்து குவிந்தனர். அந்தப் பெரிய கட்டிடத்தில் கூட்டம் நிரம்பிவிட்டது. துயரத்தால் கனத்திருந்த மௌனச் சூழ்நிலையில், இரங்கற்கூட்டம் ஆரம்பமாயிற்று. ஷெப்பெத்தோவ்க்கா பிரதேசத்தின் கட்சிக் கமிட்டிச் செயலாளரான பழைய போல்ஷெவிக் ஷாராப்ரின் பேசினான்.

"தோழர்களே! உலகத் தொழிலாளி வர்க்கத்தின் தலைவரான லெனின் இறந்துவிட்டார். நமது கட்சி ஈடுசெய்யமுடியாத நஷ்டத்தை அடைந்துவிட்டது. ஏனெனில், போல்ஷெவிக் கட்சியைப் படைத்தருளிய தலைவர், பகைவர்களிடம் விடாப்பிடியுடன் போராடுவதற்குக் கற்றுக் கொடுத்த கர்மவீரர், நம்மிடையே இல்லை... நமது கட்சிக்கும் நமது வர்க்கத்துக்கும் தலைவராக விளங்கியவர் இறந்துவிட்டார்; தொழிலாளி வர்க்கத்தின் சிறந்த புத்திரர்கள் நமது அணியில் சேர வேண்டுமென்பதே இந்தச் சம்பவம் விடுக்கும் ஆணையாகும்..."

சோக இசையின் ஒலி கேட்டது நூற்றுக்கணக்கானவர்கள் தொப்பி இல்லாமல் நின்று கொண்டிருந்தனர். பதினைந்தாண்டுகளாக அழுகையை அறியாதிருந்த ஆர்த்தியோமுக்குத் தொண்டையை அடைத்தது. அவனது வலிய தோட்கள் நடுங்கின.

ரயில்வே பண்பாட்டு மன்றத்தின் சுவர்களால் கூட்டத்தினரது அழுத்தத்தைத் தாள முடியாது போன்று தோன்றியது. வெளியில், தாங்க முடியாத குளிர்; மன்றத்தின் நுழைவாயிலுக்கருகே உள்ள இரண்டு பீர் மரங்கள் வெண்பனியையும் ஊசி போன்ற பனிக்கட்டிகளையும் உடுத்திக் கொண்டு நின்றன. ஆனால் உள்ளே, கட்சி ஸ்தாபனத்தால் ஏற்பாடு செய்யப்பட்டிருந்த நினைவுக்கூட்டத்தில் திரண்டிருந்த அறுநூறு பேரின் வெளிச் சுவாசத்தாலும் கணையடுப்பு எறிந்ததாலும் ஒரே புழுக்கமாயிருந்தது.

----

* 107-108ம் பக்கங்களிலுள்ள அடிக்குறிப்பைப் பார்க்கவும்.

வாடிக்கையான உரையாடல் ஒலி எதுவும் இல்லை. தாங்க முடியாத துயரம் அவர்களது குரலை அடக்கிவிட்டது. அவர்கள் தாழ்ந்த ஸ்தாயியில் பேசினார்கள். அனைவரது கண்களிலும், துயரமும் கவலையும் தேங்கியிருந்தன. ஒரு புயலுக்கு இடையே சுக்கானியை இழந்த கப்பலின் பிரயாணிகளைப் போல அவர்கள் தவித்தனர்.

தலைமைக் குழு உறுப்பினர், மௌனமாக மேடையிலேறித் தமது இருக்கைகளில் அமர்ந்தனர். பருமனான ஸிரோத்தேன்கோ மணியைக் கவனமாகத் தூக்கி, மெதுவாக அடித்துவிட்டு, மேஜையின் மீது வைத்தான். அதைக் கேட்டவுடன், ஹாலில் துன்பமான அமைதி நிலவியது.

பேருரை முடிந்தபின், கட்சி ஸ்தாபனத்தின் காரியதரிசி ஸிரோத்தேன்கோ, பேசுவதற்கு எழுந்தான். அவன் செய்த அறிவிப்பு, ஒரு ஞாபகார்த்தக் கூட்டத்துக்குப் புதுமைதான்; ஆனால் ஒருவரும் ஆச்சரியப்படவில்லை.

“சில தொழிலாளர்கள் கட்சி அங்கத்தினராவதற்கு விண்ணப்பம் செய்திருக்கிறார்கள். அதை இந்தக் கூட்டம் பரிசீலித்து முடிவு செய்ய வேண்டுமென்று விரும்புகிறார்கள். விண்ணப்பத்தில் முப்பத்துயேழு தோழர்கள் கையெழுத்திட்டிருக்கின்றனர்.”

அதன்பின், அவன் அந்த விண்ணப்பத்தைப் படித்தான் :

“தென்மேற்கு ரயில்வேயைச் சார்ந்த ஷெப்பெத்தோவ்க்கா ரயில் நிலையத்திலுள்ள கம்யூனிஸ்ட் கட்சியின் ஸ்தாபனத்துக்கு,

“நமது தலைவரின் மறைவு, எங்களைப் போல்ஷெவிக் அணியில் சேரும்படித் தூண்டுகிறது. லெனின் கட்சியில் சேர்வதற்கு எங்களுக்குள்ள தகுதியை இந்தக் கூட்டம் கணிக்க வேண்டுமென்று கோருகிறோம்.”

இந்தச் சுருக்கமான அறிக்கையில் இரண்டு பத்தி கையெழுத்துக்கள் இருந்தன.

ஸிரோத்தேன்கோ அந்தப் பெயர்களை உரக்க வாசித்தான். ஒவ்வொரு பெயரும் கூட்டத்தினர் மனதில் பதிய வேண்டுமென்பதற்காக நிறுத்திப் பதித்தான்.

“ஸ்தனிஸ்லாவ் ஸீக்முந்தவிச் பொலென்தோவ்ஸ்க்கிய், எஞ்சின் டிரைவர், முப்பத்துயாறு ஆண்டு வேலை செய்தவர்.”

சபையெங்கும் அங்கீகார ஒலி எழுந்தது.

"ஆர்த்தியோம் அந்திரேயெவிச் கர்ச்சாகின், மெக்கானிக், பதினேழு ஆண்டு வேலை செய்தவர்.

"ஸகார் பிலீப்பவிச் புருஸ்ஷாக், எஞ்சின் டிரைவர், இருபத்தொன்று ஆண்டு வேலை செய்தவர்."

உறுதியடைந்த கைகளை உடைய ரயில்வே தொழிலாளர் சமூகத்தின் முதிய உறுப்பினர் பெயர்களைப் படிக்கப் படிக்க, அங்கீகார ஒலியும் அதிகரித்துக் கொண்டேயிருந்தது.

ஜாப்தாவில் முதலிடம் பெற்ற பெயருக்கு உரிய பொலென்தோவ்ஸ்க்கிய் மேடைமீது நின்றதும், மீண்டும் அமைதி நிலவியது.

அந்தக் கிழவன், தன் வாழ்க்கைக் கதையை விவரிக்கும் பொழுது, அவனுடைய உள்ளக் கிளர்ச்சியை மறைக்க முடியவில்லை.

"....... தோழர்களே, உங்களிடம் நான் என்ன சொல்ல முடியும்? பழங்காலத்தில் தொழிலாளி எப்படி வாழ்ந்தான் என்பதை நீங்கள் அறிவீர்கள். வாழ்நாள் முழுவதும் அடிமை மாதிரி உழைத்தேன்; முதுமையில் என்னைத் தரித்திரம் பிடித்துக் கொண்டது. புரட்சி வந்தபொழுது, குடும்பக் கவலைகளைச் சுமந்து நிற்கும் கிழவனாகவே நான் இருந்தேன்; கட்சிக்குள் வரவில்லை; இதை நான் ஒப்புக்கொள்ள வேண்டும். நான் ஒருபொழுதும் சத்துருவுடன் சேரவில்லையென்றாலும், போராட்டத்தில் மிகக்குறைவாகப் பங்கெடுத்தேன். ஆயிரத்துத் தொள்ளாயிரத்து ஐந்தில், வார்ஸா ரயில்வே வார்க்ஷாப்புகளில் நான் வேலை நிறுத்தக் கமிட்டி அங்கத்தினராயிருந்தேன்; போல்ஷெவிக்குகளை ஆதரித்தேன். அப்பொழுது நான் வாலிபனாயிருந்தேன்; போராட்ட வேகம் நிறையப் பெற்றிருந்தேன். ஆனால் இறந்த காலத்தை நினைவூட்டிப் பயன் என்ன! இல்யீச்சின் மறைவு என் இதயத்தைக் கூரிய வாளால் குத்திவிட்டது! நாம் நமது நண்பனை, தலைவனை இழந்துவிட்டோம். இனி நான் கிழவனாயிருப்பதைப் பற்றிப் பேச மாட்டேன். என் கருத்தை எப்படி எடுத்துரைப்பதென்று தெரியவில்லை. எனக்கு எப்பொழுதுமே மேடைப் பேச்சுத் தெரியாது. ஆனால் என் பாதை, போல்ஷெவிக்குகளின் பாதைதான், வேறொன்றுமல்ல என்பதை மட்டும் கூறுகிறேன்."

எஞ்சின் டிரைவர் தன் தலையை நிமிர்த்தினான். அவனது நரைத்த புருவங்களுக்குக் கீழே இருந்த விழிகள், முடிவுக்காகக் காத்திருப்பதைப் போலக் கூட்டத்தை உறுதியாகவும் சலனமில்லாமலும் நோக்கின.

கட்சியில் இல்லாதவர்களும் வோட்டெடுப்பில் கலந்து கொள்ளும்படி கேட்டுக் கொள்ளப்பட்டனர். இந்த நரைத்த தலைக் கிழவனின்

விண்ணப்பத்தை ஒருவரும் எதிர்க்கவில்லை. இந்தப் வோட்டெடுப்பில் எவரும் ஒதுங்கியிருக்கவும் இல்லை.

பொலென்தோவ்ஸ்க்கிய் கம்யூனிஸ்ட் கட்சி உறுப்பினராக அவைத் தலைமை மேஜையிலிருந்து நடந்தான்.

மிகவும் முக்கியமான சம்பவம் நிகழ்கிறதென்பதை ஒவ்வொருவரும் உணர்ந்திருந்தனர். இப்பொழுது, எஞ்சின் டிரைவர் நின்ற இடத்தில், வாட்டசாட்டமாக வளர்ந்திருந்த ஆர்த்தியோம் நின்றான். மெக்கானிக்குக்குத் தன் கரங்களை என்ன செய்வதென்று தெரியவில்லை. எனவே, அவன் கூச்சத்துடன் ரோமம் அடர்ந்த கம்பளிக் குல்லாயைக் கையில் பிடித்துக்கொண்டான். ஓரங்களில் இழை இழையாகப் பிரிந்திருந்த அவனது ஆட்டுத்தோல் மேற்கோட்டு திறந்திருந்தது. கழுத்தை மூடிய காலரை உடைய மேல்சட்டை-பட்டாளத்தினர் அணியும் சாம்பல் நிறச் சட்டை-இரண்டு பித்தளைப் பித்தான்களிடப்பட்டிருந்தது. ஆக, விடுமுறை நாளுக்குரிய இன்சுவைப் பொலிவுடன் அவன் விளங்கினான். ஆர்த்தியோம் கூட்டத்தினரைப் பார்ப்பதற்குத் திரும்பினான். அப்பொழுது, கணநேரம் அவனது பார்வை ஒரு பழகிய உருவத்தின்மீது விழுந்தது. அதுதான் கல்தச்சன் மகள் கால்யா. அவள் தனது தையல் கடைத் தோழிகளுடன் உட்கார்ந்திருந்தாள். அவள், அவனை மன்னிக்கும் தோரணையில் புன்னகை செய்து கொண்டு உற்றுப்பார்த்தாள். அந்தப் புன்னகையிலிருந்து, அவளது அங்கீகாரத்தைப் புரிந்துகொண்டதுடன், அவனால் விவரிக்க முடியாத ஒன்றையும் அவன் படித்துக் கொண்டான்.

“ஆர்த்தியோம், உன்னைப் பற்றிக் கூறு” என்று ஸிரோத்தேன்கோ கூறியது அவன் செவியில் விழுந்தது.

ஆனால், ஆர்த்தியோமுக்குத் தன் கதையைத் தொடங்குவது கஷ்டமாயிருந்தது. இத்தகைய பெருங்கூட்டத்தில் பேசி அவனுக்குப் பழக்கமில்லை. வாழ்க்கை தன்னுள் சேமித்து வைத்திருப்பதை எல்லாம் எடுத்துக் கூறுவது தன் சக்திக்கு அப்பாற்பட்டதென்ற உணர்ச்சி அவனுக்குத் திடீரென்று உண்டாயிற்று. அவன் வார்த்தை கிடைக்காமல் தடுமாறினான். கூச்சமும் தளர்ச்சியும் அவன் பேசுவதை மேலும் கடினமாக்கின. ஒரு பெரிய மாறுதலின் நுழைவாயிலில் தான் நிற்பதையும், அவனது கடினமான தடம் புரண்ட வாழ்வில் ஊக்கமும் உட்பொருளும் உண்டாக்கவல்ல நடவடிக்கையை அவன் எடுப்பதற்கு இருப்பதையும் நன்கு உணர்ந்தான்.

“நாங்கள் நால்வர் இருந்தோம்” என்று ஆர்த்தியோம் தொடங்கினான்.

ஹாலில் சாந்தி நிறைந்தது. கரிய புருவங்களுக்குக் கீழ் ஒளிந் திருந்த கண்களையும், வளைந்த மூக்கையும் உடைய இந்த வளர்த்தி யான தொழிலாளி பேசியதை, அறுநூறு மக்களும் ஆவலுடன் பருகினார்கள்.

"என் தாயார், பணக்காரரர் குடும்பங்களில் சமையற்காரியாக வேலை செய்தாள். என் தகப்பனாரை எனக்கு நினைவே இல்லை. அவருக்கும் அம்மாவுக்கும் ஒத்துக் கொள்ளவில்லை. அதிகமாகக் குடித்தார். எனவே, எங்களை அம்மாதான் பராமரித்தாள். இத்தனைப் பேருக்குச் சாப்பாடு போடுவது, அவளுக்கு ரொம்பக் கஷ்டமா யிருந்தது. காலை முதல் இரவுவரைச் செக்குமாடு போல உழைத்தாள். அவளுக்குச் சோறும் மாதம் நான்கு ரூபிளும் தான் சம்பாதிக்க முடிந்தது. அதிர்ஷ்டவசமாக, நான் இரண்டு வருடம் பள்ளிக்கூடத்தில் படித்தேன். எனக்கு எழுதவும் படிக்கவும் கற்றுக் கொடுத்தனர். ஆனால் ஒன்பது வயதானவுடன், வேறு வழியில்லாமல், அம்மா என்னை ஒரு பட்டறையில் பயிற்சியாளனாகச் சேர்த்தாள். மூன்று வருஷகாலம், உண்ணும் சோற்றுக்காக உழைத்தேன்.... அந்தப் பட்டறையின் சொந்தக்காரன், பேர்ஸ்தர் என்ற ஜெர்மானியன். நான் சிறுவன் என்று கூறி, அவன் என்னை எடுத்துக் கொள்ள மறுத்தான். ஆனால் நான் வாட்டசாட்டமாக வளர்ந்திருந்தேன்; என் தாயார் என் வயதில் இரண்டு வருஷம் கூட்டிச் சொன்னாள். அந்த ஜெர்மானியனிடம் நான் மூன்றாண்டுகள் வேலை செய்தேன். ஆனால் ஒரு தொழிலையும் கற்றுக் கொள்ளவில்லை. எடுபிடி ஆளாகவிருந்தேன். 'வோத்கா' வாங்கி வந்தேன். முதலாளி மீன் மாதிரி குடித்தான்... கரியும் இரும்பும் வாங்கி வரச்சொல்லியும் என்னை அனுப்புவான்... முதலாளி மனைவி என்னை அடிமையாகவே பாவித்தாள். நான் உருளைக்கிழங்குத் தோலை உரித்துக் கொடுத்தேன்; பானைகளைத் தேய்த்துக் கழுவினேன். என்னை அடிக்கடி உதைத்தார்கள்; கட்டிப்போட்டார்கள்; காரண மில்லாமல் இம்சித்தார்கள். அது அவர்களுக்கு வழக்கமாகிவிட்டது. கணவன் குடித்துக் கொண்டிருந்ததால், எஜமானி எப்பொழுதும் உக்கிரமாகக் குதித்துக்கொண்டிருப்பாள். என் முகத்தில் பளாரென்று அறைவாள். நான் வீதிக்கு ஓடுவேன். ஆனால் எங்கே போவது? யாரிடம் புகார் செய்வது, அம்மா நாற்பது கிலோமீட்டருக்கு அப்பால் இருந்தாள். தவிர, அவளால் என்னைக் காப்பாற்ற முடியவில்லை.... பட்டறையிலும் அதே நிலைமைதான். இங்கு எஜமானனின் தம்பி நிர்வாகியாகவிருந்தான். என்னைத் தவிக்கச் செய்து வேடிக்கை பார்ப்ப தென்றால், அந்தப் பன்றிக்குப் பிரியம். 'ஏ! பையா, அங்குள்ள வளையத்தைக் கொண்டுவா' என்பான்; உலைக்குப் பக்கத்தி

லிருந்த மூடியைக் காட்டுவான். அங்குப் போய், வளையத்தைக் கையிலெடுப்பேன். 'அய்யோ!' என்று அலறுவேன். அந்த வளையம், அப்பொழுதுதான் உலையிலிருந்து எடுக்கப்பட்டிருந்தது. பூமியில் கிடந்தபோது கறுப்பாகத் தோன்றிய போதிலும், தொட்ட இடத்தை எரித்துவிட்டது. நான் அங்கு நின்று, வலிதாங்காமல் கதறும் பொழுது, அவன் வயிறு புண்ணாகும் வகையில் சிரிப்பான். இந்தத் துன்பத்தைத் தாங்க முடியாமல், நான் அம்மா வீட்டுக்கு ஓடினேன். அம்மாவுக்கு என்னை என்ன செய்வதென்று தெரியவில்லை. எனவே, ஜெர்மானியனிடமே இட்டுக் கொண்டு வந்தாள். வழியெல்லாம் கதறி யழுதாள். மூன்றாவது வருஷத்தில்தான், எனக்குக் கொஞ்சம் தொழில் கற்றுக் கொடுத்தனர். ஆனால் அடி உதை கிடைத்துக் கொண்டே யிருந்தது. நான் மீண்டும் ஓடினேன். இறைச்சி சமைக்கும் பாக்டரியில் வேலை கிடைத்தது. அங்குத் தோலைக் கழுவி, ஒன்றரை வருஷத்தை விரயம் செய்தேன். அதன்பின், முதலாளி தன் பாக்டரியைச் சூதாடித் தோற்றுவிட்டான். நான்கு மாதம் எங்களுக்கு ஒரு காசு கொடுக்க வில்லை. அவன் ஓடிப்போய்விட்டான். நான் அந்தக் குழியிலிருந்து கரையேறினேன். ரயிலேறி ஷ்மேரின்காவுக்குச் சென்று வேலை தேடினேன். அதிர்ஷ்டவசமாக அங்கு ஒரு ரயில்வே தொழிலாளியைச் சந்தித்தேன். அவர் என்னிடம் இரக்கப்பட்டார். எனக்கு மெக்கானிக் வேலை ஒரு மாதிரியாகத் தெரியுமென்று சொன்னதும், அவர் தமது முதலாளியிடம் என்னை இட்டுச் சென்றார். நான் அவருடைய மருமகன் என்று சொல்லி வேலை கோரினார். என் உருவத்தைக் கண்டு, பதினேழு வயதானவனாக அவர்கள் மதிப்பிட்டார்கள். எனவே, மெக்கானிக்கின் உதவியாளனாக வேலை கிடைத்தது. எனது தற்கால வேலையில், நான் எட்டு வருஷங்களாக இருந்து வருகிறேன். என் கடந்த காலத்தைப் பற்றி நான் சொல்லக்கூடியது இவ்வளவுதான். என் நிகழ்கால வாழ்வைப் பற்றி உங்களுக்குத் தெரியும்."

ஆர்த்தியோம் தன் குல்லாயால் புருவத்தைத் துடைத்துக் கொண்டான்; சிரமப்பட்டுப் பெருமூச்சுவிட்டான். அவன் இன்னும் முக்கியமான விஷயத்தைப் பற்றிப் பேசவில்லை. இதைச் சொல்வது தான் மிகவும் கடினமானது. ஆனால் தவிர்க்க முடியாத கேள்வியை எவராவது கேட்பதற்கு முன் அவனே சொல்லித் தானாக வேண்டும். தன் அடர்ந்த புருவங்களை நெறித்துக்கொண்டு அவன் தொடர்ந்து பேசினான்.

"புரட்சிச் சுவாலை முதலில் தோன்றியபொழுது, நான் ஏன் போல்ஷெவிக் கட்சியில் சேரவில்லை? இந்தக் கேள்வியை எழுப்பு வதற்கு உங்களுக்கு உரிமை உண்டு. நான் என்ன பதில் சொல்ல

முடியும்? பார்க்கப் போனால், நான் இன்னும் கிழவனாகவில்லை. இன்றுவரை, நான் இந்தப் பாதையை மேற்கொள்ளாததின் காரணம் என்ன? உங்களிடம் நேராகப் பேசுகிறேன். ஒளித்து வைப்பதற்கு ஒன்றும் இல்லை. ஆயிரத்துத் தொள்ளாயிரத்துப் பதினெட்டில், நாங்கள் ஜெர்மானியரை எதிர்த்து எழுந்தபொழுதே, இந்தப் பாதையைத் தழுவியிருக்க வேண்டும். மாலுமி பியோதர் ஷுஹ்ராய் எங்களிடம் பன்முறை வற்புறுத்தியும், நாங்கள் தவறிவிட்டோம். 1920-ம் ஆண்டுவரை, நான் துப்பாக்கியை ஏந்தவில்லை. வெண்படைகளைக் கருங்கடலுக்குள் விரட்டியபின், புயல் அடங்கியது. எங்களை வீட்டுக்கு அனுப்பினார்கள். அதன்பின், குடும்பம் குழந்தைகள் எல்லாம் வந்தன..... குடும்ப வாழ்வில் கட்டுப்பட்டுவிட்டேன். ஆனால் இப்பொழுது, தோழர் லெனின் மறைந்துவிட்டதாலும், கட்சி வேண்டுகோள் விடுத்திருப்பதாலும், நான் என் வாழ்வைப் பரிசீலித்தேன்; அதில் உள்ள குறையை உணர்ந்தேன். நான் என் சொந்த சக்தியைப் பாதுகாத்துக் கொண்டால் போதாது. லெனினும் இல்லாதபொழுது, நாம் ஒரு பெருங்குடும்பம் மாதிரி ஒன்றுபட்டிருக்க வேண்டும். அப்பொழுதுதான், சோவியத் ஆட்சி, உருக்கு மலைபோல் உறுதியாக நிற்க முடியும். நாம் போல்ஷெவிக்குகளாக வேண்டும். அது நமது கட்சி, இல்லையா?"

இவ்வாறாக, அந்த மெக்கானிக் அந்தரங்க சுத்தியுடன், எளிய முறையில் பேசினான். பேச்சை முடித்தவுடன், ஒருநாளும் இல்லாத வகையில் தனக்கு அமைந்த சொல்லாட்சியைக் கண்டு, ஓரளவுக்கு நாணமடைந்தான். தன் தோள் மீதிருந்து ஒரு பெரிய பாரம் இறக்கப்பட்டுவிட்டதைப் போன்ற உணர்ச்சி அவனுக்கு உண்டாயிற்று. அவன் நிமிர்ந்து நின்றான், கேள்விகளுக்காகக் காத்துக் கொண்டிருந்தான்.

"ஏதாவது கேள்வி உண்டா?" ஸிரோத்தேன்கோவின் குரல் அமைதியைக் கலைத்தது.

கூட்டத்தில் ஒரு கலகலப்பு ஏற்பட்டது. ஆனால் ஒருவரும் பேசவில்லை. அதன்பின் எஞ்சினிலிருந்து நேராக வந்திருந்த, கன்னங்கரேலென்று இருந்த கரி பூசிய ஸ்டோக்கர் எழுந்து நின்று, அறுதியிட்டுக் கூறினான் :

"கேட்பதற்கு என்ன இருக்கிறது? அவரைத் தெரியாதா? உத்தரவு கொடுத்து முடியுங்கள்."

உஷ்ணத்தாலும் உள்ளக் கிளர்ச்சியாலும் சிவந்த முகத்தை உடைய கொல்லன் கில்யாக்கா, கம்மிய குரலில் கத்தினான்.

"சரியான தோழர். தடம் வழுவ மாட்டார். அவரை நம்பலாம், வோட்டுக்கு விடுங்கள், ஸிரோத்தேன்கோ."

ஹாலின் பின்வரிசைகளில் இளம் கம்யூனிஸ்டுகள் உட்கார்ந் திருந்தனர். அவர்களில் ஒருவன் எழுந்தான். அங்கு வெளிச்சம் குறைவாயிருந்ததால், அது யாரென்று தெரியவில்லை.

"தோழர் கர்ச்சாகின் ஏன் விளை நிலத்தில் குடியேறியிருக்கிறார்? அவரது விவசாயி அந்தஸ்துக்கும் தொழிலாளி வர்க்க மனப்பான்மைக் கும் எப்படி இணக்கம் காண்கிறார்? விளக்குவாரா?" என்று அவன் வினவினான்.

இந்த வினாவை வெறுத்து ஒதுக்கும் வகையில் ஒரு ஒலி ஹாலில் பரவியது. ஒரு கண்டனக் குரல் எழுந்தது :

"சாதாரண ஜனங்கள் புரியும்படி பேசக்கூடாதா? வெளிச்சம் போடுவதற்கு நல்ல நேரம்..."

ஆனால் அதற்குள் ஆர்த்தியோம் பதில் சொல்ல ஆரம்பித்து விட்டான்.

"பரவாயில்லை, தோழரே. நான் விளைநிலத்தில் குடியேறி யிருப்பதாக அந்த வாலிபன் கூறுவது உண்மை. ஆனால் நான் என் தொழிலாளி வர்க்க மனசாட்சியைக் காட்டிக் கொடுத்து விடவில்லை. எப்படியாயினும் சரி, அந்த அத்தியாயத்துக்கு இன்று முற்றுப்புள்ளி வைக்கிறேன். ரயில் நிலையத்துக்கு அருகில் குடும்பத் துடன் குடியேறப் போகிறேன். இங்கு இருப்பதே நல்லது. அந்தத் தரித்திரம் பிடித்த நிலம், நீண்டகாலமாக என் குரல்வளையைப் பிடித்துக் கொண்டிருக்கிறது."

அவனுக்குச் சாதகமாகக் கைகள் உயர்ந்தபொழுது, அவனது இதயம் மீண்டும் நடுங்கியது. அவன் தலையை நிமிர்த்திக்கொண்டு, தன் இருப்பிடத்தை நோக்கி நேராக நடந்தான். அவனது பாதங்கள் மிகமிக இலேசாகவிருப்பது போலத் தோன்றின.

"ஒருமனதான முடிவு" என்று ஸிரோத்தேன்கோ அறிவித்தான்.

அவைத் தலைமை மேஜைக்கு முன்னால் மூன்றாவதாக வந்து நின்றவன், முன்னாளில் பொலின்தோவ்ஸ்க்கிய்க்கு உதவியாளனாக இருந்த புருஸ்ஷாக். அதிகம் பேசத் தெரியாத அவன் இப்பொழுது கொஞ்ச காலமாக எஞ்சின் டிரைவராக இருக்கிறான். அவன் வாழ் நாளெல்லாம் உழைத்த தன் கதையை நிகழ்காலம்வரை விவரித்து முடித்தபின், இறுதியில் தனது குரலைத் தாழ்த்திக் கொண்டு, ஆனால் எல்லோருக்கும் கேட்கும் முறையில் பேசினான் :

"என் குழந்தைகள் ஆரம்பித்ததை முடித்து வைப்பது என் கடமை. நான் என் துக்கத்துடன் மூலையில் முக்காடு போட்டுக் கொண்டிருக்க வேண்டுமென்று அவர்கள் விரும்பியிருக்க மாட்டார்கள். அவர்கள் அதற்காக இறக்கவில்லை. அவர்களது மறைவால் ஏற்பட்ட குறைவை நிறைவு செய்ய நான் முயற்சிக்கவில்லை. ஆனால் இப்பொழுது, தலைவரின் மறைவு, என் கண்களைத் திறந்திருக்கிறது. கடந்தகாலத்தைப் பற்றிப் பதில் சொல்லும்படி என்னிடம் கேட்காதீர்கள். இன்றுமுதல் நமது வாழ்வில் ஒரு புதிய அத்தியாயம் தொடங்குகிறது."

புருஸ்ஷாக்கின் மனதில் வேதனை மிகுந்த நினைவுகள் கொந் தளித்தன. அவனது முகம் கறுத்தது; கடுமையாகத் தோற்றமளித்தது. ஆனால் அவனைக் கட்சியில் சேர்ப்பதற்கு ஆதரவு தெரிவித்து, கைகள் உயர்ந்தபொழுது, அவனது கண்களில் ஒளிவீசியது; நரைத்த தலை நிமிர்ந்தது.

புதிய கட்சி அங்கத்தினர் பரிசீலனை, இரவு நெடுநேரம் வரை நீடித்தது. அனைவருக்கும் நன்கு தெரிந்தவர்களாகவும் மாசுமறு வில்லாதவர்களாகவும் இருந்தவர்களே, சிறந்தவர்களே, கட்சிக்குள் சேர்த்துக் கொள்ளப்பட்டனர்.

லெனின் மறைவின் விளைவாக, லட்சக்கணக்கான தொழிலாளர்கள் போல்ஷெவிக்குகளானார்கள். தலைவர் மறைந்துவிட்டார்; ஆனால் கட்சி அணிகள் நிலைகுலையவில்லை. ஆழ வேரூன்றிய மரத்தின் முடி துண்டிக்கப்பட்டால், அந்த மரம் பட்டுப் போவதில்லை.

அத்தியாயம் ஆறு

அந்த விடுதியின் சங்கீதக் கச்சேரி மண்டபத்து வாயிலில் இருவர் நின்றனர். அவர்களில் வளர்த்தியானவன், வில் மூக்குக் கண்ணாடி அணிந்திருந்தான். அவனது புஜத்தில் பிரகாசித்த செந்நாடாவில் 'வார்டன்' என்று குறித்திருந்தது.

"உக்ரேனியப் பிரதிநிதிகள் கூட்டம் இங்கு நடக்கிறதா?" என்று ரீத்தா உசாவினாள்.

"ஆம், தோழரே. உங்களுக்கு என்ன வேண்டும்?" அவனது குரலில் நன்னயம் இல்லை. வறட்டுத்தனமான ஆசாரமுறை தொனித்தது.

அவன் வழியை அடைத்துக்கொண்டு நின்றான். தலை முதல் பாதம் வரை, ரீத்தாவை உற்று நோக்கினான்.

நி. ஒஸ்திரோவ்ஸ்க்கிய் 497

“உங்களிடம் பிரதிநிதிச் சீட்டு உள்ளதா?”

அவள் ‘மத்தியக் கமிட்டி அங்கத்தினர்’ என்று பொன்முலாமில் சித்தரிக்கப் பெற்ற கார்டைக் காட்டியவுடன், அவனிடம் விநயம் தோன்றியது.

“உள்ளே செல்லுங்கள், தோழரே. இடதுபுறத்தில் காலியான இருக்கைகள் உள்ளன” என்று மரியாதையுடன் குறிப்பிட்டான்.

ரீத்தா இரு நாற்காலி வரிசைகளுக்கு இடையே நடந்து சென்றாள்; ஒரு காலியான ஆசனத்தைக் கண்டு, அதில் அமர்ந்தாள்.

கூட்டம் இறுதிக் கட்டத்தை அடைந்துவிட்டதென்பது வெளிப் படையாகத் தெரிந்தது; எப்படியெனில், அவைத் தலைவர் முடிவுரை நிகழ்த்திக் கொண்டிருந்தார். அவரது குரல் பழக்கமானதாக ரீத்தா வுக்குத் தோன்றியது.

“இப்பொழுது, அகில ருஷ்ய காங்கிரஸின் கவுன்ஸில் தேர்ந்தெடுக் கப்பட்டுவிட்டது. காங்கிரஸ், இரண்டு மணிநேரத்தில் ஆரம்பமா கிறது. அதற்குமுன், பிரதிநிதிகளது ஜாப்தாவை இன்னொரு முறை படித்துவிடுகிறேன் கேளுங்கள்.”

பேசியது அக்கீம்! அவன் ஜாப்தாவை வேகமாகப் படித்தபொழுது, ரீத்தா உன்னிப்பான கவனத்துடன் கேட்டுக் கொண்டிருந்தாள். ஒவ்வொரு பிரதிநிதியும் தமது பெயர் படிக்கப்பட்டவுடன், சிவப்பு அல்லது வெள்ளைச் சீட்டுடன் தம் கரத்தை உயர்த்தினார்கள்.

திடீரென்று, ரீத்தா தனக்குப் பழக்கமானதொரு பெயரைக் கேட்டாள்; அது பன்கிராத்தவ்.

அவள் சுற்றுமுற்றும் பார்த்தாள். ஒரு கை உயர்ந்ததைக் கண்டாள். ஆனால் இடையிலிருந்த வரிசைகள் அந்தத் துறைமுகத் தொழிலாளி யின் முகத்தை மறைத்துவிட்டன. மேலும் பல பெயர்கள் வாசிக்கப் பட்டன. மீண்டும் ஒரு பழகிய பெயர்-ஒக்குனேவ்; உடனடியாக இன்னொன்று-ஷார்க்கீய்.

ரீத்தா ஷார்க்கீயைக் கண்டுகொண்டாள்.

அவன் ரொம்ப தூரத்தில் இல்லை. அவனது முகத்தின் ஒரு பாதி தான் புலப்பட்டது. ஆம், அது ஷார்க்கீய்தான்! அவனது பக்கப் பார்வைத் தோற்றத்தை அவள் கிட்டத்தட்ட மறந்துவிட்டாளே! பார்த்துப் பல வருஷங்களாகிவிட்டனவல்லவா?

பெயர் வாசிப்புத் தொடர்ந்தது. இப்பொழுது அக்கீம் ஒரு பெயரைப் படித்தான்; அதைக் கேட்ட ரீத்தா உக்கிரமான அதிர்ச்சிக்கு உள்ளானாள். அக்கீம் படித்த பெயர் :

"கர்ச்சாகின்."

தூரத்தில், முன்வரிசை ஒன்றில், ஒரு கை உயர்ந்து தாழ்ந்தது. அவனது காலம் சென்ற தோழனின் பெயரை உடைய இந்த நபரின் முகத்தைப் பார்க்க வேண்டுமென்ற ஆவல், ரீத்தாவைத் துன்புறுத் தியது. அந்தக் கை உயர்ந்த இடத்திலிருந்து தன் கண்களைத் திருப்ப அவளால் முடியவில்லை. ஆனால் முன்வரிசைத் தலைகளெல்லாம் ஒரே மாதிரியாகத் தோன்றின. ரீத்தா எழுந்தாள்; சுவருக்கருகிலிருந்த நண்டபாதை வழியே முன்வரிசைகளை நோக்கிச் சென்றாள். அதே சமயத்தில், அக்கீம் பெயர் வாசிப்பதை முடித்துவிட்டான். பிரதிநிதி கள் நாற்காலிகளைப் பின்னுக்குத் தள்ளிப் பேரொலி உண்டாக்கி னார்கள். இளைஞர்களின் குரலோசையும் சிரிப்போசையும் ஹாலில் நிரம்பின. இந்தச் சந்தடியையும் மீறித் தன் குரல் கேட்க வேண்டு மென்பதற்காக அக்கீம் உரக்கக் கூவினான் :

"போல்ஷாய் தியேட்டர்.. ஏழுமணி. தாமதமாக வராதீர்கள்!"

வெளிச் செல்லும் பாதை ஒன்றுதான். அங்குப் பிரதிநிதிகள் திரளாகக் கூடினர். இந்தக் கூட்டத்தில் தன் பழைய நண்பர் எவரையும் கண்டுபிடிக்கத் தன்னால் முடியாதென்பதை ரீத்தா உணர்ந்தாள். அக்கீம் வெளியேறுவதற்குமுன், அவனைப் பிடித்துக் கொள்ள வேண்டும். பிறரைக் கண்டுபிடிப்பதற்கு அவன் உதவி செய்வான். இவ்வாறு அவள் எண்ணியபொழுது, பிரதிநிதிகளின் கோஷ்டி ஒன்று அவளைக் கடந்து கொண்டிருந்தது.

அவர்களில் ஒருவன், ''நல்லது, கர்ச்சாகின் கிழவா, நாம் போக லாமா?" என்று கேட்டது ரீத்தாவின் காதில் விழுந்தது.

அந்தப் பழகிய குரல், மறக்கமுடியாத குரல் விடை தந்தது :

"சரி, போகலாம்."

ரீத்தா சட்டென்று திரும்பினாள். அவளுக்கு முன் ஒரு பழுப்பு நிறங்கொண்ட நெட்டையான இளைஞன் நின்றான். அவன் காக்கிச் சட்டையும் மெல்லிய காகேஷியன் பெல்ட்டும் நீலநிறத்தில் சவாரிக் கால்சட்டையும் உடுத்தியிருந்தான்.

ரீத்தா அகன்று விரிந்த கண்களுடன் அவனை வெறித்துப் பார்த் தாள். அவனது புஜங்கள் அவளை அணைப்பதை உணர்ந்தாள். அவன் தழுதழுத்த குரலில் ''ரீத்தா'' என்று மென்மையாகச் சொல்வதைக் கேட்டாள். அது பாவெல் கர்ச்சாகின்தான் என்பதை அறிந்து கொண்டாள்.

"ஆக, நீ உயிரோடிருக்கிறாயா?"

இந்தக் கேள்வி அவனுக்குச் சகல விஷயங்களையும் எடுத்துரைத்து விட்டது. அப்படியானால், அவன் இறந்துவிட்டதாக அவர்களுக்குக் கிடைத்த சேதி தவறானது என்பதை அவள் இதுவரை அறியவில்லை.

அந்த ஹால் காலியாகி ரொம்ப நேரமாகிவிட்டது. நகரத்தின் உயிர் நாடியான த்வெர்ஸ்க்காயா தெருவின் சத்தமும் சந்தடியும், திறந்த ஜன்னல் வழியே கேட்டன. கடிகாரம் ஆறு அடித்தது. ஆனால் கணநேரத்துக்கு முன்தான் சந்தித்ததாக அவர்களுக்குத் தோன்றியது. எனினும், போல்ஷாய் தியேட்டருக்குக் கிளம்பும்படி கடிகாரம் ஆணை யிட்டது. அவர்கள் விசாலமான படிக்கட்டு வழியாக இறங்கிய பொழுது, அவள் மீண்டும் பாவெலை உற்றுப் பார்த்தாள். இப்பொழுது அவன் அவளைவிட அரைச்சாண் உயரமாக இருந்தான். முன்னைக் காட்டிலும் ஆண்மை கொண்டவனாகக் காட்சி அளித்தான்; சாந்த மாகவும் இருந்தான். மற்றபடி அவன் அவள் அறிந்த பழைய பாவெல்தான்.

“நீ எங்கு வேலை செய்கிறாய் என்றுகூட நான் கேட்கவில்லை” என்று அவள் கூறினாள்.

“நான் கம்ஸமோலின் பிரதேசக் கமிட்டிக் காரியதரிசியாக இருக்கிறேன். துபாவாவைக் கேட்டால் ‘பேனா சிப்பாய் வேலை’ என்பான்” என்று பாவெல் புன்னகையுடன் பதிலுரைத்தான்.

“அவனைப் பார்த்தாயா?”

“ஆம். அந்தச் சந்திப்பின் நினைவுகள் இன்றும் மனதைக் கஷ்டப் படுத்திக் கொண்டிருக்கின்றன.”

அவர்கள் தெருவில் இறங்கிவிட்டார்கள். மோட்டார் கார்கள் ‘ஹார்ன்’ அடித்துக்கொண்டு சென்றன. சாலையோர நடைபாதை களில் இரைந்து பேசும் கூட்டம் நிறைந்திருந்தது. இருவரும் ஒரே மாதிரியான சிந்தனை வசப்பட்டு நடந்து சென்றனர்; தியேட்டரை அடையும் வரை ஒரு வார்த்தை பேசவில்லை. தியேட்டருக்கு முன், ஜனசமுத்திரத்தின் அலைகள், புயற்காற்றில் பொங்குவதுபோல் பொங்கிக் கொண்டிருந்தன. தியேட்டரைச் சூழ்ந்துநின்ற அந்த மக்கள், வாசல்களைக் காத்துநின்ற செஞ்சேனை வீரர்களின் அணியைத் தகர்த்துக்கொண்டு செல்வதற்காக முயற்சித்தனர்; தியேட்டரின் பிரம்மாண்டமான கல் கட்டிடத்தை நோக்கி பாய்ந்தோடினர். ஆனால் காவல் காத்து நின்ற சிப்பாய்கள், பிரதிநிதிகளுக்கு மட்டுமே, உள்ளே செல்வதற்கு அனுமதி தந்தனர். அந்தப் பிரதிநிதிகள் தமது சீட்டுக் களைப் பெருமையுடன் காட்டிக்கொண்டு, சிப்பாய்களது வளையம் வழியே உள்ளே சென்றனர்.

தியேட்டரைச் சுற்றி நின்றவர்களெல்லோரும் கம்யூனிஸ்ட் இளைஞராவர். காங்கிரசின் திறப்புவிழாவைப் பார்ப்பதற்கு, அந்த இளங்கம்யூனிஸ்டுகளுக்கு டிக்கட் கிடைக்கவில்லை. எனினும், எப்பாடு பட்டாகிலும் உள்ளே போவதென்று அவர்கள் உறுதியாயிருந்தனர். சாதுரியமாக நடந்துகொள்ளக்கூடிய சில சாமர்த்தியசாலிகள், பிரதிநிதிகள் கோஷ்டிகளுடன் கலந்து சென்றனர்; ஏதோ ஒரு சிவப்புக் காகிதத் துண்டைக் காட்டித் தியேட்டரின் நுழைவாயில் வரை சென்றனர்; ஒருசிலர் கதவையும் தாண்டிவிட்டனர். ஆனால் அங்கு கண்காணிப்பாய்க் காரியம் செய்த மத்தியக் கமிட்டி உறுப்பினரோ, பிரதிநிதிகளுக்கும் விருந்தாளிகளுக்கும் அவரவருக்குரிய இருக்கைகளைக் காட்டி உதவிய அதிகாரியோ அந்த அழையாத விருந்தாளிகளைக் கண்டுபிடித்தனர். டிக்கட் இல்லாது வெளியே காத்து நிற்கும் கூட்டம் மனநிறைவு அடையும் வகையில், தியேட்டருக்குள் ஆக்கிரமித்த புத்திசாலிகள் வெளியேற்றப்பட்டனர்.

காங்கிரஸைப் பார்க்க விரும்பிய கூட்டத்தின் சின்னஞ்சிறு பகுதிக்குக்கூட தியேட்டரில் இடமில்லை.

பாவெலும் ரீத்தாவும் மிகவும் கஷ்டப்பட்டு தியேட்டர் வாசலை அடைந்தனர். பிரதிநிதிகள் டிராமிலும் காரிலும் வந்து குவிந்து கொண்டேயிருந்தார்கள். ஒரு பெரிய பிரதிநிதிகள் கோஷ்டி வாசலில் கூடிவிட்டது. செஞ்சேனை வீரர்கள் சுவரை ஒட்டித் தள்ளப்பட்டனர். அவர்களும் இளங்கம்யூனிஸ்டுகள்தான். அந்தச் சமயத்தில் வாசல் அருகில் இருந்த கூட்டத்திலிருந்து ஒரு வலிய சத்தம் எழுந்தது:

"பௌமன் கல்லூரி, இதோ போகிறது!"

"இளைஞரே, வாருங்கள், நம் கட்சி ஜெயிக்கிறது!"

"ஹுரா!"

பாவெல், ரீத்தா ஆகியோருடன் கதவு வழியாக ஒரு கூரிய பார்வையை உடைய இளைஞன் நுழைந்தான். கம்ஸமோல் சின்னம் அணிந்த அவன், அதிகாரிக்கு 'டிமிக்கி' கொடுத்துவிட்டு, நேராக முன்னறைக்கு ஓடினான். அந்தக் கூட்டத்தில் அவன் நொடிப்பொழுதில் மறைந்தான்.

உயர் வகுப்பு இருக்கைகள் இருந்த வரிசைகளின் பின்னால் இரண்டு ஆசனங்களைக் காட்டி, "இங்கு உட்காரலாம்" என்று ரீத்தா கூறினாள்.

இருவரும் உட்கார்ந்தனர்.

"இன்னும் ஒரு கேள்வி உன்னைக் கேட்க வேண்டும். பழங்

காலத்தைப் பற்றித்தான்; பதில் சொல்வாயென்று நிச்சயமாக நம்பு கிறேன். அந்தக் காலத்தில் நமது கூட்டுப் படிப்பையும் நட்பையும் ஏன் முறித்தாய்?" என்று ரீத்தா வினவினாள்.

அவர்கள் சந்தித்ததிலிருந்தே பாவெல் இந்தக் கேள்வியை எதிர் பார்த்துக் கொண்டிருந்தான். எனினும், அவள் கேட்டவுடன், அவன் மனம் கலங்கினான். அவர்களது கண்கள் சந்தித்தன. அவளுக்குக் காரணம் தெரிந்திருப்பதைப் பாவெல் புரிந்துகொண்டான்.

"ரீத்தா, இந்தக் கேள்வியின் பதிலை நீயே அறிவாயென்று நினைக் கிறேன். மூன்று ஆண்டுகளுக்குமுன் நடந்த நிகழ்ச்சி அது. உன்னிடம் அவ்வாறு நடந்துகொண்டதற்காக நான் அந்தப் பாவெலைக் கண்டிக்கிறேன். உண்மையில், கர்ச்சாகின் பல தவறுகளைச் செய் திருக்கிறான்; பெரிய தவறுகளும் செய்திருக்கிறான். சிறிய தவறு களும் செய்திருக்கிறான். அவற்றில் இதுவும் ஒன்று."

ரீத்தா புன்னகை புரிந்தாள்.

"அருமையான பீடிகை. கேள்விக்குப் பதில் சொல்."

பாவெல் மெல்லிய குரலில் பேசத் தொடங்கினான் :

"இந்தத் தவறுக்குப் பொறுப்பு நான் மட்டுமல்ல; அது எனக்குப் பிடித்த கதாநாயகனான ஆர்தரின் தவறும்கூட. அவனது புரட்சி கரமான சித்திர விசித்திர சாகசக் கொள்கையும் என் பிழைக்குக் காரணம். அந்த நாட்களில் நான், லட்சியத்துக்காக வாழ்வை அர்ப்பணித்துப் பாடுபட்ட புரட்சிகரமான வீரதீர வைராக்கிய புருஷர்களின் தத்ரூபமான வர்ணனைகளால் பெரிதும் கவர்ச்சிக்கப் பட்டேன். அந்த மாவீரர்கள் என்னை ஆட்கொண்டார்கள். அவர் களைப்போல வாழ வேண்டுமென்று நான் பெரிதும் விரும்பி னேன். எனக்கு உன்பால் ஏற்பட்ட உணர்ச்சி ஆர்தரின் காதலை ஒத்திருந்தது. அதெல்லாம் இப்பொழுது நினைத்தால், நகைக்கத் தக்கதாகத் தோன்றுகிறது, என் நடத்தைக்காக நான் எவ்வளவு வருந்துகிறேன் என்பதை வார்த்தைகளால் விவரிக்க முடியாது."

"அப்படியானால், ஆர்தரைப் பற்றி உன் கருத்தை மாற்றிக்கொண்டு விட்டாயா?"

"இல்லை, ரீத்தா, அடிப்படையான கருத்தோட்டத்தில் மாறுதல் இல்லை. ஆனால் மன உறுதியைச் சோதிப்பதற்காக வீணாக நடத்திய இன்னல் பொருந்திய சோதனைகளை மட்டுமே நான் நிறுத்தி விட்டேன். ஆர்தரின் முக்கியமான இயல்பை நான் இப்பொழுதும் போற்றுகிறேன். அவனது மனோ தைரியம், அவனது அலாதியான

சகிப்புத்தன்மை, தன் வேதனையைக் கண்டோரிடமெல்லாம் விண்டு கூறாமல், துன்பத்தைப் பொறுத்துக் கொள்ளும் அந்த மனுஷத் தன்மை ஆகியவற்றை நான் நேசிக்கிறேன். முழுச் சமுதாயத்தின் வாழ்வுக்காகச் சொந்த வாழ்வைத் தியாகம் செய்யும் புரட்சிப் பண்பை நான் ஆதரிக்கிறேன்."

"பாவெல், மூன்றாண்டுகளுக்குமுன் நீ இப்படிப் பேசவில்லையே என்று வருந்துகிறேன்" என்று ரீத்தா கூறியபொழுது, அவளது முகத்தில் ஒரு புன்னகை தவழ்ந்தது. அது அவளது சிந்தனை நெடுந்தூரத்தில் சஞ்சரிப்பதைப் படம் பிடித்துக் காட்டியது.

"வெறும் நண்பன் என்பதைவிட உன் இதயத்தில் எனக்கு ஒரு உயர்ந்த இடம் என்றுமே கிடைத்திருக்காது என்பதற்காக வருந்து கிறாயா, ரீத்தா?"

"கிடைத்திருக்கும். நீ ஒரு தோழனைவிட அதிகமாக என் வாழ்வில் இடம்பெற்றிருப்பாய்."

"ஆனால் இப்பொழுதும் அந்தக் குறையை அகற்ற முடியும்."

"தோழர் ஆர்தரே! இனி முடியாது. அதற்கு உரிய காலம் கடந்து விட்டது." மேலும், ரீத்தா இளநகை தவழ விளக்கம் தந்தாள் : "எனக்கு இப்பொழுது ஒரு பெண் குழந்தை இருக்கிறது. அவளுடைய தந்தை எனது நெருங்கிய நண்பர். பொதுவாக, நாங்கள் மூவரும் ஒருவரை ஒருவர் நன்கு நேசிக்கிறோம். எவராலும் பிரிக்க முடியாத வகையில் வாழ்ந்து வருகிறோம்."

அவளது விரல்கள் பாவெலின் கரத்தைத் தடவிக் கொடுத்தன. அவன்பால் அவளுக்கு ஏற்பட்ட கவலையே, இந்த அன்பு வெளி யீட்டுக்குக் காரணம். ஆனால் அந்தக் கவலை அனாவசியமான தென்பதை உடனே உணர்ந்தாள். ஆம். இந்த மூன்று ஆண்டுகளில் பாவெல் உடல் வளர்ச்சி அடைந்திருப்பதைப் போலவே அவனது மனமும் பண்பட்டிருந்தது. அவளது கூற்று அவன் மனதைப் புண் படுத்திவிட்டதென்பதை, அவனது கண்களே எடுத்துரைத்தன. ஆனால், "என்னதானிருப்பினும், நான் இப்பொழுது இழந்தவற்றுடன் ஒப்பிட முடியாத அளவுக்கு உயர்ந்தவை என்னிடம் தங்கியிருக்கின்றன" என்றே அவன் கூறினான். இது வெற்றுரையல்ல என்பதையும் மிகை யில்லாத உண்மைதான் என்பதையும், ரீத்தா அறிந்திருந்தாள்.

மேடையின் அருகில் போய் உட்கார வேண்டிய நேரம் வந்து விட்டது. அவர்கள் உக்ரேனியப் பிரதிநிதிகள் இருந்த வரிசைக்குச் சென்று, அங்கு அமர்ந்தனர். பாண்டு வாத்திய கோஷ்டி இன்னிசை

பொழிந்தது. ஹாலுக்குக் குறுக்கே. 'எதிர்காலம் நமதே' என்ற வாசகம் பிரகாசமாகப் பொறிக்கப்பட்டிருந்தது. அந்தப் பெரிய தியேட்டரில், பெட்டிகளிலும் நாற்காலிகளிலும் அடுக்காக அமைந் திருந்த இருக்கைகளிலும் ஆயிரக்கணக்கான இளைஞர் அமர்ந் தனர். அந்தப் பல்லாயிர இளைஞர், குன்றாத ஜீவசக்தியை உடைய ஒரே உயிர்ப்பொருளாக இங்கு ஐக்கியப்பட்டனர். மகத்துவம் மிக்க தொழிலாளி வர்க்கத்தின் தலைசிறந்த மாபெரும் இளம் பட்டாள மொன்று இங்குக் குழுமியிருந்தது. 'எதிர்காலம் நமதே' என்று

கெட்டித் திரையில் பிரகாசமாக எழுதியிருந்த சொற்களின் நல்லொளியை ஆயிரக்கணக்கான விழிகளிலும் காண முடிந்தது. மேலும், ஜனங்கள் வந்துகொண்டேயிருந்தார்கள். இன்னும் சில வினாடிகளில் கெட்டியான வெல்வெட் திரையைத் தூக்குவார்கள்; ருஷ்யாவின் கம்யூனிஸ்ட் இளைஞர் சங்கத்து மத்தியக் கமிட்டியின் செயலாளர், இந்த கம்பீரமான நேரத்தின் மகிமையால் ஒருகணம் தம் அமைதியை இழந்து உணர்ச்சி வசப்பட்டு, "ருஷ்யாவின் கம்யூனிஸ்ட் இளைஞர் சங்கத்தின் ஆறாவது காங்கிரஸ் ஆரம்பமாகிறதென்று நான் பிரகடனம் செய்கிறேன்" என்று அறிவிப்பார்.

புரட்சியின் வல்லமையையும் மாட்சிமையையும், இன்றுபோல் இவ்வளவு திட்பநுட்பமாகவும் உள்ளக் கிளர்ச்சியோடும் பாவெல் என்றுமே உணர்ந்ததில்லை. போல்ஷெவிசத்தின் இளம் பட்டாளம் ஒன்று திரண்டுள்ள இந்த வெற்றி விழாவில், வாழ்வு, அவனையும் ஒரு போர்வீரனாகவும் நிர்மாணிகனாகவும் ஆக்கிச் சேர்த்துள்ளது என்பதை எண்ணியபொழுது, ஒரு வர்ணிக்க முடியாத பெருமையும் இன்பமும் அவனை மெய்யெல்லாம் புல்லரிக்கச் செய்தது.

காங்கிரஸ் நடந்த நாட்களில் அவன் அதிகாலை முதல் இரவு நெடு நேரம் வரை அதன் வேலைகளிலேயே ஈடுபட்டிருந்தான். எனவே, அதன் இறுதிக்கட்டத்தில்தான் அவன் ரீத்தாவை மீண்டும் சந்தித்தான். அவள் ஒரு உக்ரேனியக் கோஷ்டியுடன் இருந்தாள்.

"நான் நாளைக்குக் காங்கிரஸ் முடிந்தவுடன் கிளம்புகிறேன். நாம் மீண்டும் கூடிப் பேசுவதற்குச் சந்தர்ப்பம் கிடைப்பது சந்தேகம்தான். எனவே, நான் நாட்குறிப்பு எழுதிய இரண்டு நோட் புத்தகங்களை உனக்காகத் தயாராக வைத்திருக்கிறேன். அவற்றுடன் ஒரு சிறு குறிப்பும் எழுதி வைத்திருக்கிறேன். அவற்றைப் படி; அதன்பின் எனக்குத் தபாலில் அனுப்பிவிடு. நான் உன்னிடம் சொல்லாத விஷயங்களை அவற்றிலிருந்து தெரிந்துகொள்ளலாம்" என்று அவள் அவனிடம் கூறினாள்.

அவன் அவளது கரத்தை அமுக்கிப் பிடித்துக்கொண்டான். அவளது முக லட்சணங்களை மனப்பாடம் செய்வதைப் போல, அவளை நீண்டநேரம் உற்று நோக்கினான்.

முன்னால் திட்டமிட்டபடி, அவர்கள் மறுநாள், தியேட்டரின் முன் வாசலில் சந்தித்தனர். ரீத்தா, அவனிடம் காகிதக் கட்டு ஒன்றையும், ஒரு ஒட்டிய கடிதத்தையும் கொடுத்தாள். அவர்களுடன் வேறு

சிலரும் இருந்ததால், உணர்ச்சிகளைக் காட்டாமல் விடைபெற்றுக் கொண்டார்கள். அவளது கண்கள் கலங்கின; அதிலிருந்து அவளது துயரம் கலந்த ஆழ்ந்த அன்பைப் பாவெல் புரிந்துகொண்டான்.

அடுத்த நாள் அவர்கள் ஏறிய ரயில் வண்டிகள், வெவ்வேறு திசைகளில் சென்றன. பாவெல் பிரயாணம் செய்த ரயிலின் பல பெட்டிகளில் உக்ரேனியப் பிரதிநிதிகள் ஏறியிருந்தனர். அவன் கீவிலிருந்து வந்த சில பிரதிநிதிகளுடன் ஒரு உள் அறையில் இருந்தான். சூரியன் மறைந்தபின், இதர பிரயாணிகள் படுத்துக் கொண்டு விட்டனர்; பக்கத்துத் தட்டிலிருந்த ஒக்குனேவ், நிம்மதியாகக் குறட்டைவிட்டுக் கொண்டிருந்தான். பாவெல், விளக்கின் அருகே நகர்ந்துக்கொண்டு, கடிதத்தைத் திறந்தான்.

"பாவெல், என் இதயத்தைக் கவர்ந்தவனே!

நாம் சேர்ந்திருந்தபொழுதே, இவற்றையெல்லாம் சொல்லியிருப்பேன். ஆனால் இதுவே சிறந்த முறை. காங்கிரஸுக்கு முன்னால் நாம் பேசிக் கொண்டதின் விளைவாக, உன் வாழ்வில் எத்தகைய வடுவும் ஏற்படக்கூடாதென்பதொன்றுதான் என் ஆவல். நீ மனோ திடம் உடையவன் என்பதை அறிவேன்; எனவே, நீ கூறியவற்றை மனப்பூர்வமாக நம்புகின்றேன். நான் வாழ்வை வறட்டு ஆசாரக்கண் கொண்டு நோக்கவில்லை. ஒருவன் அல்லது ஒருத்தி, எப்பொழுதோ ஒரு தடவை, தனது சொந்த உறவுகளில் விதிக்கு விலக்காக நடந்து கொள்ளலாமென்று நான் நினைக்கிறேன். ஆனால் அந்த அரிதான விதிவிலக்குகள், அந்தரங்க சுத்தியானதும் ஆழமானதுமான பாசத்தை அடிப்படையாகக் கொண்டிருக்க வேண்டும். உன் விஷயத்தில், நான் விதிக்கு விலக்காக நடந்துகொண்டிருப்பேன். ஆனால், நமது யௌவனத்துக்கு வெகுமதியளிக்க வேண்டுமென்ற என் உணர்ச்சியை நான் நிராகரித்தேன். அதில் உனக்கோ; எனக்கோ உண்மையான ஆனந்தம் இருக்க முடியாதென்று நான் எண்ணுகிறேன். எனினும், நீ உன்னிடம் இவ்வளவு கண்டிப்பாகவும் கடுமையாகவும் இருக்கக்கூடாது. பாவெல், நமது வாழ்வு போராட்டமயமானது அல்ல. அதில் உண்மையான அன்பால் உண்டாகக்கூடிய ஆனந்தத்துக்கும் இடம் இருக்கிறது.

மற்றபடி, உன் வாழ்வின் பிரதான உட்பொருளைப் பொறுத்தவரை, எனக்கு எத்தகைய கவலையும் இல்லை. உன் கரத்தை அன்புடன் குலுக்குகிறேன்.

ரீத்தா."

பாவெல் சிந்தனை வசப்பட்டவனாய்க் கடிதத்தைக் கிழித்தான்; ஜன்னல் வழியே கையை நீட்டினான். காகிதத்துண்டுகளைக் காற்றுத் தன் கையிலிருந்து பறித்து எறிவதை உணர்ந்தான்.

பொழுது விடிவதற்கு முன்னால், அவன் ரீத்தா நாட்குறிப்பு எழுதியிருந்த இரண்டு நோட் புத்தகங்களையும் படித்து முடித்து, அவற்றைக் காகிதத்தில் சுற்றிக் கட்டினான். கார்க்காவில், ஓக்குனேவ், பன்கிராத்தவ் முதலிய பல பிரதிநிதிகளுடன் அவன் இறங்கினான். ஆன்னாவுடன் தங்கியிருந்த தால்யாவை அழைத்துவர, ஓக்குனேவ் கீவுக்குப் போய்க்கொண்டிருந்தான். உக்ரேனியக் கம்ஸமோலின் மத்தியக் கமிட்டி உறுப்பினராகத் தேர்ந்தெடுக்கப்பட்டிருந்த பன்கிராத் தவுக்கும் கீவில் வேலை இருந்தது. அவர்களுடன் சென்று, ஷார்க்கீ யையும் ஆன்னாவையும் பார்த்து வருவதென்று பாவெல் தீர்மானித் தான். அவன் கீவ் ஸ்டேஷன் தபால் நிலையத்தில், ரீத்தாவுக்கு பார்சலை அனுப்பிவிட்டு வெளியே வருவதற்குள், மற்றவர்கள் போய் விட்டனர். எனவே, பாவெல் தனியாகச் சென்றான். ஆன்னாவும் துபாவாவும் வசித்த வீட்டுக்கு முன்னால், டிராம் வண்டி நின்றது. பாவெல் படியேறி இரண்டாவது மாடியை அடைந்தான். இடது புறத்தில் இருந்த ஆன்னாவின் அறைக் கதவைத் தட்டினான். ஒரு பதிலும் இல்லை. அவள் அதற்குள்ளாக வேலைக்குப் போயிருக்க முடியாது. "அவள் தூங்கிக் கொண்டிருக்க வேண்டும்" என்று அவன் எண்ணினான். அடுத்த அறையின் கதவு திறந்தது. தூக்கக் கலக்கக் கண்களுடன், துபாவா வெளியே வந்தான். அவனது முகம் சாம்பல் நிறமாக இருந்தது. அவனது கண்களின் கீழ்க் கரிய வட்டங்கள் காட்சி தந்தன. அவனிடமிருந்து வலியதொரு வெங்காய நாற்றம் வீசியது. மதுவின் மணத்தையும் பாவெலது கூர்மையான நாசி உணர்ந்தது. அரைவாசி திறந்திருந்த கதவு வழியே, பாவெல் படுக்கையில் கிடந்த ஒரு பெண்ணின் சதைப்பற்று மிகுந்த காலையும் தோள்களையும் கண்டான்.

பாவெலது பார்வையின் திசையைக் கண்ட துபாவா, கதவை உதைத்து மூடினான்.

"நீ ஆன்னாவைப் பார்க்க வந்திருக்கிறாயா?" என்று அவன் கம்மிய குரலில் உசாவினான். பாவெலின் விழிகளை நோக்காமலேயே, அவன் பேசினான். "அவள் இப்பொழுது இங்கு வசிப்பதில்லை. உனக்குத் தெரியாதா?"

கர்ச்சாகின், முகத்தைக் கடுமையாக்கிக் கொண்டு, துபாவாவைத் துருவித் துருவிப் பார்த்தான்.

"எனக்குத் தெரியாது. அவள் எங்குப் போயிருக்கிறாள்?"

துபாவாவுக்கு ஆத்திரம் வந்தது.

"அதைப்பற்றி எனக்கு என்ன அக்கறை!" என்று கத்தினான். ஒரு ஏப்பம் வந்தது. மறைமுகமாகத் தன் எரிச்சலைக் காட்டிக்கொண்டு, அவன் கூறினான் :

"அவளுக்கு ஆறுதல் கூற வந்தாயா? தேவையைப் பூர்த்தி செய்வதற்குத் தக்க சமயத்தில் வந்திருக்கிறாய். இதுதான் உனக்கு அரிய சந்தர்ப்பம். அவள் உன்னை மறுக்க மாட்டாள்; கவலைப்பட வேண்டாம். உன்னை விரும்புவதாக, என்னிடம் பன்முறை சொல்லியிருக்கிறாள். அத்தகைய அற்பப் பெண்கள் எப்படியெல்லாம் பேசுமோ, அப்படியெல்லாம் உன்னைப் பற்றிப் பேசியிருக்கிறாள். போ, போ. காற்றுள்ளபோதே தூற்றிக்கொள். உடலும் உயிரும் போல நீங்கள் சேர்ந்து வாழலாம்."

பாவெலின் முகம் சிவந்தது. அவன் தன் உணர்ச்சிகளைக் கஷ்டப்பட்டுக் கட்டுப்படுத்திக் கொண்டு, தாழ்ந்த சுருதியில் பேசினான் :

"இவ்வளவு தூரம் சீரழிந்து போவாயென்று நான் ஒருபொழுதும் எதிர்பார்க்கவில்லை. ஒருகாலத்தில் நீ நல்லவனாகத்தான் இருந்தாய். ஏன் இப்படிக் கெட்டுப் போகிறாய்?"

துபாவா சுவரில் சாய்ந்தான். சிமிட்டித் தரையில் நின்றதால், அவனது வெறும் பாதங்கள் சில்லிட்டுப் போயின போலும் அவனுக்கு நடுக்கம் ஏற்பட்டது.

கதவு திறந்தது. வீங்கிய கண்களும் உப்பிய கன்னங்களும் உடைய ஒரு மாது தோன்றினாள்.

"அன்பே! உள்ளே வா. ஏன் வெளியில் நின்று கொண்டிருக்கிறாய்?"

அவள் மேலும் பேசுவதற்கு முன்னால், துபாவா கதவை மூடினான்; அதற்கு எதிராக நின்றுகொண்டான்.

"முதற்கோணல் முற்றுங்கோணல். எத்தகைய சகவாசத்தை வைத்துக் கொண்டிருக்கிறாய்? இது உன்னை எங்குக் கொண்டுவிடும்?" என்றான் பாவெல். ஆனால் துபாவா இனி எதற்கும் செவி கொடுக்க மாட்டான்.

"நான் யாருடன் படுத்து உறங்க வேண்டுமென்று எனக்குச் சொல்லப் போகிறாயா? உன் உபதேசம் போதும். வந்த வழியே திரும்பிப் போ. துபாவா குடிகாரனாகிவிட்டான் என்றும், ஒழுக்கம் கெட்ட பெண்களைத் தழுவிப் படுக்கிறானென்றும் அவர்களிடம் போய்ச் சொல்; ஓடு, ஓடு."

பாவெல் அவனிடம் சென்று, கட்டுப்படுத்திய உள்ளக் கிளர்ச்சி தொனிக்கும் குரலில் சொன்னான் :

"துபாவா, அவளைத் தொலைத்து முழுகு. நான் உன்னிடம் கடைசி முறையாகப் பேச விரும்புகிறேன்...."

துபாவாவின் முகம் கறுத்தது. அவன் ஒரு சொல் பேசாமல் திரும்பினான்; அறைக்குள் சென்றான்.

"பன்றி!" என்று முணுமுணுத்துவிட்டுப் பாவெல் படிக்கட்டில் மெதுவாக இறங்கினான்.

இரண்டாண்டுகள் கழிந்தன. தயவு தாட்சண்யம் காட்டாத கால தேவன், நாட்களையும் மாதங்களையும் கணக்கிட்டுக் கொண்டே யிருந்தான். ஆனால், வேகமும் கவர்ச்சியும் வர்ணஜாலமும் செறிந்த வாழ்வு. நாள்தோறும் புதுமையைப் படைத்தருளியது. எனவே, மேற் பார்வைக்கு வேற்றுமை இல்லாதுபோல் தோன்றினாலும், எந்த இரண்டு நாட்களும் உண்மையில் ஒரு மாதிரியாக இல்லை. கணக் கில்லாத செல்வத்துடன் கூடிய இந்தப் பரந்த நிலத்தின் விதியை, உலகத்திலேயே முதன்முதலாகத் தம் கையிலெடுத்துக் கொண்டுள்ள பதினாறு கோடி மக்கள் வாழும் இந்த மகத்தான தேசம், போரில் அழிந்த பொருளாதாரத்துக்குப் புத்துயிர் அளிக்கும் மிகப்பெரிய பணியில் ஈடுபட்டிருந்தது. தேசத்தின் சக்தி பெருகுகிறது. அதன் நாடிகளில் புதிய தெம்பு உண்டாயிற்று. கவனிப்பாரற்றுக் கிடந்த பாக்டரிகளின் பரிதாபக் காட்சி பழங்கால நினைவாயிற்று.

இந்த இரண்டு ஆண்டுகளிலும், பாவெல் இடைவிடாமல் உழைத் தான். அவன் நிம்மதியாக வாழ்வதில் நாட்டம் கொண்டவன் அல்ல; ஆர அமரக் கொட்டாவி விட்டுக்கொண்டு எழுந்திருப்பதையும், மணி பத்து அடித்தவுடன் நித்திரையின் அணைப்பை நாடுவதையும் அவன் விரும்பியவனல்ல. தானோ, பிறரோ ஒரு வினாடியைக்கூட விரயம் செய்யக்கூடாதென்பது அவன் கருத்து. அவனது வாழ்வில் ஒரு அசாத்திய வேகம் இருந்தது.

அவன் இன்றியமையாத நேரமே தூங்கினான். பல நாட்கள், இரவு நெடுநேரமானபின்கூட, அவனது அறையில் விளக்கு எரிந்தது. உள்ளே போனால், மேஜையைச் சுற்றிச் சிலர் உட்கார்ந்து கவனமாகப் படித்துக் கொண்டிருப்பதைப் பார்க்க முடிந்தது. அவர்கள் 'மூலதனம்' என்ற நூலின் மூன்றாம் பாகத்தை, இரண்டே ஆண்டுகளில், தீர்க்க

மாகப் பயின்று விட்டனர். முதலாளித்துவச் சுரண்டலின் தந்திர முறையை அவர்கள் இப்பொழுது நன்கறிந்திருந்தனர்.

இப்பொழுது பாவெல் வேலை செய்து கொண்டிருந்த பிரதேசத் துக்கு ஷேன்யா ரஸ்வலீகின் வந்தான். அவனை மாகாணக் கமிட்டி அனுப்பியிருந்தது. ஏதாவது ஒரு வட்டாரத்தின் கம்ஸமோல் ஸ்தாப னத்துக்கு அவனைக் காரியதரிசியாக நியமிக்கலாமென்றும் அது சிபாரிசு செய்திருந்தது. ரஸ்வலீகின் வந்தபொழுது, பாவெல் வெளியூர் போயிருந்தான். அவன் இல்லாதபொழுது, ரஸ்வலீகினை ஒரு வட்டாரத்துக்கு அனுப்பிவிட்டது. பாவெல் திரும்பி வந்தவுடன் இந்தத் தகவலை அறிந்தான்; ஆனால் அதைப் பற்றி ஒரு விமர்சனமும் செய்யவில்லை.

ஒரு மாதம் சென்றபின், பாவெல், எதிர்பாராத விதமாக ரஸ்வலீகினது வட்டாரத்துக்கு விஜயம் செய்தான். அங்கு கிடைத்த சாட்சியம், ரஸ்வலீகினின் சீரழிவைப் புரிந்து கொள்வதற்குப் போதுமானதாயிருந்தது; அவன் குடித்தான்; இச்சகம் பாடிப் பிழைப் பவரைத் தன்னுடன் சேர்த்துக் கொண்டான்; மனசாட்சிப்படி நடக்கக்கூடிய உறுப்பினரின் சுயமுயற்சியை நசுக்கினான். பாவெல் இந்தச் சாட்சியத்தைத் தலைமைக்குழு முன் சமர்ப்பித்தான். ரஸ்வலீ கினைக் கடுமையாகக் கண்டிக்க வேண்டுமென்று குழு உறுப்பினர் கூறியபொழுது, பாவெல் எழுந்து நின்றான்.

"அவனை இறுதியாக வெளியேற்ற வேண்டுமென்று நான் முன் மொழிகிறேன்" என்று கூறி அனைவரையும் வியப்பில் ஆழ்த்தினான்.

இந்தத் தீர்மானத்தைக் கண்டு, இதரக் குழு உறுப்பினர் அதிர்ச்சி அடைந்தனர். குறிப்பிட்ட சூழ்நிலையில், இது அளவுக்கு மீறிய தண்டனை என்று அவர்களுக்குத் தோன்றியது.

"இந்தப் போக்கிரியை நீக்க வேண்டும். கண்ணியமான மனிதனாக மாறுவதற்கு அவனுக்கு நிறையச் சந்தர்ப்பங்கள் இருந்தன. ஆனால் அவன் கம்ஸமோலில் ஒரு அந்நியனாகவே இருந்து வந்திருக்கிறான்" என்று பாவெல் கூறினான். அதன்பின் அவன் பெரிஸ்தோவ் சம்பவங் களைப் பற்றிக் குழுவிடம் எடுத்துரைத்தான்.

"நான் கண்டிக்கிறேன்!" என்று ரஸ்வலீகின் கத்தினான். "கர்ச்சானின் சொந்த விவகாரங்களைத் தீர்த்துக் கொள்வதற்கே முயற்சிக்கிறான். அவன் சொல்வதெல்லாம் வீண்வம்புப் பேச்சு. அவன் தன் குற்றச் சாட்டுகளுக்கு உண்மைகளையும் தஸ்தாவேஜுகளையும் ஆதாரம் காட்டவேண்டும். கர்ச்சாகின் கள்ளக் கடத்தலில் ஈடுபட்டிருந்தான்

என்று நான் உங்களிடம் கதை சொல்கிறேன் என்று வைத்துக் கொள்ளுங்கள். அதன் அடிப்படையில் அவனை நீக்குவீர்களா? அவன் எழுத்து மூலம் ருஜு கொடுக்க வேண்டும்."

"கவலைப்படாதே. அவசியமான ருஜுக்கள் அனைத்தையும் நான் தருவேன்" என்று பாவெல் விடை தந்தான்.

ரஸ்வலீகின் அறையை விட்டுச்சென்றான். அரைமணி நேர விவாதத்துக்குப்பின், தலைமைக்குழு ஒரு தீர்மானத்தை நிறைவேற்றியது. "ரஸ்வலீகின் கம்ஸமோலில் அங்கத்தினன் ஆக இருப்பதற்கு தகுதி யற்றவன் என்றும், அவனை விலக்க வேண்டுமென்றும்" தீர்மானம் கூறியது. பாவெல் வெற்றியடைந்தான்.

கோடை வந்தது. அத்துடன் விடுமுறைக் காலமும் வந்தது. பாவெலின் சக ஊழியர்கள் ஒருவர் பின் ஒருவராகத் தமக்கு உரிய விடுமுறையைப் பெற்றுச் சென்றனர். உடல் நலனைக் கருதிச் சிலர் கடற்கரைக்கு அனுப்பப்பட்டனர். அவர்களுக்கு ஆரோக்கிய விடுதிகளில் இடவசதியும், நிதி உதவியும் பாவெல் பெற்றுக் கொடுத்தான். அவர்கள் வெளுத்துக் களைத்துச் சென்றனர். ஆனால் விடுமுறை கால ஓய்வும் பராமரிப்பும் கிடைக்க இருப்பதை எண்ணி, அவர்கள் ஆனந்தம் அடைந்தனர். அவர்களது வேலையின் சுமை, பாவெலின் தோள்கள் மீது விழுந்தது. அவன் இந்தக் கூடுதலான பாரத்தை, ஒரு முணுமுணுப்பு இல்லாமல் நிர்வகித்தான். விடுமுறை முடிந்தவுடன், அவர்கள் கதிரொளியில் கன்றிப் போய், உயிர்த்தளிப்பும் செய்திறனும் நிறையப் பெற்றுத் திரும்பினார்கள். அதன்பின், வேறு சிலர் விடுமுறை எடுத்துச் சென்றனர். கோடைக்காலம் முழுவதும், அலுவலகத்தில் போதுமான ஊழியர்கள் இல்லாத நிலைமை நீடித்தது. ஆனால் வாழ்வு அதன் துரித கதியை மட்டுப்படுத்தவில்லை; பாவெலால் ஒருநாள்கூட வேலைக்கு வராமலிருக்க முடியவில்லை.

கோடை கழிந்தது. இலையுதிர் காலமும் குளிர்காலமும் வருகின்றன என்றாலே பாவெலுக்குப் பயம்தான். ஏனெனில், அந்தக் காலங்களில் அவனது உடல் அவனை மிகவும் வருத்தியது.

அந்த வருடத்தில், அவன் கோடையின் வருகையை விசேஷ ஆவலுடன் எதிர்பார்த்தான். ஏனென்றால், தன் பலவீனத்தைத் தனக்குள் ஒப்புக்கொள்வதே அவனுக்கு வேதனை தந்தபோதிலும், ஒவ்வொரு வருஷமும் அவனுடைய பலம் தேய்ந்து வந்ததை அவன் உணர்ந்தான். அவன் முன்னால், இரண்டே வழிகள் இருந்தன : அவனது வேலைக்குத் தேவையான தீவிர முயற்சியை அவனால் தாங்க முடிய வில்லை என்பதை ஒப்புக்கொண்டு, வேலைக்குத் தகுதியற்றவனாக

ஒதுங்கிவிடுவது ஒன்று. அல்லது அவனால் முடிந்த வரையில், உரிய வேலையைச் செய்து கொண்டிருப்பது. பிந்தைய வழியைத்தான் அவன் தேர்ந்தெடுத்துக் கொண்டான்.

ஒருநாள், கட்சியின் பிரதேசக் கமிட்டியின் தலைமைக்குழு கூடியிருந்தது. தலைமறைவாயிருந்து கட்சிப் பணிபுரிந்த பழந் தோழரும், இப்பொழுது பிரதேசத்தின் பொதுச் சுகாதாரத்துக்குப் பொறுப்பாயிருந்தவனுமான டாக்டர் பார்த்தேலீக் அவனருகில் வந்து உட்கார்ந்தான்.

"கர்ச்சாகின், நீ ஒரு மாதிரியாக இருக்கிறாய். உன் உடல் நலன் எப்படி உள்ளது? உன்னை வைத்தியக் குழு பரீட்சித்துவிட்டதா? பரீட்சை செய்து கொள்ளவில்லையா! நானும் அப்படித்தான் நினைத்தேன். நண்பா, உன்னை நன்றாகச் சோதித்துக் குணப்படுத்த வேண்டுமென்று தோன்றுகிறது. வியாழக்கிழமை மாலை வா. நாங்கள் சோதித்துப் பார்க்கிறோம்" என்று டாக்டர் கூறினான்.

அந்த நாளில் பாவெல் போகவில்லை. அவனுக்கு நிறைய வேலை இருந்தது. ஆனால் பார்த்தேலீக் அவனை மறக்கவில்லை. சில நாள்கள் கழித்து, அவனே வந்து, பாவெலை வைத்தியக் குழுவிடம் அழைத்துச் சென்றான். அந்தக் குழுவில் அவன் நரம்பு நோய்க்கூறு வல்லுனனாகப் பங்கெடுத்தான். பாவெல் "உடனடியாக ஓய்வு எடுத்துக் கிரீமியா வில் நீண்டகாலச் சிகிச்சை பெற வேண்டுமென்றும் அதன்பிறகும் முறையான வைத்தியம் செய்து கொள்ள வேண்டுமென்றும் இவ்வாறு செய்யத் தவறினால், அபாயகரமான விளைவுகள் ஏற்படுவதைத் தவிர்க்க முடியாதென்றும்" வைத்தியக்குழு கருத்துத் தெரிவித்தது.

இந்தச் சிபாரிசுக்கு முன்னால், பாவெலை வருத்திய நோய்களில் நீண்ட ஜாப்தா லத்தீன் மொழியில் குறிக்கப்பட்டிருந்தது. அதிலிருந்து பாவெலுக்கு ஒரே ஒரு விஷயம்தான் விளங்கியது. அவனது பிரதான கோளாறு, கால் சம்பந்தமானது அல்லவென்றும், மத்திய நரம்பு மண்டலத்தில் இருக்கிறதென்றும், மத்திய நரம்பு மண்டலம் பெருஞ் சேதம் அடைந்திருக்கிறதென்றும் அவன் அறிந்து கொண்டான்.

பார்த்தேலீக், வைத்தியக் குழுவின் முடிவை தலைமைக்குழுவின் முன்வைத்தான். பாவெலை உடனடியாகச் சகல வேலைகளிலிருந்தும் விடுவிக்க வேண்டுமென்ற தீர்மானத்தை ஒருவரும் எதிர்க்கவில்லை. ஆனால், ஸ்தாபன இலாகாவின் முதல்வனான ஸ்பித்னேவ் திரும்பி வரும் வரை தன் விடுமுறையை ஒத்திப் போட வேண்டுமென்று பாவெல் யோசனை கூறினான். தலைமை இல்லாத நிலையில் கமிட்டி கஷ்டப்படுவதை அவன் விரும்பவில்லை. பார்த்தேலீக், தாமதம்

செய்யக்கூடாதென்று வற்புறுத்திய போதிலும், தலைமைக்குழு பாவெலின் யோசனைக்கு இணங்கியது.

ஆகக்கூடி, மூன்று வார காலத்தில், பாவெல் விடுமுறை பெற்றுச் செல்வான். அவனது வாழ்நாளில் இதுவே முதல் விடுமுறை. யெவ்பத்தோரியாவிலுள்ள ஆரோக்கிய விடுதி ஒன்றில், அவனுக்கு இடவசதி ஏற்பாடாகிவிட்டது. இந்தச் சேதியைத் தெரிவிக்கும் கடிதம் அவனது மேஜையில் இருந்தது.

இந்த இடைக்காலத்தில், அவன் முன்னைவிட வேகமாகவும் உக்ரமாகவும் வேலை செய்தான். பிரதேசக் கம்ஸமோலின் முழுக் கூட்டம் நடத்தினான்; ஆங்காங்கு இருந்த குறைகளை நீக்குவதில் தயவு தாட்சண்யமில்லாமல் உடலைக் கஷ்டப்படுத்தி உழைத்தான். அப்பொழுதுதானே, அவன் மனஅமைதியுடன் ஆரோக்கிய விடுதிக்குச் செல்ல முடியும்?

கடலை முதன்முதலில் தரிசிப்பதற்காக அவன் கிளம்பவிருந்த சமயத்தில், ஒரு அருவருப்பான சம்பவம், நம்ப முடியாத சம்பவம் நடைபெற்றது.

நாள் வேலையை முடித்துவிட்டு, ஒரு கூட்டத்தில் கலந்துகொள்வதற்காகக் கிளர்ச்சி-பிரசாரப் பகுதிக்குப் பாவெல் சென்றிருந்தான். அவன் அங்கு சென்ற பொழுது, அறையில் ஒருவரும் இல்லை. எனவே, மற்றவர்கள் வந்து கூடும்வரை காத்திருப்பதற்காக, அவன் திறந்த ஜன்னலுக்கு அருகில், ஜன்னல் கட்டைமீது உட்கார்ந்திருந்தான். அந்த இடம், புத்தகப் பீரோவுக்குப் பின்னால் இருந்தது. சிறிதுநேரமானபின், பலர் அறைக்குள் வந்தனர். புத்தகப் பீரோவுக்குப் பின்னாலிருந்த பாவெலால் வந்தவர்களைப் பார்க்க முடியவில்லை. ஆனால் ஒரு குரலை அவன் புரிந்து கொண்டான். அது பிரதேசப் பொருளாதார கவுன்சிலுக்குப் பொறுப்பாயிருந்த பாய்லோவின் குரல். பாய்லோ உயரமானவன்; பகட்டான ராணுவக் கோலத்துடன் வெளிச்சம் போடும் சுந்தர புருஷன். குடிப்பதிலும், பெண்களுக்குப் பின்னால் சுற்றித் திரிவதிலும் பிரசித்தி பெற்றிருந்தான்.

ஒருகாலத்தில், பாய்லோ கொரில்லா வீரனாயிருந்தான். சந்தர்ப்பம் கிடைத்தபொழுதெல்லாம், டஜன் கணக்கான மாஹ்னோ ஆட்களின் தலைகளைச் சீவியதைப் பற்றிச் சிரித்துக்கொண்டே பெருமையடிக்கத் தவறமாட்டான். ஒருநாள், ஒரு கம்ஸமோல் மங்கை, புலம்பிக் கொண்டே பாவெலிடம் வந்தாள். பாய்லோ அவளைத் திருமணம் செய்துகொள்வதாக வாக்களித்தானென்றும், ஒருவாரம் அவளுடன் வாழ்ந்தபின் அவளுக்குத் துரோகம் செய்துவிட்டானென்றும்,

இப்பொழுதெல்லாம் சந்தித்தால் பாராமுகமாயிருக்கிறானென்றும் அவள் பாவெலிடம் கூறினாள். இந்த விவகாரம் கண்ட்ரோல் கமிஷனுக்கு முன்வந்தபொழுது, பாய்லோ நழுவிவிட்டான். அந்தப் பெண் ருஜுக் காட்ட முடியாத காரணத்தால் அவன் தப்பினான். ஆனால் பாவெல் அவளை நம்பினான். இப்பொழுது தான் அங்கிருப்பதை அறியாமல் பிறர் மனம்விட்டுப் பேசுவதை பாவெல் கேட்டான்.

"நன்று பாய்லோ, எப்படியிருக்கிறது? உனது சமீபகாலச் சாதனை என்ன?"

இவ்வாறு உசாவியவன் க்ரீபோவ். இவன் பாய்லோவின் உயிர்த் தோழரில் ஒருவன். ஏதோ ஒரு காரணத்தால், க்ரீபோவ் ஒரு பிரசார கனாகக் கருதப்பட்டான். உண்மையில், அவன் ஒன்றுமறியாதவனாகவும் குறுகிய மனப்பான்மைக்கு உரியவனாகவும் மடையனாகவும் இருந்தான். எனினும், அவன் பிரசார ஊழியன் என்று அழைக்கப்படுவதில் பெருமை கொண்டான். ஒவ்வொரு சந்தர்ப்பத்திலும், தன் அந்தஸ்தை நினைவூட்டுவதில் அவன் குறியாயிருந்தான்.

"நண்பா, நீ என்னைப் பாராட்ட வேண்டும். நேற்று, இன்னொரு வெற்றி அடைந்தேன். காரொத்தாயெவா என் வசப்பட்டாள். அவளை வேட்டையாடுவது வீண் என்றாயே? அதுதான் உன் தவறு. நான் ஒரு பெண்ணுக்குப் பின்னால் போனால், உடனேயோ கொஞ்ச காலம் கழித்தோ அவளை அடைவது உறுதி" என்று பாய்லோ பீத்திக் கொண்டான். ஒரு ஆபாசமான சொற்றொடரையும் அவன் உபயோகித்தான்.

பாவெல் கிளர்ந்தெழுந்தான். அவனது நரம்புகள் சில்லிட்டுப் போய், உடலெல்லாம் நடுக்கமெடுத்தது. ஆழ்ந்த உள்ளக் கிளர்ச்சி ஏற்படும் பொழுதெல்லாம் அவனுக்கு இத்தகைய நடுக்கம் ஏற்படுவதுண்டு. காரொத்தாயெவா, மாதர் இலாகாவுக்குப் பொறுப்பாய் வேலை செய்தாள். பாவெல் வந்தபொழுதே, அவளும் இந்த ஊருக்கு வந்தாள். இனிமையான சுபாவத்தை உடையவள்; சுறுசுறுப்பாகச் செயல்படும் கட்சி ஊழியர்; அவளிடம் உதவியும் யோசனையும் பெறுவதற்கு வந்த பெண்களிடம் அன்பாகவும் இங்கிதமாகவும் நடந்துகொள்ளும் பெண்; கமிட்டியில் உள்ள சக ஊழியர்களின் நன்மதிப்புக்கும் பாத்திரமானவள். அவளுக்குத் திருமணமாக வில்லை என்பதைப் பாவெல் அறிந்திருந்தான். பாய்லோ அவளைப் பற்றித்தான் பேசினான் என்பதில் பாவெலுக்கு ஐயமில்லை.

"பாய்லோ, நீ கதை கட்டுகிறாய்! அவள் அம்மாதிரி சிக்க மாட்டாள்."

"நான் கதை புனைகிறேனா? நான் எப்படிப்பட்டவனென்று

எண்ணினாய்? இதைவிடக் கடினமான விஷயங்களைச் சாதித்தவன் நான். எப்படியென்று தெரிந்தால் போதும். ஒவ்வொருவரையும் தகுதியான தோரணையில் அணுக வேண்டும். சிலர் உடனே இணங்கி விடுவார்கள்; ஆனால் அப்படிப்பட்ட பெண்களால் பயனில்லை. வேறு சிலர், இணங்கிவருவதற்கு ஒருமாதம் ஆகிறது. அவரவர் மனப் பான்மையைப் புரிந்து கொள்வது தான் முக்கியமான விஷயம். தகுதியான முறையில் அணுக வேண்டும். அட, போ! இதுவே ஒரு முழுமையான விஞ்ஞானம். இத்தகைய விவகாரங்களில் நான் ஒரு பேராசிரியர்! ஹோ! ஹோ! ஹோ!"

பாய்லோ சுயதிருப்தியுடன் உமிழ்நீரை ஒழுகவிட்டுக் கொண்டிருந்தான். அவனைச் சூழ்ந்திருந்தவர்கள், மேலும் ருசிகரமான விவரங்களைக் கேட்பதற்கு ஆவலாகி, அவனைத் தூண்டினர்.

பாவெல் எழுந்து நின்றான். அவனது இதயம் மார்புக் கூட்டை அசுரவேகத்தில் தாக்கியது. அவன் மணிக்கட்டை இறுக மூடினான்.

"வாடிக்கையான இரையைக் கொண்டு இவளைச் சிக்கவைப்பது கடினம் என்பதை அறிந்திருந்தேன். ஆனால் வேட்டையைக் கைவிட விருப்பமில்லை. மேலும் அவளை அடைவேன் என்று கூறி க்ரீபோவிடம் ஒரு டஜன் ஒயின் பாட்டில் பந்தயம் கட்டியிருந்தேன். எனவே, அண்டிக்கொடுக்கும் உபாயத்தைக் கடைப்பிடித்தேன் என்று சொல்லலாம். அவளைப் பார்ப்பதற்காக ஓரிரண்டு தடவை சென்றேன். ஆனால் அவள் என்னை ஒருவிதமாகப் பார்க்கத் தொடங்கினாள். மேலும் என்னைப் பற்றிக் கேவலமாகப் பேசப்பட்டு வருகிறது. இதில் கொஞ்சம் அவள் காதுகளிலும் விழுந்திருக்கலாம்... சரி, சுருக்கமாகச் சொல்வதென்றால், நேரான தாக்குதல் தோல்வியுற்றது. எனவே, பக்க வாட்டில் தாக்கும் உபாயத்தைக் கடைப்பிடித்தேன். ஹோ! ஹோ! அது அருமையான தந்திரம். நான் என் சோகக்கதையை அவளிடம் கூறினேன். எப்படிப் போர்க்களத்தில் சமர்செய்தேன், நாடெல்லாம் அலைந்தேன், பல இடுக்கண்களை அனுபவித்தேன் என்பதையெல்லாம் விவரித்தேன். சரியான பெண் ஒருத்தி கிடைக்காத காரணத்தால், என்னை நேசிப்பதற்கு எவருமில்லாமல் தன்னந்தனியாகத் தவிக்கிறேன் என்று கூறினேன்... இந்த மாதிரி கதைகளை மேலும் மேலும் விட்டுக்கொண்டே போனேன். இதன்மூலம் அவளது பலவீனத்தை நான் தொட்டுவிட்டேன். அவளிடம் ரொம்பக் கஷ்டப்பட்டேன் என்பதை ஒத்துக்கொள்ளத்தான் வேண்டும். ஒருசமயம், இந்த அற்ப வேலையைவிட்டுத் தொலைக்கலாமா என்றுகூடத் தோன்றியது. ஆனால் அதற்குள் இது ஒரு கொள்கைப் பிரச்சினை ஆகிவிட்டது.

எனவே, கொள்கைக்காக நான் உறுதியாயிருக்க வேண்டியதாயிற்று. இறுதியாக, அவளது எதிர்ப்பைத் தகர்த்தெறிந்தேன். என்ன நினைக் கிறாய்? அவள் கைபடாத கன்னிப்பெண்! ஹா! ஹா! ஓய்! ஓய்! என்ன வேடிக்கை!"

இவ்வாறு, பாய்லோ தனது அருவருக்கத்தக்க கதையை விவரித்துக் கொண்டிருந்தான்.

கோபாவேசம் பொங்கும் நிலையில், பாவெல், பாய்லோவுக் கருகில் தோன்றினான்.

"அட, பன்றி!" என்று அவன் கர்ஜித்தான்.

"நான் பன்றியா, அல்லது பிறர் பேசுவதை ஒட்டுக்கேட்கும் நீ பன்றியா?"

பாவெல் வேறு ஏதோ சொன்னான் போலும். குடிவெறியில் இருந்த பாய்லோ, பாவெலின் சட்டையைப் பற்றினான். "அவமதிக்கிறாயா?" என்று கத்திக்கொண்டே, பாவெல்மேல் குத்துவிட்டான்.

பாவெல், ஓக் மரத்தில் செய்த ஒரு கனமான நாற்காலியை எடுத்து, ஒரே அடியில் பாய்லோவைக் கீழே தள்ளினான். பாவெல் கையில் துப்பாக்கி இல்லாதது, பாய்லோவுக்கு அதிர்ஷ்டமாய் முடிந்தது. துப்பாக்கி இருந்திருந்தால் அவன் பிணமாகி இருப்பான்.

ஆனால் ஒரு அர்த்தமில்லாத, நம்ப முடியாத சம்பவம் நிகழ்ந்தது. கிரீமியாவுக்குப் புறப்பட வேண்டிய நாளில், பாவெல் ஒரு கட்சிக் கூட்டத்தினருக்கு முன்பு குற்றவாளியாக நிறுத்தப்பட்டான்.

கட்சி உறுப்பினர் அனைவரும் நகரத் தியேட்டரில் கூடியிருந்தனர். பாய்லோ விவகாரம், பெரிய பரபரப்பை உண்டாக்கியிருந்தது. கூட்ட விசாரணை, கட்சி ஒழுக்கம், கட்சியின் ஒழுக்க நெறிகள், சொந்த உறவுகள் ஆகியவற்றைப் பற்றிய ஆழமான விவாதமாக மாறியது. அந்தச் சம்பவம் பின்னுக்குத் தள்ளப்பட்டது; அதில் அடங்கி யுள்ள பொதுப் பிரச்சினைகளின் விவாதத்துக்கு, இந்த சம்பவம் அடிகோலியது. பாய்லோ மிகவும் துடுக்காக நடந்துகொண்டான்; கேலியும் வன்மமும் கொப்பளிக்கும் வகையில் நகைத்தான்; பொது ஜனக் கோர்ட்டில் பிராது கொடுக்கப் போவதாகப் பறைசாற்றி னான். அவனது மண்டையில் ஓங்கி அடித்ததற்காகப் பாவெலைச் சிறையில் அடைக்கச் செய்வேனென்று பொறிந்தான். எந்தக் கேள்விக் கும் பதிலளிக்க முடியாதென்று திட்டவட்டமாகக் கூறினான்.

"என்னைப் பயன்படுத்தி வம்பு அளக்கலாமென்று எண்ணுகிறீர் களா? அதெல்லாம் முடியாது. நீங்கள் என் மீது என்ன குற்றம் வேண்டு

மானாலும் சுமத்தலாம். ஆனால் உண்மை என்னவென்றால், இந்தப் பெண்கள் இஷ்டப்படி நான் ஆடாமல் இருப்பதால், அவர்களது இச்சைக்கு நான் இணங்காமலிருப்பதால், என்னை ஒழிக்க அவர்கள் கங்கணம் கட்டிக் கொண்டிருக்கிறார்கள். இந்த வழக்கு ஒன்றுக்கும் உதவாது. 1918-ம் ஆண்டாயிருந்தால், நான் அந்தக் கர்ச்சாகின் வெறியனுக்குத் தனிப்பட்ட முறையில் பாடம் கற்றுக் கொடுத்திருப்பேன். அவ்வளவுதான். இனி நான் இல்லாமலேயே வழக்கை நடத்துங்கள்" என்று கூறிவிட்டு அவன் ஹாலிலிருந்து வெளியேறினான்.

அதன்பின், அவைத் தலைவர், நடந்ததைக் கூறும்படி பாவெலிடம் கோரினார். பாவெல் தன் உணர்ச்சிகளைக் கஷ்டப்பட்டு அடக்கிக் கொண்டு, நிதானமாகப் பேசினான்.

"என்னைக் கட்டுப்படுத்திக் கொள்ள முடியாது போனதே, இந்தச் சம்பவத்துக்குக் காரணம். ஆனால் நான் மூளையை உபயோகியாமல், புஜங்களைப் பயன்படுத்திக் காரியம் செய்த காலம் உருண்டோடி விட்டது. இந்தச் சம்பவம் தற்செயலாக நிகழ்ந்துவிட்டது. என்ன செய்கிறேன் என்பதை உணராமல், நான் பாய்லோவை அடித்து வீழ்த்தினேன். கடந்த சில வருஷங்களில், நான் 'கொரில்லா நடவடிக்கையில்' ஈடுபட்டது இந்த ஒரு சந்தர்ப்பத்தில்தான். அந்த அடி பாய்லோவுக்குத் தேவை தான் என்றாலும் நான் என் நடவடிக்கையைக் கண்டிருக்கிறேன். பாய்லோ போன்ற நபர்கள், அருவருக்கத் தக்க ஆட்கள். ஒரு புரட்சிக்காரன், ஒரு கம்யூனிஸ்ட், அதேசமயத்தில் ஆபாச மிருகமாகவும் துஷ்டப் போக்கிரியாகவும் இருக்க முடியுமென்பதை நான் ஒருபொழுதும் நம்ப முடியாது. நமது கம்யூனிஸ்ட் தோழர்கள், சொந்த வாழ்வில் எப்படி நடந்து கொள்ள வேண்டுமென்ற பிரச்சனையில் கவனம் ஏற்பட்டிருப்பதே, இந்த விவகாரத்தின் ஒரு நல்ல அம்சம்."

பாய்லோவைக் கட்சியிலிருந்து நீக்க வேண்டுமென்ற தீர்மானத்தை ஆதரித்துப் பெரும்பாலான உறுப்பினர்கள் வோட் செய்தார்கள். பொய்ச் சாட்சியம் அளித்ததற்காக க்ரீபோவ் கடுமையான கண்டனத்துக்கு உள்ளானான்; மீண்டும் குற்றம் செய்தால், அவனைக் கட்சியிலிருந்து விலக்குவோமென்று எச்சரிக்கையும் செய்தனர். அந்த உரையாடலில் கலந்துகொண்ட இதரர், தமது தவற்றை ஒப்புக்கொண்டனர். அவர்கள் கண்டிக்கப்பட்டார்கள்.

பாவெலது நரம்புகளின் நிலையைப் பற்றிப் பார்த்தேலீக் கூட்டத்தில் விளக்கினான். இந்த வழக்கின் புலன் விசாரணைக்காகக் கட்சியால் நியமிக்கப்பட்டிருந்த தோழர் பாவெலைக் கண்டிக்க

வேண்டுமென்று பிரேரித்தபொழுது, கூட்டம் அந்தத் தோழரை வன்மையாகக் கண்டித்தது. அவரும் தன் தீர்மானத்தை வாபஸ் வாங்கிக் கொண்டார். பாவெல் தவறு செய்யவில்லை என்று முடிவு கட்டப்பட்டது.

சில நாட்களுக்குப் பின், பாவெல் கார்க்கவுக்குப் போய்க் கொண்டிருந்தான். உக்ரேனியக் கம்ஸமோலின் மத்தியக் கமிட்டியின் கீழ் வேலை செய்வதற்கு தனக்கு அனுமதி தர வேண்டுமென்று அவன் பன்னிப் பன்னிக் கேட்டுக் கொண்டதற்கு இணங்கக் கட்சியின் பிரதேசக் கமிட்டி முடிவு செய்தது. அவனுக்கு நல்லதொரு நற்சாட்சிப் பத்திரமும் கிடைத்தது. அக்கீம், மத்தியக் கமிட்டியின் செயலாளரில் ஒருவனாக இருந்தான். கார்க்கவைச் சேர்ந்தவுடன் பாவெல் அக்கீமைச் சந்தித்துத் தன் கதை முழுவதையும் எடுத்துரைத்தான்.

அக்கீம், பாவெலுக்கு வழங்கப்பட்டிருந்த நற்சாட்சிப் பத்திரத்தைப் படித்தான். அவன் 'கட்சியிடம் எல்லையில்லாத ஈடுபாடு கொண்டிருப்பதாக' அது கூறியது. 'ஒட்டுமொத்தமாகப் பார்த்தால், அவன் நிதானமான கட்சி ஊழியன்தான். எனினும், சில சந்தர்ப்பங்களில் தன் சுய கட்டுப்பாட்டை இழக்கக்கூடியவன். அவனது நரம்புக் கோளாறே இந்தப் பலவீனத்துக்குக் காரணம்' என்றும் அந்த நற்சாட்சிப் பத்திரத்தில் குறிப்பிட்டிருந்தது.

"பாவெல், நல்லதொரு நற்சாட்சிப் பத்திரம், இந்த விஷயத்தால் களங்கமடைந்துவிட்டது. ஆனால் பரவாயில்லை. நம்மில் மனோ பலம் மிகுந்தவருக்குகூட இப்படிப்பட்ட பலவீனம் உண்டாகிறது. தெற்கே போய், உன் உடம்பைத் தேற்றிக்கொள். திரும்பி வந்தபின், உன் வேலையைப் பற்றிப் பேசுவோம்" என்று அக்கீம் கூறினான்.

அக்கீம் பாவெலை இதயங்கனிந்த அன்புடன் கைகுலுக்கினான்.

மத்தியக் கமிட்டியின் 'கம்யூனார்' என்ற ஆரோக்கிய விடுதி. கொத்துக்கொத்தாக வளர்ந்த ரோஜாப் பாத்திகளுக்கிடையே, திராட்சைக் கொடிகள் பரவிப் படர்ந்த வெண்மையான கட்டிடங்கள். மேல் நோக்கிப் பாயும் பிரகாசமான நீரூற்றுகள் நந்தவனங்களின் அழகுக்கு அழகு செய்கின்றன. எங்குப் பார்த்தாலும் வெண்மையான கோடை ஆடைகளையோ ஸ்நான உடுப்புகளையோ அணிந்து உல்லாசமாகப் பொழுதுபோக்கும் ஜனங்கள்... ஒரு பெண் டாக்டர், அவனது பெயரைப் பதிவுப் புத்தகத்தில் குறித்துக் கொண்டாள். மூலையிலிருந்த

கட்டிடத்தில் ஒரு விசாலமான அறை அவனுக்குக் கிடைத்தது. கண் களைப் பறிக்கும் வெண்மையான படுக்கை; கைபடாத தூய்மை; சாந்தி; கலக்கமடையாத அமைதி; பரமானந்தமான அமைதி.

புத்துணர்ச்சி ஊட்டிய ஸ்நானத்துக்குப்பின் ஆடையை மாற்றிக் கொண்ட பாவெல், கடற்கரைக்கு விரைந்தான்.

அவனுக்குமுன், அமைதியும் மாட்சிமையும் துலங்கக் கடல் காட்சி தந்தது. அது கருமை வாய்ந்த நீலநிறத்தில், மெருகிடப்பட்ட சலவைக் கல் தளம்போலத் தொடுவானம் வரை நீண்டு விரிந்து கிடந்தது. அதன் மற்றொரு கரை எங்கோ வெகுதூரத்தில் நீலநிற புகை மண்டலத் துக்கிடையே ஒளிந்து கொண்டிருக்கிறது. குழம்பாக உருகியிருந்த கதிரவன், அக்கடலின் மேல் செவ்வொளியை வீசியிருந்தான். அந்தக் காலைப் பனியினூடே, மலைத்தொடரின் ஸ்தூலமான ஆகிருதி மங்கலாகப் புலப்பட்டது. புதுமையான சக்தியையும் வீரியத்தையும் புகட்டும் கடற்காற்றைப் பாவெல் ஆழச் சுவாசித்தான். அந்த நீலத் திரை கடலின் எல்லையில்லாச் சாந்தி, அவனது காட்சிப் புலனுக்கு விருந்தாய் அமைந்தது.

ஒரு அலை, பொன்மயமான கடற்கரை மணலை நக்கிக் கொண்டே, மெதுவாக உருண்டோடி வந்து, அவனது பாதங்களைத் தொட்டது.

அத்தியாயம் ஏழு

பல்துறை வைத்தியசாலையின் தோட்டம், மத்தியக் கமிட்டியின் ஆரோக்கிய விடுதிக்கு அடுத்தாற்போலிருந்தது. விடுதியில் வசித்த நோயாளிகள், கடற்கரையிலிருந்து திரும்பி வருவதற்கு இந்தத் தோட்டத்தைக் குறுக்கு வழியாக உபயோகித்தார்கள். இங்கு, ஒரு உயரமான சுக்காங்கல் சுவருக்குப் பக்கத்தில், ஒரு மரம் விசாலமாக வியாபித்து வளர்ந்திருந்தது. அதன் நிழலில் அமர்ந்து ஓய்வு எடுப் பதையே பாவெல் பெரிதும் நாடினான். இவ்விடத்திற்குப் பொதுவாக யாரும் வருவதில்லை. அந்தப் பெரிய சுகவாஸ்தலத்தின் உல்லாசக் கூட்டத்திடையே இடிபடுவதை அவன் விரும்பவில்லை. அதற்கு மாறாக, இந்த அமைதியான மூலையில், மரநிழலில் இருந்துகொண்டு, தோட்டப்பாதைகளில் உலவிய கூட்டத்தின் கலகலப்பைக் கண்டு ரசித்தான்; மாலை நேரங்களில், பாண்டு இசையைப் பருகினான்.

இன்றும் அவன் தனக்குப் பிடித்தமான இடத்தை அடைந்தான். அப்பொழுதே கடலில் குளித்து வந்ததாலும் சூரிய உஷ்ணத்தாலும்

களைத்துச் சோர்ந்திருந்த பாவெல், ஒரு அசைந்தாடும் நாற்காலியில் வசதியாகக் கைகால்களை நீட்டிக்கொண்டு, சிறு துயிலில் ஆழ்ந்தான். அவனது ஸ்நானத்துண்டும், அவன் படித்துக்கொண்டிருந்த 'ஆயுத எழுச்சி' என்று பூர்மனோவ் எழுதிய நூலும், பக்கத்திலிருந்த நாற் காலியில் கிடந்தன. ஆரோக்கிய விடுதிக்கு வந்து சில நாட்களாகி விட்டன; ஆனால் அவனது நரம்புகளின் உபத்திரவம் நீங்கவில்லை; தலைவலியும் நீடித்தது. அவனது நோய், ஆரோக்கிய விடுதியின் டாக்டர்களுக்கு ஒரு புதிராய் இருந்தது. அவர்கள் இன்னும் அந்த நோய்மூலத்தைக் கண்டுபிடிக்க முயன்று கொண்டிருந்தனர். இந்தத் தொடர்ச்சியான சோதனைகளைக் கண்டு பாவெலுக்கு அலுப்புத் தட்டியது. அவர்கள் அவனைச் சிரமப்படுத்தினார்கள். இனிய சுபா வத்தை உடைய கட்சி அங்கத்தினரான வார்டு டாக்டர் கண்ணில் படாமல் தப்புவதற்குப் பாவெல் தன்னால் இயன்றதனைத்தும் செய்தான். இருஸலீம்சிக் என்ற விநோதமான பெயரை உடைய அந்த டாக்டர், தனது விருப்பமில்லாத நோயாளியை வேட்டை யாடிப் பிடிப்பதற்கும், ஏதாவதொரு நிபுணரிடம் செல்வதற்கு அவன் சம்மதத்தைப் பெறுவதற்கும், ரொம்பக் கஷ்டப்பட்டான்.

"எனக்குச் சலிப்பு உண்டாகிவிட்டது. தினம் ஐந்து தடவை, நான் ஒரே கதையைத் திருப்பிச் சொல்ல வேண்டியிருக்கிறது. பல மூடத்தனமான கேள்விகளுக்குப் பதில் சொல்ல வேண்டியிருக் கிறது. உன் பாட்டிக்குப் பைத்தியம் பிடித்திருந்ததா அல்லது உன் முப்பாட்டனுக்குக் கீல்வாதம் வந்திருந்ததா என்று கேட்கிறார்கள். என் முப்பாட்டனுக்கு என்ன நோய் இருந்ததென்று எனக்கு எப்படித் தெரியும்? நான் அவரைப் பார்த்ததேயில்லை! மேஹ வெட்டை அல்லது அதைவிட மோசமானதொரு நோய் எனக்கு இருப்பதாக நான் ஒப்புக் கொள்ள வேண்டுமென்று ஒவ்வொரு டாக்டரும் படாதபாடு படுகிறார்கள்! அவர்களது வழுக்கை மண்டைகளை உடைத்துப் போடுவேனென்று நான் திட்டும்வரை, இம்மாதிரி முயற்சிக்கிறார் கள். நான் ஓய்வு எடுப்பதற்குச் சந்தர்ப்பம் கொடுங்கள். நான் அதைத் தான் விரும்புகிறேன். இங்கு தங்க வேண்டிய ஆறு வாரங்களையும் இந்த மாதிரி சோதனைகளிலேயே கழித்தால், நான் சமுதாயத்திற்கு ஒரு ஆபத்தாகிவிடுவேன்" என்று அவன் அவளிடம் வாதாடுவான்.

அந்தப் பெண் டாக்டர் அதைக் கேட்டுச் சிரிப்பாள்; அவனுடன் 'தமாஷ்' செய்வாள். சில நிமிஷங்கள் கழித்து, அவள் அவன் கையை மென்மையாகப் பிடித்து, வாசாலகமாக உரையாடிக் கொண்டே ரண சிகிச்சை நிபுணரிடம் இட்டுச் செல்வாள்.

ஆனால் இன்று ஒரு சோதனையும் கிடையாது. ஒரு மணி நேரம் கழித்துத்தான் சாப்பிடவேண்டும். சிறிதுநேரத்துக்கெல்லாம், யாரோ அவனை நோக்கி நடந்து வந்த சத்தம், அவனது சிறு துயிலைக் கலைத்தது. அவன் தன் கண்களைத் திறக்கவில்லை. 'நான் தூங்குகிறேன் என்று எண்ணிக்கொண்டு போய்விடுவார்கள்' என்று அவன் நினைத்தான். வீண் நம்பிக்கை! யாரோ உட்கார்ந்ததால், அசைந்தாடும் நாற்காலி கிறீச்சென்று ஒலித்தது. ஒரு இலேசான நறுமணம், காற்றில் மிதந்து வந்தது. வந்திருப்பது ஒரு பெண் என்பதைப் புரிந்து, கண்களைத் திறந்தான். கண்ணைப் பறிக்கும் வெள்ளை ஆடையையும், மிருதுவான தோல் ஸ்லிப்பர் அணிந்த தாம்பிர நிற பாதங்களையும் முதலில் கண்டான். அதன்பின், பையனைப் போல் கத்தரித்துவிட்டிருந்த கேசமும் இரண்டு அகன்ற கண்களும், வெண்பற்களின் வரிசையும் அவனுக்கு காட்சி தந்தன. அந்தப் பற்கள். சுண்டெலியுடையதைப் போலக் கூர்மையாக இருந்தன. அவள் ஒரு நாணப் புன்னகையை வழங்கினாள்.

"உங்கள் அமைதியைக் குலைக்கவில்லையென்று நம்புகிறேன்."

பாவெல் பதிலொன்றும் கூறாமல் இருந்தது. விநயத்தின் பாற்பட்டதாகாது. அவள் எழுந்து சென்று விடுவாளென்று அவன் இன்னமும் நம்பினான்.

"இது உங்களதுப் புத்தகமா?" அவள் 'ஆயுத எழுச்சியின்' பக்கங்களைப் புரட்டிக்கொண்டிருந்தாள்.

"ஆம். என்னுடையதுதான்."

ஒரு வினாடி அமைதி நிலவியது.

"நீங்கள் 'கம்யூனர்' ஆரோக்கிய விடுதியில் தங்கியிருக்கிறீர்களா?"

பாவெல் பொறுமை இழந்தான். அவள் ஏன் அவனது அமைதியைக் குலைக்க வேண்டும்? அருமையான ஓய்வு இது. இனி அவள் அவனது வியாதியைப் பற்றிக் கேள்வி கேட்கத் தொடங்குவாள். அவன் எழுந்துபோக வேண்டியதுதான்.

"நான் அங்கு இல்லை" என்று அவன் வெடுக்கென்று விடை தந்தான்.

"உங்களை அங்கு பார்த்ததுபோல எனக்குத் தோன்றுகிறது."

பாவெல் எழுந்திருக்கவிருந்த தருணத்தில், அவனுக்குப் பின்னாலிருந்து ஒரு தீர்க்கமான இனிய பெண் குரல் பேசியது :

"தோரா, அங்கு என்ன செய்துகொண்டிருக்கிறாய்!"

மிகுந்த தசையையும் வெயிலில் பழுப்பேறிய சருமத்தையும் பொன் கேசத்தையும் உடைய பெண், கடற்கரை ஆடையணிந்து, அசைந்தாடும் நாற்காலியின் விளிம்பில் உட்கார்ந்திருந்தாள். அவள் பாவெலை விரைவாக ஒரு பார்வை பார்த்தாள்.

"தோழரே, உங்களை எங்கேயோ பார்த்திருக்கிறேன். நீங்கள் கார்க்கவிலிருந்துதானே வருகிறீர்கள்?"

"ஆம்."

"எங்கு வேலை செய்கிறீர்கள்?"

இந்தச் சம்பாஷணைக்கு ஒரு முடிவு கட்டுவதென்று பாவெல் தீர்மானித்தான்.

"குப்பை கூளப்பட்டுவாடா இலாகாவில்" என்று அவன் விடை தந்தான். இந்தக் குத்தல் பேச்சு தூண்டிவிட்ட சிரிப்பைக் கண்டு அவன் துள்ளி எழுந்தான்.

"நீங்கள் ரொம்ப விநயமாக நடந்து கொள்கிறீர்களா, தோழரே?"

இவ்வாறு அவர்களது நட்பு ஆரம்பமாயிற்று. தோரா, கட்சியின் கார்க்கவ் நகரக் கமிட்டியின் தலைமைக் குழு உறுப்பினர் என்பதைப் பாவெல் பிறகு தெரிந்துகொண்டான். அதன்பின், இருவரும் நன்கு பரிச்சயமாகிப் பழகியபின், தோரா அடிக்கடி இந்த வேடிக்கையான சம்பவத்தைப் பற்றிச் சொல்லி அவனைக் கேலி செய்வாள்.

ஒருநாள் பிற்பகல், 'தாலாஸ்ஸா' ஆரோக்கிய விடுதியின் திறந்த வெளி அரங்கில், பாவெல் தன் பழைய நண்பனான ஷார்க்கீயை எதிர்பாராத விதமாகச் சந்தித்தான். விநோதம் என்னவெனில், அந்த அரங்கில் நடந்த நரி நடனம்தான், அவர்களது சந்திப்புக்கு வாய்ப்பாய் அமைந்தது.

ஒரு பாடகி, 'காமக்கனல் சுட்டெரிக்கும் இரவுகள்' என்ற பாட்டை உள்ளக் கிளர்ச்சியுடன் பாடிக் கூட்டத்தை மகிழ்வித்தபின், ஒரு ஜோடி ஆணும் பெண்ணும் மேடையின் மீது தோன்றினர். அவன் கிட்டத்தட்ட நிர்வாணமாக இருந்தான் என்றே சொல்லலாம். தலையில் ஒரு உயரமான சிவப்பு பட்டுக் குல்லாயும், இடுப்பில் சில பளபளப்பான கஞ்சத் தகடுகளும், ஒளி வீசும் வெள்ளை மார்புத் துணியும், வில் மாதிரி வளைந்த கழுத்துப் பட்டையுமே அவன் அணிந்திருந்தான்; ஆகக்கூடி, ஒரு காட்டுமிராண்டியின் மங்கலான பிரதி பிம்பமாகக் காட்சி தந்தான். ஏராளமான ஆடைகளை உடுத்தியிருந்த அவனது துணைவி மிகவும் களையான முகம் படைத்தவள். விடுதி நோயாளிகள் அமர்ந்திருந்த நாற்காலிகளுக்கும் கட்டில்

களுக்கும் பின்னால், வியாபாரிகள் நின்றனர். அந்த ஜோடி, அரங்கில் வட்டமிட்டு, சிக்கலான நரி நடனத்தை ஆடியபொழுது, அந்த வியாபாரிகள் பரவசமடைந்து ரீங்காரம் செய்தனர். அந்த நடனத்தை விட ஆபாசமான நிகழ்ச்சியைக் கற்பனை செய்ய முடியாது. விகார மான தொப்பி அணிந்த ஸ்தூலமான நாட்டியக்காரனை, அவள் இறுகத் தழுவிக் கொண்டிருந்தாள். அவன் குறிப்படங்கிய அங்க வித்தியாசங்களுடன் நெளிந்து அசைந்தான். தனக்குப் பின்னால் ஒரு சதைப் பிண்டம் பலமாக மூச்சு விடுவது, பாவெல் காதில் விழுந்தது. அவன் வெளியேறக் கிளம்பியபொழுது, முன்வரிசையிலிருந்த ஒருவன் எழுந்து நின்றான்.

"போதும் இந்த விபசாரக் காட்சி! நிறுத்துங்கள்! ஒழியுங்கள்!" என்று கத்தினான்.

அவ்விதமாகக் கத்தியவன் ஷார்க்கீய்.

பியானோ வாத்தியக்காரன், வாசிப்பை நிறுத்தினான். கீச்சென்று ஒலித்துக்கொண்டு, வயலின் நின்றது. மேடையில் ஆடிய ஜதை நெளிந்தசைவதை நிறுத்தினர். பின்னால் நின்ற கூட்டம் சீறியது.

"நாட்டியத்தின் இடையில் குறுக்கிடும் துடுக்கைப் பார்!"

"ஐரோப்பா முழுவதும் நடனமாடுகிறது!"

"அக்கிரமம்!"

ஆனால் 'கம்யூனர்' விடுதியிலிருந்த நோயாளியும் செரிப்போவேத்ஸ் கம்ஸமோலின் காரியதரிசியுமான ஷ்பானோவ் நான்கு விரல்களை வாய்க்குள் விட்டுக் காதைத் துளைக்கும் வகையில் 'விசில்' ஊதினான். அவனது உதாரணத்தை மற்றவர் பின்பற்றினர். ஒரு வினாடியில் நடனமாடிய இருவரும் காற்றில் பறந்துவிட்ட மாதிரி, மேடையிலிருந்து மறைந்தனர். வெட்கங்கெட்ட பணியாளன் போன்று தோன்றிய குழுத் தலைவன் 'நடிகர்கள் கிளம்பிவிட்டார்கள்' என்று அறிவித்தான்.

இதைக் கேட்டுப் பலர் சிரித்தனர். "இந்த இடத்தை நொடிப் பொழுதில் காலி செய்!" என்று ஒரு இளைஞன் உரக்கக் கூவினான்.

முன் வரிசைக்குச் சென்ற பாவெல், ஷார்க்கீயைக் கண்டான். இரண்டு நண்பர்களும் பாவெல் அறையில் நீண்ட நேரம் சம்பாஷித்தார்கள். கட்சியின் பிரதேசக் கமிட்டி ஒன்றில், கிளர்ச்சி-பிரசாரப் பகுதியில் வேலை செய்ததாக ஷார்க்கீய் பாவெலிடம் கூறினான்.

"எனக்குத் திருமணமான விஷயம் உனக்குத் தெரியாதல்லவா?

சீக்கிரத்தில் ஒரு குழந்தைக்குத் தந்தையாகவிருக்கிறேன்" என்று ஷார்க்கீய் கூறினான்.

பாவெல் ஆச்சரியமடைந்தான். "கல்யாணமாகிவிட்டதா? உன் மனைவி யார்?"

ஷார்க்கீய் தன் சட்டைப் பையிலிருந்த ஒரு போட்டோ படத்தை எடுத்துப் பாவெலிடம் காட்டினான்.

"அவளைத் தெரிகிறதா?"

அவனும் ஆன்னாவும் உள்ள படம் அது. பாவெலின் வியப்பு அதிகரித்தது.

"துபாவா என்னவானான்?" என்று வினவினான்.

"அவன் மாஸ்கோவில் இருக்கிறான். கட்சியிலிருந்து நீக்கப்பட்ட பின், கட்சி கலாசாலையிலிருந்து வெளியேறினான். இப்பொழுது, பௌமன் தொழில் கல்லூரியில் இருக்கிறான். அவனை மீண்டும் கட்சியில் எடுத்திருப்பதாகக் கேள்விப்படுகிறேன். அது உண்மையானால், ரொம்பத் தப்பான காரியம். ஏனெனில், அவன் பூர்த்தியாகச் சீரழிந்து கழிசடையாகி விட்டான்... பன்கிராத்தவ் என்ன செய்கிறான் என்று சொல்லு பார்ப்போம். ஒரு கப்பல் கட்டும் நிலையத்துக்கு உதவி டைரக்டராக இருக்கிறான். மற்றவர்களைப் பற்றி எனக்கு அதிகம் தெரியாது. சமீப காலத்தில், தொடர்பு முறிந்துவிட்டது. நாமெல்லோரும் தேசத்தின் வெவ்வேறு மூலைமுடுக்குகளில் வேலை செய்கிறோம். ஆனால் இம்மாதிரி இடையிடையே கூடிப் பழங் காலத்தைப் பற்றி நினைவூட்டிக் கொள்வது நேர்த்தியான காரியம்."

தோரா, தன்னுடன் பலரை அழைத்துக்கொண்டு அறைக்குள் வந்தாள். அவள் ஷார்க்கீயின் சட்டை மீதிருந்த சன்னத்தை நோக்கிவிட்டு, "உன் தோழர் கட்சி உறுப்பினரா? அவர் எங்கு வேலை செய்கிறார்?" என்று பாவெலிடம் வினவினாள்.

பிரமிப்பு அடைந்த பாவெல், அவளிடம் ஷார்க்கீயைப் பற்றிச் சுருக்கமாகச் கூறினான்.

"நல்லது, அவரும் இருக்கட்டும். இந்தத் தோழர்கள் இப்பொழுது தான் மாஸ்கோவிலிருந்து வந்திருக்கிறார்கள். அவர்கள், கட்சி சம்பந்தமான கடைசிச் செய்திகளைக் கூறுவார்கள். உன் அறையில், பிரத்தியேகக் கட்சிக் கூட்டத்தை நடத்தலாமென்று வந்தோம்" என்று அவள் விளக்கினாள்.

பாவெல், ஷார்க்கீய் ஆகிய இருவரைத் தவிரப் புதிதாக வந்தவர்கள் எல்லோரும் பழைய போல்ஷெவிக்குகள். மாஸ்கோ கண்ட்ரோல்

கமிஷன் உறுப்பினரான பார்த்தஷோவ் என்பவன் த்ரோத்ஸ்கிய், ஸினோவ்யேவ், காமென்யேவ் ஆகியோர் தலைமையில் உருப்பெற்றுள்ள புதிய எதிர்த்தரப்பைப் பற்றி அவர்களிடம் விவரித்தான்.

"இந்த நெருக்கடியான தருணத்தில், நாம் நமக்குரிய இடத்திலிருந்து வேலை செய்ய வேண்டும். நான் நாளைக்கே கிளம்புகிறேன்" என்று பார்த்தஷோவ் முடிவாகக் கூறினார்.

பாவெலது அறையில் அந்தக் கூட்டம் நடந்து மூன்று நாட்களானபின், அந்த விடுதி வெறிச்சென்று இருந்தது. பாவெலும் தன் விடுமுறை முடிவதற்கு முன்னால் கிளம்பிப் போனான்.

கம்ஸமோலின் மத்தியக் கமிட்டி, அவனைக் காத்திருக்க செய்யவில்லை. தொழில் பிரதேசம் ஒன்றில் கம்ஸமோல் செயலாளராகத் தொண்டாற்றுவதற்கு அவனை நியமித்தது. ஒரு வாரத்திற்குள் அவன் தன் பகுதியில் ஒரு நகரக் கம்யூனிஸ்ட் இளைஞர் கூட்டத்தில் பேசிக் கொண்டிருந்தான்.

அந்த சரத் காலத்தின் பிற்பகுதியில், தொலைதூர வட்டமொன்றுக்குப் பாவெல் இரண்டு கட்சி ஊழியருடன் சென்றுகொண்டிருந்த கார், ஒரு குட்டையில் இறங்கிக் கவிழ்ந்தது.

காரில் இருந்தவர் அனைவரும் காயமடைந்தனர். பாவெலின் வலது முழங்கால் நசுங்கிவிட்டது. சில நாட்களுக்குப் பின், அவனைக் கார்க்கவ் ரண சிகிச்சை நிலையத்துக்குக் கொண்டு சென்றனர். வைத்தியக் குழு அவனைச் சோதித்தது; சேதமுற்ற காலின் 'எக்ஸ்ரே' படம் பிடித்துப் பார்த்தது; உடனடியாக 'ஆபரேஷன்' செய்ய வேண்டுமென்று யோசனை கூறியது.

பாவெல் அதற்கு இணங்கினான். "நாளை காலை செய்வோம்" என்று குழுவுக்குத் தலைமை தாங்கிய பருமனான பேராசிரியர் கூறினார். அவர் எழுந்து சென்றபொழுது, இதரக் குழு உறுப்பினரும் அவரைப் பின்தொடர்ந்தனர்.

ஒரே ஒரு கட்டிலை உடைய சிறிய வெளிச்சமான வார்டு. அது மாசில்லா தூய்மையுடன் விளங்கியது. அந்த அலாதியான ஆஸ்பத்திரி மணத்தைப் பாவெல் மறந்து ரொம்பக் காலமாகிவிட்டது. அவன் சுற்றுமுற்றும் பார்த்தான். கட்டிலுக்கு அருகில், வெள்ளை வெளேரென்று இருந்த துணியால் போர்த்தப்பட்ட மேஜையும், வெள்ளைச் சாயம் பூசிய மணையும் இருந்தன. அவ்வளவுதான்.

நர்ஸ் அவனுக்கு இராக் கால உணவைக் கொண்டு வந்தாள்; அவன் வேண்டாமென்று திருப்பி அனுப்பிவிட்டான். தன் படுக்கையில்

சாய்ந்தபடி, அவன் கடிதங்கள் எழுதிக்கொண்டிருந்தான். அவனது முழங்கால் வலியில், பசி தெரியவில்லை; சிந்தனையும் தடைப்பட்டது.

அவன் நான்காவது கடிதம் எழுதி முடித்தபொழுது, கதவு திறந்தது. வெள்ளை ஆடையும் குல்லாயும் அணிந்த ஒரு மங்கை அவனது படுக்கை அருகில் வந்தாள்.

அந்த மங்கலான வெளிச்சத்தில், அவன் இரண்டு மெல்லிய புருவங்களையும் அகன்ற கண்களையும் இனம் கண்டுகொண்டான். அந்தக் கண்கள் கறுப்பாகத் தோன்றின. அவள் ஒரு கையில் ஒரு பையையும் இன்னொரு கையில் ஒரு காகிதத்தையும் பென்சிலையும் வைத்திருந்தாள்.

"நான் உங்களது வார்டு டாக்டர். இப்பொழுது பல கேள்விகளைக் கேட்கப்போகிறேன். நீங்கள் விரும்பினாலும் விரும்பாவிட்டாலும் உங்களைப் பற்றி விரிவாக எடுத்துரைக்க வேண்டும்."

அவளது இளநகையில் இனிமை தவழ்ந்தது. அது அவளது 'குறுக்கு விசாரணையிடம்' வெறுப்பு ஏற்படாமல் தடுத்தது. ஏறத்தாழ ஒரு மணிநேரம், பாவெல் தன்னைப் பற்றியும் தன் குடும்பத்தைப் பற்றியும், பல தலைமுறைகளுக்கு முன்வாழ்ந்த உறவினரைப் பற்றியும் விவரித்துக் கொண்டிருந்தான்.

ரணசிகிச்சைக் கூடம். மெல்லிய சீலையில் செய்த திரையை நாசிக்கும் வாய்க்கும் அணிந்துகொண்டு பலர் நின்றனர். பளபள வென்று பிரகாசித்த நிக்கல் அறுவைக் கருவிகள்; ஒரு குறுகலான நீண்ட மேஜை; அதன் அடியில் ஒரு பெரிய 'போணி'.

ஆபரேஷன் மேஜையில் பாவெல் படுத்துக்கொண்டபொழுது, பேராசிரியர் தம் கரங்களைக் கழுவிக் கொண்டிருந்தார். அறையில், ஆபரேஷனுக்காகத் தயாரிப்பு வேலைகள் துரிதமாக நடந்துகொண் டிருந்தன. பாவெல் முகத்தைத் திருப்பி நோக்கினான். நர்ஸ், ஆப ரேஷனுக்குத் தேவையான கத்திகளையும் இடுக்கியையும் எடுத்து வைத்துக்கொண்டிருந்தாள்.

அவனது காலில் இருந்த கட்டை அவிழ்த்துக் கொண்டிருந்த வார்டு டாக்டர் பஷானோவா "தோழர் கர்ச்சாகின், அதைப் பார்க்காதீர்கள். நரம்புகளுக்கு நல்லதல்ல" என்றாள். "யாருடைய நரம்புகளுக்கு, டாக்டர்?" என்று பாவெல் பரிகாசச் சிரிப்புடன் வினவினான்.

சில நிமிஷங்கள் கழித்து, ஒரு கெட்டியான முகமூடி அவனுக்கு அணிவிக்கப்பட்டது.

"நாங்கள் உனக்கு மயக்க மருந்து கொடுக்கப்போகிறோம். எண் களை வரிசையாகச் சொல்லிக்கொண்டே, உன் நாசியின் மூலம் நன்றாக மூச்சை இழு" என்று பேராசிரியர் கூறியது அவன் செவியில் விழுந்தது.

"நல்லது!" என்று முகமூடியால் சுருதி குறைந்த அமைதியான குரல் பதிலளித்தது. "நான் ஏதாவது சொல்லக்கூடாத வார்த்தைகளைப் பேசினால், என்னை மன்னிக்க வேண்டுமென்று முன்னதாகவே வேண்டிக் கொள்கிறேன்" என்று அந்தக் குரல் மேலும் கூறியது.

இதைக் கேட்ட பேராசிரியரால் தம் சிரிப்பை அடக்க முடிய வில்லை.

சில துளிகள் ஈதர் ஆவியாகி மூச்சுடன் உள்ளே சென்றது. அந்த மணம் வெறுப்பாயிருந்தது; அதைத் தாங்க முடியவில்லை.

பாவெல் ஆழமாக மூச்சை இழுத்தான்; தெளிவாக உச்சரிக்க முயன்றுகொண்டே எண்ணத் தொடங்கினான். அவனது துன்ப இயல் நாடகத்தின் முதல் அங்கம் ஆரம்பமாவதற்குத் திரை உயர்ந்துவிட்டது.

ஆர்த்தியோம் கவரைக் கிழித்தான்; உள்ளூர நடுங்கிக்கொண்டே கடிதத்தைப் பிரித்தான். முதல் சில வரிகளை ஊன்றிப் படித்தபின், மிச்சத்தை விரைந்து வாசித்தான்.

"ஆர்த்தியோம்! நாம் அபூர்வமாகவே வருஷத்துக்கு ஒரு தடவை அல்லது அதிகமாகப் போனால் இரண்டு தடவைதான், ஒருவருக் கொருவர் எழுதிக் கொள்கிறோம். ஆனால் அருமையாக எழுதிக் கொள்கிறோமா அல்லது அடிக்கடி எழுதிக் கொள்கிறோமா என்பதா பிரச்சினை? நீயும் உன் குடும்பமும் ஷெப்பெத்தோவ்க்காவிலிருந்து கஸாத்தின் ரயில்வே டெப்போவுக்கு வந்துவிட்டதாக எழுதியிருக் கிறாய். உன் வேர்களைத் துண்டித்துவிட வேண்டுமென்பதற்காக இப்படிச் செய்திருப்பதாகக் கூறுகிறாய். ஸ்தியேஷாவுக்கும் அவளது உறவினருக்கும் உள்ள பிற்போக்கான சிறு உடைமைக்காரன் மனப் பான்மையில்தான் அந்த வேர்கள் இருப்பதாக நான் கருதுகிறேன். ஸ்தியேஷா போன்றவர்களைப் புதுவார்ப்பில் எடுப்பது கடினமான காரியம். உன்னால்கூட இந்தக் காரியத்தைச் சாதிக்க முடியாதென்று அஞ்சுகிறேன். 'முதிய வயதில்' படிப்பது கஷ்டமாயிருக்கிறதென்று சொல்கிறாய். ஆனால் உன் படிப்பு நன்றாக இருப்பதாகத் தோன்று கிறது. வேலையை விட்டுவிட்டு, நகர சோவியத் தலைவர் பொறுப்பை மேற்கொள்வதற்குப் பிடிவாதமாக மறுப்பது தவறாகும். நீ சோவியத்

நி. ஒஸ்திரோவஸ்க்கிய்

அதிகாரத்துக்காகப் போராடினாய் அல்லவா? பின்னர், அதிகாரப் பொறுப்பை ஏற்றுக்கொள்! நாளைக்கே நகர சோவியத் நிர்வாகத்தை மேற்கொண்டு, வேலையில் இறங்கு!

இனி என்னைப் பற்றி, எனக்கு ஏதோ பெரிய கோளாறு ஏற் பட்டிருக்கிறது. நான் ஆஸ்பத்திரிகளுக்கு அடிக்கடி சென்று தங்கும் நிலையை அடைந்துவிட்டேன். இருமுறை, ஆபரேஷன் செய்து விட்டார்கள்; ஓரளவுக்கு ரத்தத்தையும் பலத்தையும் இழந்துவிட்டேன். ஆனால் இதெல்லாம் எப்படி முடியுமென்று எவராலும் சொல்ல முடியவில்லை.

என் வேலையிலிருந்து நான் துண்டிக்கப்பட்டிருக்கிறேன். எனக்குப் புதிய தொழில் ஒன்று கிடைத்திருக்கிறது. அதுதான் 'நோயாளித் தொழில்'. நான் வேதனை மிகுந்த வலியைச் சகித்துக்கொள்ள வேண்டியவனாகிவிட்டேன். இவை எல்லாவற்றின் நிகரான விளைவு என்னவென்று கேட்டால், எனது வலது முழங்கால் அசையாப் பொரு ளாகிவிட்டது; உடலின் வெவ்வேறு பாகங்களில் பல்வேறு வடுக்கள் உண்டாகியுள்ளன; இப்பொழுது, கடைசியாக வைத்திய ஞானிகள் ஒரு நூதன விஷயத்தைக் கண்டுபிடித்துள்ளனர். ஏழாண்டுகளுக்கு முன், என் முதுகெலும்பில் சேதம் ஏற்பட்டதென்றும் அதனால் எனக்குப் பெருந்துன்பம் இனி உண்டாக்கக் கூடுமென்றும் அவர்கள் கண்டுபிடித்திருக்கிறார்கள்! ஆனால் நான் கட்சி அணிக்குத் திரும்ப முடியுமானால், எதையும் சகித்துக்கொள்ளச் சித்தமாயிருக்கிறேன்.

கட்சி அணியிலிருந்து நீங்குவதைவிடப் பயங்கரமான சமபவம் எதுவும் என் வாழ்வில் ஏற்பட முடியாது. அத்தகைய நிலையை என்னால் எண்ணிப் பார்க்கவும் முடியவில்லை. அதனால்தான் அவர்கள் விருப்பப்படி எனக்குச் சிகிச்சை செய்வதற்கு அனுமதித்துக் கொண்டிருக்கிறேன். ஆனால் ஒரு அபிவிருத்தியையும் காணவில்லை. மேகங்கள் மென்மேலும் கறுத்து அடர்த்தியாகிக் கொண்டிருக் கின்றன. ஆபரேஷன் முடிந்தபின, நடக்க முடிந்தவுடன் நான் வேலைக்குச் சென்றேன். ஆனால் விரைவில் என்னைத் திரும்பக் கொண்டு வந்துவிட்டனர். இப்பொழுது, யெவ்பத்தோரியாவில் உள்ள ஆரோக்கிய விடுதி ஒன்றுக்கு என்னை அனுப்புகிறார்கள். நாளைக்குப் போகிறேன். ஆனால் சோர்வு அடையாதே. ஆர்த்தியோம், நான் சுலபமாகப் பணிய மாட்டேன் என்பதை நீ அறிவாய். மூவருக்குப் போதுமான உயிர்ச்சக்தி என்னிடம் உள்ளது. அண்ணா, நீயும் நானும் இனியும் நற்பணி புரிவோம். உன் உடம்பைக் கவனித்துக்கொள். அளவுக்கு மீறிய சிரமத்துக்கு உன் உடலை உட்படுத்தாதே; ஏனென்று

கேட்டால், நலங்கெட்ட உடல்கள் கட்சியைப் பெரிதாகப் பாதிக்கின்றன. ஆண்டுகள் நமது அனுபவங்களைப் பெருக்குகின்றன; கல்வி நமது அறிவைக் கூட்டுகிறது. இவற்றையெல்லாம் நாம் ஆஸ்பத்திரிகளில் விரயம செய்யக்கூடாது. அன்பாக உன் கரத்தைக் குலுக்குகிறேன்.

பாவெல்."

ஆர்த்தியோம் தன் அடர்த்தியான புருவங்களை நெறித்துக் கொண்டு, தன் தம்பியின் கடிதத்தைப் படித்துக் கொண்டிருந்த பொழுதே, பாவெல், ஆஸ்பத்திரியில் டாக்டர் பஷானோவாவிடம் விடைபெற்றுக் கொண்டிருந்தான்.

அவள் அவனது கரத்தைக் குலுக்கி,

"நாளைக்குக் கிரீமியா செல்லப் போகிறீர்களா? அப்படியானால், இன்றைய தினத்தின் மிச்சப் பொழுதை எப்படிக் கழிக்கப் போகிறீர் கள்?" என்று அவள் வினவினாள்.

"சீக்கிரத்தில் தோரா இங்கு வருவாள். அவள் என்னைத் தன் வீட்டுக்கு அழைத்துச் செல்வாள். அவளுடைய குடும்பத்தினரைப் பார்க்கப் போகிறேன். இரவு அங்கு தங்குவேன். நாளைக்கு அவள் என்னை ஸ்டேஷனுக்கு அழைத்துச் செல்வாள்."

தோரா, பாவெலைப் பார்ப்பதற்கு அடிக்கடி ஆஸ்பத்திரி வந்து சென்றதால், பஷானோவாவுக்கு அவளைத் தெரியும்.

"பாவெல், நீங்கள் போவதற்கு முன்னால், உங்களை என் தந்தை பார்க்க வேண்டுமென்றார். நீங்களும் அதற்குச் சம்மதித்தீர்கள் அல்லவா? மறந்துவிடவில்லையே? உங்கள் நோயைப் பற்றி அவரிடம் விவரமாகப் பேசியிருக்கிறேன். அவர் உங்களைச் சோதித்துப் பார்க்க வேண்டுமென்பது என் விருப்பம். இன்று மாலை வருவீர்களா?"

பாவெல் உடனடியாக இணக்கம் தெரிவித்தான்.

அன்று மாலை, பஷானோவா, பாவெலைத் தன் தந்தையின் அறைக்குள் அழைத்துச் சென்றாள்.

அந்தப் பிரசித்திப்பெற்ற ஸர்ஜன், பாவெலைக் கவனமாகச் சோதனை செய்தார். அவரது பெண், ஆஸ்பத்திரியிலிருந்து சகல 'எக்ஸ்ரே' படங்களையும் பரீட்சை விவரங்களையும் கொண்டு வந்திருந்தாள். அவளது தந்தை லத்தீன் மொழியில் நீளமானதொரு வாசகத்தைக் குறிப்பிட்டவுடன், அவள் முகம் திடீரென்று வெளிறிப் போனதைப் பாவெல் கவனித்தான். பாவெல், தன் பக்கம் குனிந்திருந்த

பேராசிரியரின் பெரிய வழுக்கை மண்டையை வெறித்துப் பார்த்தான்; அவரது கூர்மையான விழிகளை ஆராய்ந்தான். ஆனால் அவருடைய முகபாவத்திலிருந்து எதையும் அறிய முடியவில்லை.

பாவெல் தன் ஆடைகளை உடுத்திக் கொண்டபின், பேராசிரியர் அவனிடம் உள்ளன்போடு விடைபெற்றுக் கொண்டார். அவர் உடனடியாக ஒரு மாநாட்டுக்குச் செல்ல வேண்டியிருந்தது. அவரது பரீட்சையின் முடிவுக்ளை அவரது மகள் கூறுவாள் என்று சொல்லி விட்டு விடைபெற்றுக் கொண்டார்.

பஷானோவாவின் நேர்த்தியாக அலங்கரிக்கப்பட்ட அறையில், பாவெல் ஒரு கட்டில் மீது படுத்திருந்தான். டாக்டர் பேசுவாளென்று அவன் எதிர்பார்த்துக் கொண்டிருந்தான். பாவெலது உடம்பில் வேகமாகப் பரவிவரும் விபரீதமான வேக்காட்டைத் தடுத்து நிறுத்து வதற்கு, இதுவரை வைத்திய சரித்திரம் வழிதுறை கண்டுபிடிக்க வில்லை என்று தந்தை மகளிடம் கூறியிருந்தார். அதைப் பாவெலிடம் சொல்வதற்கு அவளது மனம் இடம் தரவில்லை. ஆபரேஷன் கூடா தென்று பேராசிரியர் கூறிவிட்டார். “தன் கைகால்களை உபயோகிக்க முடியாத நிலைமை இந்த இளைஞனை எதிர்நோக்குகிறது; இந்தத் துன்பத்தைத் தவிர்க்கும் சக்தி நம்மிடம் இல்லை” என்று அவர் கூறிச் சென்றார்.

இந்த முழு உண்மையை அவனிடம் அவள் எப்படிக் கூறுவாள்? டாக்டர் என்ற முறையிலோ, சினேகிதி என்ற முறையிலோ, அம்மாதிரி கூறுவது விவேகமாகாது என்று அவள் முடிவு செய்தாள். எனவே, எண்ணித் துணிந்த சொற்களில், உண்மையின் ஒரு பகுதியை மட்டும் அவள் கூறினாள்.

“பாவெல், யெவ்பத்தோரியாவில் உங்கள் உடம்பு தேறிவிடு மென்பது உறுதி. சரத் காலத்தில், வேலைக்குத் திரும்ப முடியும்” என்று அவள் முடிவாகக் கூறினாள்.

ஆனால் அவனது கூரிய விழிகள் அவளையே நோக்கிக் கொண்டி ருந்ததை அவள் மறந்துவிட்டாள்.

“நீங்கள் சொன்னதிலிருந்து அல்லது சொல்லாமல் மறைத்ததி லிருந்து, நிலைமை மோசம் என்பதை நான் உணர்கிறேன். என்னிடம் ஒளிவுமறைவில்லாமல் பேச வேண்டுமென்று கேட்டுக்கொண்டேனே, ஞாபகம் இல்லையா? என்னிடம் எதையும் மறைக்கத் தேவையில்லை. நான் மூர்ச்சித்து விழமாட்டேன்; தொண்டையை வெட்டிக் கொண்டு சாக மாட்டேன். எனக்காகக் காத்திருப்பது என்ன என்பதை அறிய மிகவும் ஆவலாயிருக்கிறேன்.”

பஷானோவா, வேடிக்கையாகப் பேசிக்கொண்டே நேரடியான பதில் கொடுக்காமல் தட்டிக் கழித்தாள். அன்று இரவில் பாவெல், தன் எதிர்காலம் பற்றிய உண்மையை அறியவில்லை.

"பாவெல், எனது நட்பை மறந்துவிடாதீர்கள். வாழ்வில் நமக்காகக் காத்திருப்பது என்ன என்பதை யார் அறிவார்? என் உதவியோ யோசனையோ எப்பொழுது தேவைப்பட்டாலும், எனக்கு எழுதுங்கள். என்னால் இயன்ற அளவுக்கு உங்களுக்கு உதவி செய்வேன்" என்று அவள் மென்மையாகக் கூறி விடைதந்தாள்.

அந்தத் தோல் கோட் அணிந்த நெட்டை வடிவம், ஒரு கம்பை ஊன்றிச் சாய்ந்துகொண்டே, கதவிலிருந்து காத்திருந்த காருக்குக் கஷ்டப்பட்டு நடந்ததை, அவள் ஜன்னல் வழியாகப் பார்த்துக் கொண்டே நின்றாள்.

மீண்டும் யெவ்பத்தோரியா; தென்பாகத்துக் கதிரவனது வெப்பம். இறுகப் பிடிக்கும் சித்திரப் பின்னல் குல்லாய் அணிந்த, வெயிலில் பழுப்பேறிய ஜனங்களின் இரைச்சல். பத்து நிமிஷ கார் பிரயாணம், புதிதாக வந்தவரைச் சாம்பல் நிறமான இரண்டு மாடிச் சுண்ணாம்புக் கல் கட்டிடத்தில் சேர்த்தது. இதுதான் 'மைனக்' ஆரோக்கிய விடுதி.

உக்ரேனியக் கம்யூனிஸ்ட் கட்சியின் மத்தியக் கமிட்டி பாவெலுக்கு இடவசதி செய்திருப்பதை அறிந்த டாக்டர், அவனை 11ம் நம்பர் அறைக்கு அழைத்துச் சென்றார்.

"நீங்கள் தோழர் எப்னருடன் இருங்கள். அவர் ஒரு ஜெர்மானியர்; ஒரு ருஷ்யத் தோழர் உடனிருப்பதை விரும்புகிறார்" என்று பாவெலிடம் விளக்கம் தந்த டாக்டர், அறைக் கதவைத் தட்டினார்.

"உள்ளே வருக" என்று தடித்த ஜெர்மானியத் தொனியுடன் கூடிய குரல் அறையிலிருந்து ஒலித்தது.

பாலெ்ல் தன் பிரயாணப் பையைக் கீழே வைத்துவிட்டுப் படுக்கையில் கிடந்தவரைப் பார்த்தான். பொன்னிறத் தலை முடியும் ஒளிவீசும் நீலநிறக் கண்களும் உடைய அந்த ஜெர்மானியன், அன்பான புன்முறுவலுடன் பாவெலை வரவேற்றான்.

"காலை வணக்கம்" என்று முதலில் ஜெர்மானிய மொழியில் கூறிப் பிறகு ருஷ்ய மொழியில் திருத்திச் சொல்லி, ஜெர்மானியன் தன் நீண்ட விரல்களை உடைய கரத்தை நீட்டினான். அந்தக் கரம் வெளுத்திருந்தது.

சில விநாடிகளுக்குப்பின், பாவெல் எப்னரின் பக்கத்தில் அமர்ந்திருந்தான். இருவரும் விறுவிறுப்பான சம்பாஷணையில் மெய் மறந்திருந்தனர். அவர்கள் பேசிய 'சர்வதேச மொழிக்கு' எழுத்தும் இல்லை, இலக்கணமும் இல்லை; அதில் சொற்களின் பாத்திரமே குறை; மனோபாவனையும் சைகைகளும் அங்க பாவங்களும்தான் அதிகப் பங்கு வகித்தன.

எப்னர், 1923ம் ஆண்டில் ஹாம்பர்க் நகரில் நிகழ்ந்த எழுச்சியில் தொடையில் காயமுற்றான் என்பதையும் அவன் ஒரு தொழிலாளியாயிருந்தவன் என்பதையும் பாவெல் அறிந்துகொண்டான். பழைய காயம் மீண்டும் ரணமாகிவிட்டதால், அவன் படுத்த படுக்கையாகவிருந்தான். அவன் மனோ உறுதியுடன் தன் வேதனையைச் சகித்துக் கொண்டதைக் கண்டவுடன் பாவெலுக்கு அவன்பால் நன்மதிப்பு உண்டாயிற்று.

இவனைவிடச் சிறந்த அறைத்தோழனைப் பாவெல் விரும்பியிருக்க முடியாது. இவன், காலை முதல் இரவுவரை தன் நோய்களைப் பற்றிப் பேசிப் புலம்பும் மனிதன் அல்லன். அதற்கு மாறாக, அவனுடன் பேசிக் கொண்டிருந்தால், ஒருவன் தன் வலி வேதனைகளைக்கூட மறந்திருக்க முடியும்.

“ஜெர்மானிய மொழி தெரியாமல் இருப்பது, எவ்வளவு மோசம்” என்று எண்ணிப் பாவெல் மனம் வருந்தினான்.

ஆரோக்கிய விடுதியின் மைதானத்தில் ஒரு மூலையில், பல அசைந்தாடும் நாற்காலிகளும் இரண்டு தள்ளுவண்டி நாற்காலிகளும், ஒரு மூங்கில் மேஜையும் இருந்தன. அன்றாட வைத்தியம் முடிந்தவுடன், ஐந்து நோயாளிகள் இங்குக் கூடுவர்; பகலெல்லாம் இங்குத் தங்கியிருந்த இந்த ஐவரைப் பிறர்; “கம்யூனிஸ்ட் இன்டர் நேஷனலின் நிர்வாகக் குழு” என்று குறிப்பிட்டனர்.

எப்னர், ஒரு தள்ளுவண்டி நாற்காலியில் சாய்ந்துகொள்வான். நடக்கக் கூடாதென்ற தடைக்கு உள்ளாகியிருந்த பாவெலும் இன்னொரு தள்ளுவண்டி நாற்காலியில் அமர்வான். இந்தக் கோஷ்டியில், வைமன், மார்த்தா, விதேன்யோவ் ஆகியோரும் இருந்தனர். வைமன் எஸ்தோனியா நாட்டைச் சேர்ந்தவன்; பருமனானவன்; ஏதோ ஒரு உறுப்புக் குடியரசில் வர்த்தகத் துறை மக்கள் கமிஸார் இலாகாவில் பணிபுரிந்தவன். மார்த்தா, லாத்வியா தேசத்துப் பெண். இளம் வயது; பழுப்புநிறக் கண்களை உடையவள்; பார்த்தால்

பதினெட்டு வயதுதான் மதிப்பிடலாம். லிதேன்யோவ், வாட்ட சாட்டமாக வளர்ந்தவன்; பருமனுக்கேற்ற உயரம்; சைபீரியாவைச் சேர்நதவன்; புருவமயிர் நரைத்துக் கொண்டிருந்தது. ஆக, இவர்கள் வெவ்வேறான ஐந்து தேசீய இனங்களைப் பிரதிநிதித்துவப் படுத்தினார்கள்-ஜெர்மானிய, எஸ்தோனிய, லாத்விய, ருஷ்ய, உக்ரேனிய இனங்களைப் பிரதிநிதித்துவப்படுத்தினார்கள். மார்த்தாவும் வைமனும் ஜெர்மன் மொழி பேசினார்கள். எனவே எப்னர் அவர்களை மொழிபெயர்ப்புக்குப் பயன்படுத்திக் கொண்டான். பாவெலும் எப்னரும் ஒரே அறையில் வசித்ததால் நண்பராயினர். மார்த்தாவும் வைமனும், எப்னரும் ஒரே மொழியில் பேச முடிந்ததால், அவர்கள் நண்பராயினர். 'செஸ்' ஆட்டம், பாவெலுக்கும் லிதேன்யோவுக்கும் பிணைப்பை ஏற்படுத்தியது.

லிதேன்யோவ் வருவதற்குமுன், பாவெல் ஆரோக்கிய விடுதியில் செஸ் ஆட்ட வீரனாக இருந்தான். கடுமையான போட்டியில் வைமனைத் தோற்கடித்துப் பாவெல் இந்தப் பெருமையை அடைந்தான். வைமன் நிதானஸ்தன் என்றாலும், இந்தத் தோல்வியால் ஓரளவுக்குக் கலக்கமடைந்தான். நீண்டகாலத்துக்கு அவனால் பாவெலை மன்னிக்க முடியவில்லை. ஒருநாள், ஐம்பது வயது ஆகியும் வாலிபனாகத் தோன்றிய ஒரு நெட்டை மனிதன், ஆரோக்கிய விடுதிக்கு வந்து, பாவெலுடன் செஸ் ஆடுவதற்கு விரும்பினான். அபாயம் நேரவிருப்பதைப் பற்றிச் சிறிதும் அறியாத நிலையில், பாவெல் எதிரியை ஏமாற்றுவதற்காக, ராணி ஆட்டத் தொடக்கத்தைக் கையாண்டான். ஆனால் லிதேன்யோவ் தனது மையக் காய்களை நகர்த்திப் பாவெலை எதிர்த்தான். செஸ் ஆட்டத்தில் சிப்பாய் என்ற முறையில், புதிதாக வந்தவர்களுடன் ஆடுவது பாவெலின் கடமையாகவிருந்தது; எப்பொழுதும் ஆட்டப் பலகையைச் சுற்றிப் பார்வையாளர் கூட்டமும் இருந்தது. ஒன்பதாவது தடவை காயை நகர்த்தியபொழுதே, பாவெல் தனக்கு ஏற்பட்ட நெருக்கடியை உணர்ந்தான். அவனது எதிரி தன் காய்களைக் கிரமமாக நகர்த்தி, அவனைக் கட்டுப்படுத்திக் கொண்டிருந்தான். ஒரு அபாயகரமான எதிரி தன்முன் உட்கார்ந்திருப்பதை உணர்ந்த பாவெல், ஆரம்பத்தில் உதாசீனமாக ஆடியதற்கு வருந்தினான்.

ஆட்டம் மூன்று மணிநேரம் நீடித்தது. பாவெல் தனது திறமை, சாமர்த்தியம் ஆகியவற்றையெல்லாம் காண்பித்தான். ஆனால் இறுதியில் அவன் தோல்வியடைய நேர்ந்தது. பார்வையாளர்கள் புரிந்து கொள்வதற்கு முன்பே, பாவெல் தனக்குத் தோல்வி என்பதைத்

நி. ஒஸ்திரோவஸ்க்கிய்

தெரிந்துகொண்டான். அவன் தன் எதிரியை நோக்கியபொழுது, லிதேன்யோவ் அவனை அன்பான புன்னகையுடன் பார்ப்பதைக் கண்டான். ஆட்டத்தின் முடிவை லிதேன்யோவும் அனுமானித்து விட்டானென்பது பாவெலுக்குத் தெளிவாயிற்று. பாவெல் தோற்க வேண்டுமென்ற தன் ஆசையைப் பட்டவர்த்தனமாக்கிக் கொண்டு, ஆட்டத்தை உன்னிப்பாகக் கவனித்து வந்த வைமனுக்கு என்ன நடக்கிறதென்பது விளங்கவில்லை.

"நான் எப்பொழுதுமே, கடைசிக் காய் வரை ஆடுவேன்" என்றான் பாவெல். லிதேன்யோவ் அதை அங்கீகரித்துத் தலையசைத்தான்.

ஐந்து நாட்களில், பாவெல் லிதேன்யோவுடன் பத்து ஆட்டங்கள் ஆடினான்; ஏழில் தோற்றான்; இரண்டில் ஜெயித்தான்; ஒன்றில் இருக்கும் வெற்றி தோல்வி இல்லாமல் போயிற்று.

வைமனுக்கு மெத்த மகிழ்ச்சி. "நன்றி, தோழர் லிதேன்யோவ், நன்றி! அவனைச் செம்மையாக முறியடித்தீர்கள்! நன்றாக வேண்டும்! வயதான ஆட்டக்காரரான எங்களைத் தோற்கடித்தான். இப்பொழுது ஒரு கிழவர் முன்னால் புறமுதுகு காட்டினான்! ஹா! ஹா!" என்று கூறி, வைமன் குதூகலித்தான்.

"தோற்பதென்றால் எப்படி இருக்கிறது?" என்று அவன் பாவெலைக் குத்திக் காட்டிக் கிண்டல் செய்தான்.

பாவெல் ஆட்டச் சிப்பாய் அந்தஸ்தை இழந்தான் என்பது மெய்; ஆனால் பிற்காலத்தில் மதிப்பிடுவதற்கரியதாய் அவனுக்குப் பயன் படப் போகிற லிதேன்யோவின் நட்பைப் பெற்றான். தவிர, அவன் தன் தோல்வி நியாயமானதென்பதையும் அறிந்தான். செஸ் ஆட்ட யுக்தி களைப் பற்றி அவனுக்கு இருந்த ஞானம், மேலெழுந்த வாரியாகத்தான் இருந்தது. ஆட்டத்தின் ரகசியங்கள் அனைத்தையும் நன்கறிந்த நிபுணரான லிதேன்யோவிடம் அவன் தோற்றதில் வியப்பு என்ன!

ஒரே தேதியை இருவரும் முக்கியமானதாகக் கருதியதைப் பாவெலும் லிதேன்யோவும் உணர்ந்தனர். பாவெல் பிறந்த வருஷத்தில் தான், லிதேன்யோவ் கட்சியில் சேர்ந்தான். போல்ஷெவிக்குகளின் முதிய காவலருக்கு லிதேன்யோவும் இளங்காவலருக்கு பாவெலும் தகுதியான பிரதிநிதிகளாகத் திகழ்ந்தனர். லிதேன்யோவுக்கு சொந்த வாழ்விலும், கட்சி வாழ்விலும் நல்ல அனுபவமிருந்தது. பல வருஷங் கள் தலைமறைவு இயக்கத்தில் உழைத்தவன்; ஜாரிஸ்டுச் சிறைகளில் காலம் கழித்தவன்; புரட்சிக்குப் பின் முக்கியமான அரசாங்கப் பொறுப்புகளை நிர்வகித்தவன். பாவெல் ஆர்வம் மிகுந்த வாலிபன். எட்டு ஆண்டுகளே அவன் பணியாற்றியிருந்தான். ஆனால் அந்த ஆண்டுகளில் அவன் பட்டுள்ள சிரமம், மூன்று பேரைத் தகனம் செய்திருக்கும். கிழவனும் இளைஞனும் ஆகிய இருவருமே, வாழ்வை நேசித்தனர்; இருவரது உடல் நலனும் கெட்டிருந்தது.

மாலை நேரத்தில், எப்னரும் பாவெலும் வசித்த அறை, ஒருவகை மன்றமாக மாறியது. சகல அரசியல் சேதிகளுக்கும் இந்த அறையே அஞ்சல் நிலையமாகவிருந்தது. சிரிப்பும் பேச்சும் அறையில் ஒலித்து எதிரொலித்தன. பேச்சுவாக்கில், வைமன் ஏதாவதொரு ஆபாசமான குட்டிக் கதையைச் சேர்த்துவிடுவான். ஆனால் இந்த வழக்கத்தை

மார்த்தாவும் பாவெலும் விடாது எதிர்த்து வந்தனர். சாதாரணமாக, மார்த்தா ஏதாவது குத்தலாகக் குறிப்பிட்டு, வைமனின் வாயை அடக்குவாள். ஆனால் வைமன் அதற்கும் மசியாவிட்டால், பாவெல் தலையிடுவான்.

“வைமன், உங்களது அலாதியான ‘நகைச்சுவை’ எங்களுக்குப் பிடித்தமாயில்லை” என்பாள் மார்த்தா.

“பொதுவாக, நீ இவ்வளவு கேவலமாகப் பேசும் நிலைக்கு எப்படி இழிவடைந்தாய்?” என்று பாவெல் கோபத்துடன் தொடங்குவான்.

வைமன் தனது தடித்த உதட்டைப் பிதுக்கிக்கொண்டு, தன் சிறு கண்களில் பரிகாச ஒளிவீசக் கோஷ்டியினரை நோக்குவான்.

“ ‘அரசியல் அறிவு’, இலாகாவின்கீழ் நல்லொழுக்கப் பிரிவொன்றை நிறுவி, அதற்குப் பாவெலைத் தலைமை அதிகாரியாக நியமிக்க வேண்டும். மார்த்தாவின் ஆட்சேபணையை நான் புரிந்துகொள்ள முடியும். மாறுபாடாகப் பேசுவது பெண்ணின் தொழில்; அதை அவள் செய்கிறாள். ஆனால் வாயில் விரலை வைத்தால் கடிக்கத் தெரியாத சிசுவைப் போல பாவெல் நடந்துகொள்வதின் காரணந் தான் எனக்குப் புரியவில்லை. மேலும், குட்டி தாய்க்குப் போதிக்க முயல்வதை நான் கண்டிக்கிறேன்” என்பான் வைமன்.

கம்யூனிஸ்ட் ஒழுக்கத்தைப் பற்றிய அந்தச் சூடான தர்க்கம் நடந்தபின், ஆபாச விகடம் பற்றிய விஷயம், கோட்பாடு ரீதியாக விவாதிக்கப்பட்டது. கட்சியினரது அபிப்பிராயங்களை மார்த்தா எப்னரிடம் மொழிபெயர்த்துக் கூறினாள்.

“ஆபாசமான விகடக் கதை நல்லதல்ல. பாவெல் சொல்வதை நான் ஏற்றுக் கொள்கிறேன்” என்று எப்னர் சொன்னான்.

வைமன் பின்வாங்க நேர்ந்தது. விளையாட்டுக்கு விவாதம் நடந் ததைப்போல, அவன் சிரித்துத் தட்டிக் கழிக்க முயன்றான். ஆனால் அதன்பின், அவன் ஆபாசக் கதைகள் சொல்வதில்லை.

மார்த்தாவுக்குப் பத்தொன்பது வயதுதான் இருக்கமென்றும், அவள் கம்ஸமோல் உறுப்பினராயிருக்க வேண்டுமென்றும், பாவெல் எண்ணியிருந்தான். ஆனால், அவள் 1917லிருந்தே கட்சி அங்கத்தினர் என்பதையும் லாத்விய கம்யூனிஸ்ட் கட்சியில் தீவிரமாகச் செயல் பட்ட அவளுக்கு முப்பத்தொன்று வயது என்பதையும் அறிந்த பொழுது, பாவெல் வியப்புற்றான். 1918ல், அவளைச் சுட்டுக்கொல்ல வேண்டுமென்று வெண்படையினர் தீர்ப்பு அளித்துவிட்டனர். ஆனால் கடைசி நேரத்தில், கைதிகள் பரிவர்த்தனை நடந்த பொழுது,

அவளும் வேறு சில தோழர்களும் சோவியத் சர்க்காரிடம் ஒப்படைக் கப்பட்டு அவள் இப்பொழுது, 'பிராவ்தா' என்ற பத்திரிகை ஆசிரியர் குழுவில் வேலை செய்து கொண்டிருந்தாள். அதே சமயத்தில், சர்வ கலாசாலைப் படிப்பும் படித்துக் கொண்டிருந்தாள். பாவெலுக்கே புரிவதற்கு முன்னால், அவனும் மார்த்தாவும் நண்பர்களானார்கள். எப்னரைப் பார்ப்பதற்கு அடிக்கடி வந்த அந்தக் குட்டைப் பெண், 'ஐவரில்' ஒருவராக ஆகிவிட்டாள்.

எனவே. தலைமறைவாகவிருந்து வேலை செய்து வந்த லாத்வி யனான எக்லிட், "புருஷன் ஓஸோல் மாஸ்கோவில் உனக்காகத் தவம் இருக்கிறான் அல்லவா? மார்த்தா, நீ எப்படி இந்தச் சினேகிதத்தை நாடலாம்?" என்று கேலி செய்தான்.

சில நாட்களாக தினந்தோறும் அதிகாலையில் கண்விழித்து எழுந் திருப்பதற்குக் காலை மணி அடிப்பதற்கு முன்னால், ஒரு சேவல் கூவியது. பிரமித்துப் போன காவலாளிகள், தவறிவந்த சேவலைத் தேடி அங்கும் இங்கும் அலைந்தனர். கோழி மாதிரி கூவும் திறம் படைத்த எப்னர்தான் அவர்களை இம்மாதிரி திண்டாட வைத்து வேடிக்கை பார்க்கிறான் என்பதை அவர்கள் ஊகிக்கவில்லை. எப்னர் அதை வெகுவாக ரசித்தான்.

ஆரோக்கிய விடுதிக்குப் பாவெல் வந்து, ஒருமாதம் முடியவிருந்த சமயத்தில், அவனது நிலைமை மோசமாயிற்று. அவன் படுக்கையி லிருந்து நகரக்கூடாதென்று டாக்டர்கள் உத்திரவிட்டார்கள். எப்னர் மிகவும் கலக்கமுற்றான். இந்த இளவயதில், தன் ஆரோக்கியத்தை இழந்து நின்ற பாவெலிடம், துடிதுடிப்பும் முயற்சியும் மிகுதியாக உடைய இந்த இளம் போல்ஷெவிக் வீரனிடம் அவனுக்கு ஒரு பாசம் ஏற்பட்டுவிட்டது. பாவெலுக்குச் சோகமயமான எதிர்காலம் காத்தி ருப்பதாக டாக்டர் கணித்திருப்பதை மார்த்தா எப்னரிடம் கூறிய பொழுது, அவன் துயரமடைந்தான்.

பாவெல் ஆரோக்கிய விடுதியில் எஞ்சியிருந்த நாட்களைப் படுக்கையிலேயே கழித்தான். அவன் தன் வலியை வெளிக் காட்டாம லிருந்தான். ஆனால் மார்த்தா மட்டும், அவனது பயங்கரமான வெளிறிய முகத்தைக் கண்டு அவனது துன்பத்தை ஊகித்தாள். அவன் அந்த விடுதி யிலிருந்து கிளம்புவதற்கு ஒருவாரம் இருந்தபொழுது, உக்ரேனிய கம்ஸமோலின் மத்தியக் கமிட்டியிலிருந்து அவனுக்கு ஒரு கடிதம் வந்தது. அதில் அவனது விடுமுறை காலம் இன்னும் இரு மாதத்திற்கு நீடித்திருப்பதாகவும், ஆரோக்கிய விடுதி டாக்டர்களின் கருத்துப்படி தற்பொழுதைய நிலைமையில் வேலைக்குத் திரும்ப அவனால் முடியாது

என்றும் எழுதியிருந்தது. அவனது செலவுக்குத் தேவையான பணமும் கடிதத்துடன் வந்து சேர்ந்தது.

பல வருஷங்களுக்கு முன்னால், குத்துச்சண்டை கற்றுக்கொண்ட பொழுது, ஷுஹராய் கொடுத்த குத்துக்களைப் பொறுத்து கொண்ட மாதிரி, பாவெல் இந்த விடுமுறை நீடிப்பையும் சகித்துக் கொண்டான். அப்பொழுதும் அவன் விழுந்தவுடனேயே எழுந்து நின்று சண்டை பழகினான். இப்பொழுதும் அம்மாதிரி செய்வதற்கு ஆர்வமாயிருந்தான்.

பாவெலின் தாயாருக்கு அல்பீனா என்ற ஒரு சினேகிதி இருந்தாள். அவள் யெவ்பத்தோரியாவுக்கு அருகில் ஒரு சிறிய பட்டினத்தில் வசித்து வந்தாள். அவளைப் பற்றிக் குறிப்பிட்டு, அங்குப் போய் அவளைப் பார்த்து வரும்படி பாவெலைக் கேட்டுக்கொண்டு, அவன் தாய் கடிதம் எழுதியிருந்தாள். பாவெலின் தாய் அந்தப் பழைய சினேகிதியைப் பதினைந்து ஆண்டுகளாகப் பார்க்கவில்லை. எனவே, கிரீமியாவில் இருக்கும்பொழுதே, பாவெல் அவளைப் போய்ப் பார்க்க வேண்டுமென்று தாயார் வற்புறுத்தியிருந்தாள். இந்தக் கடிதம், பிற்காலத்தில் பாவெலின் வாழ்வில் ஒரு முக்கியமான பாத்திரத்தை வகித்தது.

ஒருவாரம் சென்றது. பாவெலின் விடுதித் தோழர்கள் கப்பல் துறையில் கூடி, அன்பு சொரிந்து அவனுக்கு வழியனுப்பினர். ஒரு சகோதரனைப் போலவே, எப்னர் அவனைக் கட்டித் தழுவி முத்தமிட்டான். அன்று மார்த்தாவைக் காணவில்லை. எனவே, அவளிடம் விடைபெற்றுக் கொள்ள முடியாமல் போயிற்று.

மறுநாள் காலையில், கப்பல் துறையிலிருந்து பாவெலை ஏற்றி வந்த குதிரைவண்டி, சிறிய தோட்டத்தை உடைய ஒரு சிறு வீட்டுக்கு எதிரில் நின்றது.

அந்த வீட்டில் ஐவர் இருந்தனர். அல்பீனா, வயதான அம்மையார்; பருத்த சரீரத்தை உடையவள். அவளது கருமையான கண்களில் சோகம் படர்ந்திருந்தது. அவளது வாடிய முகத்தில் அழகின் மீத மிச்சம் தோற்றம் அளித்தது. லியோல்யாவும் தாயாவும் அவளுடைய குமாரிகள். லியோல்யாவின் சிறிய மகனும் வீட்டில் இருந்தான். வீட்டுக்குத் தலைவனான க்யூத்ஸாம் என்ற கிழவன்-அல்பீனாவின் கணவன்-புஷ்டியானவன். வெடுவெடுப்பானவன்; காட்டுப்பன்றி மாதிரி காட்சியளித்தான்.

க்யூத்ஸாம் ஒரு கூட்டுறவுக் கடையில் வேலை செய்தான். இளைய பெண்ணான தாயா, அப்போதைக்கப்போது கிடைத்த வேலையைச் செய்து வந்தாள். லியோல்யா, முன்னால் 'டைப்பிஸ்ட்'டாக வேலை செய்தவள்; சமீபத்தில் அவள் குடிகாரனாகவும் துஷ்டனாகவும் இருந்த தன் முரட்டுக் கணவனிடமிருந்து பிரிந்துவந்து, தாய் வீட்டில் தங்கியிருந்தாள். தன் மகனைப் பராமரிப்பதுடன், வீட்டு வேலையில் அன்னைக்கு உதவி செய்தாள்.

அல்பீனாவுக்கு இரண்டு குமாரிகளைத் தவிர, ஒரு மகனும் உண்டு. அவன் பெயர் ஜார்ஜ். பாவெல் விருந்தாளியாக வந்த சமயத்தில், ஜார்ஜ் லெனின்கிராதில் இருந்தான்.

அந்தக் குடும்பத்தினர் பாவெலுக்கு இன்முகம் காட்டி நன்னயத்துடன் வரவேற்றார்கள். கிழவன் மட்டுமே, அவனைச் சந்தேகத்தோடும் விரோதத்தோடும் நோக்கினான்.

பாவெல் தனது குடும்பச் சேதிகளையெல்லாம் அல்பீனாவிடம் பொறுமையாக எடுத்துரைத்தான். அவனும் க்யூத்ஸாம் குடும்பத்தைப் பற்றிப் பல விஷயங்களைத் தெரிந்துகொண்டான்.

லியோல்யாவுக்கு வயது இருபத்திரண்டு. அவளது அகமும் முகமும் எளிமைக்கு எடுத்துக்காட்டாகவிருந்தன. பழுப்புநிறக் கேசத்தைக் கத்தரித்து விட்டிருந்தாள்; உள்ளத்தில் உள்ளதைப் பளிங்குபோல் எடுத்துக்காட்டும் அகன்ற முகத்தை உடைய லியோல்யா, பாவெலை உடனடியாகத் தன்னம்பிக்கைக்கு உரியவனாக்கிக் குடும்ப ரகசியங்கள் அனைத்தையும் எடுத்துரைத்தாள். கிழவன் யதேச்சாதிகாரமாக நடப்பதாகவும், குடும்பத்தில் எவரும் சுயேச்சையாக எதைச் செய்வதற்கும் அனுமதிக்க மறுக்கிறானென்றும் அவள் கூறினாள். ஒட்டைச்சாண் நினைப்பும் பிடிவாத வெறியும் உடைய அந்தச் சிடுமூஞ்சிக் கிழவன், குடும்பத்தினரை அஞ்சி அஞ்சி வாழும் நிலைமைக்குத் தாழ்த்திவிட்டான். எனவே, மக்களே தந்தையை வெறுத்தனர். அல்பீனா இருபத்தைந்து ஆண்டுகளாகத் தன் கணவனின் அதிகார ஆணவத்தை எதிர்த்துப் போராடியவள். அவளுக்கும் கணவனிடம் வெறுப்புத்தான். பெண்கள் எப்பொழுதுமே அம்மாவின் கட்சியில் இருந்தனர். இந்த இடைவிடாக் குடும்பச் சண்டைகள், அவர்களது வாழ்வைக் கெடுத்து வந்தன. முடிவில்லாத சண்டை சச்சரவுகளில் பல நாட்கள் கழிந்தன.

அந்தக் குடும்பத்துக்கு இன்னொரு கேடாக ஜார்ஜ் முளைத்திருப்பதாக லியோல்யா பாவெலிடம் கூறினாள். அவன் எதற்கும் லாயக்கு இல்லாதவன்; மண்டைக்கனம் மிகுந்தவன்; தற்பெருமை

யடித்துக் கொள்வதில் சூரன்; அறுசுவை உணவு, வலிய மதுபான வகைகள், எடுப்பான உடைகள் ஆகியவற்றைத் தவிர, எதிலும் கவலையில்லாதவன். தாயாருக்குச் செல்ல பிள்ளையான ஜார்ஜ், தன் பள்ளிப் படிப்பு முடிந்தவுடன், தலைநகருக்குப் போக வேண்டு மென்று சொல்லிப் பணம் கேட்டான். 'நான் சர்வகலாசாலையில் படிக்க வேண்டும். லியோல்யா மோதிரத்தை விற்றுப் பணம் தரலாம். உன்னிடம் அடகு வைத்துப் பணம் வாங்குவதற்கு வேறு சில பொருட்களும் உள்ளன. எனக்குத் தேவை பணம். எப்படியாவது பெற்றுத் தர வேண்டும்' என்றான்.

அவனுடைய தாயார், அவனது கோரிக்கை எதையும் நிராகரிக்க மாட்டாளென்பதை நன்கறிந்த ஜார்ஜ், தாய்ப்பாசத்தை இழிவான முறையில் பயன்படுத்திக் கொண்டான். அவன் தன் சகோதரிகளைத் தாழ்ந்தவர்களாகக் கருதி, இளப்பமாக நடத்தினான். அவனது தாயார் தன் கணவனிடமிருந்த கறக்கக்கூடிய பணத்தையெல்லாம் பெற்று அவனுக்கு அனுப்பினாள். தவிர, தாயா சம்பாதித்த பணத்தையும் அனுப்பினாள். அதே சமயத்தில், ஜார்ஜ் பிரவேசப் பரீட்சையிலேயே தேர்ச்சி அடையாமல் தன் மாமன் வீட்டிலிருந்து இன்பமாகப் பொழுது போக்கினான். அடிக்கடி அதிகப் பணம் கோரி அம்மாவுக்குத் தந்தி யடித்துத் தொல்லைக் கொடுத்தான்.

பாவெல் அந்த வீட்டை அடைந்த தினத்தில், பகல் முழுவதும் தாயாவைச் சந்திக்கவில்லை. சூரியன் அஸ்தமிக்கும் நேரத்தில், அல்பீனா முன்வாசலுக்கு விரைந்து சென்று தன் மகள் தாயாவிடம் பாவெலின் வருகையைப் பற்றித் தாழ்ந்த குரலில் பேசியதை, அவன் கவனித்தான். அந்தப் பெண், புதிய இளைஞனது கரத்தைக் கூச்சத் துடன் குலுக்கினாள். அப்பொழுது, அவளது காதின் சிறகுகூட நாணத்தால் சிவந்தது. உறுதிப்பட்டிருந்த அவளுடைய சிறிய வலிய கரத்தை அவன் சிறிதுநேரம் தன் கைப்பிடியில் வைத்திருந்தான்.

தாயாவுக்குப் பத்தொன்பதாவது வயது நடந்துகொண்டிருந்தது. அவளை அழகி என்று சொல்ல முடியாது. ஆனால் பெரிய பழுப்பு நிறக் கண்களையும் விற்புருவங்களையும் நேர்த்தியான நாசியையும் நிறைவாக அமைந்திருந்த தூய இதழ்களையும் பெற்றிருந்த அவள் கவர்ச்சியாகவும் இருந்தாள். வரிபோட்ட பிளவுஸுக்குள் அவளது உருண்டு திரண்ட மார்பு எடுப்பாயிருந்தது.

இரண்டு சகோதரிகளுக்கும் தனித்தனியான சிறு அறைகள் இருந்தன. தாயாவின் அறையில் ஒரு குறுகலான இரும்புக் கட்டிலும் அலங்காரப் பொம்மைகளுடன் கூடிய பல பீரோவும், ஒரு சிறிய முகம் பார்க்கும் கண்ணாடியும் இருந்தன; சுவர்களில் பல புகைப்

படங்களும் தபால் கார்டு படங்களும் மாட்டப்பட்டிருந்தன. ஜன்னல் கட்டையில், செக்கச் செவேலென்ற மலர்களையும் இளஞ்சிவப்பு மலர் களையும் உடைய பூச்செடிச் சட்டிகள் இரண்டு இருந்தன. ஜரிகைப் படுதா, மங்கலான நீலநாடாவால் அடியில் கட்டப்பட்டிருந்தது.

"தாயா தன் அறைக்குள் ஆடவரை அனுமதிப்பதில்லை. உங்களுக்கு மட்டும் விதிவிலக்கு அளித்திருக்கிறாள்" என்று கூறி, லியோல்யா தன் தங்கையைக் கிண்டல் செய்தாள்.

அடுத்த நாள் மாலையில், பெற்றோர் தங்குமிடத்தில், குடும்பத்தினர் அனைவரும் அமர்ந்து டீ பருகிக் கொண்டிருந்தார்கள். க்யூத்ஸாம், டீயைத் தேக்கரண்டியால் கலக்கிக்கொண்டே, தன்னெதிரில் உட்கார்ந் திருந்த பாவெலை மூக்குக் கண்ணாடி வழியே மீண்டும் மீண்டும் நோக்கினான்.

"தற்காலத் திருமணச் சட்டங்கள் மகா மோசம். இன்று விவாகம்; நாளை விவாகரத்து. அவரவர் இச்சைப்படி காரியம் நடக்கிறது. பரிபூர்ண சுதந்திரம்."

இவ்வாறு பேசிய கிழவனுக்கு மூச்சு அடைத்துக் கொண்டது. அவன் தொண்டையைக் கனைத்துக்கொண்டு, தன்னை நிதானப் படுத்திக் கொண்டான். அதன்பின் லியோல்யாவைச் சுட்டிக் காட்டிக் கூறினான் :

"அவளைப் பார். அவளும் அவளது புருஷனும் யாரையும் கேட் காமல் கல்யாணம் செய்து கொண்டார்கள்; எவரையும் கேட்காமல் பிரிந்தனர். இப்பொழுது, அவளுக்கும் அவளுடைய மகனுக்கும் நான் சோறு போட வேண்டியிருக்கிறது. இது அக்கிரமம் என்று நான் சொல்கிறேன்."

லியோல்யாவுக்கு வருத்தம் தாங்க முடியவில்லை; அவளது முகம் சிவந்தது. கண்ணீரில் மிதந்த கண்களை மறைத்துக் கொண்டாள்.

"அப்படியானால், அவள் அந்தப் போக்கிரியுடன் வாழ வேண்டு மென்று சொல்கிறீர்களா?" என்று பாவெல் வினவினான்; அவனது விழிகளில் வெஞ்சினம் பளிச்சிட்டது.

"யாரைக் கல்யாணம் செய்கிறோமென்பதை அவள் தெரிந்திருக்க வேண்டும்" என்று கிழவன் கூறினான்.

அல்பீனா தலையிட்டாள். ஆத்திரம் பொங்க, அவள் விரைந்து பேசினாள் :

"விருந்தாளிக்கு முன் இந்த விவகாரத்தை ஏன் விவாதிக்கிறாய்? பேசுவதற்கு வேறு பொருள் இல்லையா?"

கிழவன் திரும்பி, அவள்மீது பாய்ந்தான்.

"நான் என்ன பேச வேண்டுமென்று எனக்குத் தெரியும்! எனக்குப் பாடம் போதிக்க நீ எப்பொழுது ஆரம்பித்தாய்?" என்று கேட்டான்.

அன்று இரவு, பாவெல் நீண்ட நேரம் உறங்கவில்லை. க்யூத்ஸாம் குடும்பத்தைப் பற்றிய சிந்தனையில் ஆழ்ந்திருந்தான். அகஸ்மாத்தாக இங்கு வந்த அவன், தான் அறியாவண்ணம், இந்தக் குடும்ப நாடகத்தின் ஒரு பாத்திரமாக ஆகிவிட்டான். இந்த அடிமை வாழ்விலிருந்து தாயையும் மக்களையும் விடுதலை செய்வதற்கு, தான் எப்படி உதவ முடியுமென்பது அவனுக்குப் புரியவில்லை. அவனது வாழ்வே ஒரு நிலையை அடையவில்லை; பல பிரச்சனைகள் பைசலாகாமல் இருந்தன; உறுதியான நடவடிக்கை எடுப்பதென்பது முன்னைக் காட்டிலும் கடினமாயிருந்தது.

ஒரே ஒரு வழிதான் இருந்ததென்பது தெளிவு. குடும்பம் கலைந்து விட வேண்டும். தாயும் பெண்களும், கிழவனை விட்டுவிட்டு வெளியேற வேண்டும். ஆனால் இது எளிதில் ஆகக்கூடிய காரியமல்ல. இந்தக் குடும்பப் புரட்சியைச் சாதிக்கக் கூடிய நிலையில், அவன் இல்லை. சில நாட்களில் அவன் வெளியேற வேண்டும். மீண்டும் இவர்களை ஒருபொழுதும் சந்திக்க முடியாமல் போனாலும் போகலாம். இந்தச் சேற்றுக் குட்டையைக் கலக்குவதற்குப் பதிலாகத் தலையிடாம லிருப்பது சிறந்ததல்லவா? ஆனால் கிழவனின் வெறுக்கத்தக்க உருவம், அவனது நிம்மதியைக் குலைத்துக் கொண்டேயிருந்தது. பாவெல் மூளையில் பல திட்டங்கள் உருப்பெற்றன; ஆனால் அவை நடைமுறைக்கு ஒத்துவராதென்று அவனே நிராகரித்துவிட்டான்.

அடுத்த நாள் ஞாயிற்றுக்கிழமை. பாவெல் நகரில் உலவிவிட்டு, வீட்டுக்குத் திரும்பினான். தாயா தனியாக இருந்தாள். மற்றவர்கள், உறவினரைப் பார்த்துவர வெளியே போயிருந்தனர்.

பாவெல் தாயா அறைக்குச் சென்றான். மிகுந்த களைப்புடன், நாற்காலியில் அமர்ந்தான்.

"நீ ஏன் ஒரு தடவையாவது வெளியே சென்று நிம்மதியாகப் பொழுதுபோக்கக்கூடாது?" என்று அவன் அவளை வினவினான்.

"நான் எங்கும் போக விரும்பவில்லை" என்று அவள் மெல்லிய குரலில் விடை தந்தாள்.

அவன், இரவில் எண்ணித் துணிந்த திட்டங்களை ஞாபகப்படுத்திக் கொண்டான்; அவளிடம் அவற்றை எடுத்துரைக்கத் தீர்மானித்தான்.

மற்றவர்கள் வீட்டுக்கு வருவதற்குமுன், கூறி முடிக்க வேண்டுமென் பதற்காக அவன் நேராகவும் விரைவாகவும பேசினான்.

"தாயா, நான் சொல்வதைக் கேள். நாம் இருவரும் உற்ற நண்பராகி விட்டோம். நமக்கு இடையே வீண் சம்பிரதாயம் எதற்கு? நான் சீக்கிரத்தில் இங்கிருந்து கிளம்புகிறேன். நானே தொல்லையில் சிக்கி யிருக்கும் பொழுது, உன் குடும்பத்தைப் பற்றித் தெரிந்துகொண்டு துரதிருஷ்டமானது. எனக்குத் தொல்லை இல்லையென்றால், விவ காரங்களை வேறுவிதமாக முடித்துவிடுவேன். ஓராண்டுக்கு முன் உங்களைச் சந்தித்திருந்தால், உங்களை அழைத்துக்கொண்டு போய் விடுவேன். லியோல்யாவையும் உன்னையும் போன்றவர்கள் செய்வதற்கு வேலை மிகுதியாக உள்ளது. கிழவன் விஷயம் வேறு; அவனை விவேகமாக நடக்கும்படி செய்ய முடியாது. ஆனால் எப்படியிருந் தாலும் இப்பொழுது என்னால் ஒன்றும் செய்ய முடியாது. நானே எதற்கும் உதவ முடியாத நிலையில் இருக்கிறேன். ஆனால் அதைப் பேசிப் பயனில்லை. என்னைத் திரும்ப வேலைக்கு அனுப்ப வேண்டு மென்று வற்புறுத்தப் போகிறேன். டாக்டர்கள் என்னைப் பற்றி என்னவெல்லாமோ அபத்தமாக எழுதியிருக்கிறார்கள். தோழர்கள் எனக்கு முடிவில்லாத சிகிச்சை அளிக்க முயற்சிக்கிறார்கள். ஆனால் அதைப் பற்றிப் பிறகு பார்ப்போம்.... நான் தாயாருக்கு எழுது கிறேன்; உங்கள் விவகாரம் பற்றி அவளுடைய ஆலோசனையைக் கேட்கிறேன். இம்மாதிரி இருப்பதை என்னால் அனுமதிக்க முடியாது. ஆனால், தாயா, நான் சொல்கிறபடி செய்தால், உன் தற்கால வாழ் விலிருந்து துண்டித்துக் கொள்ள நேரிடும் என்பதை நீ புரிந்துகொள்ள வேண்டும். அதற்குச் சம்மதமா? அதற்கு வேண்டிய மனோபலம் உனக்கு உள்ளதா?"

தாயா நிமிர்ந்து பாவெலை நோக்கினாள்.

"இந்த வாழ்விலிருந்து கத்தரித்துக்கொள்ள வேண்டுமென்பதே என் விருப்பம். மனோபலத்தைப் பொறுத்தமட்டில், எனக்கே தெரியாது."

அவளது சந்தேகத்தை அவன் புரிந்துகொண்டான்.

"பரவாயில்லை, தாயா! விருப்பம் இருந்தால் போதும். மனமிருந்தால் மார்க்கம் உண்டு. உனக்குக் குடும்பப் பாசம் அதிகமா?"

இந்தக் கேள்வியைக் கேட்டு, தாயா ஆச்சரியமடைந்து ஒரு வினாடி தயங்கினாள்.

"நான் அம்மாவுக்காக வருத்தப்படுகிறேன். வாழ்நாளெல்லாம், அப்பா அவளைத் துன்புறுத்தினார். இப்பொழுது, ஜார்ஜ் அவளைச் சித்திரவதை செய்கிறான். அவள் ஜார்ஜை நேசித்ததைப் போல,

என்னைப் பாராட்டியதில்லையென்றாலும், அவளுக்காக மிகவும் வருத்தப்படுகிறேன்" என்று தாயா கூறினாள்.

அவர்கள் நீண்டநேரம் அந்தரங்கமாகப் பேசிக்கொண்டார்கள். குடும்பத்தின் இதர உறுப்பினர் வருவதற்குச் சற்று முன்னால், பாவெல் தமாஷாகக் கூறினான் :

"இதுவரை, கிழவன் உன்னை எவருக்கும் கட்டிக்கொடுக்காமல் இருப்பது ஒரு அதிசயம் தான்."

அந்தப் பேச்சே தாயாவுக்கு அச்சமூட்டியது. அவள் மிரண்ட வளாய்க் கரங்களைத் தூக்கினாள்.

"வேண்டாம், வேண்டாம். நான் ஒருபொழுதும் கல்யாணம் செய்து கொள்ள மாட்டேன். பாவம், லியோல்யா பட்ட கஷ்டத்தை நான் பார்த்திருக்கிறேன். என்னவானாலும் சரி, நான் கல்யாணம் செய்து கொள்ள மாட்டேன்."

பாவெல் சிரித்தான்.

"உன் ஆயுட்காலம் முழுமைக்குமே, முடிவு கட்டிவிட்டாயா? யாராவது அழகன், இளைஞன், நேர்த்தியான குணசீலன் எதிர்ப் பட்டால்கூட, முடிவை மாற்றிக்கொள்ள மாட்டாயா?"

"மாட்டேன். கல்யாணத்துக்குமுன், காதலைப் பெறுகிறவரை, எல்லா இளைஞரும் நேர்த்தியானவர்தாம்."

பாவெல் அவளது தோள்மீது கைவைத்துச் சாந்தப்படுத்த முயன்றான்.

"சரிதான், தாயா. கணவன் இல்லாமல், நீ உலகில் வாழமுடியும். ஆனால் இளைஞர்களை இப்படிக் கடிந்து கொள்ளாதே. நல்ல வேளை, நான் உன் காதலைப் பெற முயல்வதாக நீ சந்தேகிக்கவில்லை. அப்படிச் சந்தேகப்பட்டிருந்தாயானால், கஷ்டம் ஏற்பட்டிருக்கும்" என்று கூறிக் கொண்டே, அவன் அவளைச் சகோதர பாவத்துடன் தட்டிக் கொடுத்தான்.

"உன்னைப் போன்ற ஆடவர்கள் வேறுவகையான பெண்களைத் திருமணம் செய்து கொள்வார்கள்" என்று அவள் மிருதுவாகக் கூறினாள்.

சில நாட்களுக்குப்பின், பாவெல் கார்க்கவுக்குக் கிளம்பினான். தாயாவும் லியோல்யாவும், அல்பீனாவும், அவளது சகோதரி ரோஸா வும் ரயில் நிலையத்துக்கு வந்து பாவெலை வழியனுப்பினார்கள்.

அல்பீனாவின் வற்புறுத்தலுக்கு இணங்க, அவளது குமாரிகளை மறக்க மாட்டேன் என்றும், அவர்களது துன்பம் தீர ஏதாவது உதவி செய்வேன் என்றும் பாவெல் வாக்களித்தான். அவர்கள் தமக்கு அன்னியோன்னியமான உறவினருக்கு விடை கொடுப்பதைப் போலப் பாவெலுக்கு விடை கொடுத்தார்கள். தாயாவின் கண்களில் நீர் நிறைந்தது. லியோல்யாவின் வெள்ளைக் கைக்குட்டையும் தாயாவின் வரிபோட்ட சட்டையும் சிறிதாகி மறையும் வரையில், பாவெல் வண்டியின் ஜன்னல் வழியாக அவர்களைப் பார்த்துக்கொண்டேயிருந்தான்.

கார்க்கவை அடைந்த பாவெல், தோராவுக்குத் தொல்லை கொடுக்கக் கூடாதென்பதற்காகத் தன் நண்பன் பெத்யா நோவிக்கவ் வீட்டுக்குச் சென்றான். பயணக் களைப்பு நீங்க ஓய்வு எடுத்தபின், அவன் மத்தியக் கமிட்டியின் பணிமனைக்குப் போனான். அங்கு, அக்கீமுக்காகக் காத்திருந்தான். இருவரும் தனிமையில் சந்தித்தபொழுது, தன்னை உடனே வேலைக்கு அனுப்ப வேண்டுமென்று பாவெல் கோரினான். அக்கீம் அதற்கு இணங்க மறுத்துத் தலையசைத்தான்.

“முடியாது, பாவெல் உன் நிலைமை ஆபத்தாய் இருப்பதால், நரம்பு நோய்க்கூறு ஆஸ்பத்திரியில் நீ வைத்தியம் செய்துகொள்ள வேண்டுமென்றும், வேலை செய்வதற்கு அனுமதிக்க முடியாதென்றும், மத்தியக் கமிட்டியும் வைத்தியக்குழுவும் முடிவு செய்துள்ளன.”

“அவர்கள் என்ன சொன்னால், எனக்கென்ன, அக்கீம்! உன்னை நான் வேண்டிக்கொள்கிறேன். வேலை செய்யச் சந்தர்ப்பம் கொடு. ஒரு ஆஸ்பத்திரியிலிருந்து இன்னொரு ஆஸ்பத்திரிக்குப் போய்க் காலம் கழிப்பதால் எனக்கு எத்தகைய நன்மையும் கிடையாது” என்று பாவெல் மன்றாடினான்.

அக்கீம் அவனது வேண்டுகோளை மறுக்க முயற்சித்தான். “நாம் முடிவை மீறி நடக்கக்கூடாது. பாவெல், உன் நன்மைக்காகச் சொல்வதைக் கேட்கக்கூடாதா?” என்றெல்லாம் அவர் வாதித்தான். ஆனால் பாவெல் தன் கட்சியை உணர்ச்சி ததும்ப உறுதியாக எடுத்துரைத்தான். இறுதியில், அக்கீம் அவனுக்கு விட்டுக்கொடுத்தான்.

அடுத்த நாளே, பாவெல் மத்தியக் கமிட்டி செயற்குழுவின் விசேஷ இலாகாவில் வேலை செய்து கொண்டிருந்தான். வேலை தொடங்கியவுடனேயே, இழந்த பலத்தைத் திரும்பப் பெற்றுவிடலாமென்று அவனுக்குத் தோன்றியது. எட்டு மணிநேரம், இருந்த இடத்திலிருந்து பெயராமல் வேலை செய்தான்; இடைவேளை உணவுக்காகக் கூட வேலையை நிறுத்தவில்லை; மூன்றாவது மாடியிலிருந்து இறங்கி, எதிரில் இருந்த உணவு விடுதிக்குச் சென்று வரமுடியாதென்றே,

அவன் உணவைக்கூடப் பகிஷ்கரித்தான். அடிக்கடி அவனது கை அல்லது கால் திடீரென்று விறைத்துக் கொள்ளும். சில சமயங்களில் அவனது உடல் முழுவதுமே சில வினாடி உணர்ச்சியற்றுப் போய்விடும். அவன் எப்பொழுதுமே, காய்ச்சல் கொண்டவன் மாதிரி காணப்பட்டான். சில நாள் காலைகளில், படுக்கையிலிருந்து எழுந்திருக்கச் சக்தியில்லாமல் கிடந்தான். அவன் மீண்டும் உணர்ச்சியைப் பெற்று எழுந்து வேலைக்குக் கிளம்பும்பொழுது, ஒரு மணி நேரம் தாமதமாகி யிருந்தது கண்டு பதறுவான். கடைசியில், வேலைக்குத் தாமதமாக வருவதாக அதிகாரபூர்வமான கண்டனத்துக்கே உள்ளானான். அவன் வாழ்வில் எதைக் கண்டு அதிகம் அஞ்சினானோ, அதே நிலைமை, கட்சி வேலைக்குத் தகுதியற்றவனாக ஒதுக்கப்படும் நிலைமை ஏற்படுவதை உணர்ந்தான்.

வேறு வேலைக்கு மாற்றுவதன் மூலம், அக்கீம் அவனுக்கு இருமுறை உதவி செய்தான். ஆனால் தவிர்க்க முடியாத சம்பவம் நிகழ்ந்தது. வேலைக்குத் திரும்பி ஒரு மாத காலமாவதற்குள், பாவெல் மீண்டும் படுத்துவிட்டான். அப்பொழுதுதான், அவன் பஷானோவாவின் வார்த்தைகளை ஞாபகப்படுத்திக் கொண்டான். அவளுக்குக் கடிதம் எழுதினான். அதே நாளில் அவளும் வந்தாள். ஆஸ்பத்திரி வாசம் அவசியமில்லை என்று அவள் கூறியதைக் கேட்டு, அவன் ஆறுதல் அடைந்தான்.

"வைத்தியம் தேவையில்லாத அளவுக்கு என் உடல் நிலைமை சரிப்பட்டு விட்டதல்லவா?" என்று அவன் விகடமாகக் கூறினான். ஆனால் பஷானோவா அதை ரசிக்கவில்லை.

அவனுக்கு ஓரளவுக்குச் சக்தி உண்டானவுடன், மத்தியக் கமிட்டி பணிமனைக்குத் திரும்பச் சென்றான். இந்தத் தடவை, அக்கீம், முன்னைக் காட்டிலும் உறுதியாக இருந்தான். பாவெல் ஆஸ்பத்திரிக்குப் போக வேண்டுமென்று அவன் வற்புறுத்தினான்.

"நான் எங்கும் போகப் போவதில்லை. அதனால் பயனில்லை. விஷயம் அறிந்தவர் கருத்தைத் தெரிந்ததே நான் சொல்கிறேன். நான் ஒரே ஒரு காரியத்தைத்தான் செய்ய முடியும். பென்ஷன் வாங்கிக் கொண்டு, ஓய்வு எடுப்பதே அது. அதை நான் செய்ய மாட்டேன்! என் வேலையை விட்டு விடும்படி என்னைக் கட்டாயப்படுத்த முடியாது. எனக்கு இருபத்துநான்கு வயதுதான் ஆகிறது. மிச்சமுள்ள கால மெல்லாம், வேலை செய்ய முடியாதவனாக, வீணாக ஆஸ்பத்திரி களைச் சுற்றித் திரியும் போக்கு எனக்குப் பிடிக்காது. என் நிலை மைக்குத் தகுதியான வேலையைக் கொடு. நான் வீட்டில் வேலை

செய்கிறேன்; அல்லது ஆபீஸிலே தங்குகிறேன். ஆனால் தபாலுக்குச் செல்லும் கடிதங்களுக்கு எண் குறிப்பது போன்ற பேனா வேலை எனக்கு வேண்டாம். ஓரளவுக்குப் பயனுள்ள வேலை செய்வதாக எனக்கு மனநிறைவு அளிக்கத்தக்கதாக, ஒரு வேலை கொடு" என்று பாவெல் மன்றாடினான்.

அவனது ஆவேசம் நிறைந்த குரல் உயர்ந்து கொண்டேயிருந்தது.

அக்கீம், பாவெல் நிலையை எண்ணி மிகவும் வருந்தினான். தன் குறுகிய காலவாழ்வைக் கட்சிக்காக அர்ப்பணித்து அரும்பாடுபட்ட இந்த ஆர்வமிகு இளைஞன், கட்சி அணியிலிருந்து நீங்கி, ஏதோ ஒரு மூலையில் ஓய்வெடுத்துக் கொள்ள வேண்டுமானால், அது எத்தகைய துன்பத்தையும் துயரத்தையும் அவனுக்கு உண்டாக்குமென்பதை அக்கீம் உணர்ந்திருந்தான். பாவெலுக்கு உதவும் பொருட்டுத் தன்னால் இயன்றதனைத்தும் செய்ய அவன் தீர்மானித்தான்.

"சரி, பாவெல், அமைதிப்படுத்திக் கொள். நாளைக்குச் செயற்குழு கூடுகிறது. தோழர்களிடம் உன் கருத்தை எடுத்துரைக்கிறேன். என்னால் முடிந்ததனைத்தும் செய்வேன் என்பது உறுதி."

பாவெல் கஷ்டப்பட்டு எழுந்தான்; அக்கீமின் கரத்தைப் பிடித்துக் கொண்டான்.

"அக்கீம், வாழ்க்கை என்னை ஒரு மூலையில் தள்ளி நசுக்க முடியுமென்று நீ நினைக்கிறாயா?" என்று வினவிய பாவெல், அக்கீமின் கரத்தைத் தன் மார்புக்கூட்டின்மேல் இதயம் மந்தமாக அடித்துக் கொண்டிருந்த இடத்தில், வைத்துக் கொண்டே கூறினான். "என் இதயம் இங்கு அடித்துக் கொண்டிருக்கும்வரை, என்னை எவராலும் கட்சியிலிருந்து பிரிக்க முடியாது. மரணம் ஒன்றுதான் என்னைக் கட்சி அணியிலிருந்து அகற்றவல்லது. இதை மறந்துவிடாதே, நண்பா."

அக்கீம் மௌனமாயிருந்தான். பாவெல் பேசியது வெற்றுரையல்லவென்பதை அக்கீம் அறிவான். அது போர்க்களத்தில் படுகாயமுற்ற வீரனது குரல். பாவெலைப் போன்றவர்கள் வேறு மாதிரியாக எண்ணவோ பேசவோ முடியாதென்பது அக்கீமுக்குத் தெரியும்.

இரண்டு நாட்களுக்குப் பின், அக்கீம் பாவெலைச் சந்தித்தான். இலக்கியத் தொண்டில் அவனைப் பயன்படுத்த முடியுமானால், ஒரு பெரிய பத்திரிகையின் ஆசிரியர் குழுவில் வேலை செய்யும் சந்தர்ப்பத்தை அவனுக்குக் கொடுப்பதென்று முடிவாகியிருப்பதாக அக்கீம் சொன்னான். பாவெல், அந்தப் பத்திரிகையின் ஆசிரியர் அலுவலகத்துக்குப் போனான். அங்கு ஆசிரியர் குழு பாவெலிடம்

வினயமாக நடந்து கொண்டது. அங்குப் பழைய கட்சி ஊழியரும், உக்ரேனிய மத்தியக் கண்ட்ரோல் கமிஷனின் தலைமைக் குழு உறுப்பினருமான அப்பத்திரிகையின் துணை ஆசிரியர் பாவெலைப் பேட்டி கண்டான்.

"தோழரே, நீங்கள் என்ன படித்திருக்கிறீர்கள்?" என்று அவன் வினவினான்.

"மூன்று வருடம், ஆரம்பப் பள்ளியில் படித்தேன்."

"கட்சியின் அரசியல் பயிற்சிப் பள்ளிகளில் பயின்றிருக்கிறீர்களா?"

"இல்லை."

"பரவாயில்லை. அந்தப் பயிற்சி இல்லாமலேயே சிலர் நல்ல பத்திரிகையாளராகிறார்கள். உங்களைப் பற்றித் தோழர் அக்கீம் எங்களுக்குச் சொல்லியிருக்கிறார். நாங்கள் கொடுக்கும் வேலையை நீங்கள் வீட்டிலேயே செய்யலாம். பொதுவாகத் தகுந்த வேலை நிலைமைகளை அளிப்பதற்கும் நாங்கள் சித்தமாயிருக்கிறோம். ஆனால் இத்தகைய வேலைக்குக் கணிசமான அறிவு தேவை. குறிப்பாக, இலக்கியத் துறையிலும், மொழித் துறையிலும் கணிசமான அறிவு அவசியம்."

இந்தப் பேச்சு, பாவெலுக்குத் தோல்வி நிச்சயமென்பதையே அறிவுறுத்தியது. அரைமணிநேரப் பேட்டியிலிருந்து அவன் தனது அறிவுக் குறைவைத் தெரிந்து கொண்டான். அவன் மாதிரிக்காக எழுதிய கட்டுரை, சுமார் மூன்று டஜன் நடைப் பிழைகளும், எழுத்துப் பிழைகளும் இருப்பதாகச் சிவப்புப் பென்சிலால் குறியிடப்பட்டு, அவனைத் திரும்ப அடைந்தது.

"தோழர் கர்ச்சாகின், உங்களுக்குக் கணிசமான திறமை இருக்கிறது. ஓரளவுக்குக் கடுமையாக உழைத்தால், நீங்கள் நன்றாக எழுத முடியும். ஆனால் தற்சமயம், உங்களது இலக்கணமெல்லாம் தப்பும் தவறுமாயிருக்கிறது. உங்களுக்கு ருஷ்ய மொழியில் போதுமான ஞானம் இல்லை என்பதை உங்கள் கட்டுரை எடுத்துக்காட்டுகிறது. அதில் ஆச்சரியம் இல்லை; ஏனென்றால், மொழிப் பயிற்சி பெறும் வாய்ப்பு உங்களுக்கு இருந்ததில்லை. துரதிருஷ்டவசமாக, உங்களிடம் திறமை இருந்தபோதிலும், அதை பயன்படுத்தக் கூடிய நிலையில் நாங்கள் இல்லை. உங்களது கட்டுரைகளின் உள்ளடக்கத்தை மாற்றாமல், அவற்றைத் திருத்தி எழுதினால், அவை சிறப்பாய் அமையும். ஆனால் அதற்கு, மற்றவர் கட்டுரைகளைத் திருத்தி எழுதும் தரமுள்ளவர்கள் தேவைப்படுகிறது" என்று ஆசிரியர் விளக்கினார்.

பாவெல், கம்புமீது சாய்ந்துகொண்டு எழுந்தான். அவனது வலது புருவம் துடித்தது.

“ஆம். உங்களது கருத்து எனக்குப் பிடிபடுகிறது. நான் எப்படிப்பட்ட பத்திரிகையாளனாக இருக்க முடியும்? ஒருகாலத்தில், ஸ்டோக்கர் வேலையை நன்கு செய்தேன்; எலெக்டிரிஷியன் வேலையையும் சுமாராகச் செய்தேன். நன்றாகக் குதிரைச் சவாரி செய்தேன். கம்ஸமோல் வாலிபர்களைத் தட்டி எழுப்பும் ஆற்றலும் எனக்கு இருந்தது. ஆனால், பத்திரிகை வேலையில் நான் பயன்பட மாட்டேன்.”

அவன் ஆசிரியருடன் கரங்குலுக்கிவிட்டு வெளியேறினான்.

நடைக்கூடத்தின் திருப்பமொன்றில், அவன் தடுமாறினான். அந்த வழியே சென்ற ஒரு பெண் அவனைப் பிடித்துக் கொண்டிருக்கா விட்டால், விழுந்திருப்பான்.

“தோழரே, என்ன விஷயம்? ரொம்பச் சீக்காய்க் காணப்படு கிறீர்களே!” என்று அவள் வினவினாள்.

அவன் தன்னுணர்வு பெறுவதற்குச் சில வினாடி ஆயிற்று. அதன்பின், அந்தப் பெண்ணை மென்மையாகத் தள்ளிவிட்டுக் கோலில் சாய்ந்து கொண்டே நடந்தான்.

அதன்பின், பாவெலின் உடல்நிலை மேலும் மேலும் க்ஷீணித்தது. இனி அவனால் வேலை செய்ய முடியாது. மேலும் மேலும் அதிகமாக, அவன் படுத்துக் கிடக்க நேர்ந்தது. மத்தியக் கமிட்டி, அவனை வேலையிலிருந்து விடுவித்து அவனது பென்ஷனுக்கு ஏற்பாடு செய்தது. உரிய காலத்தில், பென்ஷன் வந்தது. அவனால் வேலை செய்ய முடியாதென் பதற்கான அத்தாட்சிப் பத்திரமும் உடன் வந்தது. மத்தியக் கமிட்டி அவனுக்குப் பணம் கொடுத்தது. அவன் சம்பந்தமான கட்சி தஸ்தாவேஜுகளையும் கொடுத்தது. விரும்பிய இடத்துக்குச் செல்லும் உரிமையையும் அவனுக்கு அளித்தது.

மாஸ்கோவுக்கு வந்து ஓய்வு எடுத்துக் கொள்ளும்படி, மார்த்தா பாவெலுக்கு எழுதினாள். எப்படியிருந்தாலும், மாஸ்கோ போவதென்று பாவெல் எண்ணியிருந்தான்; ஏனென்றால், இருந்த இடத்திலிருந்தே தொண்டாற்றும் வகையில், அகில யூனியன் மத்தியக் கமிட்டி வேலை கொடுத்து உதவுமென்று அவன் ஓரளவுக்கு நம்பினான். ஆனால் மாஸ்கோவிலும், வைத்தியம் செய்து கொள்ளும்படியே வற்புறுத்தினார்கள். நல்ல ஆஸ்பத்திரியில் இடவசதி தந்தார்கள். ஆனால் அவன் மறுத்துவிட்டான்.

மார்த்தா அவளது சினேகிதி நாதியாவுடன் வசித்த இடத்தில், பாவெல் பத்தொன்பது நாட்கள் தங்கினான். அந்த நாட்கள் விரைவில்

கழிந்தன. இரண்டு பெண்களும் காலையிலேயே வேலைக்குச் சென்று மாலையில்தான் திரும்பினார்கள்; அதனால் பாவெல் பகற்பொழுதெல்லாம் வீட்டில் தனியாக இருந்தான். மார்த்தாவிடம் இருந்த நல்ல நூல் நிலையத்திலிருந்து புத்தகங்களை எடுத்துப் படிப்பதிலேயே அவன் நேரத்தைக் கழித்தான். அந்தப் பெண்களும் அவர்களது நண்பர்களும் மாலை நேரத்தில் பாவெலுடன் அமர்ந்து உரையாடினார்கள். எனவே, மாலைப் பொழுது இன்பமாகக் கழிந்தது.

க்யூத்ஸாம் குடும்பத்தினரிடமிருந்து கடிதங்கள் வந்தன. அவன் அவர்களைப் பார்க்க வர வேண்டுமென்று அவை வற்புறுத்தின. அவர்களது வாழ்வு, சகிக்க முடியாததாக இருந்தது. அவனது உதவி தேவைப்பட்டது.

எனவே, ஒருநாள் காலை, பாவெல் மார்த்தாவின் அமைதியான இல்லத்திலிருந்து கிளம்பினான். ரயில் வண்டி, அவனைத் தென் திசையில், கடலை நோக்கி விரைவாக இட்டுச் சென்றது. மழையும் ஈரக்காற்றுமாக இருந்த சரத் காலத்திலிருந்து, தென் கிரீமியாவின் கதகதப்பான கடற்கரைப் பகுதிக்கு அவன் போய்க் கொண்டிருந்தான். ஜன்னலில் உட்கார்ந்து, தந்திக் கம்பங்கள் பறந்து சென்றதை அவன் பார்த்துக் கொண்டேயிருந்தான். அவனது புருவங்கள் சுருங்கின; அந்தக் கரிய கண்களில் ஒரு நீங்காத ஒளி நிலவியது.

அத்தியாயம் எட்டு

கீழே கரடுமுரடாகவும் ஏற்ற இறக்கமாகவும் இருந்த பாறைகளுக்கருகில் கடல் அலைகள் பட்டுத் தெறித்தன. தொலைதூரத்துத் துருக்கி தேசத்திலிருந்து வந்த ஈரப்பசை இல்லாத விறைப்பான காற்று அவனது முகத்தின்மீது அடித்தது. கான்கிரீட்டில் அமைந்த செய்கரை கடலிலிருந்து பாதுகாக்கப் பெற்ற துறைமுகம், கோணலான வில்லாகக் கடற்கரையிலிருந்து வளைந்து சென்றது. மலைத் தொடர் கடலுக்கு அருகே சென்று, திடீரென்று முடிந்துவிட்டது. வெகு தூரத்தில், மலைச் சரிவுகளிலே, சிறு குடிசைகள் காட்சி அளித்தன. இவ்விடமே நகரின் வெளிப்பேட்டை.

நகருக்கு வெளியிலுள்ள இந்தப் பழைய பூங்காவில் அமைதி நிலவியது. வெகு நாட்களாகச் சுத்தம் செய்யப்படாத பாதைகளில் புற்கள் மிகுதியாக வளர்ந்திருந்தன. மஞ்சள்நிற இலைகள், தோட்டப் பாதைகளில் மெதுவாக ஊர்ந்து சென்றன.

நகரிலிருந்து இந்த இடத்திற்குப் பாவெலை அழைத்து வந்த பாரசீகக் கிழவன், இந்த வினோதப் பேர்வழி வண்டியிலிருந்து இறங்கிய வுடன், வினவினான் :

"எல்லா இடங்களையும் விட்டுவிட்டு இந்த இடத்தை ஏன் தேர்ந் தெடுத்தீர்கள்? மங்கையர் இல்லை; பொழுதுபோக்குகள் இல்லை; நரிகளைத் தவிர ஒன்றும் இல்லை..... இந்த அத்வானத்தில் என்ன செய்வீர்கள்? உங்களைத் திரும்ப நகரில் கொண்டு விடுகிறேன், வாருங்கள்."

பாவெல் கிழவனுக்குக் கட்டணத்தைக் கொடுத்தான். அவனும் வண்டியை ஓட்டிக்கொண்டு போனான்.

அந்தப் பூங்கா அத்வானமாகத்தான் இருந்தது. கடலைப் பார்ப் பதற்கு ஏற்ற ஒரு பெஞ்சி, ஒரு மேட்டில் இருந்தது. பாவெல் அதில் உட்கார்ந்து, சரத் காலத்துச் சூரியனுக்கு எதிராக முகத்தை வைத்துக் கொண்டான்.

அவன் தன் வாழ்வின் போக்கைப் பற்றிச் சிந்தித்து, என்ன செய்ய வேண்டுமென்பதைக் குறித்து முடிவு செய்வதற்காக, இந்த அமைதி யான இடத்துக்கு வந்திருந்தான். நிலைமையை ஆராய்ந்து, ஏதாவ தொரு முடிவை எடுக்க வேண்டிய நேரம் வந்துவிட்டது.

அவன் க்யூத்ஸாம் குடும்பத்துக்கு இரண்டாவது தடவை விஜயம் செய்ததால், குடும்பச் சச்சரவு உச்சத்தை அடைந்துவிட்டது. பாவெல் வந்திருப்பதை அறிந்தவுடன், கிழவன் கோபாவேசம் கொண்டு சீறினான்; ஒரு பெரிய சண்டையைத் தொடங்கிவிட்டான். இயல் பாகவே, பாவெல்தான் அவனை எதிர்த்து நிற்க வேண்டியதாயிற்று. கிழவன் எதிர்பாராத வகையில், அவனது மனைவியும் மக்களுமே அவருக்குச் சுடச்சுடப் பதில் அளித்தனர். ஆகக்கூடிப் பாவெல் வந்த நாளிலிருந்தே, வீடு இரண்டு விரோதி முகாம்களாகப் பிரிந்தது. பெற்றோர் வசித்த பகுதியின் கதவு பூட்டப்பட்டது. பக்கவாட்டில் இருந்த ஒரு சிறிய அறை பாவெலுக்கு வாடகைக்குக் கொடுக்கப் பட்டது. பாவெல் வாடகையை முன்பணமாகக் கொடுத்தான்; அந்த ஏற்பாடு கிழவனை ஓரளவுக்குத் திருப்தி செய்தது. அவனுடைய பெண்கள் அவனிடம் சண்டை போட்டுக் கொண்டு பிரிந்துவிட்ட படியால், அவன் இனி அவர்களைப் பராமரிக்க வேண்டியதில்லை.

அல்பீனா, அவளுடைய கணவனுடன் இருந்தாள். அது ஒரு யுக்தியான காரியமே. கிழவன் தன் வீட்டுப் பகுதிக்குள்ளேயே இருந்தான். அவனது வெறுப்புக்கு ஆளாயிருந்த இளைஞனைக்

கண்ணெடுத்துப் பாராமல் காலம் தள்ளினான். ஆனால் தானே வீட்டுக்கு எஜமானன் என்பதைக் காண்பிப்பதற்காக, அவன் வெளி முற்றத்தில் உறுமிக் கொண்டிருந்தான்.

க்யூத்ஸாம் கூட்டுறவுக்கடை வேலையை எடுத்துக்கொள்வதற்கு முன்னால், தச்சனாகவும் செருப்புத் தைப்பவனாகவும் வேலை செய்து ஜீவனம் நடத்தினான். இந்தத் தொழில்களுக்காக அவன் பின் முற்றத்தில் ஒரு சிறிய பட்டறையைத் தயாரித்திருந்தான். இப்பொழுது, பாவெலுக்குத் தொல்லை கொடுப்பதற்காக, அவன் பாவெல் தங்கிய அறையின் ஜன்னலுக்கு வெளியே, சாமான்களைப் போட்டுக்கொண்டு, வேலை செய்தான். எப்பொழுது பார்த்தாலும், சம்மட்டியால் அடித்துக் கொண்டிருந்தான் அதன்மூலம் பாவெலின் படிப்புக்குப் பங்கம் ஏற்படுமென்று எண்ணித் திருப்தி அடைந்தான்.

"சற்றுப் பொறு. உன்னை வீட்டைவிட்டு ஓடச் செய்கிறேன்!" என்று அவன் சீறினான்.

தூரத்தில், தொடுவானத்தை ஒட்டிய இடத்தில், ஒரு நீராவிக் கப்பல் புகையைக் கொப்புளித்துக் கொண்டிருந்தது. பல கடற்பறவைகள், கிரீச்சென்று கதறிக்கொண்டு கடலை நோக்கிப் பாய்ந்தன.

பாவெல் கரங்களால் தலையைப் பிடித்துக்கொண்டு, சிந்தனையில் ஆழ்ந்திருந்தான். குழந்தைப் பருவத்திலிருந்து இன்றுவரை, அவனது வாழ்வு முழுவதும் மனக்கண்முன் துரிதமாகக் காட்சி தந்தது. இந்த இருபத்துநான்கு ஆண்டுகளும் அவன் எப்படி வாழ்ந்தான்? தகுதி யான முறையிலா, அல்லது தகுதிகெட்ட வகையிலா? ஒவ்வொரு ஆண்டிலும் அவன் செய்ததையெல்லாம் ஞாபகப்படுத்திக் கொண் டான்; நிதானமாகவும் விருப்பு வெறுப்பு இல்லாமலும், அந்தச் செய்கைகளை எடை போட்டான். அப்படியொன்றும் மோசமாக வாழவில்லை என்பதை அவன் கண்டான். அவன் பல பிழைகள் செய்திருந்தான் என்பது மெய். இளமையின் அனுபவமின்மையால் ஏற்பட்ட தவறுகள்; குறிப்பாக, அறியாமையால் உண்டான பிழைகள். ஆனால் சோவியத் ஆட்சி நிலைகொள்ளச் செய்வதற்காக, உக்கிர மான போராட்டம் நடந்த ஆண்டுகளில், அவன் தீவிரமாகச் செயல் பட்டான். புரட்சியின் சிவப்புப் பதாகையில் சில துளிகளாவது அவனது ஜீவ ரத்தம் இடம் பெற்றுள்ளது.

அவனது உடலில் வலு இருந்தவரை, அவன் கட்சி அணியிலிருந்து நகரவில்லை. இப்பொழுது, அவன் அடிபட்டு விழுந்துவிட்டான்;

முன்னணியில் தன் ஸ்தானத்தை வகிக்கும் சக்தியை இழந்துவிட்டான். இனி ஆஸ்பத்திரிதான் அவனுக்குப் போக்கிடம்! வார்ஸாவைத் தாக்கிய பொழுது, போராட்டத்தின் உச்சத்தில், ஒருவன் அடிபட்டு தரையில் விழுந்தது அவன் நினைவுக்கு வந்தது. அவனது தோழர்கள் அவனுடைய காயங்களுக்குத் துரிதமாகக் கட்டுப் போட்டார்கள். உடனே, அந்தக் காயம்பட்ட வீரனைத் தூக்கிச் செல்லும்படி கூறிவிட்டு, விரோதி படைமீது வேகமாகப் பாய்ந்தார்கள். ஒரு சிப்பாய் விழுந்தான் என்பதற்காகப் படையின் முன்னேற்றம் தடைப்படவில்லை. ஒரு மகத்தான லட்சியத்துக்காக நடந்த போராட்டத்தில், அம்மாதிரி நிகழ்ந்தது; அம்மாதிரித்தான் நிகழ முடியும். கால்களை இழந்த யந்திரத் துப்பாக்கிச் சிப்பாய்கள், வண்டிகளில் அமர்ந்து போராடியதை அவன் பார்த்திருக்கிறான். அவர்கள் பகைவருக்குக் கிலி உண்டாக்கினார்கள். அவர்களுடைய துப்பாக்கிகளால் எதிரி முகாமில் சாவும் அழிவும் ஏற்பட்டன. அவர்களது உருக்கு போன்ற உறுதியும் மனோதைரியமும் குறிதவறாத நோக்கும், அவர்களைப் படைக்கு அணிகலங்களாக ஆக்கின. ஆனால் அத்தகைய மனிதர் சிலரே.

இப்பொழுது, பாவெல் தோற்றுவிட்டான். இனி அவன் போரணிக்குத் திரும்ப முடியாது. அவன் இனி என்ன செய்வது? எதிர்காலத்தில் இன்னமும் அதிகமான வேதனைக்கும் சித்திரவதைக்கும் அவன் உள்ளாவான் என்ற உண்மையைப் பஷானோவாவிடமிருந்து கஷ்டப்பட்டுத் தெரிந்து கொண்டுவிட்டான். இனி என்ன செய்வது? நடைபாதையில் விரிந்து கிடக்கும் அகழியைப் போல, இந்தக் கேள்வி அவனுக்கு முன்நின்றது.

போராட்டத் திறனைத்தான் அவன் அதிகமாக நேசித்தான். அதை இழந்தபின், அவன் எதற்காக உயிர் வாழ வேண்டும்? இன்றும், உற்சாகத்துக்கு இடம்தராத நாளைக்கும், அவன் ஏன் உயிர் தரித்திருக்க வேண்டும்? மூச்சு விடுவதற்கும், உண்பதற்கும் குடிப்பதற்குமாகவா? தன் தோழர்கள் போராடி முன்னேறுவதைப் பார்த்துக் கொண்டு வாளா விருப்பதற்காகவா? படைக்குப் பாரமாய்ப் பொழுதைக் கழிப்பதற்காகவா? அவனுக்குத் துரோகம் செய்துவிட்ட அந்த உடலை அழித்துவிடுவதே மேல் அல்லவா? இருதயத்தில் ஒரு குண்டு-அத்துடன் காரியம் முடிந்தது! நன்றாக வாழ்ந்த வாழ்வுக்குத் தகுந்த நேரத்தில் முடிவுகாணும் மார்க்கம் அதுவே. ஒரு வீரன் தன் வேதனையிலிருந்து விடுபடுவதற்காகத் தற்கொலை செய்து கொண்டால், அவனை யார் கண்டிப்பார்கள்?

அவனது பிரௌனிங் துப்பாக்கியின் தட்டையான பாகத்தைக்

நி. ஒஸ்திரோவ்ஸ்க்கிய் 553

காற்சட்டைப் பையில் தொட்டுப் பார்த்துக் கொண்டான். அவனது விரல்கள், அதன் கைப்பிடியைப் பிடித்துக் கொண்டன. மெதுவாக அந்த ஆயுதத்தை வெளியில் எடுத்தான்.

“நீ இந்த நிலைக்கு வருவாய் என்று யார் எண்ணியிருக்க முடியும்?”

துப்பாக்கியின் வாய் அவனை வெறித்துப் பார்த்தது; ஏளனத்துடன் பார்த்தது. பாவெல் பிஸ்டலை மடியில் வைத்துக்கொண்டு, தன்னைத் தானே மனங்கசந்து சபித்தான்.

“தம்பீ! இதெல்லாம் அசட்டு வீரம்! எந்த முட்டாளும் தற்கொலை செய்துகொள்ள முடியும். அதுதான் மிகவும் எளிய வழி! கோழையின் வழி! வாழ்வு ஒருவனைக் கடுமையாகத் தாக்கும்பொழுது, அவன் தன் மண்டையைக் குண்டால் வெடிக்கச் செய்வது சுலபம். ஆனால் வாழ்வின் மீது வெற்றிகொள்ள முயன்றாயா? இந்த எஃகுப் பொறியை உடைத்துக்கொண்டு வெளியேறுவதற்கு உன்னால் முடிந்ததெல்லாம் செய்துவிட்டாயா? நோவ்கரத்-வாலீன்ஸ்கிய்ப் போராட்டத்தை மறந்துவிட்டாயா? நாளொன்றுக்குப் பதினேழு தடவையல்லவா விடாமுயற்சியுடன் தாக்கினோம்? இறுதியாகச் சகல இடுக்கண் களையும் முறியடித்து நாம் வெற்றி அடைந்தோமல்லவா? அந்தத் துப்பாக்கியைத் தூரத்தில் வை. இதைப் பற்றி ஒருவரிடமும் ஒரு வார்த்தை பேசாதே. வாழ்வு சகிக்க முடியாததாக ஆனபிறகும், எப்படி வாழ்வது என்பதைக் கற்றுக்கொள். உன் வாழ்வைப் பயனுள்ளதாக ஆக்கிக்கொள்.”

அவன் எழுந்திருந்து, சாலையை நோக்கி நடந்தான். அந்த வழியே சென்ற ஒரு மலைவாசி, பாவெலைத் தன் வண்டியில் ஏற்றிக்கொண் டான். டவுனை அடைந்தவுடன், வண்டியிலிருந்து இறங்கிய பாவெல், ஒரு செய்தித்தாளை வாங்கினான். நகரத்தின் கட்சி உறுப்பினர் கூட்டம் அன்று நடப்பதைப் பத்திரிகையிலிருந்து அறிந்துகொண் டான். அன்று அவன் வீட்டுக்குத் திரும்பியபொழுது, இரவு நெடுநேர மாகிவிட்டது. கூட்டத்தில் அவன் ஒரு பிரசங்கமும் செய்தான். ஆனால் ஒரு பெரிய பொதுக்கூட்டத்தில் அவன் கடைசியாகச் செய்யும் பிரசங்கம் அதுவே என்பதை அப்பொழுது அவன் அறியவில்லை.

அவன் வீட்டை அடைந்தபொழுது தாயா விழித்துக்கொண்டி ருந்தாள். பாவெல் நீண்ட நேரமாக வராதது கண்டு அவள் வருத்தப் பட்டுக் கொண்டிருந்தாள். அவனுக்கு என்ன நேர்ந்துவிட்டதென்று அவளுக்குப் புரியவில்லை; எப்பொழுதும் உயிரொளியும் அன்பும்

நிறைந்த அவனது கண்களில் அன்றுகாலை ஒரு கடுமை தோன்றி யிருந்ததை எண்ணி எண்ணி அவள் கவலைப்பட்டாள். அவனுக்கு எப்பொழுதுமே தன்னைப் பற்றிப் பேசுவதற்குப் பிடிக்காது. ஆனால் அவனது மனம் வேதனைக்கு உள்ளாகியிருந்ததாக அவள் ஊகித்தாள்.

அவளது தாயாரின் அறையிலிருந்த கடிகாரத்தில், மணி இரண்டு அடித்தது. அச்சமயம், வாசல் திறக்கும் ஓசை அவளது செவியில் விழுந்தது. கதவைத் திறப்பதற்காகச் சட்டையைப் போட்டுக்கொண்டு, வெளியே சென்றாள். தாயா லியோல்யா அறை வழியே சென்ற பொழுது, உறங்கிக் கொண்டிருந்த லியோல்யா, நிம்மதியில்லாமல் முணுமுணுத்துக் கொண்டிருந்தாள்.

பாவெல் உள்ளே வந்தவுடன், "எனக்குக் கவலையாக இருந்தது" என்று தாயா, அவனைக் கண்ட மகிழ்ச்சியுடன் மெல்லிய குரலில் பேசினாள்.

"நான் உயிர்வாழும் வரை, எனக்கு எந்தக் கேடும் நிகழாது, தாயா. லியோல்யா தூங்குகிறாளா? எனக்குத் தூக்கமே வரவில்லை. உன்னிடம் கொஞ்சம் பேச வேண்டும். லியோல்யாவை எழுப்பக்கூடாதல்லவா? எனவே, உன் அறைக்குப் போவோம்" என்று பாவெல் குசுமுசுவென்று பேசினான்.

தாயா தயங்கினாள். இரவு நேரம் அதிகமாகிவிட்டது. இந்தச் சமயத்தில் அவள் எப்படி அவனைத் தன் அறைக்கு அழைத்துச் செல்வாள்? அம்மா என்ன எண்ணுவாள்! வரக்கூடாது என்றாலும், அவனுக்கு மனம் புண்பட்டுவிடும். என்னதான் சொல்லப் போகிறா னென்ற வியப்புடன், அவள் பாவெலைத் தன் அறைக்கு அழைத்துச் சென்றாள்.

"தாயா, விஷயம் இதுதான்" என்று பாவெல் மெல்லிய குரலில் தொடங்கினான். மங்கலான வெளிச்சத்தை உடைய அந்த அறையில், அவன் அவளுக்கு எதிரில் உட்கார்ந்திருந்தான். அவனது வெளிச் சுவாசம் அவள்மீது படும் அளவுக்கு அண்மையில் இருந்தான்.

"வாழ்வில் விநோதமான திருப்பங்கள் ஏற்படுகின்றன. இதனால் சில சமயங்களில் நாம் பிரமித்துவிடுகிறோம். கடந்த சில நாட்களில் என் நிலைமை மோசமாயிருந்தது. இனி எப்படி வாழ்வது என்பதே புரியாமல் இருந்தேன். சமீபகாலத்தைப் போல, என்றுமே என் வாழ்வை இருள் கவ்வியதில்லை. ஆனால் இன்று நான் எனது சொந்த 'அரசியல் குழுக்' கூட்டம் நடத்தி, மிக முக்கியமான முடிவை எடுத்தேன். நான் சொல்வதைக் கேட்டு வியப்பு அடையாதே."

கடந்த சில மாதங்களில் அவனுக்கு ஏற்பட்ட அனுபவங்களை அவளிடம் எடுத்துரைத்தான். அன்று பூங்காவுக்குச் சென்றபொழுது, மனதில் நிகழ்ந்தவற்றையெல்லாம் விவரித்தான்.

"இதுதான் நிலைமை. இனி மிக முக்கியமான விஷயத்தைச் சொல்கிறேன். இந்தக் குடும்பத்தில் புயல் அடிக்கத் தொடங்கியிருக்கிறது. நாம் இந்த இடத்திலிருந்து வெளியேறி, நல்ல காற்று உள்ள இடத்துக்குப் போக வேண்டும். இந்தப் பொந்தை விட்டு எவ்வளவு தூரம் போக முடிந்தாலும், அது நல்லது. நாம் புதிய வாழ்வைத் தொடங்க வேண்டும். நான் இந்தப் போராட்டத்தில் தலையிட்டு விட்டேன். இனி முடிவுவரை பின்வாங்க மாட்டேன். உன் வாழ்வும் என் வாழ்வும் தற்சமயம் இன்பமாயில்லை. நமது வாழ்வில் அன்பு ஒளி வீச வேண்டும். நான் என்ன சொல்கிறேன் என்பது புரிகிறதா? நீ என் வாழ்க்கைத் துணைவியாக, என் மனைவியாக இருக்க உடன்படுவாயா?"

அவன் சொன்னதை, மூச்சை அடக்கிக் கொண்டு கேட்ட தாயா, அந்தக் கடைசி வார்த்தைகள் காதில் விழுந்தவுடன் வெறித்துப் பார்த்தாள். அவன் தொடர்ந்து பேசினான் :

"இப்பொழுதே பதில் சொல்ல வேண்டுமென்று நான் கேட்கவில்லை. நீ இதைப்பற்றி ஆழ்ந்து சிந்திக்க வேண்டும. வாடிக்கையான காதல் சம்பிரதாயங்களில்லாமல், நான் நேராகப் பேசுவதைப் புரிந்து கொள்வது உனக்குக் கஷ்டமாயிருக்கலாம். ஆனால் உனக்கும் எனக்கும் அந்த அபத்தமெல்லாம் தேவையில்லை. நான் என் கரத்தை நீட்டுகிறேன். நீ என்னை நம்பினால், மோசம் போக மாட்டாய். நாம் ஒருவருக்கொருவர் பேருதவியாக இருக்க முடியும். என் தீர்மானத்தைச் சொல்கிறேன், கேள். நீ உண்மையான போல்ஷெவிக்காக வளர்ச்சி அடையும் வரையில்தான், நமது வாழ்க்கை ஒப்பந்தம் நீடிக்கும். உனக்கு உதவ என்னால் முடியாவிட்டால், நான் ஒரு சல்லிக்குக்கூடப் பயன்பட மாட்டேன். நீ பண்படும்வரை, நமது ஒப்பந்தம் முறியக் கூடாது. ஆனால் நீ வளர்ச்சி அடைந்தபின், என் பந்தம் உன்னைக் கட்டுப்படுத்தாது. அதன்பின் என்ன நிகழுமென்று யார் சொல்ல முடியும்? என் உடல் பூர்ணமாக உருக்குலைந்து போய்விடலாம். அப்பொழுது, நீ எவ்வகையிலும் எனக்குக் கட்டுப்பட்டிருக்கத் தேவையில்லை என்பதை மறந்துவிடாதே."

அவன் சில வினாடிகள் மௌனமாயிருந்தான். பிறகு, மென்மையான, அன்பு நிறைந்த குரலில், "தற்காலத்துக்கு நான் என் நட்பையும் என் காதலையும் உனக்கு அளிக்கிறேன்" என்று கூறினான்.

அவன் அவளது விரல்களைத் தன் விரல்களுக்குள் அமுக்கினான். அவள் தன் இணக்கத்தைத் தெரிவித்துவிட்ட மாதிரி, அவனுடைய மனம் நிறைவு அடைந்தது.

"என்னை ஒருபொழுதும் கைவிட மாட்டேன் என்று வாக்களிப் பாயா?"

"தாயா, நான் வாக்குறுதிதான் அளிக்க முடியும். என்னைப் போன் றவர்கள் தமது நண்பர்களை நட்டாற்றில் விடமாட்டார்களென் பதில் உனக்கு நம்பிக்கை உண்டாக வேண்டும்... அவர்கள் என்னைக் காட்டிக் கொடுக்க மாட்டார்களென்றுதான் நாம் நம்புகிறேன்" இறுதியில் அவனது குரலில் கசப்புத் தொனித்தது.

"இன்று இரவு விடை சொல்ல முடியாது. திடீரென்று முடிவு சொல்ல இயலாது" என்று தாயா விடைதந்தாள்.

பாவெல் எழுந்திருந்தான்.

"படுத்துக்கொள். சீக்கிரத்தில் பொழுது விடிந்துவிடும்."

அவன் தன் அறைக்குச் சென்று, உடையை மாற்றிக் கொள்ளா மலேயே படுத்தான். அவனது தலை, தலையணையைத் தொட்ட வுடனேயே, நித்திரையில் ஆழ்ந்தான்.

பாவெல் அறையில், ஜன்னலுக்கு அருகில் இருந்த மேஜைமீது, கட்சியின் நூல்நிலையத்திலிருந்து வரவழைத்த புத்தகங்களும், செய்தித்தாள்களும் குவிந்து கிடந்தன. குறிப்பு எழுதிய பல நோட் புத்தகங்களும் இருந்தன. அறையில் ஒரு படுக்கையும் இரண்டு நாற் காலிகளும் இருந்தன. அவனது அறைக்கும் தாயாவின் அறைக்கும் இடையில் இருந்த கதவில், சின்னஞ்சிறு கருங்கொடிகளும் செங்கொடி களும் குத்தப்பட்டிருந்த சீன தேசப்படம் மாட்டியிருந்தது. உள்ளூர்க் கட்சிக் கமிட்டி, பாவெலுக்குப் புத்தகங்களும் சஞ்சிகைகளும் அனுப்பு வதற்கு ஒத்துக்கொண்டிருந்தது. அவன் கேட்ட புத்தகங்களை அனுப்பும் படி, உள்ளூரிலிருந்தே பெரிய நூல்நிலையத்தின் மானேஜருக்குக் கட்டளை பிறப்பிப்பதாகவும் அது வாக்களித்திருந்தது. சீக்கிரத்தில், புத்தகங்கள் கட்டுக் கட்டாக வரத் தொடங்கின. அதிகாலையி லிருந்து படித்துக்கொண்டும் குறிப்பு எடுத்துக்கொண்டும் இருந்த பாவெலைக் கண்டு லியோல்யா வியப்புற்றாள். காலை சிற்றுண்டிக் காகவும் மதியம் உணவுக்காகவும் சிறிது நேரம் எழுந்து வருவதைத் தவிர, மிச்ச நேரமெல்லாம் பயிற்சிக்குப் பயன்படுத்தினான். மாலை நேரத்தை அவன் அந்தப் பெண்களுடன் கழித்தான். அப்பொழுது, அவர்களுக்குத் தான் படித்த விஷயங்களை எடுத்துரைத்தான்.

நடுநிசிப் பொழுது கழிந்த பிறகும், தன் வெறுப்புக்குப் பாத்திர மான பாவெலின் அறையில் விளக்கு எரிவதைக் கிழவன் ஜன்னல் வழியே வெளிவரும் ஒளியிலிருந்து கண்டு கொள்வான். அவன் சப்தம் செய்யாமல் ஜன்னல் கதவின் ஒட்டை வழியாக, உள்ளே மேஜைமீது சாய்ந்துள்ள தலையை நோக்குவான்.

"இந்த நேரத்தில், கண்ணியமானவர்கள் படுத்து உறங்குகின்றனர். ஆனால் இவன் இரவெல்லாம் விளக்கை எரிக்கிறான். இவனே இந்த வீட்டுக்கு எஜமானன் மாதிரி நடக்கிறான். இவன் வந்தபின், இந்தப் பெண்கள் எதற்கும் அடங்குவதில்லை" என்று முணுமுணுத்துக் கொண்டே, கிழவன் தன் படுக்கைக்குச் செல்வான்.

எட்டு வருஷங்களில் முதன்முதலாகப் பாவெலுக்கு நிறைய நேரம் இருந்தது. உடனடியாகச் செய்து தீர வேண்டிய வேலை இல்லாத நிலையில் நேரம் கிடைத்தது. அவன் அந்த அவகாசத்தை நன்கு பயன்படுத்திக் கொண்டான். புதிய மாணவனின் ஆவலோடும் உற்சாகத்தோடும் அவன் படித்தான். தினம் பதினெட்டு மணிநேரம், புத்தகங்களைப் பயின்றான். இந்தச் சிரமத்தை அவனது உடல் எத்தனை நாள்களுக்குத் தாங்கியிருக்குமென்று சொல்வது கடினம். ஆனால் தற்செயலாகப் பேசுவது மாதிரி தாயா சொன்ன விஷயம், அனைத்தையும் மாற்றிவிட்டது.

"உன் அறையிலிருந்து என் அறைக்கு வருவதற்குள்ள கதவுக்கு முன்னால் இருந்த பீரோவை நகர்த்திவிட்டேன். எப்பொழுது என்னிடம் பேச விரும்பினாலும், நேராக வந்துவிடு. லியோல்யாவின் அறை வழியே வரத் தேவையில்லை" என்று அவள் கூறினாள்.

பாவெலின் முகம் சிவந்தது. தாயாவின் முகம் இன்பத்தால் மலர்ந்தது. அவர்களது ஒப்பந்தம் உறுதியாகிவிட்டது.

மூலை அறையின் ஜன்னல் வழியே, நடு இரவில் ஒளிக்கற்றைகளைக் கிழவன் அதற்குப்பின் பார்க்கவில்லை. தாயாவின் அன்னை, தன் மகளின் கண்களில் ஒரு புத்தொளியைக் கண்டாள். அது தாயாவால் மறைக்க முடியாத ஆனந்தத்துக்குச் சான்று பகன்றது. அவளது கண்களின் கீழ்க் காணப்பட்ட மங்கலான நிழல்கள், உறக்கமில்லா இரவுகளுக்குச் சாட்சியாக அமைந்தன. இப்பொழுது அடிக்கடி தாயா பாடினாள்; கித்தார் வாத்தியத்தை வாசித்தாள்.

ஆனால் தாயாவின் ஆனந்தத்தில் இடையூறு இல்லாமல் போக வில்லை. அவளது விழிப்புற்ற பெண்மை, அவர்களது உறவின்

கள்ளத்தனத்தை வெறுத்தது. ஏதாவது ஒரு ஒலி காதில் விழுந்தால், தாயின் காலடிச் சத்தமென்று பயந்து நடுங்கினாள். இரவில், அறைக் கதவு ஏன் உட்பக்கத்தில் தாளிடப்பட்டிருக்கிறது என்று அவர்கள் கேட்டால், அவள் என்ன சொல்வாள்? இந்த எண்ணம் அவளை வதைத்தது. பாவெல், அவளது அச்சத்தை அறிந்துகொண்டு, ஆறுதல் கூற முயன்றான்.

"எதைக் கண்டு அஞ்சுகிறாய்? நீயும் நானும் இங்கு எஜமானர்கள். அமைதியாக உறங்கு. நம் வாழ்வில் எவரும் தலையிட முடியாது" என்று அவன் அன்பாகக் கூறுவான்.

ஆறுதல் அடைந்த தாயா, தன் முகத்தை அவன் மார்பில் புதைத்துக் கொண்டு, அவனைக் கட்டி அணைத்துக்கொண்டு உறங்குவாள். அவன் அவளது ஒரு சீரான சுவாசத்தைக் கேட்டுக் கொண்டு விழித்திருப் பான். அவளது தூக்கம் கலையக் கூடாதென்பதற்காக அமைதியாக இருப்பான். தன் வாழ்க்கையை அவனிடம் ஒப்படைத்துள்ள தாயாவின் பால் ஆழ்ந்த அன்பு பெருக்கெடுத்து, அவனை ஆட்கொண்டது.

தாயாவின் விழிகளில் பிரகாசித்த புத்தொளியின் காரணத்தை லியோல்யாதான் முதலில் கண்டுபிடித்தாள். அதிலிருந்து, இரு சகோதரிகளுக்கும் இடையே வேற்றுமை அதிகரித்தது. சீக்கிரத்தில் தாயாரும் விஷயத்தைக் கண்டுபிடித்தாள்; அல்ல, அனுமானித்தாள். அவள் மனம் கலங்கியது. அவள் பாவெலிடமிருந்து இத்தகைய செயலை எதிர்பார்க்கவில்லை.

"தாயா அவனுக்குத் தகுந்த மனைவியல்ல. இதன் விளைவு என்ன வாகுமோவென்று அஞ்சுகிறேன்" என்று அல்பீனா, லியோல்யாவிடம் கூறினாள்.

அவளுக்குக் கிலியாக இருந்தது. ஆனால் பாவெலிடம் பேசு வதற்கும் அவளிடம் தைரியம் இல்லை.

இளைஞர்கள் பாவெலைக் கண்டு பேச வந்தனர். சில சமயங்களில், அவனது சிறு அறையில் அவர்களுக்கு இடம் போதாமல் இருந்தது. தேனடையில் கேட்கும் ஒலியைப் போல, இந்த அறையிலிருந்து பல குரல்களின் ரீங்காரம் கிழவன் காதில் விழுந்தது. அடிக்கடி அவர்கள் கூட்டு கானம் பாடியதையும் கிழவன் கேட்டான்.

  கொல்லுமென்ற அச்சமிக-நம்
   குரைகடல் எழுந்து நடமாடும்;
  அல்லும் பகலும் முழக்கமிடும்-தன்
   ஆங்காரச்சினம் பொங்கிடவே.

பாவெலுக்குக்கு மிகவும் பிடித்தமான அந்தப் பாட்டு :

ஞாலமெலாம் கண்ணீரால் நனையுமாலோ....

இளந்தொழிலாளரின் வகுப்பு அது. பிரசார வேலை கொடுக்க வேண்டுமென்று பாவெல் வற்புறுத்தியதால், கட்சிக் கமிட்டி, இந்த வகுப்பு எடுக்கும் வேலையை அவனுக்கு ஒதுக்கியது. இவ்வாறாகப் பாவெலின் நாட்கள் கழிந்தன.

மீண்டும், அவன் கப்பற் சுக்கானை உறுதியாகப் பிடித்துக்கொண்டு விட்டான். சில சமயங்களில், ஆபத்துக்கு இடம்தரும் வகையில் சுழன்ற வாழ்வுக் கப்பல், இப்பொழுது ஒரு புதிய பாதையில் சென்று கொண்டிருந்தது. விஷயங்களைக் கசடறக் கற்றுக்கொண்டு, கட்சி அணிக்குத் திரும்ப வேண்டுமென்ற அவனது கனவு நனவாகும் போலிருந்தது.

ஆனால் வாழ்வு அவன் பாதையில் இடர்களைப் படைத்துக் குவித்துக் கொண்டேயிருந்தது. ஒவ்வொரு தடையும் லட்சிய சித்தியைத் தாமதப்படுத்துவதைக் கண்டு, அவன் கசப்படைந்தான்.

ஒருநாள் துக்கிரி மாணவனான ஜார்ஜ், மாஸ்கோவிலிருந்து வந்தான்; தன்கூட ஒரு மனைவியையும் அழைத்து வந்தான். அவன் வழக்கறிஞரான தன் மாமனார் வீட்டில் தங்கினான்; அங்கிருந்து அம்மாவைப் பணத்துக்கு நெருங்கினான்.

ஜார்ஜின் வருகை, க்யூத்ஸாம் குடும்பத்துப் பிளவைப் பெரி தாக்கியது. ஜார்ஜ் தயக்கமில்லாமல் தந்தை கட்சியில் சேர்ந்துகொண் டான். சோவியத் எதிர்ப்புப் போக்கில் இருந்த அவனது மனைவி யின் குடும்பத்து உதவியுடன், அவன் பாவெலை வீட்டிலிருந்து வெளியேற்றுவதற்கும், அவனிடமிருந்து முறித்துக்கொள்ளும்படி தாயாவைத் தூண்டுவதற்கும் பல கபட வழிகளைக் கையாண்டான்.

ஜார்ஜ் வந்து இருவாரங்களானபின், லியோல்யாவுக்கு இன்னொரு நகரில் வேலை கிடைத்தது. அவள் தன் மகனையும் தாயையும் அழைத்துக்கொண்டு அந்த ஊருக்குப் போனாள். சீக்கிரத்தில் பாவெலும் தாயாவும் தொலைதூரத்தில் இருந்த ஒரு கடற்கரை நகருக்குப் போனார்கள்.

•

ஆர்த்தியோமுக்குத் தன் தம்பியிடமிருந்து அடிக்கடி கடிதம் வருவதில்லை. ஆனால் நகர சோவியத் மேஜையில் அந்தப் பழகிய கையெழுத்தில் முகவரி எழுதிய கடிதத்தைக் காணும் அருமையான

சந்தர்ப்பங்களில், அவன் அலாதியான உள்ளக் கிளர்ச்சியுடன் அதைப் பிரித்துப்படிப்பான். இன்றும், அவன் கவரைப் பிரித்த பொழுது, 'பாவெல்! என் அருகில் இருந்தாயானால், உன் யோசனை எவ்வளவு உதவியாக இருக்கும்!' என்று அன்போடு எண்ணினான்.

அவன் கடிதத்தைப் படித்தான் :

"ஆர்த்தியோம், சமீப காலத்தில் என் வாழ்வில் நிகழ்ந்தவற்றை எடுத்துரைக்கவே, இதை எழுதுகிறேன். இந்த மாதிரி விஷயங்களைப் பற்றி உன்னைத் தவிர வேறு எவருக்கும் எழுதுவதில்லை. ஆனால் உன் னிடம் நம்பிக்கையாகச் சொல்ல முடியுமென்பதை நான் அறிவேன்; ஏனென்றால், உன்னால் என்னைப் புரிந்து கொள்ள முடியும்.

ஆரோக்கிய அரங்குச் சேதி இதுதான்; வாழ்வு என்னை அமுக்கிக் கொண்டேயிருக்கிறது; அடிமேல் அடி கொடுத்துக்கொண்டேயிருக் கிறது. ஒரு தாக்குதலிலிருந்து மீள்வதற்குள், இன்னொரு தாக்குதல்- முந்தையதைவிடக் கொடியது-என்னை இலக்காக்கி வீழ்த்துகிறது. அதை எதிர்க்கும் திராணி இல்லாமல் இருப்பதே, பயங்கரமான விஷயம். முதலில், இடதுகையின் வலுவை இழந்தேன். அது போதா தென்று இப்பொழுது என் கால்களின் சக்தியும் ஒழிந்துவிட்டது. முன்னால், அறைக்குள் கஷ்டப்பட்டு நடமாடினேன். இப்பொழுது, படுக்கையிலிருந்து மேஜைக்கு ஊர்ந்து செல்வதே கடுமையாயிருக் கிறது. இன்னும் மோசமான நிலைமை ஏற்படப்போகிறதென்று நான் துணிந்து கூற முடியும். நாளைக்கு எனக்கு என்ன நிகழுமென்று ஒருவரும் சொல்ல முடியாது.

நான் இப்பொழுதெல்லாம் வீட்டை விட்டு கிளம்புவதில்லை. என் ஜன்னல் வழியே பார்த்தால், கடலின் ஒரு சிறு பாகம் புலப்படு கிறது. கீழ்ப்படிய மறுத்துத் துரோகம் செய்யும் உடலும் வேலை செய்வதற்குத் துடிக்கும் ஒரு போல்ஷெவிக்கின் இதயமும் ஒரே மனிதனிடம் சேர்ந்திருப்பதைவிடத் துன்பமானது எதாவது இருக்க முடியுமா? பெரும்புயல்களின் தாக்குதல்கள் உருவாகிக் கொண்டி ருக்கும் ஒவ்வொரு துறையிலும் போராட்டம் செய்யும் உங்கள் தொண்டர் படையுடன் சேர்ந்து நிற்பதற்கு என் இதயம் துடிக்கிறது. பயன் என்ன?

நான் போரணிக்குத் திரும்புவேன் என்றும், என் துப்பாக்கி, முன்னேறித் தாக்கும் படை வரிசையில் தனக்குரித்தான ஸ்தானத்தை வகிக்குமென்றும் நான் இப்பொழுதும் நம்புகிறேன். அம்மாதிரி நான் நம்பத்தான் வேண்டும். நம்பாமலிருக்க எனக்கு உரிமை இல்லை. பத்து வருஷகாலம், கட்சியும் கம்ஸமோலும் எனக்குப் போராட்டக்

கலையில் பயிற்சி அளித்தன. 'போல்ஷெவிக்குகளால் கைப்பற்ற முடியாத கோட்டை எதுவும் இல்லை' என்று தலைவர் நம் எல்லோருக்கும் சொன்ன வாசகம், எனக்கும் பொருந்தும்.

என் வாழ்வு படிப்பிலேயே கழிந்து கொண்டிருக்கிறது. நூல்கள், மேலும் அதிக நூல்கள். நிறையப் படித்திருக்கிறேன். முக்கியமான இலக்கிய நூல்கள் அனைத்தையும் படித்துவிட்டேன். கம்யூனிஸ்ட் சர்வகலாசாலையில் தபால்வழிப் படிப்பில், முதல்வருடப் பரீட்சைகளை எழுதித் தேறிவிட்டேன். மாலையில், கம்யூனிஸ்ட் இளைஞருக்கு வகுப்பு எடுக்கிறேன். இந்த இளந்தோழர்கள். கட்சி ஸ்தாபனத்தின் நடைமுறை வாழ்வுடன் எனக்கு உள்ள இணைப்பாக விளங்குகிறார்கள். தவிர, தாயா இருக்கிறாள். அவளது அரசியல் பயிற்சியும் அறிவு வளர்ச்சியும் மேம்படுவதற்கு என்னால் இயன்ற உதவியைச் செய்கிறேன்; தவிர அன்பு இருக்கிறது. எனது சிறிய மனைவியின் இனிய காதலும் மென்மையான தழுவலும் உள்ளன. தாயாவும் நானும் தலைசிறந்த நண்பர்களாக இருக்கிறோம். எங்கள் குடும்பம் எளிய முறையில் நடைபெறுகிறது. எனக்கு முப்பத்திரண்டு ரூபிள் பென்ஷன் வருகிறது. எனது மனைவியும் ஏதோ சம்பாதிக்கிறாள். நான் கட்சிக்கு எந்தப் பாதையில் வந்தேனோ, அதே வழியைத் தாயாவும் பின்பற்றுகிறாள். கொஞ்ச காலத்துக்கு அவள் வீட்டு வேலைக்காரியாக இருந்தாள். இப்பொழுது ஒரு பொது உணவு விடுதியில் தட்டு கிண்ணங்களைக் கழுவும் வேலையைச் செய்கிறாள். (இந்த ஊரில் தொழிற்சாலை கிடையாது.)

ஒருநாள், மாதர் இலாகா வழங்கிய பிரதிநிதிச் சீட்டைக் கொண்டு வந்து பெருமையுடன் காட்டினாள். அதுவே அவளுக்கு முதன் முதலில் கிடைத்த பிரதிநிதிச் சீட்டு. அவள் அதை வெறும் அட்டைத் துண்டாகக் கருதவில்லை. புதுமையின் ஜனனத்தை நான் அவளிடம் காண்கிறேன். இதில் என்னால் இயன்ற உதவியைச் செய்கிறேன். அடுத்தபடி அவள் ஒரு பெரிய தொழிற்சாலையில் வேலை செய்ய வேண்டும். அங்கு ஏராளமான தொழிலாளருடன் இணைந்து வேலை செய்து, படிப்படியாக அறிவு முதிர்ச்சியை அடைவாள். ஆனால், இங்கே அவளுக்கு முன்னால் உள்ள ஒரே ஒரு வழியை மேற்கொண்டிருக்கிறாள்.

தாயாவின் தாய் இருதடவை வந்து சென்றாள். அற்ப விவகாரங்கள் நிறைந்த வாழ்வுக்கு தாயாவை இழுத்துச் செல்ல அவள் முயற்சிக்கிறாள். அவளுக்கே அவளது செய்கையின் தன்மை புரியவில்லை. சொந்த நலனைப் பெரிதுபடுத்தித் தன்னிச்சைப் பார்வையுடன்

யதார்த்தத்தைப் பார்க்கும் வட்டத்துக்குள் சிறைப்பட்டு, வாழ்வைச் சுமையாக்கும் வழியில், தாயாவை இழுத்துச் செல்ல அவள் முயற்சிக் கிறாள். அல்பீனா தனது துன்பமான வாழ்வின் நிழலால், தன் மகள் பாதையை இருளாக்கக் கூடாதென்று நான் அவளிடம் எடுத் துரைத்தேன். ஆனால் பயனில்லை. ஒருநாள் தாய் தன் மகளுக்கு முட்டுக்கட்டை போட முயற்சிப்பாள் என்றும் அப்பொழுது ஒரு மோதலைத் தவிர்க்க முடியாதென்றும் நான் நினைக்கிறேன்.

உன் கையைக் குலுக்குகிறேன்,
உன் பாவெல்"

ஐந்தாம் எண் ஆரோக்கிய விடுதி, பழைய மாத்ஸேஸ்தாவில்... மலைச்சரிவுக்குள் வெட்டியமைக்கப்பட்ட பாறைப் படலத்தின் மீது உள்ள ஒரு மூன்று மாடிச் செங்கல் கட்டிடம். சுற்றிலும் அடர்ந்த தோப்புக்கள். ஒரு சாலை வளைந்து நெளிந்து இறங்கிச் செல்கிறது. ஜன்னல்கள் திறந்திருக்கின்றன. இளங்காற்று, கந்தக ஊற்றுகளின் மணத்தை அறைக்குள் கொண்டுவந்து வழங்குகிறது. அறையில் பாவெல் தனியாக இருக்கிறான். நாளைக்குப் புதிய நோயாளிகள் வரப்போகிறார்கள். அப்பொழுது அவனுக்கு ஒரு அறைத் தோழன் கிடைப்பான். ஜன்னலுக்கு வெளியே யாரோ நடந்துவரும் சத்தமும், பழகிய குரலின் ஒலியும் கேட்கிறது. பலர் பேசுகிறார்கள். ஆனால் அந்தத் தீர்க்கமான தடித்த குரலை அவன் எப்பொழுது கேட்டிருக் கிறான்? ஆம். அந்தக் குரலுக்கு உரியவன் பெயரை அவன் மறந்து விடவில்லை; நினைவின் அடிவாரத்தில் மறைந்து கிடந்தது. அது லிதேன்யோவின் குரல். அவனைத் தவிர வேறு யாரும் இல்லை.

பாவெல் நம்பிக்கையுடன் தன் நண்பனை அழைத்தான். ஒரு வினாடிக்குப்பின், லிதேன்யோவ் அவனுடைய படுக்கையருகில் நின்று அவனுடன் கைகுலுக்கிக் கொண்டிருந்தான்.

"என்ன சேதி? நல்லது, உன்னைப் பற்றி என்ன சொல்கிறாய்? நோயாளியாகவிருக்க ஆவல் கொண்டுவிட்டதாகக் கூறாதே. அது தப்பு. என்னை முன்மாதிரியாகக் கொள். என்னையும் டாக்டர்கள் ஒரு உதவாக்கரையாக ஒதுக்கப் பார்த்தார்கள். ஆனால் அவர் களையும் மீறி, நான் வேலை செய்து கொண்டிருக்கிறேன்" என்று கூறிவிட்டு, லிதேன்யோவ் உல்லாசமாகச் சிரித்தான்.

ஆனால், அந்தச் சிரிப்புக்குப் பின் மறைந்திருந்த பரிவையும் துன்பத்தையும் பாவெல் உணர்ந்துகொண்டான்.

அவர்கள் இரண்டு மணிநேரம் சம்பாஷித்துக் கொண்டிருந்தனர். மாஸ்கோவிலிருந்து வந்த கடைசிச் செய்திகளை லிதேன்யோவ் பாவெலுக்கு எடுத்துரைத்தான். விவசாயத்தைக் கூட்டுப் பண்ணை மயமாக்குவது சம்பந்தமாகவும் கிராம வாழ்வின் புனரமைப்புப் பற்றியும் கட்சி எடுத்துள்ள முக்கியமான முடிவுகளைப் பாவெல் முதன்முதலாக அவனிடமிருந்து அறிந்தான். அவனது பேச்சை பாவெல் ஆவலுடன் செவிமடுத்தான்.

லிதேன்யோவ் கூறினான் :

"நீ உக்ரேய்னாவில் எங்காவது ஜனங்களைத் திரட்டிக் கொண்டிருப்பாயென்று எண்ணினேன். ஏமாற்றம் அளித்துவிட்டாய். பரவாயில்லை. நான் இதைவிட மோசமான நிலையில் இருந்தேன். ஆயுட்காலமெல்லாம் படுக்கையுடன் பிணைந்து கிடப்பேன் என்று எண்ணினேன். இப்பொழுது பார், வேலை செய்கிறேன். இந்தக் காலத்தில், முழுமூச்சுடன் வேலை செய்ய வேண்டும். கொஞ்சம் ஓய்வெடுத்தால் எவ்வளவு மேலாயிருக்குமென்று சில சமயங்களில் எண்ணுகிறேன் என்பதை ஒப்புக்கொள்ளத்தான் வேண்டும். பார்க்கப் போனால், நான் முன்போல் வாலிபனாயில்லை. தினம் பத்துப் பன்னிரண்டு மணிநேரம் வேலை செய்வதென்றால், சில சமயங்களில் கடினமாக விருக்கிறது. நான் இதைப் பற்றிச் சிறிது நேரம் யோசிக்கிறேன். வேலைச் சுமையைக் குறைத்துக் கொள்ளவும் முயற்சிக்கிறேன். ஆனால் முடிவு என்னமோ ஒன்றாகத்தான் இருக்கிறது; என்னையே அறியாமல் நான் வேலையில் மூழ்கிவிடுகிறேன். நள்ளிரவுவரை, வீடு திரும்ப முடிகிறதில்லை. எந்திரத்தின் திறன் அதிகரிக்க அதிகரிக்கச் சக்கரங்களும் கூடுதலான வேகத்துடன் உருள்கின்றன. ஒவ்வொரு நாளும் வேகம் அதிகரிப்பதால், என்னைப் போன்ற கிழவர்களும் வாலிபர்களாகவே இருக்க வேண்டியதாகிறது."

லிதேன்யோவ் தனது அகன்ற நெற்றியைக் கையால் துடைத்துக் கொண்டான். அதன்பின் அன்போடு கூறினான் :

"உன்னைப் பற்றி எனக்குச் சொல்."

அவர்கள் முன்னால் சந்தித்துப் பிரிந்தபின், அவனது வாழ்வில் நடைபெற்றதையெல்லாம் பாவெல் விவரித்தான். அவன் பேசிய பொழுது, லிதேன்யோவின் அன்பான அங்கீகாரப் பார்வையை பாவெல் உணர்ந்தான்.

விசாலமாகப் பரந்த மரங்களின் நிழலில், வராந்தாவின் ஒரு மூலையில், ஒரு சிறிய மேஜையைச் சுற்றிச் சில நோயாளிகள்

அமர்ந்திருந்தனர். அவர்களில் ஒருவன், செர்னக்கோஸவ், தன் அடர்த்தியான புருவங்களை நெறித்துக்கொண்டே, 'பிராவ்தா' பத்திரிகையைப் படித்துக்கொண்டிருந்தான். அவனது கறுப்பு ருஷ்யச் சட்டையும், கிழிசலான பழைய குல்லாயும், மெலிந்த, வெகுநாட்களாக க்ஷவரம் செய்யாத பழுப்பேறிய முகமும், குழிவிழுந்த நீல விழிகளும், அவன் பல்லாண்டு சுரங்கத் தொழிலாளியாக இருந்தவன் என்பதை எடுத்துக் காட்டின. செர்னக்கோஸவ் ஒரு பிரதேசத்தின் ஆட்சியை நடத்துவதற்காகச் சுரங்க வேலையை விட்டுப் பன்னிரண்டு ஆண்டுகள் ஆகிவிட்டன. ஆனால் அவன் அப்பொழுதே, சுரங்கத்திலிருந்து வந்தவனாகத் தோன்றினான். அவனது நடை, நிலை, தோற்றம், பேச்சுமுறை அனைத்தும் அவன் சுரங்கத் தொழிலாளி என்பதைக் காட்டிக் கொடுத்தன.

செர்னக்கோஸவ், கட்சியின் பிரதேசக் கமிட்டியின் தலைக்குழு உறுப்பினன்; சர்க்காரிலும் அங்கம் வகித்தான். ஒரு கொடுமையான வியாதி அவனது பலத்தைச் சப்பிக் கொண்டிருந்தது; அவனது கால் அழுகிப்போய்விட்டது. அதனால், ஆறுமாத காலமாகப் படுக்கையில் கிடந்தான்.

அவனுக்கு எதிராக உட்கார்ந்து, சிந்தனையில் ஆழ்ந்தவளாய்ச் சிகரெட் குடித்துக் கொண்டிருந்தவள் ஷிகிரியோவா. வயது முப்பத்தேழு; ஆனால் பத்தொன்பது ஆண்டுகளாகக் கட்சி அங்கத்தினர். பீட்டர்ஸ்பர்கில் இரகசிய இயக்கத் தோழர்கள் அவளை 'உலோகத் தொழிலாளியாக ஷூரா' என்று அழைத்தனர். அவள் இளவயதிலேயே சைபீரியாவுக்குக் கடத்தப்பட்டாள்.

இந்தக் கோஷ்டியில் இருந்த மூன்றாவது நபர் பாங்கோவ். பழங்காலத்து சிற்பம் போன்ற பக்கப் பார்வையுடன், அவனது அழகிய தலை ஒரு ஜெர்மானியச் சஞ்சிகையைப் படிப்பதற்காகச் சாய்ந்திருந்தது. அவன் அடிக்கடித் தன் கரத்தை உயர்த்தித் தனது பெரிய மூக்குக் கண்ணாடியைச் சரிசெய்து கொண்டான். ஒரு மல்லனுக்குரிய உடற்கட்டை உடைய இந்த முப்பது வயது மனிதன், பக்கவாதம் பிடித்த தனது காலை இழுத்துக்கொண்டு செல்வதைப் பார்க்கப் பரிதாபமாயிருந்தது. பாங்கோவ் ஒரு எழுத்தாளன்; ஆசிரியனும் கூட; அவன் கல்வி இலாகாவில் வேலை செய்தான்; ஐரோப்பாவைப் பற்றி நல்ல அறிவைப் பெற்றிருந்தான்; பல அந்நிய மொழிகளை அறிந்திருந்தான்; கணிசமான புலமை உடையவன். கூச்சமுள்ள செர்னக்கோஸவ்கூட, பாங்கோவிடம் நன்மதிப்புக் காட்டி நடந்துகொண்டான்.

"அதுதான் உங்கள் அறைத்தோழனா?" என்று செர்னக்கோஸவிடம் மெல்லிய குரலில் வினவிக் கொண்டே, ஷிகிரியோவா பாவெல் இருந்த நாற்காலியை நோக்கித் தலையசைத்தாள்.

பத்திரிகை படித்த அவன் நிமிர்ந்து கொண்டான். உடனே அவனது புருவமும் தளர்ந்தது.

"ஆம், அதுதான் கர்ச்சாகின். ஷூரா, நீ அவனைத் தெரிந்து கொள்ள வேண்டும். அவன் நோய்வாய்ப்பட்டிருப்பது துரதிர்ஷ்டமான விஷயம். இல்லாவிட்டால், நமக்குப் பேருதவியாக இருப்பான். அவன் கம்ஸமோலின் முதலாவது தலைமுறையைச் சேர்ந்தவன். அவனுக்கு நாம் ஆதரவு அளித்தால், இனியும் வேலை செய்ய அவனால் முடியும். அவனுக்கு ஆதரவு தர நான் தீர்மானித்துவிட்டேன்."

அவன் கூறியதைப் பாங்கோவும் கேட்டுக் கொண்டான்.

"அவனுக்கு என்ன வியாதி?" என்று ஷூரா ஷிகிரியோவா வினவினாள்.

"உள்நாட்டு யுத்தத்தின் விளைவு. முதுகெலும்பில் ஏதோ கோளாறு. இங்குள்ள டாக்டருடன் பேசினேன். உடல் முழுமையும் ஸ்தம்பித்துப் போகும் நிலைமை ஏற்படலாமென்று அவர் கூறுகிறார். பரிதாபமான நிலைமை!"

"நான் போய், அவனை அழைத்து வருகிறேன்" என்று ஷூரா கூறினாள்.

இவ்வாறு அவர்களது நட்பு தொடங்கியது. ஷூராவும் செர்னக்கோஸவும் தனக்கு அன்னியோன்னிய நண்பராவார்களென்பதையும், எதிர்காலத்தில் அவனுக்கு ஊன்றுகோல்களாக அமைவார்களென்பதையும் அவன் அப்பொழுது அறியவில்லை.

வாழ்வு முன்போல் ஓடிக்கொண்டிருந்தது. தாயா வேலை செய்தாள். பாவெல் படித்தான். அவன் இளைஞருக்கு வகுப்பு எடுக்கும் வேலையை மீண்டும் தொடங்குவதற்கு முன்னால், இன்னொரு விபத்து திடீரென்று அவனைத் தாக்கியது. அவனது இருகால்களும் பூர்த்தியாக ஸ்தம்பித்து விட்டன. இப்பொழுது அவனது வலது கை மட்டுமே, சொன்னபடி கேட்டது. இரத்தம் வரும் வரை உதடுகளைக் கடித்துக்கொண்டு, காலை அசைக்க முயன்றான். பல தடவை முயன்ற பிறகே, அவன் தன்னால் இனி நகர முடியாதென்பதை உணர்ந்தான். அவனுக்கு உதவ முடியாத நிலையில் இருந்ததை எண்ணி, தாயா ஏக்கமுற்றாள். ஆனால் அவள் தன் ஏக்கத்தையும் விசனத்தையும்

வெளிக் காட்டவில்லை; தைரியமாக மறைத்துக் கொண்டாள். ஆனால் அவன் மன்னிப்புக் கேட்கும் தோரணையில் புன்னகை செய்துகொண்டு, அவளிடம் கூறினான் :

"தாயா, நீயும் நானும் பிரிய வேண்டும். இப்படி படுத்த படுக்கையாக ஆவேன் என்று நமது ஒப்பந்தத்தில் இடம்பெறவில்லை. நான் இதைப் பற்றி இன்று நன்கு யோசித்து வைக்கிறேன்."

அவன் தொடர்ந்து பேசுவதை அவள் அனுமதிக்கவில்லை. அவள் விம்மி விம்மி அழுதாள்; தன் முகத்தை அவன் மார்பில் புதைத்துக் கொண்டு புலம்பினாள்.

ஆர்த்தியோம் தன் தம்பிக்கு நேர்ந்த விபத்தைப் பற்றி அறிந்த வுடன், தாயாருக்கு எழுதினான். அவளும் எல்லாவற்றையும் விட்டு விட்டுப் பாவெலைக் காண விரைந்தாள். இப்பொழுது, மூவரும் சேர்ந்து வாழ்ந்தனர். முதலிலிருந்தே, தாயாவுக்கும் கிழவிக்கும் ரொம்பப் பிடித்தமாகிவிட்டது.

இத்தனை தொல்லைகளுக்கும் இடையே, பாவெல் தொடர்ந்து படித்தான்.

குளிர்காலத்தில், ஒருநாள் மாலை, வீட்டுக்கு வந்தவுடன், தாயா தன் முதல் வெற்றியை அறிவித்தாள்; அவள் நகர சோவியத்துக்குத் தேர்ந்தெடுக்கப்பட்டு விட்டாள். அதன்பின், அவளை அதிகமாகப் பார்க்க முடியவில்லை. ஆரோக்கிய விடுதியின் சமையலறையில், தட்டு கிண்ணி வகையறாக்களைக் கழுவும் வேலையைப் பகல் முழுவதும் செய்துவிட்டு, அவள் மாதர் பிரிவுக்கும், சோவியத் அலுவலகத்துக்கும் சென்று விடுவாள். இரவில், நேரம் கழித்தே திரும்புவாள். அவள் களைத்துப் போயிருந்தாலும் பல அபிப்பிராயங்களுடன் திரும்பி வருவாள். சீக்கிரத்தில் அவள் கட்சியின் பரீட்சார்த்த அங்கத்தின ராவதற்கு விண்ணப்பம் செய்து கொள்வாள். நீண்டகாலமாக எதிர் பார்த்திருந்த இந்த நாளுக்காக அவள் ஆவலுடன் தன்னைத் தயார் செய்துகொண்டாள். மீண்டும், துரதிர்ஷ்டம் இன்னொரு தாக்கு தலைத் தொடுத்தது. கிரமமாக முன்னேறிக் கொண்டிருந்த நோய் தன் தீவினையைப் புரிந்துகொண்டிருந்தது. திடீரென்று, வேதனை யும் எரிச்சலும் மிகுந்த ஒரு வலி, பாவெலின் வலது கண்ணைப் பொசுக்கியது, அது விரைவாக இடது கண்ணுக்கும் பரவியது. ஒரு கருந்திரை விழுந்தது; அவனைச் சுற்றியுள்ளது எதுவும் அவனுக்குப் புலப்படவில்லை. அவன் வாழ்விலே முதன்முதலாகப் பாவெல், முழுக் குருட்டின் பயங்கரத்தை உணர்ந்தான்.

இந்தப் புதிய தடை, சத்தமில்லாமல் நகர்ந்து வந்து அவனது பாதை யில் முட்டுக்கட்டை போட்டுவிட்டது. பயங்கரமான தடை; தாண்ட முடியாததாகத் தோன்றும் தடை; தாயாவும் பாவெலின் தாயாரும் நம்பிக்கை இழந்தனர்; ஏக்கத்துக்கு உள்ளாகினர். ஆனால் அவனோ?

"என்ன நடக்கிறதென்று காத்திருந்து பார்க்கிறேன். முன்னேறு வதற்கு வழிதுறை இல்லையானால், வேலைக்குத் திரும்புவதற்கு நான் எடுத்த முயற்சிகளெல்லாம் இந்த அந்தக நிலையால் அழியு மென்றால், இந்த வாழ்வுக்கே முடிவுகட்ட வேண்டும்" என்று அவன் சாந்தமாகத் தீர்மானம் செய்துகொண்டான்.

பாவெல் தன் நண்பர்களுக்கு எழுதினான். அவர்கள் மனோ தைரியத்துடன் போராடும்படி ஊக்குவித்தார்கள்.

இந்தக் கடுமையான மனப்போராட்டக் காலத்தில்தான், தாயா முகமலர்ச்சியுடன் வீட்டுக்கு வந்து, "பாவெல், கண்ணே! நான் கட்சி யின் *பரீட்சார்த்த அங்கத்தினராகிவிட்டேன்*" என்று அறிவித்தாள்.

அவளது விண்ணப்பத்தை ஏற்றுக்கொண்ட குழுக்கூட்ட நடவடிக் கைகளை அவள் பாவெலிடம் உள்ளக் கிளர்ச்சியுடன் விவரித்தாள். அவன் கட்சிக்குள் வருவதற்கு எடுத்த முதல் நடவடிக்கைகளை நினைவூட்டிக் கொண்டான்.

"நல்லது, தாயா. நீயும் நானும் ஒரு கம்யூனிஸ்ட் குழுவாகி விட்டோம்" என்று கூறி, அவளது கரத்தை இறுகப்பிடித்தான்.

அடுத்தநாள், அவன் கட்சியின் வட்டாரக் கமிட்டி காரியதரிசிக்கு ஒரு கடிதம் எழுதினான். அவர் வந்து அவனைச் சந்திக்க வேண்டு மென்று அதில் கேட்டுக் கொண்டிருந்தான். அதே நாள் மாலையில், ஒரு சேறு படிந்த கார் வீட்டு வாசலில் நின்றது. ஒரு நிமிஷத்துக் கெல்லாம், நடுத்தர வயதினரான வால்மர் என்ற லாத்வியன், காதுகள் வரை பரந்திருந்த தாடியை உடையவன், பாவெலின் கரத்தைக் குலுக்கிக் கொண்டிருந்தான்.

"என்ன சேதி? இப்படி நடந்துகொள்வதின் பொருள் என்ன? கிளம்பு, கிளம்பு. உடனே உன்னைக் கிராம வேலைக்கு அனுப்புகிறோம்" என்று வால்மர் நகைத்துக்கொண்டே கூறினான்.

அவன் தான் கலந்து கொள்வதாக இருந்த மாநாட்டு விஷயத்தை யும் மறந்துவிட்டு, இரண்டு மணிநேரம் பாவெலுடன் இருந்தான். வேலை தரவேண்டுமென்று பாவெல் உணர்ச்சிப் பெருக்குடன் மன்றாடி னான். அவன் குறுக்கும் நெடுக்குமாக அறையில் நடந்துகொண்டி ருந்தான். பாவெல் பேசி முடித்தவுடன், வால்மர் கூறினான் :

“வகுப்பு எடுப்பதைப் பற்றி இனிப் பேசாதே. நீ ஓய்வு எடுக்க வேண்டும். உன் கண்களைப் பற்றி நாங்கள் கவனிக்க வேண்டும். இனியும் ஏதாவது செய்ய முடியலாம். மாஸ்கோவுக்குப் போய் ஒரு நிபுணரைக் கலந்தால் என்ன? அதைப் பற்றி யோசி....”

ஆனால் பாவெல் அவனை இடைமறித்தான்.

“தோழர் வால்மர், எனக்கு ஜனங்கள் தேவை. உயிர்த்தளிர்ப்புடன் கூடிய மக்கள். வேகமும் விறுவிறுப்பும் உடைய மக்கள். முன்பெல்லாம் விட இப்பொழுதுதான், ஜனங்களின் தொடர்பு அதிகமாகத் தேவை. நான் தனியாகக் காலம் தள்ளமுடியாது. இளைஞரை, அனுபவமில் லாதவர்களை என்னிடம் அனுப்புங்கள். அவர்கள் கிராமங்களில் அளவுக்குமீறி இடதுபக்கம் போகிறார்கள். கூட்டுப் பண்ணைகள் போதுமான வாய்ப்பு அளிக்கவில்லை என்கிறார்கள். கம்யூன்கள் அமைக்க விரும்புகிறார்கள். உங்களுக்கு இளங்கம்யூனிஸ்ட்களைத் தெரியும். அவர்களுக்குக் கடிவாளம் போட்டுக் கட்டுப்படுத்தா விட்டால், அணிக்கு ரொம்பத் தூரம் முன்னால் போய்விடுவார்கள். ஒருகாலத்தில் நான் அப்படித்தான் இருந்தேன்.”

வால்மர் சற்றுத் திகைத்து நின்றான்.

“அதைப் பற்றி உனக்கு எப்படித் தெரியும்? எனக்கு வட்டத்தி லிருந்து இன்றுதானே தகவல் கிடைத்தது.”

பாவெல் புன்னகை செய்தான்.

“என் மனைவி சொன்னாள். அவளை உங்களுக்கு ஒரு வேளை ஞாபகம் இருக்கலாம். நேற்றுத்தான் கட்சியில் சேர்த்துக் கொள்ளப் பட்டாள்.”

“தட்டுக் கழுவும் வேலையில் உள்ள தாயா கர்ச்சாகினா? அவள் உன் மனைவியா! எனக்குத் தெரியாது!” என்று வியந்துரைத்த வால்மர், சிறிதுநேரம் மௌனமாயிருந்துவிட்டு, ஏதோ ஒரு கருத்துத் தோன்றி விட்டதைப் போல நெற்றியில் அடித்துக்கொண்டான். “உன்னிடம் யாரை அனுப்பலாமென்று முடிவு செய்துவிட்டேன், தெரியுமா? பெர்ஸேனெவ் என்பவரைத் தான் அனுப்பப் போகிறேன். அவரைவிட சிறந்த தோழரை நீ விரும்ப முடியாது. உன் மனப்பான்மைக்கு உகந்தவர். இருவரும் சிறப்பான சினேகிதராகிவிடுவீர்கள். அதிகமான அதிர்வு எண்ணை உடைய இரண்டு மாற்றிப் பொறிகள் மாதிரி. ஒரு காலத்தில், நான் எலெக்டிரிஷியனாக இருந்தேன் என்பது உனக்குத் தெரியுமா? அதனால் மாற்றிப் பொறி போன்ற மின்சார இயல் பதங்கள் மனத்தில் பதிந்துவிட்டன. பெர்ஸேனெவ் உனக்கு ஒரு ரேடியோவைச்

செய்து கொடுப்பார். அந்த மாதிரிக் காரியங்களில் அவர் நிபுணர். அடிக்கடி நான் அவருடைய வீட்டில் இராத்திரி இரண்டு மணிவரை காதுகளில் ஒலிக்குழல்களை வைத்துக் கொண்டு இருப்பேன். என் மனைவிக்கு என்னைப் பற்றிச் சந்தேகம் வந்துவிட்டது. இம்மாதிரி, இராத்திரி எந்த நேரத்தில வேண்டுமானாலும் வீட்டுக்கு வருவ தென்றால் என்ன அர்த்தம் என்று கேட்டுவிட்டாள்."

பாவெல் புன்னகை செய்தான்.

"பெர்ஸேனெவ் யார்?" என்று அவன் வினவினான்.

வால்மர் குறுக்கும் நெடுக்கும் நடப்பதை நிறுத்திவிட்டு, இருக் கையில் அமர்ந்தான்.

"அவர் நமது சான்றதிகாரி ஆக இருக்கிறார். உண்மையில், எனக்கும் பாலே நடனத்துக்கும் உள்ள தொடர்புதான். அவருக்கும் சான்றதிகாரி தொழிலுக்கும் இருந்தது. சமீபகாலம்வரை முக்கியமான பொறுப்பில் இருந்தார். 1912லிருந்து நம் இயக்கத்தில் இருக்கிறார். புரட்சி ஏற்பட்ட திலிருந்து கட்சி அங்கத்தினராக இருக்கிறார். உள்நாட்டுப் போர்க் களத்தில், இரண்டாவது குதிரைவீரர் ராணுவத்தின் புரட்சி நீதி மன்றத்தில் செயல்பட்டார். வெண்படையைச் சேர்ந்த விஷஜந்துக் களை காக்கஸஸில் வேட்டையாடிய காலம் அது. அவர் ஜாரிட் ஸினிலும், தெற்குப் போர்முனையிலும் இருந்தார். கொஞ்ச காலத் துக்குத் தூரக் கிழக்குக் குடியரசின் உயர்தர ராணுவக் கோர்ட்டில் உறுப்பினராயிருந்தார். அங்குக் கடுமையான வேலை. கடைசியில், அவரைக் க்ஷயம் பிடித்துக் கொண்டது. தூரகிழக்குப் பிரதேசத்தி லிருந்து, காக்கஸஸ் பிரதேசத்துக்கு வந்து சேர்ந்தார். முதலில் மாகாணக் கோர்ட்டின் தலைவராகவும் பிறகு பிரதேசக் கோர்ட்டின் உபதலைவராகவும் தொண்டாற்றினார். அப்பொழுது, நுரையீரல் கோளாறு முற்றி, அவரை வீழ்த்திவிட்டது. இங்கு வந்து, சிரம மில்லாத வாழ்வை நடத்துவதா அல்லது சாவதா என்பதே பிரச்சினை யாயிற்று. இவ்வாறாகத்தான் நமக்கு ஒரு நல்ல சான்றதிகாரி கிடைத்தார். நாசுக்கான வேலை; அமைதியாக வேலை செய்யலாம். அவருக்கு ஏற்ற வேலை. ஆனால் இங்கு உள்ள தோழர்கள் படிப் படியாக அவருக்கு அதிக வேலை கொடுத்தார்கள். முதலில் ஒரு கட்சிக் குழுவுக்குப் பொறுப்பாக்கினார்கள்; பிறகு வட்டாரக் கமிட்டிக்குத் தேர்ந்தெடுத்தார்கள். அதன்பின், அவருக்கு அரசியல் பயிற்சி நிலையத்துக்குப் பொறுப்பைக் கொடுத்தார்கள். இப்பொழுது அவர் கண்ட்ரோல் கமிஷனில் அங்கம் வகிக்கிறார். அருவருப்பான சிக்கல்களைத் தீர்த்து வைப்பதற்காக நியமனமாகும் முக்கியமான

கமிஷன்களில் அவர் ஒரு நிரந்தர அங்கத்தினர். இவை போக, அவர் வேட்டைக்குச் செல்கிறார். ரேடியோ பைத்தியம் வேறு. அவருக்கு ஒரே ஒரு நுரையீரல்தான் செயல்படுகிறது. ஆனால் அவரைப் பார்த்தால், அப்படித் தோன்றமாட்டார். சக்தி பெருக்கெடுத்தோடும் நிலையமாக அவர் காட்சி தருகிறார். அவர் எப்பொழுதாவது இறந்தாரென்றால், அதுவும் வட்டாரக் கமிட்டியிலிருந்து கோர்ட்டுக்குப் போகும் பாதையில்தான் சாவார்."

பாவெல் அவரது பேச்சை இடைமறித்தான்.

"அவர்மீது ஏன் அவ்வளவு வேலைப் பளுவைத் திணிக்கிறீர்கள்? முன்பு செய்த வேலையைவிட அதிகமாகச் செய்கிறாரே?" என்று அவன் ஆத்திரத்தோடு கேட்டான்.

வால்மர் அவனை வினோதமான வகையில் நோக்கினான்.

"நீ வகுப்பு எடுப்பதற்கு வசதி செய்து, வேறு சில வேலைகளும் கொடுத்தால், பெர்ஸேனெவ் என்ன சொல்வார்? அவன் தலையில் ஏன் சுமத்துகிறீர்கள்?" என்றுதான் கேட்பார். ஆனால் ஐந்தாண்டு ஆஸ்பத்திரியில் படுத்திருப்பதைவிட, ஓராண்டு தீவிரமாகப் பணி புரிவதையே விரும்புவதாக அவரே கூறுகிறார். சோஷலிசத்தை நிர்மாணிக்கும் வரை, நமது ஊழியர்களை நல்ல முறையில் பராமரிக்க முடியாது போலிருக்கிறது."

"அது உண்மை. நானும் ஐந்தாண்டு சும்மா இருப்பதைவிட ஓராண்டு வேலை செய்வதையே அதிகம் விரும்புகிறேன். ஆனால் சில சமயங்களில் நாம் நமது சக்தியை விரயம் செய்யும் குற்றத்தைப் புரிகிறோம். பயனுறிதியின்மையும் பொறுப்பற்ற போக்கும் எப்படி வீரத்தின் லட்சணங்களாக இருக்க முடியாதோ, அதேபோல சக்தியை வீண் செய்வதும் வீரலட்சணமாக முடியாது. என் தேகாரோக்கியத்தைப் பற்றியே நான் அஜாக்கிரதையாக இருந்தேன்; அந்த முட்டாள்தனத்தை எண்ணி நான் என்னைக் கடிந்து கொள்கிறேன். அந்த அஜாக்கிரதைப் போக்கில் ஒரு வீரமும் இல்லை என்பதை இப்பொழுது உணர்கிறேன். அந்தக் கண்மூடித்தனம் இருக்காதிருந்தால், நான் மேலும் சில ஆண்டுகள் தாக்குப் பிடித்திருக்க முடியும். வேறுவிதமாகச் சொல்வதென்றால், இடதுசாரி வாதம் என்ற இளம்பருவ வியாதி, நம்முன் உள்ள பேராபத்துகளில் ஒன்று."

"இப்பொழுது இப்படிச் சொல்கிறான். ஆனால் மீண்டும் உடல் நலம் பெற்றுவிட்டால், வேலையைத் தவிர பாக்கி அனைத்தையும் மறந்துவிடுவான்" என்று வால்மர் எண்ணினான். ஆனால் அவன் ஒன்றும் பேசவில்லை.

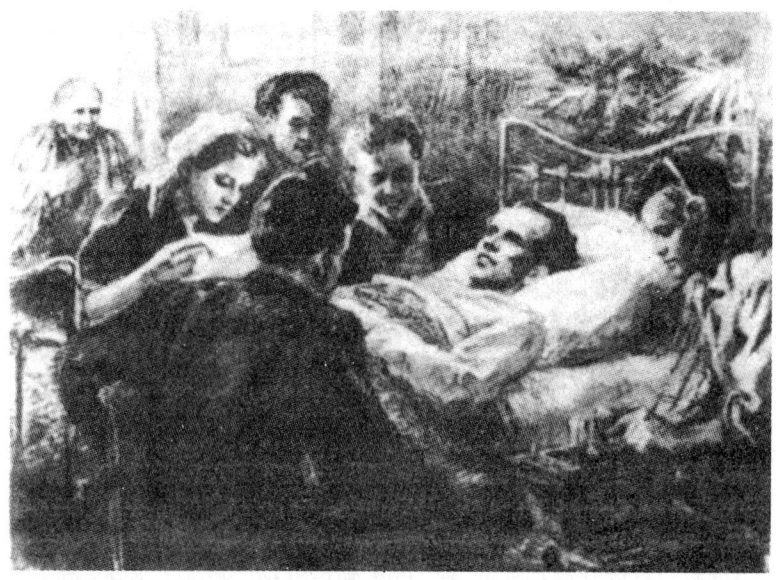

மறுநாள் மாலை, பெர்ஸேனெவ் வந்தான். அவன் நடுநிசிப் பொழுது கழிந்தபின்பே பாவெலிடம் விடைபெற்றுக் கொண்டு போனான். பல்லாண்டுகளாகக் காணாமற்போயிருந்த சகோதரனைப் பெற்றுவிட்ட மாதிரி பாவெலுக்கு உணர்ச்சி ஏற்பட்டது.

காலையில், ஒருசிலர் பாவெல் வீட்டுக் கூரையில் ஒரு ஏரியலை அமைத்துக் கொண்டிருந்தனர். வீட்டுக்குள் பெர்ஸேனெவ் ரேடியோ அலைகளைக் கிரகிக்கும் பெட்டியில் வேலை பார்த்துக் கொண்டிருந்தான். அதேசமயத்தில் அவன் கடந்தகாலத்தைப் பற்றிச் சுவையான கதைகளைக் கூறிப் பாவெலை இன்புறுத்தினான். அவனைப் பாவெலால் பார்க்க முடியவில்லை. ஆனால் தாயா சொன்னதிலிருந்து, அவன் பொன்னிற கேசமும் நீலவிழிகளும் உடைய வளர்த்தியான வாலிபன் என்றும், உணர்ச்சிகளை வெளிப்படுத்தும் சைகைகளுடன் பேசுவான் என்றும் தெரிந்துகொண்டான். இவற்றைக் கேட்ட பாவெல் தனது மனோபாவனையில் உருப்பெற்ற வடிவமும் தாயாவின் நிஜ வர்ணனையும் முற்றிலும் ஒத்திருப்பதை உணர்ந்தான்.

சந்திக்காலம் வந்தது. அறையில் ஒளி மங்கியது. அப்பொழுது, மூன்று வால்வுகள் பிரகாசிக்கத் தொடங்கின. பெர்ஸேனெவ், வெற்றிக் களிப்போடு, செவிக்குழல்களைப் பாவெலிடம் கொடுத்தான். ஈதரில் பல்வகை

ஒலிகள் நிறைந்து, ஒரே குழப்பமாயிருந்தது. துறைமுகத்திலிருந்த ஒலி செலுத்தி பல பறவைகள் கீச்சிடுவதைப் போல ஒலித்தது. கொஞ்ச தூரத்தில், கடலில், ஒரு கப்பலின் கம்பி யில்லாப் பொறி, புள்ளிகளையும் குறிகளையும் அலைகளாக அனுப் பியது. ஆனால் ஒன்றோடொன்று உராய்ந்த இந்த ஒலிகளுக்கும் உரத்த ஓசைகளுக்கும் இடையே, அசைவுச் சுருள் ஒரு அமைதியான, நம்பிக்கையான குரலைக் கண்டு, பற்றிக் கொண்டது.

"இது மாஸ்கோ ரேடியோ நிலையம்....."

உலகத்தின் பல்வேறு பாகங்களிலுள்ள அறுபது ஒலிபரப்பு நிலையங்களின் நிகழ்ச்சிகளை இந்தச் சிறிய ரேடியோ மூலம் பாவெல் கேட்க முடிந்தது. அவன் வெறுத்து ஒதுக்கிய வாழ்வு, செவிக்குழல் கள் மூலம் அவனை அடைந்தது. மீண்டும் அவன் வாழ்வின் திறன் மிகுந்த துடிப்பை உணர்ந்தான்.

பாவெலின் முகம் ஆனந்தத்தால் மலர்ந்தது. அதைக் கண்டு, களைப் புற்றிருந்த பெர்ஸேனெவ், மனநிறைவுடன் புன்னகை செய்தான்.

அந்தப் பெரிய வீட்டில் அமைதி நிலவியது. தாயா, நிம்மதியில் லாமல் முணுமுணுத்துக்கொண்டே, தூங்கினாள். இப்பொழுதெல் லாம், பாவெல் அவளுடன் அதிக நேரம் செலவழிப்பதில்லை. அவள் வீட்டுக்குத் தாமதமாகவே வந்தாள். களைத்துப் போய், வெடவெட வென்று குளிரில் நடுங்கிக்கொண்டே வந்தாள். அவளது வேலை நேரம் அதிகரித்துக்கொண்டே இருந்தது. அநேக நாட்கள், மாலைப் பொழுதில் ஓய்வு கிடைப்பதில்லை. இது விஷயமாக, பெர்ஸேனெவ் கூறியதைப் பாவெல் ஞாபகப்படுத்திக் கொண்டான்.

"ஒரு போல்ஷெவிக்கின் மனைவியும் கட்சித் தோழராக இருந்தால், இருவரும் கூடிப் பேசுவது அருமையாகிவிடும். ஆனால் இதன்மூலம் இரண்டு அனுகூலங்கள் ஏற்படுகின்றன; ஒருவருக்கொருவர் சலித்துப் போவதில்லை என்பது ஒன்று; இரண்டாவதாக, இருவரும் சண்டை போடுவதற்கு நேரம் இருப்பதில்லை!"

உண்மையில், பாவெல் எப்படி ஆட்சேபிக்க முடியும்? இது எதிர் பார்த்திருக்க வேண்டிய விஷயம்தான். ஒருகாலத்தில், தாயா மாலைப் பொழுதெல்லாம் பாவெலுடன் கழித்தாள். அப்பொழுது, அவர்களது உறவில் அன்பும் பரிவும் அதிகமாயிருந்தன. ஆனால் அப்பொழுது அவள் அவனது மனைவியாக மட்டுமே, வாழ்க்கைத் துணைவியாக மட்டுமே இருந்தாள். இப்பொழுது அவள் அவனது சிஷ்யையாகவும் கட்சித் தோழராகவும் விளங்கினாள்.

தாயா அரசியல் முதிர்ச்சி அடைய அடைய, அவனுக்கு அவள் ஒதுக்கும் நேரம் குறைந்து கொண்டே போகுமென்பதை அவன் அறிந்திருந்தான். அதைத் தவிர்க்க முடியாது என்பதையும் அவன் உணர்ந்தான்.

அவன் ஒரு வகுப்பு நடத்துவதற்கு ஏற்பாடு ஆயிற்று. மீண்டும், மாலைப்பொழுதில், வீட்டில் பலரது பேச்சும் இரைச்சலுமாயிருந்தது. இளைஞருடன் கழித்த இந்த நேரத்தில், பாவெல் புதிய சக்தியும் புத்துணர்ச்சியும் பெற்றான்.

அவன் ரேடியோ ஒலிபரப்புகளைக் கேட்பதில் மிச்சமிருந்த நேரத்தைக் கழித்தான். சாப்பாட்டு நேரத்தில், அந்தச் செவிக் குழல் களைக் கழற்றி வைப்பதற்கு, அவனது தாயார் கெஞ்சிக் கெஞ்சி மன்றாட வேண்டியதாயிற்று.

கண் பார்வையை இழந்ததால், அறிவுபெற முடியாமல் தத்தளித்த பாவெலுக்கு, விஷய ஞானம் பெறும் வாய்ப்பை ரேடியோ அளித்தது. அவன் தன் உடலை வருத்திய வலியையும் கண்களை எரித்த அழற்சி யையும், விதியின் கொடுமையால் விளைந்த சகல துன்பங்களையும் மறப்பதற்குக் கல்வியில் இருந்த பேரார்வம் அவனுக்கு உதவியது.

'மக்னித்தோஸ்த்ரோய்' என்று அழைக்கப்பட்ட கட்டுமானத்தின் பொழுது பாவெலின் தலைமுறைக்கு அடுத்துவரும் தலைமுறையைச் சேர்ந்த இளங்கம்யூனிஸ்டுகள் செய்த சாதனைகளை ரேடியோ ஒலி பரப்பியதை கேட்டு அவன் மகிழ்ந்தான்.

பசி தாங்காத ஓநாய்க் கூட்டத்தின் வெறியுடன் ஒப்பிடத்தக்க கொடுமையான உறைபனிப் புயல்களும் பனிக்கட்டிகளும் ஊரால் மலைப் பிரதேசத்தில் கோரக் கூத்தாடுவதை அவன் அறிவான். காற்று ஊளையிட்டுக்கொண்டு, பனிக்கட்டிகளைச் சுழற்றி அடிக்கும் சூழ் நிலையில், இரண்டாம் தலைமுறை இளங்கம்யூனிஸ்ட் படை வேலை செய்வதை அவன் கற்பனை செய்தான். பிரம்மாண்டமான தொழிற் சாலைக் கட்டிடங்களின் கூரைமீது நின்று, வெண்பனியும் பனிக் கட்டியும் எந்திரங்களைப் பாழ்படுத்துவதைத் தடுப்பதற்காக, அவர் கள் பிரகாசமான விளக்குகளின் ஒளியில் வேலை செய்வதைத் தன் மனக்கண்ணால் கண்டான். இந்த அசுரப் பணியுடன் ஒப்பிட்டால், பாவெலும் அவனுடைய தோழர்களும் பஞ்சபூதங்களுடன் போராடிக் காட்டில் இருப்புப்பாதை அமைத்த வேலை எவ்வளவு அற்பமானதாகத் தோன்றுகிறது! தேசம் வளர்ந்து விட்டது; அத்துடன் மக்களும் வளர்ச்சி அடைந்துவிட்டனர்.

த்நேப்பர் நதியில், உருக்கால் அமைந்த அணையை உடைத்துக் கொண்டு, வெள்ளம் பெருக்கெடுத்தோடியது; ஜனங்களையும் எந்திரங் களையும் அடித்துக்கொண்டு போயிற்று. மீண்டும், கம்ஸமோல் இளைஞர்கள், உடைப்பை அடைப்பதில் ஈடுபட்டனர். இரண்டு நாட்கள் அயராது பாடுபட்டுக் கட்டுக்கடங்காத வெள்ளத்தை அடக்கி னார்கள். இந்த மகத்தான போராட்டத்தின் முன்னணியில், ஒரு புதிய இளங்கம்யூனிஸ்ட் தலைமுறை நடை போட்டது. இந்த வீரர் களுடன், பன்கிராத்தவ் என்ற தன் பழைய தோழன் பெயரும் குறிப்பிடப்பட்டதைக் கேட்டுப் பாவெல் பெருமிதம் அடைந்தான்.

அத்தியாயம் ஒன்பது

மாஸ்கோவை அடைந்தவுடன், அவர்கள் சில நாள்கள் தஸ்தாவேஜு அலுவலகத்தின் சாமான் அறை ஒன்றில் தங்கினார்கள். ஒரு விசேஷ வைத்தியசாலையில் பாவெல் இடம்பெறுவதற்காக அலுவலகத் தலைவர் ஏற்பாடு செய்து கொண்டிருந்தார்.

வாலிபமும் வலிய உடற்கட்டும் உள்ள பொழுது, தைரியசாலியாக இருப்பது எவ்வளவு சுலபமான காரியம் என்பதை இப்பொழுதுதான் பாவெல் உணர்ந்தான். இப்பொழுது, வாழ்வின் இரும்புப் பிடியில் சிக்கியிருந்த பொழுது, குன்றாத வீரத்துடன் குன்றென நிமிர்ந்து நிற்பது, நன்மதிப்புக்குரிய சாதனையாகும்.

பாவெல் மாஸ்கோவுக்கு வந்து பதினெட்டு மாதங்களாகிவிட்டன. இந்தக் காலமெல்லாம், வர்ணிக்க முடியாத வேதனை பாவெலைத் துன்புறுத்தியது.

பாவெல் தன் பார்வைப் புலனை மீண்டும் பெற முடியாதென் பதைக் கண் ஆஸ்பத்திரியில், பேராசிரியர் அவெர்பாக் அவனிடம் ஒளிவுமறைவு இல்லாமல் கூறினார். எதிர்காலத்தில், ஏதோ ஒரு சமயத்தில், அழற்சி மறையலாமென்றும் அப்பொழுது கண்மணி களில் ஆபரேஷன் செய்வது சாத்தியமாயிருக்கலாமென்றும் அவர் கூறினார். உடனடியாக, அழற்சி பரவுவதைத் தடுக்க ஒரு ஆபரேஷன் செய்யலாமென்று அவர் யோசனை கூறினார்.

பாவெலின் அனுமதி கோரப்பட்டது. அவர்கள் அவசியமான தென்று கருதுவதையெல்லாம் செய்யலாமென்று அவன் டாக்டர் களிடம் கூறினான்.

ஆபரேஷன் மேஜையில், பாவெல் பல மணிநேரம் கிடந்தான்; தைராயிட் சுரப்பியை நீக்கும் பணியில், கத்திரிகள் அவனது குரல் வளையைச் சுற்றிச் செயல்பட்டுக் கொண்டிருந்தன. சாவின் கடுஞ் சிறகுகள் அவனை மும்முறை தொட்டன. ஆனால் பாவெல் பிடிவாத மாகத் தன் உயிரைப் பற்றிக் கொண்டிருந்தான். "என்ன ஆகுமோ?" என்ற திகிலுடன் தாயா வேதனைப்பட்டுக் கொண்டிருந்தாள். பல மணிநேர வேதனைக்குப்பின், அவள் தனது அன்புக் கணவன், வெளிறிப் போயிருந்தாலும், உயிரோடு இருப்பதைக் கண்டு அக மகிழ்ந்தாள். அவன் எப்பொழுதும் போல அமைதியாகவும் மென்மை யாகவும் இருந்தான்.

"சின்னப்பெண்ணே, கவலைப்படாதே! என்னைக் கொல்வது அவ்வளவு சுலபமல்ல. இந்த வைத்தியக் கலை விற்பன்னர்களின் கணிப்புகளைப் பொய்ப்பிப்பதற்காகவாவது, நான் உயிரோடு இருந்து சந்தடி செய்து கொண்டிருப்பேன். என் தேகநிலைமையைப் பற்றி அவர்கள் சொல்வதெல்லாம் உண்மைதான். ஆனால் நான் வேலைக்கு முற்றிலும் லாயக்கில்லாதவன் என்று அவர்கள் சொல்வதுதான் தவறாகும். அதைப் பற்றிப் பிறகு பார்க்கலாம்" என்று பாவெல் தாயாவிடம் கூறினான்.

புதிய வாழ்வை நிர்மாணிப்பவரின் அணியில் தனக்குரிய ஸ்தானத்தைப் பெறுவதென்று அவன் தீர்மானித்துவிட்டான். அவன், தான் என்ன செய்ய வேண்டுமென்பதையும், இப்பொழுது அறிந்து கொண்டிருந்தான்.

குளிர்காலம் முடிந்தது. வசந்தத்தின் மலர்ச்சியை அறைக்குள் இருந்த பாவெலும் உணர்ந்தான். அவன் இன்னொரு ஆபரேஷனிலும் பிழைத்துவிட்டான். மிகவும் பலவீனமாயிருந்த போதிலும், இனி ஆஸ்பத்திரியில் தங்குவதில்லையென்று அவன் முடிவு செய்தான். வேதனை தாங்காது தவிக்கும் நோயாளிகளுக்கு இடையே, பிழைக்க முடியாதவர்களின் புலம்பல்களுக்கிடையே, பல மாதங்கள் தங்கி விட்டான். அந்தத் துன்பத்தைப் பார்ப்பது, அவனது வேதனையைப் பொறுப்பதைவிடக் கடினமாகவிருந்தது.

எனவே, இன்னொரு ஆபரேஷன் செய்ய வேண்டுமென்று டாக்டர் கள் யோசனை கூறியபொழுது, அவன் நிச்சிந்தையாகப் பதில் அளித்தான் :

"வேண்டாம். செய்துகொண்ட ஆபரேஷன் போதும். என் இரத்தத்தில் ஒரு பகுதியை விஞ்ஞானத்துக்குத் தியாகம் செய்துவிட்டேன். மிச்சமுள்ளதை வேறு வழிகளில் பயன்படுத்தப் போகிறேன்."

அதே தினத்தில், பாவெல் மத்தியக் கமிட்டிக்கு ஒரு கடிதம் எழுதினான். இனியும் வைத்திய உதவியை நாடி அலைவதில் பயனில்லை என்பதை விளக்கி, மாஸ்கோவில் தங்க விரும்புவதாக அந்தக் கடிதத்தில் குறிப்பிட்டிருந்தான். தாயாவும் மாஸ்கோவில் வேலை செய்து கொண்டிருந்தாள். அவன் இப்பொழுதுதான் முதன் முதலாகக் கட்சியின் உதவியை நாடினான். அவனது வேண்டுகோளைக் கமிட்டி ஏற்றுக்கொண்டது. மாஸ்கோ சோவியத், அவன் குடியிருப்பதற்கு இடம் ஒதுக்கியது. மீண்டும் ஆஸ்பத்திரிக்குத் திரும்ப நேரிடாது என்ற நம்பிக்கையுடன், பாவெல் அதிலிருந்து வெளியேறினான்.

கிராப்போத்கின்ஸ்காயா என்ற ரோட்டுக்கு அருகிலுள்ள ஒரு அமைதியான கிளைத் தெருவில், ஒரு அறை அவனுக்குக் கிடைத்தது. அதுவே அவனுக்கு அரண்மனை வாசமாகத் தோன்றியது. அடிக்கடி, அவன் இரவில் விழித்துக்கொள்வான்; அப்பொழுதெல்லாம், ஆஸ்பத்திரி வாசத்துக்கு முடிவு கட்டியாகி விட்டதென்பதையே அவனால் நம்பமுடியவில்லை.

இப்பொழுது தாயா, சகல உரிமைகளையும் உடைய கட்சி உறுப்பினராகிவிட்டாள். அவள் நேர்த்தியான தொழிலாளியாக இருந்தாள். அவளது சொந்த வாழ்வில் சோகம் நிறைந்திருந்த போதிலும், தொழிற்சாலையில் தலைசிறந்த முன்னணித் தொழிலாளருக்குச் சமமாக வேலை செய்தாள். அமைதியான சுபாவத்தையும் தன்னடக்கப் பண்பையும் பெற்றிருந்த இந்த இளம் பெண்ணிடம் தங்களுக்குள்ள நன்மதிப்பை அவளது சகோதரத் தொழிலாளர் சீக்கிரமே புலப்படுத்தினார்கள்; அவளைத் தொழிற்சாலையின் தொழிற்சங்கக் கமிட்டி உறுப்பினராகத் தேர்ந்தெடுத்தார்கள். உண்மையான போல்ஷெவிக்காக உருப்பெற்றுக் கொண்டிருந்த மனைவியைப் பற்றிப் பாவெல் பெருமையடைந்தான். அந்தப் பெருமை உணர்வு, அவன் தன் துன்பங்களைச் சகித்துக் கொள்வதற்கு உதவியது.

தொழில் நிமித்தமாக மாஸ்கோவுக்கு வந்த பஷானோவா, பாவெலைக் காண்பதற்கு வந்தாள். இருவரும் நீண்டநேரம் சம்பாஷித்தார்கள். சீக்கிரத்தில் போரணிக்குத் திரும்புவதற்காகத் திட்டமிட்டிருப்பதைப் பற்றிப் பாவெல் அவளிடம் உற்சாகத்துடன் விவரித்தான்.

பாவெலின் நெற்றிப் பொட்டுகள் நரைத்திருப்பதை பஷானோவா கவனித்தாள். அவள் மிருதுவாகக் கூறினாள் :

"நீங்கள் ரொம்பக் கஷ்டப்பட்டிருக்கிறீர்கள். ஆனால் உங்கள் உற்சாகம் கொஞ்சமும் குறையவில்லை. உங்களுக்கு வேறு என்ன வேண்டும்? ஐந்து ஆண்டுகளாக நீங்கள் எந்த வேலைக்குத் தயார் செய்துகொண்டிருந்தீர்களோ, அந்த வேலையைத் தொடங்கப் போகிறீர்கள் என்பதைக் கேட்டு, நான் மகிழ்ச்சி அடைகிறேன். ஆனால் எப்படிச் செய்யப் போகிறீர்கள்?"

பாவெல் நம்பிக்கையுடன் புன்னகை செய்தான்.

"நாளைக்கு என் நண்பர்கள், ஒருவகையான 'ஸ்டென்ஸில்' அட்டை கொண்டு வரப்போகிறார்கள். வரிகள் ஒன்றோடொன்று கலந்து குழம்பாமல், வரிக்குப் பின் வரியாக எழுதுவதற்கு அது வசதியாகப் பயன்படும். அது இல்லாமல் நான் எழுத முடியாது. ஆழ்ந்த சிந்தனைக்குப்பின், ஸ்டென்ஸில் அட்டையில் எழுதுவதென்ற யோசனை தோன்றியது. என் பென்சில், நேர்கோட்டிலிருந்து தவறிப் போகாமல் இருப்பதற்கு, அட்டையின் விறைப்பான ஓரங்கள் உத்திர வாதமாக அமையும். என்ன எழுதுகிறோமென்பதைப் பார்க்காமல் எழுதுவது ரொம்பக் கஷ்டம்தான். ஆனால் முடியாத காரியம் அல்ல. நான் எழுதிப் பார்த்துவிட்டுத்தான் சொல்கிறேன். அதன் யுக்தியைப் புரிந்து கொள்வதற்குக் கொஞ்சம் நேரம் பிடித்தது. ஆனால் இப்பொழுது, மெதுவாக எழுதப் பழகிவிட்டேன்; ஒவ்வொரு எழுத்தாகக் கவனித்துக் கஷ்டப்பட்டு எழுதப் பழகிவிட்டேன். எனவே, இதன் பயன் திருப்திகரமாயிருக்கிறது."

இவ்வாறாகப் பாவெல் வேலை செய்யத் தொடங்கினான்.

வீரமிக்க காத்தோவ்ஸ்க்கியின் படையைப் பற்றி ஒரு நாவல் எழுதுவதென்று அவன் உத்தேசித்திருந்தான். தலைப்புத் தானாகவே தோன்றியது. 'புயலின் மூலம் தோன்றியவர்கள்' என்பதே அந்தத் தலைப்பு.

அந்தப் புத்தகத்தை எழுதும் ஒரே பணியில் அவனது வாழ்வை ஈடுபடுத்தினான். மெதுவாக, வரிவரியாகப் பக்கங்கள் அமைந்தன. அவன் சுற்றுச் சார்பை மறந்துவிட்டான்; உருவங்களின் உலகத்திலேயே மூழ்கியிருந்தான்; முதன்முதலாக அவன் படைப்பின் வேதனையை அனுபவித்தான். மறக்க முடியாத காட்சிகள், பிரகாசமான காட்சிகள் தெள்ளத் தெளிவாக மனோபாவனையில் அமைந்தபொழுதும், அவை காகிதத்தில் உயிரற்றவையாகவும் உப்புசப்பு இல்லாதவையாகவும்

பதியும்பொழுது, கலைஞன் அடையும் மனக்கசப்பை அவன் இப்பொழுது அறிந்தான்.

அவன் எழுதிய ஒவ்வொரு சொல்லையும் எப்பொழுதும் நினைவில் கொள்ள வேண்டியிருந்தது. ஏதாவது ஒரு சிறிய குறுக்கீடு ஏற்பட்டாலும், அவனது சிந்தனை குழம்பி, வேலை தடைப்பட்டது. அவனது தாயார் மகனது வேலையைப் பார்த்து அச்சம் கொண்டு கவலைப்பட்டாள்.

சில சமயங்களில் அவன் பக்கம் பக்கமாக, அத்தியாயம் அத்தியாயமாக ஞாபகத்திலிருந்து சொல்லிப் பார்க்க வேண்டியிருந்தது. சித்த சுவாதீனத்தை இழந்து விட்டானோவென்று அவனது தாயார் கவலைப்படக்கூடிய நிலைமையும் ஏற்பட்டது. எழுதிக் கொண்டிருந்தபொழுது அவனருகில் செல்வதற்கு அவள் அஞ்சினாள். ஆனால், தரையில் விழுந்த ஏடுகளை எடுத்து வைத்தபொழுது, அவள் அச்சத்துடன் கூறுவாள்:

"பாவெல், வேறு ஏதாவது செய்யக்கூடாதா? இம்மாதிரி எப்பொழுது பார்த்தாலும் எழுதிக் கொண்டிருப்பது நல்லதல்ல..."

அவளது கவலையைக் கண்டு அவன் சிரிப்பான். கவலைப்பட வேண்டாமென்று அவளுக்கு உறுதி கூறுவான். "இன்னும் புத்தி கலங்கவில்லை" என்று ஆறுதல் கூறுவான்.

பாவெல் மூன்று அத்தியாயங்களை முடித்தான். அவற்றை ஒதேஸ்ஸாவில் இருந்த காத்தோவ்ஸ்க்கியின் படையைச் சேர்ந்த பழைய தோழர்களுக்கு அனுப்பி, அவர்களது அபிப்பிராயத்தை அறிய விரும்பினான். அவனது எழுத்தைப் புகழ்ந்து அவர்களும் விரைவில் கடிதம் எழுதினார்கள். ஆனால் அந்தக் கைப்பிரதி திரும்பி வரும் பாதையில், எங்கோ தவறிவிட்டது. ஆறுமாத வேலை வீணாகி விட்டது; அது அவனுக்கு ஒரு பயங்கரமான அடி. தன்வசமிருந்த ஒரே பிரதியை அனுப்பியதற்காக அவன் தன்னையே நொந்து கொண்டான். நடந்ததை அறிந்தவுடன், லிதேன்யோவ் பாவெலைக் கடிந்துகொண்டு திட்டினான்.

"இவ்வளவு அஜாக்கிரதையாக இருக்கலாமா? சரி, பரவாயில்லை. கொட்டிய பாலைப் பற்றிக் கதறுவதில் பயனில்லை. மீண்டும் ஆரம்பத்திலிருந்து தொடங்கு."

"லிதேன்யோவ்! ஆறுமாத வேலை களவு போய்விட்டது! தினம்

எட்டுமணி நேரம் கடுமையாக உழைத்தேன். இதற்குப் பொறுப்பான புல்லுருவிக் கூட்டம் பாழாய்ப் போகவேண்டும்!"

லிதேன்யோவ், தன் நண்பனுக்குத் தேறுதல் கூறத் தன்னால் இயன்றதனைத்தும் செய்தான்.

மீண்டும் தொடங்குவதைத் தவிர வேறு வழியில்லை. லிதேன்யோவ் அவனுக்குக் காகிதம் கொடுத்தான்; கைப்பிரதியை 'டைப்' அடித்துத் தருவதற்கு ஏற்பாடு செய்தான். ஆறு வாரங்களில், பாவெல் முதல் அத்தியாயத்தை மீண்டும் எழுதி முடித்தான்.

பாவெல் வசித்த வீட்டுப் பகுதியிலேயே, அலெக்ஸேயேவ் என்பவரின் குடும்பமும் குடியிருந்தது. அவனது மூத்த குமாரன் அலெக் ஸாந்தர் கம்ஸமோலின் வட்டாரக் கமிட்டி ஒன்றுக்குக் காரிய தரிசியாகவிருந்தான். அவனது தங்கை, கால்யா, பதினெட்டு வயதுப் பெண்; சுறுசுறுப்பானவள். அவள் ஒரு தொழிற் பயிற்சி பள்ளியில் படித்து தேறியிருந்தாள். அவள் 'காரியதரிசியாகப்' பொறுப்பேற்றுப் புத்தக வேலையில் உதவி செய்வாளா என்று கேட்டறியும்படி பாவெல் தன் தாயிடம் கூறினான். கால்யா உடனடியாக உவகையுடன் ஒத்துக் கொண்டாள். ஒருநாள், அவள் உல்லாசமாகப் புன்னகை செய்து கொண்டு வந்தாள்; பாவெல் ஒரு நாவலை எழுதிக்கொண்டிருக்கிறான் என்பதை அறிந்தவுடன் அவள் மகிழ்ச்சி அடைந்தாள்.

"உங்களுக்கு உதவி செய்வதில் என் மனம் நிறைவு அடையும். அப்பாவுக்காகச் சுகாதாரப் பாதுகாப்பைப் பற்றி உயிரில்லாத சுற்றறிக்கைகளை எழுதுவதைவிட நாவலை எழுதுவது சுவையாகத் தான் இருக்கும்!" என்று அவள் கூறினாள்.

அன்று முதல், பாவெலின் வேலை இரட்டிப்பு வேகத்தில் முன்னேறியது. ஒரு மாதத்தில், நடைபெற்ற வேலையைக் கண்டு, பாவெலே பிரமித்துவிட்டான். கால்யாவின் பரிவும் சுறுசுறுப்பான ஒத்துழைப்பும் அவனுக்குப் பேருதவியாக இருந்தன. அவள் வேகமாக எழுதினாள். ஏதாவதொரு பகுதி அவளுக்கு மிகவும் பிடித்தமா யிருந்தால் அதைப் பன்முறை படித்தாள்; பாவெலின் வெற்றியைக் கண்டு அவள் மனநிறைவு அடைந்தாள். அந்த வீட்டில், பாவெலின் இலக்கியப் பணியில் நம்பிக்கை வைத்தது அவள் ஒருத்திதான் என்றே சொல்லலாம். இந்த இலக்கியப் பணி வெற்றியடையாதென்றும், வேறு வேலை செய்ய முடியாத சூழ்நிலையில் பாவெல் பொழுது போக்கு வதற்குத்தான் முயற்சிக்கிறானென்றும், மற்றவர்கள் எண்ணினார்கள்.

தொழில் நிமித்தமாக வெளியூர் சென்று திரும்பிய லிதேன்யோவ், சில ஆரம்ப அத்தியாயங்களைப் படித்துவிட்டுக் கூறினான்:

"தொடர்ந்து எழுது. நண்பா, நீ வெற்றி அடைவாய் என்பதில் எனக்கு ஐயம் இல்லை. உனக்குப் பேரானந்தம் காத்திருக்கிறது. பாவெல், போரணிக்குத் திரும்ப வேண்டுமென்ற உன் கனவு நனவாகப் போகிறது. இது உறுதி. மகனே, நம்பிக்கை இழக்காதே."

கிழவன் பாவெலின் வினையாற்றலைக் கண்டு திருப்தி அடைந்து வெளியேறினான்.

கால்யா முறையாக வந்து எழுதினாள். மறக்க முடியாத பழங்காலக் காட்சிகளுக்குப் புத்துயிர் தந்த கதையை எழுதினாள். சில சமயங்களில் நினைவுகள் ஒருசேரக் குவிந்து பாவெலை அழுத்தின; அவன் சிந்தனையில் ஆழ்ந்து விடுவான். அப்பொழுதெல்லாம், அவனது கண்ணிமைகள் துடிப்பதையும், அவனது கண்கள் துரிதமான சிந்தனைப் போக்கைப் பிரதிபலிப்பதையும், அவள் பார்த்துக்கொண்டேயிருந்தாள். அந்தக் கண்மணிகள்தாம் எவ்வளவு தெளிவாகவும் மாசு தூசு இல்லாமலும் இருந்தன! உயிரோட்டமுள்ள அந்தக் கண்களால் பார்க்க முடியாதென்பதை நம்பமுடியவில்லை.

பகல் வேலை முடிந்தபின், அவள் தான் எழுதியதை வாசிப்பாள். அவன் சிரமத்துடன் செவி கொடுத்துக் கேட்பான்; அவனது புருவம் சுருங்கியிருக்கும்.

"ஏன் புருவத்தை நெறிக்கிறீர்கள்? நன்றாக இருக்கிறதே, இல்லையா?"

"இல்லை, கால்யா, இந்தப் பகுதி மோசமாயிருக்கிறது."

அவனுக்குப் பிடிக்காத பக்கங்களை அவனே திரும்ப எழுதுவான். ஸ்டென்ஸிலின் அகலக் குறைவு தடையாயிருந்ததால், சில சமயங்களில் அவன் பொறுமையை இழந்து எழுதுவதை நிறுத்திவிடுவான். தன் பார்வையைப் பறித்த வாழ்வின்மீது கோபம் கொண்டு, அவன் பென்சில்களை உடைத்தெறிவான்; இரத்தம் வரும் வரையில், உதடுகளைக் கடிப்பான்.

புத்தகவேலை முடியும் தருவாயில் இருந்தபொழுது, அவனுக்குக் கூடாத உணர்ச்சிகள், அவனது உஷாரான சித்தத்தின் கட்டுப்பாடுகளைத் தகர்த்தெறியத் தொடங்கின. அவனுக்குக் கூடாத உணர்ச்சிகள் யாவை? துயர உணர்ச்சிகளும் அன்புக்கும் மென்மைக்கும் உரிய எளிய மனித உணர்ச்சிகளும்தான் அவை. இவை எல்லா மனிதருக்கும் உரியவைத்தாம்; ஆனால் பாவெல் மட்டும் இந்த உணர்ச்சிகள் மீது உரிமை கொண்டாட முடியாது. எனினும், இந்த மனித உணர்ச்சிகளில் ஏதாவதொன்றுக்குப் பணிந்தாலும், விளைவுகள் விபரீதமாக இருக்குமென்பதை அவன் அறிந்திருந்தான்.

தாயா பாக்டரியிலிருந்து வரும்பொழுது, மாலைப் பொழுதின் பெரும் பகுதி கழிந்துவிடும். பாவெலின் அன்னையுடன் தாழ்ந்த குரலில் சில வார்த்தைகள் பேசியபின், அவள் உறங்கச் செல்வாள்.

கடைசியில், இறுதி அத்தியாயம் எழுதப்பட்டது. அடுத்த சில நாட்களுக்கு, கால்யா பாவெலிடம் புத்தகத்தை உரக்கப் படித்தாள்.

நாளைக்குல லெனின்கிராதிலுள்ள மாவட்டக் கட்சிக் கமிட்டியின் கலை இலாகாவுக்குக் கைப்பிரதி அனுப்பப்படும். அங்கு அது ஏற்றுக்கொள்ளப்பட்டால், பதிப்பகத்தாரிடம் சேர்ப்பிக்கப்படும்– அதன்பின்...

அவ்வாறு எண்ணியபொழுது, அவனது இதயம் வேகமாகத் துடித்தது. எல்லாம் நன்றாக முடிந்தால், ஒரு புதிய வாழ்வு– பல்லாண்டுகள் ஓய்வில்லாமல் கடுமையாக உழைத்ததின் பயனான புதிய வாழ்வு – தொடங்கும்.

புத்தகத்தின் தலைவிதி, பாவெலின் தலைவிதியையே தீர்மானித்து விடும். அந்தப் பிரதி நிராகரிக்கப்பட்டால் அவனது வாழ்வே முடிந்து விடும். அதற்கு மாறாகப் புத்தகத்தின் ஒரு பகுதி மோசமாயிருந்தால், மேற்கொண்டு வேலை செய்து அதன் குறைகளை நீக்க முடியுமானால், அவன் உடனடியாக ஒரு புதிய முயற்சியைத் தொடங்குவான்.

கைப்பிரதியைப் பார்சல் செய்து, அவனது தாய் தபாலாபீஸுக்கு எடுத்துச் சென்றாள். முடிவு என்னவாயிருக்குமோவென்று கவலையுடன் காத்திருக்கும் கட்டம் தொடங்கியது. அவன், ஒரு கடிதத்துக்காக இவ்வளவு திகிலுடனும் வேதனையுடனும் இப்பொழுது காத்திருந்த மாதிரி, என்றுமே காத்திருந்ததில்லை. அவன் காலையிலும் மாலையிலும் தபாலை எதிர்பார்த்து, அதற்காகவே வாழ்ந்தான். ஆனால் லெனின்கிராதிலிருந்து ஒரு தகவலும் வரவில்லை.

பதிப்பகத்தாரின் நீடித்த மௌனம் துர்க்குறியாகத் தோன்றியது. ஒவ்வொரு நாளும் கேடு நிகழப் போகிறதென்ற எண்ணம் உரம் பெற்றது. தன் புத்தகம் முழுமையாக நிராகரிக்கப்பட்டு விட்டால், தன்னால் பிழைத்திருக்க முடியாதென்பதைப் பாவெல் உணர்ந்தான். நிராகரிப்பை அவனால் தாங்கமுடியாது. அதன்பின், உயிர்வாழ்வதற்கு நியாயம் இல்லை.

அவ்வாறு எண்ணிய பொழுதெல்லாம், அவன், கடலை நோக்கி நின்ற குன்றின்மீது உள்ள பூங்காவை ஞாபகப்படுத்திக் கொண்டான்.

அங்கு எழுந்த கேள்வியை அவன் மீண்டும் மீண்டும் கேட்டுக் கொண்டான்:

"எஃகுப் பொறியை உடைத்துக் கொண்டு வெளியேறிப் போரணிக்குத் திரும்புவதற்கு, உன் வாழ்வைப் பயனுள்ளதாக ஆக்குவதற்கு, உன்னால் இயன்றதனைத்தும் செய்துவிட்டாயா?"

"ஆம், என்னால் இயன்றதனைத்தையும் செய்துவிட்டேன்!" என்று அவனே பதில் அளித்துக் கொண்டான்.

கடைசியில், காத்திருக்கும் வேதனையைச் சகிக்க முடியாத நிலை ஏற்படும் தருவாயில், மகனைப் போலவே அதிகம் தவித்துக் கொண்டிருந்த அவனது தாய், "லெனின்கிராதிலிருந்து சேதி!" என்று கத்திக் கொண்டே அறைக்குள் ஓடி வந்தாள்.

பிரதேசக் கமிட்டியிலிருந்து வந்த தந்தி அது. தந்திக் கடுதாசியில் இருந்த சுருக்கமான செய்தி: 'நாவல் மனப்பூர்வமாக அங்கீகரிக்கப் பட்டது. பதிப்பகத்தாருக்கு அனுப்பியுள்ளோம். உங்களது வெற்றிக்குப் பாராட்டுக்கள்.'

அவனது இதயம் வேகமாகத் துடித்தது. அவனது ஆசைக் கனவு நனவாகிவிட்டது! எஃகுப் பொறி தகர்ந்துவிட்டது. இப்பொழுது ஒரு புதிய ஆயுதத்தைத் தரித்துக்கொண்டு, அவன் போரணிக்கும் வாழ்வுக்கும் திரும்பிவிட்டான்.

முற்றும்